民族文字出版专项资金资助项目

京族传统叙事歌集

上

◎苏维芳 苏凯 编著

Gvangjsih Minzcuz Cuzbanjse
广西民族出版社

图书在版编目(CIP)数据

京族传统叙事歌集：上、下册/苏维芳，苏凯编著
.—南宁：广西民族出版社，2020.12
ISBN 978－7－5363－7426－3

Ⅰ.①京… Ⅱ.①苏… ②苏… Ⅲ.①京族—民歌—
作品集—中国 Ⅳ.①I277.298.2

中国版本图书馆 CIP 数据核字（2020）第 243704 号

JINGZU CHUANTONG XUSHIGE JI

京族传统叙事歌集（上、下册）

苏维芳　苏　凯　编著

出 版 人：石朝雄
策划组稿：张惠琼
责任编辑：宾伟贤
装帧设计：文　雯
责任印制：梁海彪
出版发行：广西民族出版社
地址：广西南宁市青秀区桂春路 3 号　邮编：530021
电话：0771－5523216　传真：0771－5523225
电子邮箱：bws@gxmzbook.com
印　　刷：广西壮族自治区地质印刷厂
规　　格：889 毫米×1194 毫米　1/16
印　　张：79.25
字　　数：880 千
版　　次：2020 年 12 月第 1 版
印　　次：2020 年 12 月第 1 次印刷
书　　号：ISBN 978－7－5363－7426－3
定　　价：398.00 元（上、下册）

京族字喃文化传承研究中心组织机构成员

总 顾 问：陈荣贵　苏维生

顾　　问：苏明勇　阮成武　杜锦荣　孔学斌　苏世成　梁喜齐

　　　　　张永志

名誉主任：苏明芳

主　　任：苏维芳

副 主 任：武明志　苏　凯　苏春发　林辉爵

秘 书 长：阮贤友

副秘书长：苏海兵　吴永才　苏桂芳　苏明利

成　　员：

沥 尾 村：苏维绍　龚振兴　苏权成　阮志成　阮世军　吴永就

　　　　　武　奎　吴桂兰　苏秋萍　吴春华　裴远胜

巫 头 村：阮成雄（亭长）　刘尚新　陶继德　阮爱斌　刘贵新

山 心 村：黄尚安（亭长）　刘扬寿　阮继初　刘基业　阮成贵

　　　　　刘　信　阮成勇　梁荣波

红 坎 村：范胜东（亭长）　吴维恒　阮进光　刘华礼

其　　他：苏海珍　黎春玲　施维铭　武沛雄　苏小燕　曾秀荣

　　　　　阮美霞

前 言

京族人民有自己的优秀文化传统，他们在长期生活实践中，创造了不少优美动人的民间歌谣、谚语格言、历史传说和神话故事，以褒贬民间的善与恶，树立社会的道德规范，总结生产生活经验，表达男女间的纯真爱情等等。京族民歌的调子有30多种，既有慷慨激昂的，也有凄凄切切的，既有娓娓动听的，又有情意绵绵的，体现出浓厚的民族特色。独弦琴作为京族独有的、最具特色的民族乐器，是京族传统艺术中的瑰宝。独弦琴能在一根弦上奏出婉转清柔的乐曲，其音悠扬，亲切感人，在我国民族音乐界颇有名气。京族舞蹈，以传统祭祀娱神为主，其类型有花灯舞、花棍舞、竹杠舞、采茶摸螺舞、穿针引线舞等，这些舞姿婆娑的民间舞蹈，动作柔中有刚，表现了京族人民善良而豪放的性格。

京族传统叙事歌在京族地区广泛流传，深入人心。叙事歌即以歌叙述故事。此类歌的题材广，种类多。作者以不同的历史时代为背景，把民间的神话传说和真人真事等编成故事。以歌叙事，以歌代言。歌中以山海、天空、动植物等来形容、比喻、双关押韵，作为一种“叙事歌”流传给后代。本歌集共收录了26篇叙事歌：有歌颂高尚品德的《刘平杨礼结义歌》，有反封建腐败的《二度梅》，有爱情故事《宋珍歌》《梁山伯与祝英台》《范功菊花》《花笺传》《金云翘传》等，有神话故事《石生故事》《水晶公主》《柳杏公主》《唐僧西天取经》等，有寓言故事《贞鼠传》。还有以吟歌方式叙述的《征妇吟》《宫怨吟》《贫女叹》等。这些叙事歌篇幅较长，结构严谨，叙事完整，条理明晰，情节跌宕起伏，易读易记。有的京族老人把叙事歌整段、整篇甚至整本书熟背下来，形成京族民间流行歌谣，广泛传播。历代流传的字喃京语以四句为一组的双七、六八体叙事歌，是京族文学的一种诗体。以四句为一组，第一、二句都是七言体，谓双七体；第三句为六言体，第四句为八言体，称为六八体。京族文学的另一种诗体是六八体，即前句为六言体，后句为八言体，就是说整篇叙事歌自始至终都是六八体诗歌。如长篇叙事歌《金云翘传》有3254句共22778字。上述两种诗体叙事歌均翻译为汉文七言律诗予以后传。同时，很多叙事歌原是中国汉文名著，如《金云翘传》《花笺传》《刘平杨礼结义歌》《石生故事》《玉娇黎》《潘陈传》《皇储传》《二度梅》《梁山伯与祝英台》《唐僧西天取经》《观音氏敬》《贫女叹》等，都是将汉文同名小说进行改编而成的“双七、六八”体和“六八”体京族长篇字喃叙事歌。本歌集的出版，对于研究字喃与京族语言的关系，了解字喃与汉字的关系，了解字喃文学与汉字文学的关系和字喃的发展演变过程，以及拯救中国汉文原著作，使其能永远流传于京族地区等，都具有很高的价值。

京族传统叙事歌均是以京族字喃书写记载。为此，在本集前言里，我们着重介绍字喃的概况。

一、字喃的形成和原因

1. 字喃亦称为“喃字”，意为“南国的文字”，是一种仿效汉字结构的越语化的方块象声文字。关于“南国”这一名词，在沥尾村哈亭里有一副对联：“古在南邦成原例山河之永固，今朝北国敬严存社稷之遗风。”这副对联是京族迁居沥尾村后，在第三次选新址建好的哈亭里，第四代人的统领苏光清撰写的，时间约为 1888 年。

2. 创作字喃的原因。从越南的先祖鸿庞氏起，到如今的越南拉丁文字出现以前，所使用的官方文字是汉字，称为“儒字”。但后来根据民族的语言特点，越南先民觉得用汉字很难表达和普及自己的语言和文化，所以产生了创作和使用字喃的想法，于是在使用汉字的同时，仿效汉字的结构，经过改造、使用和演变形成了越语化的方块象声文字——字喃。按前人所说，字喃是出于社会的需要，又是出于宗教、文化、政治和生活的需要而创造的。

3. 创作字喃的时间和创始人。至于创作字喃的时间问题，越南的字喃研究中心的专家们至今仍在研究和争论，无法确定较准确的时间和字喃创始人。有学者说，在鸿庞氏末代，即公元前 258 年以前已有人创造和使用，但有相当部分专家说，公元 600—800 年字喃已盛行。直至 20 世纪 80 年代，研究的专家们得出的最后结论是：字喃形成的历史悠久，至少也有 10 多个世纪，也就是说字喃盛行已有 1000 多年的历史了。我们收集的《宋珍歌》字喃本，所记述的是五代十国时期（公元907—979 年）的故事，故事开头述：“前代皇帝唐太宗，治理天下得安和（汉译）。”从上述可知，在我国隋唐时期越南已正式使用字喃。

二、字喃的结构和数量

字喃是先祖们借助汉字创造的文字，它是采用汉字的构字方法，主要借汉字表音表义而创造出来。其结构形式凡数种：1. 象声法。“年”写作“䋥”，“三”写作“巴”，“五”写作“䏧”，一般是左边表音，右边表义，但也有反放位置的，如“年”

写作“铺”。2. 假借法。“有”写作“固”，“咱们”写作“些”。3. 会意法。“天”写作“⿱上天”，“罩”写作“仝”。4. 借汉字法。“梅”“骨”“格”“雪”“精”“神”等，借汉字读为越语音。

字喃数量和越语音。越语音有7000多个语音。字喃（包括借汉字）有37000多个，其中约有三分之二是借汉字，即借汉字读越语音，还有三分之一是非借汉的字喃，约有12000字，一般每个读音有4—5个字，多的一个音有10多个字。如đường一音多字，堂、镗、棠、螳、糖、唐、塘、溏、搪（借汉字）、傏、慷、䣘（字喃）共12个字，因此读认起来比较困难，不利于文化的普及。

京族字喃是研究京族语言文化的珍贵资料，保护京族字喃资料，是保护京族传统文化的重要组成部分，收集整理京族古籍和字喃，使京族的大量行将失散的古籍文献和字喃得到保护，对京族历史文化的研究极具价值。同时，这也有利于民族语言文化资源开发事业，有利于形成民族文化旅游项目。收集、研究、展示这些京族文化精粹，使人们从中感受到京族文化的底蕴和价值，对扩大京族知名度、促进京族社会文化经济的发展有着极大的作用。

从2002年起，我们将收集和编写成的《京族传统叙事歌》（一）（二）（三）（四）和《宋珍歌》《金云翘》等26篇故事歌，翻译为七律体汉字叙事歌，于2011年完成翻译。如今，这些叙事歌结集为《京族传统叙事歌集》（上、下册）终于以京族字喃、翻译汉字和越南语脱稿付印。此歌集出版发行，对研究京族诗词、文学艺术、伦理道德和民间习俗有一定的参考价值，并能将京族传统叙事歌保存和继承下去。在翻译中，苏凯协同校译中文和打印。由于本人文化有限，收集、整理、编写和翻译中，难免存在不足之处，请读者与专家批评指正。

苏维芳

2020年10月

目　录

上

刘平杨礼结义歌……（1）
石生故事……（18）
盖王故事……（39）
青提婆传……（60）
水晶公主……（83）
柳杏公主……（94）
唐僧西天取经……（105）
宋珍歌……（114）
梁山伯与祝英台……（305）
观音氏敬……（389）
范功菊花……（404）
贞鼠传……（430）
刘女将传……（456）
芳花传……（491）
玉娇黎……（518）

二度梅 …………………………………………………………………………………… (550)
潘陈传 …………………………………………………………………………………… (583)
花笺传 …………………………………………………………………………………… (597)

下

范载玉花 ………………………………………………………………………………… (637)
李功传 …………………………………………………………………………………… (662)
话卿朱俊 ………………………………………………………………………………… (682)
皇储传 …………………………………………………………………………………… (711)
征妇吟 …………………………………………………………………………………… (765)
宫怨吟 …………………………………………………………………………………… (815)
贫女叹 …………………………………………………………………………………… (858)
金云翘传 ………………………………………………………………………………… (885)

刘平杨礼结义歌

简　介

刘平、杨礼这对结义兄弟，立志十年齐举金榜。杨礼刻苦攻读考中状元。刘平却终日游荡，功名未成。一天，刘平去探访杨礼，杨礼却不认义弟，只赏饭充饥。刘平自责命运不好，闷闷不乐地返家。杨礼见义弟落到此境地，心感不安。于是他拿出十两黄金交给三妾珠龙，让她“替夫助友”前去资助刘平。珠龙跟随刘平回家，亲切相劝刘平刻苦攻读，待其显荣后结为夫妻。刘平听了十分高兴，日夜勤奋学习。一年后，刘平应考夺得第一名，珠龙听到消息后十分高兴，立即返回杨夫家。刘平荣归拜祖，欲娶贤妻，却不见珠龙。刘平在家住了几日后找杨礼，看见珠龙在门前迎候，方知珠龙是杨妻。真是“机遇幸运结金兰，天下从来无先例。义重千斤难表述，杨刘佳话千古提”。

劉平楊禮結義歌
Lưu Bình, Dương Lễ kết nghĩa
刘平杨礼结义歌

喃字原文：劉平楊禮，
越 南 语：Lưu Bình, Dương Lễ,
汉语意译：刘平杨礼两相遇，

喃字原文：𠄩英俺結義交情。
越 南 语：Hai anh em kết nghĩa giao tình.
汉语意译：交情结拜做兄弟。

喃字原文：哏迣𢆥𨷶槓論詳，
越 南 语：Hẹn mười năm cửa cổng luận trường,
汉语意译：门庭许言十年期，

喃字原文：決立志想𧍰霎朱院。
越 南 语：Quyết lập chí tưởng rồng mây cho vẹn.
汉语意译：决心立志金榜题。

喃字原文：情緣分埃台羅㬰𣎃，
越 南 语：Tình duyên phận ai hay là sớm muộn,
汉语意译：天赋缘分看谁早，

喃字原文：楊㐌𢧚科目顯榮。
越 南 语：Dương đã nên khoa mục hiển vinh.
汉语意译：杨礼夺魁耀乡里。

喃字原文：劉平唉群功役晚成，
越 南 语：Lưu Bình hãy còn công việc mạn thành,
汉语意译：刘平碍事功未成，

喃字原文：衝固志皇天不負。
越 南 语：Song có chí hoàng thiên bất phụ.
汉语意译：皇天不负他有志。

喃字原文：劉容且褹詩瓢遁，
越 南 语：Lưu thong thả túi thơ phêu nhểu,
汉语意译：刘平清闲带书游，

喃字原文：几英雄返跳流離。
越 南 语：Kẻ anh hùng gặp bước lưu ly.
汉语意译：雄心壮志离乡里。

喃字原文：慼文章烟册别祂之，
越 南 语：Vẻ văn chương đèn sách biết lấy gì,
汉语意译：日夜苦读尚未中，

喃字原文：歐些沛吽唓共知識。
越 南 语：Âu ta phải ngỏ lời cùng tri thức.
汉语意译：坚定不移攻知识。

喃字原文：風景絶潙䖸掔掔，
越 南 语：Phong cảnh tuyệt vời trong gang tấc,
汉语意译：随游风景在眼下，

喃字原文：𨷯公侯馭馭車車。
越 南 语：Cửa công hầu ngựa ngựa xe xe.
汉语意译：公侯车马门前集。

喃字原文：㐌𠊛䢧些唉群咴，
越 南 语：Thấy người sang ta hãy còn e,
汉语意译：见人荣华自感卑，

喃字原文：奇悉悸尊卑禮格。
越 南 语：Cả lòng sợ tôn ty lễ cách.
汉语意译：礼隔尊卑心生畏。

喃字原文：𠊛臺閣草來清白，
越 南 语：Người đài các thảo lai thanh bạch,
汉语意译：人家楼阁环青翠，

喃字原文：衝吏咹一字隔重山。
越 南 语：Song lại e nhất tự cách trùng sơn.
汉语意译：相比之下愧心内。

喃字原文：想𦤾句義奇金蘭，
越 南 语：Tưởng đến câu nghĩa cả kim lan,
汉语意译：想起当初同结义，

喃字原文：𠽄没𡭧情埃艿負。
越 南 语：Gẫm một chút tình ai nẩy phụ.
汉语意译：誓言交情不会忘。

喃字原文：氽吝𨷯跐𠓨䁛透，
越 南 语：Mấy lần cửa bước vào coi thấu,
汉语意译：步入门前往里看，

喃字原文：注房喂碎𢶢注没𠳒。
越 南 语：Chú phòng ơi, tôi cậy chú một lời.
汉语意译：叫出管家把话讲。

喃字原文：細茹𥪝詳白貝𠊛，
越 南 语：Tới nhà trong trường bạch với người,
汉语意译：请你入屋呈主人，

喃字原文：浪伴𦹵劉平所怒。
越 南 语：Rằng bạn cũ Lưu Bình thưở nọ.
汉语意译：老友刘平前来访。

喃字原文：心事氏𠳒房計𤉜，
越 南 语：Tâm sự ấy lời phòng kể rõ,
汉语意译：管家应言报官人，

喃字原文：禮群當拱席瓊漿。
越 南 语：Lễ còn đang giữ tiệc quỳnh tương.
汉语意译：杨礼席上劝酒忙。

喃字原文：𠮾繩房情敘事𨀈𡢐，
越 南 语：Nhủ thằng phòng tình tự sự trước sau,
汉语意译：吩咐管家回客言，

喃字原文：官𠷳固伴排如𠱊𠀧。
越 南 语：Quan nào có bạn bè như thế ấy.
汉语意译：我家同你不相识。

喃字原文：官𠮾𠳒房㖹領𥙩，
越 南 语：Quan nhủ lời, phòng vâng lĩnh lấy,
汉语意译：管家听从主人意，

喃字原文：𨀈𠚢外嘆㗂𠮩錍。
越 南 语：Bước ra ngoài mắng tiếng bấc chì.
汉语意译：出来责骂恶言欺。

喃字原文：責劉平朱碎沛流離，
越 南 语：Trách Lưu Bình cho tôi phải lưu ly,
汉语意译：刘平责怪友抛弃，

喃字原文：牢注庄料𠳒朱沛。
越 南 语：Sao chú chẳng liệu lời cho phải.
汉语意译：不按诺言来做人。

喃字原文：席慶賀𠊛群𢝙伴，
越 南 语：Tiệc khánh hạ người còn vui bạn,
汉语意译：主人设宴陪宾客，

喃字原文：嘆碎浪𬙞役窖牢。
越 南 语：Mắng tôi rằng mua việc khéo sao.
汉语意译：管家待人实不仁。

喃字原文：“固客芇涓屬貝傜，
越 南 语：“Có khách nào quen thuộc với tao,
汉语意译：“我官家原无此友，

喃字原文：伴兜麻容踐餒歷。”
越 南 语：Bạn đâu mà rông rài đói rách.”
汉语意译：没人肯交穷朋友。”

喃字原文：㐌到低噲黜茹客，
越 南 语：Đã đến đây gọi ra nhà khách,
汉语意译：既然来了请到屋，

喃字原文：房抷粈揀跡呭払。
越 南 语：Phòng bưng cơm xốc xếch mời chàng.
汉语意译：管家端饭来应酬。

喃字原文：鉢粈歁础䀋𣍊腌添强，
越 南 语：Bát cơm hậm đĩa muối trắng dạ thêm càng,
汉语意译：冷饭盐巴添辛酸，

喃字原文：劉𥉫㹟悴悻悉玉。
越 南 语：Lưu trông thấy xót xa lòng ngọc.
汉语意译：刘平望见内心痛。

喃字原文：傷喂𥋵人情𠁑局，
越 南 语：Thương ơi nhẽ nhân tình thế cục,
汉语意译：世故人情叹人生，

喃字原文：外迸𢆥義𥗾𢆥斤。
越 南 语：Ngoài mười năm nghĩa nặng nghìn cân.
汉语意译：十年之交情义重。

喃字原文：固𠊚㐌芀負故人，
越 南 语：Có người đã nẩy phụ cố nhân,
汉语意译：辜负故友实不应，

喃字原文：歪坦𪟝固透情庄借。
越 南 语：Trời đất nhẽ có thấu tình chăng tá.
汉语意译：天知地知同誓言。

喃字原文：㖡金織㐌願欺閒暇，
越 南 语：Lời kim chỉ đã nguyền khi nhàn hạ,
汉语意译：闲暇相遇结金兰，

喃字原文：想𧏵𩄲朱會合没團。
越 南 语：Tưởng rồng mây cho hội hợp một đoàn.
汉语意译：欲同中榜会团圆。

喃字原文：伴猶豫没鐵没鐮，
越 南 语：Bạn do dự một sắt một liềm,
汉语意译：我没中榜被冷落，

喃字原文：㕦羅伴假格無情。
越 南 语：Hay là bạn giả cách vô tình.
汉语意译：过去朋友已无情。

喃字原文：停𢚸薄底碎𢡠𢥈，
越 南 语：Đành chịu bạc để tôi tấc dận,
汉语意译：尔等无情激我怒，

喃字原文：埃擬黜𢚸魜𦛌𪃿。
越 南 语：Ai ngờ ra lòng cá dạ chim.
汉语意译：乌心鱼腹难辨明。

喃字原文：擬濃浽𥪞𢚸添洙悴，
越 南 语：Nghĩ nông nỗi trong lòng thêm chua xót,
汉语意译：想到这里心悲痛，

喃字原文：𡎢麻擬湥𠄩行渃相。
越 南 语：Ngồi mà nghĩ tuôn hai hàng nước mắt.
汉语意译：坐下深思很后悔。

喃字原文：想蛆句“君子故窮”，
越 南 语：Tưởng đến câu “quân tử cố cùng”,
汉语意译：“君子故穷”古时云，

喃字原文：機會尼固洒吏固滝。
越 南 语：Cơ hội này có bến lại có sông.
汉语意译：来日方长有机会。

喃字原文：運渚達嘖之埃負借，
越 南 语：Vận chưa đạt trách gì ai phụ tá,
汉语意译：运气未到天注定，

喃字原文：催停丕㖡𠳒房恩官奇。
越 南 语：Thôi đừng vậy gửi lời phòng ơn quan cả.
汉语意译：古人寄语心中记。

喃字原文：蹭相逢如跐塘霆，
越 南 语：Gót tương phùng như bước đường mây,
汉语意译：如此相逢实难料，

喃字原文：躺故鄉高俸翅𠖤。
越 南 语：Mình cố hương cao bỗng cánh bay.
汉语意译：急忙辞别回故里。

喃字原文：鴆雁鴻群當欺蓬㧊，
越 南 语：Chim nhạn hồng còn đang khi vùng vẫy,
汉语意译：待到鸿雁展翅时，

喃字原文：楊𧡊伴慔懭悉氏。
越 南 语：Dương thấy bạn băn khoăn lòng ấy.
汉语意译：杨思义弟心愧意。

喃字原文：决尋塘底者恩繞，
越 南 语：Quyết tìm đường để giả ơn nhau,
汉语意译：决找途径帮朋友，

喃字原文：買傳𠹾几妾𠊛候。
越 南 语：Mới truyền đòi kẻ thiếp người hầu.
汉语意译：他即传唤妻妾议。

喃字原文：點心事𨎟𢇷計燶，
越 南 语：Điểm tâm sự trước sau kể rõ,
汉语意译：前后详述心里话，

喃字原文：浪些㐌恩𨕭𣋽杜。
越 南 语：Rằng ta đã ơn trên sớm đỗ.
汉语意译：承蒙皇恩早及第。

喃字原文：拱爲調辛苦買𢧚，
越 南 语：Cũng vì điều tân khổ mới nên,
汉语意译：经历辛苦功名成，

喃字原文：𪽝些尼群淬伴賢。
越 南 语：Bởi ta nay còn chốt bạn hiền.
汉语意译：现在还忧我兄弟。

喃字原文：情朋友甚蒸羅吭，
越 南 语：Tình bạn hữu thậm chưng là ngọt,
汉语意译：亲密无比朋友情，

喃字原文：些㐌可麻英劉渚可。
越 南 语：Ta đã khá mà anh Lưu chưa khá.
汉语意译：现我富贵他困难。

喃字原文：𨖅𠀧娘英𢭸𥙩没娘，
越 南 语：Trong ba nàng anh cậy lấy một nàng,
汉语意译：三妻妾我托其一，

喃字原文：妾次𠀧珠龍少女。
越 南 语：Thiếp thứ ba Châu Long thiếu nữ.
汉语意译：三妾珠龙愿受托。

喃字原文：鐄进両英摔𥙪朱搵罘，
越 南 语：Vàng mười lạng anh giao tay cho làm vốn,
汉语意译：黄金十两交妾手，

喃字原文：酉份伴固慢文進展。
越 南 语：Dầu phận bạn có mạn văn tiến triển.
汉语意译：替我供养友读书。

喃字原文：妾據𠫾悉拄盤難，
越 南 语：Thiếp cứ đi lòng chẳng bàn nàn,
汉语意译：妾莫为难放心去，

喃字原文：伴𡾵郎娘仕再還。
越 南 语：Bạn giàu sang nàng sẽ tái hoàn.
汉语意译：朋友中举再伴夫。

喃字原文：功德𠵴䀡凴嫩泰，
越 南 语：Công đức ấy xem bằng non thái,
汉语意译：此是功德重泰山，

喃字原文：払吪𠔦妾吁𠵵吏。
越 南 语：Chàng dạy thế thiếp xin thưa lại.
汉语意译：夫君教诲妾记得。

喃字原文：想欺𠫾擬𦤾欺衛，
越 南 语：Tưởng khi đi nghĩ đến khi về,
汉语意译：替夫助友后回来，

喃字原文：妾者恩払淶蹭没欺。
越 南 语：Thiếp giả ơn chàng rời gót một khi.
汉语意译：感谢夫君相告别。

喃字原文：份嫺𠯹𢀭時傷憶，
越 南 语：Phần nhàn nhủ sau thì thương ức,
汉语意译：夫妻之情记心间，

喃字原文：妾沛固𡨸浪𠳒國語：
越 南 语：Thiếp phải có giữ rằng lời quốc ngữ:
汉语意译：但妾想起古人言：

喃字原文：“焒𧵆蒼数𣈜拱燌，
越 南 语：“Lửa gần rơm lâu ngày cũng bén,
汉语意译：“草火接近久会燃，

喃字原文：吀量官㗘䁛朱窮。
越 南 语：Xin lượng quan thăm xét cho cùng.
汉语意译：请你官人想周全。

喃字原文：機會尼趍餒伴𠊛𫯳，
越 南 语：Cơ hội này đi nuôi bạn thay chồng,
汉语意译：替夫助友这种事，

喃字原文：事古今兜羅固𤯩。”
越 南 语：Sự cổ kim đâu là có thế.”
汉语意译：从古至今没有之。”

喃字原文：蹺英劉𦤾迎鄉館𢀭，
越 南 语：Theo anh Lưu đến nghênh hương quán đấy,
汉语意译：她追刘平到乡馆，

喃字原文：𧡊英劉扲筆題詩：
越 南 语：Thấy anh Lưu cầm bút đề thư:
汉语意译：看见刘平墙上诗：

喃字原文：“𠶢爲貧尋伴𣈜𠸗，
越 南 语：“Bởi vì bần tìm bạn ngày xưa,
汉语意译：“寻访老友，因为家难。

喃字原文：伴𢀭固些群貧賤，
越 南 语：Bạn giàu có ta còn bần tiện.
汉语意译：友家富贵，我还贫贱。

喃字原文：𪪒繞𨀈麻䁛𣘃搵生。”
越 南 语：Thấy nhau đến mà ngửng mặt làm sinh.”
汉语意译：闻我来寻，故不接见。”

喃字原文：跳䟻趍𪪒事邏情，
越 南 语：Bước chân đi thấy sự lạ tình,
汉语意译：但回家时很奇怪，

喃字原文：没少女蹺𧿆𨉟吏。
越 南 语：Một thiếu nữ theo sau mình lại.
汉语意译：有一少女尾随来。

喃字原文：𣈜時㐌𣋁渚𬧐圭茹，
越 南 语：Ngày thì đã tối chưa đến quê nhà,
汉语意译：夕阳下山未到家，

喃字原文：𨕭𢚸悴悼𣘃愁武武。
越 南 语：Trong lòng xót xa mặt sầu võ võ.
汉语意译：怜悯孤独愁心怀。

喃字原文：𪽝爲辛苦𪪒事多端，
越 南 语：Bởi vì tân khổ thấy sự đa đoan,
汉语意译：自感奇怪停脚步，

喃字原文：姑空再還尋𡓁准於。
越 南 语：Cô không tái hoàn tìm nơi chốn ở.
汉语意译：姑娘为何到这里。

喃字原文：珠龍歎咀妾只蹺払，
越 南 语：Chấu Long than thở thiếp chỉ theo chàng,
汉语意译：珠龙叹息妾随郎，

喃字原文：𠊛芇固鐄碎拯固想。
越 南 语：Người nào có vàng tôi chẳng có tưởng.
汉语意译：谁有黄金也不理。

喃字原文：吁英大量咹於共繞，
越 南 语：Xin anh đại lượng ăn ở cùng nhau,
汉语意译：请君宽量同食宿，

喃字原文：麻特𩆋𢀭結揽夫婦。
越 南 语：Mà được sang giàu kết làm phu phụ.
汉语意译：待君显荣结夫妻。

喃字原文：𨢇生𨢇死呣餒呣飫，
越 南 语：Dầu sinh dầu tử dù đói dù no,
汉语意译：不管生死和饥饱，

喃字原文：妾計緣由朱払特别。
越 南 语：Thiếp kể duyên do cho chàng được biết.
汉语意译：妾说缘由给君知。

喃字原文：計牢庄歇仍事堆些，
越 南 语：Kể sao chẳng hết những sự đôi ta,
汉语意译：我俩之事说不尽，

喃字原文：跙朗𣈜𠚢尋柴払學。
越 南 语：Đến sáng ngày ra tìm thầy chàng học.
汉语意译：待到天亮就请师。

喃字原文：茹払固福試豆三魁，
越 南 语：Nhà chàng có phúc thi đỗ tam khôi,
汉语意译：君家有福题金榜，

喃字原文：粉𢀨恩𡗶朱碎特㧅。
越 南 语：Phần vua ơn trời cho tôi được cậy.
汉语意译：承蒙皇恩我有依。

喃字原文：劉平𦖻𧡊𢜠𢚸𡗋能，
越 南 语：Lưu Bình nghe thấy mừng rỡ lắm thay,
汉语意译：刘平听说很高兴，

喃字原文：固功學柴𣈖𣈜勤懇。
越 南 语：Cố công học thầy đêm ngày cần khẩn.
汉语意译：日夜勤奋来学习。

喃字原文：𢆥末𣎃𠅎㐌特𠬠𢆥，
越 南 语：Năm mạt tháng hết đã được một năm,
汉语意译：光阴飞逝一年至，

喃字原文：試豆細連𠫾試固榜。
越 南 语：Thi đỗ tới liền đi thi có bảng.
汉语意译：到期应招考中试。

喃字原文：劉平𤏬𣼼學特才高，
越 南 语：Lưu Bình sáng láng học được tài cao,
汉语意译：刘平聪明文才好，

喃字原文：稱當英豪三魁第一。
越 南 语：Xứng đáng Anh Hào tam khôi đệ nhất.
汉语意译：当称英豪中第一。

喃字原文：榮回家室拜祖歸宗，
越 南 语：Vinh hồi gia thất bái tổ quy tông,
汉语意译：光宗耀祖归故里，

喃字原文：使者共同報朱家室。
越 南 语：Sứ giả cùng đồng báo cho gia thất.
汉语意译：使者前来报家室。

喃字原文：“劉平第一，氽𣈜𦤾低”，
越 南 语：“Lưu Bình đệ nhất, mấy ngày đến đây”,
汉语意译：“刘平第一，数日回”，

喃字原文：珠龍𦖻㖡𧋆悉𢝙悒。
越 南 语：Châu Long nghe lời trong lòng mừng rỡ.
汉语意译：珠龙闻讯乐开花。

喃字原文：立即吏跛衛茹楊公，
越 南 语：Lập tức lại giở về nhà Dương Công,
汉语意译：立即返回杨夫家，

喃字原文：稟報朱翁上官特别。
越 南 语：Bẩm báo cho ông thượng quan được biết.
汉语意译：禀报喜讯夫夸她。

喃字原文：悉碎貞節餒伴𠊝𫯳，
越 南 语：Lòng tôi trinh tiết nuôi bạn thay chồng,
汉语意译：替夫助友心贞洁，

喃字原文：趍㐌没冬寔羅固福。
越 南 语：Đi đã một đông thật là có phúc.
汉语意译：已满一年真有福。

喃字原文：劉平十足占榜三魁，
越 南 语：Lưu Bình thập túc chiếm bảng tam khôi,
汉语意译：刘平成功中三魁，

喃字原文：㐌特衛耒碎尼趍𨇒。
越 南 语：Đã được về rồi tôi nay chạy trước.
汉语意译：我今回来先报夫。

喃字原文：劉平呦約𥙩特媄賢，
越 南 语：Lưu Bình ao ước lấy được vợ hiền,
汉语意译：刘平期望娶贤妻，

喃字原文：衛禮祖先媄時拯覩。
越 南 语：Về lễ tổ tiên vợ thì chẳng thấy.
汉语意译：荣归拜祖不见妻。

喃字原文：沛牢𢬣丕拯别世芇，
越 南 语：Phải sao chịu vậy chẳng biết thế nào,
汉语意译：不知何故离别去，

喃字原文：悉擬濕高蕻塘每浽。
越 南 语：Lòng nghĩ thấp cao trăm đường mọi nỗi.
汉语意译：千头万绪日夜思。

喃字原文：於茹余曮迦博楊公，
越 南 语：Ở nhà mấy tối sang bác Dương Công,
汉语意译：住家几日找杨兄，

喃字原文：禮仍直噥劉平包細。
越 南 语：Lễ những chực mong Lưu Bình đã tới.
汉语意译：杨礼正在家等候。

喃字原文：矞噥稞待矞待稞噥，
越 南 语：Rày mong mai đợi rày đợi mai mong,
汉语意译：日思夜盼见妻影，

喃字原文：闹羅珠龍黜迍官徂。
越 南 语：Nào là Châu Long ra đón quan đến.
汉语意译：谁知珠龙门前候。

喃字原文：果然所見婨博楊官，
越 南 语：Qua nhiên sở kiến vợ bác Dương quan,
汉语意译：果然看见是杨妻，

喃字原文：打軾咀歎盡悉照顧。
越 南 语：Đánh thức thở than, tận lòng chiếu cố.
汉语意译：叹息照顾甚细致。

喃字原文：拱鞦分數義奇金蘭，
越 南 语：Cũng may phận số, nghĩa cả kim lan,
汉语意译：机遇幸运结金兰，

喃字原文：天下無萬空固如世。
越 南 语：Thiên hạ vô vạn không có như thế.
汉语意译：天下从来无先例。

喃字原文：别兜麻計義䃅𠦳斤，
越 南 语：Biết đâu mà kể nghĩa nặng nghìn cân,
汉语意译：义重千斤难表述，

喃字原文：泣奇賒斤楊劉千古。
越 南 语：Khấp cả xa gần Dương Lưu thiên cổ.
汉语意译：杨刘佳话千古提。

说明：此叙事歌选自京族民间艺术家苏锡权用汉字标记京语读音的类似喃字的手抄本，由杜福朝（苏锡权之子，交姨公杜家抚养）传唱，苏维芳收集、编写和翻译，苏凯校译。

2002 年 3 月

石生故事

简　介

石生从小就没有爹娘，他住在一个山洞里，靠打猎砍柴卖为生。每逢下山，他都到李通的酒店喝酒，买东西。李通是一个贪婪险恶的人，见石生老实能干，便假仁假义跟石生结拜。

一天，石生在山上打柴时看见一个老公公挥斧弄箭练武功，就向他请教。老公公教了石生后，便化作一股青烟上天了。石生拿起他丢下的斧头、弓箭回了山洞。

李通多次欺骗石生上山，去杀蟒蛇精和救公主，以骗取皇帝的信任，从而要职当官。当石生从枯井里救出公主后，李通用石头堵住井口。井口被堵后，石生砍伤了抓走公主的大鹏一只翅膀，又救了被关井下的龙子。龙子带他去见龙王。龙王当面答谢，并赏石生一把独弦琴。石生被李通关进水牢以后，想起海龙王赏琴时说的话："这是海龙王祖上留下的宝物，弹起它能消愁解闷，能化灾为安……"于是，石生边弹边唱："叮叮咚咚叮叮咚，谁把公主救出洞……琴声知谁砍蟒精，你为夺权显华荣。琴声知谁斩蛇王，你为当官来争功。琴声知谁杀大鹏，救得公主回宫中。琴声追问你李通，你怎忘恩又负义。"公主听了琴声，即叫父王去救石生。皇帝下令斩李通，并下圣旨，让石生和公主结姻缘。从此，石生与公主过着美满的生活。

石生故事

Truyện Thạch Sanh

石生故事

从前，有一个身材魁梧、性格忠厚的汉子，名叫石生。石生从小就没爹没娘，也没屋没舍，他住在一个山洞里，白天打猎、砍柴，拿到集市上卖，晚上回山洞栖身。

每逢下山，石生都会到李通的酒店喝酒，买东西。李通是一个贪婪又险恶的人。他的母亲和他一样奸诈。天长日久，这母子俩见石生老实敦厚又能干强壮，李通便假仁假义跟石生结拜。李通为义兄，石生是义弟。

有一天，石生上山打柴，见一个老公公挥斧弄箭练武功，看得入迷。老公公便对他说："你来学几路吧！"石生就认真学起来。

时光过去。一天，老公公对石生说："你的武艺学成了。我再教你几句咒语，今后有难，把咒语一念，就能逢凶化吉。"老公公低声传授咒语，石生紧记在心，跪下拜谢。老公公化作一股青烟上天了，石生拿起老公公的斧头、弓箭回山洞。

在石生练武的这段岁月里，不知道从何方来了一条蟒蛇精。每年要吃一个人，如果哪年吃不到人，它就破坏庄稼，骚扰乡民。皇帝只好在每年中秋节前让地方官员把名单报到山上，中秋时把人送给蟒蛇精。皇帝还榜告全国，谁能征服蟒蛇精，赏千金，赐官位。这年中秋，轮到李通上山。李通六神无主，这时母亲献计说："你不是有个义弟石生吗？骗他上山做替死鬼吧！"那天石生如常去到他家，李通跟石生说："有一个顾客约我今夜送一坛酒到那座山给他，麻烦义弟帮我走一趟。"石生不明情况，见义兄说得恳切，也就应允了。

下有诗云：

（一）折精𤞻

（I）Giết tinh trăn

（一）杀妖精

喃字原文：踐戈𠇍䵥棱荒，

越 南 语：Trải qua mấy dặm rừng hoang,

汉语意译：石生走进荒林里，

喃字原文：細𠫾丿𧡊𤉗𪟽廟𥛭。
越 南 语：Tới nơi phút thấy rõ ràng miếu thiêng.
汉语意译：前面遇到庙神灵。

喃字原文：𦊚皮永𨁴奄恬，
越 南 语：Bốn bề vắng vẻ êm đềm,
汉语意译：周围寂静悄无声，

喃字原文：𡗶𣃣渗𣋁払連宜蹎。
越 南 语：Trời vừa sẩm tối chàng liền nghỉ chân.
汉语意译：天黑歇脚在此停。

喃字原文：拱黜粓捻算咹，
越 南 语：Giở ra cơm nắm toan ăn,
汉语意译：打开饭盒正当吃，

喃字原文：台兜𩙍𠺙喑喑搈核。
越 南 语：Hay đâu gió thổi ầm ầm rung cây.
汉语意译：突然林里风刮起。

喃字原文：吏添吟呼稽能，
越 南 语：Lại thêm gầm rú ghe thay,
汉语意译：恐怖声音传进耳，

喃字原文：𪾺黜𧡊没物尼異奇。
越 南 语：Trông ra thấy một vật nay dị kỳ.
汉语意译：走出怪物极奇异。

喃字原文：石生拯别物之，
越 南 语：Thạch Sanh chẳng biết vật gì,
汉语意译：石生不知是何物，

喃字原文：皛顛撐赭揮揮奇躺；
越 南 语：Trắng đen xanh đỏ hoe hoe cả mình;
汉语意译：青红黑白一身束；

喃字原文：凶拱㨋𥳂咽獰，
越 南 语：Hung hăng giơ vuốt nhanh nanh,
汉语意译：张牙舞爪逞凶来，

喃字原文：防算摿拱如形每欺。
越 南 语：Phòng toan làm dữ như hinh mọi khi.
汉语意译：意欲吃人原形露。

喃字原文：石生化法即時，
越 南 语：Thạch Sanh hóa phép tức thì,
汉语意译：石生即施仙法来，

喃字原文：鈽鐐連放没欺妖蛇；
越 南 语：Búa rìu liền phóng một khi yêu xà;
汉语意译：急挥斧头砍蛇妖；

喃字原文：嘪浪眉𩼍邪魔，
越 南 语：Mắng rằng “Mày giống tà ma”,
汉语意译：大声喝道“你邪魔”，

喃字原文：台𠊛蚤拯容他眉芇。
越 南 语：Hai người tao chẳng dung tha mày nào.
汉语意译：为民除害无遗力。

喃字原文：蛇精連跁捉㐌，
越 南 语：Xà tinh liền nhảy xốc vào,
汉语意译：蛇妖张口扑上来，

喃字原文：石生連𥙩神釖㓟連。
越 南 语：Thạch Sanh liền lấy thần dao chém liền.
汉语意译：石生神刀忙斩去。

喃字原文：埃凝蛒固法靗，
越 南 语：Ai ngờ rắn có phép thiêng,
汉语意译：怎料蛇妖作法灵，

喃字原文：化黜焒灶罘邊赭𥋴。
越 南 语：Hóa ra lửa cháy bốn biên đỏ ngòm.
汉语意译：喷出大火红遍地。

喃字原文：石生化渃湄㵘，
越 南 语：Thạch Sanh hóa nước mưa tuôn,
汉语意译：石生施法召雨淋，

喃字原文：自然焒熄驚魂蛇精；
越 南 语：Tự nhiên lửa tắt kinh hồn xà tinh;
汉语意译：顷刻火熄蛇吃惊；

喃字原文：吏哝妖孽藏形，
越 南 语：Lại e yêu nghiệt tàng hình,
汉语意译：担心妖孽匿藏形，

喃字原文：𧼋趍𡎝恪乙𨉟枉功。
越 南 语：Trốn đi nơi khác ắt mình uổng công.
汉语意译：石生在后跟得紧。

喃字原文：㧊圍埋鐵㤝蓬，
越 南 语：Bủa vây lưới sắt bịt bùng,
汉语意译：机关暗布围铁网，

喃字原文：原形蛒沛啝啝化𨀎。
越 南 语：Nguyên hình rắn phải đùng đùng hóa ngay.
汉语意译：突然出现一大蟒。

喃字原文：払用釰寶劯𠠩，
越 南 语：Chàng dùng dao báu chém rày,
汉语意译：石生宝刀砍过去，

喃字原文：�章㶓𤞼蛒㩫齊没間。
越 南 语：Rõ ràng con rắn vừa tày một gian.
汉语意译：蟒蛇身大粗如房。

喃字原文：祂頭焌殼㧅安，
越 南 语：Lấy đầu đốt xác vừa an,
汉语意译：斩了蛇首焚蛇身，

喃字原文：瓢𥬇貝没弓鐄現𧿫。
越 南 语：Bầu tên với một cung vàng hiện ngay.
汉语意译：金箭显现在这里。

喃字原文：石生𧡊邏拎𢭸，
越 南 语：Thạch Sanh thấy lạ cầm tay,
汉语意译：石生手捧叹不已，

喃字原文：感恩𡗶坦朱尼物奇。
越 南 语：Cảm ơn trời đất cho nay vật kỳ.
汉语意译：天赐宝物不能弃。

喃字原文：𣈕𣈜發跡固欺，
越 南 语：Mai ngày phát tích có khi,
汉语意译：心想他日能发迹，

喃字原文：𤂬鐄吒媄乙時唅惦。
越 南 语：Suối vàng cha mẹ ắt thì ngậm vui.
汉语意译：九泉父母含笑之。

喃字原文：劎衝耒買更𠄩，
越 南 语：Chém xong rồi mới canh hai,
汉语意译：斩死蟒蛇二更时，

喃字原文：𢭂頭跐蹖没唏衛茹。
越 南 语：Xách đầu chạy thẳng một hơi về nhà.
汉语意译：手提蛇首返家里。

喃字原文：閉除買固更𠀧，
越 南 语：Bấy giờ mới có canh ba,
汉语意译：三时到家寻李通，

喃字原文：媄𡥵李氏䏾花當濃。
越 南 语：Mẹ con Lý thị giấc hoa đang nồng.
汉语意译：李氏母子睡正浓。

喃字原文：石生擛𨷯洞洞，
越 南 语：Thạch Sanh đấm cửa đùng đùng,
汉语意译：石生敲门响咚咚，

喃字原文：媄喂英唉䁛𧍋猔尼。
越 南 语：“Mẹ ơi, anh hỡi, dậy trông rắn này”.
汉语意译：叫醒来看大蛇公。

喃字原文：媄𡥵李氏魂𩙻，
越 南 语：Mẹ con Lý thị hồn bay,
汉语意译：母子听见魂魄失，

喃字原文：則浪伮㱙衛低嘖𨉟。
越 南 语：Chắc rằng nó chết về đây trách mình.
汉语意译：已死之人怎回得？

喃字原文：“坤𪫚俺唉石生，
越 南 语：“Khôn thiêng em hỡi Thạch Sanh!
汉语意译：“莫非显灵弟石生，

喃字原文：役尼吀𪿒冤英無儀。
越 南 语：Việc này xin chớ oan anh vô nghì.
汉语意译：此事休怪哥无德。

喃字原文：冤魂吀咳暫趍，
越 南 语：Oan hồn xin hãy tạm đi,
汉语意译：请弟冤魂快离去，

喃字原文：𣈜𣈕粃䏦些時供朱。
越 南 语：Ngày mai xôi thịt ta thì cúng cho.
汉语意译：明日三牲供祭之。

喃字原文：鐄香送餞蹔圖，
越 南 语：Vàng hương tống tiễn đủ đồ,
汉语意译：金银纸宝尽烧予，

喃字原文：𤯩牢托丕𣴜𢘾之麻。”
越 南 语：Sống sao thác vậy chớ lo chi mà.”
汉语意译：安心死去莫忧虑。”

喃字原文：石生䏧𤑟閉蜍，
越 南 语：Thạch Sanh nghe tỏ bấy giờ,
汉语意译：石生听见李通言，

喃字原文：買台户李悉邪不仁。
越 南 语：Mới hay họ Lý lòng tà bất nhân.
汉语意译：知其心恶不值提。

喃字原文：證明付默鬼神，
越 南 语：Chứng minh phó mặc quỷ thần,
汉语意译：辨明善恶由鬼神，

喃字原文：悉些據㝵殷勤𨎟𨉓。
越 南 语：Lòng ta cứ giữ ân cần trước sau.
汉语意译：各人心地有天知。

喃字原文：英喂𨷑𨷯朱㲘，
越 南 语：Anh ơi, mở cửa cho mau,
汉语意译：哥速起床开门窗，

喃字原文：俺低空沛魔兜麻防。
越 南 语：Em đây không phải ma đâu mà phòng.
汉语意译：不是魔鬼心莫慌。

喃字原文：蛇精俺㐌除衝，
越 南 语：Xà tinh em đã trừ xong,
汉语意译：蛇妖已被弟砍死，

喃字原文：媄和英咳黜𩈘低尼。
越 南 语：Mẹ và anh hãy ra trông đây này.
汉语意译：你们开门快来望。

喃字原文：媄㖼䏧㐌訴𠰺，
越 南 语：Mẹ con nghe đã tỏ bày,
汉语意译：母子听见声分明，

喃字原文：𥒥釖打焒畑尼搭連。
越 南 语：Đá dao đánh lửa đèn nay thắp liền.
汉语意译：急忙起床把灯燃。

喃字原文：𨷶黜𩈘𧡊果然，
越 南 语：Mở ra trông thấy quả nhiên,
汉语意译：战兢开门果然见，

喃字原文：石生䠬妬拯煩碍之。
越 南 语：Thạch Sanh đứng đó chẳng phiền ngại chi.
汉语意译：石生活着站门前。

喃字原文：吏𩈘𧡊没物奇，
越 南 语：Lại trông thấy một vật kỳ,
汉语意译：看见带回一奇物，

喃字原文：泸泸没㨂丿時我淩。
越 南 语：Lù lù một đống phút thì ngã lăn.
汉语意译：蛇头张嘴母心慌。

喃字原文：李母慌𠱊心神，
越 南 语：Lý mẫu hoảng hốt tâm thần,
汉语意译：浑身颤抖人倒下，

喃字原文：石生拖䁅連分蹭頭。
越 南 语：Thạch Sanh đỡ dậy liền phân gót đầu.
汉语意译：石生把母抱上床。

喃字原文：李通羅㑏險溇，
越 南 语：Lý Thông là đứa hiểm sâu,
汉语意译：李通阴险无人道，

喃字原文：嚾浪："罪𠀧刧頭庄制，
越 南 语：Dọa rằng: " Tội ấy chém đầu chẳng chơi.
汉语意译：恐吓石生要杀头；

喃字原文：蛇精𠀧貼𤤰餒，
越 南 语：Xà tinh ấy của vua nuôi,
汉语意译：此蛇乃是皇帝宝，

喃字原文：底揞寶渃牢𢧚折𠰺?"
越 南 语：Để làm báu nước sao ngươi giết xằng?"
汉语意译：杀了国宝如何好？

喃字原文：石生𦖑吶驚慌，
越 南 语：Thạch Sanh nghe nói kinh hoảng,
汉语意译：石生听说心惊慌，

喃字原文：𥚄英共媄𨁍塘求生。
越 南 语：Lạy anh cùng mẹ mở đường cứu sinh.
汉语意译：求计哥母怎样好。

喃字原文：李通浪："悶卒伶，
越 南 语：Lý Thông rằng: "Muốn tốt lành,
汉语意译：李通故骗石生道：

喃字原文：𢧚毛𨇜諍調停默些 。
越 南 语：Ngươi mau trốn tránh điều đình mặc ta.
汉语意译："这里有我你快逃。

喃字原文：𠿌空禍𦤾奇茹，
越 南 语：Nếu không vạ đến cả nhà,
汉语意译：否则会祸及全家，

喃字原文：閉𣇞歎悔吏羅𣈘能!”
越 南 语：Bấy giờ thán hối lại là muộn thay!”
汉语意译：到时后悔太晚了。”

喃字原文：石生自些𧼌䟻，
越 南 语：Thạch Sanh từ ta đi ngay,
汉语意译：石生听后自离家，

喃字原文：歎身嘖份拯𠃣𠯋皮。
越 南 语：Than thân trách phận chẳng may nhiều bề.
汉语意译：埋怨命苦运不好。

喃字原文：吏尋准𦵛寒溪，
越 南 语：Lại tìm chốn cũ hàn khê,
汉语意译：逃归故地寒溪洞，

喃字原文：𧗱𠻃墓瑪𢀦衛檜枷。
越 南 语：Trước thăm mộ mã sau về cội da.
汉语意译：祭扫墓后住树洞。

喃字原文：拱料歲月配彼，
越 南 语：Cũng liều tuế nguyệt phôi pha,
汉语意译：豁命褪淡由岁月，

喃字原文：則之卑態麻和𥉩𫫅。
越 南 语：Chắc chi bĩ thái mà hòa trông mong.
汉语意译：否极泰来盼交融。

（一）（完）

石生一走，李通抬着蟒蛇首级报功，当上大官。

从此，石生像以前一样，在山上打猎过日子。一天，他正在打猎时，猛听得一阵哭喊声从天外传来，抬头一看，一只大鹏抓了个姑娘向前疾飞。他盯着大鹏猛追，追到山域，拔出箭来就射。大鹏受伤还继续飞，血一滴一滴落下来。他沿着大鹏血追寻，追到一口深不可测的枯井边，井里什么也看不清，只好叹气离开。

那个姑娘原来是皇帝心爱的公主。公主在御花园里被大鹏抓走了。

皇帝十分烦恼。有一个大臣说："李通能杀死蟒蛇精，大鹏应当不在话下！"皇帝叫李通去救公主，救得的话就重重有赏，救不得就杀头。李通暗暗叫苦，同母亲商量怎么样找石生这替死鬼来。他母亲说："这事还不好办？花钱请个戏班，在哈亭唱几日大戏。"

石生流浪谋生。这天，他看见哈亭锣鼓喧天，便挤进去看戏。石生问旁人："今天又不是节日，为何哈亭唱戏？"旁人告诉他："为了找一个叫石生的，所以唱起戏来了。"石生暗吃一惊，心想："莫非是为了打死宝蛇的事来抓我？"于是他戏也不看就溜了。可是李通在戏台上看见了，高兴地追上去打招呼。石生回头一看，正是义兄，他想跑也来不及了。李通笑着伸手拉住他说："兄弟俩该团聚了！"

李通说："从你走了以后，我向皇上多次请求，你的罪赦免了，所以义兄唱戏找你。"石生放下了心里的一块大石头。

李通请石生喝酒，拐弯抹角地说："外面传说一件怪事，不知你听说了没有？"石生问："什么怪事？"李通说："听说公主被大鹏抓走了。"石生便老老实实地把追到枯井的事说了一遍，最后感慨道："不知道那个姑娘就是公主啊！"

李通听了好高兴，于是带领兵马同石生一起来到山上枯井边。石生说："你们把竹箩绑好，让我先下去探探吧！"李通高兴极了，说："你要多加小心。我给你一个铜铃，找到公主你就摇铃，让公主先上来！"

石生到了洞底，四周黑沉沉的，面前阴风飕飕吹来。他迎风摸去，突然眼前一亮，洞里有三只怪兽向他扑来。石生举起斧头左冲右砍，把两只怪兽砍死，剩下一只嚎叫着想逃跑。石生一个箭步上前把它擒住，问："你想活吗？"怪兽道："想活！请你饶我的命！"石生问："大鹏呢？"怪兽答："大王在石洞里养伤。"他又问："公主呢？"怪兽说："她在蜘蛛洞里关着。"石生手一松，那只怪兽溜走了，他尾随怪兽，向深处探索。一个石缝口中，有只大蜘蛛在拉网，网丝硬得像铁一样。石生拿出弓箭射去，蜘蛛中箭后连同网丝一起散落在地上。石生走进洞里，见公主躺在石床上奄奄一息，他就从袋里拿出饼子让她吃，又捧泉水给她喝。公主坐起来说："感谢您啊，恩人！您叫什么名字？"石生说："我叫石生。"

石生把公主背到洞口，放在竹箩里。公主侧身叫石生一起坐。他摇头说："你先上吧，我还要杀死大鹏精呢！"石生摇响铜铃，井上的士兵把公主拉了上去。公主刚跨出竹箩，李通把手一摆，他的士兵就把石头往井下丢。公主大呼："你们快住手啊！

井下还有人！石生还没上来哪！”公主焦急万分，不停大声呼喊，却一下子就哑了。

石生在井下回身进洞，石头铺天盖地砸下来，一会儿就把井口堵死了。他顿足道：“李通啊李通，你的心肝原来这么黑啊！”这时猛听一声巨响，那只被他射伤的大鹏向他扑过来。石生挥斧劈过去，砍掉它的一只翅膀。它滚落到地上，哀哀求饶。石生说：“要饶命也可以，不过你要告诉我，除了井口，哪里还有出洞的路？”大鹏说：“里面还……绑着个龙子，你让他领你出去吧！”石生饶了它，向洞里寻去。在一个石窖里果然绑着一个后生。他是海龙王的龙子，误入枯井被大鹏绑了起来。石生救了龙子，龙子引他找到山泉口，沿着流泉走到海滩边。

石生向龙子告别。龙子抱住石生说：“你救了我的命，我要让父王当面感谢你！”石生只好答应了。龙子拉着石生的手，分开海水，沿着水梯一级级往下走到了水晶宫。海龙王听说石生救了龙子，便大摆宴席答谢他，还领他到各处游玩，带他到宝库参观，叫石生任意挑选宝物。石生在一间挂着一把琴的水仙室里站着出神。龙王问：“恩人！你是不是喜欢这个琴？”石生点了点头。龙王亲手把琴送给他，说：“这是海龙王祖上留下的宝物，弹起它能消愁解闷，能化灾为安……”

石生告别海国，去找李通算账。他来到李通的官府，守门的士兵把他拦住，他挥拳踢脚打倒士兵向府里冲去。李通一见石生，马上命令侍卫把他擒住，关进水牢。

石生在水牢里呼天不应，入地无门，他想着自己的冤屈，气得晕过去。半夜里他苏醒过来，无意间左手触动了琴弦，发出沁人肺腑的铿锵的声音，自己也精神百倍起来。这时，他记起龙王告诉他的琴的妙处，就叮叮咚咚弹起来。

下有诗云：

（二）啃彈䣛獄

（II）Tiếng đàn trong ngục

（二）狱中琴声

喃字原文：情叮喔情叮嗓，
越 南 语：Tình tính tinh tình tính tang,
汉语意译：叮叮咚咚叮叮咚，

喃字原文：埃抌公主䣛馨買術。
越 南 语：Ai đem công chúa trong hang mới về.
汉语意译：谁把公主救出洞。

喃字原文：别時悉拱搵清，
越 南 语：Biết thì lòng cũng làm thanh,
汉语意译：知情人识也装蒜，

喃字原文：由埃惡義薄仁薄悉。
越 南 语：Dù ai ác nghĩa bạc nhân bạc lòng.
汉语意译：善人行善恶人害。

喃字原文：别時悉拱搵閑，
越 南 语：Biết thì lòng cũng làm nhàn,
汉语意译：知情人识也装傻，

喃字原文：祂彈黜掀羅情叮情。
越 南 语：Lấy đàn ra gảy là tình tính tình.
汉语意译：我捧弦琴奏叮咚。

喃字原文：彈叫吻晬泠涅，
越 南 语：Đàn kêu hút bóng linh tênh,
汉语意译：琴声消愁又解闷，

喃字原文：彈叫喤唶情嗓嗓情。
越 南 语：Đàn kêu tênh tếch tình tang tang tình.
汉语意译：琴声飘沉悦耳中。

喃字原文：彈叫埃刧獮精，
越 南 语：Đàn kêu ai chém trăn tinh,
汉语意译：琴声知谁砍蟒精，

喃字原文：朱眉榮顯特躺權靭。
越 南 语：Cho mày vinh hiển được mình quyền sang.
汉语意译：你为夺权显华荣。

喃字原文：彈叫埃刧蛇王。
越 南 语：Đàn kêu ai chém xà vươn,
汉语意译：琴声知谁斩蛇王，

喃字原文：朱眉掙功朝堂�官。
越 南 语：Cho mày tranh công triều đường làm quan.
汉语意译：你为当官来争功。

喃字原文：彈叫埃折鴣鵬，
越 南 语：Đàn kêu ai giết chim bàng,
汉语意译：琴声知谁杀大鹏，

喃字原文：抌娘公主朝堂衛低。
越 南 语：Đem nàng công chúa triều đường về đây.
汉语意译：救得公主回宫中。

喃字原文：彈叫晦李通眉，
越 南 语：Đàn kêu hỏi Lý Thông mày,
汉语意译：琴声追问你李通，

喃字原文：據牢負義吏昜妄恩。
越 南 语：Cứ sao phụ nghĩa lại rày vọng ơn.
汉语意译：你怎忘恩又负义。

喃字原文：彈叫牢於朱停，
越 南 语：Đàn kêu sao ở cho đành,
汉语意译：琴声你听岂忍心，

喃字原文：㐌咹鉭菓負䣷種核。
越 南 语：Đã ăn đến quả phụ người giồng cây.
汉语意译：食果忘了种树人。

喃字原文：彈叫清晰賒𩙻，
越 南 语：Đàn kêu thanh thảnh xa bay,
汉语意译：琴声清晰传远方，

喃字原文：𠽖絲𠽖竹䏧昜如逾。
越 南 语：Tiếng tơ tiếng trúc ngày rày như du.
汉语意译：丝竹奏声动心弦。

喃字原文：弹叫嘖漢悁胡，
越 南 语：Đàn kêu trách hán quên hồ,
汉语意译：琴声怪南指责北，

喃字原文：嘖秦悁楚嘖吳悁齊。
越 南 语：Trách tần quên sở trách ngô quên tề.
汉语意译：责东怪西全忘恩。

喃字原文：弹叫透䢔宫知，
越 南 语：Đàn kêu thấu đến cung tri,
汉语意译：琴声透传皇宫里，

喃字原文：嘖娘公主浪時嗟訛。
越 南 语：Trách nàng công chúa rằng thì sai ngoa.
汉语意译：责怪公主不作声。

喃字原文：娘當吇咽𩈘花，
越 南 语：Nàng đang nhịu nhọn mặt hoa,
汉语意译：绕病苦脸娘公主，

喃字原文：㗂彈唛𠸦兜羅安身。
越 南 语：Tiếng đàn lừng lẫy đâu là an thân.
汉语意译：听见琴声心不安。

喃字原文：恪帀如草逢春，
越 南 语：Khác nào như thảo phùng xuân,
汉语意译：突然又如草逢春，

喃字原文：哄哄呐呐𪇆憐呈排。
越 南 语：Cười cười nói nói trước lân chừng bày.
汉语意译：说说笑笑开口言。

喃字原文：浪彈埃掝兜低！
越 南 语：Rằng đàn ai gẩy đâu đây,
汉语意译：谁在弹奏此弦琴！

喃字原文：吁吒嗲吏𣈜𠳐朱碎。
越 南 语：Xin cha đòi lại ngày rày cho tôi.
汉语意译：请父传唤奏弹人。

喃字原文：皇王䏧吶曲暖，
越 南 语：Hoàng vương nghe nói khúc nhôi,
汉语意译：父王听见此情境，

喃字原文：䠣悉隴仍懞慍帀齐。
越 南 语：Trong lòng luống những mừng vui nào tày.
汉语意译：心中喜悦忙接见。

喃字原文：浪自塊難䢀尼，
越 南 语：Rằng từ khỏi nạn đến nay,
汉语意译：小女脱难到如今，

喃字原文：揾牢𠸗据拯𠳐吶黜。
越 南 语：Làm sao cơn cớ chẳng rày nói ra.
汉语意译：哑口无言不知因。

喃字原文：揾朱洙㤕悉吒，
越 南 语：Làm cho chua xót lòng cha,
汉语意译：为你父心多痛切，

喃字原文：求歪𠲖佇計陀歇唏。
越 南 语：Cầu trời khấn bụt kể đà hết hơi.
汉语意译：求天恳地计用尽。

喃字原文：悲𣇞䏧㗂彈𠊛，
越 南 语：Bây giờ nghe tiếng đàn người,
汉语意译：现在你听琴声传，

喃字原文：時𡥵沛吶曲𡚚朱詳。
越 南 语：Thì con phải nói khúc nơi cho tường.
汉语意译：就能说话细详陈。

喃字原文：執𠳒排訴每塘，
越 南 语：Chấp lời bày tỏ mọi đường,
汉语意译：答言父王细回禀，

喃字原文：浪𠊛彈帝𱺵拯救碎。
越 南 语：Rằng người đàn đấy là chàng cứu tôi.
汉语意译：救我就是弹琴人。

喃字原文：𢩮行㐌訴每𠳒，
越 南 语：Dưới hàng đã tỏ mọi lời,
汉语意译：洞中我俩互表白，

喃字原文：浪衛鸞鳳結堆緣鐄。
越 南 语：Rằng về loan phượng kết đôi duyên vàng.
汉语意译：出来结对成鸾凤。

喃字原文：李通薄惡負嘭，
越 南 语：Lý Thông bạc ác phụ phàng,
汉语意译：李通险恶又薄义，

喃字原文：𨷯行𡑝𥒥尋塘争功。
越 南 语：Cửa hang lấp đá tìm đường tranh công.
汉语意译：把洞堵塞图争功。

喃字原文：朱𢧚𡥵拯𧡊𫯳，
越 南 语：Cho nên con chẳng thấy chồng,
汉语意译：因而无法见夫君，

喃字原文：𨤔𢚸𡥵擬𢚸噤𠫾。
越 南 语：Trong lòng con nghĩ giận lòng câm đi.
汉语意译：心中难忍就哑言。

喃字原文：𦖻𠳒𡥵呐仔眯，
越 南 语：Nghe lời con nói tỷ mi,
汉语意译：父王听女说始末，

喃字原文：令傳内監連時𠼲証。
越 南 语：Lệnh truyền nội giám liền thì đòi ngay.
汉语意译：传唤李通到堂前。

喃字原文：李通𦖑㗂彈尼，
越 南 语：Lý Thông nghe tiếng đàn này,
汉语意译：李通听到琴声响，

喃字原文：眉麻撠汝眉時𣩂鮮。
越 南 语：Mày mà gảy nữa mày thì chết tươi.
汉语意译：威胁再弹处死刑。

喃字原文：生浪吒拱𦛜唭，
越 南 语：Sinh rằng: “Rỉ cũng nên cười,
汉语意译：石生答道话可笑，

喃字原文：碎惱碎撠彈制𣈗𣇞。
越 南 语：Tôi buồn tôi gảy đàn chơi ngày rày.
汉语意译：为解忧愁就弹琴。

喃字原文：哂麻𣩂拱𦛜𣈜，
越 南 语：Dẫu mà chết cũng nên đời,
汉语意译：若是死去也莫忧，

喃字原文：𦤾欺𢆫㐌朝𡗶歸仙。
越 南 语：Đến khi tuổi đã chầu giời quy tiên.”
汉语意译：送命归天又何妨。

喃字原文：令傳𠊛跐𨕭連，
越 南 语：Lệnh truyền người bước xuống liền,
汉语意译：使者受令找李通，

喃字原文：扒李通吶寔原朱詳。
越 南 语：Bắt Lý Thông nói thật nguyên cho tường.
汉语意译：抓其回朝问述详。

喃字原文：𠁑獄尋𧡊石生，
越 南 语：Dưới ngục tìm thấy Thạch Sanh,
汉语意译：下到牢里救石生，

喃字原文：𠊛𢭮彈尼迻𨖲殿鐄。
越 南 语：Người gảy đàn này đưa lên điện vàng.
汉语意译：带他回朝奏龙殿。

喃字原文：𠓨朝底德人間，
越 南 语：Vào triều để đức nhân gian,
汉语意译：护卫人间恩德人，

喃字原文：李通𧡊丕空甘据𠳒。
越 南 语：Lý Thông thấy vậy không cam cớ lời.
汉语意译：李通诬其是骗子。

喃字原文：皇王浽憚排排，
越 南 语：Hoàng vương nổi giận bời bời,
汉语意译：皇帝听了大怒言，

喃字原文：傳令𠜭𠊛薄惡李通。
越 南 语：Truyền lệnh chém người bạc ác Lý Thông.
汉语意译：令斩李通险恶人。

喃字原文：石生跪奏殿𧍝，
越 南 语：Thạch Sanh quỳ tấu điện rồng,
汉语意译：石生跪奏龙殿前，

喃字原文：恩𤤰救特身窮碎尼。
越 南 语：Ơn vua cứu được thân cùng tôi nay.
汉语意译：感谢皇恩救本人。

喃字原文：𤤰連旨判𨑜𣦍，
越 南 语：Vua liền chỉ phán xuống ngay,
汉语意译：皇帝立即下圣旨，

喃字原文：石生公主結諧堆緣。
越 南 语：Thạch Sanh công chúa kết hài đôi duyên.
汉语意译：石生公主结姻缘。

（二）（完）

说明：该叙事歌收集自沥尾村阮进余、苏维绍，山心村阮继儒、阮继旭、阮成祥、阮继初，巫头村阮成光、何宗熙等人的传述，由阮成祥、阮继初传唱，苏维芳收集、编写和翻译，苏凯校译。

2003 年 3 月

盖王故事

简　介

北江省人氏盖王，曾任朝廷某郡的臣子。他亲见朝廷内腐败无能，于是奋起反抗，举起义旗，经过多次战斗，夺下不少个郡府。得胜回营时，接其仨妻来商议。大妻、二妻极力反对丈夫的举止，只有三妻坚定地说：“夫君决意妾与共”，“无怨无悔战沙场。敢同朝廷比胆智，决心与其战三年。可惜自己女儿身，二十七岁随夫前”。千马万马齐进发，队伍勇猛冲向前。盖王小妻死不惧，飞枪抓箭当无事。吴军士兵转逃散，朝廷下令全撤完。苍天也妒英雄汉，盖王内部出内奸。内奸密报朝廷官，盖王有玉衣护身。朝官急速奏朝廷，立即传令制金弹。双方再次交战时，盖王手臂中金弹。夫妻叹息尚未完，君已闭目妻子怀。率军再出苦征战，为夫报仇攻更狠。盖王娘子乘胜追，俘虏正将喜回还。她向士兵发布言，跟主有功事未成。现在郡官已归天，士兵解甲自归田。

嚩該鐄
Truyện Cai Vàng:
盖王故事

喃字原文：𢀨惱𢬥傳麻制，
越 南 语：Ngồi buồn chép truyện mà chơi,
汉语意译：清闲寻欢讲故事，

喃字原文：𠸦貼天地機蚕摓牢；
越 南 语：Gẫm xem thiên địa cơ giời làm sao;
汉语意译：天时地利好时机；

喃字原文：𠸦貼蚕坦𫢩芇，
越 南 语：Gẫm xem giời đất thế nào,
汉语意译：寻思天下诸事宜，

喃字原文：摓耞勝蓏旗桃咹制。
越 南 语：Làm giai thắng ngọn cờ đào ăn chơi.
汉语意译：当男儿要有志气。

喃字原文：擲㨢試司𠁀𣈜，
越 南 语：Đua tranh thi ty giở đời,
汉语意译：遭遇不平奋抗起，

喃字原文：省東省北河内省南；
越 南 语：Tỉnh đông tỉnh bắc Hà Nội tỉnh Nam.
汉语意译：河南东北各省地；

喃字原文：各將才當試飭試肝，
越 南 语：Các tướng tài đương thi sức thi gan,
汉语意译：将才名士通文武，

喃字原文：謀機接志坤頑噠𠴨。
越 南 语：Mưu cơ tiếp chí khôn ngoan đặt bày.
汉语意译：智勇共献谋国事。

喃字原文：該鐄省北江能，
越 南 语：Cai Vàng Tỉnh Bắc Giang thay,
汉语意译：盖王北江省人氏，

喃字原文：募軍𠤩𣈜特没萬𠀧。
越 南 语：Mộ quân bảy ngày được một vạn ba.
汉语意译：募军七日一万余。

喃字原文：摱𦁻朱當首誇，
越 南 语：Làm giai cho đáng thủ khoa,
汉语意译：盖王豪气当首夸，

喃字原文：頭𢆥壬戌𦚏𠀧际旗。
越 南 语：Đầu năm Nhâm Tuất tháng ba tế cờ.
汉语意译：壬戌三月举义旗。

喃字原文：行隊朱𦤾行機，
越 南 语：Hành đội cho đến hành cơ,
汉语意译：集结队伍待良机，

喃字原文：𦚏𠀧𣎃𦒹际旗咹制；
越 南 语：Tháng ba mồng sáu tế cờ ăn chơi;
汉语意译：三月初六时起军；

喃字原文：傳朱軍士儗宜，
越 南 语：Truyền cho quân sĩ nghỉ ngơi,
汉语意译：传令军士暂安歇，

喃字原文：煬𣈜𣎃𠔭𥙩府郡江。
越 南 语：Rặng ngày mồng tám lấy Phủ Quận Giang.
汉语意译：初八凌晨夺江郡。

喃字原文：打自陣𢆥打𨖅，
越 南 语：Đánh từ trận đấy đánh sang,
汉语意译：自此打响第一仗，

喃字原文：該鐄𥙩府郡江皮耒；
越 南 语：Cai Vàng lấy Phủ Quận Giang vừa rồi;
汉语意译：盖王战下江郡府；

喃字原文：撟軍術府㲸宜，
越 南 语：Kéo quân về phủ nghỉ ngơi,
汉语意译：率军就地暂安歇，

喃字原文：傳朱柴伵再回術府江南。
越 南 语：Truyền cho thầy tớ tái hồi về Phủ Giang Nam.
汉语意译：拔营再攻江南府。

喃字原文：打𠄼𣈜𠀧府㐌安，
越 南 语：Đánh năm ngày ba phủ đã yên,
汉语意译：五日连攻三府陷，

喃字原文：傳朱柴伵兵還回家。
越 南 语：Truyền cho thầy tớ binh hoàn hồi gia.
汉语意译：得胜鸣金回营里。

喃字原文：朱詩術𠲖𠀧姑娘𠫾，
越 南 语：Cho thư về đòi ba cô nàng ra,
汉语意译：写信派人接仨妻，

喃字原文：𢧚庄𠀧娘吶寔朱些平㤇。
越 南 语：Nên chăng ba nàng nói thật cho ta bằng lòng.
汉语意译：欲知妻愿夫举止。

喃字原文：𠀧㛪跪𨑜𥚄𫯳，
越 南 语：Ba vợ quỳ xuống lạy chồng,
汉语意译：仨妻共跪齐奏夫，

喃字原文：媄奇奏浪官郡側之；
越 南 语：Vợ cả tấu rằng quan quận chắc chi;
汉语意译：大妻说夫不能信；

喃字原文：覘機𡗶官郡側之，
越 南 语：Xem cơ giời quan quận chắc gì,
汉语意译：官郡必胜是天意，

喃字原文：妾吀官郡停𠫾番尼。
越 南 语：Thiếp xin quan quận đừng đi phen này.
汉语意译：妾望夫君把战停。

喃字原文：妾㤇軍朝吏撟𨀈𨁪，
越 南 语：Thiếp sợ quân triều lại kéo đến ngay,
汉语意译：扰敌援兵即将至，

喃字原文：耗兵損將払𠖤𢶢牢；
越 南 语：Hao binh tổn tướng chàng rày làm sao;
汉语意译：耗兵损将是大忌；

喃字原文：防欺事至兵刀，
越 南 语：Phòng khi sự chí binh đao,
汉语意译：两军相战死难免，

喃字原文：罪払妾㩫𢶢牢特𠖤。
越 南 语：Tội chàng thiếp gỡ làm sao được rày.
汉语意译：夫君遭难谁救之。

喃字原文：包睵𡗶負仕𠰺，
越 南 语：Bao giờ trời phụ sẽ hay,
汉语意译：天若负情再打算，

喃字原文：数麻固坷数𠖤𢶢𢧚；
越 南 语：Số mà có khá số này làm nên;
汉语意译：机遇运好事必成；

喃字原文：搵耕渚擬鉑錢，
越 南 语：Làm giai chớ nghĩ bạc tiền,
汉语意译：男子汉非为钱财，

喃字原文：数麻拯坷搵𫎇役之。
越 南 语：Số mà chẳng khá làm nên việc gì.
汉语意译：气数未到事无成。

喃字原文：妾吁官郡停迻，
越 南 语：Thiếp xin quan quận đừng đi,
汉语意译：妾劝君莫轻易去，

喃字原文：𨷯茹巴𡞕少之咹制；
越 南 语：Cửa nhà ba vợ thiếu gì ăn chơi;
汉语意译：家有仨妻乐随意；

喃字原文：𣈜𠊛群夥旴咹制，
越 南 语：Đời người còn lắm lúc ăn chơi,
汉语意译：世人做事机会多，

喃字原文：妾吁官郡儗宜番尼。
越 南 语：Thiếp xin quan quận nghỉ ngơi phen này.
汉语意译：希望夫君莫惹事。

喃字原文：𡞕𠄩達𨃐奏排，
越 南 语：Vợ hai đặt gối tấu bày,
汉语意译：二妻膝跪求夫君，

喃字原文：払喂空没陣尼麻催。
越 南 语：Chàng ơi không một trận này mà thôi.
汉语意译：仗打到此可回还。

喃字原文：英雄群夥旴咹制，
越 南 语：Anh hùng còn lắm lúc ăn chơi,
汉语意译：英雄也有享乐时，

喃字原文：妾吁官郡儗宜番尼。
越 南 语：Thiếp xin quan quận nghỉ ngơi phen này.
汉语意译：盼君能休养一番。

喃字原文：婚巴黜咥呐浪：
越 南 语：Vợ ba ra lời nói rằng:
汉语意译：三妻坚定地说道：

喃字原文：𠄩姉呐𤳆㛪空平悉。
越 南 语：Hai chị nói thế em không bằng lòng.
汉语意译：两姐之言我不同。

喃字原文：奇肝跪𨑜𥚄𫯳，
越 南 语：Cả gan quỳ xuống lạy chồng,
汉语意译：斗胆跪下奏夫君，

喃字原文：払篤没悉妾拱吁迻。
越 南 语：Chàng dóc một lòng thiếp cũng xin đi.
汉语意译：夫君决意妾与共。

喃字原文：妾㦖官朝撟觃没欺，
越 南 语：Thiếp mong quân triều kéo đến một khi,
汉语意译：我盼朝廷援军至，

喃字原文：一輸二特默碎貝朝；
越 南 语：Nhất thua nhị được mặc tôi với triều;
汉语意译：是输是赢我担当；

喃字原文：吝凴輸特拱料，
越 南 语：Ví bằng thua được cũng liều,
汉语意译：拼杀莫计输与赢，

喃字原文：油麻托𨑜𨷯朝空怨。
越 南 语：Dù mà thác xuống cửa triều không oan.
汉语意译：无怨无悔战沙场。

喃字原文：期尼試飭試肝，
越 南 语：Kỳ này thi sức thi gan,
汉语意译：敢同朝廷比胆智，

喃字原文：料軨制貝百官巴期。
越 南 语：Liệu mình chơi với bách quan ba kỳ.
汉语意译：决心与其战三年。

喃字原文：嘖身份娍女兒，
越 南 语：Trách thân phận gái nữ nhi,
汉语意译：可惜自己女儿身，

喃字原文：𠄩进𨑮𢧚跳𡗅𨆷𫯳。
越 南 语：Hai mươi bảy tuổi bước đi theo chồng.
汉语意译：二十七岁随夫前。

喃字原文：番尼起義立功，
越 南 语：Phen này khởi nghĩa lập công,
汉语意译：此次起义立战功，

喃字原文：只𡗅𥙩㗂朱𫯳一特二輸；
越 南 语：Chỉ đi lấy tiếng cho chồng nhất được nhị thua;
汉语意译：与君同敌相交锋；

喃字原文：官郡補𥙩兵机，
越 南 语：Quan quận bổ lấy binh cơ,
汉语意译：郡官补足兵粮草，

喃字原文：妾吀發射𢲫旗㖫尼。
越 南 语：Thiếp xin phát xạ mở cờ hôm nay.
汉语意译：妾请今日冲敌中。

喃字原文：悉𡗶群拵些尼，
越 南 语：Lòng trời còn tựa ta nay,
汉语意译：求得老天来保佑，

喃字原文：𨀈汝官郡特啃妾尼甘悉；
越 南 语：Trước nữa quan quận được tiếng thiếp nay cam lòng;
汉语意译：夫君得名妾欢畅；

喃字原文：悉丕群膽龍黔，
越 南 语：Lòng giời còn đảm long đong,
汉语意译：老天不保如失利，

喃字原文：托趍底啃朱𫏢衛𢖖。
越 南 语：Thác đi để tiếng cho chồng về sau.
汉语意译：身死换夫美名扬。

喃字原文：妾吁各將起毣，
越 南 语：Thiếp xin các tướng khởi mau,
汉语意译：妾呼官士挺身起，

喃字原文：行机行隊立排蹺些。
越 南 语：Hành cơ hành đội lập bày theo ta.
汉语意译：列队握枪随我前。

喃字原文：尳芇傷𡞕忟吒，
越 南 语：Tên nào thương vợ nhớ cha,
汉语意译：家中父妻谁不恋？

喃字原文：傷混忟𡞕於茹𢷮咹。
越 南 语：Thương con nhớ vợ ở nhà làm ăn.
汉语意译：思妻念子把家还。

喃字原文：𢷮䊷固志立身，
越 南 语：Làm giai có chí lập thân,
汉语意译：有志男儿当自强，

喃字原文：𤯨托没吝些拱吁制。
越 南 语：Sống thác một lần ta cũng xin chơi.
汉语意译：生死不顾勇向前。

喃字原文：軍家買吶沒呸：
越 南 语：Quân gia mới nói một lời:
汉语意译：军队士兵齐应言：

喃字原文："姑群固腓衆碎礙之。"
越 南 语："Cô còn có bụng chúng tôi ngại gì."
汉语意译："姑娘有心咱情愿。"

喃字原文：姑僥軍咹吶之奇，
越 南 语：Cô thấy quân ăn nói gì kỳ,
汉语意译：她见官士立誓言，

喃字原文：煬䁆粓渃四圍撻排。
越 南 语：Rạng ngày cơm nước tứ vi đặt bày.
汉语意译：次日饭后把令颁。

喃字原文：撟蓮壒府揀豇，
越 南 语：Kéo lên lối phủ đóng ngay,
汉语意译：率军走上征战路，

喃字原文：歪搵亂渃軍些撟𠓨。
越 南 语：Trời làm loạn nước quân ta kéo vào.
汉语意译：朝廷乱国民必反。

喃字原文：噡祂尨蓒武刀，
越 南 语：Đòi lấy chín ngọn võ đao,
汉语意译：军马兵器增齐全，

喃字原文：𠓨貼軍朝兵特糸进。
越 南 语：Vào xem quân triều binh được mấy mươi.
汉语意译：看朝军人谁能逃。

喃字原文：哪呸軍乜細𢆥，
越 南 语：Vâng lời quân đã tới nơi,
汉语意译：召集队伍待令下，

喃字原文：𢀨斜軍揀𠽖𡗶四圍。
越 南 语：Ba tà quân đóng vang trời tứ vi.
汉语意译：四面八方都围好。

喃字原文：千兵萬馬𠬠欺，
越 南 语：Thiên binh vạn mã một khi,
汉语意译：千军万马齐进发，

喃字原文：𢀨斜軍揀四圍𣹓落。
越 南 语：Ba tà quân đóng tứ vi chật đầy.
汉语意译：队伍勇猛冲向前。

喃字原文：姑𥙩裙蹎襖褚，
越 南 语：Cô lấy quần chân áo chiếc,
汉语意译：姑娘衣服早准备，

喃字原文：尼姑默紮匂𨀈𨉟。
越 南 语：Nay cô mặc chét vào ngay trong mình.
汉语意译：衣衫扎紧裤束绳。

喃字原文：鐮長姑扲堆清，
越 南 语：Gươm trường cô cầm đôi thanh,
汉语意译：两手紧握长刀枪，

喃字原文：𦠘囉麻噲朝廷特台。
越 南 语：Vác loa mà gọi triều đình được hay.
汉语意译：肩扛喇叭向前话。

喃字原文：傜吀蓮㗂叫低，
越 南 语：Tao xin lên tiếng kêu đây,
汉语意译：我向朝官来说知，

喃字原文：稱名朝别些尼彈婆。
越 南 语：Xưng danh triều biết ta nay đàn bà.
汉语意译：朝廷可知女儿家？

喃字原文：𡎢蓮䏾馭呎囉，
越 南 语：Ngồi lên cật ngựa xích loa,
汉语意译：她骑马上大声喊：

喃字原文：正寔𡛔𡮣次𠀧該鐄，
越 南 语：“Chính thật vợ bé thứ ba Cai Vàng.
汉语意译：“我乃盖王第三妻，

喃字原文：稱名朝别𤐝詳，
越 南 语：Xưng danh triều biết tỏ tường,
汉语意译：朝廷将领听清否？

喃字原文：正寔𡛔𡮣該鐄羅低。
越 南 语：Chính thật vợ bé Cai Vàng là đây.
汉语意译：盖王三妻我就是。

喃字原文：朝麻扒特些尼，
越 南 语：Triều mà bắt được ta nay,
汉语意译：朝廷若是抓得我，

喃字原文：𥪝㙮賊尼空打拱散；
越 南 语：Trong đám giặc này không đánh cũng tan;
汉语意译：这帮兄弟自散遣；

喃字原文：群些𡗉陣艱難，
越 南 语：Còn ta nhiều trận gian nan,
汉语意译：我们战斗极艰难，

喃字原文：打繞損害軍官𢖖尼。
越 南 语：Đánh nhau tổn hại quân quan sau này.”
汉语意译：双方决战死难免。”

喃字原文：𥪝朝各官㤇能，
越 南 语：Trong triều các quan sợ thay,
汉语意译：朝廷官士甚恐慌，

喃字原文：翁官正領貼𪰛搵牢；
越 南 语：Ông quan chánh lĩnh xem rày làm sao;
汉语意译：正将领头晕发呆；

喃字原文：翁官副領御馬封刀，
越 南 语：Ông quan phó lĩnh ngự mã phong đao,
汉语意译：副将领御马封刀，

喃字原文：府吳速押沖𠫾細𠩈。
越 南 语：Phủ Ngô tốc áp xung vào tới nơi.
汉语意译：吴府军速打过来。

喃字原文：姑該鐄𤯩托拱制，
越 南 语：Cô Cai Vàng sống thác cũng chơi,
汉语意译：盖王小妻死不惧，

喃字原文：技鐮扒鉢䁛歪凭空；
越 南 语：Rẽ gươm bắt mác coi giời bằng không;
汉语意译：飞枪抓箭当无事；

喃字原文：姑扒特𬙞㖫鉢䌖，
越 南 语：Cô bắt được bảy ngọn mác chông,
汉语意译：连续接得七支箭，

喃字原文：翁官正領𥪝𬙛退黜。
越 南 语：Ông quan chánh lĩnh trong vòng lui ra.
汉语意译：正将率兵突围去。

喃字原文：㴇謀輸智彈婆，
越 南 语：Thấp mưu thua trí đàn bà,
汉语意译：低谋输智失全局，

喃字原文：翁官副領彈陀𠫾𢬣；
越 南 语：Ông quan phó lĩnh đạn đà vào tay;
汉语意译：对方副将臂中弹；

喃字原文：府吴促甲𨀤𨅸，
越 南 语：Phủ Ngô thúc giáp bước ngay,
汉语意译：吴军士兵转逃散，

喃字原文：傳朱兵號急𠖤沛退。
越 南 语：Truyền cho binh hiệu kíp rày phải lui.
汉语意译：朝廷下令全撤完。

喃字原文：自牢固事邏𡗶，
越 南 语：Từ sao có sự lạ đời,
汉语意译：世上哪有奇怪事，

喃字原文：賊尼買在茹𡗶朱𪿙；
越 南 语：Giặc này mới tại nhà giời cho ra;
汉语意译：此贼好似从天降；

喃字原文：北寧固將彈婆，
越 南 语：Bắc Ninh có tướng đàn bà,
汉语意译：北宁怎出这女将，

喃字原文：機𡗶拯别耒𪿙㝵帝。
越 南 语：Cơ giời chẳng biết rồi ra thế nào?
汉语意译：机事由天谁能想？

喃字原文：𢚸𡗶庄㨢几英豪，
越 南 语：Lòng trời chẳng tựa kẻ anh hào,
汉语意译：苍天也妒英雄汉，

喃字原文：該鐄柴㐌固绳内工。
越 南 语：Cai Vàng thầy tớ có thằng nội công.
汉语意译：盖王内部出内奸。

喃字原文：𪠞𠓨奏貝朝中，
越 南 语：Đi vào tấu với triều trung,
汉语意译：内奸密报朝廷官，

喃字原文：柴碎固玉於𠔮𦛌躺。
越 南 语：Thầy tôi có ngọc ở trong giữ mình.
汉语意译：盖王有玉衣护身。

喃字原文：碎吀奏實朝廷，
越 南 语：Tôi xin tấu thực triều đình,
汉语意译：奏明朝官泄实情，

喃字原文：弹鋼䏧拯㧣躺特兜。
越 南 语：Đạn gang bắn chẳng bén mình được đâu.
汉语意译：钢弹怎能射玉衣。

喃字原文：𠝒鐄鐲弹朱𨓡，
越 南 语：Chặt vàng đúc đạn cho mau,
汉语意译：若想取胜铸金弹，

喃字原文：肝鐄𦟐玉㧣繞庄羅。
越 南 语：Gan vàng dạ ngọc bén nhau chăng là.
汉语意译：金弹能穿其玉衣。

喃字原文：各官𢶢疏𠓨座，
越 南 语：Các quan làm thớ vào tòa,
汉语意译：朝官急速奏朝廷，

喃字原文：傳軍鐲弹抌𪡔即時。
越 南 语：Truyền quân đúc đạn đem ra tức thì.
汉语意译：立即传令制金弹。

喃字原文：𠄩邊交戰没欺，
越 南 语：Hai bên giao chiến một khi,
汉语意译：双方再次交战时，

喃字原文：該鐄沛弹即時𠓨𢬣。
越 南 语：Cai Vàng phải đạn tức thì vào tay.
汉语意译：盖王手臂中金弹。

喃字原文：傳軍蹲吏没綫，
越 南 语：Truyền quân đứng lại một dây,
汉语意译：收军高挂免战牌，

喃字原文：娘喂趴踾英㖫咀歎。
越 南 语：Nàng ơi bước xuống anh rày thở than.
汉语意译：唤妻下马叹不停。

喃字原文：料䏧英拯固當，
越 南 语：Liệu mình anh chẳng có đang,
汉语意译：我看伤势甚严重，

喃字原文：英麻臥踾姑娘怉嗚。
越 南 语：Anh mà nằm xuống cô nàng bơ vơ.
汉语意译：我若死去妾孤零。

喃字原文：别𥙩埃娘特揺伽?
越 南 语：Biết lấy ai nàng được cậy nhờ?
汉语意译：来日娘子依靠谁?

喃字原文：傷娘分㚻癡踈䏗桃。
越 南 语：Thương nàng phận gái ngây thơ má đào.
汉语意译：世间难舍儿女情。

喃字原文：媥巴扲𥙩骷䄷，
越 南 语：Vợ ba cầm lấy cổ tay,
汉语意译：三妻抚着盖王手，

喃字原文：娘喂固托陣尼空冤，
越 南 语：Nàng ơi có thác trận này không oan,
汉语意译：夫说战死我不冤，

喃字原文：英雄制准塵間，
越 南 语：Anh hùng chơi chốn trần gian,
汉语意译：世间英雄显本事，

喃字原文：挄軀托𨷶𤤰官當𠁀。
越 南 语：Đem mình thác cửa vua quan đáng đời.
汉语意译：舍身灭朝志不变。

喃字原文：払托緣分払耒，
越 南 语：Chàng thác duyên phận chàng rồi,
汉语意译：妻道君死缘分了，

喃字原文：払托㐌丕群碎𠢞芇？
越 南 语：Chàng thác đã vậy còn tôi thế nào?
汉语意译：留妾日后该如何？

喃字原文：没軀遣没萬兵刀，
越 南 语：Một mình khiến một vạn binh đao,
汉语意译：自己统军一万多，

喃字原文：别浪固𤯩貝朝特空。
越 南 语：Biết rằng có sống với triều được không.
汉语意译：同朝决战拼命搏。

喃字原文：𡞕𫯳歎咀𢫘衝，
越 南 语：Vợ chồng than thở vừa xong,
汉语意译：夫妻叹息尚未完，

喃字原文：黜㦩官郡𨑗𢙱我黜。
越 南 语：Ra ngờ quan quận trong lòng ngã ra.
汉语意译：君已闭目妻子怀。

喃字原文：傳挄骸骨衛茹，
越 南 语：Truyền đem hài cốt về nhà,
汉语意译：将夫遗体运回家，

喃字原文：尋𡊲埋葬朱戈𢀨𢣂。
越 南 语：Tìm nơi mai táng cho qua cơn phiền.
汉语意译：吩咐士兵要厚埋。

喃字原文：耒黜吏立兵權，
越 南 语：Rồi ra lại lập binh quyền,
汉语意译：率军再出苦征战，

喃字原文：耒黜吏打没番報仇。
越 南 语：Rồi ra lại đánh một phen báo thù.
汉语意译：为夫报仇攻更狠。

喃字原文：没羅一特二輸，
越 南 语：Một là nhất được nhị thua,
汉语意译：打得朝军连败退，

喃字原文：制朱怒捕功夫壇場。
越 南 语：Chơi cho nó bỏ công phu đàng trường.
汉语意译：打得朝军四处逃。

喃字原文：制朱没陣烓肝，
越 南 语：Chơi cho một trận chói gan,
汉语意译：打得朝军创重伤，

喃字原文：者義朱払耒買翌退。
越 南 语：Giả nghĩa cho chàng rồi mới chịu lui.
汉语意译：不达仇愿不解恨。

喃字原文：墓墳掩喪皮耒，
越 南 语：Mồ phần yểm tang vừa rồi,
汉语意译：夫君坟墓掩埋好，

喃字原文：碎吁者義駃碎朱窮。
越 南 语：Tôi xin giả nghĩa chồng tôi cho cùng.
汉语意译：疆场杀敌更愤懑。

喃字原文：㗂噸官願固功，
越 南 语：Tiếng đồn quan nguyện có công,
汉语意译：女子有功佳话传，

喃字原文：䏾𠫾揲賊𣷭東怶𡗶；
越 南 语：Người đi dẹp giặc bể đông nhờ giời;
汉语意译：为民灭朝天保护；

喃字原文：諸軍祿顯連吹，
越 南 语：Trư quân lộc hiển liền xuôi,
汉语意译：诸军出战极顺利，

喃字原文：軍㐌怶𡗶𠺙打㐌賒；
越 南 语：Quân đã nhờ trời đuổi đánh đã xa.
汉语意译：追赶朝军到远处；

喃字原文：𠺙自府順噲羅，
越 南 语：Đuổi từ Phủ Thuận gọi là,
汉语意译：打到顺府攻连连，

喃字原文：包饒才子時黜外尼。
越 南 语：Bao nhiêu tài tử thì ra ngoài này.
汉语意译：朝廷将士挡不住。

喃字原文：𨕭朝軍奇𢆥霾，
越 南 语：Trong triều quân cả năm mây,
汉语意译：皇帝传旨大军战，

喃字原文：帀官𠔦押沖𠓨打𣦍。
越 南 语：Nào quan lính áp xung vào đánh ngay.
汉语意译：刀枪交锋马声嘶。

喃字原文：打自𪔠没更迟，
越 南 语：Đánh từ trống một canh chầy,
汉语意译：战斗打从一更起，

喃字原文：打𨖅𣇞子𪔠𪱨更𠀧。
越 南 语：Đánh sang giờ tý trống rày canh ba.
汉语意译：三更子时破城池。

喃字原文：翁官正領群没丐囉，
越 南 语：Ông quan chánh lĩnh còn một cái loa,
汉语意译：朝廷正将难招架，

喃字原文：機械秩駈别黜旁𫢩。
越 南 语：Cơ giới mất hết biết ra thế nào.
汉语意译：丢盔弃甲人逃窜。

喃字原文：姑該鐄督促軍𠓨，
越 南 语：Cô Cai Vàng đốc thúc quân vào,
汉语意译：盖王娘子乘胜追，

喃字原文：扒翁正領抌黜外尼。
越 南 语：Bắt ông chánh lĩnh đem ra ngoài này.
汉语意译：俘虏正将喜回还。

喃字原文：浸油炪揻畑核，
越 南 语：Tẩm dầu đốt làm đèn cây,
汉语意译：油淋将头作树灯，

喃字原文：祭𫯳朱𧶊𠀧𣈜𠀧𣎀；
越 南 语：Tế chồng cho đủ ba ngày ba đêm;
汉语意译：点燃祭夫三日夜；

喃字原文：浸油麻炪畑蓮，
越 南 语：Tẩm dầu mà đốt đèn lên,
汉语意译：油淋其身作火把，

喃字原文：祭𫯳朱𧶊𠀧𣎀𠀧𣈜。
越 南 语：Tế chồng cho đủ ba đêm ba ngày.
汉语意译：祭夫足足三昼夜。

喃字原文：吩駈柴伵蹎𢬣，
越 南 语：Đặn hết thầy tớ chân tay,
汉语意译：她向士兵发布言，

喃字原文：固功蹺柴麻拯揞铖。
越 南 语：Có công theo thầy mà chẳng làm nên.
汉语意译：跟主有功事未成。

喃字原文：悲晗官郡歸天，
越 南 语：Bây giờ quan quận quy thiên,
汉语意译：现在郡官已归天，

喃字原文：傳朱柴佪兵還回家。
越 南 语：Truyền cho thầy tớ binh hoàn hồi gia.
汉语意译：士兵解甲自归田。

（完）

说明：此叙事歌由巫头村阮成光、何宗发等两人传唱，有录音。苏维芳、苏凯收集，苏维芳编译，苏凯校译。

2003年4月

青提婆传

简　介

舍卫国罗郁，娶一妻名为青提。婚后第三年，青提生下一男儿，取名罗卜。谁料儿子刚满月，父亲罗郁便离世。后来，青提也命归黄泉。罗卜长大后一心修行，因其诚心修炼终得道，取法号为目连。目连欲度化父母以报哺育之恩，却发现其母青提于地狱中受苦。目连用神通力运饭给其母吃，不料刚进嘴便化为火炭。青提痛哭，恳求目连救其出地狱。目连哀痛，祈求于佛。佛令其设立斋仪，借十方僧众之力救其母。其母终得解救。

婆青提傳

Bà Thanh Đề truyện

青提婆传

喃字原文：嗚呼！嗚呼！
越　南　语：Ô hô! Ô hô!
汉语意译：呜呼！呜呼！

喃字原文：中興太造𡗶嗉聖皇，
越　南　语：Trung hưng thái tạo trời tố thánh hoàng,
汉语意译：中兴造化诸圣皇，

喃字原文：天下泣罕方派派；
越　南　语：Thiên hạ khắp bôn phương phới phới;
汉语意译：天下四方来相会；

喃字原文：來降共伏臣僧，
越　南　语：Lai giáng cùng phục thần tăng,
汉语意译：臣僧在殿伏跪拜，

喃字原文：敬祝萬載嗚呼！
越　南　语：Kính chúc vạn tải ô hô!
汉语意译：敬祝皇上万万岁！

喃字原文：碎吏憫各等官，
越　南　语：Tôi lại mừng các đẳng quan,
汉语意译：我来祝贺各官员，

喃字原文：繼王子王孫；
越　南　语：Kế vương tử vương tôn;
汉语意译：王子王孙继先位；

喃字原文：蹓唯鑾夷四海，
越 南 语：Lối giỏi lan di tứ hải,
汉语意译：福泽四海如冠玉，

喃字原文：民兜調名望啨。
越 南 语：Dân đâu điều danh vọng tiếng.
汉语意译：民间处处有声威。

喃字原文：敬聖皇恩渃焨祥，
越 南 语：Kính thánh hoàng ơn nước tỏ tường,
汉语意译：感谢国家皇上恩，

喃字原文：兜兜拱恩歪恩孛；
越 南 语：Đâu đâu cũng ơn giời ơn bụt;
汉语意译：天下平民谢天地；

喃字原文：奇𠄩祂𦓅埃乃，
越 南 语：Cả hai trẻ già ai nấy,
汉语意译：男女老少皆敬仰，

喃字原文：悗道瞌碎吶制。
越 南 语：Mến đạo nghe tôi nói chơi.
汉语意译：信道者听说故事。

喃字原文：噛惼㕰默尼茹渃，
越 南 语：Dù vui vẻ mặc nay nhà nước,
汉语意译：众人听后笑否随，

喃字原文：忟衶迹苖。
越 南 语：Nhớ trong tích cũ.
汉语意译：回忆从前的故事。

喃字原文：㷊固没馱於舍衛國，
越 南 语：Thấy có một người, ở Xá Vệ Quốc,
汉语意译：舍卫国中有一人，

喃字原文：姓名羅郁號長者。
越 南 语：Tính danh La Uc, hiệu Trưởng Giả.
汉语意译：姓名罗郁长者字。

喃字原文：翁結婆青提夫人，
越 南 语：Ông kết bà Thanh Đề phu nhân,
汉语意译：罗郁结妻名青提，

喃字原文：巴𢆥𢜠生男子。
越 南 语：Ba năm đẹp sinh nam tử.
汉语意译：三年时候生男儿。

喃字原文：飽𣈜𠤨𦝄，
越 南 语：No ngày đủ tháng,
汉语意译：儿子生下刚满月，

喃字原文：吒托庄群没媄没𡥵。
越 南 语：Cha thác chẳng còn, một mẹ một con.
汉语意译：父便去世抛母儿。

喃字原文：𡥵群踈𢙇𥙩埃麻𢭲。
越 南 语：Con còn thơ dại, lấy ai mà cậy.
汉语意译：儿子幼小无依靠。

喃字原文：庄𢘾婆青提欺意，
越 南 语：Chẳng ngờ bà Thanh Đề khi ấy,
汉语意译：谁料当时这青提，

喃字原文：性貪婪毒𢟘拯𢢯，
越 南 语：Tính tham lam độc dữ chẳng chừa,
汉语意译：贪心恶毒性难移，

喃字原文：托𨖲黄泉沛罪陰司。
越 南 语：Thác xuống hoàng tuyền phải tội âm ty.
汉语意译：死归黄泉会阴司。

喃字原文：𩈘些噲扒𠢞獄苦，
越 南 语：Người ta gọi bắt vào ngục khổ,
汉语意译：阎王捉入受狱苦，

喃字原文：𢚸混傷媄吒報補；
越 南 语：Lòng con thương mẹ cha báo bổ;
汉语意译：可怜孤儿报亲急；

喃字原文：別𥙩之報特拱庄，
越 南 语：Biết lấy gì báo được cùng chăng,
汉语意译：但是不知如何报，

喃字原文：謳羅沛篤志修仁。
越 南 语：Âu là phải dốc chí tu nhân.
汉语意译：唯有一心修仁志。

喃字原文：煉心性出身投佛，
越 南 语：Luyện tâm tính xuất thân đào phật,
汉语意译：修心炼性身投佛，

喃字原文：辰𢚸修福德𢘾賠填；
越 南 语：Thần lòng tu phúc đức, nở bồi đền;
汉语意译：修福积德来补填；

喃字原文：庄薄塵緣柴買𨁪𠸜，
越 南 语：Chẳng bạc trần duyện, thầy mới đặt tên,
汉语意译：尘缘不薄师命名，

喃字原文：稱名羅卜目蓮羅號。
越 南 语：Xưng danh La Bốc, Mục Liên là hiệu.
汉语意译：俗名罗卜法目连。

喃字原文：尋𠢞受教德佛覺花，
越 南 语：Tìm vào thủ giáo, đức phật giác hoa,
汉语意译：一心受教佛祖路，

喃字原文：煉心結戒修德另㙕凡塵。
越 南 语：Luyện tâm kết giới, tu đức lánh cõi phàm trần.
汉语意译：结戒修德避尘污。

喃字原文：救媄吒脱塊沉淪，
越 南 语：Cứu mẹ cha thoát khỏi trầm luân,
汉语意译：为救父母出深渊，

喃字原文：跐蹎黜悗悯文悗。
越 南 语：Bước chân ra vãn mừng một vãn.
汉语意译：目连动身去救母。

喃字原文：目蓮尋媄：
越 南 语：Mục Liên tìm mẹ:
汉语意译：目连寻母：

喃字原文："跐蹎黜碎趍尋媄，
越 南 语："Bước chân ra tôi đi tìm mẹ,
汉语意译："我今起程寻母亲，

喃字原文：禮孛𡗶朱跬本身；
越 南 语：Lạy bụt trời cho khỏe bản thân;
汉语意译：求拜天地保健康；

喃字原文：敔浪有恩報恩，
越 南 语：Chữ rằng hữu ân báo ân,
汉语意译：自古有云恩要报，

喃字原文：執𢬣拜禮暈紅。
越 南 语：Chấp tay bái lạy vầng hồng.
汉语意译：双手合什拜日光。

喃字原文：爣燸世界東西賒斤，
越 南 语：Rạng soi thế giới đông tây xa gần,
汉语意译：但愿日光照世界，

喃字原文：媄喂固别事悉，
越 南 语：Mẹ ơi! Có biết sự lòng,
汉语意译：母亲可知儿辛苦；

喃字原文：塘𬧐陰府從容氽䢑，
越 南 语：Đường đi âm phủ thong dong mấy ngày,
汉语意译：阴府之路难寻觅，

喃字原文：波𬧐波哭傷能。
越 南 语：Vừa đi vừa khóc thương thay.
汉语意译：一路行走一路哭。

喃字原文：吒喂媄喂事尼為埃，
越 南 语：Cha ơi mẹ ơi! Sự này vì ai,
汉语意译：为了父母儿如此，

喃字原文：䢑𣋚𬧐㐌細尼，
越 南 语：Ngày này đi đã tới nơi,
汉语意译：走到今日到这里，

喃字原文：謳羅些晦没唓铖庄。
越 南 语：Âu là ta hỏi một lời nên chăng.
汉语意译：不妨下问是何处。

喃字原文：官獄尼固沛，
越 南 语：Quan ngục này có phải,
汉语意译：请问地府管狱官，

喃字原文：𨷯獄閻門庄咳?”
越 南 语：Cửa ngục diêm môn chăng hở?”
汉语意译：这里可是阎王狱?”

喃字原文：官獄呐：
越 南 语：Quan ngục nói:
汉语意译：狱官说：

喃字原文：“帝𠊛芇恪退凡間，
越 南 语：“Đấy người nào, khác thôi phàm gian,
汉语意译：“你为何人离凡间，

喃字原文：牢晦准尼固調之；
越 南 语：Sao hỏi chốn này, có điều gì;
汉语意译：为何到此为何事；

喃字原文：沛吶朱𣦍，
越 南 语：Phải nói cho ngay,
汉语意译：赶快直言不隐瞒，

喃字原文：計𢖖𬨺通調明白。”
越 南 语：Kể sau trước thông điều minh bạch.”
汉语意译：前因后果说详细。”

喃字原文：目蓮吶：
越 南 语：Mục Liên nói:
汉语意译：目连道：

喃字原文：“呈翁𠴍聴碎吶，
越 南 语：“Trình ông lặng nghe tôi nói,
汉语意译：“敬请狱官听我诉，

喃字原文：吒媄碎於舍衛國；
越 南 语：Cha mẹ tôi ở Xá Vệ Quốc;
汉语意译：我父母居舍卫国；

喃字原文：本寄南瞻部洲，
越 南 语：Bản ký Nam Chiêm Bộ Châu,
汉语意译：南瞻部洲是故乡，

喃字原文：𨷯茹時富貴𢀨𢀭。
越 南 语：Cửa nhà thì phú quý sang giàu.
汉语意译：衣食无忧家境富。

喃字原文：和福德庄㤝没丿，
越 南 语：Hòa phúc đực, chẳng ngờ một phút,
汉语意译：和睦福德祸无常，

喃字原文：生特没碎身羅男子；
越 南 语：Sinh được một tôi thân là nam tử;
汉语意译：生养了我独男子；

喃字原文：吒媄碎尼㐌過𣆐，
越 南 语：Cha mẹ tôi này đã qua đời,
汉语意译：父母双亲已仙逝，

喃字原文：翁㐌兜保碎揾福。"
越 南 语：Ông thấy đâu bảo tôi làm phúc."
汉语意译：君若碰见请告知。"

喃字原文：官獄呐：
越 南 语：Quan ngục nói:
汉语意译：狱官说：

喃字原文："些𠉞拱隊恩聖帝，
越 南 语："Ta nay cũng đội ơn thánh đế,
汉语意译："我今也是承圣恩，

喃字原文：揾𡨹獄𠉞㐌余数尼；
越 南 语：Làm giữ ngục này đã mấy lâu nay;
汉语意译：当这狱官时已长；

喃字原文：婆青提𣿖汔多端，
越 南 语：Bà Thành Đề ươn ướt đa đoan,
汉语意译：青提夫人住湿处，

喃字原文：群陷於阿彌黑暗。"
越 南 语：Còn hãm ở A-di hắc ám."
汉语意译：阿弥黑狱是牢房。"

喃字原文：目蓮呐：
越 南 语：Mục Liên nói:
汉语意译：目连道：

喃字原文："呈翁奇監，
越 南 语："Trình ông cả giám,
汉语意译："狱长宏量请劳烦，

喃字原文：翁㲻𩓜迻婆意𠚢；
越 南 语：Ông chịu giầu đưa bà ấy ra;
汉语意译：带这阿婆让我认；

喃字原文：朱碎𥉫戈貼，
越 南 语：Cho tôi trông qua xem,
汉语意译：看看到底是不是，

喃字原文：沛婆青提夫人庄咳。"
越 南 语：Phải bà Thanh Đề phu nhân chẳng hở!"
汉语意译：我母亲青提夫人。"

喃字原文：官獄噲呐：
越 南 语：Quan ngục gọi nói:
汉语意译：狱官叫道：

喃字原文："噲婆青提引青提𠚢。
越 南 语："Gọi bà Thanh Đề dẫn Thanh Đề ra.
汉语意译："请把青提叫出来。

喃字原文：喂婆青提！
越 南 语：Ơi bà Thanh Đề!
汉语意译：喂喂喂青提夫人！

喃字原文：跐嗔𠚢外𡥵貼，
越 南 语：Bước chân ra ngoài đó xem,
汉语意译：你快出来看一下，

喃字原文：固沛混婆時别𩈘婆，
越 南 语：Có phải con bà thì biết mặt bà,
汉语意译：你儿是不是此人？

喃字原文：若庄别沛混婆，
越 南 语：Nhược chẳng biết phải con bà,
汉语意译：如若不是你儿子，

喃字原文：杶打庄他，
越 南 语：Đòn đánh chẳng tha,
汉语意译：他就立即挨鞭打，

喃字原文：拎朱擳依如法内。”
越 南 语：Cầm cho chặt y như pháp nội.”
汉语意译：你不老实刑更严。”

喃字原文：目蓮呐：
越 南 语：Mục Liên nói:
汉语意译：目连道：

喃字原文：“呈翁底碎吁呐。
越 南 语：“Trình ông để tôi xin nói.
汉语意译：“敬请尊长听我禀。

喃字原文：媄混碎尋𧡊燒低，
越 南 语：Mẹ con tôi tìm thấy nhau đây,
汉语意译：我们母子今相见，

喃字原文：惨切愁西媄喂羅媄。
越 南 语：Thảm thiết sầu tây, mẹ ơi là mẹ.
汉语意译：悲伤凄惨母亲呀！

喃字原文：感謝功媄生混黜，
越 南 语：Cảm tạ công mẹ sinh con ra,
汉语意译：叩谢母亲养育恩，

喃字原文：鞠育劬勞質㐌𢧚嫩。
越 南 语：Cúc dục cù lao chất đã nên non.
汉语意译：劬劳鞠育功如山。

喃字原文：悲𣇞㛪沛艱難，
越 南 语：Bây giờ mẹ phải gian nan,
汉语意译：如今我母受艰难，

喃字原文：𥙩之報特拖𠬠饑寒；
越 南 语：Lấy gì báo được đỡ cơn cơ hàn;
汉语意译：如何能解母寒饥；

喃字原文：謳羅碎化法仙，
越 南 语：Âu là tôi hóa phép tiên,
汉语意译：或者设法施仙法，

喃字原文：𥙩粓朱㛪饑寒欺尼。"
越 南 语：Lấy cơm cho mẹ cơ hàn khi nay."
汉语意译：求取饭菜解母饥。"

喃字原文：青提哭：
越 南 语：Bà Thanh Đề khóc:
汉语意译：青提婆哭诉：

喃字原文："咳埃喂傷𡥵𤀖，
越 南 语："Hở ai ơi! Thương con nhỉ!
汉语意译："唉呀唉呀母想儿，

喃字原文：㛪囚獄尼罪業爲兜？
越 南 语：Mẹ tù ngục này tội nghiệp vì đâu?
汉语意译：母困地狱因何罪？

喃字原文：埃摳朱𣷭慘悉愁，
越 南 语：Ai làm cho bể thảm lòng sầu,
汉语意译：为何受苦惨凄凄，

喃字原文：媄沛饑求困苦艱危。
越 南 语：Mẹ phải cơ cầu khốn khổ gian nguy.
汉语意译：受尽饥饿受尽罪。

喃字原文：自䏾媄托迁陰司，
越 南 语：Từ ngày mẹ thác xuống âm ty,
汉语意译：自从母死到阴间，

喃字原文：𡥵喂媄𡠣愁悲傷迟。
越 南 语：Con ơi mẹ chịu sầu bi thương chầy.
汉语意译：你母悲伤愁无限。

喃字原文：余数媄仍咹眉，
越 南 语：Mấy lâu mẹ những ăn mày,
汉语意译：先前母要去行乞，

喃字原文：埃儗䏾𣋚媄吏賭𡥵。
越 南 语：Ai ngờ ngày rày mẹ lại thấy con.
汉语意译：谁料母子还相见。

喃字原文：為兜朱媄𤸯𤺗，
越 南 语：Vì đâu cho mẹ gầy mòn,
汉语意译：为何使母身消瘦，

喃字原文：𡥵喂功媄餒𡥵𣎀䏾；
越 南 语：Con ơi công mẹ nuôi con đêm ngày;
汉语意译：日夜操心因养子；

喃字原文：監陷恅𡥵𠇍尼，
越 南 语：Gian hãm nhớ con thế này,
汉语意译：母在受禁也念儿，

喃字原文：粓脈乙𠴍欺尼。
越 南 语：Cơm hôi ít ỏi khi nay.
汉语意译：日供饭菜不饱吃。

喃字原文：地獄陷媄𤳸尼，
越 南 语：Địa ngục hãm mẹ thế này,
汉语意译：地狱监禁母难受，

喃字原文：底媄飢渴𣎀𣈜約幻；
越 南 语：Để mẹ đói khát đêm ngày ước ao;
汉语意译：让母饥饿日夜愁；

喃字原文：𡥵喂别媄𤳸市，
越 南 语：Con ơi! Biết mẹ thế nào,
汉语意译：儿呀知母怎熬来，

喃字原文：立壇案贖消耗媄衛。
越 南 语：Lập đàn án chuộc tiêu hao mẹ về.
汉语意译：设坛速赎母出牢。

喃字原文：𡓃咹准於自欺，
越 南 语：Nơi ăn chốn ở từ khi,
汉语意译：回想从前家境况，

喃字原文：釰鐄㓞肆媄時強疠。”
越 南 语：Dao vàng cắt ruột mẹ thì càng đau.”
汉语意译：有如金刀割心头。”

喃字原文：官獄慳打吡：
越 南 语：Quan ngục giận đánh chửi:
汉语意译：狱官生气骂道：

喃字原文：“扒婆青提吏付陷拎，
越 南 语：“Bắt bà Thanh Đề lại phó hãm cầm,
汉语意译：“入狱沦陷青提婆，

喃字原文：自古至今罪埃伲𢬣；
越 南 语：Từ cổ chí kim, tội ai nấy chịu;
汉语意译：自古至今罪自当；

喃字原文：𠁑𢚸𠊛固忠固孝，
越 南 语：Dầu lòng người có trung có hiếu,
汉语意译：你若爱母有孝忠，

喃字原文：罪媄𠊛㦖塊默𠊛。
越 南 语：Tội mẹ người muốn khỏi mặc người.
汉语意译：洗脱罪孽为母想。

喃字原文：時㐌固德佛如來，
越 南 语：Thì đã có đức phật như lai,
汉语意译：你应去找如来佛，

喃字原文：𠊛赦罪朱哭之麻哭。
越 南 语：Người xá tội cho khóc gì mà khóc.
汉语意译：为母赦罪是应当。

喃字原文：些𠉞㐌隊恩聖帝，
越 南 语：Ta nay đã đội ơn thánh đế,
汉语意译：我今奉命为圣帝，

喃字原文：𡨹𨷶獄尼㐌𠃣数尼。
越 南 语：Giữ cửa ngục này, đã mấy lâu nay.
汉语意译：看守狱门时间长。

喃字原文：悲𣇞𠊛尋𧡊媄𠊛尼，
越 南 语：Bây giờ người tìm thấy mẹ người nay,
汉语意译：现在你来见你母，

喃字原文：指仍𢬣空𥙩之底㩜錢燈火；
越 南 语：Chỉ những tay không, lấy gì để làm tiền đăng hỏa;
汉语意译：空手怎纳灯火钱；

喃字原文：𠞺吏𠬠𣈜𠀧𩛷，
越 南 语：Vả lại một ngày ba bữa,
汉语意译：每日供养吃三餐，

喃字原文：忄由𠃣忄由𩵽共庄固空。
越 南 语：Dù ít dù nhiều cũng chẳng có không.
汉语意译：多少都要水粮钱。

喃字原文：計𪿒㐌𩵽錢糕，
越 南 语：Kể ra đã nhiều tiền gạo,
汉语意译：单算米钱也不少，

喃字原文：哂麻𠊛固修仁得道，
越 南 语：Dậu mà người có tu nhân đắc đạo,
汉语意译：即便你真修得道，

喃字原文：法門群固各等官，
越 南 语：Pháp môn còn có các đẳng quan,
汉语意译：狱里法门各司掌，

喃字原文：𪿒兜固他空哰沛。”
越 南 语：Nhẽ đâu có tha không sao phải.”
汉语意译：岂有白放出狱牢。”

喃字原文：目蓮吶：
越 南 语：Mục Liên nói:
汉语意译：目连叹道：

喃字原文：“呈禮翁𠱋聽碎吶，
越 南 语：“Trình lạy ông lặng nghe tôi nói,
汉语意译：“尊长且听我来讲，

喃字原文：吀翁停陪㥮㨢之；
越 南 语：Xin ông đừng vội giận làm chi;
汉语意译：莫急发怒闻其详；

喃字原文：媄於低麻朱𡥵𠫾衛，
越 南 语：Mẹ ở đây, mà cho con đi về,
汉语意译：母亲在此让儿回，

喃字原文：叫𡗶扶持求𧸝媄黜。
越 南 语：Kêu trời phù trì, cứu lấy mẹ ra.
汉语意译：求天救出苦海岸。

喃字原文：𨀒䟻黜晚㤇没晚，
越 南 语：Bước chân ra vãn mừng một vãn,
汉语意译：转身离去计心头，

喃字原文：𨀒䟻黜𢞣拜天曹；
越 南 语：Bước chân ra lạy bái thiên tào;
汉语意译：移步前去拜天曹；

喃字原文：𠹾浪坦𢌌𡗶高，
越 南 语：Khấn rằng đất rộng giời cao,
汉语意译：呼天喊地叩首求，

喃字原文：功吒義媄劬勞生成。
越 南 语：Công cha nghĩa mẹ cù lao sinh thành.
汉语意译：父母情义育辛劳。

喃字原文：三年乳哺日程，
越 南 语：Ba năm nhũ bộ nhật trình,
汉语意译：三年乳期母抚养，

喃字原文：懷胎十月買生黜外。
越 南 语：Hoài thai thập nguyệt mới sinh ra ngoài.
汉语意译：十月怀胎方分娩。

喃字原文：䘑媚𠰉滯脈𣋚，
越 南 语：Máu me ỉa đái hôi khai,
汉语意译：屎尿经常臭难堪，

喃字原文：道吒德媄義𠊛情深。
越 南 语：Đạo cha dức mẹ nghĩa người tình thâm.
汉语意译：父母恩德情义长。

喃字原文：務冬䬕洌吟吟，
越 南 语：Mùa đông gió rét căm căm,
汉语意译：数九寒冬风刺骨，

喃字原文：准汜媄𦣰燥底朱𡥵。
越 南 语：Chốn ướt mẹ nằm ráo để cho con.
汉语意译：母睡冷处让儿暖。

喃字原文：撬掭𢬣媄㐌𤷱，
越 南 语：Nâng niu tay mẹ đã mòn,
汉语意译：细心抚养不离手，

喃字原文：晨昏定省餒𡥵𣎀𣈜。
越 南 语：Thần hôn định tỉnh nuôi con đêm ngày.
汉语意译：白天如此夜照常。

喃字原文：埃㘴棒㐌離西，
越 南 语：Ai ngờ bóng đã lìa tây,
汉语意译：谁能料想阴魂离，

喃字原文：𪀄箕離祖心情㤻𢠩。
越 南 语：Chim kia lìa tổ tâm tình bơ vơ.
汉语意译：鸟儿离巢情飘零。

喃字原文：椿萱䬕𠳒拂𦟐，
越 南 语：Thung huyên gió thổi phất phơ,
汉语意译：风吹椿萱①漫无处，

喃字原文：梗椿拂派悲晗𢭸埃？
越 南 语：Cành thung phất phới bây giờ cậy ai?
汉语意译：梗椿②拂处谁怜悯？

---

① 椿萱：母亲。
② 梗椿：父母病死。

喃字原文：别離陰境陽臺，
越 南 语：Biệt ly âm cảnh dương đài,
汉语意译：双亲离别阴阳台，

喃字原文：情深母子分𠄩車塘。
越 南 语：Tình thâm mẫu tử phân hai xe đường.
汉语意译：母子情深两离分。

喃字原文：因𠫾設立壇場，
越 南 语：Nhân rày thiết lập đàn trường,
汉语意译：今日设立坛场祭，

喃字原文：吀翁喜赦天堂超生。”
越 南 语：Xin ông hỷ xá thiên đường siêu sinh.”
汉语意译：求天赦母能超生。”

喃字原文：婆青提哭：
越 南 语：Bà Thanh Đề khóc:
汉语意译：青提婆哭：

喃字原文：“咳𡥵喂敢傷𡥵𪸃!
越 南 语：“Hở con ơi! Giám thương con nhỉ,
汉语意译：“儿呀我思儿心切，

喃字原文：慘㤝丐功𬈶𢚸媄。
越 南 语：Thảm thiết cái công trong lòng mẹ.
汉语意译：心如刀绞母凄惨。

喃字原文：媄𫗒補詠房香，
越 南 语：Mẹ đi bỏ vắng phòng hương,
汉语意译：母死弃儿房寂寞，

喃字原文：𡎝咹准於照牀冷唏。
越 南 语：Nơi ăn chốn ở chiếu giường lạnh hơi.
汉语意译：床冻席寒倍孤单。

喃字原文：底朱琨㸇蒲孤，
越 南 语：Để cho con chịu bồ côi,
汉语意译：孤苦无依我孩子，

喃字原文：𥙩埃貼塑養餒𡨹𢭲？
越 南 语：Lấy ai xem sóc dưỡng nuôi giữ gìn?
汉语意译：谁来关照儿吃穿？

喃字原文：強䁛強没詠唁，
越 南 语：Càng trông càng một vắng tin,
汉语意译：家里从此凄清冷，

喃字原文：媄趍潭泈琨尋方市？
越 南 语：Mẹ đi đằm đẫm con tìm phương nao?
汉语意译：母逝儿去寻何方？

喃字原文：歎喂坦𧶬𡗶高，
越 南 语：Than ơi đất rộng giời cao,
汉语意译：皇天后土看见呀，

喃字原文：琨喂媄㸇囚獄困牢仍羅。”
越 南 语：Con ơi, mẹ chịu tù ngục khốn sao những là.”
汉语意译：母在狱中苦难尝。”

喃字原文：目蓮答官獄吏趍求孛：
越 南 语：Mục Liên đáp quan ngục, lại đi cầu bụt:
汉语意译：目连答狱官再去求佛：

喃字原文：“呈翁𠸒聀碎吶，
越 南 语：“Trình ông lặng nghe tôi nói,
汉语意译：“请求狱官听我言，

喃字原文：吀翁停倍悁𢹣之。
越 南 语：Xin ông đừng vội giận làm chi.
汉语意译：请你莫急来发怒。

喃字原文：媄於低朱混𤀗𠫾，
越 南 语：Mẹ ở đây, cho con ra đi,
汉语意译：让母在此我出去，

喃字原文：叫佛扶持救𥙩媄𤀗。
越 南 语：Kêu phật phù trì cứu lấy mẹ ra.
汉语意译：请佛扶持救母去。

喃字原文：𨀈嗔𤀗𨖲塘世界，
越 南 语：Bước chân ra lên đường thế giới,
汉语意译：往前行走遍世界，

喃字原文：𥚄孛𡗶覆載乾坤。
越 南 语：Lạy bụt giời phúc tải kiền khôn.
汉语意译：覆载乾坤拜圣佛。

喃字原文：𣈜𠫾𠀧𠤩𦢾塘，
越 南 语：Ngày đi ba bảy tháng đường,
汉语意译：赶去路程三月余，

喃字原文：𣈜衛恩孛慈悲𠀧𣈜。
越 南 语：Ngày về ơn bụt từ bi ba ngày.
汉语意译：回程慈悲三日多。

喃字原文：碎尋𧡊媄碎低，
越 南 语：Tôi tìm thấy mẹ tôi đây,
汉语意译：千辛万苦找到母，

喃字原文：於阿彌獄困能仍羅；
越 南 语：Ở A-di ngục, khốn thay những là;
汉语意译：禁在地狱苦难堪；

喃字原文：主獄群扒渚他，
越 南 语：Chủ ngục còn bắt chưa tha,
汉语意译：狱官监禁未能释，

喃字原文：碎衛白孛覺花所𠇮。”
越 南 语：Tôi về bạch bụt giác hoa thuở rày.”
汉语意译：我来求索佛觉岸。”

喃字原文：慈悲大德𢞂能，
越 南 语：Tư bi đại đức rộng hay,
汉语意译：大恩大德佛慈悲，

喃字原文：判保羅卜𨖲𠇮齋儀。
越 南 语：Phán bảo La Bốc, dâng rày chay nghi.
汉语意译：传示罗卜立斋仪。

喃字原文：德佛請𦤾僧尼，
越 南 语：Đức phật thỉnh đến tăng ni,
汉语意译：承蒙佛圣请僧尼，

喃字原文：調𦤾扶持護念誦經。
越 南 语：Điều đến phù trì hộ niệm tụng kinh.
汉语意译：前来护持念经词。

喃字原文：諸佛感動㤇信，
越 南 语：Chư phật cảm động lòng tin,
汉语意译：感动人心望众佛，

喃字原文：敕旨伶伶𠔭將金剛。
越 南 语：Sắc chỉ rành rành tám tướng kim cương.
汉语意译：金刚八将敕旨昭。

喃字原文：調𬧐破獄陰宮，
越 南 语：Điều đi phá ngục âm cung,
汉语意译：调兵遣将破阴狱，

喃字原文：阿彌獄意𢲫杠赦囚。
越 南 语：A-di ngục ấy mở gông xá tù.
汉语意译：开枷赦囚破地牢。

喃字原文：調特脱塊幽都，
越 南 语：Điều được thoát khỏi u đô,
汉语意译：为救母亲离幽都，

喃字原文：青提自帝天廚超度。
越 南 语：Thanh Đề từ đấy thiên chùa thiêu độ.
汉语意译：终让青提能超度。

喃字原文：南無阿彌陀佛！
越 南 语：Nam Mô A Di Đà Phật!
汉语意译：南无阿弥陀佛！

说明：此叙事歌抄自山心村阮继儒的存书《目连救母》（喃字本）。苏维芳收集、编写和翻译。

2003 年 6 月

水晶公主

简　介

洞庭龙王之女水晶公主，曾与荆川成亲，却被诬克夫而受困于山顶三年，受尽欺凌。书生柳谊落榜后，从长安赶回家。途中经过拔山歇息时，忽闻阵阵凄声从山洞里传来。原来水晶公主受困于此。公主把详情告知柳谊，托他带书信回龙宫报信，并交给其一支金钗作为信物。柳谊去到海边，用金钗开出一条水道入到龙宫中，将信交予龙王。龙王了解详情后，急传赤麟将军前去营救公主，并捉拿荆川。公主得救后，龙王下令杀了荆川，又传旨让公主与柳谊成婚，随后两人一起返回阳间。

水晶公主
Thủy Tinh công chúa
水晶公主

喃字原文：悉信望拜奏跪，
越 南 语：Lòng tin vọng bái tấu quì,
汉语意译：诚心诚意拜跪奏，

喃字原文：麟女公主羅位水晶；
越 南 语：Lân nữ công chúa là vị Thủy Tinh;
汉语意译：麟女公主称水晶；

喃字原文：主羅𡥵𤤰洞庭，
越 南 语：Chúa là con vua Động Đình,
汉语意译：乃是洞庭龙王女，

喃字原文：麟女公主水晶海齊；
越 南 语：Lân nữ công chúa Thủy Tinh hải tề;
汉语意译：水晶家住海宫廷；

喃字原文：主共荆川結儀，
越 南 语：Chúa cùng Kinh Xuyên kết nghì,
汉语意译：曾与荆川喜结缘，

喃字原文：𦖑𡗶反諫踏衛拔山。
越 南 语：Nghe trời phản gián đày về bạt sơn.
汉语意译：被诬克夫遣山顶。

喃字原文：情旗迓柳誼払，
越 南 语：Tình cờ gặp Liễu Nghị chàng,
汉语意译：柳谊途上偶遇见，

喃字原文： 㐌時庄杜長安𣇞衛；
越 南 语： Đi thì chẳng đỗ Trường An giờ về;
汉语意译： 长安落榜赶回家；

喃字原文： 柳誼細帝𠬠欺，
越 南 语： Liễu Nghị tới đấy một khi,
汉语意译： 返途路经拔山处，

喃字原文： 核高睥沫調時㑪宜。
越 南 语： Cây cao bóng mát đều thì nghỉ ngơi.
汉语意译： 歇息阴凉大树下。

喃字原文： 𡎝𡢐聴𠯿啃𠊛，
越 南 语： Ngồi sau nghe mảng tiếng người,
汉语意译： 小寐未久闻人声，

喃字原文： 𦁹馨歎咀每𠳒啨嚀；
越 南 语： Trong hang than thở mọi lời tếch ninh;
汉语意译： 凄声来自山洞里；

喃字原文： 擬羅妖恠現形，
越 南 语： Nghĩ là yêu quái hiện hình,
汉语意译： 以为妖怪露原形，

喃字原文： 庄㦖羅主水晶沛踏。
越 南 语： Chẳng ngờ là chúa Thủy Tinh phải đày.
汉语意译： 却是公主受困此。

喃字原文： 払聴𧡊呐買𠶀，
越 南 语： Chàng nghe thấy nói mới hay,
汉语意译： 柳谊听诉才知晓，

喃字原文： 柳誼譴扒𥙩𢬣交和。
越 南 语： Liễu Nghị khiến bắt lấy tay giao hòa.
汉语意译： 执手交好唤公主。

喃字原文：尼㖠德主判𠚢：
越 南 语：Nay lời đức chúa phán ra:
汉语意译：公主详细把话诉：

喃字原文：“妾羅𨉟蛇𡥵茹龍王。
越 南 语：“Thiếp là mình xà con nhà long vương.
汉语意译：“洞庭龙王是我父。

喃字原文：払羅於准陽間，
越 南 语：Chàng là ở chốn dương gian,
汉语意译：君在阳间声名传，

喃字原文：渚斤𧗱妾托冤𠅒払。
越 南 语：Chưa gần đến thiếp thác oan mất chàng.
汉语意译：死得冤屈没近夫。

喃字原文：恩尼欣𡛔𠦳鐄，
越 南 语：Ân này hơn nữa nghìn vàng,
汉语意译：相见之恩值千金，

喃字原文：金釵没隻朱払拎𢬣；
越 南 语：Kim thoa một chiếc cho chàng cầm tay;
汉语意译：金钗一支与君存；

喃字原文：払時𠺥𥙩貼尼，
越 南 语：Chàng thì chịu lấy của này,
汉语意译：君若愿意接此物，

喃字原文：金釵封底𠳚𠉞朱払。
越 南 语：Kim thoa phong để gửi nay cho chàng.
汉语意译：金钗包好赠送君。

喃字原文：𠫾𧗱所城大江，
越 南 语：Đi đến sở thành đại giang,
汉语意译：请君去到江海滨，

喃字原文：金钗指迗渃連氾黜；
越 南 语：Kim thoa chỉ xuống nước liền rẽ ra;
汉语意译：金钗指落水离分；

喃字原文：扰書𠓨奏𤤰吒，
越 南 语：Đem thư vào tấu vua cha,
汉语意译：拿信入奏我父皇，

喃字原文：浪妾沛困於歌准尼；
越 南 语：Rằng thiếp phải khốn ở ca chốn này;
汉语意译：详呈妾在窘境中；

喃字原文：金钗哂底抮𢬣，
越 南 语：Kim thoa dấu để cầm tay,
汉语意译：务必藏好此金钗，

喃字原文：身𢚸妾仕敉尼𥙩払。”
越 南 语：Thân sau thiếp sẽ may nay lấy chàng.”
汉语意译：日后有缘妾与共。”

喃字原文：共嬈吶𠻀每塘，
越 南 语：Cùng nhau nói hết mọi đàng,
汉语意译：两人互相诉尽言，

喃字原文：柳誼阻趍大江摱期；
越 南 语：Liễu Nghị giở đi đại giang làm kỳ;
汉语意译：柳谊前往江滨来；

喃字原文：摓馭㗂帝没欺，
越 南 语：Buộc ngựa gửi đấy một khi,
汉语意译：将马寄托在一处，

喃字原文：金钗指迗渃時氾黜。
越 南 语：Kim thoa chỉ xuống nước thì rẽ ra.
汉语意译：金钗划落水分开。

喃字原文：抌書𠓨奏𢁑吒，
越 南 语：Đem thư vào tấu vua cha,
汉语意译：带信入宫奏龙王，

喃字原文：跪奏皇帝國家治𡳵。
越 南 语：Quì tấu hoàng đế quốc gia trị đời.
汉语意译：跪拜奏明皇帝知。

喃字原文：陽間柳誼羅碎，
越 南 语：Dương gian Liễu Nghị là tôi,
汉语意译：我名柳谊住阳间，

喃字原文：𠫾試庄杜再回本家。
越 南 语：Đi thi chẳng đỗ tái hồi bản gia.
汉语意译：赴考落第返家里。

喃字原文：拔山准㐌𠫾戈，
越 南 语：Bạt sơn chốn ấy đi qua,
汉语意译：回途经过拔山处，

喃字原文：情旗𨑮主於歌准尼。
越 南 语：Tình cờ gặp chúa ở ca chốn này.
汉语意译：看见公主困洞里。

喃字原文：沛𫯳情負抌踏，
越 南 语：Phải chồng tình phụ đem đày,
汉语意译：其夫负情虐贬谪，

喃字原文：𠀧𢆥於帝困能仍羅。
越 南 语：Ba năm ở đấy khốn thay những là.
汉语意译：被困三年受尽欺。

喃字原文：譴碎衛奏國家，
越 南 语：Khiến tôi về tấu quốc gia,
汉语意译：托我前来奏龙王，

喃字原文：情書封㗂拮黜達排。
越 南 语：Tình thư phong gửi cất ra đặt bày.
汉语意译：亲笔写信呈敬上。

喃字原文：𤤰貼𧡊書買台，
越 南 语：Vua xem thấy thư mới hay,
汉语意译：龙王阅信情况明，

喃字原文：𠳚赤麟將衛低急培。
越 南 语：Đòi Xích Lân tướng về đây kíp vội.
汉语意译：急传赤麟回殿堂。

喃字原文：赤麟躺於𨕭𡗶，
越 南 语：Xích Lân mình ở trên trời,
汉语意译：赤麟身躯在九天，

喃字原文：頭時𨖲坦𦤾𢆥海齊。
越 南 语：Đầu thì xuống đất đến nơi hải tề.
汉语意译：其头可伸入海洋。

喃字原文：躺餘萬丈㐱稽，
越 南 语：Mình dư vạn trượng chỉn ghê,
汉语意译：身长万丈实可怕，

喃字原文：吻𠀧界𡶀扰衛國家。
越 南 语：Vẩn ba giới núi đem về quốc gia.
汉语意译：寻问三界回宫上。

喃字原文：吔黜𨎟𩈘𤤰吒，
越 南 语：Dạ ra trước mặt vua cha,
汉语意译：身躯立于王面前，

喃字原文：朝臣文武貼和庄當。
越 南 语：Triều thần văn võ xem hòa chẳng đang.
汉语意译：当朝文武怕其面。

喃字原文：𢁑呐："麟女娘𡥵，
越 南 语：Vua nói: "Lân nữ nàng con,
汉语意译：王说："朕麟女水晶，

喃字原文：𡥵𢧲沛困辛酸閉迟。
越 南 语：Con tao phải khốn tân toan bấy chầy.
汉语意译：受困辛酸苦多年。

喃字原文：吏差赤麟𠫾𣇞，
越 南 语：Lại sai Xích Lân đi rày,
汉语意译：赤麟将军请速去，

喃字原文：𦤾𣷷南處朋尼扒衛。"
越 南 语：Đến bể nam thứ bằng nay bắt về."
汉语意译：急到南山找人还。"

喃字原文：將軍盛怒威儀，
越 南 语：Tướng quan thịnh nộ uy nghi,
汉语意译：将军听罢极威怒，

喃字原文：赤麟吻𣍊城池諸軍。
越 南 语：Xích Lân vẩn hết thành trì chư quân.
汉语意译：急往寻问各府县。

喃字原文：抌衛連他𪿒𡑝，
越 南 语：Đem về liền thả ra sân,
汉语意译：寻找得人带回宫，

喃字原文：𢁑判朝臣折払荆川。
越 南 语：Vua phán triều thần giết chàng Kinh Xuyên.
汉语意译：龙王下令杀荆川。

喃字原文：因爲慢令皮𨖲，
越 南 语：Nhân vì mạn lệnh vừa lên,
汉语意译：龙颜大怒下判决，

喃字原文：朱铖沛跙茹官䵣昜。
越 南 语：Cho nên phải lỡ nhà quan ngày rày.
汉语意译：荆川虐妻难逃窜。

喃字原文：柳誼傳書迁低，
越 南 语：Liễu Nghị truyền thư xuống đây,
汉语意译：柳谊送信到海宫，

喃字原文：𢃊吒嚎晦𠊛尼𢆥兜。
越 南 语：Vua cha đòi hỏi người này nơi đâu.
汉语意译：龙王事后再问详。

喃字原文：𣍊𥈗我拧邊洲，
越 南 语：Mất vía ngã tựa biên châu,
汉语意译：柳谊失魂已昏迷，

喃字原文：麟女貼𧡊𠓨奏洞庭。
越 南 语：Lân nữ xem thấy vào tấu Động Đình.
汉语意译：麟女如实奏父王。

喃字原文：咄柴鬼谷先生，
越 南 语：Mời thầy Quỷ Cốc tiên sinh,
汉语意译：速请鬼谷先生来，

喃字原文：柴浪汃顯身形倚坤。
越 南 语：Thầy rằng ướt hiển thân hình ỷ khôn.
汉语意译：身形倚坤①在地上。

喃字原文：主連改襖俯蓮，
越 南 语：Chúa liền cởi áo phủ lên,
汉语意译：公主想起脱衣盖，

① 身形倚坤：坤是八卦之一。这里“坤”字指人还精神，没大问题。

喃字原文：柳誼試醒還魂術低。
越 南 语：Liễu Nghị thức tỉnh hoàn hồn về đây.
汉语意译：唤醒柳谊复正常。

喃字原文：主連改襖黜𢆥，
越 南 语：Chúa liền cởi áo ra nay,
汉语意译：公主急忙脱衣衫，

喃字原文：俯朱柳誼課𣇜身體。
越 南 语：Phủ cho Liễu Nghị thuở rày thân thê.
汉语意译：即时盖在柳谊身。

喃字原文：柴連追召没欺，
越 南 语：Thầy liền truy chiêu một khi,
汉语意译：鬼谷先生追召魂，

喃字原文：三魂七魄吏術本身。
越 南 语：Tam hồn thất phách lại về bản thân.
汉语意译：三魂七魄回其身。

喃字原文：自然吏跬𢬣蹎，
越 南 语：Tự nhiên lại khỏe tay chân,
汉语意译：手脚还原复正常，

喃字原文：柳誼吏𤯩千年壽長。
越 南 语：Liễu Nghị lại sống thiên niên thọ trường.
汉语意译：柳谊又能活千年。

喃字原文：𢂜判主麟女娘，
越 南 语：Vua phán chúa lân vữ nàng,
汉语意译：父王传旨其麟女，

喃字原文：𥙩柳誼払術於陽間。
越 南 语：Lấy Liễu Nghị chàng về ở dương gian.
汉语意译：结夫柳谊返阳间。

喃字原文：哪護弟子平安，
越 南 语：Vâng hộ đệ tử bình an,
汉语意译：保佑子弟常平安，

喃字原文：送迻災難吏陀如䎃。
越 南 语：Tống đi tai nạn lại đà như xưa.
汉语意译：又如往年驱灾难。

（完）

注：传说水晶公主死后，尸体漂到巫头与澫吉海沟岸边，后来蚂蚁堆起一座小坟山。这两个岛有人住后，在坟堆处建了一座水晶公主庙。现在巫头村和澫吉村的京族人，还继续到庙里来祭祀。沥尾村婆庙同样祭祀水晶公主。

说明：此叙事歌来自苏维坤的存书《弥陀报恩经卷》（喃字本），苏维芳收集、编写和翻译。

2003 年 3 月

柳杏公主

简　介

天本县人黎家女，冰清玉洁人厚情。抚养长成十岁余，琴棋诗画样样精。柳杏如花似月女，窈窕之身胜娥仙。锦衣玉扇彩绸裙，令禁宫人见迷恋。父母喜爱日抚养，岁数越长美如仙。岁到十五心如愿，寻找豪杰结良缘。乘龙快婿喜合缘，完约三年美夫妻。抱怨造物主作弄，运满缘尽人归西。已乘龙升飞天界，仙娘作伴飘飘然。阎王加封柳杏仙，生前未满阳间愿。上帝九重令准许，返回家中原房间。见母深夜正叹哭，彻夜想女不能眠。母亲哭诉天地阔，何时母女能团圆。自始至终听哭言，心如刀绞乱如麻。日后柳杏显魂回，现形房中坐在家。哭念父母甚惨切，阴阳隔别怎面对？看见父母极痛苦，留下吹奏弹琴弦。游移探访欲合团，寻找豪杰结良缘。

柳杏公主
Liễu Hạnh công chúa
柳杏公主

喃字原文： 課歪清節軨景好，
越 南 语： Thuở trời thanh, tiết lành cảnh hảo,
汉语意译： 苍天吉日时景好，

喃字原文： 㸃没壇普照主仙；
越 南 语： Dâng một đàn, phổ chiếu chúa tiên;
汉语意译： 登祭香坛照主仙；

喃字原文： 席鐄因果𠸼勸，
越 南 语： Tiệc vàng nhân quả mời khuyến,
汉语意译： 摆上盛席请各处，

喃字原文： 仕連忚事神仙閉迟。
越 南 语： Sẽ liền nhớ sự thần tiên bấy chầy.
汉语意译： 随后想起拜神仙。

喃字原文： 遣上界㳚𣈜慶賀，
越 南 语： Khiến thượng giới vừa ngày khánh hạ,
汉语意译： 正好上界庆贺日。

喃字原文： 傘靈霄聖駕從容。
越 南 语： Dù linh tiêu thánh giá thong dong.
汉语意译： 圣伞灵霄驾从容。

喃字原文： 玉皇正禦乾宫，
越 南 语： Ngọc hoàng chính ngự càn cung,
汉语意译： 玉皇高坐正乾宫，

喃字原文：百官朝𠁑𡑝𨊸下佳。
越 南 语：Bách quan chầu dưới sân rồng hạ giai.
汉语意译：殿下百官跪拜同。

喃字原文：准天臺𣃣欺絲竹，
越 南 语：Chốn thiên thai vừa khi tơ trúc,
汉语意译：天台琴瑟歌舞乐，

喃字原文：𦒹宮彈慶祝歌奏。
越 南 语：Sáu cung đàn khánh chúc ca tâu.
汉语意译：六弦管乐奏弹同。

喃字原文：固娘仙女𪿒兜，
越 南 语：Có nàng tiên nữ bởi đâu,
汉语意译：未知何缘一仙女，

喃字原文：寬寬𨀈細𨅸朝邊凱。
越 南 语：Khoan khoan bước tới đứng chầu bên khải.
汉语意译：款款步入朝凯宫。

喃字原文：襖朝服打抹黄甲，
越 南 语：Áo triều phục đánh láy hoàng giáp,
汉语意译：黄衣朝服来打扮，

喃字原文：令天曹官法無親；
越 南 语：Lệnh thiên tào quan phép vô thân;
汉语意译：天曹令官法无亲；

喃字原文：托生𡥵户茹秦，
越 南 语：Thác sinh con họ nhà tần,
汉语意译：后来托生尘世女，

喃字原文：於縣天本羅民凡𦨭。
越 南 语：Ở Huyện Thiên Bản là dân phàm dày.
汉语意译：天本县人厚道情。

喃字原文：節皮𣈜中秋滿月，
越 南 语：Tiết vừa ngày Trung Thu mãn nguyệt,
汉语意译：中秋节时月正圆，

喃字原文：匿香𡗶味射蒼賒；
越 南 语：Nức hương trời mùi xạ thơm xa;
汉语意译：浓郁麝香弥天漫；

喃字原文：當才神女生𪞷，
越 南 语：Đương tài thần nữ sinh ra,
汉语意译：漂亮神仙出生时，

喃字原文：纀玉𨉞牙顔色芳圓。
越 南 语：Vóc ngọc mình ngà nhan sắc phương viên.
汉语意译：冰清玉洁色灿烂。

喃字原文：丕買別神仙出世，
越 南 语：Vậy mới biết thần tiên xuất thế,
汉语意译：神女降世传四方，

喃字原文：卞㽸衛黎氏貴人，
越 南 语：Biện chữ về Lê-thị quý nhân,
汉语意译：黎氏夫人安女名，

喃字原文：細自䔶奇外旬，
越 南 语：Tới từ tuổi cả ngoài tuần,
汉语意译：抚养长成十岁余，

喃字原文：詩歌彈𠺙𨒒分惱𠊛。
越 南 语：Thơ ca đàn thổi mười phân não người.
汉语意译：琴棋诗画样样精。

喃字原文：𫢩宫月𠰘唭花𦬑，
越 南 语：Rày cung nguyệt miệng cười hoa nở,
汉语意译：嫣然如花似月女，

喃字原文：霙昂霙語客姮娥；
越 南 语：Mây ngang mây ngửa khách hằng nga;
汉语意译：窈窕之身胜娥仙；

喃字原文：襖仙扇玉裙纙，
越 南 语：Áo tiên quạt ngọc quần là,
汉语意译：锦衣玉扇彩绸裙，

喃字原文：𠱤䳽宮禁惱那添㥊。
越 南 语：Nghĩ người cung cấm não nề thêm mê.
汉语意译：令禁宫人见迷恋。

喃字原文：媄吒𢜠𣋽𣈜𢪏淬，
越 南 语：Mẹ cha mừng sớm trưa chăm chút,
汉语意译：父母喜爱日抚养，

喃字原文：浽没𣈜没卒朋仙。
越 南 语：Nổi một ngày một tốt bằng tiên.
汉语意译：岁数越长美如仙。

喃字原文：細进𨒒𢆥滿願，
越 南 语：Tới mười lăm tuổi mãn nguyền,
汉语意译：岁到十五心如愿，

喃字原文：尋䳽豪傑結緣𡞕𫯳。
越 南 语：Tìm người hào kiệt kết duyên vợ chồng.
汉语意译：寻找豪杰结良缘。

喃字原文：𢜠㐌特騎𧍰緣綾，
越 南 语：Mừng đã được cưỡi rồng duyên bén,
汉语意译：乘龙快婿喜合缘，

喃字原文：約𠀧冬求院夫妻。
越 南 语：Ước ba đông cầu vẹn phu thê.
汉语意译：完约三年美夫妻。

喃字原文：責𠰺造化庄爲，
越 南 语：Trách hay tạo hóa chẳng vì,
汉语意译：抱怨造物主作弄，

喃字原文：無緣𦀼数分時急崩。
越 南 语：Vô duyên lỗi số phận thì kíp băng.
汉语意译：运满缘尽人归西。

喃字原文：係雲騰夫妻湄霪，
越 南 语：Hệ vân đằng phu thê mưa mây,
汉语意译：系累夫妻云雨梦，

喃字原文：象𪽝𡗶丿祝生離；
越 南 语：Tượng bởi giời phút chốc sinh ly;
汉语意译：生离死别命由天；

喃字原文：𣎃𠀧堆𦉱寅時，
越 南 语：Tháng ba đôi bảy dần thì,
汉语意译：三月十四刚寅时，

喃字原文：魂花卒變陰司化魂。
越 南 语：Hồn hoa tốt biết âm ty hóa hồn.
汉语意译：花魂消逝到阴间。

喃字原文：𤤰閻王𧡊主清景，
越 南 语：Vua diêm vương thấy chúa thanh cảnh,
汉语意译：阎王看见仙主美，

喃字原文：數天曹㐌顯神靈；
越 南 语：Số thiên tào đã hiển thần linh;
汉语意译：即命天曹显神通；

喃字原文：𢆫𠄩进𣃣青撑，
越 南 语：Tuổi hai mươi vừa thanh xanh,
汉语意译：双十年华青春时，

喃字原文：底吒共媄底英共𫯳。
越 南 语：Để cha cộng mẹ để anh cộng chồng.
汉语意译：弃父丢母离夫兄。

喃字原文：卒騎蠬䬙升天界，
越 南 语：Tốt cưỡi rồng bay thăng thiên giới,
汉语意译：已乘龙升飞天界，

喃字原文：伴仙娘派派绰𨖲。
越 南 语：Bạn tiên nàng phới phới diễu trên.
汉语意译：仙娘作伴飘飘然。

喃字原文：𢃊封柳杏主仙，
越 南 语：Vua phong Liễu Hạnh chúa tiên,
汉语意译：阎王加封柳杏仙，

喃字原文：劫𥱯渚满㖡願陽間。
越 南 语：Kiếp xưa chưa mãn lời nguyền dương gian.
汉语意译：生前未满阳间愿。

喃字原文：碎吁嗔衛岸下界，
越 南 语：Tôi xin van về ngạn hạ giới,
汉语意译：恳王恩准返下界，

喃字原文：矯媄𦹵愛碍忟𥉫；
越 南 语：Kẻo mẹ già ái ngại nhớ trông;
汉语意译：老母想女心难安；

喃字原文：特㖡上帝九重，
越 南 语：Được lời thượng đế cửu trùng,
汉语意译：上帝九重令准许，

喃字原文：𣇞衛准𦼔㐌宫𥪝茹。
越 南 语：Giờ về chốn cũ vào cung trong nhà.
汉语意译：返回家中原房间。

喃字原文：㤈媄𦓿䏾𧀒𦧘哭，
越 南 语：Thấy mẹ già đêm khuya ngồi khóc,
汉语意译：见母深夜正叹哭，

喃字原文：䛊庄𦀊𣼽濁𢘾𡥵。
越 南 语：Thức chẳng nằm trằn trọc nhớ con.
汉语意译：彻夜想女不能眠。

喃字原文：歎浪坦𥗹𡗶𡓇，
越 南 语：Than rằng đất rộng giời tròn,
汉语意译：母亲哭诉天地阔，

喃字原文：包𨔊媄吏㤈𡥵𠓀衛。
越 南 语：Bao chầy mẹ lại thấy con giờ về.
汉语意译：何时母女能团圆。

喃字原文：功生養育扶持揞擟，
越 南 语：Công sinh dưỡng dục phù trì ẵm bế,
汉语意译：生养怀抱育女儿，

喃字原文：𡥵㛪𢚸𠶆補媄麻𠫾？
越 南 语：Con nỡ lòng nào bỏ mẹ mà đi?
汉语意译：你怎忍心与母离？

喃字原文：埃揽𢧚浽生離，
越 南 语：Ai làm nên nỗi sinh ly,
汉语意译：谁作生离此地步，

喃字原文：媄𡥵隔阻揽之傷尼。
越 南 语：Mẹ con cách trở làm chi thương này.
汉语意译：母女阻隔极伤悲。

喃字原文：油𣈕𣈜𢇐𦓿𨉟要，
越 南 语：Dầu mai ngày tuổi già mình yếu,
汉语意译：日后年老母体弱，

喃字原文：娭𥙩埃報孝羅𡥵；
越 南 语：Mẹ lấy ai báo hiếu là con;
汉语意译：女儿离弃谁报孝；

喃字原文：吒𦰟䀡凭𡶀嫩，
越 南 语：Cha già xem bằng núi non,
汉语意译：父育功劳如泰山，

喃字原文：細課㾮𤸫少几𢭮𥉫。
越 南 语：Tới thuở gầy mòn thiếu kẻ cậy trông.
汉语意译：年老肌瘦谁照料。

喃字原文：除瞎別云萝每浽，
越 南 语：Chờ nghe biết vân mòng mọi nỗi,
汉语意译：自始至终听哭言，

喃字原文：主强添緋繿悉㴞。
越 南 语：Chúa càng thêm bối rối lòng tuôn.
汉语意译：心如刀绞乱如麻。

喃字原文：𣈜𣈕主吏化魂，
越 南 语：Ngày sau chúa lại hóa hồn,
汉语意译：日后仙主显魂回，

喃字原文：现衛𡎢於房門䢖茹。
越 南 语：Hiển về ngồi ở phòng môn trong nhà.
汉语意译：现形房中坐在家。

喃字原文：哭傷娭㑏吒慘悊，
越 南 语：Khóc thương mẹ nhớ cha thảm thiết,
汉语意译：哭念父母甚惨切，

喃字原文：英共䏧固別羅兜？
越 南 语：Anh cộng chồng có biết là đâu?
汉语意译：家里怎知她能回？

喃字原文：呐強添悴悉愁，
越 南 语：Nói càng thêm xót lòng sầu,
汉语意译：越想越哭心越哀，

喃字原文：陰陽隔别别兜麻尋？
越 南 语：Âm dương cách biệt biết đâu mà tìm?
汉语意译：阴阳隔别怎面对？

喃字原文：傷衛浽珠沈玉汃，
越 南 语：Thương về nỗi, châu chìm ngọc ướt,
汉语意译：香消玉沉真痛苦，

喃字原文：丕朱铖淋葛生離；
越 南 语：Vậy cho nên lâm cát sinh ly;
汉语意译：生离死别各一方；

喃字原文：哭催主吏變迻，
越 南 语：Khóc thôi chúa lại biến đi,
汉语意译：仙主哭罢现形去，

喃字原文：黜制下界嬌時馭些。
越 南 语：Ra chơi hạ giới kiểu thì người ta.
汉语意译：逍遥下界变美娘。

喃字原文：徐媄吒𥘀塘割氾，
越 南 语：Giờ mẹ cha trăm đường cắt rẽ,
汉语意译：看见父母极痛苦，

喃字原文：𠻀奏沉吏弦彈鸞。
越 南 语：Thổi tấu chầm lại gẩy đàn loan.
汉语意译：留下吹奏弹琴弦。

喃字原文：呻咦哚晦合團，
越 南 语：Du ri thăm hỏi hợp đoàn,
汉语意译：游移探访欲合团，

喃字原文：尋𠊛豪傑結緣𡞕𫯳。
越 南 语：Tìm người hào kiệt kết duyên vợ chồng.
汉语意译：寻找豪杰结良缘。

喃字原文：法邏𢭾強咍變化，
越 南 语：Phép lạ lùng càng hay biến hóa,
汉语意译：作法仙术变异常，

喃字原文：泣𣷭𡗶天下仙娘；
越 南 语：Khắp bể trời thiên hạ tiên nàng;
汉语意译：天下宽阔游女仙；

喃字原文：德主降衛本壇，
越 南 语：Đức chúa giáng về bản đàn,
汉语意译：仙主降下本院坛，

喃字原文：扶護信主平安自𣋚。
越 南 语：Phù hộ tín chủ bình yên từ rày.
汉语意译：保佑信主永平安。

（完）

注：巫头、山心、沥尾村寺庙都供奉柳杏公主，沥尾村婆庙现在还祭祀柳杏公主。

说明：此叙事歌来自苏维坤的存书《弥陀报恩经卷》（喃字本），苏维芳收集、编写和翻译。

2003年3月

唐僧西天取经

简 介

经贯唐朝二十年，钦差三藏往西天。白龙大圣随从后，八戒沙僧应位前。我今见闻得受持，愿解如来真实义。唐僧三藏是法师，西天竺国去取经。大圣天将实勇猛，纵横来回扫妖精。“齐天大圣”上帝封，勇敢刚强是英雄。大圣居住花果山，修行得道法无穷。西竺求取真经时，沙僧八戒加齐天。全身投入护师去，到达西天仙山前。三藏奉旨被差遣，何神敢来呈能强？除邪精怪神走散，送走瘟疫痨魔王。无量深恩妙法界，百年万劫难遭值。大圣取得真经回，返回以后住枷庐。满世变寺国战佛，保佑人民救苦难。

唐僧西天取經
Đường tăng tây thiên lấy kinh
唐僧西天取经

喃字原文：經貫唐朝二十年，
越 南 语：Kinh quán đường triều nhị thập niên,
汉语意译：经贯唐朝二十年，

喃字原文：欽差三藏往西天。
越 南 语：Khâm sai tam tạng vãng tây thiên.
汉语意译：钦差三藏往西天。

喃字原文：白龍大聖隨從後，
越 南 语：Bạch long đại thánh tùy tùng hậu,
汉语意译：白龙大圣随从后，

喃字原文：八戒沙僧應位前。
越 南 语：Bát giới sa tăng ưng vị tiền.
汉语意译：八戒沙僧应位前。

喃字原文：領得真經多險阻，
越 南 语：Lãnh đắc chân kinh đa hiểm trở,
汉语意译：领得真经多险阻，

喃字原文：將回東土救冤愆。
越 南 语：Tương hồi đông thổ cứu oan khiên.
汉语意译：将回东土救冤愆。

喃字原文：陰者得超陽得盛，
越 南 语：Âm giả đắc siêu dương đắc thịnh,
汉语意译：阴者得超阳得盛，

喃字原文：祝願弟子壽千年。
越 南 语：Chúc nguyền đệ tử thọ thiên niên.
汉语意译：祝愿弟子寿千年。

喃字原文：無量深思妙法界，
越 南 语：Vô lượng thâm tụ diện pháp giới,
汉语意译：无量深思妙法界，

喃字原文：百年萬劫難遭值。
越 南 语：Bách niên vạn kiếp nạn tao trực.
汉语意译：百年万劫难遭值。

喃字原文：我今見聞得受持，
越 南 语：Ngã kim kiến văn đắc thủ trì,
汉语意译：我今见闻得受持，

喃字原文：願解如來真實儀。
越 南 语：Nguyền giải như lai chân thực nghì.
汉语意译：愿解如来真实义。

喃字原文：唐僧三藏羅柴，
越 南 语：Đường tăng tam tạng là thầy,
汉语意译：唐僧三藏是法师，

喃字原文：𥙩經课𠹾竺國西天。
越 南 语：Lấy kinh thuở rày trúc quốc tây thiên.
汉语意译：西天竺国去取经。

喃字原文：雄虎大聖天罡，
越 南 语：Hùng hổ đại thánh thiên cương,
汉语意译：大圣天将实勇猛，

喃字原文：縱艮耒撰法強神通。
越 南 语：Tòng ngăn rồi chọn pháp càng thần thông.
汉语意译：纵横来回扫妖精。

喃字原文：岉須臾高餘阡丈，
越 南 语：Núi tu du cao dư nghìn trượng,
汉语意译：须臾山高千余丈，

喃字原文：跙茹唐正統萬年；
越 南 语：Đến nhà Đường chính thống vạn niên;
汉语意译：唐朝正统千万年；

喃字原文：闷朱天下平安，
越 南 语：Muốn cho thiên hạ bình yên,
汉语意译：天下平安人心乐，

喃字原文：風調雨順民安泰和。
越 南 语：Phong điều vũ thuận dân yên thái hòa.
汉语意译：风调雨顺兆丰年。

喃字原文：敇國家求經西城，
越 南 语：Sắc quốc gia cầu kinh tây thành,
汉语意译：求经西域奉国旨，

喃字原文：柴𢧚聖乙羅成功；
越 南 语：Thầy nên thánh ắt là thành công;
汉语意译：圣师合力必成功；

喃字原文：𠀧进𦒹准威雄，
越 南 语：Ba mươi sáu chốn uy hùng,
汉语意译：三十六处呈威雄，

喃字原文：神帀𨈒敢擲拱靈霄。
越 南 语：Thần nào trước giám trịch cũng linh tiêu.
汉语意译：无神敢挡显神通。

喃字原文：蹽嫩輪岉𨖲𡶀，
越 南 语：Trèo non lẫn núi trên đèo,
汉语意译：登山过岭越隘道，

喃字原文：虢狢猿吻䲧叫蝺愁；
越 南 语：Hùm gầm vượn hót chim kêu ve sầu;
汉语意译：虎啸猿啼蝉鸟鸣；

喃字原文：㤇解油𥙩經西竺，
越 南 语：Chịu dãi dầu lấy kinh tây trúc,
汉语意译：求经磨难赴西竺，

喃字原文：篤没悉助國救民。
越 南 语：Dốc một lòng trở quốc cứu dân.
汉语意译：倾心助国救难民。

喃字原文：庄儗返仍妖群，
越 南 语：Chẳng ngờ gặp những yêu quần,
汉语意译：不料遇到妖怪群，

喃字原文：沙僧八戒进分㤇量；
越 南 语：Sa tăng bát giới mười phân lo lường;
汉语意译：沙僧八戒想周全；

喃字原文：吏跛衛𠓨奏明詳，
越 南 语：Lại giở về vào tấu minh tường,
汉语意译：返回上奏陈述明，

喃字原文：佛買差翁大聖齊天。
越 南 语：Phật mới sai ông đại thánh tề thiên.
汉语意译：佛遣大圣去支援。

喃字原文：翁齊天羅没將才，
越 南 语：Ông tề thiên là một tướng tài,
汉语意译：齐天大圣是将才，

喃字原文：高度量透九重天。
越 南 语：Cao độ lượng thấu cửu trùng thiên.
汉语意译：名声显赫九重天。

喃字原文：𨑮𢆥进學特法仙，
越 南 语：Tuổi nên mười học được phép tiên,
汉语意译：十岁开始学仙法，

喃字原文：騰雲駕雾神通廣大。
越 南 语：Đằng vân giá vũ thần thông quảng đại.
汉语意译：腾云驾雾法无边。

喃字原文：上帝封“齊天大聖”，
越 南 语：Thượng đế phong “Tề Thiên Đại Thánh”,
汉语意译：“齐天大圣”上帝封，

喃字原文：性剛強勇猛威天。
越 南 语：Tính cương cường dũng mạnh uy thiên.
汉语意译：勇敢刚强是英雄。

喃字原文：齊天花果洞仙，
越 南 语：Tề thiên hoa quả động tiên,
汉语意译：大圣居住花果山，

喃字原文：修行得道法仙極牟。
越 南 语：Tu hành đắc đạo phép tiên cực màu.
汉语意译：修行得道法无穷。

喃字原文：武當樓洞玄天聖，
越 南 语：Vũ đương lầu động huyền thiên thánh,
汉语意译：天圣武当楼玄洞，

喃字原文：持火輪勇猛自然。
越 南 语：Trì hỏa luân dũng mạnh tự nhiên.
汉语意译：勇猛自然持火轮。

喃字原文：蠬虎將氏都天，
越 南 语：Rồng hổ tướng thị đô thiên,
汉语意译：龙虎大将名都天，

喃字原文：實羅三聖法仙埃齊。
越 南 语：Thực là tam thánh phép tiên ai tày.
汉语意译：三圣法仙难逃遁。

喃字原文：䄧經西竺欺䏧，
越 南 语：Lấy kinh tây trúc khi nay,
汉语意译：西竺求取真经时，

喃字原文：沙僧八戒固𢆥齊天；
越 南 语：Sa tăng bát giới có rày tề thiên;
汉语意译：沙僧八戒加齐天；

喃字原文：嚀嚀守旨诣前，
越 南 语：Ninh ninh thủ chỉ nghệ tiền,
汉语意译：全身投入护师去，

喃字原文：尋迦朱𧼋岃仙仍羅。
越 南 语：Tìm sang cho đến núi tiên nhưng là.
汉语意译：到达西天仙山前。

喃字原文：敕國家遣柴三藏，
越 南 语：Sắc quốc gia khiến thầy tam tạng,
汉语意译：三藏奉旨被差遣，

喃字原文：神 芇敢擲拱靈通？
越 南 语：Thần nào giám trịch cũng linh thông?
汉语意译：何神敢来逞能强？

喃字原文：除邪精𤾓神走散，
越 南 语：Trừ tà tinh trăm thần tẩu tam,
汉语意译：除邪精怪神走散，

喃字原文：送瘟蝗疫癘魔王。
越 南 语：Tống ôn hoàng dịch lệ ma vương.
汉语意译：送走瘟疫疠魔王。

喃字原文：今時固大聖齊天，
越 南 语：Kim thì có đại thánh tề thiên,
汉语意译：今时有个天大圣，

喃字原文：拎鎊鐄高餘千丈。
越 南 语：Cầm bảng vàng cao dư nghìn trượng.
汉语意译：金箍棒高千余丈。

喃字原文：踹黜破壘破岸，
越 南 语：Tẩy ra phá lũy phá ngạn,
汉语意译：毁垒破岸排魔障，

喃字原文：行風行雨呦呦如雷。
越 南 语：Hành phong hành vũ ào ào như lôi.
汉语意译：行风行雨如雷响。

喃字原文：執滅衆鬼邪閲計，
越 南 语：Chấp dẹp những quỷ tà muôn kể,
汉语意译：清扫无数鬼魔邪，

喃字原文：持鐵鎊滅邪妖怪。
越 南 语：Trừ sắt bảng diệt tà yêu quái.
汉语意译：持棒灭妖把师护。

喃字原文：諸佛差趍𥙩經術，
越 南 语：Chư phật sai đi lấy kinh về,
汉语意译：大圣取得真经回，

喃字原文：𣈜𡢐跛吏於准枷廬。
越 南 语：Ngày sau trở lại ở chốn già lư.
汉语意译：返回以后住枷庐。

喃字原文：滿刼成寺国戰佛，
越 南 语：Mãn kiếp thành chùa quốc chiến phật,
汉语意译：满世变寺国战佛，

喃字原文：扶人護物救苦救難。

越 南 语：Phù nhân hộ vật cứu khổ cứu nạn.

汉语意译：保佑人民救苦难。

说明：此叙事歌来自苏维坤的存书《弥陀报恩经卷》（喃字本），苏维芳收集、编写和翻译。

2003 年 4 月

宋珍歌

简介

《宋珍歌》是一部流传于京族地区颂扬宋珍和菊花忠贞不渝的爱情的喃字叙事歌，不但反映了社会生活，也反映了京族人民的素养和高尚情操。同时也揭露了封建剥削阶级的丑恶本质。

几百年来，《宋珍歌》作为民歌，一直受到京族人民的喜爱和传诵。如京族老人阮进余和杜玉光等人能自始至终地背诵整部歌，每年逢哈节时于哈亭演唱。这些歌是京族劳动人民朴素情感的真实流露，它们不仅是京族人民的文化财富，也是我们祖国民族文学宝库中不可缺少的组成部分，对研究京族社会、文化、伦理、哲学及地方史等有参考价值。

宋珍生于浮花县一个富农家庭，三岁时父亲病逝，与母亲靠乞讨为生。一天，宋珍母子行乞至富家小姐菊花家，菊花为宋珍的悲切身世所感动，舍与米钱，并与宋珍私定终身。后来宋珍进京赴考，高中状元，皇帝欣赏其才学，欲把公主许配予宋珍。宋珍由于家有妻子而不从。皇帝大怒，罚流放宋珍出使北国十年。菊花不离不弃，独自承担侍奉家婆的责任，苦等宋珍十年。菊花和年迈的家婆在家历尽辛酸。宋珍出使北国七年时，菊花的父亲迫她改嫁，她坚决不从。其父亲便把她家婆关进牛棚里。菊花半夜出走欲自尽，被山精所救，山精还派员现形前往北国为菊花送信。宋珍呈菊花的信给皇帝，菊花的孝心和忠贞震撼朝野，皇帝封宋珍为两国（北国和南国）状元。皇帝终准许宋珍与菊花破镜重圆。整篇叙事歌情节跌宕起伏，令人感叹不已。

傳古宋珍
Truyện cổ Tống Trân
宋珍歌

喃字原文：𠓀𠁀𤤰唐太宗，
越 南 语：Trước đời vua đường thái tông,
汉语意译：前代皇帝唐太宗，

喃字原文：治位天下西東安和；
越 南 语：Trị vì thiên hạ tây đông yên hòa;
汉语意译：治理天下得安和；

喃字原文：固𠊛於縣浮花，
越 南 语：Có người ở Huyện Phù Hoa,
汉语意译：有人居住浮花县，

喃字原文：斤尼𨷯六帝羅耕農。
越 南 语：Gần nơi cửa lục đấy là canh nông.
汉语意译：住在六门做农活。

喃字原文：湧茹户宋𠅜双，
越 南 语：Dòng nhà họ Tống làm song,
汉语意译：这家世代都姓宋，

喃字原文：𨷯茹富貴初𠉞㗂吨；
越 南 语：Cửa nhà phú quý xưa nay tiếng đồn;
汉语意译：家庭富贵名声传；

喃字原文：錢鉑貼賕平𡽫，
越 南 语：Tiền bạc của cải bằng non,
汉语意译：钱银财产堆如山，

喃字原文：只嫌没浽空混綏茷。
越 南 语：Chỉ hiềm một nỗi không con nối đời.
汉语意译：只嫌家中无子传。

喃字原文：修因積德羅尼，
越 南 语：Tu nhân tích đức là nơi,
汉语意译：修仁积德为人好，

喃字原文：鐲鍾鑿像救馱貧人；
越 南 语：Đục chuông đúc tượng cứu người bần nhân;
汉语意译：凿钟铸像济贫民；

喃字原文：連趍施默施咹，
越 南 语：Liền đi thí mặc thí ăn,
汉语意译：遇见贫人赐食穿，

喃字原文：泣郻賒斤埃饶穷傷。
越 南 语：Khắp hết xa gần ai thấy cũng thương.
汉语意译：远近四处皆闻名。

喃字原文：饶埃餒渴連傷，
越 南 语：Thấy ai đói khát liền thương,
汉语意译：见人饥渴心可怜，

喃字原文：让粓㧅襖供养連𢬣；
越 南 语：Nhường cơm cởi áo cũng nhường liền tay;
汉语意译：给饭送衣助钱财；

喃字原文：道𡗶報答急迡，
越 南 语：Đạo giời báo đáp cấp chầy,
汉语意译：天道报答终有至，

喃字原文：老婆丿祝膵時受胎。
越 南 语：Lão bà phút chốc bụng thì thụ thai.
汉语意译：老太一日身怀胎。

喃字原文：九芒𠃩𦢾生成，
越 南 语：Cửu mang chín tháng sinh thành,
汉语意译：九月怀胎始分娩，

喃字原文：生特男子卒鲜平鐄；
越 南 语：Sinh được nam tử tốt tươi bằng vàng;
汉语意译：生得男子似金宝；

喃字原文：噠𠸜羅宋珍払，
越 南 语：Đặt tên là Tống Trân chàng,
汉语意译：起名叫作宋珍郎，

喃字原文：形容顔色妙揚涅那。
越 南 语：Hình dung nhan sắc địu dàng nết na.
汉语意译：面容端庄人品好。

喃字原文：𦤾𣈜歲奇𢧚巴，
越 南 语：Đến ngày tuổi cả nên ba,
汉语意译：长到三岁那一年，

喃字原文：吒𦓅𡗉𣈘𨉟陀哺𡥵；
越 南 语：Cha già khuất bóng mình đà bồ côi;
汉语意译：老父去世儿孤单；

喃字原文：群𠬠親母養餒，
越 南 语：Còn một thân mẫu dưỡng nuối,
汉语意译：只靠母亲来养育，

喃字原文：𡥵疎媄要吟𢚸傷能。
越 南 语：Con thơ mẹ yếu ngậm ngùi thương thay.
汉语意译：幼儿老母实悲惨。

喃字原文：仍蒙天下東西，
越 南 语：Nhưng mong thiên hạ đông tây,
汉语意译：但愿天下人世间，

喃字原文：枚衛文㳒事尼拱燒；
越 南 语：Mai về một nỗi sự này cùng nhau;
汉语意译：日后平安相共守；

喃字原文：丕𠘃大限机求，
越 南 语：Giời làm đại hạn cơ cầu,
汉语意译：天时大旱人饥饿，

喃字原文：四圍天下兜兜秩務。
越 南 语：Tứ vi thiên hạ đâu đâu mất mùa.
汉语意译：天下处处都失收。

喃字原文：巴䊨大旱空湄，
越 南 语：Ba năm đại hạn không mưa,
汉语意译：三年大旱没降雨，

喃字原文：罕方天下秩務強傷；
越 南 语：Bốn phương thiên hạ mất mùa càng thương;
汉语意译：天下四处失收惨；

喃字原文：貼時咹歇儘糧，
越 南 语：Của thì ăn hết tận lương,
汉语意译：粮食物品已用尽，

喃字原文：催催買沛尋塘氽安。
越 南 语：Thôi thôi mới phải tìm đường mấy yên.
汉语意译：被逼出走讨吃穿。

喃字原文：宋珍皴𠢧歲原，
越 南 语：Tống Trân nên tám tuổi nguyên,
汉语意译：宋珍这年刚八岁，

喃字原文：𨀎茹禮媄哃呈曲尼；
越 南 语：Vào nhà lạy mẹ tỏ tường khúc nơi;
汉语意译：屋里同母诉衷肠；

喃字原文：𪀄箕嗯拱如𠊛，
越 南 语：Chim kia nó cũng như người,
汉语意译：鸟类与人皆相似，

喃字原文：生𪠞堆翅𢙲時𤷱𡥵。
越 南 语：Sinh ra đôi cánh nó thì ấp con.
汉语意译：生出孩子孵喂养。

喃字原文：𦤾𣈗𡥵奇𡘯坤，
越 南 语：Đến ngày con cả lớn khôn,
汉语意译：来日小鸟长大了，

喃字原文：媄𦓅𢙲拱报恩𠶢𠽄；
越 南 语：Mẹ già nó cũng báo ơn tha mồi;
汉语意译：它会寻食报母鸟；

喃字原文：路羅媄生𠫾碎，
越 南 语：Lọ là mẹ sinh ra tôi,
汉语意译：何况母亲生养我，

喃字原文：悲𣇞庄报群持欺帀。
越 南 语：Bây giờ chẳng báo còn thì khi nao.
汉语意译：现应为母来操劳。

喃字原文：宋珍渃相染高，
越 南 语：Tống Trân nước mắt nhiễm cao,
汉语意译：宋珍泪水流满面，

喃字原文：文𨉓𢱜媄管包咹眉；
越 南 语：Một mình dắt mẹ quản bao ăn mày;
汉语意译：自己扶母去乞讨；

喃字原文：塘長隔助賒台，
越 南 语：Đường trường cách trở xa thay,
汉语意译：道路遥远山水隔，

喃字原文：文𨉓𢯏媄咹眉塘賒。
越 南 语：Một mình đắt mẹ ăn mày đường xa.
汉语意译：带母行乞实悲哀。

喃字原文：媄𡥵過縣浮花，
越 南 语：Mẹ con qua Huyện Phù Hoa,
汉语意译：母子过了浮花县，

喃字原文：斳尼林府帝羅山西；
越 南 语：Gần nơi Lâm phủ đấy là Sơn Tây;
汉语意译：靠近林府是山西；

喃字原文：固茹長者𢀭台，
越 南 语：Có nhà trưởng giả giàu thay,
汉语意译：有个长者是富翁，

喃字原文：𨷯茹富貴初𣋚𠸗吨。
越 南 语：Cửa nhà phú quý xưa nay tiếng đồn.
汉语意译：家庭富贵有名气。

喃字原文：耞時渚𣎏智坤，
越 南 语：Giai thì chưa có trí khôn,
汉语意译：家里没有生男儿，

喃字原文：生特𠀧㛪平仙埃齊；
越 南 语：Sinh được ba gái bằng tiên ai tày;
汉语意译：生有仨女如天仙；

喃字原文：娘奇羅漢氏西，
越 南 语：Nàng cả la hán thị tây,
汉语意译：罗汉氏西是长女，

喃字原文：次𠃩景女𩅹𩅹𩭶液。
越 南 语：Thứ hai cảnh nữ tóc mây rậm rạp.
汉语意译：次女景氏浓眉眼。

喃字原文：次𠀧𡎟𩈘菊花，
越 南 语：Thứ ba đặt tên Cúc Hoa,
汉语意译：三女名字叫菊花，

喃字原文：媄吒蹲𡎟𨷯茹渚斤；
越 南 语：Mẹ cha đứng đặt cửa nhà chưa cân;
汉语意译：父母做主未婚姻；

喃字原文：氽台天地嗟運，
越 南 语：Mấy hay thiên địa xây vần,
汉语意译：只有天地才知晓，

喃字原文：翁絲婆月㐌斤朱耒。
越 南 语：Ông tơ bà nguyệt đã cân cho rồi.
汉语意译：月下老人把线牵。

喃字原文：悲晱宋珍𦤾尼，
越 南 语：Bây giờ Tống Trân đến nơi,
汉语意译：这时宋珍到此地，

喃字原文：㐌茹富貴書斋𢝙悉；
越 南 语：Thấy nhà phú quý thư trai mừng lòng;
汉语意译：看见富翁内心喜；

喃字原文：𡥵時保媄𫜵双，
越 南 语：Con thì bảo mẹ làm song,
汉语意译：劝母于外面等候，

喃字原文：媄𡎢𡥵𦤾長翁咹㖔。
越 南 语：Mẹ ngồi con đến trưởng ông ăn mày.
汉语意译：自己进去行讨乞。

喃字原文：移蹎跐𠓨𠬠綀，
越 南 语：Rời chân bước vào một dây,
汉语意译：移步走近大门前，

喃字原文：知浪𨷯揀扦𠊛空𢹣；
越 南 语：Tri rằng cửa đóng then nay không cài;
汉语意译：大门紧闭似无人；

喃字原文：文𨉓踌於邊外，
越 南 语：Một mình đứng ở bên ngoài,
汉语意译：孤独站在门外边，

喃字原文：練練呈𠊛救几貧家。
越 南 语：Ren rén trình người cứu kẻ bần gia.
汉语意译：哀乞声声来求人。

喃字原文：圭碎於縣浮花，
越 南 语：Quê tôi ở Huyện Phù Hoa,
汉语意译：我家住在浮花县，

喃字原文：哺𤳆歲秕𢧚巴𡱩迡；
越 南 语：Bồ côi tuổi bé nên ba mấy chầy;
汉语意译：幼年三岁成孤单；

喃字原文：悲𣇞𢧚𠔭平𠊛，
越 南 语：Bây giờ nên tám bằng nay,
汉语意译：如今年长有八岁，

喃字原文：文𨉓撻媄咹眉碎餒。
越 南 语：Một mình đắt mẹ ăn mày tôi nuôi.
汉语意译：独自扶母来讨饭。

喃字原文：菊花䁛吶曲𢚸，
越 南 语：Cúc Hoa nghe nói khúc nơi,
汉语意译：菊花听说心怜悯，

喃字原文：𨷑𠄼吝𨷯𨀈𠚢𥆾払；
越 南 语：Mở năm lần cửa bước ra nhìn chàng;
汉语意译：开门五层出屋前；

喃字原文：眧敉㥠𩈘𠊛賢，
越 南 语：Nhìn lâu thấy mặt người hiền,
汉语意译：见郎英俊人孝贤，

喃字原文：移蹎𨀈𨑜諧連𠬠堆。
越 南 语：Rời chân bước xuống hài liền một đôi.
汉语意译：移步走近似有缘。

喃字原文：𠓨茹庄别𠳨埃，
越 南 语：Vào nhà chẳng biết hỏi ai,
汉语意译：回屋不知问谁好，

喃字原文：𥙩𠀧斗粓罨外𠬠欺；
越 南 语：Lấy ba đấu gạo ra ngoài một khi;
汉语意译：盛米三斗施与他；

喃字原文：遭朱買噲云爲，
越 南 语：Tao cho mới hỏi vân vi,
汉语意译：送了米后详细问，

喃字原文：払𠉞圭貫於時𣈙兜？
越 南 语：Chàng nay quê quán ở thì nơi đâu?
汉语意译：郎是何人家住哪？

喃字原文：𨷯茹坦苦台𢀭，
越 南 语：Cửa nhà đất khó hay giàu,
汉语意译：家乡贫苦或富贵，

喃字原文：英㛪群固𠓀𫥨庄払；
越 南 语：Anh em còn có trước sau chẳng chàng;
汉语意译：兄弟有否父母谁；

喃字原文：宋珍渃𪾺𠄩行，
越 南 语：Tống Trân nước mắt hai hàng,
汉语意译：宋珍泪水两行流，

喃字原文：娘藤固悔懢強啐車。
越 南 语：Nàng đừng có hỏi lòng càng xót xa.
汉语意译：姑娘越问心越悲。

喃字原文：圭碎於縣浮花，
越 南 语：Quê tôi ở Huyện Phù Hoa,
汉语意译：故乡就在浮花县，

喃字原文：哺𤳸歲秕铖吧余迡；
越 南 语：Bồ côi tuổi bé nên ba mấy chầy;
汉语意译：三岁那年父亲逝；

喃字原文：悲晗铖𠇍平脍，
越 南 语：Bây giờ niên tám bằng nay,
汉语意译：现在年龄已八岁，

喃字原文：本群文媄歲𠸍𠤩进。
越 南 语：Vốn còn một mẹ tuổi rày sáu mươi.
汉语意译：只有老母年六十。

喃字原文：群當歎哭培回，
越 南 语：Còn đang than khóc bồi hồi,
汉语意译：正在含泪叹述时，

喃字原文：棒兜長者趍制買衛；
越 南 语：Bỗng đâu trưởng giả đi chơi mới về;
汉语意译：突然长者从外回；

喃字原文：𧡊𡥵蹲於頭厦，
越 南 语：Thấy con đứng ở đầu hè,
汉语意译：见女站在走廊下，

喃字原文：文𡥵余注失儀𠄩𠊛。
越 南 语：Một con với chú thất nghi hai người.
汉语意译：同一男子共相对。

喃字原文：叙情歎計曲𢙱，
越 南 语：Tự tình than kể khúc nôi,
汉语意译：正在细述叹息时，

喃字原文：富翁䞊𩈘紫腮𠰘浪：
越 南 语：Phú ông đỏ mặt tía tai mắng rằng:
汉语意译：富翁面红耳赤道：

喃字原文："𡥵些揀𢷀尺绳，
越 南 语："Con ta đóng cửa xích thằng,
汉语意译："你快关门上闩回，

喃字原文：𡗉尼審准英雄约呦。
越 南 语：Nhiều nơi lắm chốn anh hùng ước ao.
汉语意译：多少英俊豪门要。

喃字原文：玉龄群待價高，
越 南 语：Ngọc lạnh còn đợi giá cao,
汉语意译：金玉要待价高卖，

喃字原文：嬋娟群待英豪聘堆；
越 南 语：Thiền quyên còn đợi anh hào sính đôi;
汉语意译：婵娟要待英豪聘；

喃字原文：庄能机事在𡗶，
越 南 语：Chẳng hay cơ sự tại giời,
汉语意译：世间事情由天命，

喃字原文：貴權𡥵補尋𡎝咹眉。
越 南 语：Quý quyền con bõ tìm nơi ăn mày.
汉语意译：贵权你弃寻饥贫。

喃字原文：𢙨𡥵㐌慕怒低，
越 南 语：Lòng con đã mộ nó đây,
汉语意译：既然你心爱慕他，

喃字原文：時吒定嫁朱眉惜之。”
越 南 语：Thì cha định gả cho mày tiếc chi.”
汉语意译：我就把你许配他。”

喃字原文：余保堆候随兒，
越 南 语：Với bảo đôi hầu tùy nhi,
汉语意译：下令侍者随从去，

喃字原文：眉嚣噲怒即時𠓨低。
越 南 语：Mày ra gọi nó tức thì vào đây.
汉语意译：传唤宋珍到我家。

喃字原文：堆候哪令急迡，
越 南 语：Đôi hầu vâng lệnh cấp chầy,
汉语意译：侍者立即奉令去，

喃字原文：呈払君子𠓨尼翁𠼵；
越 南 语：Trình chàng quân tử vào nay ông đòi;
汉语意译：我主传唤你进来；

喃字原文：老婆驚㥋徘徊，
越 南 语：Lão bà kinh sợ bồi hồi,
汉语意译：老母惊怕徘徊走，

喃字原文：傷𡥵麻哭用移蹎𢬣。
越 南 语：Thương con mà khóc rụng rời chân tay.
汉语意译：怜儿却哭脸色改。

喃字原文：𡥵喂牢固事尼，
越 南 语：Con ơi sao có sự này,
汉语意译：儿子究竟出啥事，

喃字原文：媄勸𡥵𢭲班𢬣𠬠𢚸；
越 南 语：Mẹ khuyên con ngửa bàn tay một lòng;
汉语意译：劝儿一心乞讨饭；

喃字原文：台𤞻奸狡貼𠊛，
越 南 语：Hay con gian giảo của người,
汉语意译：可能是你闯了祸，

喃字原文：𤞻麻㵍𢵰为蒸𠊛𠴓。
越 南 语：Con mà trộn cắp vì chưng người đòi.
汉语意译：偷人东西被传唤。

喃字原文：宋珍吶庄𠚢𠳒，
越 南 语：Tống Trân nói chẳng ra nhời,
汉语意译：宋珍心想不出言，

喃字原文：揞媄麻哭用移蹎𢬣；
越 南 语：Ôm mẹ mà khóc rụng rời chân tay;
汉语意译：搂母疼哭手脚软；

喃字原文：碎群稗趀𧼋呓，
越 南 语：Tôi còn bé đại thơ ngây,
汉语意译：我虽年幼无知识，

喃字原文：𩟡時碎𠹾監尼奇𢚸。
越 南 语：Đói thì tôi chịu giám nay cả lòng.
汉语意译：偷人东西岂有胆。

喃字原文：媄𡎢於低從容，
越 南 语：Mẹ ngồi ở đây thong dong,
汉语意译：母亲放心在此等，

喃字原文：碎𠓨貼事聀蒙役之；
越 南 语：Tôi vào xem sự nghe ngóng việc gì;
汉语意译：不妨待儿进去看；

喃字原文：移蹎𨀎𠓨文欺，
越 南 语：Rời chân bước vào một khi,
汉语意译：移步登门入厅里，

喃字原文：𩈘𠀧𡥵𡛔𡎢棋帳鸞。
越 南 语：Thấy ba con gái ngồi kề trường loan.
汉语意译：看见三女在闺房。

喃字原文：床牙照玉産㶴，
越 南 语：Giường ngà chiếu ngọc sẵn sàng,
汉语意译：牙床玉席现眼前，

喃字原文：𨕭床长者檑𣙭插排；
越 南 语：Trên giường trưởng giả roi song xếp bày;
汉语意译：长者床头鞭棍插；

喃字原文：擂双𠬠隻扲𢬣，
越 南 语：Roi song một chiếc cầm tay,
汉语意译：伸手拿棍挥动着，

喃字原文：噲浪圭貫払𢆥𠁀𣄒。
越 南 语：Hỏi rằng quê quán chàng rày nơi nao.
汉语意译：问你姓名问你家。

喃字原文：英㛪注博罒牢，
越 南 语：Anh em chú bác làm sao,
汉语意译：兄弟叔伯父母亲，

喃字原文：宋珍𡤓計消耗蹐頭；
越 南 语：Tống Trân mới kể tiêu hao cốt đâu;
汉语意译：宋珍从头详细数；

喃字原文：户行親戚空埃，
越 南 语：Họ hàng thân thích không ai,
汉语意译：家里无亲又无靠，

喃字原文：本群𠬠媄歲𢆥𦒹进。
越 南 语：Vốn còn một mẹ tuổi rày sáu mươi.
汉语意译：只有母亲六十岁。

喃字原文：翁絲牢挌車綫，
越 南 语：Ông tơ sao khéo xe giây,
汉语意译：月老巧妙来牵线，

喃字原文：交求結只事尼自混；
越 南 语：Giao cầu kết chỉ sự này từ con;
汉语意译：女儿自主情结缘；

喃字原文：婃䏧㐌特旺鐉，
越 南 语：Vợ chồng đã được vuông toàn,
汉语意译：夫妻团圆已满意，

喃字原文：朱鐄聘禮底眉諧蘭。
越 南 语：Cho vàng sính lễ để mày giai loan.
汉语意译：黄金聘礼结良缘。

喃字原文：吒斤朱𠄩斤鐄，
越 南 语：Cha cân cho hai cân vàng,
汉语意译：父称黄金两斤多，

喃字原文：謨㹰𡗶具朱廊咹制；
越 南 语：Mua trâu làm cỗ cho làng ăn chơi;
汉语意译：宰牛设宴待村民；

喃字原文：咹嘅㐌特𠀧䎔，
越 南 语：Ăn cưới đã được ba ngày,
汉语意译：婚酒至期刚三日，

喃字原文：富翁余保唭尼吶黜。
越 南 语：Phú ông mới bảo lời này nói ra.
汉语意译：富翁才把话说明。

喃字原文：襖裙混掀者吒，
越 南 语：Áo quần con cởi giả cha,
汉语意译：衣裙你脱还给我，

喃字原文：𤳆時衛茹𠹾苦𠫾媋；
越 南 语：Con thì về nhà chịu khó làm dâu;
汉语意译：回你郎家当媳妇；

喃字原文：拱算吒嫁𩵜𡮇，
越 南 语：Cũng toan cha gả chồng giàu,
汉语意译：本想女儿配豪郎，

喃字原文：㤇𤳆㐌𡢻𠓀𡢐渚題。
越 南 语：Lòng con đã đẹp trước sau chớ nề.
汉语意译：女已称心又如意。

喃字原文：菊花别意坤吱，
越 南 语：Cúc Hoa biết ý khôn chê,
汉语意译：菊花意识父嫌夫，

喃字原文：𥚄吒拱媄因欺待㤇；
越 南 语：Lạy cha cùng mẹ nhân khi tỏ lòng;
汉语意译：拜别父母表衷肠；

喃字原文：自𠳨𤳆衛茹𩵜，
越 南 语：Từ rày con về nhà chồng,
汉语意译：日后随郎回家乡，

喃字原文：缘於分𡢻妥㤇𤳆𠊛。
越 南 语：Duyên ở phận đẹp nở lòng con nay.
汉语意译：缘分相爱甘苦尝。

喃字原文：秋𣈗庄管秋𣈜，
越 南 语：Thu đêm chẳng quản thu ngày,
汉语意译：不管夏日与秋夜，

喃字原文：𠄩行渃相沚𣳔湧湧；
越 南 语：Hại hàng nước mắt chảy ngay dòng dòng;
汉语意译：两行泪水流不停；

喃字原文：姅𣎀細准鸞房，
越 南 语：Nửa đêm tới chốn loan phòng,
汉语意译：半夜回到鸾房时，

喃字原文：払喂𢥈趨沁悉吁𠰚。
越 南 语：Chàng ơi thức dậy tấm lòng xin thưa.
汉语意译：唤君醒起话详明。

喃字原文：妾进𠀧歲群𤷱，
越 南 语：Thiếp mười ba tuổi còn thơ,
汉语意译：现妾十三尚幼稚，

喃字原文：䙖之餒𡛔𣋽号咳払；
越 南 语：Lấy gì nuôi mẹ sớm khuya hở chàng;
汉语意译：不能养母与君郎；

喃字原文：粡萎庄管𩟡𩝺，
越 南 语：Cháo rau chẳng quản đói no,
汉语意译：尽管菜粥能充饥，

喃字原文：囒䊲經史貴乎罒𫓧。
越 南 语：Khuyên chồng kinh sử quý hồ làm nên.
汉语意译：劝君苦学事竟成。

喃字原文：𡛔䊲𧡊妯討賢，
越 南 语：Mẹ chồng thấy dâu thảo hiền,
汉语意译：婆婆看见媳善良，

喃字原文：𠄩行渃相𣳔連如𣼽；
越 南 语：Hai hàng nước mắt chảy liền như tuôn;
汉语意译：两行泪水如涌泉；

喃字原文：乙𩅘固𡛔固混，
越 南 语：Ít nhiều có mẹ có con,
汉语意译：有吃婆有儿媳有，

喃字原文：餓飯刊仕院𥪝平𦋦。
越 南 语：Đói no san sẻ vẹn toàn bằng nhau.
汉语意译：饥饱甘苦共分享。

喃字原文：㤇𡥵讓忍閉数，
越 南 语：Lòng con nhường nhịn bấy lâu,
汉语意译：媳妇忍心来挨饿，

喃字原文：媄咹粓意唁兜咳娘。
越 南 语：Mẹ ăn cơm ấy ngon đâu hở nàng.
汉语意译：婆吃饭菜不觉香。

喃字原文：菊花渃相𠄩行，
越 南 语：Cúc Hoa nước mắt hai hàng,
汉语意译：菊花眼泪流涟涟，

喃字原文：𥚄媄拱払渚管碎之。
越 南 语：Lạy mẹ cùng chàng chớ quản tôi chi.
汉语意译：莫管我啊婆与郎。

喃字原文：庄泥粓沁羹溪，
越 南 语：Chẳng nề cơm tấm canh khê,
汉语意译：无论清汤与粗饭，

喃字原文：媄餃𪿒腌矯欺武鐄；
越 南 语：Mẹ ăn chắc dạ kiểu khi võ vàng;
汉语意译：婆能吃饱就健康；

喃字原文：払餃朱𤯩躺払，
越 南 语：Chàng ăn cho sống mình chàng,
汉语意译：劝君吃饱强健体，

喃字原文：篤㤇畑册文章禍羅。
越 南 语：Dốc lòng đền sách văn chương họa là.
汉语意译：倾心灯下读文章。

喃字原文：計之分妾彈婆，
越 南 语：Kể gì phận thiếp đàn bà,
汉语意译：莫顾妾身是女流，

喃字原文：苦憦渚管浽茹慘傷；
越 南 语：Khó hèn chớ quản nỗi nhà thảm thương;
汉语意译：苦命置之家惨伤；

喃字原文：尼殷媄朱𡥵鐄，
越 南 语：Nay ơn mẹ cho con vàng,
汉语意译：恩母亲给我黄金，

喃字原文：朱時𢵋𥙩底娘序軀。
越 南 语：Cho thì thu lấy để nàng giử thân.
汉语意译：使我得以来谋生。

喃字原文：菊花𨕭𦛌零丁，
越 南 语：Cúc Hoa trong dạ linh đinh,
汉语意译：菊花心中苦零丁，

喃字原文：𥚄媄群固㤕情傷𡥵；
越 南 语：Lạy mẹ còn có chút tình thương con;
汉语意译：母亲尚有爱女情；

喃字原文：即時阻吏房門，
越 南 语：Tức thì trở lại phòng môn,
汉语意译：即时返回家里去，

喃字原文：拎𢬣打𥅞呢嫩保𫯳；
越 南 语：Cầm tay đánh thức ni non bào chồng;
汉语意译：唤醒丈夫诉说清；

喃字原文：払喂吀醒𥅞農，
越 南 语：Chàng ơi xin tỉnh giấc nồng,
汉语意译：郎君睡着请醒起，

喃字原文：𠃣鐄媄妾朱㳥文斤。
越 南 语：Này vàng mẹ thiếp cho dòng một cân.
汉语意译：母亲给我金一斤。

喃字原文：計𦤾菊花半鐄，
越 南 语：Kể đến Cúc Hoa bán vàng,
汉语意译：且说菊花去卖金，

喃字原文：半朱長者𢀭𡾵𤼸𦝄；
越 南 语：Bán cho trưởng giả giàu sang trong đời;
汉语意译：只能卖给富贵人；

喃字原文：尋𠊛改貼罕灰，
越 南 语：Tìm người gửi của hẳn hoi,
汉语意译：寻找他人来帮忙，

喃字原文：北斤定價哪外𠔭进；
越 南 语：Bắc cân định giá vâng ngoài tám mươi;
汉语意译：讨价卖得八十银；

喃字原文：菊花阻衛書齋，
越 南 语：Cúc Hoa trở về thư trai,
汉语意译：菊花返回书房里，

喃字原文：𠰘扲經史稚碓朱台。
越 南 语：Khuyên chàng kinh sử đùi mài cho hay.
汉语意译：劝郎读书须辛勤。

喃字原文：碎吁蹼文翁柴，
越 南 语：Tôi xin đón một ông thầy,
汉语意译：我请一名教师来，

喃字原文：朱扲學習䀡䏧朱專；
越 南 语：Cho chàng học tập đêm ngày cho chuyên;
汉语意译：劝君学习要专注；

喃字原文：文䏾𠀧𩛷庄移，
越 南 语：Một ngày ba bữa chẳng rời,
汉语意译：一日三餐忙不停，

喃字原文：餧柴餧媄吏餧奇䬸。
越 南 语：Nuôi thầy nuôi mẹ lại nuôi cả chồng.
汉语意译：养师养母又养夫。

喃字原文：娘時𩛂𠃣拱双，
越 南 语：Nàng thì nhiều ít cũng xong,
汉语意译：妾吃多少也相宜，

喃字原文：𩟡飯庄管勸䬸𠳨𢀨；
越 南 语：Đói no chẳng quản khuyên chồng làm nên;
汉语意译：饥饱不管助君成；

喃字原文：𠹾𡗶禮孛隊番，
越 南 语：Khấn trời lạy bụt đòi phiên,
汉语意译：多次求神又拜佛，

喃字原文：證明扶護𠹾願䬸碎。
越 南 语：Chứng minh phù hộ khẩn nguyện chồng tôi.
汉语意译：恳求保佑夫愿尝。

喃字原文：傷払㤕份哺䊷，
越 南 语：Thương chàng chút phận bồ côi,
汉语意译：怜悯夫君孤寒儿，

喃字原文：沛針學業都才朱台；
越 南 语：Phải chăm học nghiệp đô tài cho hay;
汉语意译：专注学业才成名；

喃字原文：文𣈕𨄹會𧍝𩄲，
越 南 语：Một mai gặp hội rồng mây,
汉语意译：日后皇帝诏考试，

喃字原文：𫴋才科甲三魁榜𨫊。
越 南 语：Nên tài khoa giáp tam khôi bảng rồng.
汉语意译：成才科甲榜题名。

喃字原文：𫏾時者義筆硯，
越 南 语：Trước thì giả nghĩa bút nghiên,
汉语意译：先是还义笔砚宝，

喃字原文：𡢐時功妾𢹣榮餒柴；
越 南 语：Sau thì công thiếp vẽ vang nuôi thầy;
汉语意译：后是恩妾功养师；

喃字原文：唭払宋珍通台，
越 南 语：Khen chàng Tống Trân thông thay,
汉语意译：夸郎宋珍聪明人，

喃字原文：五經諸史戈𢬣屬𢚸。
越 南 语：Ngũ kinh chư sử qua tay thuộc lòng.
汉语意译：过目能背诸经史。

喃字原文：學皮特姅𢆥洞，
越 南 语：Học vừa được nửa năm dòng,
汉语意译：学习刚好到半年，

喃字原文：德希固詔九重頒𠚢；
越 南 语：Đức vua có chiếu cửu trùng ban ra;
汉语意译：招考状元皇颁诏；

喃字原文：詔傳府縣茹圭，
越 南 语：Chiếu truyền phủ huyện nhà quê,
汉语意译：诏传各地府县乡，

喃字原文：兜兜准次𠓨試會才。
越 南 语：Đâu đâu chuẩn thứ vào thi hội tài.
汉语意译：处处书生准应考。

喃字原文：娘喂試舉細㐌，
越 南 语：Nàng ơi thi cử tới nơi,
汉语意译：试举已到娘子啊，

喃字原文：貼茹娘半鐄𨒒群空？
越 南 语：Của nhà nàng bán vàng mười còn không?
汉语意译：家里现在有无钱？

喃字原文：菊花買乳拱𫯳，
越 南 语：Cúc Hoa với nhủ cùng chồng,
汉语意译：菊花回答丈夫言，

喃字原文：呈払君子妾吁𠰘悉。
越 南 语：Trình chàng quân tử thiếp xin tỏ lòng.
汉语意译：郎君请听妾详言。

喃字原文：𠉞碎拯敢管功，
越 南 语：Nay tôi chẳng giám quản công,
汉语意译：本来我不会管家，

喃字原文：鐄𠬠𨒒半姅冬餒柴；
越 南 语：Vàng tám mươi bán nửa đông nuôi thầy;
汉语意译：八十元钱花半年；

喃字原文：錢時消歇𤽸𢬣，
越 南 语：Tiền thì tiêu hết trắng tay,
汉语意译：全部花完无分文，

喃字原文：粡群𠄩鬥底𠉞餒𫯳。
越 南 语：Gạo còn hai đấu để nay nuôi chồng.
汉语意译：米剩两斗在桌面。

喃字原文：妾群文𠬠厭紅，
越 南 语：Thiếp còn một tấm yếm hồng,
汉语意译：妾有一件胸围兜，

喃字原文：半𠫾行裏扰功咹塘；
越 南 语：Bán làm hành lý đem công ăn đường;
汉语意译：卖了进城作花费；

喃字原文：妾辰𦛌點唏霜，
越 南 语：Thiếp thì dạ điểm hỏi sương,
汉语意译：妾只掩胸来遮霜，

喃字原文：管之仍𢚸断腸兜英。
越 南 语：Quản chi những nỗi đoạn trường đâu anh.
汉语意译：哪顾小节忧心肺。

喃字原文：宋珍䏧透事情，
越 南 语：Tống Trân nghe thấu sự tình,
汉语意译：宋珍听了事始末，

喃字原文：拎𥙩𢬣婧待情欺𠊛：
越 南 语：Cầm lấy tay vợ tỏ tình khi nay:
汉语意译：抚摸妻手表情言：

喃字原文："𩟡時英仕咹眉，
越 南 语："Đói thì anh sẽ ăn mày,
汉语意译："饿时我去行乞讨，

喃字原文：底厭娘𪿍矯𠊛醜払。"
越 南 语：Để yếm nàng mặc kiểu nay hổ chàng."
汉语意译：卖妻胸围我无颜。"

喃字原文：𣈜尼𣎏句𢪏浪：
越 南 语：Xưa nay có câu ví rằng:
汉语意译：古人有句名言道：

喃字原文："男鬚女乳才良埃齐。"
越 南 语："Nam tu nữ nhũ tài lương ai tày."
汉语意译："男须女乳才华显。"

喃字原文：仍𠊛伴學欺𠉞，
越 南 语：Những người bạn học khi nay,
汉语意译：众多书生去赴考，

喃字原文：柴柴伵伵挭𠉞𨖲塘；
越 南 语：Thầy thầy tớ tớ gánh ngay lên đường;
汉语意译：主仆同行在一起；

喃字原文：傷能浽宋珍払，
越 南 语：Thương thay nỗi Tống Trân chàng,
汉语意译：可怜苦境宋珍郎，

喃字原文：錢糙拯固咹塘𢬣空。
越 南 语：Tiền gạo chẳng có ăn đường tay không.
汉语意译：身无分文步难起。

喃字原文：菊花禎擬念西，
越 南 语：Cúc Hoa riêng nghĩ niệm tây,
汉语意译：菊花私自想念起，

喃字原文：吒羅長者𢀭台𩯀皮；
越 南 语：Cha là trưởng giả giàu thay nhiều bề;
汉语意译：父亲长者富贵家；

喃字原文：𫯳碎𢟙所趍試，
越 南 语：Chồng tôi sắm sửa đi thi,
汉语意译：我夫准备去考试，

喃字原文：吒牢拯捽捕持𠇍𠁀；
越 南 语：Cha sao chẳng xót bù trì mấy nao;
汉语意译：父应怜惜扶持他；

喃字原文：坪欺試豆官高，
越 南 语：Bằng khi thi đỗ quan cao,
汉语意译：要是考上高官回，

喃字原文：榮歸拜祖跐刨禮埃。
越 南 语：Vinh quy bái tổ bước vào lạy ai.
汉语意译：荣归拜祖来拜他。

喃字原文：富翁欺意啫哇：
越 南 语：Phú ông khi ấy giả nhời:
汉语意译：富翁当时答言道：

喃字原文：“顯榮富貴時伢咹憝，
越 南 语：“Hiển vinh phú quý thì ngươi ăn nhiều,
汉语意译：“显荣富贵升高官，

喃字原文：渚群抶哨者調，
越 南 语：Chớ còn chép tiếng giả điều,
汉语意译：没有成名就成声，

喃字原文：榜鐄拱默綱橋拱摧。”
越 南 语：Bảng vàng cũng mặc võng kiều cũng thôi.”
汉语意译：金榜官仕我甭管。”

喃字原文：菊花慘切𢩮台，
越 南 语：Cúc Hoa thảm thiết lắm thay,
汉语意译：菊花惨切甚心痛，

喃字原文：即時阻吏房西歎浪：
越 南 语：Tức thì trở lại phòng tây than rằng:
汉语意译：即时转回房叹言：

喃字原文：“歪喂固透情庄，
越 南 语：“Giời ơi có thấu tình chăng,
汉语意译：“苍天你可知情否，

喃字原文：固靈扶護朱駯碎迦。”
越 南 语：Có linh phù hộ cho chồng tôi sang.”
汉语意译：天灵保佑我夫前。”

喃字原文：悴台宋珍𨖲塘，
越　南　语：Xót thay Tống Trân lên đường,
汉语意译：无奈宋珍已起程，

喃字原文：襊詩文挭𪎁𢬣詔撩；
越　南　语：Túi thơ một gánh mơ màng chiếu treo;
汉语意译：书本行旅一担挑；

喃字原文：長塘阻隔賒澗，
越　南　语：Đường trường cách trở xa khơi,
汉语意译：长途遥远山水隔，

喃字原文：𦤾城𢃊越𦋦尼经其。
越　南　语：Đến thành vua việt là nơi kinh kỳ.
汉语意译：到达越都城①应考。

喃字原文：𠄼𠦳貢士𠓨試，
越　南　语：Năm nghìn công sĩ vào thi,
汉语意译：五千贡士来应试，

喃字原文：都饒陣筆埃時讓埃；
越　南　语：Đua nhau trận bút ai thì nhường ai;
汉语意译：争入考场赶前面；

喃字原文：各官狩𨷶都臺，
越　南　语：Các quan giữ cửa đô đài,
汉语意译：两个看守门卫士，

喃字原文：官𣋽歇飭𠄩𠊛嚴能。
越　南　语：Quan sang hết thức hai người nghiêm thay.
汉语意译：竭力看门把守严。

---

① 越都城：越国皇帝住的都城，也是越国首都。

喃字原文：埃固錢納𠫾低，
越 南 语：Ai có tiền nạp vào đây,
汉语意译：谁有钱银交到手，

喃字原文：納朱䋦𨷯特𠫾行文；
越 南 语：Nạp cho giữ cửa được vào hành văn;
汉语意译：门卫行文即准许；

喃字原文：埃麻空固鉑銀，
越 南 语：Ai mà không có bạc ngân,
汉语意译：谁人要是没钱银，

喃字原文：𠊛打𠊛𨂔坤分𥙩𢖖；
越 南 语：Người đánh người đuổi khôn phần nhẽ sao;
汉语意译：门卫追打无理驱；

喃字原文：宋珍渃相染高，
越 南 语：Tống Trân nước mắt nhiễm cao,
汉语意译：宋珍泪水流涟涟，

喃字原文：碎𣋚䬺渴吁𠫾行文。
越 南 语：Tôi nay đói khát xin vào hành văn.
汉语意译：我今贫穷求进去。

喃字原文：宋珍自所移蹎，
越 南 语：Tống Trân từ thuở rời chân,
汉语意译：宋珍自从出门起，

喃字原文：菊花香焠計澄𡨌堆；
越 南 语：Cúc Hoa hương đốt kể gần nghìn đôi;
汉语意译：菊花烧香拜祖宗；

喃字原文：𥚄𡗶扶護𫯳碎，
越 南 语：Lạy giời phù hộ chồng tôi,
汉语意译：祈天保佑我丈夫，

喃字原文：𠓨試占特三魁榜𧏵；
越 南 语：Vào thi chiếm được tam khôi bảng rồng;
汉语意译：赴京考试得高中；

喃字原文：𨀈時朱𡨸𩈘𫯳，
越 南 语：Trước thì cho đẹp mặt chồng,
汉语意译：先是夫君得光彩，

喃字原文：𡢐罗分𡛔固功餒柴。
越 南 语：Sau là phận gái có công nuôi thầy.
汉语意译：后是妻子辛苦功。

喃字原文：熷熷皮買朗𣈜，
越 南 语：Bằng bằng vừa mới sáng ngày,
汉语意译：次日清晨天刚亮，

喃字原文：榜鐄烓烓撩𥐇𨷯殿；
越 南 语：Bảng vàng chói chói treo ngay cửa điện;
汉语意译：金榜耀眼张殿前；

喃字原文：𠄼𠦳貢士貼𠸛，
越 南 语：Năm nghìn công sĩ xem tên,
汉语意译：五千贡士来看榜，

喃字原文：嘟饒匪志𨷯殿揁饒。
越 南 语：Đua nhau phỉ chí cửa điện chen nhau.
汉语意译：争先恐后挤门前。

喃字原文：宋珍𡎥於邊樓，
越 南 语：Tống Trân ngồi ở bên lầu,
汉语意译：宋珍坐在楼旁边，

喃字原文：𠄩行渃相染溇涌涌；
越 南 语：Hai hàng nước mắt miễm sâu ròng ròng;
汉语意译：两行泪水流满面；

喃字原文：當欺喝渃餒悉，
越 南 语：Đang khi khát nước đói lòng,
汉语意译：正当口渴肚饥时，

喃字原文：才嫩飭要搌蓬牢台。
越 南 语：Tài non sức yếu vẫy vùng sao hay.
汉语意译：年少体弱难招架。

喃字原文：別浪固豆科尼，
越 南 语：Biết rằng có đỗ khoa này,
汉语意译：不知是否能及第，

喃字原文：些麻搱怒怒昜搱些；
越 南 语：Ta mà chen nó nó rày chen ta;
汉语意译：我拥进去怕挤夹；

喃字原文：待数貼榜仍羅，
越 南 语：Đợi lâu xem bảng nhưng là,
汉语意译：不如等候再去看，

喃字原文：若平拯豆些黜仕術。
越 南 语：Nhược bằng chẳng đỗ ta ra sẽ về.
汉语意译：榜上无名我返家。

喃字原文：卒台湧㝵輪提，
越 南 语：Tốt thay dòng chữ son đề,
汉语意译：一行红字醒目题，

喃字原文：榜鐄第一䊷提宋珍；
越 南 语：Bảng vàng đệ nhất tên đề Tống Trân;
汉语意译：金榜第一名宋珍；

喃字原文：䱻阡貢士秦銀，
越 南 语：Năm nghìn công sĩ tần ngần,
汉语意译：五千贡士惘然去，

喃字原文：𨷶場會試賖𣋚回歸。
越 南 语：Cửa trường hội thi xa gần hồi quy.
汉语意译：离开京城往家奔。

喃字原文：宋珍占特𩇘試，
越 南 语：Tống Trân chiếm được tên thi,
汉语意译：宋珍考试中状元，

喃字原文：儒才貢士男兒㗂傳；
越 南 语：Nho tài công sĩ nam nhi tiếng truyền;
汉语意译：儒才贡士把声传；

喃字原文：𢁨朱使𠶀狀元，
越 南 语：Vua cho sứ đòi trạng nguyên,
汉语意译：皇帝派使唤状元，

喃字原文：朱朕别𩈘𠊛仙平𢚸。
越 南 语：Cho trẫm biết mặt người tiên bằng lòng.
汉语意译：让朕认识天才颜。

喃字原文：狀元跪奏殿𧍆，
越 南 语：Trạng nguyên quỳ tấu điện rồng,
汉语意译：状元跪奏龙殿前，

喃字原文：𨉟陳逐逐駭雄呈𠽔：
越 南 语：Mình trần tục tục hãi hùng trình thưa:
汉语意译：赤身露体惊骇言：

喃字原文：敬𨖲𠀧㗂山呼，
越 南 语：Kính lên ba tiếng sơn hô,
汉语意译：跪拜叩头呼三声，

喃字原文：祝𢁨萬歲千秋壽長。
越 南 语：Chúc vua vạn tuế thiên thu thọ trường.
汉语意译：祝皇万岁千秋年。

喃字原文：希當禦治殿鐄，
越 南 语：Vua đang ngự trị điện vàng,
汉语意译：皇帝高坐金殿上，

喃字原文：矓恍𩈘狀悉強悴台；
越 南 语：Trông thấy mặt trạng lòng càng xót thay;
汉语意译：看见状元真面貌；

喃字原文：狀元買豆科尼，
越 南 语：Trạng nguyên mới đỗ khoa nay,
汉语意译：状元此次得第一，

喃字原文：錦頒朱狀㐌絘包睐。
越 南 语：Gấm ban cho trạng đã may bao giờ.
汉语意译：颁发锦衣已裁好。

喃字原文：希連𥙩襖頒朱，
越 南 语：Vua liền lấy áo ban cho,
汉语意译：皇帝即取锦衣发，

喃字原文：爈烼文幅錦花榮回；
越 南 语：Rõ ràng một bức cẩm hoa vinh hồi;
汉语意译：显耀一副荣华貌；

喃字原文：頭花帽蹭漢鞋，
越 南 语：Đầu hoa mũ gót hán hài,
汉语意译：头冠花帽脚汉鞋，

喃字原文：希連晦狀闷排撟絏。
越 南 语：Vua liền hỏi trạng muốn bày kéo giây.
汉语意译：皇为状元把桥搭。

喃字原文：朕固公主卒台，
越 南 语：Trẫm có công chúa tốt thay,
汉语意译：朕有公主美如仙，

喃字原文： 歲皮𢆥𠔭拱齊狀元；
越 南 语： Tuổi vừa niên tám cũng tày trạng nguyên;
汉语意译： 年刚八岁配状元；

喃字原文： 朕蒙結織俥緣，
越 南 语： Trẫm mong kết chỉ xe duyên,
汉语意译： 朕愿系结好姻缘，

喃字原文： 當朝文武堆邊𢝙悉。
越 南 语： Đương triều văn võ đôi bên mừng lòng.
汉语意译： 当朝文武皆欢颜。

喃字原文： 狀元跪奏殿䗍，
越 南 语： Trạng nguyên quì tấu điện rồng,
汉语意译： 状元跪奏龙殿前，

喃字原文： 祝𨖲𠀧㗂九重千秋；
越 南 语： Chúc lên ba tiếng cửu trùng thiên thu;
汉语意译： 祝皇三声万岁年；

喃字原文： 𡥵𢁨日月主婆，
越 南 语： Con vua nhật nguyệt chúa bà,
汉语意译： 闭月羞花皇公主，

喃字原文： 碎羅寒士學𡓇牢𢆥。
越 南 语： Tôi là hàn sĩ học trò sao nên.
汉语意译： 我是寒士实汗颜。

喃字原文： 眲情𢁨拯押緣，
越 南 语： Xem tình vua chẳng ép duyên,
汉语意译： 皇帝谅情莫逼婚，

喃字原文： 頒宴内殿朱連㦤花；
越 南 语： Ban yến nội điện cho liền sắm hoa;
汉语意译： 设宴内殿让观花；

喃字原文：阻衔𨓡祖圭茹，
越 南 语：Chở về bái tổ quê nhà,
汉语意译：皇帝准回乡拜祖，

喃字原文：𠄼𨒒劍鉑轎𪰹行齊；
越 南 语：Năm mươi kiếm bạc kiểu ra hành tày;
汉语意译：抬轿行前后兵马；

喃字原文：狀元騎馭𢃱雲，
越 南 语：Trạng nguyên cưỡi ngựa dù che,
汉语意译：状元骑马又撑伞，

喃字原文：榜鐄匪志男兒浽悉。
越 南 语：Bảng vàng phỉ chí nam nhi nỗi lòng.
汉语意译：金榜已得返回家。

喃字原文：固𠊛拯豆𠸗双，
越 南 语：Có người chẳng đỗ làm song,
汉语意译：有人落榜先回家，

喃字原文：衔茹陌保富翁唓尼；
越 南 语：Về nhà bách bảo phú ông nhời này;
汉语意译：先向富翁把话带；

喃字原文：翁𢀭吏固福台，
越 南 语：Ông giàu lại có phúc thay,
汉语意译：你家富贵有福气，

喃字原文：婿翁𣈜𣌋試豆三魁；
越 南 语：Rể ông ngày rày thi đỗ tam khôi;
汉语意译：女婿赴考中头彩；

喃字原文：𪬷羅固福閅𪖫，
越 南 语：Trước là có phúc muôn đời,
汉语意译：这是有福万代传，

喃字原文：𡢐時墓媽葬尼含𧍰。
越 南 语：Sau thì mồ mã táng nơi hàm rồng.
汉语意译：祖坟葬处含龙脉。

喃字原文：富翁聤呐㦖𢙱，
越 南 语：Phú ông nghe nói mừng lòng,
汉语意译：富翁听闻心欢喜，

喃字原文：噲娘吏保信𫯳特牢；
越 南 语：Gọi nàng lại bảo tinh chống được sao;
汉语意译：告诉女儿其夫喜；

喃字原文：𫯳眉試豆官高，
越 南 语：Chồng mày thi đỗ quan cao,
汉语意译：你夫中举升高官，

喃字原文：悲𣇞𢧲𢚸𡥵𢧲自𠖤。
越 南 语：Bây giờ ta cậy con ta từ rày.
汉语意译：从今我有女儿依。

喃字原文：菊花𠿿哭閉迡：
越 南 语：Cúc Hoa thẹn khóc bấy chầy:
汉语意译：菊花自愧哭诉道：

喃字原文："𥚄吒渚計𡥵𠖤𫜵之；
越 南 语："Lạy cha chớ kể con rày làm chi;
汉语意译："父亲勿拿女讽笑；

喃字原文：固豆𫯳碎㐌衛，
越 南 语：Có đỗ chồng tôi đã về,
汉语意译：我夫如中已早回，

喃字原文：若平拯豆碎𠫾咹眉。"
越 南 语：Nhược bằng chẳng đỗ tôi đi ăn mày."
汉语意译：若不中举我乞讨。"

喃字原文：菊花阻衛欺𠉞，
越 南 语：Cúc Hoa trở về khi nay,
汉语意译：菊花当即返回家，

喃字原文：撳媄麻哭𢚸尼吶黜：
越 南 语：Ôm mẹ mà khóc lòng này nói ra:
汉语意译：搂婆伤心哭诉道：

喃字原文：“𫯳碎拯豆魁科，
越 南 语：“Chồng tôi chẳng đỗ khôi khoa,
汉语意译：“夫郎没有中魁元，

喃字原文：廊渃於茹𥘷几哄吱；
越 南 语：Làng nước ở nhà lắm kẻ cười chê;
汉语意译：家乡村民众人笑；

喃字原文：若平拯固𠸜題，
越 南 语：Nhược bằng chẳng có tên đề,
汉语意译：如果没有中举回，

喃字原文：𥙩之餧媄𣋽昮仍羅！”
越 南 语：Lấy gì nuôi mẹ sớm khuya những là!”
汉语意译：用啥养母度夕朝！”

喃字原文：埃㘈買𣋽𣈜黜，
越 南 语：Ai ngờ mới sớm ngày ra,
汉语意译：谁知清晨天刚亮，

喃字原文：固官使者𠊛和細尼；
越 南 语：Có quan sứ giả người hòa tới nơi;
汉语意译：官员差使已到此；

喃字原文：㖩噲𦥃准山西，
越 南 语：Thăm hỏi đến chốn sơn tây,
汉语意译：向你探问山西处，

喃字原文：細尼圭媍衆悲指塘；
越 南 语：Tới nơi quê vợ chúng bay chỉ đường;
汉语意译：状元妻家在哪里；

喃字原文：宋珍佔特榜鐄，
越 南 语：Tống Trân chiếm được bảng vàng,
汉语意译：宋珍中举挂金榜，

喃字原文：榮歸拜祖㝵払宋珍。
越 南 语：Vinh quy bái tổ tên chàng Tống Trân.
汉语意译：荣归拜祖宋珍至。

喃字原文：菊花惻㤇闷分，
越 南 语：Cúc Hoa mừng rỡ muôn phần,
汉语意译：闻讯菊花喜万分，

喃字原文：禮媄寔㐌戚身自𣈜；
越 南 语：Lạy mẹ thực đã nên thân từ rày;
汉语意译：自此郎君成贵人；

喃字原文：功碎忍辱餒柴，
越 南 语：Công tôi nhịn nhục nuôi thầy,
汉语意译：苦心忍辱供养师，

喃字原文：悲除騎馭番尼𠚢仙。
越 南 语：Bây giờ cưỡi ngựa phiên này làm tiên.
汉语意译：如今骑马多精神。

喃字原文：媄時𤾓歲㐌安，
越 南 语：Mẹ thì trăm tuổi đã yên,
汉语意译：婆婆年老心安啦，

喃字原文：生𡥵報哺買戚𦣰忢；
越 南 语：Sinh con báo bổ mới nên tấm lòng;
汉语意译：昔日养儿今报答；

喃字原文：碎尼分㛪𠃣双，
越 南 语：Tôi nay phận gái làm song,
汉语意译：做妻也已尽本分，

喃字原文：粉𤤰禄渃𢜝𫯳榮華。
越 南 语：Phấn vua lộc nước nhờ chồng vinh hoa.
汉语意译：皇赐天禄夫荣华。

喃字原文：尼𦤾宋珍𧗱茹，
越 南 语：Nay đến Tống Trân về nhà,
汉语意译：且说宋珍回到家，

喃字原文：𤤰頒欺意军加𠦳𠊛；
越 南 语：Vua ban khi ấy quân gia nghìn người;
汉语意译：皇帝颁派士千人；

喃字原文：𦤾茹𠞺馭書齋，
越 南 语：Đến nhà xuống ngựa thư trai,
汉语意译：到家书斋刚下马，

喃字原文：菊花渃𥉴左哉𠄩行；
越 南 语：Cúc Hoa nước mắt tả tơi hai hàng;
汉语意译：菊花两行热泪盈；

喃字原文：福茹試豆榜鐄，
越 南 语：Phúc nhà thi đỗ bảng vàng,
汉语意译：幸运夫君举金榜，

喃字原文：榮歸拜祖𣇜払𥚄埃？
越 南 语：Vinh qui bái tổ nay chàng lạy ai?
汉语意译：拜祖之后拜何人？

喃字原文：富翁欺意吘唓，
越 南 语：Phú ông khi ấy ngọ nhời,
汉语意译：富翁当即回答言，

喃字原文：祂㚖世丕恩𡗶成名；
越 南 语：Lấy chồng thế vậy ơn giời thành danh;
汉语意译：嫁夫得世成名恩；

喃字原文：𠸗箕吒拯押情，
越 南 语：Xưa kia cha chẳng ép tình,
汉语意译：当初父亲不逼婚，

喃字原文：朱𫥨𡥵特顯榮𤾓分。
越 南 语：Cho nên con được hiển vinh trăm phần.
汉语意译：女儿哪得荣万分。

喃字原文：菊花㥘𢣂秦銀：
越 南 语：Cúc Hoa tủi thẹn tần ngần:
汉语意译：菊花怨恨踌躇言：

喃字原文：“吒牢拯㤰鬼神察焒，
越 南 语：“Cha sao chẳng sợ quỉ thần xét soi,
汉语意译：“父岂不怕鬼神来；

喃字原文：吒𠸗拯押緣碎，
越 南 语：Cha xưa chẳng ép duyên tôi,
汉语意译：当初父亲不逼我，

喃字原文：悲𣇞坫坫𨖲𫣚牢𫥨；
越 南 语：Bây giờ chiếm chiếm lên ngồi sao nên;
汉语意译：现在上坐理应该；

喃字原文：頂頭虎固皇天，
越 南 语：Đỉnh đầu hổ có hoàng thiên,
汉语意译：羞于顶头皇帝天，

喃字原文：𠇍𠊛勤苦買𫥨身𠊛。”
越 南 语：Mấy người cần khổ mới nên thân người.”
汉语意译：几多勤苦方成才。”

喃字原文：福茹試豆三魁，
越 南 语：Phúc nhà thi đỗ tam khôi,
汉语意译：托福中举夺三魁，

喃字原文：岫雲馭騎欣𠊛榮華；
越 南 语：Dù che ngựa cưỡi hơn người vinh hoa;
汉语意译：骑马扬伞好气派；

喃字原文：脱催𡞕𫯳回家，
越 南 语：Thuyết thôi vợ chồng hồi gia,
汉语意译：说完夫妻回家去，

喃字原文：房鸞襘鳳烛花聘排。
越 南 语：Phòng loan gối phượng chúc hoa sính bày.
汉语意译：床上双枕花烛排。

喃字原文：計𦤾公主張臺，
越 南 语：Kể đến công chúa trương đài,
汉语意译：且说越皇公主她，

喃字原文：拯𥙩特狀聘𢬣𫯳；
越 南 语：Chẳng lấy được trạng sính vai làm chồng;
汉语意译：心想状元未得人；

喃字原文：跐𠓨奏𤤰九重，
越 南 语：Bước vào tấu vua cửu trùng,
汉语意译：上奏皇帝九重言，

喃字原文：狀元情負𨉓𧏵碎𣋚。
越 南 语：Trạng nguyên tình phụ mình rồng tôi nay.
汉语意译：状元负情我龙身。

喃字原文：狀衛拜祖渚迡，
越 南 语：Trạng về bái tổ chớ chầy,
汉语意译：状元回拜祖多日，

喃字原文：㐌豆時扒𠫾落朱賒；
越 南 语：Đã đỗ thì bắt đi đày cho xa;
汉语意译：应要流放到远方；

喃字原文：塘𠫾𠀧𣎃開河，
越 南 语：Đường đi ba tháng khơi hà,
汉语意译：路程远离国土地，

喃字原文：特进𢆥院買他朱衛。
越 南 语：Được mười năm vẹn mới tha cho về.
汉语意译：到满十年才回乡。

喃字原文：𢜠聽公主𡗉皮，
越 南 语：Vừa nghe công chúa nhiều bề,
汉语意译：父皇顺从公主意，

喃字原文：差𠄩使者即辰𠽖𧻭；
越 南 语：Sai hai sứ giả tức thì đòi ngay;
汉语意译：派两使者去唤回；

喃字原文：𡞕𫯳𧡊使𢜠台，
越 南 语：Vợ chồng thấy sứ mừng thay,
汉语意译：看见使者皆欢喜，

喃字原文：㦖㐌数𣈜𢜠𢘾𠽖黜。
越 南 语：Nghĩ đã lâu ngày vua nhớ đòi ra.
汉语意译：以为多日皇召回。

喃字原文：罒宴吻使𤳽茹，
越 南 语：Làm yến thết sứ trong nhà,
汉语意译：急忙设宴待使者，

喃字原文：使咹拯特呐黜𠸼尼：
越 南 语：Sứ ăn chẳng được nói ra lời này:
汉语意译：使者吃罢吐真言：

喃字原文：“翁喂碎傷翁台，
越 南 语：“Ông ơi tôi thương ông thay,
汉语意译：“大人实在是可怜，

喃字原文：詔𤤰上位差𪠞衛𡗶；
越 南 语：Chiếu vua thượng vị sai ngay về đòi;
汉语意译：皇上差使拿诏书；

喃字原文：傷翁吶拯黜𠳒，
越 南 语：Thương ông nói chẳng ra nhời,
汉语意译：可怜你呀不敢言，

喃字原文：默𥪞詔意翁䁛與𡨸。”
越 南 语：Mặc trong chiếu ấy ông coi dữ lành.”
汉语意译：你看诏书就清楚。”

喃字原文：狀元𠻵詔朝廷，
越 南 语：Trạng nguyên vâng chiếu triều đình,
汉语意译：状元接过诏书来，

喃字原文：𢭸黜麻讀心情悴台；
越 南 语：Dỡ ra mà đọc tâm tình xót thay;
汉语意译：拆念诏书心悲伤；

喃字原文：揞𥙩媄𦓅欺𠉞，
越 南 语：Ôm lấy mẹ già khi nay,
汉语意译：紧紧搂住母亲言，

喃字原文：媄喂固别事尼悴車。
越 南 语：Mẹ ơi có biết sự nay xót xa.
汉语意译：母知此事更惆怅。

喃字原文：擬浪試豆魁科，
越 南 语：Nghĩ rằng thi đỗ khôi khoa,
汉语意译：想是试举中魁元，

喃字原文：朱媄特挍婚和特朢；
越 南 语：Cho mẹ được cậy vợ hòa được trông;
汉语意译：母得靠来妻有依；

喃字原文：埃儗詔𢂞九重，
越 南 语：Ai ngờ chiếu vua cửu trùng,
汉语意译：谁料皇帝诏九重，

喃字原文：扒𠫾使事𨑮冬買衛。
越 南 语：Bắt đi sứ sự mười đông mới về.
汉语意译：流放十年回故里。

喃字原文：媄喂傷媄㐌皮，
越 南 语：Mẹ ơi thương mẹ nhiều bề,
汉语意译：母亲你呀真可怜，

喃字原文：𥙩埃奉事𣋽𡃁家庭？
越 南 语：Lấy ai phụng sự sớm khuya gia đình?
汉语意译：日后靠谁养家庭？

喃字原文：於茹挍固婚賢，
越 南 语：Ở nhà cậy có vợ hiền,
汉语意译：在家寄望贤妻子，

喃字原文：計牢朱㓹心情曲浽。
越 南 语：Kể sao cho xiết tấm tình khúc nơi.
汉语意译：倾诉不完悲伤情。

喃字原文：跐𠫾底媄埃餒，
越 南 语：Bước đi để mẹ ai nuôi,
汉语意译：离去留母谁供养，

喃字原文：身𦓅𣊾隻𦒹𨑮歲𡎝；
越 南 语：Thân già bỗng chiếc sáu mươi tuổi toàn;
汉语意译：老母年迈六十余；

喃字原文：媠時群𥘀渚坤，
越 南 语：Vợ thì còn dại chưa khôn,
汉语意译：妻少不懂更多事，

喃字原文：失忠失孝㗂吨拯台。
越 南 语：Thất trung thất hiếu tiếng đồn chẳng hay.
汉语意译：失忠失孝闲言语。

喃字原文：菊花買吶㖫尼：
越 南 语：Cúc Hoa mới nói nhời này:
汉语意译：菊花方才开口言：

喃字原文："沛欺祸𩙍災飛不期。
越 南 语："Phải khi họa gió tai bay bất kỳ.
汉语意译："正遇飞来横祸时。

喃字原文：払喂蓮馭黜趍，
越 南 语：Chàng ơi lên ngựa ra đi,
汉语意译：郎君远离出使事，

喃字原文：底妾𢯰媄於時尼市？
越 南 语：Để thiếp đắt mẹ ở thì nơi nao?
汉语意译：离妾共婆到何时？

喃字原文：𣈜箕森合固燒，
越 南 语：Xưa kia sum họp có nhau,
汉语意译：当初合家相偕依，

喃字原文：悲𣇞湄㶺别候𢱖埃！
越 南 语：Bây giờ mưa nắng biết hầu cậy ai!
汉语意译：今遇风雨能靠谁！

喃字原文：文𨉓武武章臺，
越 南 语：Một mình võ võ chương đài,
汉语意译：独自伶仃章台边，

喃字原文：払迻号𡗶𥙩埃共払。”
越 南 语：Chàng đi khuya sớm lấy ai cùng chàng.”
汉语意译：郎去朝夕谁来陪。”

喃字原文：𡞕𫯳同席同床，
越 南 语：Vợ chồng đồng tịch đồng sàng,
汉语意译：夫妻同席同床睡，

喃字原文：英者恩娘餒媄英迻；
越 南 语：Anh giả ơn nàng nuôi mẹ anh đi;
汉语意译：养母待郎多谢妻；

喃字原文：罒𤳆英拯管之，
越 南 语：Làm trai anh chẳng quản chi,
汉语意译：身为男子莫管家，

喃字原文：𤯩時英衛英𢘾禄𤤰。
越 南 语：Sống thì anh về anh nhờ lộc vua.
汉语意译：活着我回要感激。

喃字原文：若平托𨑗陰府，
越 南 语：Nhược bằng thác xuống âm phủ,
汉语意译：如果死下阴地府，

喃字原文：拱停数丕妾𢗼罒之；
越 南 语：Cũng đằn số vậy thiếp lo làm gì;
汉语意译：是命注定莫哭泣；

喃字原文：𠿃娘於朱固義，
越 南 语：Khuyên nàng ở cho có nghì,
汉语意译：劝妻要守仁义情，

喃字原文：媄𦓅餒院𦤾期进冬。
越 南 语：Mẹ già nuôi vẹn đến kỳ mười đông.
汉语意译：扶养老母到十期。

喃字原文：𤯨時英仕衛共，
越 南 语：Sống thì anh sẽ về cùng,
汉语意译：活着我将回共守，

喃字原文：油欺托𨆝𡞕𫯳賖燒；
越 南 语：Dù khi thác xuông vợ chồng xa nhau;
汉语意译：若是死了才相离；

喃字原文：媄𦓅油固衛朝，
越 南 语：Mẹ già dù có về triều,
汉语意译：老母如归九黄泉，

喃字原文：時娘葬於園𡢐墓墳。
越 南 语：Thì nàng táng ở vườn sau mộ phần.
汉语意译：把母埋葬后山地。

喃字原文：文𣋚衛𦤾鄉鄰，
越 南 语：Một mái về đến hương lân,
汉语意译：有朝一日回家乡，

喃字原文：𥆾𧡊墓媄悶分恾傷；
越 南 语：Trông thấy mộ mẹ muôn phân nhớ thương;
汉语意译：望见母坟悲哭泣；

喃字原文：悴台宋珍𨖲塘，
越 南 语：Xót thay Tống Trân lên đường,
汉语意译：痛惜宋珍要起程，

喃字原文：菊花拎𥙩絏綱歎浪。
越 南 语：Cúc Hoa cầm lấy giây cương than rằng.
汉语意译：菊花手拉绳哭泣。

喃字原文：丕固𠳒歎浪：
越 南 语：Vậy có lời than rằng:
汉语意译：有言叹云：

喃字原文："叩頭𤾓𥚄，𠼯𠒥天知地知。
越 南 语："Khâu đầu trăm lạy, Khấn hết thiên tri địa tri.
汉语意译："叩头百拜，天知地知。

喃字原文：觀音德佛，㖼護𫯳碎。
越 南 语：Quan âm đức phật, Vâng hộ chồng tôi.
汉语意译：观音佛祖，保佑夫去。

喃字原文：𠫾𨖅秦國，𨒒冬吏回。
越 南 语：Đi sang Tần quốc, Mười đông lại hồi.
汉语意译：去到秦国，十年回至。

喃字原文：嘖娘公主，玉恄鐄慳。
越 南 语：Trách nàng công chúa, Ngọc ghét vàng ghen.
汉语意译：责怪公主，玉金妒忌。

喃字原文：𢚸於拯賢，𡗶孛證果。"
越 南 语：Lòng ở chẳng hiền, Giời bụt chứng quả."
汉语意译：心怀不善，天地证之。"

喃字原文：歎催摐馭𨖲塘，
越 南 语：Than thôi tung ngựa lên đường,
汉语意译：叹完赶马启程去，

喃字原文：𠇍𣈜吏仍𨤮長𡶀溪；
越 南 语：Mấy ngày lại những dặm trường núi khe;
汉语意译：多日途经崇山岭；

喃字原文：𥆾𨖲猿吻聧稽，
越 南 语：Trông lên vượn hòt tai ghê,
汉语意译：鸟鸣猿啼声不止，

喃字原文：爲埃𢧚涹别離𢘾茹；
越 南 语：Vì ai nên nỗi biệt ly nhớ nhà;
汉语意译：因谁而去离乡井；

喃字原文：氽𣈜越馭𨖅過，
越 南 语：Mấy ngày vượt ngựa sang qua,
汉语意译：长途骑马赶路程，

喃字原文：𨖅𦤾秦國城和迎昂。
越 南 语：Sang đến Tần quốc thành hà nghểnh ngang.
汉语意译：到达秦国①城池境。

喃字原文：𤤰秦𦖑别狀𨖅，
越 南 语：Vua Tần nghe biết trạng sang,
汉语意译：秦皇知道状元来，

喃字原文：招进𨑮渃回鄉會同；
越 南 语：Triệu mười tám nước hồi hương hội đồng;
汉语意译：召回十八国集会；

喃字原文：詔花解泣𡑝𧏵，
越 南 语：Chiếu hoa dải khắp sân rồng,
汉语意译：花席铺遍龙庭内，

喃字原文：旗𩙻派派𢷀樅𠀧𣈜；
越 南 语：Cờ bay phới phới cắm tung ba ngày;
汉语意译：彩旗招展迎风吹；

喃字原文：屯浪固狀𨖅低，
越 南 语：Đồn rằng có trạng sang đây,
汉语意译：传音状元已到此，

喃字原文：召进𨑮渃迻𠖤朱𢥈。
越 南 语：Triệu mười tám nước đi rày cho vui.
汉语意译：十八国来共相会。

① 秦国：是当时越国对北国（即中国）的总称。

喃字原文：計自狀𨖲渃𠊛，
越 南 语：Kể từ trạng sang nước người,
汉语意译：状元初到他国去，

喃字原文：情𡀳吏𨑜𠄩𠊛翁儀；
越 南 语：Tình cờ lại gặp hai người ông nghì;
汉语意译：偶尔遇见两义士；

喃字原文：𠄩翁渃宋渃齊，
越 南 语：Hai ông nước Tống nước Tề,
汉语意译：两个是宋齐国人，

喃字原文：狀元南越調時拱𨖲。
越 南 语：Trạng nguyên Nam Việt đều thì cũng sang.
汉语意译：越南状元同到此。

喃字原文：𢁨秦旨判殿鐄，
越 南 语：Vua Tần chỉ phán điện vàng,
汉语意译：秦皇传旨到金殿，

喃字原文：𩙻陶文𡑝𥙪塘朱溇；
越 南 语：Bay đào một lỗ giữa đường cho sâu;
汉语意译：挖个深洞路中央；

喃字原文：溇欣迣丈渚𨔈，
越 南 语：Sâu hơn mười trượng chớ chầy,
汉语意译：深洞约有十丈余，

喃字原文：𥴙花解泣達排𨖲𨕭。
越 南 语：Chiếu hoa dải khắp đặt bày lên trên.
汉语意译：花席覆盖在面上。

喃字原文：𩙻𠚢迍狀𠓨殿，
越 南 语：Báy ra đón trạng vào điện,
汉语意译：出来迎接状元入，

喃字原文：狀元南越𠫾邊塘尼；
越 南 语：Trạng nguyên Nam Việt đi bên đường này;
汉语意译：越南状元走路边；

喃字原文：𤴬塘底正次𠫾，
越 南 语：Giữa đường để chính thứ đi,
汉语意译：路中间让正客行，

喃字原文：安南小國𠫾術文邊。
越 南 语：An Nam tiểu quốc đi về một biên.
汉语意译：安南小国行侧边。

喃字原文：𠄩翁正次跐𨖲，
越 南 语：Hai ông chính thứ bước lên,
汉语意译：两位正客走在前，

喃字原文：調沙𧿆𡈺眼前奇𠄩；
越 南 语：Đều sa xuống lỗ nhãn tiền cả hai;
汉语意译：两人同坠洞里面；

喃字原文：狀元跐過拯移，
越 南 语：Trạng nguyện bước qua chẳng rói,
汉语意译：状元安然走过去，

喃字原文：秦王𠼩骷𠳒𠰘英豪。
越 南 语：Tần vương lắc cổ khen ngợi anh hào.
汉语意译：秦王点头来称赞。

喃字原文：𢃊秦旨判濕高，
越 南 语：Vua Tần chỉ phán thấp cao,
汉语意译：秦王又传左右来，

喃字原文：糙煬𫜵孛朱蚤渚迡；
越 南 语：Gạo rang làm bụt cho tao chớ chầy;
汉语意译：炒米制佛赶快忙；

喃字原文：搭𠫾𠀧像欺𱜢，
越 南 语：Đắp làm ba tượng khi nay,
汉语意译：即时制作三个佛，

喃字原文：假𠫾翁孛𥹰𥼕茶藍。
越 南 语：Giả làm ông bụt bánh rày chè lam.
汉语意译：米饼成了三佛像。

喃字原文：寺時𠀧間買𠫾，
越 南 语：Chùa thì ba gian mới làm,
汉语意译：三间新建寺庙内，

喃字原文：搭𠫾𠀧孛茶藍像鐄；
越 南 语：Đắp làm ba bụt chè lam tượng vàng;
汉语意译：三个茶饼佛金像；

喃字原文：固𠀧𤭸渃排行，
越 南 语：Có ba chum nước bày hàng,
汉语意译：三个水缸排行列，

喃字原文：𤭸市䂓意𥿗鐄坉𨕭。
越 南 语：Chum nào kiểu ấy nắp vàng đạy trên.
汉语意译：金色缸盖放缸上。

喃字原文：𩙻𠚢迍狀𠓨殿，
越 南 语：Bay ra đón trạng vào điện,
汉语意译：令接状元入殿来，

喃字原文：扒狀𠓨陷於𨕭寺尼；
越 南 语：Bắt trạng vào hãm ở trên chùa này;
汉语意译：强迫监禁寺庙里；

喃字原文：庄朱咹旺欺𱜢，
越 南 语：Chẳng cho ăn uống khi nay,
汉语意译：此时不准送食物，

喃字原文：𤯩特㭍𣈜朕嫁𡥵朱；
越 南 语：Sống được mười ngày trẫm gả con cho;
汉语意译：十天尚活女配之；

喃字原文：使吴迍狀𠓺寺，
越 南 语：Sứ Ngô đón trạng vào chùa,
汉语意译：吴使[①]带人入寺里，

喃字原文：連揀𨷶吏使吴𠚢衞。
越 南 语：Liền đóng cửa lại sứ ngô ra về.
汉语意译：将门锁上就回去。

喃字原文：佰柴嶙哭我𢭸，
越 南 语：Tớ thầy lăn khóc ngã kề,
汉语意译：状元仆役齐声哭，

喃字原文：翁喂咹之𤯩特㭍𣈜；
越 南 语：Ông ơi ăn gì sống được mười ngáy;
汉语意译：大人吃啥活十日；

喃字原文：寺時抉瀝如𩙻，
越 南 语：Chùa thì quét sạch như bay,
汉语意译：寺庙扫净如风吹，

喃字原文：易麻旺特渃尼朱飫？
越 南 语：Dễ mà uống được nước này cho no?
汉语意译：哪有饮水能坚持？

喃字原文：狀元浪悲渚𢗼，
越 南 语：Trạng nguyên rằng bay chớ lo,
汉语意译：状元劝仆莫忧心，

① 吴使：吴国的使者。吴国也是宋珍被流放当“使事”的国家。

喃字原文：恩𢂜些特咹飫𢚸𢚸；
越 南 语：Ơn vua ta được ăn no vui lòng;
汉语意译：恩皇已备好粮食；

喃字原文：姅𣎀𣇞子𠬠双，
越 南 语：Nửa đêm giờ tý làm song,
汉语意译：等到半夜子时后，

喃字原文：𩟡時些我像翁些怀。
越 南 语：Đói thì ta ngã tượng ông ta hoài.
汉语意译：咱们饿了把佛吃。

喃字原文：伵柴𠼳哭我来，
越 南 语：Tớ thầy lăn khóc ngã lai,
汉语意译：仆役倒地打滚哭，

喃字原文：埃咹孛坦於𠁀茹翁？
越 南 语：Ai ăn bụt đất ở đời nhà ông?
汉语意译：世上哪有佛能食？

喃字原文：狀元𨷑𠰘唭𠱆，
越 南 语：Trạng nguyên mở miệng cười thầm,
汉语意译：状元启唇暗笑道：

喃字原文：𦤾𠃣𩟡𢚸朱跬𡥵𤳆！
越 南 语：Đến cơn đói lòng cho khỏe con trai!
汉语意译：男人求生啥都吃！

喃字原文：伵柴我像連怀，
越 南 语：Tớ thầy ngã tượng liền hoài,
汉语意译：仆役将佛倒下地，

喃字原文：對福默𡗶孛衛上天；
越 南 语：Đối phúc mặc giời bụt về thượng thiên;
汉语意译：对佛不住向天禀；

喃字原文：柴伵揻孛嚣眑，
越 南 语：Thầy tớ bẻ bụt ra nhìn,
汉语意译：主仆掐佛出一看，

喃字原文：𧡊於眼前寔粫茶藍；
越 南 语：Thấy ở nhãn tiền thật bánh chè lam;
汉语意译：眼前像佛是茶饼；

喃字原文：伵柴唭呐喑喑，
越 南 语：Tớ thầy cười nói ầm ầm,
汉语意译：仆役欢声笑语喧，

喃字原文：𦤾机𩟡悉朱跬腋些。
越 南 语：Đến cơ đói lòng cho khỏe dạ ta.
汉语意译：肚子饿时有茶饼。

喃字原文：迣𣈜滿期仍羅，
越 南 语：Mười ngày mãn kỳ nhưng là,
汉语意译：十天身体甚健康，

喃字原文：孛藍咹歇奇巴漏漏；
越 南 语：Bụt lam ăn hết cả ba làu làu;
汉语意译：寺里佛饼一扫光；

喃字原文：旺巴𤬸渃洡𣎏，
越 南 语：Uống ba chum nước cạn khô,
汉语意译：喝干三缸清凉水，

喃字原文：使吳𨷑𨷯底候些貼；
越 南 语：Sứ Ngô mở cửa để hầu ta xem;
汉语意译：吴使开门探情况；

喃字原文：使吳買趿衛殿，
越 南 语：Sứ Ngô mới trở về điện,
汉语意译：看后返回宫殿去，

喃字原文：奏𢂞欺意狀元𠊛𡗶。
越 南 语：Tấu vua khi ấy trạng nguyên người giời.
汉语意译：奏禀皇帝他无妨。

喃字原文：德𢂞欺意判𠳨，
越 南 语：Đức vua khi ấy phán nhời,
汉语意译：皇帝当时就问他，

喃字原文：芇𠀧翁孛兜来抌𦋦；
越 南 语：Nào ba ông bụt đâu rồi đem ra;
汉语意译：哪三佛像请带进；

喃字原文：狀元達𨄴奏戈，
越 南 语：Trạng nguyên đặt gối tấu qua,
汉语意译：状元屈膝奏明言，

喃字原文：奏𢂞閔歲悴車𢙱尼。
越 南 语：Tấu vua muôn tuổi xót xa lòng này.
汉语意译：皇帝万岁慈爱心。

喃字原文：𢂞碎𢙱拯傷台，
越 南 语：Vua tôi lòng chẳng thương thay,
汉语意译：越国皇上不怜悯，

喃字原文：扒𬧐使事朱𠓹进冬；
越 南 语：Bắt đi sứ sự cho đầy mười đông;
汉语意译：迫去使事十年尽；

喃字原文：埃擬𢂞陷𩟡𢙱，
越 南 语：Ai ngờ vua hãm đói lòng,
汉语意译：谁料受陷挨饿冻，

喃字原文：奏𢂞九重孛㐌入心；
越 南 语：Tấu vua cửa trùng bụt đã nhập tâm;
汉语意译：奏皇佛饼已入心；

喃字原文：𤤰秦𠹾𠰘唭𠴏，
越 南 语：Vua Tần chếp miệng cười thầm,
汉语意译：秦皇开口喜笑道，

喃字原文：安南小國朱拎文闷。
越 南 语：An Nam tiểu quốc cho cầm một muôn.
汉语意译：安南小国朕准进。

喃字原文：德𤤰旨判殿鐄，
越 南 语：Đức vua chỉ phán điện vàng,
汉语意译：皇帝传旨金殿前，

喃字原文：朕固公主清閒少台；
越 南 语：Trẫm có công chúa thanh nhàn thiếu thây;
汉语意译：朕有公主美少女；

喃字原文：朕𠉞悉悶車繢，
越 南 语：Trẫm nay lòng muốn xe giây,
汉语意译：朕想缔结良姻缘，

喃字原文：拱齊歲狀朕𠶑嫁朱。
越 南 语：Cùng tày tuổi trạng trẫm rày gả cho.
汉语意译：年龄相当朕愿许。

喃字原文：狀元渃䀡如湄，
越 南 语：Trạng nguyên nước mắt như mưa,
汉语意译：状元眼泪流如雨，

喃字原文：奏浪闷隊恩𤤰九重；
越 南 语：Tấu rằng muôn đội ơn vua cửu trùng;
汉语意译：奏明万岁秦皇主；

喃字原文：𡥵𤤰日月仙宫，
越 南 语：Con vua nhật nguyệt tiên cung,
汉语意译：皇帝公主如仙女，

喃字原文：混希玉捽鏡𨉓畫圖；
越 南 语：Con vua ngọc tót gương trong họa đồ;
汉语意译：玉翠容貌如画图；

喃字原文：碎羅寒士學𡀳，
越 南 语：Tôi là hàn sĩ học trò,
汉语意译：我是寒酸穷书生，

喃字原文：碎兜敢聘混希玉𪽝。
越 南 语：Tôi đâu giám sánh con vua ngọc lành.
汉语意译：怎敢高攀美公主。

喃字原文：𧡊唎希拯押情，
越 南 语：Thấy lời vua chẳng ép tình,
汉语意译：皇帝谅情莫逼婚，

喃字原文：𫜵茹朱於内城文邊；
越 南 语：Làm nhà cho ở nội thành một bên;
汉语意译：建造房屋西城住；

喃字原文：𣈜辰朝直𨕭殿，
越 南 语：Ngày thì chầu chục trên điện,
汉语意译：白天上殿朝拜皇，

喃字原文：𣎏時畑册文章埃齊。
越 南 语：Đêm thì đèn sách văn chương ai tày.
汉语意译：晚上灯下苦读书。

喃字原文：佪柴於特進𣈜，
越 南 语：Tớ thầy ở được mười ngày,
汉语意译：主仆住得刚十天，

喃字原文：油燒𨓡沁渡𪯨橋東；
越 南 语：Rủ nhau xuống tắm bến rày cầu đông;
汉语意译：前往洗澡东桥底；

喃字原文：固文𡥵妸折𫯳，
越 南 语：Có một con gái giết chồng,
汉语意译：遇见一女杀丈夫，

喃字原文：謨𤾓針鐵底用扲𢬣；
越 南 语：Mua trăm kim sắt để dòng cầm tay;
汉语意译：买针百支藏手里；

喃字原文：𡛤𣎏𫯳旺𨢇醝，
越 南 语：Nửa đêm chồng uống rượu say,
汉语意译：半夜丈夫喝醉酒，

喃字原文：針巢怒折托𣦍䏧茹。
越 南 语：Kim sào nó giết thác ngay trong nhà.
汉语意译：用针刺死在房里。

喃字原文：朗𣈜妸意𫜵魔，
越 南 语：Sáng ngày gái ấy làm ma,
汉语意译：天亮女子急埋葬，

喃字原文：行葬祭禮迻𠺺外垌；
越 南 语：Hàng tang tế lễ đưa ra ngoài đồng;
汉语意译：举行祭礼外送葬；

喃字原文：妸箕跪𨑜哭𫯳，
越 南 语：Gái kia quì xuống khóc chồng,
汉语意译：女子下跪哭丈夫，

喃字原文：哭𠺺𤾓㗂如悉傷埃；
越 南 语：Khóc ra trăm tiếng như lòng thương ai;
汉语意译：叹哭声中无凄凉；

喃字原文：㗂哭泪如花淶，
越 南 语：Tiếng khóc nhạt như hoa rơi,
汉语意译：哭声淡如残花谢，

喃字原文：只㤕哭𢠩拯㤕哭傷。
越 南 语：Chi thấy khóc dại chẳng thấy khóc thương.
汉语意译：只听痴哭没悲伤。

喃字原文：𠚢𠟡㛪意𠳨詳，
越 南 语：Ra đòi gái ấy hỏi tường,
汉语意译：传唤女人问详细，

喃字原文：哭𫯳如体哭傷埃𠺥；
越 南 语：Khóc chồng như thể khóc thương ai rày;
汉语意译：哭夫好似哭怜谁；

喃字原文：㛪箕跪𧗱執𢬣，
越 南 语：Gái kia quì xuống chấp tay,
汉语意译：女人下跪揖手拜，

喃字原文：𥚄翁正寔碎𠉞傷𫯳。
越 南 语：Lạy ông chính thật tôi nay thương chồng.
汉语意译：我夫死去实是悲。

喃字原文：狀元𠲿𠰘唭㥨，
越 南 语：Trạng nguyên chếp miệng cười thầm,
汉语意译：状元启唇暗笑道，

喃字原文：㛪尼折𫯳扒𥙩朱蚤；
越 南 语：Gái này giết chồng bắt lấy cho tao;
汉语意译：这女杀夫捉归案；

喃字原文：棺材扒𥙩抌𠓨，
越 南 语：Quan tài bắt lấy đem vào,
汉语意译：连带棺材同押回，

喃字原文：𣈕蚤〴疏奏𠓨秦王。
越 南 语：Mai tao làm sớ tấu vào Tần vương.
汉语意译：待后行文奏秦王。

喃字原文：奏𤤰每事𤒘詳，
越 南 语：Tấu vua mọi sự tỏ tường,
汉语意译：皇上明察此事情，

喃字原文：歲碎𢆥𠔭碎𨖅使𠉞；
越 南 语：Tuổi tôi niên tám tôi sang sứ rày;
汉语意译：我年八岁就出使；

喃字原文：𪽝祔碎吶拯能，
越 南 语：Nhẽ nào tôi nói chẳng hay,
汉语意译：如果我说有错时，

喃字原文：固𡗶固坦證𠉞朱碎；
越 南 语：Có giời có đất chứng rày cho tôi;
汉语意译：为我作证有天地；

喃字原文：差𠊛𠚢勘即時，
越 南 语：Sai người ra khám tức thì,
汉语意译：皇帝派人去勘查，

喃字原文：𨁮之庄𧡊於尼𤅶𨉟。
越 南 语：Dấu gì chẳng thấy ở nơi trong mình.
汉语意译：不见身上有痕迹。

喃字原文：狀元咈诏朝廷，
越 南 语：Trạng nguyên vâng chiếu triều đình,
汉语意译：状元召集朝廷官，

喃字原文：狀元扲鐈分明𠚢𠉞；
越 南 语：Trạng nguyên cầm kéo phân minh ra rày;
汉语意译：状元检查很认真；

喃字原文：勘頭時𧡊𨁮𨀐，
越 南 语：Khám dầu thì thấy dấu ngay,
汉语意译：查头即见痕迹露，

喃字原文：𠟽光𩯁𩯀𧡊𥋳針巢；
越 南 语：Cắt quang mái tóc thấy ngay kim sào;
汉语意译：剪光头发见了针；

喃字原文：狀元⺫疏奏𠓨，
越 南 语：Trạng nguyên làm sớ tấu vào,
汉语意译：状元作文上奏言，

喃字原文：針尼意寔羅刀折𫯳。
越 南 语：Kim này ấy thật là dao giết chồng.
汉语意译：她杀亲夫是用针。

喃字原文：希秦貼奏哄𠴜，
越 南 语：Vua Tần xem tấu cười thầm,
汉语意译：秦王听奏暗欢喜，

喃字原文：封朱两國殿𧍝狀元。
越 南 语：Phong cho lưỡng quốc điện rồng trạng nguyên.
汉语意译：封为两国双状元。

喃字原文：爲蒸𡛔固情禎，
越 南 语：Vì chưng gái có tình riêng,
汉语意译：只因此女有私情，

喃字原文：當𢬣麻折𫯳連空鐮；
越 南 语：Đang tay mà giết chồng liền không gươm;
汉语意译：亲手杀夫不用剑；

喃字原文：世𠚢奸惡拯賢，
越 南 语：Thế ra gian ác chẳng hiền,
汉语意译：如此奸恶歹毒心，

喃字原文：吀⺫罪礒透𨖲𦤾𡗶。
越 南 语：Xin làm tội nặng thấu lên đến trời.
汉语意译：用针杀夫罪滔天。

喃字原文：查明案意㐌耒，
越 南 语：Tra minh án ấy đã rồi,
汉语意译：侦查这案成功后，

喃字原文：𠀧𢆥吏固文𠊛俚香；
越 南 语：Ba năm lại có một người lý hương;
汉语意译：三年后有俚香人；

喃字原文：𠀧𢆥爲仍𧸝𧶭，
越 南 语：Ba năm vì những bán buôn,
汉语意译：三年奔波做买卖，

喃字原文：於茹婍㐌奔𢠩拱𦓡。
越 南 语：Ở nhà vợ đã bám buôn cùng giai.
汉语意译：妻子在家已偷人。

喃字原文：鉑𧶭特文𤾓𠄩，
越 南 语：Bạc buôn được một trăm hai,
汉语意译：生意赚得一百二，

喃字原文：𠫾𣈘拯固文埃𧗱拱；
越 南 语：Đi đêm chẳng có một ai về cùng;
汉语意译：夜间无伴自回家；

喃字原文：鉑尼英𢭮梗枷，
越 南 语：Bạc này anh gửi cành da,
汉语意译：将银寄放树杈上，

喃字原文：梗箕注𡨹鉑尼朱碎；
越 南 语：Cành kia chú giữ bạc này cho tôi;
汉语意译：藏好银两在树杈；

喃字原文：俚香𢭮鉑梗耒，
越 南 语：Lý hương gửi bạc cành rồi,
汉语意译：俚香藏好银子后，

喃字原文：俚香𢟘所尋尼𠚢術。
越 南 语：Lý hương sắm sửa tìm nơi ra về.
汉语意译：打点整齐就回家。

喃字原文：𡞕𢜏𫯳㐌術箕，
越 南 语：Vợ mừng chồng đã về kia,
汉语意译：妻见夫回自欢喜，

喃字原文：𠳨浪𧶭𧸝自欺旦𣆄；
越 南 语：Hỏi rằng buôn bán từ khi đến rày;
汉语意译：细问生意好不好；

喃字原文：𧶭秦𧸝楚閉迟，
越 南 语：Buôn tần bán sở bấy chầy,
汉语意译：四处奔波来经营，

喃字原文：𠀧𢆥英吏阻術𢬣空！
越 南 语：Ba năm anh lại giở về tay không!
汉语意译：三年才回怎空手！

喃字原文：俚香聆吶悼𢚸，
越 南 语：Lý hương nghe nói giận lòng,
汉语意译：俚香听了很生气，

喃字原文：解排拱𡞕铺崇吶𠚢；
越 南 语：Giải bầy cùng vợ phô bùng nói ra;
汉语意译：向妻说出藏银地；

喃字原文：鉑英㐌掛梗枷，
越 南 语：Bạc anh đã gửi cành da,
汉语意译：银两寄放树杈上，

喃字原文：𦊚茹謹壁语𠓨空埃；
越 南 语：Trong nhà kín vách nghĩ là không ai;
汉语意译：以为说话无人知；

喃字原文：𠶋能社長蹲外，
越 南 语：Nào hay xã trưởng đứng ngoài,
汉语意译：谁知社长在外面，

喃字原文：社長𦖻特細尼𥙩連。
越 南 语：Xã trưởng nghe được tới nơi lấy liền.
汉语意译：社长听见去盗之。

喃字原文：㶶㶶買朗𣈜𨖲，
越 南 语：Bằng bằng mới sáng ngày lên,
汉语意译：次日清晨天刚亮，

喃字原文：婚𫯳𠚢𥙩𥉫𨖲拯群；
越 南 语：Vợ chồng ra lấy trông lên chẳng còn;
汉语意译：夫妻去取不见了；

喃字原文：俚香渃𥈺平嫩，
越 南 语：Lý hương nước mắt bằng non,
汉语意译：俚香泪水流涟涟，

喃字原文：埃𥉮時吶𨉟群特能。
越 南 语：Ai trộm thì nói mình còn được hay.
汉语意译：谁人偷了告知晓。

喃字原文：歆戈英𢭮梗尼，
越 南 语：Hôm qua anh gửi cành này,
汉语意译：昨晚把银放树上，

喃字原文：埃擬窩匪吶排盜人；
越 南 语：Ai ngờ họa phỉ nói bày đạo nhân;
汉语意译：谁料窝匪告诉盗；

喃字原文：鉑尼𢭮𠬠𤾓斤，
越 南 语：Bạc này gửi một trăm cân,
汉语意译：白银我放一百二，

喃字原文：意埃奸狡保謹特能。
越 南 语：Ấy ai gian giảo bảo cẩn được hay.
汉语意译：哪个可恶知偷盗。

喃字原文：娘衛䄧刀𠚢低，
越 南 语：Nàng về lấy dao ra đây,
汉语意译：娘子回拿刀出来，

喃字原文：英切梗尼訟事拯他；
越 南 语：Anh chém cành này tụng sự chẳng tha;
汉语意译：我砍这树把它告；

喃字原文：俚香切䄧梗枷，
越 南 语：Lý hương chém lấy cành da,
汉语意译：俚香砍下榕树杈，

喃字原文：抌梗𨖲告邊茹狀元。
越 南 语：Đem cành sang cáo bên nhà trạng nguyên.
汉语意译：带到状元官邸告。

喃字原文：俚香跪𨑜奏連，
越 南 语：Lý hương quì xuống tấu liền,
汉语意译：俚香下跪奏上言，

喃字原文：禮翁查晦朱安事尼；
越 南 语：Lạy ông tra hỏi cho yên sự này;
汉语意译：大人明查察秋毫；

喃字原文：貼碎𧸝𧸝閉迡，
越 南 语：Của tôi buôn bán bấy chầy,
汉语意译：我去经商很辛苦，

喃字原文：特𤾓兩鉑𢭮𠸗梗枷；
越 南 语：Được trăm lượng bạc gửi rày cành da;
汉语意译：认为银两藏树好；

喃字原文：埃嚂時噲朱嚣，
越 南 语：Ai trộm thì hỏi cho ra,
汉语意译：谁偷此银树通晓，

喃字原文：埃𪬮梗吏呐和盜人。
越 南 语：Ai ngờ cành lại nói hòa đạo nhân.
汉语意译：肯定这树说与盗。

喃字原文：狀元買保俚香，
越 南 语：Trạng nguyên mới bảo lý hương,
汉语意译：状元吩咐俚香知，

喃字原文：㐌𢭂梗件噅詳朱嚣；
越 南 语：Đã đem cành kiện hỏi tường cho ra;
汉语意译：带树告状会查实；

喃字原文：差𠊛扒𥙩噅查，
越 南 语：Sai người bắt lấy hỏi tra,
汉语意译：派人守候又审讯，

喃字原文：罰朱件意錢和𠄼进。
越 南 语：Phạt cho kiện ấy tiền hòa năm mươi.
汉语意译：若是查清纳五十。

喃字原文：𣈜辰巡守貼𥆾，
越 南 语：Ngày thì tuần giữ xem coi,
汉语意译：白天护守又监视，

喃字原文：𣎏𡅇更𡨸拯差兜羅；
越 南 语：Đêm khuya canh giữ chẳng sai đâu là;
汉语意译：夜间派人守不离；

喃字原文：巡守沛𦖑𠳒些，
越 南 语：Tuần giữ phải nghe lời ta,
汉语意译：巡守人人要从令，

喃字原文：更睉朱謹底查件尼。
越 南 语：Canh giờ cho kín để tra kiện này.
汉语意译：严密巡视查明之。

喃字原文：俚香候件𠀧𣈜，
越 南 语：Lý hương hầu kiện ba ngày,
汉语意译：俚香等候告三日，

喃字原文：狀元𠸦吏唭尼呐𠚢；
越 南 语：Trạng nguyên đòi lại nhời này nói ra;
汉语意译：状元唤其进来言；

喃字原文：拷打𣈜㐌𨁪𠀧，
越 南 语：Khảo đánh ngày đã đủ ba,
汉语意译：拷打这树已三天，

喃字原文：怒陀别𩈘怒陀别𠸜。
越 南 语：Nó đà biết mặt nó đà biết tên.
汉语意译：它已知人又知面。

喃字原文：俚香沛衛㪘錢，
越 南 语：Lý hương phải về kiếm tiền,
汉语意译：俚香回去备银钱，

喃字原文：謨犪麻折祈安禮誠；
越 南 语：Mua trâu mà giết kỳ yên lễ thành;
汉语意译：买牛宰杀求平安；

喃字原文：祭泣親戚祖先，
越 南 语：Tế khắp thân thích tổ tiên,
汉语意译：祭祀所有祖先神，

喃字原文：𠶆泣廊渃具盤飫醝。
越 南 语：Mời khắp làng nước cỗ bàn no say.
汉语意译：邀请全村男赴宴。

喃字原文：包繞混狂茹眉，
越 南 语：Bao nhiêu con chó nhà mày,
汉语意译：注意你家这只狗，

喃字原文：賢時�𧴱與時𧉟𠚢；
越 南 语：Hiền thì dốt lấy dữ thì thả ra;
汉语意译：狗善可捉狗凶免；

喃字原文：油埃𠊛固𦤾茹，
越 南 语：Dù ai người có đến nhà,
汉语意译：如果有人到你家，

喃字原文：狂𢜠涓𩈘扒𠚢即時。
越 南 语：Chó mừng quen mặt bắt ra chớ chầy.
汉语意译：狗熟喜迎捉勿迟。

喃字原文：俚香衛𧶭𤛠𠍦，
越 南 语：Lý hương về mua trâu rày,
汉语意译：俚香回去买牛杀，

喃字原文：折𠚢𪾺具底𠉞𠳨廊；
越 南 语：Giết ra làm cỗ để nay mời làng;
汉语意译：摆席请来村邻里；

喃字原文：𠳨泣親戚户行，
越 南 语：Mời khắp thân thích họ hàng,
汉语意译：请来所有亲戚等，

喃字原文：𠳨泣廊渃𠃣盤混𤳆。
越 南 语：Mời khắp làng nước mấy bàn con trai.
汉语意译：邀请村里全男子。

喃字原文：𦤾㫸社長次𠄩，
越 南 语：Đến lần xã trưởng thứ hai,
汉语意译：轮到社长第二人，

喃字原文：巴𢆥狂㐌涓唏狂𢜠；
越 南 语：Ba năm chó đã quen hơi chó mừng;
汉语意译：三年私往狗迎出；

喃字原文：𠓨時買𦤾外𡑝，
越 南 语：Vào thì mới đến ngoài sân,
汉语意译：他刚进入屋前面，

喃字原文：俚香扒𥙩盗人盗徒。
越 南 语：Lý hương bắt lấy đạo nhân đạo thù.
汉语意译：俚香捉住盗人徒。

喃字原文：扒𠚢拷打閉𣇞，
越 南 语：Bắt ra khảo đánh bấy giờ,
汉语意译：带去拷打一会儿，

喃字原文：狀元貼𩈘謀謨嗂哄；
越 南 语：Trạng nguyên xem mặt mưu cơ vui cười;
汉语意译：状元看见计谋出；

喃字原文：社長箕咳注喂，
越 南 语：Xã trưởng kia hở chú ơi,
汉语意译：社长你这前辈呀，

喃字原文：𥙩貼牢拯𢺺堆朱梗；
越 南 语：Lấy của sao chẳng chia đôi cho cành;
汉语意译：偷银为何不给树；

喃字原文：梗枷㐌首分明，
越 南 语：Cành da đã thú phân minh,
汉语意译：榕树自首已分明，

喃字原文：社長怒𥙩稱名即時。
越 南 语：Xã trưởng nó lấy xưng danh tức thì.
汉语意译：社长偷银没有误。

喃字原文：社長别罪首䟼，
越 南 语：Xã trưởng biết tội thú ngay,
汉语意译：社长知罪已供认，

喃字原文：𥚄翁班𣋁因欺𣗓𠊛；
越 南 语：Lạy ông ban tối nhân khi vắng người;
汉语意译：当晚正是天黑时；

喃字原文：鉑時固文𤾓𠄩，
越 南 语：Bạc thì có một trăm hai,
汉语意译：取回银两一百二，

喃字原文：駭群全院庄差銅𫢩。
越 南 语：Hãy còn toàn vẹn chẳng sai đồng nào.
汉语意译：尚存完整在家里。

喃字原文：狀元買吶文𠳒，
越 南 语：Trạng nguyên mới nói một nhời,
汉语意译：状元转发话题说，

喃字原文：悲𣉹件特錢時𠄼𨑮；
越 南 语：Bây giờ kiện được tiền thì năm mươi;
汉语意译：现案终结交五十；

喃字原文：余能天下英才，
越 南 语：Mấy hay thiên hạ anh tài,
汉语意译：真是天下之英才，

喃字原文：件梗特貼𫢩埃别之。
越 南 语：Kiện cành được của nào ai biết gì.
汉语意译：告树缴赃真是奇。

喃字原文：社長㤕骇𠠩台，
越 南 语：Xã trưởng sợ hãi lắm thay,
汉语意译：社长害怕露私情，

喃字原文：呐嚣只寔鉑𠍱欣𢆥；
越 南 语：Nói ra chỉ thật bạc rày hơn trăm;
汉语意译：供认只是偷钱银；

喃字原文：怒进𠬠渃别拱，
越 南 语：Nó mười tám nước biết cùng,
汉语意译：十八国人都传知，

喃字原文：秦王賞狀鉑鐄𠥨台。
越 南 语：Tần vương thưởng trạng bạc vàng nhiều thay.
汉语意译：王赏状元无数银。

喃字原文：於秦特𠃩䊝𢭏，
越 南 语：Ở Tần được bảy năm chầy,
汉语意译：秦国住得七年余，

喃字原文：於茹布媎悉𠍱不仁；
越 南 语：Ở nhà bố vợ lòng rày bất nhân;
汉语意译：在家岳父心不仁；

喃字原文：姅𣎏永几賖斤，
越 南 语：Nửa đêm vắng kẻ xa gần,
汉语意译：半夜三更静寂时，

喃字原文：噲婆試𧼋事情沛𢥈；
越 南 语：Gọi bà thức dậy sự tình phải lo;
汉语意译：叫醒老婆有劳神；

喃字原文：𡥵些嫁𫯳學𠳚，
越 南 语：Con ta gả chồng học trò,
汉语意译：女儿嫁夫是学生，

喃字原文：寒微饑苦㐌𢥈余回。
越 南 语：Hàn vi cơ khổ đã lo mấy hồi.
汉语意译：饥寒交迫愁死人。

喃字原文：語罗試豆科魁，
越 南 语：Nghĩ là thi đỗ khoa khôi,
汉语意译：以为举试中科魁，

喃字原文：於茹婍特歆枚恺共；
越 南 语：Ở nhà vợ được sớm mai cậy cùng;
汉语意译：与妻朝夕聚在家；

喃字原文：悲晗趍使迣冬，
越 南 语：Bây giờ đi sứ mười đông,
汉语意译：现在使事十年朝，

喃字原文：歐罗尋几信用菊花。
越 南 语：Âu là tìm kẻ tin dùng Cúc Hoa.
汉语意译：不如找人娶菊花。

喃字原文：𡥵喂聴𢭲哇吒，
越 南 语：Con ơi nghe lấy lời cha,
汉语意译：女呀听从父亲话，

喃字原文：文枚固几匍罨佡柴；
越 南 语：Một mai có kẻ vào ra tớ thầy;
汉语意译：日后有人专侍奉；

喃字原文：鈇𡥵托㐌数䏧，
越 南 语：Chồng con thác đã lâu ngày,
汉语意译：你夫已经死很久，

喃字原文：𡥵群直節念西罒之！
越 南 语：Con còn chực tiết niệm tây làm gì!
汉语意译：你还守节有何用！

喃字原文：聴吒定料文欺，
越 南 语：Nghe cha định liệu một khi,
汉语意译：一旦听父料理好，

喃字原文：枚㛪富貴㜑時特𥊚；
越 南 语：Mai sau phú quí con thì được trông;
汉语意译：将来富贵女有福；

喃字原文：㖩之直節辻冬，
越 南 语：Dại gì chực tiết mười đông,
汉语意译：傻之守节十年期，

喃字原文：罪之餧𥙩媄空朱𠊛。
越 南 语：Tội gì nuôi lấy mẹ không cho người.
汉语意译：何必白养人家母。

喃字原文：菊花吶庄𠚢唭，
越 南 语：Cúc Hoa nói chẳng ra nhời,
汉语意译：菊花气极不出言，

喃字原文：勿𨉓嶙哭傷喂咳払；
越 南 语：Vật mình lăn khóc thương ơi hở chàng;
汉语意译：屈身痛哭喊夫郎；

喃字原文：共嬈㐌𦉱冬長，
越 南 语：Cùng nhau đã bảy đông trường,
汉语意译：结合已有七年长，

喃字原文：埃㘈分仕朱払離碎。
越 南 语：Ai ngờ phân rẽ cho chàng lìa tôi.
汉语意译：谁知分开要离郎。

喃字原文：富翁𡢐悼徘徊，
越 南 语：Phú ông nỗi giận bồi hồi,
汉语意译：富翁起怒徘徊着，

喃字原文：𠴍𡥵庄特悉辰悴能；
越 南 语：Khuyên con chẳng được lòng thì xót thay;
汉语意译：劝女不要心悲伤；

喃字原文：㖡娘菊花𠖭低，
越 南 语：Đòi nàng Cúc Hoa vào đây,
汉语意译：唤女菊花进入来，

喃字原文：釧鐄鈜鉑貼𪽝吒朱；
越 南 语：Xuyên vàng vòng bạc của rày cha cho;
汉语意译：金钏银链珠宝光；

喃字原文：钱𤾓鉑逐落库，
越 南 语：Tiền trăm bạc chục đầy kho,
汉语意译：家中钱银堆满仓，

喃字原文：㗂吨總縣仍圖私粧。
越 南 语：Tiếng đồn tổng huyện những đồ tư trang.
汉语意译：全县最多女嫁妆。

喃字原文：菊花寸識肝鐄，
越 南 语：Cúc Hoa thổn thức gan vàng,
汉语意译：菊花担忧肝肠断，

喃字原文：勿𨉓𠻵哭惨傷浽𫯳；
越 南 语：Vật mình lăn khóc thảm thương nỗi chồng;
汉语意译：滚地而哭夫离所；

喃字原文：𨉓碎庄稱�札紅，
越 南 语：Mình tôi chẳng xứng vóc hồng,
汉语意译：我身不配穿绸缎，

喃字原文：𢬣碎庄稱招鈜點粧。
越 南 语：Tay tôi chẳng xứng đeo vòng điểm trang.
汉语意译：我手不配戴玉镯。

喃字原文：聰碎庄稱𨪝鐄，
越 南 语：Tai tôi chẳng xứng khuyên vàng,
汉语意译：我耳不配金耳环，

喃字原文： 蹎碎庄稱多芒漢鞋；
越 南 语： Chân tôi chẳng xứng đa mang hán hài;
汉语意译： 我脚不配汉鞋着；

喃字原文： 𥙩𬌓粓𥹰𧜖𧞾，
越 南 语： Lấy chồng cơm tâm vải dày,
汉语意译： 嫁夫淡饭粗布惯，

喃字原文： 𤯩時禛襘托𠩫始終。
越 南 语： Sống thì chăn gối thác rày thủy chung.
汉语意译： 生要同枕死要和。

喃字原文： 富翁聢呐惲𢙱，
越 南 语： Phú ông nghe nói giận lòng,
汉语意译： 富翁听了怨恨道，

喃字原文： 保𡥵庄特同同𠚢𢬣；
越 南 语： Bảo con chẳng được đùng đùng ra tay;
汉语意译： 教女不听很生气；

喃字原文： 揀𠀧吝𨷶謹台，
越 南 语： Đóng bao lần cửa kín thay,
汉语意译： 三层屋门紧关闭，

喃字原文： 陷𡥵𨕭意襖𠩫𢫝𠚢；
越 南 语： Hãm con trong ấy áo rày cởi ra;
汉语意译： 关女在屋脱外衣；

喃字原文： 檑双連擳𨕭茹，
越 南 语： Roi song liền giắt trong nhà,
汉语意译： 鞭子插在房间内，

喃字原文： 粓咹庄特𣈜𠀧陣杶。
越 南 语： Cơm ăn chẳng được ngày ba trận đòn.
汉语意译： 日打三次不给吃。

喃字原文：菊花㮧武昌痾，
越 南 语：Cúc Hoa mặt võ xượng mòn,
汉语意译：菊花面黄又肌瘦，

喃字原文：分疠押枉分傷媄鈇；
越 南 语：Phần đâu ép uống phần thương mẹ chồng;
汉语意译：忍痛受逼为婆婆；

喃字原文：供算挟古朱沖，
越 南 语：Cũng toan thắt cổ cho xong,
汉语意译：本想自尽了结命，

喃字原文：托趍時低媄鈇埃餒；
越 南 语：Thác đi thì để mẹ chồng ai nuôi;
汉语意译：但是无人养婆婆；

喃字原文：𠺥愁吟蹬朱嵬，
越 南 语：Chịu sầu ngậm đắng cho nguôi,
汉语意译：含辛茹苦受尽罪，

喃字原文：對福默𡗶庄别𫜵牢。
越 南 语：Đối phúc mặc giời chẳng biết làm sao.
汉语意译：由天不知是福祸。

喃字原文：富翁㐌即如鉋，
越 南 语：Phú ông dạ tắc như bào,
汉语意译：富翁心恨如刨刀，

喃字原文：媄鈇拱扒陷𠓨樞𤛠；
越 南 语：Mẹ chồng cũng bắt hãm vào chuồng trâu;
汉语意译：把婆捉入牛棚囚；

喃字原文：襖裙庄朱默兜，
越 南 语：Áo quần chẳng cho mặc đâu,
汉语意译：不给衣服来穿着，

喃字原文：㐌𦒹进歲拱𤙭咳婆。
越 南 语：Đã sáu mươi tuổi giữ trâu hở bà.
汉语意译：六十多岁还看牛。

喃字原文：陷碎庄朱碎𠚢，
越 南 语：Hãm tôi chẳng cho tôi ra,
汉语意译：困我不给出外去，

喃字原文：𥙩埃𧋻𧋦朱婆婆喂；
越 南 语：Lấy ai rận chấy cho bà bà ơi;
汉语意译：谁来为婆把身揉；

喃字原文：𤳢時碎傷𨉓碎，
越 南 语：Trước thì tôi thương mình tôi,
汉语意译：先是可惜自命贱，

喃字原文：𢖖時傷媄陷𡎥槿𤙭。
越 南 语：Sau thì thương mẹ hãm ngồi chuồng trâu.
汉语意译：后是怜婆牛棚囚。

喃字原文：老婆渃相染溇，
越 南 语：Lão bà nước mắt nhiễm sâu,
汉语意译：老人眼泪流满面，

喃字原文：㹥聴𠊛吡𨀈兜奇扽；
越 南 语：Con nghe người giạy đến đâu cả đòn;
汉语意译：女儿不从就挨打；

喃字原文：𫯳𨖅供特𨉓𨖅，
越 南 语：Chồng sang cũng được mình sang,
汉语意译：夫豪自得命贵昂，

喃字原文：禍枚媄拱𢹣榮𢚁共。
越 南 语：Họa may mẹ cũng vẽ vang cậy cùng.
汉语意译：婆婆也得享荣华。

喃字原文：菊花渃相湘湘，
越 南 语：Cúc Hoa nước mắt ròng ròng,
汉语意译：菊花泪水流满面，

喃字原文：油𤯨油托待𫯳𨒒𢆥；
越 南 语：Dù sống dù thác đợi chồng mười năm;
汉语意译：莫管生死要等夫；

喃字原文：𠸗能𣇞子𡛤𣎏，
越 南 语：Nào hay giờ tý nửa đêm,
汉语意译：谁知半夜的时候，

喃字原文：菊花識𧼋𨉟連𦋦𠫾。
越 南 语：Cúc Hoa thức dậy mình liền ra đi.
汉语意译：菊花起身自走出。

喃字原文：𠬠𨉟𨖲𡶀巴位，
越 南 语：Một mình lên Núi Ba Vị,
汉语意译：独自走上巴维山，

喃字原文：𪀄叫猿嘲計之塘棱；
越 南 语：Chim kêu vượn hót kể chi đường rừng;
汉语意译：鸟鸣猿啼远近山；

喃字原文：𠁑溪渃沚𠾕唛，
越 南 语：Dưới khe nước chảy vàng lừng,
汉语意译：溪下水流响彻声，

喃字原文：頭嫩卒㐌潣澄稽台；
越 南 语：Đầu non chuốt đã khơi chừng nghê thay;
汉语意译：山顶尖峰地发颤；

喃字原文：魂払托於兜底，
越 南 语：Hồn chàng thác ở đâu đây,
汉语意译：郎魂飞在何处地，

喃字原文：固傷扙妾迻尉氽市。
越 南 语：Có thương đem thiếp đi rày mấy nào.
汉语意译：请带妻子共团圆。

喃字原文：山猩聀呐消耗，
越 南 语：Sơn tinh nghe nói tiêu hao,
汉语意译：山精听到人话音，

喃字原文：變罢猛虎火豪𠄼进；
越 南 语：Biến ra mạnh hổ hỏa hào năm mươi;
汉语意译：变成猛虎火速来；

喃字原文：喑喑唛吼𤾓外，
越 南 语：Am ầm lững lẫy trong ngoài,
汉语意译：显赫内外喧声恶，

喃字原文：豪光變现进𠊛化罢。
越 南 语：Hào quang biến hiện mười người hóa ra.
汉语意译：豪光演变十人来。

喃字原文：𬧐尼蔊噲梗查，
越 南 语：Đến nơi ngọn hỏi cành tra,
汉语意译：到前盘问追根底，

喃字原文：山猩買噲菊花呸尼：
越 南 语：Sơn tinh mới hỏi Cúc Hoa nhời này:
汉语意译：山精即问菊花言：

喃字原文：“姉罗𡥵㛪兜低，
越 南 语：“Chị là con gái đâu đây,
汉语意译：“你是哪家的女子，

喃字原文：故牢扙䏦朱虢些咹。”
越 南 语：Cố sao đem thịt cho hùm ta ăn.”
汉语意译：为何把命送虎前。”

喃字原文：菊花渃相染巾，
越 南 语：Cúc Hoa nước mắt nghiễm khăn,
汉语意译：菊花泪水流满面，

喃字原文：執𢬣跪𥛉山神𠄩邊；
越 南 语：Chấp tay quì lạy sơn thần hai bên;
汉语意译：低下跪拜众山神；

喃字原文：𥛉翁計𠅎事緣，
越 南 语：Lạy ông kể hết sự duyên,
汉语意译：请你准叙事缘由，

喃字原文：吀翁咹𦧘碎𱏫惜之。
越 南 语：Xin ông ăn thịt tôi nào tiếc chi.
汉语意译：随便你吃不惜身。

喃字原文：吒碎長者茹圭，
越 南 语：Cha tôi trưởng giả nhà quê,
汉语意译：我父长者乡下住，

喃字原文：𢀭𪿒富貴生時𤕔碎；
越 南 语：Giàu sang phú quý sinh thì ba tôi;
汉语意译：母亲生养仨女儿；

喃字原文：𠄩姉𥙩夫𠄩𡎝，
越 南 语：Hai chị lấy chồng hai nơi,
汉语意译：两姐嫁去两地方，

喃字原文：群碎𱜢稡押碎緣𡎝。
越 南 语：Còn tôi là út ép tôi duyên này.
汉语意译：我是最小急姻缘。

喃字原文：嫁碎夫𪫘咹眉，
越 南 语：Gá tôi chồng khó ăn mày,
汉语意译：我嫁丈夫苦乞丐，

喃字原文： 趺時铖㕣媄𦺓𠀧进；
越 南 语： Chồng thì nên tám mẹ rày sáu mươi;
汉语意译： 夫君八岁婆六十；

喃字原文： 碎进巴歲養餒，
越 南 语： Tôi mười ba tuổi dưỡng nuôi,
汉语意译： 十三岁媳照料婆，

喃字原文： 餒趺試豆三魁榜蠬；
越 南 语： Nuôi chồng thi đỗ tam khôi bảng rồng;
汉语意译： 供夫读书金榜题；

喃字原文： 𢃊差使事进冬，
越 南 语： Vua sai sứ sự mười đông,
汉语意译： 皇帝差使十年期，

喃字原文： 吲碎餒媄待趺𦤾欺。
越 南 语： Dặn tôi nuôi mẹ đợi chồng đến khi.
汉语意译： 叫我养母待到期。

喃字原文： 吒碎䖙𦛌不儀，
越 南 语： Cha tôi ra dạ bất nghì,
汉语意译： 我父居心无情义，

喃字原文： 特𠤩𢆥院扒衛仕緣；
越 南 语： Được bẩy năm vẹn bắt về rẽ duyên;
汉语意译： 刚七年逼改嫁夫；

喃字原文： 庄聴杶打朱連，
越 南 语： Chẳng nghe đòn đánh cho liền,
汉语意译： 不从棍打日三次，

喃字原文： 碎𠹾庄特碎連𠚢𠫾；
越 南 语： Tôi chịu chẳng được tôi liền ra đi;
汉语意译： 我忍不了即走出；

喃字原文：身尼𤯨庄𠰺之，
越 南 语：Thân này sống chẳng làm gì,
汉语意译：本人留命活干啥，

喃字原文：吁翁咹𦧘托𠫾蹺𫅜。
越 南 语：Xin ông ăn thịt thác đi theo chồng.
汉语意译：请你吃我死随夫。

喃字原文：山猩渃相湘湘，
越 南 语：Sơn tinh nước mắt ròng ròng,
汉语意译：山精眼泪涌流出，

喃字原文：𡥵於固德牢翁姅㤇？
越 南 语：Con ở có đức sao ông nửa hoài?
汉语意译：你是好人怎能吃？

喃字原文：割𠄩猛虎𠄩𠊛，
越 南 语：Cắt hai mạnh hổ hai người,
汉语意译：派出猛虎两人送，

喃字原文：鐄斤𠔭两賞娘菊花。
越 南 语：Vàng cân tám lượng thưởng nàng Cúc Hoa.
汉语意译：称金八两赏与之。

喃字原文：差𠄩虎與迻𦋦，
越 南 语：Sai hai hổ dữ đưa ra,
汉语意译：差两凶虎送出去，

喃字原文：徐朱白日迻過娘衛；
越 南 语：Chờ cho bạch nhật đưa qua nàng về;
汉语意译：等到白天再送回；

喃字原文：侈市侵犯媄儀，
越 南 语：Đứa nào xâm phạm vợ nghì,
汉语意译：那厮侵犯义妻子，

喃字原文：勑耨上位分㧡罪殘；
越 南 语：Sắc vua thượng vị phân chia tội tàn;
汉语意译：请求皇上判其罪；

喃字原文：差𠄩猛虎林山，
越 南 语：Sai hai mạnh hổ lâm sơn,
汉语意译：差两猛虎山林去，

喃字原文：自然變現無閅山猩。
越 南 语：Tự nhiên biến hiện vô vàn sơn tinh.
汉语意译：数万山精自变回。

喃字原文：烡烡買昈平明，
越 南 语：Bằng bằng mới lúc bình minh,
汉语意译：刚到半夜黎明时，

喃字原文：山猩現形𨖲渃秦王；
越 南 语：Sơn tinh hiện hình sang nước Tần vương;
汉语意译：山精变人往秦地；

喃字原文：變黜进𠊛恪常，
越 南 语：Biến ra mười người khắc thường,
汉语意译：变出十个寻常人，

喃字原文：襖袖帽隊產床威儀。
越 南 语：Áo xin mũ đội sẵng sàng uy nghi.
汉语意译：穿衣戴帽有威仪。

喃字原文：㖫啋茹狀翁儀，
越 南 语：Hỏi thăm nhà trạng ông nghì,
汉语意译：访问寻找状元郎，

喃字原文：进將猛虎文欺跐𠓨；
越 南 语：Mười tướng mạnh hổ một khi bước vào;
汉语意译：猛虎十将同时至；

喃字原文：狀元欺意罢嘲，
越 南 语：Trạng nguyên khi ấy ra chào,
汉语意译：当时状元出来迎，

喃字原文：进注猛虎噲蚤𠇍之？
越 南 语：Mười chú mạnh hổ gọi tao làm chi?
汉语意译：十位猛虎有啥事？

喃字原文：进將執𢬣連跪，
越 南 语：Mười tướng chấp tay liền quỳ,
汉语意译：十将执手连跪拜，

喃字原文：狀元解箈文欺啪𡎝。
越 南 语：Trạng nguyên rải chiếu một khi mời ngồi.
汉语意译：状元请坐又让礼。

喃字原文：計自每浽曲尼，
越 南 语：Kể từ mọi nỗi khúc nơi,
汉语意译：说到处境曲折时，

喃字原文：山猩渃相沚淶洞洞；
越 南 语：Sơn tinh nước mắt chảy rời ròng ròng;
汉语意译：山精泪水滴流下；

喃字原文：翁𨓡使事进冬，
越 南 语：Ông sang sứ sự mười đông,
汉语意译：你来使事十年期，

喃字原文：芾翁固别婎翁於茹；
越 南 语：Nào ông có biết vợ ông ở nhà;
汉语意译：你哪知晓妻在家；

喃字原文：碎計庄㦼兜羅，
越 南 语：Tôi kể chẳng hết đâu là,
汉语意译：我也不能尽其言，

喃字原文：默䚢詞意貼罯𧵑黔。
越 南 语：Mặc trong tờ ấy xem ra dữ lành.
汉语意译：书信详述菊花况。

喃字原文：狀元撤書包𨉟，
越 南 语：Trạng nguyên ôm thư vào mình,
汉语意译：状元抱信贴胸前，

喃字原文：𥉫㤕𢭸媄忄情𨖲疠；
越 南 语：Trông thấy tên mẹ tâm tình quăng đâu;
汉语意译：知母情况内心痛；

喃字原文：吏固𢭸𡞕於𡢐，
越 南 语：Lại có tên vợ ở sau,
汉语意译：又有妻名在后面，

喃字原文：讀𧼋庄特強疠𦟐𢙱；
越 南 语：Dọc đí chẳng được càng đau tấm lòng;
汉语意译：读信越读心越痛；

喃字原文：拎書渃䏧洞洞，
越 南 语：Cầm thư nước mắt dòng dòng,
汉语意译：看信眼泪涌流出，

喃字原文：仍㖡英吲𨑮冬奉徐。
越 南 语：Những lời anh dặn mười đông phụng chờ.
汉语意译：我叮嘱言等十冬。

喃字原文：者恩山猩閉晗，
越 南 语：Giả ơn sơn tinh bấy giờ,
汉语意译：感恩山精现在来，

喃字原文：碎执書意迻迦邊尼；
越 南 语：Tôi đem thư ấy đưa sang bên này;
汉语意译：待我带信过那边；

喃字原文：山猩吀唉𫜵低，
越 南 语：Sơn tinh xin hãy ngồi đây,
汉语意译：山精请坐稍等候，

喃字原文：碎拎書尼奏𦤾秦王。
越 南 语：Tôi cầm thư này tấu đến Tần vương.
汉语意译：让我把信奏皇前。

喃字原文：禍羅𤤰固𢚸傷，
越 南 语：Họa là vua có lòng thương,
汉语意译：也许皇上可怜我，

喃字原文：減𢆥減𣎃𨷑塘朱些；
越 南 语：Giảm năm giảm tháng mở đường cho ta;
汉语意译：为我开恩减少年；

喃字原文：狀元抌書𠓨座，
越 南 语：Trạng nguyên đem thư vào tòa,
汉语意译：状元送信入殿前，

喃字原文：奏𤤰秦國䀡戈書尼。
越 南 语：Tấu vua Tần quốc xem qua thư này.
汉语意译：奏请秦皇读信言。

喃字原文：丕固書浪：
越 南 语：Vậy có thơ rằng:
汉语意译：信中写道：

喃字原文：“𠸜碎菊花，才𢢆份𡮈，
越 南 语：“Tên tôi Cúc Hoa, Tài hèn phận nhỏ,
汉语意译：“我名菊花，才疏运浅，

喃字原文：吒媄嫁𫯳，沛尼𢢆𦝄。
越 南 语：Cha mẹ gả chồng, Phải nơi hèn khó.
汉语意译：父母许配，嫁人苦贱。

喃字原文：䏾羅寒士，媄𦓿𠔭进，
越 南 语：Chồng là hàn sĩ, Mẹ già sau mươi,
汉语意译：夫是寒士，婆婆六十，

喃字原文：文𦧘碎餒，𢯰塘勤苦。
越 南 语：Một mình tôi nuôi, Đứt đường cần khổ.
汉语意译：独自照料，途行苦凄。

喃字原文：勸䏾經史，迍逴尋柴，
越 南 语：Khuyên chồng kinh sử, Đón rước tìm thầy,
汉语意译：劝夫经史，学习聘教，

喃字原文：特姅𢆥沚，恩𤤰詩豆。
越 南 语：Được nửa năm chầy, Ân vua thi đỗ.
汉语意译：学得半年，恩皇准考。

喃字原文：拱𢂎分数，占榜三魁，
越 南 语：Cũng may phận số, Chiếm bảng tam khôi,
汉语意译：夫命运好，三魁占榜，

喃字原文：粉𤤰恩𡗶，朱碎特𢫡。
越 南 语：Phấn vua ân giời, Cho tôi được cậy.
汉语意译：德皇恩天，让我倚傍。

喃字原文：埃凝欺意，𤤰扒使官，
越 南 语：Ai ngờ khi ấy, Vua bắt sứ quan,
汉语意译：谁料当时，皇迫使出，

喃字原文：吒碎仕缘，嫁朱䏾恪。
越 南 语：Cha tôi rẽ duyên, Gả cho chồng khác.
汉语意译：我父拆缘，改嫁别夫。

喃字原文：碎料𦧘托，碎餒媄䏾，
越 南 语：Tôi liều mệnh thác, Tôi nuôi mẹ chồng,
汉语意译：我豁命死，为夫养母，

喃字原文：𡨹道三從，𠬠𢚸懇切。
越 南 语：Giữ đạo tam tòng, Một lòng khẩn thiết.
汉语意译：守道三从，一心向主。

喃字原文：吒啐慳恄，陷媄㭲𤚚，
越 南 语：Cha tôi ghen ghét, Giam mẹ chuồng trâu,
汉语意译：我父嫉恶，陷婆牛棚，

喃字原文：㐌特余数，𩈘愁武武。
越 南 语：Đã được mấy lâu, Mặt sầu võ võ.
汉语意译：时过许久，现愁孤单。

喃字原文：油生油死，油𩟡油飽，
越 南 语：Dù sinh dù tử, Dù đói dù no,
汉语意译：不管生死，不管饱饥，

喃字原文：吀計緣由，底扲燸𥊚。
越 南 语：Xin kể duyên do, Dể chàng soi xét.
汉语意译：请叙缘由，望郎鉴之。

喃字原文：別包情節，書庄㭠咥，
越 南 语：Biết bao tình tiết, Thơ chẳng hết nhời,
汉语意译：个中情节，书不尽言，

喃字原文：𠦳𪹚賒吹，吀傷𢚸妾。"
越 南 语：Nghìn rậm xa xôi, Xin thương lòng thiếp."
汉语意译：千里遥远，妾心可怜。"

喃字原文：𤤰秦扲書𨕭𢬣，
越 南 语：Vua Tần cầm thư trên tay,
汉语意译：秦皇手拿书信看，

喃字原文：㖡喑呭讀書𠉞殿蠬；
越 南 语：Ỳ rầm miệng đọc thư nay điện rồng;
汉语意译：小声念诗在殿中；

喃字原文：秦王判保内宫，
越 南 语：Tần vương phán bảo nội cung,
汉语意译：秦皇传喻内宫说，

喃字原文：彈婆德幸容工赿尼。
越 南 语：Đàn bà đức hạnh dung công thế này.
汉语意译：女性德行此容工。

喃字原文：渃南固㐱馭台，
越 南 语：Nước Nam có lăm người hay,
汉语意译：很多好人在南国，

喃字原文：铖进巴歳討䟻蜍䵟。
越 南 语：Nên mười ba tuổi thảo ngay chờ chồng.
汉语意译：年幼十三待夫忠。

喃字原文：㐌铖固孝固忠，
越 南 语：Đã nên có hiếu có trung,
汉语意译：长成有孝有忠女，

喃字原文：秕疎别道三從㕵尼；
越 南 语：Bé thơ biết đạo tam tòng xưa nay;
汉语意译：自古三从女孩识；

喃字原文：約之朱怒𨖅低，
越 南 语：Ước gì cho nó sang đây,
汉语意译：期望她能来这里，

喃字原文：朕餒䄧怒底㦬罒混。
越 南 语：Trẫm nuôi lấy nó để rày làm con.
汉语意译：作为女儿朕养之。

喃字原文：鉑時朕賞进闵，
越 南 语：Bạc thì trẫm thưởng mười muôn,
汉语意译：银子朕赏十万两，

喃字原文：底𫜵公主聘塘公卿；
越 南 语：Để làm công chúa sính đường công khanh;
汉语意译：认做公主在此居；

喃字原文：於数朕拱傷情，
越 南 语：Ở lâu trẫm cũng thương tình,
汉语意译：久居朕也有怜悯，

喃字原文：減朱𢆥𦝄歸寧自𠫾。
越 南 语：Giảm cho năm tháng quy ninh từ rày.
汉语意译：减少年月可归去。

喃字原文：狀元禮謝即時，
越 南 语：Trạng nguyên lễ tạ tức thì,
汉语意译：状元即时谢皇上，

喃字原文：碎吀阻衛者義山猩；
越 南 语：Tôi xin trở vè giả nghĩa sơn tinh;
汉语意译：请许返回谢山精；

喃字原文：进𠊛柴伵仍生，
越 南 语：Mười người thầy tơ sắm sanh,
汉语意译：备宴来请十主仆，

喃字原文：即時𫜵豬靈寧具排。
越 南 语：Tức thì làm lợn linh ninh cỗ bày.
汉语意译：宰猪宴席祭灵宁。

喃字原文：𨢇時文㽷節落，
越 南 语：Rượu thì một hũ tiết đầy,
汉语意译：烧酒一罐装满上，

喃字原文：山猩𩛖旺飫醝仕衛；
越 南 语：Sơn tinh ăn uống no say sẽ về;
汉语意译：山精吃饱要求回；

喃字原文：山猩達蹭奏跪，
越 南 语：Sơn tinh đặt gối tấu quì,
汉语意译：山精屈膝齐跪奏，

喃字原文：衆碎咹旺文練罨術；
越 南 语：Chúng tôi ăn uống một dây ra về.
汉语意译：我们吃饱要返回。

喃字原文：翁朱衆碎吏圭，
越 南 语：Ông cho chúng tôi lại quê,
汉语意译：请准我们回家去，

喃字原文：矯主碎待於棋頭嫩；
越 南 语：Kiểu chúa tôi đợi ở kỳ đầu non;
汉语意译：头领在家等咱归；

喃字原文：狀元爫幅書輪，
越 南 语：Trạng nguyên làm bấc thư sơn,
汉语意译：状元写封家书信，

喃字原文：交朱猛虎迻娘菊花。
越 南 语：Giao cho mạnh hổ đưa nàng Cúc Hoa.
汉语意译：交给猛虎转菊花。

喃字原文：丕固詩浪：
越 南 语：Vậy có thơ rằng:
汉语意译：信中写道：

喃字原文：“䶐英宋珍，巴𠊛榜春，
越 南 语：“Tên anh Tống Trân, Ba người bảng xuân,
汉语意译：“哥名宋珍，三人占榜，

喃字原文：䶐英第一，𠉞惏家室。
越 南 语：Tên anh đệ nhất, Nay mừng gia thất.
汉语意译：我名第一，庆贺回乡。

喃字原文：拜祖榮歸，𤤰𢪀固儀，
越 南 语：Bái tổ vinh qui, Lòng vua có nghì,
汉语意译：荣归拜祖，皇帝有意，

喃字原文：嫁娘公主，𤤰英傷媄。
越 南 语：Gả nàng công chúa, Lòng anh thương vợ.
汉语意译：许配公主，我心怜妻。

喃字原文：固義固仁，餧媄殷勤，
越 南 语：Có nghĩa có nhân, Nuôi mẹ ân cần,
汉语意译：有仁有义，养母勤恳，

喃字原文：義娘懇懇，公主𤤰悼。
越 南 语：Nghĩa nàng khẩn khẩn, Công chúa lòng giận.
汉语意译：妾情恳切，公主心恨。

喃字原文：罒本奏𨖲，落英遠邊，
越 南 语：Làm bổn tấu lên, Đày anh viễn biên,
汉语意译：写本奏父，逐我辽遥，

喃字原文：候𢪀秦國，渃馭罒酌。
越 南 语：Hầu vua Tần quốc, Nước người làm chước.
汉语意译：侍候秦皇，他国多谋。

喃字原文：陶𡎝䏾塘，溇进丈長，
越 南 语：Đào lỗ giữa đường, Sâu mười trượng trường,
汉语意译：挖洞路中，深高十丈，

喃字原文：簹花解泣，巴軍迍逴。
越 南 语：Chiếu hoa dải khắp, Ba quân đón lên.
汉语意译：花席铺盖，三军出迎。

喃字原文：旗㩫𠄩邊，正使跐𨖲，
越 南 语：Cờ cắm hai bên, Chính thứ bước lên,
汉语意译：两边插旗，正客步前，

喃字原文：調沙乾壚，躺英渃氹。
越 南 语：Đều sa xuống lỗ, Mình anh nước nhỏ.
汉语意译：全坠陷井，小国靠沿。

喃字原文：趍文邊塘，跐𨳒座鐄，
越 南 语：Đi một bên đường, Bước vào tòa vàng,
汉语意译：我步路边，稳步入殿，

喃字原文：内殿公府，𤤰吳判乳。
越 南 语：Nội điện công phủ, Vua Ngô phán nhủ.
汉语意译：公府殿内，皇帝旨传。

喃字原文：陷英𨳒寺，三像孛蘇，
越 南 语：Hãm anh vào chùa, Ba tượng bụt to,
汉语意译：陷我入寺，同佛伴里，

喃字原文：像鐄炷炷，𠀧間廚𤬪。
越 南 语：Tượng vàng chói chói, Ba gian chùa ngói.
汉语意译：佛色闪金，三间瓦寺。

喃字原文：𠀧培排行，𠀧丐糙煬，
越 南 语：Ba ấm bày hàng, Ba cái gạo rang,
汉语意译：三缸排行，三佛米制，

喃字原文：使吳揀𨷑，躺英欺意。
越 南 语：Sứ Ngô đóng cửa, Mình anh khi ấy.
汉语意译：公差关门，处境当时。

喃字原文：𡉦像𤯩躺，进𣈜平明，
越 南 语：Hoài tượng sống mình, Mười ngày bình minh,
汉语意译：吃佛求生，十日安然，

喃字原文：𤤰差𨷶𨷑，群𠀧𢆥姅。
越 南 语：Vua sai mở cửa, Còn ba năm nữa.
汉语意译：皇差开门，还要三年。

喃字原文：𤤰買朱衝，英吲娘𠫾：
越 南 语：Vua mới cho về, Anh dặn nàng rày:
汉语意译：皇才准回，我今嘱妾：

喃字原文：於朱固義，如娘李氏，
越 南 语：Ở cho có nghì, Như nàng Lý thị,
汉语意译：居心情义，学李氏娘，

喃字原文：扒酌朱容，𡛔餒媄𫯳，
越 南 语：Bắt chước cho giong, Gái nuôi mẹ chồng,
汉语意译：仿效妇容，婆婆媳养，

喃字原文：拱羅固義。”
越 南 语：Cũng là có nghĩa.”
汉语意译：情义不忘。”

喃字原文：𧡊書妾𨅸秦銀，
越 南 语：Thấy thư thiếp đứng tần ngần,
汉语意译：菊花惘然看书信，

喃字原文：責払君子不仁庄羅；
越 南 语：Trách chàng quân tử bất nhân chẳng là;
汉语意译：责怪郎君不仁义；

喃字原文：𠬠羅責媄拱吒，
越 南 语：Một là trách mẹ cùng cha,
汉语意译：一是责怪母与父，

喃字原文：𠄩責公主𠀧羅責身；
越 南 语：Hai trách công chúa ba là trách thân;
汉语意译：二责公主三责己；

喃字原文：𦊚羅責𤤰渃秦，
越 南 语：Bốn là trách vua nước Tần,
汉语意译：四是责怪秦国皇，

喃字原文：䏧羅感謝山猩固義。
越 南 语：Năm là cảm tạ sơn tinh có nghì.
汉语意译：五谢山精有情义。

喃字原文：富翁𨖲馭文欺，
越 南 语：Phú ông lên ngựa một khi,
汉语意译：当时富翁骑马出，

喃字原文：頭㟧跐細即時尋𡥵；
越 南 语：Đầu quỳnh bước tới tức thì tìm con;
汉语意译：搜到山头找到女；

喃字原文：菊花當蹲頭嫩，
越 南 语：Cúc Hoa đang đứng đầu non,
汉语意译：菊花站在山头上，

喃字原文：富翁𨁪𧼋竹𡥵擂拎。
越 南 语：Phú ông đua đến thúc con roi cầm.
汉语意译：富翁赶到催促女。

喃字原文：山猩㗂㐌㗂唛，
越 南 语：Sơn tinh thét đã vang lừng,
汉语意译：山精怒骂声响彻，

喃字原文：㨋牢眉特姦淫婠𠊛；
越 南 语：Cứ sao mày được gian dâm vợ người;
汉语意译：何故你要奸人妻；

喃字原文：於牢庄博孛𡗶，
越 南 语：Ở sao chẳng sợ bụt giời,
汉语意译：为何不怕天神至，

喃字原文：姦淫婠𠊛罪意𥗾台！
越 南 语：Gian dâm vợ người tội ấy nặng thay!
汉语意译：奸淫人妻罪恶极！

喃字原文：眉於朱益躺眉，
越 南 语：Mày ở cho ích mình mày,
汉语意译：做人应有益自身，

喃字原文：固才眉䢖𠁑尼共𢭲。
越 南 语：Có tài mày xuống dưới này cùng tao.
汉语意译：你有才能来比试。

喃字原文：富翁㤇㥷切包，
越 南 语：Phú ông lòng giận thiết bao,
汉语意译：富翁气忿实难忍，

喃字原文：衆悲猛虎吡𢭲𠆳之！
越 南 语：Chúng bay mạnh hổ chửi tao làm gì!
汉语意译：你们猛虎骂我啥！

喃字原文：者娘碎衛城西，
越 南 语：Giả nàng tao về thành tây,
汉语意译：还我女儿回城西，

喃字原文：山猩丿祝䣃𠫾變𠚢。
越 南 语：Sơn tinh phút chốc ngày rày biến ra.
汉语意译：山精顷刻又变化。

喃字原文：富翁抌𡥵衛茹，
越 南 语：Phú ông đem con về nhà,
汉语意译：富翁带女回家来，

喃字原文：香衝粉悴庄欺市移。
越 南 语：Hương sung phấn chuốt chẳng khi nao rời.
汉语意译：油脂香粉不停搽。

喃字原文：花時揀仍花鲜，
越 南 语：Hoa thì kén những hoa tươi,
汉语意译：花开之时是鲜花，

喃字原文：務芇花意庄派牟紅；
越 南 语：Mùa nào hoa ấy chẳng phai màu hồng;
汉语意译：何时花开花不枯？

喃字原文：菊花宇宇傷䏧，
越 南 语：Cúc Hoa võ võ thương chồng,
汉语意译：菊花孤独想丈夫，

喃字原文：花棋𨕭壁捤蓬層箏；
越 南 语：Hoa kài trên vách vẫy vùng mái tranh;
汉语意译：插花壁上纵横屋；

喃字原文：𩯀𩯁𢭂𦄾边躺，
越 南 语：Tóc tơ bối rối bên mình,
汉语意译：头发紊乱披身上，

喃字原文：鎤燸底蓓花瓶底蒸。
越 南 语：Gương soi để bụi lục bình để héo.
汉语意译：镜上落尘花干枯。

喃字原文：富翁侥㹥坞嘲，
越 南 语：Phú ông thấy con u chiều,
汉语意译：富翁看见女忧愁，

喃字原文：急傳廊渃楳嘺賖斯：
越 南 语：Cấp truyền làng nước mõ rao xa gần:
汉语意译：急传本乡远近内：

喃字原文：浪綿固奻皮春，
越 南 语：Rằng mình có gái vừa xuân,
汉语意译：青春女儿家中待，

喃字原文：絲紅渚結珠陳吻空；
越 南 语：Tơ hồng chưa kết châu trần vẫn không;
汉语意译：红绳未结珠未对；

喃字原文：歲怒㐌𠄩进㳥，
越 南 语：Tuổi nó đã hai mươi dòng,
汉语意译：年纪已足二十岁，

喃字原文：𫯳琨渚固交通埃𠪾。
越 南 语：Chồng con chưa có giao thông ai rày.
汉语意译：没有夫郎结婚配。

喃字原文：亭長誼呐𢜠台，
越 南 语：Đình trưởng nghe nói mừng thay,
汉语意译：亭长听了心喜悦，

喃字原文：𥙩鐄𠔭𠄩㨢𨀎𠓨茹；
越 南 语：Lấy vàng tám lượng bưng ngay vào nhà;
汉语意译：提金八两入他家；

喃字原文：富翁𢜠𢚸呐𠲖：
越 南 语：Phú ông mừng lòng nói ra:
汉语意译：富翁心欢回话道：

喃字原文：“噲時綿嫁底和罒之；
越 南 语：“Hỏi thì mình gả để hòa làm chi;
汉语意译：“提亲必嫁留干啥；

喃字原文：世間固句㖡尼，
越 南 语：Thế gian có câu ví này,
汉语意译：世间有句古话言，

喃字原文：𠀧𢆥罒婿綿時嫁朱。”
越 南 语：Ba năm làm rể mình thì gả cho.”
汉语意译：三年入赘方出嫁。”

喃字原文：亭長𣈘𣈜連怚，
越 南 语：Đình trưởng đêm ngày liền lo,
汉语意译：亭长日夜心忧虑，

喃字原文：扒繩侈於仍圖𠊚台；
越 南 语：Bắt thăng đứa ở sắm đồ vào thay;
汉语意译：找个仆人来顶替；

喃字原文：𫜵婿特𠀧𢆥迡，
越 南 语：Làm rể được ba năm chầy,
汉语意译：入赘三年已到期，

喃字原文：富翁併吏㐌落𨒒冬。
越 南 语：Phú ông tính lại đã đầy mười đông.
汉语意译：富翁计算十年至。

喃字原文：富翁𢲫𨷶鸞房，
越 南 语：Phú ông mở cửa loan phòng,
汉语意译：富翁来开鸾房门，

喃字原文：噲菊花咳待𫯳女庄？
越 南 语：Hỏi Cúc Hoa hở đợi chồng nữa chăng?
汉语意译：菊花还等丈夫吗？

喃字原文：悲𣇞㐌特𨒒冬，
越 南 语：Bây giờ đã được mười đông,
汉语意译：现在已经满十年，

喃字原文：𫯳眉固𤯩㐌𠰺術尼。
越 南 语：Chồng mày có sống đã hòng về đây.
汉语意译：你夫如活早回家。

喃字原文：菊花訐焫𦘧𢬣，
越 南 语：Cúc Hoa kể đốt ngón tay,
汉语意译：菊花点算手指节，

喃字原文：𨒒𢆥㐌論傷台道𫯳；
越 南 语：Mười năm đã vẹn thương thay đạo chồng;
汉语意译：使事夫君已十年；

喃字原文：富翁保婿⺫双，
越 南 语：Phú ông bảo rể làm xong,
汉语意译：富翁吩咐女婿言，

喃字原文：混衛撿貼枚翁聘排。
越 南 语：Con về kiếm của mai ông sính bày.
汉语意译：你回备礼等结缘。

喃字原文：蚪謨巴进罢尼，
越 南 语：Trâu mua ba mươi ra đây,
汉语意译：请买三十头牛来，

喃字原文：具盤廊渃巴鼎咹制；
越 南 语：Cỗ bàn làng nước ba ngày ăn chơi;
汉语意译：筵席三日富翁家；

喃字原文：𨀈時𨷑席⺫怪，
越 南 语：Trước thì mở tich làm vui,
汉语意译：首先设席来庆贺，

喃字原文：𡢐時挸婿特𠊛𢀭𩆼。
越 南 语：Sau thì kén rể được người giàu sang.
汉语意译：二是选婿显荣华。

喃字原文：楳嗂泣奇𨖅廊，
越 南 语：Mõ rao khắp cả trong làng,
汉语意译：敲梆喊遍乡邻里，

喃字原文：村帀甲意保班𠳒尼；
越 南 语：Thôn nào giáp ấy bảo ban lời này;
汉语意译：走遍村甲把言劝；

喃字原文：𥯌時每𠊛每核，
越 南 语：Tre thì mỗi người mỗi cây,
汉语意译：每人要交竹一条，

喃字原文：掙時𠀧丐𠊛𪭯扡𠰘。
越 南 语：Tranh thì ba cái người rày đem ra.
汉语意译：三夹茅草按人献。

喃字原文：媄𠶢𡥵意拱𦋦，
越 南 语：Mẹ nào con ấy cũng đi,
汉语意译：母携儿女也随去，

喃字原文：𡮈時𢧚文𡘯時𢧚𠀧；
越 南 语：Bé thì nên một lớn thì nên ba;
汉语意译：最小一岁大三岁；

喃字原文：侈𠶢空𦤾茹些，
越 南 语：Đứa nào không đến nhà ta,
汉语意译：哪人如不到我家，

喃字原文：時廊扒罰錢皮貫𠄩。
越 南 语：Thì làng bắt phạt tiền hòa quan hai.
汉语意译：罚银二贯来治罪。

喃字原文：𠀧𣈜咹𠶀𤲂外，
越 南 语：Ba ngày ăn cưới trong ngoài,
汉语意译：婚席内外三日多，

喃字原文：𦧘公魚鳳𠦳𤬑醑濃；
越 南 语：Thịt công cá phượng nghìn chai rượu nồng;
汉语意译：粗肉大鱼千瓶酒；

喃字原文：外時𠄼𤾓彈翁，
越 南 语：Ngoài thì năm trăm đàn ông,
汉语意译：五百男子在屋外，

喃字原文：𤲂茹𠃩洞全仍妻兒；
越 南 语：Trong nhà chín dòng toàn những thê nhi;
汉语意译：九行女儿屋里就；

喃字原文：𡎢𨕭布𡛔𥶄花，
越 南 语：Ngồi trên bố vợ chiếu hoa,
汉语意译：上座花席岳父坐，

喃字原文：𠁑注亭長𡎢和舅姑。
越 南 语：Dưới chú đình trưởng ngồi hòa cậu cô.
汉语意译：下座亭长共姑舅。

喃字原文：茹當咹嘅醝飫，
越 南 语：Nhà đang ăn cưới say no,
汉语意译：正当婚席热闹时，

喃字原文：台兜翁狀邊吳蹺衛；
越 南 语：Hay đâu ông trạng bên ngô kéo về;
汉语意译：谁知状元吴国还；

喃字原文：者进𠔭渃上位，
越 南 语：Giã nười tám nước thượng vị,
汉语意译：辞别十八国客人，

喃字原文：者希吴國狀衛安南。
越 南 语：Giã vua Ngô quốc trạng về An Nam.
汉语意译：拜别吴皇回安南。

喃字原文：希吴𨕭胣盤桓：
越 南 语：Vua Ngô trong dạ bàn hoàn:
汉语意译：吴皇忧心忡忡言：

喃字原文：“狀衛朕於堆塘牢安；
越 南 语：“Trạng về trẫm ở đôi đường sao yên;
汉语意译：“你回与朕分两地；

喃字原文：狀趍𫥨𠔭少年，
越 南 语：Trạng đi nên tám thiếu niên,
汉语意译：你来八岁虽少年，

喃字原文：狀衛进𠦻平仙埃齊。”
越 南 语：Trạng về mười tám bằng tiên ai tày.”
汉语意译：现在仙人也难敌。”

喃字原文：𠳨娘公主𠚢低，
越 南 语：Đòi nàng công chúa ra đây,
汉语意译：传唤公主出来见，

喃字原文：𠬠𣈜羅義𫯳眉咳𡥵；
越 南 语：Một ngày là nghĩa chồng mày hở con;
汉语意译：叫你一天是义夫；

喃字原文：公主𨀈𨑜樓𦂛，
越 南 语：Công chúa bước xuống lầu son,
汉语意译：公主轻步下红楼，

喃字原文：蹎𠫾鞋漢迻払回歸。
越 南 语：Chân đi hài hán đưa chàng hồi quy.
汉语意译：送别郎君上归途。

喃字原文：公主𨀈𨑜丹犀，
越 南 语：Công chúa bước xuống đơn tê,
汉语意译：公主盈步入丹墀，

喃字原文：扲𢭲𢬣狀雲爲𠸍𢙱；
越 南 语：Cầm lấy tay trạng vân vi tỏ lòng;
汉语意译：手拉状元表衷肠；

喃字原文：払衛鳳咋鸞終，
越 南 语：Chàng về phượng trả loan chụng,
汉语意译：君回凤还鸾终结，

喃字原文：包𣇞解義相逢払喂！
越 南 语：Bao giờ giải nghĩa tương phùng chàng ơi!
汉语意译：如今解忧相逢郎！

喃字原文：刼尼渚合缘諧，
越 南 语：Kiếp nay chưa hợp duyên hài,
汉语意译：今生没能合姻缘，

喃字原文：願吀刼格皦堆𡦂同；
越 南 语：Nguyện xin kiếp khác no đôi chữ đồng;
汉语意译：愿求来生成双对；

喃字原文：𢬣仙討幅書紅，
越 南 语：Tay tiên thảo bức thư hồng,
汉语意译：仙手草封红诗书，

喃字原文：吲払吀忟𨑮冬渃秦。
越 南 语：Dặn chàng xin nhớ mười đông nước Tần.
汉语意译：嘱君依念秦十冬。

喃字原文：丕固詩浪：
越 南 语：Vậy có thơ rằng:
汉语意译：诗中云道：

喃字原文："妾份女兒，𡥵𤤰聖帝，
越 南 语："Thiếp phận nữ nhi, Con vua thánh đế,
汉语意译："妾本女儿，皇帝圣女，

喃字原文：枚恩𩙌姉，院道夫妻。
越 南 语：Mai ơn giăng chị, Vẹn đạo phu thê.
汉语意译：日后月圆，论为夫妻。

喃字原文：払阻嚣衛，安南渃越，
越 南 语：Chàng trở ra về, An Nam nước Việt,
汉语意译：君返归程，越国安南，

喃字原文：妾群直節，𡨹道康康。
越 南 语：Thiếp còn chực tiết, Giữ đạo khăng khăng.
汉语意译：妾守贞节，守身待还。

喃字原文：妾值鸞房，迣冬永𠵴，
越 南 语：Thiếp chực loan phòng, Mười đông vắng vẽ,
汉语意译：妾欲鸾房，十冬寂心，

喃字原文：塘長掣計，妾怓払台。
越 南 语：Đường trường xiết kể, Thiếp nhớ chàng thay.
汉语意译：路长穷尽，妾想念君。

喃字原文：払阻術𧗱，欺市合𩈘，
越 南 语：Chàng trở về rày, Khi nao hợp mặt,
汉语意译：君起程回，相逢何时，

喃字原文：越南秦北，傷怓𤾓塘。
越 南 语：Việt nam Tần bắc, Thương nhớ trăm đường.
汉语意译：越南秦北，心挂千里。

喃字原文：草幅書章，每𠳒封謹，
越 南 语：Thảo bức thư chương, Mọi lời phong kín,
汉语意译：草封诗章，隐谨语言，

喃字原文：𣈜市怓𦤾，𥉫㐌強傷。
越 南 语：Ngày nào nhớ đến, Trông thấy càng thương.
汉语意译：哪日想起，望诗惦念。

喃字原文：珠淚𠄩行，𩈘愁宇宇，
越 南 语：Châu lệ hai hàng, Mặt sầu võ võ,
汉语意译：泪珠两行，面愁悲凉，

喃字原文：恪市蘇武，怓𢁨秦皇。
越 南 语：Khác nào Tô Vũ, Nhớ vua Tần vương.
汉语意译：如似苏武，思念秦王。

喃字原文：恪市払張，怓娘鸞女，
越 南 语：Khác nào chàng trương, Nhớ nàng loan nữ,
汉语意译：又似张郎，思念鸾凤，

喃字原文：書尼意思，如鶴騎𧍰。
越 南 语：Thư này ý tư, Như hạc cưỡi rồng.
汉语意译：此诗之意，似鹤骑龙。

喃字原文：如婀芙蓉，𨕭払陽世，
越 南 语：Như ả phù dung, Gặp chàng dương thế,
汉语意译：似姬芙蓉，遇君阳间，

喃字原文：如𢂜蜀帝，𨕭婀姮娥。
越 南 语：Như vua Thục đế, Gặp ả hằng nga.
汉语意译：似蜀皇帝，相逢在天。

喃字原文：恪𦓡堆些，払衛妾於，
越 南 语：Khác nào đôi ta, Chàng về thiếp ở,
汉语意译：好似你我，妾在君还，

喃字原文：㗂書氽𡨸，払透庄払。”
越 南 语：Gửi thư mấy chữ, Chàng thấu chăng chàng.”
汉语意译：寄诗数行，君领其言。”

喃字原文：書𠫾妾𨅸秦銀，
越 南 语：Thư đi thiếp đứng tần ngần,
汉语意译：交信妾立心惘然，

喃字原文：𢘾緣埃别胡㪯吏賖；
越 南 语：Mối duyên ai biết hồ gần lại xa;
汉语意译：谁知情缘近又远；

喃字原文：冬𩈘武文𠄼𠀧，
越 南 语：Đông mặt văn võ năm ba,
汉语意译：当着文武众官员，

喃字原文：吴王拎筆封戈殿𧍰。
越 南 语：Ngô vương cầm bút phong qua điện rồng.
汉语意译：吴王下旨封龙殿。

喃字原文：封朱兩國狀元，
越 南 语：Phong cho lưỡng quốc trạng nguyên,
汉语意译：封他两国状元郎，

喃字原文：𥙩璜朱狀咹塘𠦳𠄩；
越 南 语：Lấy vàng cho trạng ăn đường nghìn hai;
汉语意译：赏金千两给状元；

喃字原文：狀元禮謝殿臺，
越 南 语：Trạng nguyên lễ tại điện đài,
汉语意译：状元施礼谢殿上，

喃字原文：者进𠦳渃𠉞碎吁衛。
越 南 语：Giả mười tám nước nay tôi xin về.
汉语意译：辞别众人把家还。

喃字原文：𣈜𠫾𠀧𣎃計之，
越 南 语：Ngày đi ba tháng kể chi,
汉语意译：来时行程三月余，

喃字原文：𦤾𣈜狀衛庄細进𣈜；
越 南 语：Đến ngày trạng về chẳng tới mười ngày;
汉语意译：回时不到十日路；

喃字原文：馭𠫾戈語鳰𧽈，
越 南 语：Ngựa đi qua ngữ chim bay,
汉语意译：马跑胜过鸟儿飞，

喃字原文：固官通事𠊛尼引塘。
越 南 语：Có quan thông sự người nay dẫn đường.
汉语意译：有官通事人引路。

喃字原文：狀元渃相𠄩行，
越 南 语：Trạng nguyên nước mắt hai hàng,
汉语意译：状元思亲泪流下，

喃字原文：歎共諸將𤾓官𠳒尼：
越 南 语：Than cùng chư tướng trăm quan lời này:
汉语意译：便对前后士官言：

喃字原文："庄呐諸將庄台，
越 南 语："Chẳng nói chư tướng chẳng hay,
汉语意译："不讲诸军不了解，

喃字原文：呐𠚢虎㥋悉尼辱身。
越 南 语：Nói ra hổ thẹn lòng này nhục thân.
汉语意译：说来惭愧心自怨。

喃字原文：歲𨉟歲𠀧𠕽銀，
越 南 语：Tuổi mình nên tám làm ngân,
汉语意译：我在八岁就成家，

喃字原文：婚𨉟買嘅歲寅进巴；
越 南 语：Vợ mình mới cưới tuổi dần mười ba;
汉语意译：我妻婚时十三岁；

喃字原文：媄𨉟𣦍进歲𦓅，
越 南 语：Mẹ mình sau mươi tuổi già,
汉语意译：我母六十年老迈，

喃字原文：𨉟群𠫾使塘賒渚衛。
越 南 语：Mình còn đi sứ đường xa chưa về.
汉语意译：我还差使远未归。

喃字原文：欣𤾓帞罔馭車，
越 南 语：Hơn trăm dù võng ngựa xe,
汉语意译：上百罗伞马车行，

喃字原文：調時揀帝𨉟衛空𢬣；
越 南 语：Đều thì đóng đấy mình về không tay;
汉语意译：在此扎营我先回；

喃字原文：諸官揀姑朱安，
越 南 语：Chư quan đóng đó cho yên,
汉语意译：诸官驻此安心候，

喃字原文：緜術㨂噲固安事茹。”
越 南 语：Mình về thăm hỏi có yên sự nhà.”
汉语意译：探明家事再相会。”

喃字原文：吶連狀趾蹎罨，
越 南 语：Nói liền trạng bước chân ra,
汉语意译：说完状元起程回，

喃字原文：皮班東𢄂細茹欺尼；
越 南 语：Vừa ban đông chợ tới nhà khi nay;
汉语意译：刚到村东邻里家；

喃字原文：文昿迖注咹眉，
越 南 语：Một lúc gặp chú ăn mày,
汉语意译：遇见一个乞丐儿，

喃字原文：噲浪亭㙁兜𠪛咳混？
越 南 语：Hỏi rằng đình đám đâu rày hở con?
汉语意译：问他庙会那边啥？

喃字原文：咹眉計𣉹原干，
越 南 语：Ăn mày kể hết nguyên cơn,
汉语意译：乞丐叙尽事缘由，

喃字原文：庄吶翁打碎連吶罨。
越 南 语：Chẳng nói ông đánh tôi liền nói ra.
汉语意译：不用多问即回话。

喃字原文：亭長咹嘅菊花，
越 南 语：Đình trưởng ăn cưới Cúc Hoa,
汉语意译：亭长娶妻是菊花，

喃字原文：每䏾怒折𠄩𠀧㸘耕；
越 南 语：Mọi ngày nó giết hai ba trâu cày;
汉语意译：每日宰牛二三头；

喃字原文：具盤粄䏚㐌落，
越 南 语：Cỗ bàn xôi thịt đã đầy,
汉语意译：筵席摆满菜和肉，

喃字原文：碎𠓺咹眉怒庄固朱。
越 南 语：Tôi vào ăn mày nó chẳng có cho.
汉语意译：我入求乞不给讨。

喃字原文：狀元𦖑別憚𢗼：
越 南 语：Trạng nguyên nghe biết giận lo:
汉语意译：状元知后忧恨言：

喃字原文："𡥵掑襖𢴑翁朱襖𡅧；
越 南 语："Con cởi áo rách ông cho áo lành;
汉语意译："你脱烂衫换给我；

喃字原文：裙襖朱眉扔生，
越 南 语：Quần áo cho mày sắm xinh,
汉语意译：我给新衣你穿上，

喃字原文：𢹿謨備梞底停朱𠈰。"
越 南 语：Quạt mo bị gậy để đành cho tao."
汉语意译：叶扇篮拐交给我。"

喃字原文：頭時紆𦄾如刨，
越 南 语：Đầu thì vò rối như bào,
汉语意译：头发搓乱如麻线，

喃字原文：𦟐牙抷墨恪市𡥵癲；
越 南 语：Xát răng bôi mực khác nào con đen;
汉语意译：牙齿涂黑似叫化；

喃字原文：狀元假形𠓨連，
越 南 语：Trạng nguyên giả hình vào liền,
汉语意译：状元扮成乞丐人，

喃字原文：皮班東𢄂細沔岳家。
越 南 语：Vừa ban đông chợ tới miền nhạc gia.
汉语意译：走到东街岳父家。

喃字原文：廊渃䏧𥪝𥘷𦓅，
越 南 语：Làng nước năm trăm trẻ già,
汉语意译：村民老少有五百，

喃字原文：群當咹嘅𨢇茶䏦𤛠；
越 南 语：Còn đang ăn cưới rượu chè thịt trâu;
汉语意译：酒茶菜肉吃起劲；

喃字原文：狀元䟻文𣇞数，
越 南 语：Trạng nguyên đứng một giờ lâu,
汉语意译：状元站了一会儿，

喃字原文：狀元假恪叩頭叫𣦍。
越 南 语：Trạng nguyên giả cách khâu đầu kêu ngay.
汉语意译：上前假装叩头吟。

喃字原文：茹𠊛罒魔能齋，
越 南 语：Nhà người làm ma hay chay,
汉语意译：这家营葬或祭祀，

喃字原文：𤛠𤙭拆𡗉𠁑尼翁喂！
越 南 语：Trâu bò giết lắm thế này ông ơi!
汉语意译：宰多牛羊在这里！

喃字原文：茹尼咹嘅𡥵𠊛，
越 南 语：Nhà này ăn cưới con người,
汉语意译：人家举行婚酒宴，

喃字原文：牢注與𠰘呐𠰺齋魔；
越 南 语：Sao chú dữ miệng nói nhời chay ma;
汉语意译：你怎胡说是葬祭；

喃字原文：固塘注㨂朱賒，
越 南 语：Có đường chú tránh cho xa,
汉语意译：有路你快躲避去，

喃字原文：注群蹎帝阨羅杶桩。
越 南 语：Chú còn đứng đấy ách là đòn mang.
汉语意译：尚若在此祸患至。

喃字原文：狀元者𠰺培鐄，
越 南 语：Trạng nguyên giả lời vội vàng,
汉语意译：状元急忙来解答，

喃字原文：庄别𨉟噲剛常打埃？
越 南 语：Chẳng biết mình hỏi cương cường đánh ai?
汉语意译：不知就问强硬打？

喃字原文：庄别𨉟晦𨉟制，
越 南 语：Chẳng biết mình hỏi mình chơi,
汉语意译：我不了解问清楚，

喃字原文：勉朱注特孟椎注箕。
越 南 语：Miễn cho chú được mạnh dùi chú kia.
汉语意译：有失之言咱不怕。

喃字原文：呐催狀趾蹎趍，
越 南 语：Nói thôi trạng bước chân đi,
汉语意译：状元说完就离去，

喃字原文：細尼房媎此聀𠰺娘；
越 南 语：Tới nơi phòng vợ thử nghe nhời nàng;
汉语意译：为探娘子到妻房；

喃字原文：𦓡𨷶園花培鐄，
越 南 语：Mở cửa vườn hoa vội vàng,
汉语意译：匆忙打开花园门，

喃字原文：跐𠓨𨕭𨷶𧡊娘𡎥枚；
越 南 语：Bước vào trong cửa thấy nàng ngồi may;
汉语意译：门口见妻坐床上；

喃字原文：𧡊𠄩候㛪蹎𢬣，
越 南 语：Thấy hai hầu gái chân tay,
汉语意译：还有两个陪侍女，

喃字原文：具盤𥹯𦧘呈排菊花。
越 南 语：Cỗ bàn xôi thịt trình bày Cúc Hoa.
汉语意译：饭菜放在桌面上。

喃字原文：婆喂尼具㗅婆，
越 南 语：Bà ơi này cỗ cưới bà,
汉语意译：太太这是婚宴席，

喃字原文：翁碎固保吶罗𠳒尼；
越 南 语：Ông tôi có bảo nói ra nhời này;
汉语意译：你父劝告要听话；

喃字原文：婆時咹旺飽醝，
越 南 语：Bà thì ăn uống no say,
汉语意译：太太吃饱饮醉酒，

喃字原文：旦枚卒𣈜婆衛𫜵妯。
越 南 语：Đến mai tốt ngày bà về làm dâu.
汉语意译：明日吉时就出嫁。

喃字原文：菊花渃相油油，
越 南 语：Cúc Hoa nước mắt rầu rầu,
汉语意译：菊花眼泪满面流，

喃字原文：埃𠫾朱極𢚸嬈咳払；
越 南 语：Ai làm cho cực lòng nhau hở chàng;
汉语意译：谁人陷害我的夫；

喃字原文：保堆候㛪㸊𤉜，
越 南 语：Bảo đôi hầu gái rõ ràng,
汉语意译：对俩侍女叮嘱道，

喃字原文：具尼抸𨑜房香邊尼；
越 南 语：Cỗ này bưng xuống phòng hương bên này;
汉语意译：捧这桌席下香屋；

喃字原文：焠文篆香𠚢帝，
越 南 语：Đốt một nén hương ra đây,
汉语意译：点燃一支香供上，

喃字原文：杜𢯰醖酌𠭤𠸗𢜠䟧。
越 南 语：Đữa so rượu rót tao nay khấn chồng.
汉语意译：分筷斟酒我祝夫。

喃字原文：三魂七魄宋珍，
越 南 语：Tam hồn thất phách Tống Trân,
汉语意译：三魂七魄宋珍郎，

喃字原文：固靈衛享衛咹具尼；
越 南 语：Có linh về hưởng về ăn cỗ này;
汉语意译：有灵显回饮此宴；

喃字原文：能羅隔阻渃𩅹，
越 南 语：Hay là cách trở nước mây,
汉语意译：或是山水阻隔远，

喃字原文：江山𠦳黫塘𠫾𥗐泥。
越 南 语：Giang sơn nghìn rậm đường đi nặng nề.
汉语意译：江山千里路艰险。

喃字原文：妾懇払㐌特術，
越 南 语：Thiếp khấn chàng đã được về,
汉语意译：妾求君若得回来，

喃字原文：陰陽𠬠㖩妾時特能；
越 南 语：Âm dương một thấp thiếp thì được hay;
汉语意译：阴阳抛落妾许愿；

喃字原文：菊花扲錢𨖲𢬣，
越 南 语：Cúc Hoa cầm tiền lên tay,
汉语意译：菊花手拿铜钱币，

喃字原文：𡗶靝孛護㖩𣦍𠬠銅。
越 南 语：Trời thiêng bụt hộ thấp ngay một đồng.
汉语意译：天灵保佑君回前。

喃字原文：菊花跪𨑜哭夫，
越 南 语：Cúc Hoa quì xuống khóc chồng,
汉语意译：菊花下跪哭夫君，

喃字原文：払喂夫婦进冬交和；
越 南 语：Chàng ơi phu phụ mười đông giao hòa;
汉语意译：十年交和我同夫；

喃字原文：𠊛些咹旺𥘷𦓅，
越 南 语：Người ta ăn uống trẻ già,
汉语意译：人家老少饮喜酒，

喃字原文：媄時忍餒𤰞茹槓楼；
越 南 语：Mẹ thì nhịn đói dưới nhà chuồng trâu;
汉语意译：婆婆忍饥牛棚屋；

喃字原文：庄埃朱𠰘之兜，
越 南 语：Chẳng ai cho miếng gì đâu,
汉语意译：无人送饭给婆吃，

喃字原文：平刀割肆固疠咳払！
越 南 语：Bằng dao cắt ruột có đau hở chàng!
汉语意译：如刀割肉痛喂夫！

喃字原文：没旬碎㐌獻香，
越 南 语：Một tuần tôi đã hiến hương,
汉语意译：一旬我已献香上，

喃字原文：𠄩旬進酒時払悴碎；
越 南 语：Hai tuần tấn tửu thì chàng xót tôi;
汉语意译：二旬进酒怜惜妻；

喃字原文：𠀧旬尚食勸𠸼，
越 南 语：Ba tuần thượng thực khuyên mời,
汉语意译：三旬还吃再劝请，

喃字原文：払陀獻酒逴碎䟻拱。
越 南 语：Chàng đà hiến tửu rước tôi đi cùng.
汉语意译：郎请领酒来接妻。

喃字原文：氽保堆候𠊛双，
越 南 语：Mới bảo đôi hầu làm xong,
汉语意译：吩咐两个侍女言，

喃字原文：𨴫𥙩丞襖𥪝房𠺺低；
越 南 语：Vào lấy hòm áo trong phòng ra đây;
汉语意译：进房搬出衣服箱；

喃字原文：堆候抔襖𦤾𣦍，
越 南 语：Đôi hầu bâng áo đến ngay,
汉语意译：侍女捧来衣服箱，

喃字原文：𢷀𠺺𠀧部哭𠫾吏叹。
越 南 语：Dở ra ba bộ khóc rày lại than.
汉语意译：见衣三套心更伤。

喃字原文：丕固詩浪：
越 南 语：Vậy có lời rằng:
汉语意译：如此叹言：

喃字原文：“吻浽傷喂，博媄生碎，
越 南 语：“Xiết nỗi thương ơi, Bác mẹ sinh tôi,
汉语意译：“心境感伤，父母生我，

喃字原文：女兒分㛪，悉丕吹吏。
越 南 语：Nữ nhi phận gái, Lòng giời xui lại.
汉语意译：女儿命运，天意定所。

喃字原文：魰渃緣枚，結䯋車絏，
越 南 语：Cá nước duyên mai, Kết tóc xe dây,
汉语意译：鱼水缘分，结发搓丝，

喃字原文：計自花縣，払撌媄𡟫。
越 南 语：Kể từ hoa huyện, Chàng dặt mẹ đến.
汉语意译：自始花县，郎携母至。

喃字原文：咹眉茹碎，𧡊払蒲嵬，
越 南 语：Ăn mày nhà tôi, Thấy chàng bồ côi,
汉语意译：乞讨我家，见郎孤寒，

喃字原文：歳群𤻻𥺊，払底媄𪟽。
越 南 语：Tuổi còn thơ dại, Chàng để mẹ đấy.
汉语意译：年幼无知，母留郎前。

喃字原文：払𠓨咹眉，𧡊払傷台，
越 南 语：Chàng vào ăn mày, Thấy chàng thương thay,
汉语意译：郎入求乞，见郎可怜，

喃字原文：促朱斗𥺊，碎𨁪𨆝襖。
越 南 语：Xúc cho đấu gạo, Tôi giấu trong áo.
汉语意译：舀给斗米，抱在身前。

喃字原文：碎連扰黜，吒碎衛茹，
越 南 语：Tôi liền đem ra, Cha tôi về nhà,
汉语意译：相互倾吐，我父回家，

喃字原文：庄鞦扒特，打碎疠弱。
越 南 语：Chẳng may bắt được, Đánh tôi đau nhược.
汉语意译：碰巧遇见，痛打菊花。

喃字原文：押嫁朱払，打麻庄傷，
越 南 语：Ép gả cho chàng, Đánh mà chẳng thương,
汉语意译：逼嫁与郎，打而莫怜，

喃字原文：如桩几拗，媄碎傷惜。
越 南 语：Như đòn kẻ cắp, Mẹ tôi thương tiếc.
汉语意译：如打小偷，我母惜怜。

喃字原文：哂朱兩鐄，半叭进貫，
越 南 语：Giấu cho lượng vàng, Bán tám mươi quan,
汉语意译：瞒给两金，卖银八十，

喃字原文：餒柴払學，茄払固福。
越 南 语：Nuôi thầ chàng học, Nhà chàng có phúc.
汉语意译：养师君学，君家福齐。

喃字原文：學特姅𢆥，試豆榜蟯，
越 南 语：Học được nửa năm, Thi đỗ bảng rồng,
汉语意译：学得半载，应试中举，

喃字原文：希嫁公主，悉払傷媎。
越 南 语：Vua gả công chua, Lòng chàng thương vợ.
汉语意译：皇配公主，君意怜妻。

喃字原文：払庄𥙩𢂎，希扒払匂，
越 南 语：Chàng chẳng lấy nao, Vua bắt chàng vào,
汉语意译：郎不娶配，皇迫郎去，

喃字原文：落迦秦國，进冬使蠼。
越 南 语：Đày sang Tần quốc, Mười đông sứ trước.
汉语意译：流放秦国，十年使事。

喃字原文：他朱狀術，隔阻山溪，
越 南 语：Tha cho trạng về, Cách trở sơn khê,
汉语意译：方放君回，山水隔挡，

喃字原文：惨傷徐帝。”
越 南 语：Thảm thương từ đấy.”
汉语意译：自始惨伤。”

喃字原文：襖尼試豆希頒，
越 南 语：Áo này thi đỗ vua ban,
汉语意译：此衣中举皇颁赐，

喃字原文：襖尼儒士饑寒祂燒；
越 南 语：Áo này nho sĩ cơ hàn lấy nhau;
汉语意译：此衣儒士挡饥寒；

喃字原文：襖尼自課罒妯，
越 南 语：Áo này từ thủa làm đâu,
汉语意译：此衣自始当新娘，

喃字原文：巴部襖意智𨢇院全。
越 南 语：Ba bộ áo ấy xưa sau vẹn toàn.
汉语意译：三套衣服都齐全。

喃字原文：語羅偕老百年，
越 南 语：Nghĩ là giai lão bách niên,
汉语意译：想是百年偕老时，

喃字原文：從容粿更𪀄鵑院茾；
越 南 语：Thong dong đẹp cánh chim quyên vẹn đời;
汉语意译：从容合翅杜鹃娇；

喃字原文：埃台機事在𡗶，
越 南 语：Ai hay cơ sự tại giời,
汉语意译：谁料机事由天定，

喃字原文：𫯳北𡞕南徘徊仍𢗖；
越 南 语：Chồng bắc vợ nam bồi hồi những lo;
汉语意译：夫北妻南徘徊忧；

喃字原文：払𠫾祝㐌𨑮秋，
越 南 语：Chàng đi túc đã mười thu,
汉语意译：君去已足十年期，

喃字原文：分傷餒媄分𢗖餒𫯳。
越 南 语：Phần thương nỗi mẹ phần lo nỗi chồng.
汉语意译：婆婆夫君都忧愁。

喃字原文：三魂七魄宋珍，
越 南 语：Tam hồn thất phách Tống Trân,
汉语意译：三魂七魄宋珍君，

喃字原文：固靈吀現衛共妾𠉞；
越 南 语：Có thiêng xin hiện về cùng thiếp nay;
汉语意译：有灵现形与妾共；

喃字原文：靈時領𥙩襖尼，
越 南 语：Thiêng thì lĩnh lấy áo này,
汉语意译：灵念领这衣服去，

喃字原文：𠬠枚托𨑜妾尼默拱。
越 南 语：Một mai thác xuống thiếp nay mặc cùng.
汉语意译：一旦死去得与共。

喃字原文：𥙩焒麻焠襖𫯳，
越 南 语：Lấy lửa mà đốt áo chồng,
汉语意译：用火来烧君衣服，

喃字原文：焠函硯笔姅冬餧柴；
越 南 语：Đốt hòm nghiên bút nửa đông nuôi thầy;
汉语意译：书箱砚笔现烧哉；

喃字原文：求朱払豆科尼，
越 南 语：Cầu cho chàng đỗ khoa này,
汉语意译：当年君得科及第，

喃字原文：埃儗払負妾㕎払喂！
越 南 语：Ai ngờ chàng phụ thiếp rày chàng ơi!
汉语意译：谁料君负妾心唉！

喃字原文：狀元蹲隱邊回，
越 南 语：Trạng nguyên đứng ẩn bên hồi,
汉语意译：状元隐站在旁边，

喃字原文：聀㖡媍呐蹎移趴罨；
越 南 语：Nghe nhời vợ nói chân rời bước ra;
汉语意译：听妻叹言移步前；

喃字原文：軰布媍箌花，
越 南 语：Trông lên bố vợ chiếu hoa,
汉语意译：望上岳父花席坐，

喃字原文：𤳸注亭長𡎢和严莊。
越 南 语：Đưới chú đình trưởng ngồi hòa nghiêm trang.
汉语意译：下是亭长坐庄严。

喃字原文：狀元移蹎趴㳥，
越 南 语：Trạng nguyên rời chân bước sang,
汉语意译：状元移步走过去，

喃字原文：𩙍謨唯志呈払文人；
越 南 语：Quạt mo phỉ chí trình chàng văn nhân;
汉语意译：扇子遂志言君子；

喃字原文：呈払朱咖之咹，
越 南 语：Trình chàng cho miếng gì ăn,
汉语意译：求君给乞讨点食，

喃字原文：亭長保𥙩𠬠分昌𤛠。
越 南 语：Đình trưởng bảo lấy một phần xương trâu.
汉语意译：亭长叫送牛骨吃。

喃字原文：狀元悉仍悼𥹰，
越 南 语：Trạng nguyên lòng những giận lâu,
汉语意译：状元心中恨已久，

喃字原文：拱𠓨拎𥙩底頭盤𢬣；
越 南 语：Cũng vào cầm lấy để đầu bàn tay;
汉语意译：上前接住拿手上；

喃字原文：每𣈜折余𤛠耕，
越 南 语：Mọi ngày giết mấy trâu cày,
汉语意译：每日宰杀几头牛，

喃字原文：朱咖昌尼咹𡗋麻唁；
越 南 语：Cho miếng xương này ăn lắm mà ngon;
汉语意译：给这骨头嚼也香；

喃字原文：昌尼咹特智坤，
越 南 语：Xương này ăn được trí khôn,
汉语意译：此骨吃之得智慧，

喃字原文：巾調𢶢𥙩𢬣群拎制。
越 南 语：Khăn điều buộc lấy tay còn cầm chơi.
汉语意译：剥出筋条来玩赏。

喃字原文：𥆾𨖲奇户當𡓮，
越 南 语：Trông lên cả họ đang ngồi,
汉语意译：望上亲戚都在座，

喃字原文：粄䏧捕備蹎移䢖𨎠；
越 南 语：Xôi thịt bỏ bị chân rời vào trong;
汉语意译：物品放袋移步前；

喃字原文：𫜵𨕭姑舅堆㴑，
越 南 语：Ngồi trên cô cậu đôi dòng,
汉语意译：上座姑舅排双行，

喃字原文：叔伯𪸔𩈘𫜵共弟兄。
越 南 语：Chú bác đủ mặt ngồi cùng đệ huynh.
汉语意译：叔伯兄弟坐一边。

喃字原文：𠄩姉別狀分明，
越 南 语：Hai chị biết trạng phân minh,
汉语意译：两姐认得状元郎，

喃字原文：箕埃失業如形宋珍；
越 南 语：Kia ai thất nghiệp như hình Tống Trân;
汉语意译：行乞那人像宋珍；

喃字原文：户行㖇噼㐌嗂：
越 南 语：Họ hàng thét mắng đã rao:
汉语意译：亲戚责骂吆喝道：

喃字原文：“衆悲想事宋珍〻之！
越 南 语：“Chung bay tưởng sự Tống Trân làm gì!
汉语意译：“你们也想像宋珍！

喃字原文：宋珍群特衛低，
越 南 语：Tống Trân còn được về đây,
汉语意译：宋珍如能得回来，

喃字原文：𠄩户茹眉易𫜵麻咹。”
越 南 语：Hai họ nhà mày dễ ngồi mà ăn.”
汉语意译：你家两个要谨慎。”

喃字原文：𠄩姉傷媕闷分，
越 南 语：Hai chị thương em muôn phần,
汉语意译：两姐十分怜惜他，

喃字原文：傷能媕婿悉拎庄𡀔；
越 南 语：Thương thay em rể lòng cầm chẳng nguôi;
汉语意译：可怜妹夫心不放；

喃字原文：語羅試豆科魁，
越 南 语：Nghĩ là thi đỗ khoa khôi,
汉语意译：原想他已中科魁，

喃字原文：底媄特恺婚和特䁥。
越 南 语：Để mẹ được cậy vợ hòa được trông.
汉语意译：让母得倚妻有望。

喃字原文：埃儗趍使逬冬，
越 南 语：Ai ngờ đi sứ mười đông,
汉语意译：谁料出使十年至，

喃字原文：底婚袓𫯳慘切傷喂；
越 南 语：Để vợ lấy chồng thảm thiết thương ơi;
汉语意译：留妻改嫁惨悲伤；

喃字原文：悉帀咹旺朱愮，
越 南 语：Lòng nào ăn uống cho vui,
汉语意译：哪有心思聚欢乐，

喃字原文：咹醜咹虎拱𡎥麻咹。
越 南 语：Ăn xấu ăn hổ cũng ngồi mà ăn.
汉语意译：丢掉喜酒也坐上。

喃字原文：𠄩姉傷悴秦銀，
越 南 语：Hai chị thương xót tần ngần,
汉语意译：两姐疼惜他踌躇，

喃字原文：保饒粎𦧘捻份扻捽；
越 南 语：Bảo nhau xôi thịt nắm phần đem giao;
汉语意译：偷拿饭肉送一份；

喃字原文：户行吻𠰉切包，
越 南 语：Họ hàng thét mắng siết bao,
汉语意译：亲戚责骂其多事，

喃字原文：眉麻朱怒時蚤拮份。
越 南 语：Mày mà cho nó thì tao chiết phần.
汉语意译：你若送去扣你份。

喃字原文：狀元扲𥙩移蹎：
越 南 语：Trạng nguyên cầm lấy rời chân:
汉语意译：状元手接移步言：

喃字原文：“𠄩姉群固悴𢘾傷碎，
越 南 语：“Hai chị còn có chút tình thương tôi,
汉语意译：“两姐有情尚怜惜，

喃字原文：妬埃别玉庄喂？
越 南 语：Đố ai biết ngọc chẳng ơi?
汉语意译：谁能识别真玉呢？

喃字原文：固𠄩姉㛪别碎庄羅；
越 南 语：Có hai chị gái biết tôi chẳng là;
汉语意译：只有两姐才认识；

喃字原文：妬埃别𩈘魁科？
越 南 语：Đố ai biết mặt khoa khôi?
汉语意译：谁能识别我魁元？

喃字原文：固𠄩姉㛪别羅仙宫。”
越 南 语：Có hai chị gái biết là tiên cung.”
汉语意译：只有两姐识我是。”

喃字原文：准意些此㐌衝，
越 南 语：Chốn ấy ta thử đã xong,
汉语意译：这里已经试探完，

喃字原文：吏𨑜此媄𠁑房樞蝼；
越 南 语：Lại xuống thư mẹ dưới phòng chuồng trâu;
汉语意译：又去牛棚探母亲；

喃字原文：婆包饒歲𨕭头，
越 南 语：Bà bao nhiêu tuổi trên đầu,
汉语意译：阿婆今年多少岁，

喃字原文：据牢婆狞樞蝼朱𠊛？
越 南 语：Cư sao bà giữ chuồng trâu cho người?
汉语意译：为何帮人看牛棚？

喃字原文：老婆渃䋦嘥嘥，
越 南 语：Lão bà nước mắt ngùi ngùi,
汉语意译：婆婆泪水流涟涟，

喃字原文：翁停呐女麻碎煩悉；
越 南 语：Ông đừng hỏi nữa mà tôi phiền lòng;
汉语意译：你莫再问我心烦；

喃字原文：琨碎䋎𠔭𫜵双，
越 南 语：Con tôi nên tám làm song,
汉语意译：我儿八岁那一年，

喃字原文：撍媄庄管姅冬咹眉。
越 南 语：Dắt mẹ chẳng quan nửa đông ăn mày.
汉语意译：携母辛苦乞半年。

喃字原文：旦茹長者𢀭台，
越 南 语：Đến nhà trưởng giả giàu thay,
汉语意译：乞至长者富家前，

喃字原文：㛪𡥵朱怒歲𣋚𨒒𠀧；
越 南 语：Gả con cho nó tuổi rày mười ba;
汉语意译：嫁女给他年十三；

喃字原文：娘意固義台羅，
越 南 语：Nàng ấy có nghĩa hay là,
汉语意译：姑娘有情又有义，

喃字原文：餒柴𠫾學登科榜𧍰。
越 南 语：Nuôi thầy đi học đăng khoa bảng rồng.
汉语意译：养师供学中状元。

喃字原文：吲娘𡨹節𨒒冬，
越 南 语：Dặn nàng chực tiết mười đông,
汉语意译：嘱妾守节十年期，

喃字原文：唉餒𥙩媄渚𠸍調之；
越 南 语：Hãy nuôi lấy mẹ chớ hòng điều chi;
汉语意译：供养婆婆莫离她；

喃字原文：吒怒𠚢䏧不義，
越 南 语：Cha nó ra dạ bất nghì,
汉语意译：居心不义其父亲，

喃字原文：特𦉱𢆥院扒衛仕緣；
越 南 语：Được bảy năm vẹn bắt về rẻ duyên;
汉语意译：刚得七年逼女嫁；

喃字原文：庄聴杶打朱連，
越 南 语：Chẳng nghe đòn đánh cho liền,
汉语意译：不从就用棍来打，

喃字原文：扒碎監陷𠁑沔槯𤛠。
越 南 语：Bắt tôi giam hãm dưới miền chuồng trâu.
汉语意译：监禁我于牛棚下。

喃字原文：𤯩尼𪸘固娘妯，
越 南 语：Sống nay dầu có nàng dâu,
汉语意译：有生托得媳妇福，

喃字原文：怒餧碎𤯩𪶚𩈘特𪸗；
越 南 语：Nó nuôi tôi sống trước sau được lành;
汉语意译：始终善待把我养；

喃字原文：𡥵碎使事秦廷，
越 南 语：Con tôi sứ sự Tần đình,
汉语意译：我儿使事秦朝廷，

喃字原文：渚衛報特悴情娘妯。
越 南 语：Chưa về báo được xót tình nàng dâu.
汉语意译：媳妇恩情未能偿。

喃字原文：狀元渃𪾺油油，
越 南 语：Trạng nguyên nước mắt rầu rầu,
汉语意译：状元流泪感伤悲，

喃字原文：聀呸媄吶歐愁怞車；
越 南 语：Nghe nhời mẹ nói âu sầu xót xa;
汉语意译：听了母言内心烦；

喃字原文：婆喂碎噤𨉟婆，
越 南 语：Bà ơi tôi gẫm mình bà,
汉语意译：我见婆婆你模样，

喃字原文：恪市如体媄𦓅碎𣈜。
越 南 语：Khác nào như thể mẹ già tôi xưa.
汉语意译：好像我母的当年。

喃字原文：捻粎碎底旦𣅶，
越 南 语：Nắm xôi tôi để đến trưa,
汉语意译：这饭本留午餐用，

喃字原文：碎凭婆𩛜碎迻敬婆；
越 南 语：Tôi thấy bà đói tôi đưa kính bà;
汉语意译：我见婆饥给婆吃；

喃字原文：碎貼遁算别賒，
越 南 语：Tôi xem độn toán biết xa,
汉语意译：我会占卦灵晓事，

喃字原文：此貼掍婆㐌特衛庄？
越 南 语：Thử xem con bà đã được về chăng?
汉语意译：试看你儿已得至？

喃字原文：老婆凭吶連𢜠，
越 南 语：Lão bà thấy nói liền mừng,
汉语意译：老太听说连欢喜，

喃字原文：𢚸柴决断貼澄朱碎；
越 南 语：Nhờ thầy quyết đoán xem chừng cho tôi;
汉语意译：托师占卦帮我看；

喃字原文：狀元遁算𠬠回，
越 南 语：Trạng nguyên độn toán một hồi,
汉语意译：状元占卜了一回，

喃字原文：噡貼卦遁三魁榜蠬。
越 南 语：Gẫm xem quẻ độn tam khôi bảng rồng.
汉语意译：说婆儿子中状元。

喃字原文：如卦𣈜𤤰太宗，
越 南 语：Như quẻ đời vua Thái Tông,
汉语意译：如卦世皇唐太宗，

喃字原文：趍制返特堆蠬争都；
越 南 语：Đi chơi gặp được đôi rồng tranh đua;
汉语意译：遇见双龙在争都；

喃字原文：𡥵婆豆狀𠄩𤤰，
越 南 语：Con bà đỗ trạng hai vua,
汉语意译：两国状元你儿中，

喃字原文：𪠞𨖅使事頒朱衛來。
越 南 语：Đi sang sứ sự ban cho về rồi.
汉语意译：使事得回皇吩咐。

喃字原文：固旗固𢶿卒能，
越 南 语：Có cờ có quạt tốt thay,
汉语意译：兵马旗队伞齐艳，

喃字原文：急時𣈜文遲時𣈜𠄩；
越 南 语：Cấp thì ngày một chầy thì ngày hai;
汉语意译：快时今日迟明天；

喃字原文：特如卦遁空差，
越 南 语：Được như quẻ độn không sai,
汉语意译：假如占卦灵验时，

喃字原文：固錢𢧚賞文𠄩𤾓銅。
越 南 语：Có tiền nên thưởng một hai trăm đồng.
汉语意译：有钱应赏一百元。

喃字原文：狀元𢙲吘事𢚸，
越 南 语：Trạng nguyên muốn ngọ sự lòng,
汉语意译：状元想把真相露，

喃字原文：慱媄𢝙𢚸吶拱𠊛些；
越 南 语：Thử mẹ mừng lòng nói cũng người ta;
汉语意译：说儿已回母欢心；

喃字原文：𩈘𡗶𣋽㐌斜斜，
越 南 语：Mặt trời bóng đã tà tà,
汉语意译：日落倒沉西斜去，

喃字原文：待枚𠬠禮䀡茹迍妯。
越 南 语：Đợi mai làm lễ xem nhà đón dâu.
汉语意译：待到明天礼迎亲。

喃字原文：状元𡎢挔邊樓，
越 南 语：Trạng nguyên ngồi tựa bên lầu,
汉语意译：状元坐倚楼旁边，

喃字原文：朗聰聴傳農溇浽娘；
越 南 语：Dáng tai nghe truyện nồng sâu nỗi nàng;
汉语意译：侧耳探听其娘子；

喃字原文：𥶄𡐙底𠬠雯霜，
越 南 语：Nón dứa để làm che sương,
汉语意译：烂帽用作遮霜雪，

喃字原文：假𠬠塊拉座璜䱧垠。
越 南 语：Giả làm ngói là tòa vàng năm ngân.
汉语意译：假作住在高楼里。

喃字原文：襖𧝓假𠬠紅雲，
越 南 语：Áo rách giả làm hồng vân,
汉语意译：烂衣假作红云衣，

喃字原文：備梞解坦𠬠吝篘花；
越 南 语：Bị gậy dải đất làm lần chiếu hoa;
汉语意译：草篮铺地为花席；

喃字原文：𦑃謨假𠬠𦑃牙，
越 南 语：Quạt mo giả làm quạt ngà,
汉语意译：烂扇假作象牙扇，

喃字原文：茋𢃊鴻德班罢𦑃尼。
越 南 语：Đời vua Hồng Đức ban ra quạt này.
汉语意译：鸿德皇帝颁给之。[①]

① 鸿德皇帝：是越南鸿庞氏朝代的皇帝。

喃字原文：皮迦𫫵𠀧更迡，
越 南 语：Vừa sang trống ba canh chầy,
汉语意译：刚到鼓击三更时，

喃字原文：𧡊堆候女丐具排拯器；
越 南 语：Thấy đôi hầu nữ gái cỗ bay bưng ra;
汉语意译：见两侍女摆桌席；

喃字原文：抌𨖲呈買菊花，
越 南 语：Đem lên trình với Cúc Hoa,
汉语意译：捧来呈给菊花说，

喃字原文：婆喂催渚悴車浽𫯳。
越 南 语：Bà ơi thôi chưa xót xa nỗi chồng.
汉语意译：太太莫必痛夫事。

喃字原文：𫯳𦹵𠫾㐌进冬，
越 南 语：Chồng cũ đi đã mười đông,
汉语意译：旧夫已去十年期，

喃字原文：悲𣇞𫯳買信用要當；
越 南 语：Bây giờ chồng mới tin dùng yên đương;
汉语意译：今嫁新夫可信赖；

喃字原文：赭𣯡顛諍羅讓，
越 南 语：Đỏ mong đen tránh là nhìn,
汉语意译：盼红避黑认清楚，

喃字原文：吀𠰚几𧁷麻傷𠊛𢀭。
越 南 语：Xin quên kẻ khó mà thương người giàu.
汉语意译：应忘贫者爱富人。

喃字原文：㩫巢麻待渃溇，
越 南 语：Cắm sào mà đợi nước sâu,
汉语意译：插篙来等水涨上，

喃字原文：花殘蕊洡群兜腮紅？
越 南 语：Hoa tàn nụ rơi còn đâu má hồng?
汉语意译：花蕊凋谢哪芳芬？

喃字原文：箕如吕後殿蠬，
越 南 语：Kia như Lữ hậu điện rồng,
汉语意译：古代龙殿似吕后，

喃字原文：漢皇買托㐌悉禎西；
越 南 语：Hán Hoàng mới thác đã lòng riêng tây;
汉语意译：汉皇刚死心已分；

喃字原文：䊆䛋歐拱㝵尼，
越 南 语：Nghìn xưa âu cũng thế này,
汉语意译：自古以来是如此，

喃字原文：紅顏㶀料執䊷英雄。
越 南 语：Hồng nhan sớm liệu chấp tay anh hùng.
汉语意译：红颜早思嫁英雄。

喃字原文：菊花渃相涌涌：
越 南 语：Cúc Hoa nước mắt dòng dòng:
汉语意译：菊花眼泪涌流说：

喃字原文：“傷喂蚤庄聇嚎衆悲，
越 南 语：“Thương ơi tao chẳng nghe mộng chúng bay,
汉语意译：“我决不会听你言，

喃字原文：悉蚤㖔㖔傷台，
越 南 语：Lòng tao khẩn khẩn thương say,
汉语意译：我心恳切已执迷，

喃字原文：若平固托蚤𠉞蹺駯。”
越 南 语：Nhược bằng có thác tao nay theo chồng.”
汉语意译：若是死去随夫前。”

喃字原文：買保堆候青童，
越 南 语：Mới bảo đôi hầu thanh đồng,
汉语意译：嘱咐旁边侍候女，

喃字原文：眉刨𥙩册貼𫯳𫢩嚣；
越 南 语：Mày vào lấy sách của chồng tao ra;
汉语意译：入房拿出我夫书；

喃字原文：菊花渃相染沙，
越 南 语：Cúc Hoa nước mắt nhiễm sa,
汉语意译：菊花泪水染湿巾，

喃字原文：払喂底册底麻⺫之。
越 南 语：Chàng ơi để sách để mà làm chi.
汉语意译：留来干啥这存书。

喃字原文：固靈領𬨠陰司，
越 南 语：Có thiêng lĩnh xuống âm ty,
汉语意译：有灵领下阴府去，

喃字原文：領𬨠麻底⺫箌樓臺；
越 南 语：Lĩnh xuống mà để làm ghi lầu đài;
汉语意译：领去留作藏铭书；

喃字原文：底妾托𬨠書齋，
越 南 语：Để thiếp thác xuống thư trai,
汉语意译：等妾死下书斋里，

喃字原文：餒払𠫾學詩才陰宮；
越 南 语：Nuôi chàng đi học thi tài âm cung;
汉语意译：施才阴宫供君读；

喃字原文：課𤯩緣女渚沖，
越 南 语：Thuở sống duyên nữa chưa xong,
汉语意译：在生之时缘未了，

喃字原文：没枚托𨑜吁𫢩護碎。
越 南 语：Một mai thác xuống xin chồng hộ tôi.
汉语意译：日后逝去请君护。

喃字原文：買保堆侈𡥵𡞕，
越 南 语：Với bảo đôi đứa con đòi,
汉语意译：吩咐两个侍候女，

喃字原文：媄𫜵忍𩟡群𡎢槓𤛠；
越 南 语：Mẹ tao nhịn đói còn ngồi chuồng trâu;
汉语意译：我婆忍饥牛棚坐；

喃字原文：㐌埃朱𠰘之兜，
越 南 语：Nào ai cho miếng gì đâu,
汉语意译：没人送给一点吃，

喃字原文：具尼抷𨑜槓𤛠敬婆。
越 南 语：Cỗ này bưng xuống chuồng trâu kính bà.
汉语意译：你捧此席去敬婆。

喃字原文：𠔭兩鐄尼貼𫜵，
越 南 语：Tám lạng vàng này của tao,
汉语意译：八两黄金留我处，

喃字原文：語羅婆托𫜵魔朱得；
越 南 语：Nghĩ là bà thác làm ma cho người;
汉语意译：原想婆死祭葬婆；

喃字原文：埃㘉婆𤯨婆喂，
越 南 语：Ai ngờ bà sống bà ơi,
汉语意译：谁料婆婆还活着，

喃字原文：鐄尼𠔭兩細尼敬婆；
越 南 语：Vàng này tám lạng tới nơi kính bà;
汉语意译：八两黄金送敬婆；

喃字原文：娘𡛔𠯦𥚄媄𦓅，
越 南 语：Nàng dâu gửi lạy mẹ già,
汉语意译：儿媳托拜老母亲，

喃字原文：底吀托𪀄𠆳魔蹺𫯳。
越 南 语：Để xin thác trước làm ma theo chồng.
汉语意译：让我先死随夫去。

喃字原文：堆候哪𨈒𠆳双，
越 南 语：Đội hầu bâng xuống làm song,
汉语意译：侍女应言说听从，

喃字原文：抷𠺺文具𦤾𨕭頭夏；
越 南 语：Bưng ra một cỗ đến trong đầu hè;
汉语意译：将桌挪到屋旁边；

喃字原文：保饒𠺺𦛌奸欺，
越 南 语：Bảo nhau ra dạ gian khi,
汉语意译：互相商议心奸诈，

喃字原文：鐄尼𠔭兩些時𢺺饒。
越 南 语：Vàng này tám lạng ta thì chia nhau.
汉语意译：八两黄金各分半。

喃字原文：婆來拱托庄数，
越 南 语：Bà rồi cũng thác chẳng lâu,
汉语意译：阿婆也活不多久，

喃字原文：鐄𢺺𠆳本些𩛷𥙩𫯳；
越 南 语：Vàng chia làm vốn ta sau lấy chồng;
汉语意译：分金做本咱好过；

喃字原文：𠄩𠊛保饒文𢚸，
越 南 语：Hai người bảo nhau một lòng,
汉语意译：两人商定一致后，

喃字原文： 來些抷具𧗱空朱婆。
越 南 语： Rồi ta bưng cỗ đến không cho bà.
汉语意译： 只捧餐食给阿婆。

喃字原文： 堆候抷𧗱疎戈，
越 南 语： Đôi hầu bưng đến thưa qua,
汉语意译： 侍女送到言明说，

喃字原文： 敬婆具意噲羅貼妯；
越 南 语： Kính bà cỗ ấy gọi là của dâu;
汉语意译： 敬婆此席是你媳；

喃字原文： 傷𫯳庄咹特兜，
越 南 语： Thương chồng chẳng ăn được đâu,
汉语意译： 她念丈夫莫思食，

喃字原文： 保碎抷𧗱𣘃楼朱婆；
越 南 语： Bảo tôi bưng xuống chuồng trâu cho bà;
汉语意译： 叫咱送来给婆你；

喃字原文： 娘妯𠳚𥚄媄𦓅，
越 南 语： Nàng dâu gửi lạy mẹ già,
汉语意译： 你媳拜托婆婆言，

喃字原文： 底妯托𬧐〻魔𧼋𫯳。
越 南 语： Để dâu thác trước làm ma theo chồng.
汉语意译： 让媳先死随夫去。

喃字原文： 老婆渃相㳥㳥，
越 南 语： Lão bà nước mắt dòng dòng,
汉语意译： 老太眼泪涌流下，

喃字原文： 婆𠳚𠲖者恩拱娘妯；
越 南 语： Bà gửi nhời giả ơn cùng nàng dâu;
汉语意译： 婆言还恩给儿媳；

喃字原文：婆吀托𤘁𢛨𤙭，
越 南 语：Bà xin thác trước chuồng trâu,
汉语意译：婆求先死牛棚里，

喃字原文：罒之忍餒𡨹𤙭𦤾𣋚；
越 南 语：Làm gì nhịn đói giữ trâu đến rày;
汉语意译：给人看牛忍肚饥；

喃字原文：爲妯朱𤯩𦤾𠉞，
越 南 语：Vì dâu cho sống đến nay,
汉语意译：有媳婆才活至今，

喃字原文：底妯托𤘁䏧𣈜𢚸埃。
越 南 语：Để dâu thác trước đêm ngày cậy ai.
汉语意译：媳妇先死有谁依。

喃字原文：歆尼𨓐几賢才，
越 南 语：Hôm nay gặp kẻ hiền tài,
汉语意译：今天遇见一贤人，

喃字原文：遁浪𣇞午𣈜枚狀衞；
越 南 语：Độn rằng giờ ngọ ngày mai trạng về;
汉语意译：言明午时状元至；

喃字原文：若枚庄𧡊信之，
越 南 语：Nhược mai chẳng thấy tin gì,
汉语意译：明天如果无音信，

喃字原文：媄𡥵拱托𤯩時待埃。
越 南 语：Mẹ con cũng thác sống thì đợi ai.
汉语意译：婆媳同死也不迟。

喃字原文：朱能仍几單差，
越 南 语：Cho hay những kẻ đơn sai,
汉语意译：告知那些狡猾人，

喃字原文：罒碎反主無類空能；
越 南 语：Làm tôi phản chứa vô loại không hay;
汉语意译：仆侍反主无赖徒；

喃字原文：𡗶差坛狖𦤾𨅹，
越 南 语：Giời sai đàn chuột đến ngay,
汉语意译：天派群鼠藏金处，

喃字原文：鐄箕𠔭兩狖尼他𨖲；
越 南 语：Vàng kia tám lạng chuột này tha lên;
汉语意译：黄金八两鼠取出；

喃字原文：他𦤾邊𦢳狀元，
越 南 语：Tha đến bên mình trạng nguyên,
汉语意译：拖到状元身边来，

喃字原文：鐄吏淶𨑜眼前𠇍能。
越 南 语：Vàng lại rơi xuống nhãn tiền nhiều thay.
汉语意译：黄金掉落眼前路。

喃字原文：狀元扲𥙩𨖲𢬣，
越 南 语：Trạng nguyên cầm lấy lên tay,
汉语意译：状元手里拿着看，

喃字原文：鐄尼的寔貼𠖤媍𢀲；
越 南 语：Vàng nay đích thật của rày vợ tao;
汉语意译：黄金真是我妻物；

喃字原文：狖箕眉於尼市，
越 南 语：Chuột kia mày ở nơi nao,
汉语意译：鼠群你在哪里住，

喃字原文：鐄尼𠔭兩朱𢀲渚𨆢；
越 南 语：Vàng này tám lạng cho tao chớ chầy;
汉语意译：八两黄金还给吾；

喃字原文：恩𢁨𤳆𤯩𧗱低，
越 南 语：Ơn vua tao sống về đây,
汉语意译：皇恩准我生还回，

喃字原文：封職朱眉鄉貢狖箕。
越 南 语：Phong chức cho mày hương cống chuột kia.
汉语意译：封你们为“乡贡”鼠。

喃字原文：封朱職意拱稽，
越 南 语：Phong cho chức ấy cũng ghê,
汉语意译：封赐这职是甚好，

喃字原文：为鐄扒几奸欺於茹；
越 南 语：Vì vàng bắt kẻ gian khi ở nhà;
汉语意译：为金捉这奸诈人；

喃字原文：翁𡎥歇𪔠更𠀧，
越 南 语：Ông ngồi hết trống canh ba,
汉语意译：一直等到夜三更，

喃字原文：𦖑𧡊布婦吶𠚢𠰘尼。
越 南 语：Nghe thấy bố vợ nói ra nhời này.
汉语意译：听见岳父说话言。

喃字原文：𠿃注亭長𠓨低，
越 南 语：Đòi chú đình trưởng vào đây,
汉语意译：传唤亭长进来言，

喃字原文：咹嘅氽𣈜群文𣈜枚；
越 南 语：Ăn cưới mấy ngày còn một ngày mai;
汉语意译：婚酒几天剩明日；

喃字原文：𡥵𧗱劍貼聘排，
越 南 语：Con về kiếm của sính bày,
汉语意译：你回准备聘礼物，

喃字原文：䀡寅执𨄴細尼茹尼。
越 南 语：Giờ dần đem đến tới nơi nhà này.
汉语意译：寅时带到我家里。

喃字原文：亭長阻衞欺𣇞，
越 南 语：Đình trưởng trở về khi nay,
汉语意译：亭长当时即返回，

喃字原文：𢲫𦋦文匣鐄落𠦳𠄩；
越 南 语：Mở ra một kép vàng đầy nghìn hai;
汉语意译：开箱取金千二两；

喃字原文：鉑𠄼𤾓兩空差，
越 南 语：Bạc năm trăm lạng không sai,
汉语意译：银两五百不差异，

喃字原文：的寔鐄进斤𥙩进斤；
越 南 语：Đích thật vàng mười cân lấy mười cân;
汉语意译：称金十斤足斤两；

喃字原文：𦄂羅𥾽繞紅雲，
越 南 语：Lụa là vóc nhiễu hồng vân,
汉语意译：绸缎布纱红云衣，

喃字原文：每試每𠪾𧺀垠执𠫾。
越 南 语：Mỗi thứ mọi vẻ đủ ngần đem đi.
汉语意译：各式各样全送上。

喃字原文：狀元買吶文欺，
越 南 语：Trạng nguyên mới nói một khi,
汉语意译：状元探知自语言，

喃字原文：空别亭長怒𠫾塘𦓡；
越 南 语：Không biết đình trưởng nó đi đường nào;
汉语意译：不知亭长走哪里；

喃字原文：𧗱假𠚢𡎥坡坳，
越 南 语：Tao giả ra ngồi bờ ao,
汉语意译：我到路口坡等候，

喃字原文：𫜵調扒虱蹺𠫾此瞡；
越 南 语：Làm điều bắt rận theo vào thử coi;
汉语意译：假装捉虱跟踪迹；

喃字原文：除數亭長細尼，
越 南 语：Chờ lâu đình trưởng tới nơi,
汉语意译：久候亭长才来到，

喃字原文：緑羅繞紗聘儀鉑鐄。
越 南 语：Lụa là nhiễu vóc sính nghi bạc vàng.
汉语意译：绸缎布纱金银礼。

喃字原文：亭長嘎狀嗜鐄：
越 南 语：Đình trưởng mắng trạng vội vàng:
汉语意译：亭长匆忙指骂道：

喃字原文：固貼趍塘注吏𡎥低，
越 南 语：Có của đi đường chú lại ngồi đây,
汉语意译：赶路送礼你来挡，

喃字原文：注羅文刼咹眉，
越 南 语：Chú là một khiếp ăn mày,
汉语意译：你是一个乞丐儿，

喃字原文：据牢𡎥押英尼𡧲塘。
越 南 语：Cứ sao ngồi áp anh nơi giữa đường.
汉语意译：为何坐占路中央。

喃字原文：狀元假唓嗜鐄，
越 南 语：Trạng nguyên giả nhời vội vàng,
汉语意译：状元急忙回答言，

喃字原文：固协之塘注吏嘍埃；
越 南 语：Có hẹp gì đường chú lại mắng ai;
汉语意译：路宽你走骂无理；

喃字原文：語蚓綿扒綿制，
越 南 语：Ngứa rận mình bắt mình chơi,
汉语意译：我身虱痒捉来玩，

喃字原文：邊塘扒蚓綿𡎢𨑜低；
越 南 语：Bên đường bắt rận mình ngồi xuống đây;
汉语意译：路边捉虱坐在此；

喃字原文：𩈘𩈗固貼聘排，
越 南 语：Giàu sang có của sính bày,
汉语意译：富贵有财送聘礼，

喃字原文：固馭注騎埃𠹾㤿之。
越 南 语：Có ngựa chú cưỡi ai rày sợ chi.
汉语意译：有马你骑谁碍你。

喃字原文：亭長騎馭連趍，
越 南 语：Đình trưởng cưỡi ngựa liền đi,
汉语意译：亭长骑马前行去，

喃字原文：狀元默襖即時蹺𨖲；
越 南 语：Trạng nguyên mặc áo tức thì theo lên;
汉语意译：状元着衣即跟上；

喃字原文：祝朱亭長百年，
越 南 语：Chúc cho đình trưởng bách niên,
汉语意译：敬祝亭长命百岁，

喃字原文：祝朱亭長聘連菊花；
越 南 语：Chúc cho đình trưởng sính liền Cúc Hoa;
汉语意译：婚聘菊花贺亭长；

喃字原文：媕𫯳妖饒𤓢𦓅，
越 南 语：Vợ chồng yêu nhau đến già,
汉语意译：夫妻相爱到老年，

喃字原文：𫯳鸞媕鳳燭花洞房。
越 南 语：Chồng loan vợ phượng chúc hoa động phòng.
汉语意译：夫妻鸾凤入洞房。

喃字原文：生䏧琨𤳆頭𢚸，
越 南 语：Sinh năng con trai đầu lòng,
汉语意译：先生五个男孩子，

喃字原文：生䏧琨妸從容羅𨑮；
越 南 语：Sinh năm con gái thong dong là mười;
汉语意译：后生五女从容十；

喃字原文：𤳆時禦史都臺，
越 南 语：Trai thì ngự sử đô đài,
汉语意译：男子御史或都吏，

喃字原文：翁指揮使翁該朝廷。
越 南 语：Ông chỉ huy sứ ông cai triều đình.
汉语意译：地方朝廷都有吏。

喃字原文：妸時聘仍公卿，
越 南 语：Gái thì sính những công khanh,
汉语意译：女子聘为贵公卿，

喃字原文：宫妃皇后朝廷迎昂；
越 南 语：Cung phi hoàng hậu triều đình nghênh ngang;
汉语意译：宫妃皇后送朝里；

喃字原文：都饒座玉殿鐄，
越 南 语：Đua nhau tòa ngọc điện vàng,
汉语意译：竞争玉座和金殿，

喃字原文：落朝文武官𡘯欣𠑬。
越 南 语：Đầy tiều văn võ qua sang hơn người.
汉语意译：全朝文武不如你。

喃字原文：亭長聀祝連哄，
越 南 语：Đình trưởng nghe chúc liền cười,
汉语意译：亭长闻祝语自喜，

喃字原文：注箕失業祝唭寔台；
越 南 语：Chú kia thất nghiệp chúc lời thật hay;
汉语意译：你这乞丐说得好；

喃字原文：注唉蹺英𠫾低，
越 南 语：Chú hãy theo anh vào đây,
汉语意译：请你跟随我进来，

喃字原文：注𠫾𤳆尼𥶄哦醞唁。
越 南 语：Chú vào trong này thết chén rượu ngon.
汉语意译：请你入屋安待好。

喃字原文：狀元蹺𠫾樓㷍，
越 南 语：Trạng nguyên theo vào lầu son,
汉语意译：状元随入红楼里，

喃字原文：文躺文具𡎥𨋤箌花；
越 南 语：Một mình một cỗ ngồi toàn chiếu hoa;
汉语意译：单独一人坐花席；

喃字原文：沛欺布媍𠫾𦋦，
越 南 语：Phải khi bố vợ đi ra,
汉语意译：正巧碰上岳父到，

喃字原文：嗙浪失業箌花朱𡎥。
越 南 语：Mắng rằng thất nghiệp chiếu hoa cho ngồi.
汉语意译：责骂乞丐坐花席。

喃字原文：狀元瞟楯娩唭，
越 南 语：Trạng nguyên nghiêng mặt mỉm cười,
汉语意译：状元仰面微笑言，

喃字原文：𠊛㐌呐世些𡎢𠬠之；
越 南 语：Người đã nói thế ta ngồi làm chi;
汉语意译：人家指骂坐不该；

喃字原文：歐羅些阻嚳趍，
越 南 语：Âu là ta trở ra đi,
汉语意译：干脆立即返回去，

喃字原文：些扰軍衛圍撲此制。
越 南 语：Ta đem quân về vây bọc thử chơi.
汉语意译：拉军包围看厉害。

喃字原文：脱催官狀再回，
越 南 语：Thuyết thôi quan trạng tái hồi,
汉语意译：说完状元返回去，

喃字原文：扰軍圍撲於尼頭廊；
越 南 语：Đem quân vây bọc ở nơi đầu làng;
汉语意译：率军包围村外里；

喃字原文：诸軍㤝悒㐌㖓，
越 南 语：Chư quân mừng rỡ đã vang,
汉语意译：诸军欢喜遂了愿，

喃字原文：㤝衛拜祝房香𣈜𣋚。
越 南 语：Mừng về bái tổ phòng hương ngày rày.
汉语意译：喜回拜祖神灵日。

喃字原文：襖𧞾搬朱咹眉，
越 南 语：Áo rách cởi cho ăn mày,
汉语意译：烂衫脱还乞丐说，

喃字原文：䘙喂䘙唉䘙𠊛蹺翁；
越 南 语：Con ơi con hãy con rày theo ông;
汉语意译：乞儿你就跟我来；

喃字原文：狀元㦰所𠇮双，
越 南 语：Trạng nguyên sắm sửa làm xong,
汉语意译：状元打点整装齐，

喃字原文：帽鐄襖錦轎蠬𨀈𨖲；
越 南 语：Mũ vàng áo gấm kiệu rồng bước lên;
汉语意译：金冠锦衣龙轿抬；

喃字原文：粉𢃊装點如仙，
越 南 语：Phấn vua trang điểm như tiên,
汉语意译：似皇打扮如仙子，

喃字原文：男兒豪傑買𢀭英雄。
越 南 语：Nam nhi hào kiệt mới nên anh hùng.
汉语意译：豪杰英雄好气派。

喃字原文：旗𩙻馭𣾺從容，
越 南 语：Cờ bay ngựa chạy thong dong,
汉语意译：旗飘马跑从容来，

喃字原文：翁提劍鉑翁拎紩綱；
越 南 语：Ông đề kiêm bạc ông cầm dây cương;
汉语意译：随从官兵一排排；

喃字原文：翁𩂏幁𥿗帕鐄，
越 南 语：Ông che lọng vóc dù vàng,
汉语意译：头遮罗伞堂皇坐，

喃字原文：𢃊封蚤特官𣌝樓臺。
越 南 语：Vua phong tao được quan sáng lầu đài.
汉语意译：皇封赐给贵楼台。

喃字原文：𩟡𩈘文武東西，
越 南 语：Đủ mặt văn võ đông tây,
汉语意译：文武官员已到齐，

喃字原文：茹𢭂固事些𠊛喔唭；
越 南 语：Nhà tao có sự ta nay nức cười;
汉语意译：我家有事欢笑多；

喃字原文：诸軍𡮈膵麻催，
越 南 语：Chư quân bé bụng mà thôi,
汉语意译：诸军肚小就罢了，

喃字原文：侈帀𡘯膵衛𡎥具蘇。
越 南 语：Đứa nào lớn bụng về ngồi cỗ to.
汉语意译：哪个肚大坐大桌。

喃字原文：狀元欺意傳呼，
越 南 语：Trạng nguyên khi ấy truyền hồ,
汉语意译：状元当时传指示，

喃字原文：皮班東𢄂細茹富翁；
越 南 语：Vừa ban đông chợ tới nhà phú ông;
汉语意译：富翁家在东街里；

喃字原文：𥯌𦹵廊渃當東，
越 南 语：Tre già làng nước đang đông,
汉语意译：老少邻里很热闹，

喃字原文：𠫆茹咹嘅𡎥𨕭𠃩行；
越 南 语：Đầy nhà ăn cưới ngồi trong chín hàng;
汉语意译：排坐九行满屋里；

喃字原文：外辰𤾓具户行，
越 南 语：Ngoại thì trăm cỗ họ hàng,
汉语意译：屋外亲戚百余席，

喃字原文：𨢟茹咹旺𡎝全女兒。
越 南 语：Trong nhà ăn uống ngồi toàn nữ nhi.
汉语意译：女儿全在屋里吃。

喃字原文：幔帳𩂏泣四圍，
越 南 语：Màn trương che khắp tứ vi,
汉语意译：四周帐蓬围遮住，

喃字原文：群冬察察當欺買𡎝；
越 南 语：Còn đông sát sát đương khi mới ngồi;
汉语意译：人刚聚集正开始；

喃字原文：具盤拯𠚢皮來，
越 南 语：Cỗ bàn bưng ra vừa rồi,
汉语意译：筵席摆出刚恰适，

喃字原文：箸買𢺺𠊛醞買淬𠚢。
越 南 语：Đũa mới chia người rượu mới rót ra.
汉语意译：筷子刚分酒刚筛。

喃字原文：𡎝𨕭𠇍𧯄翁𦓅，
越 南 语：Ngồi trên mấy cụ lão già,
汉语意译：上座几席老大人，

喃字原文：呼𠰘𠯇𠶣吶𠚢𠳒尼；
越 南 语：Ho hen thổng thạnh nói ra lời này;
汉语意译：咳嗽气喘吐言语；

喃字原文：軍埃㐌撟衛低，
越 南 语：Quân ai đã kéo về đây,
汉语意译：谁军已调回村里，

喃字原文：如軍官狀衛𠫾廊喂！
越 南 语：Như quân quan trạng về rày làng ơi!
汉语意译：似状元军到村边！

喃字原文：布𡛔吀廊駭𡎥，
越 南 语：Bố vợ xin làng hãy ngồi,
汉语意译：岳父招呼村民言，

喃字原文：少之官客每尼趍塘。
越 南 语：Thiếu gì quan khách mọi nơi đi đường.
汉语意译：各种官客时来烦。

喃字原文：狀元𠄼𤾓劍鐄，
越 南 语：Trạng nguyên năm trăm kiếm vàng,
汉语意译：状元五百剑兵到，

喃字原文：𠄩行軍將拎鐮趾𨖲；
越 南 语：Hai hàng quân tướng cầm gươm bước vào;
汉语意译：两行军将持剑入；

喃字原文：廊渃浦趍嗷帇，
越 南 语：Làng mước bỏ chạy nôn nao,
汉语意译：村民混乱弃主逃，

喃字原文：佀柴恍惚勞牢駭雄。
越 南 语：Tớ thầy hoảng hốt lao sao hãi hùng.
汉语意译：惊慌喧闹主仆出。

喃字原文：爭燒趍泣西東，
越 南 语：Tranh nhau chạy khắp tây đông,
汉语意译：相争逃走各东西，

喃字原文：汗燒𨃴踏篭縱𨢇茹；
越 南 语：Càn nhau giày đạp lung tung trong nhà;
汉语意译：互挤践踏屋中物；

喃字原文：彈翁朱之彈婆，
越 南 语：Đàn ông cho chí đàn bà,
汉语意译：无论男性或女性，

喃字原文：押燒如体鴗花𨤼篭。
越 南 语：Ép nhau như thể chim hoa trong lồng.
汉语意译：如笼花鸟在冲突。

喃字原文：混祉磷哭西東，
越 南 语：Con bé lăn khóc tây đông,
汉语意译：小儿惊哭喊咿呀，

喃字原文：布媍駭雄謹哨嗕唏；
越 南 语：Bố vợ hãi hùng kín tiếng nhục hơi;
汉语意译：岳父惊怕忍吞声；

喃字原文：布媍買吶文唓：
越 南 语：Bố vợ mới nói một lời:
汉语意译：连忙对人发话说：

喃字原文：𨷑塘𨷯後朱𠊛些𠚢；
越 南 语：Mở đường cửa hậu cho người ta ra;
汉语意译：开后门路让人出；

喃字原文：固泑𠄼巢𡢐茹，
越 南 语：Có ao năm sào sau nhà,
汉语意译：屋后有个小池塘，

喃字原文：𠊛濡虯魪扒𠚢泑泑。
越 南 语：Người lội tôm cá nhảy ra ào ào.
汉语意译：人跑鱼虾滚跳出。

喃字原文：塘𡢐固文幅𢶢，
越 南 语：Đường sau có một bức rào,
汉语意译：塘边有段围篱笆，

喃字原文：㨋荄𠊛拱𨀈𨀎趍戈；
越 南 语：Chông gai người cũng bước vào chạy qua;
汉语意译：尖利人也跳越过；

喃字原文：傷台仍几彈婆，
越 南 语：Thương thay nhừng kẻ đàn bà,
汉语意译：可怜那些妇女人，

喃字原文：𢬣蓬混𡮈𨀈𠚢駭雄。
越 南 语：Tay bồng con bé bước ra hãi hùng.
汉语意译：抱着孩子恐跳过。

喃字原文：傷台𧺀老竜冬，
越 南 语：Thương thay cụ lão long đong,
汉语意译：可怜老人走在后，

喃字原文：裙襖左哉攊空如炮；
越 南 语：Quần áo tả tơi rách không như bào;
汉语意译：衣服扯烂如刨花；

喃字原文：悲喂迻棍朱𢧲，
越 南 语：Bay ơi đưa gậy cho tao,
汉语意译：请拿拐杖来给我，

喃字原文：塘趍䳽𠶢悲保朱翁；
越 南 语：Đường đi nẻo nào bay bảo cho ông;
汉语意译：停在路上被吓傻；

喃字原文：襖時攊歇㐌衝，
越 南 语：Áo thì rách hết đã xong,
汉语意译：衣衫扯破实难堪，

喃字原文：裙時左哉群蒙浽之。
越 南 语：Quần thì tả tơi còn mong nỗi gì.
汉语意译：裤子褴褛像叫花。

喃字原文：廊渃補趚四圍，
越 南 语：Làng nước bỏ chạy tứ vi,
汉语意译：乡亲弃逃四处去，

喃字原文：拱𢧚𡗶孛護持廊些；
越 南 语：Cũng may giời bụt hộ trì làng ta;
汉语意译：祈求天神保乡里；

喃字原文：廊渃福後庄羅，
越 南 语：Làng nước phúc hậu chăng là,
汉语意译：乡村该有厚福到，

喃字原文：𥙩之禮狀丕時廊喂。
越 南 语：Lấy gì lễ trạng vậy thì làng ơi.
汉语意译：今拜状元拿啥礼。

喃字原文：狀噲長者𠬠𠳒，
越 南 语：Trạng hỏi trưởng giả một lời,
汉语意译：状元方问长者话，

喃字原文：𤛠羘𤙭豬咹制役之？
越 南 语：Trâu dê bò lợn ăn chơi việc gì?
汉语意译：宰猪牛羊乐何事？

喃字原文：長者𨀈細連跪，
越 南 语：Trưởng giả bước tới liền quì,
汉语意译：长者上前连跪拜，

喃字原文：事情解𤒛翁時特台；
越 南 语：Sự tình giãi tỏ ông thì được hay;
汉语意译：事情表述言仔细；

喃字原文：因爲𡥵魔茹尼，
越 南 语：Nhân vì con ma nhà này,
汉语意译：因为家有鬼怪在，

喃字原文：𡚢罒罗曳𠶆柴𧆄湯。
越 南 语：Nó làm ra dại mời thầy thuốc thang.
汉语意译：它做蠢事请师至。

喃字原文： 解除茹㐌特安，
越 南 语： Giải trừ nhà đã được yên,
汉语意译： 解除家里得安宁，

喃字原文： 具盤宴飲交歡咹𢜠；
越 南 语： Cỗ bàn yến ẩm giao hoan ăn mừng;
汉语意译： 设席宴饮交欢喜；

喃字原文： 事情計𣋚㸐坪，
越 南 语： Sự tình kể hết rõ bằng,
汉语意译： 事情陈述已分明，

喃字原文： 低朱翁狀别澄茹些。
越 南 语： Để cho ông trạng biết chừng nhà ta.
汉语意译： 请求状元晓家事。

喃字原文： 長者跸蹎匏茹，
越 南 语： Trưởng giả bước chân vào nhà,
汉语意译： 长者趁步入屋里，

喃字原文： 祂𦭒𡘯𡮣調和𠯇翁；
越 南 语： Trẻ già lớn bé đều hòa mắng ông;
汉语意译： 老少大家责怪之；

喃字原文： 翁罒不義奇悉，
越 南 语： Ông làm bất nghĩa cả lòng,
汉语意译： 你做违背仁义事，

喃字原文： 𨕭茹𤾓事在翁罒頭；
越 南 语： Trong nhà trăm sự tại ông làm đầu;
汉语意译： 家中百事由你起；

喃字原文： 𡥵翁固悉之兜，
越 南 语： Con ông có lòng gì đâu,
汉语意译： 你女哪有另嫁心，

喃字原文：𡃊𠸦揀婿翁求𠫾功。
越 南 语：Mõ rao kén rể ông cầu làm công.
汉语意译：梆呼选婿你无理。

喃字原文：役之衆悲嘪翁，
越 南 语：Việc gì chúng bay mắng ông,
汉语意译：啥事众人都怪我，

喃字原文：每𠊛没備蹺翁番尼；
越 南 语：Mọi người một bị theo ông phen này;
汉语意译：每人一篮跟我去；

喃字原文：媄婍悉㤕慺台，
越 南 语：Mẹ vợ lòng khiếp sợ thay,
汉语意译：心惊肉跳岳母娘，

喃字原文：空𠚢朝狀慺𠪟法官。
越 南 语：Không ra chào trạng sợ rày phép quan.
汉语意译：不敢出迎怕违例。

喃字原文：長者𨀈𠚢咀歎，
越 南 语：Trưởng giả bước ra thở than,
汉语意译：长者前入叹息言，

喃字原文：𠉞憫官狀𠫾官買術；
越 南 语：Nay mừng quan trạng làm quan mới về;
汉语意译：祝贺状元官回到；

喃字原文：狀元唓𧯄固義，
越 南 语：Trạng nguyên khen cụ có nghì,
汉语意译：状元赞他有情义，

喃字原文：𠉞碎買術憫𧯄𤯩数。
越 南 语：Nay tôi mới về mừng cụ sống lâu.
汉语意译：我回祝贺你长寿。

喃字原文：長者浪碎吻求，
越 南 语：Trưởng giả rằng tôi vẫn cầu,
汉语意译：长者言我仍祈祷，

喃字原文：进𢆥使事蒙毛翁衛；
越 南 语：Mười năm sứ sự mong mau ông về;
汉语意译：十年使事盼回乡；

喃字原文：文悉𠸦願𣋚号，
越 南 语：Một lòng khẩn nguyện sớm khuya,
汉语意译：一心一意朝夕愿，

喃字原文：求歪孟跬度持躺翁。
越 南 语：Cầu giời mạnh khỏe độ trì mình ông.
汉语意译：求天保佑你健康。

喃字原文：𡥵碎保怒𢚸𫯳，
越 南 语：Con tôi bảo nó chờ chồng,
汉语意译：我劝女儿等你回，

喃字原文：故功餒媄进冬𦼔移；
越 南 语：Cố công nuôi mẹ mười đông chớ rời;
汉语意译：养婆十年不变心；

喃字原文：狀元𦖑唭晚哄，
越 南 语：Trạng nguyên nghe lời mỉm cười,
汉语意译：状元听后微笑言，

喃字原文：恩𧻭貼朔媄碎𥪝外。
越 南 语：Ơn cụ xem xóc mẹ tôi trong ngoài.
汉语意译：多谢关照我母亲。

喃字原文：幅書𣈜怒細尼，
越 南 语：Bức thư ngày nó tới nơi,
汉语意译：那日菊花寄信去，

喃字原文：看秦𢲣讀吟嘅傷台；
越 南 语：Vua Tần mở đọc ngậm ngùi thương thay;
汉语意译：秦皇读了长叹息；

喃字原文：看秦判保碎𠀧，
越 南 语：Vua Tần phán bảo tôi rày,
汉语意译：秦皇传旨要我回，

喃字原文：敕封朱𡥵包𣈜鑊油。
越 南 语：Sắc phong cho cụ vào ngày vạc dầu.
汉语意译：托我捉你油锅里。

喃字原文：亭長𫜵婿㐌数，
越 南 语：Đình trưởng làm rể đã lâu,
汉语意译：亭长入赘已久矣，

喃字原文：固功𫜵婿㐌候𠀧冬；
越 南 语：Có công làm rể đã hầu ba đông;
汉语意译：入赘已候三年时；

喃字原文：爲怒悶𥙩𡥵翁，
越 南 语：Vì nó muốn lấy con ông,
汉语意译：因他愿意娶你女，

喃字原文：朱𢭲怒𠹾故穷𫜵碎；
越 南 语：Cho nên nó chịu cố cùng làm tôi;
汉语意译：为此也受穷仆役；

喃字原文：於茹𢲣席𫜵𢣂，
越 南 语：Ở nhà mở tịch làm vui,
汉语意译：在家饮酒喜作乐，

喃字原文：固𤾓贯底固𡓇𤈜寧。
越 南 语：Có trăm quan để có nồi nấu ninh.
汉语意译：有银百两摆筵席。

喃字原文：狀元呐䠬事情，
越 南 语：Trạng nguyên nói hết sự tình,
汉语意译：状元说完这事情，

喃字原文：東西通事朝廷百官；
越 南 语：Đông tây thông sự triều đình trăm quan;
汉语意译：传话通事朝廷官；

喃字原文：些𠉞兩國𢂞頒，
越 南 语：Ta nay lưỡng quốc vua ban,
汉语意译：咱是两国皇颁诏，

喃字原文：些羅同位渃南邊尼；
越 南 语：Ta là đồng vị nước nam bên này;
汉语意译：咱是同事南国官；

喃字原文：具盤宴飲達排，
越 南 语：Cỗ bàn yến ẩm đặt bày,
汉语意译：筵席宴饮安排好，

喃字原文：𬓇席𫜵宴具𠽖𩛂些。
越 南 语：Mở tịch làm yên cỗ rày thết ta.
汉语意译：美味佳肴尽情欢。

喃字原文：𢂞陶𡓇解簓花，
越 南 语：Vua đào lỗ dải chiếu hoa,
汉语意译：秦皇挖洞铺席盖，

喃字原文：𫜵厨塔像陷些进𣈜；
越 南 语：Làm chùa đắp tượng hãm ta mười ngày;
汉语意译：建寺立佛陷十日；

喃字原文：恩𢂞些𤯩𧗱低，
越 南 语：Ơn vua ta sống về đây,
汉语意译：恩皇准咱活回来，

喃字原文：吏嗜南越固眉肝牢。
越 南 语：Lại khen Nam Việt có mày gan sao.
汉语意译：南国算咱有胆识。

喃字原文：諸軍些仕趾匏，
越 南 语：Chư quân ta sẽ bước vào,
汉语意译：诸军皆请入席来，

喃字原文：空别具市些据𡎢咹；
越 南 语：Không biết cỗ nào ta cứ ngồi ăn;
汉语意译：只管坐饮不分席；

喃字原文：咹牢朱𠫾〻𡍥，
越 南 语：Ăn sao cho hết làm nhanh,
汉语意译：任意吃饱喝醉酒，

喃字原文：尼貼𤤰秦〻宴𥯉些。
越 南 语：Nay của vua Tần làm yến thết ta.
汉语意译：这是秦皇设宴席。

喃字原文：咹來收𠫾刀坡，
越 南 语：Ăn rồi thu hết dao bờ,
汉语意译：吃完收拾好刀具，

喃字原文：𤳆外棟𨷯朱些渚㢭；
越 南 语：Trong ngoài đóng cửa cho ta chớ chầy;
汉语意译：里门外门紧关闭；

喃字原文：廊渃補趾東西，
越 南 语：Làng nước bỏ chạy đông tây,
汉语意译：乡亲弃逃各东西，

喃字原文：釖椘𢭂𦛌補落笓襛。
越 南 语：Dao thớt thái thịt bỏ đầy nia nong.
汉语意译：刀俎切肉满簸箕。

喃字原文：咹来宜𡫡𠓨𥪞，
越 南 语：Ăn rồi nghỉ ngơi vào trong,
汉语意译：饮完休息在房里，

喃字原文：床高簓㴜默𢚸宜𡫡；
越 南 语：Giường cao chiếu sạch mặc lòng nghỉ ngơi;
汉语意译：高床净席任歇息；

喃字原文：軍些更𡨹𥪞外，
越 南 语：Quân ta canh giữ trong ngoài,
汉语意译：巡兵镇守村内外，

喃字原文：民夫遁混㓝鮮默𢚸。
越 南 语：Dân phu độn rộn chém tươi mặc lòng.
汉语意译：民夫哪敢干扰之。

喃字原文：空朱𨉓媄細共，
越 南 语：Không cho mình mẹ tới cùng,
汉语意译：不让母亲通达情，

喃字原文：菊花渃相泀泀愁台；
越 南 语：Cúc Hoa nước mắt dòng dòng sầu thay;
汉语意译：菊花眼泪不停滴；

喃字原文：呈英吀𢲫𨷯尼，
越 南 语：Trình anh xin mở cửa này,
汉语意译：请君打开房门来，

喃字原文：朱妾𢣂歇念西共払。
越 南 语：Cho thiếp tỏ hết niệm tây cùng chàng.
汉语意译：让妾诉尽思夫事。

喃字原文：功妾𡨹節房香，
越 南 语：Công thiếp giữ tiết phòng hương,
汉语意译：守节空房妾有功，

喃字原文：进㪡餧媄餶常朱咹；
越 南 语：Mười năm nuôi mẹ bữa thường cho ăn;
汉语意译：十年养母吃穿住；

喃字原文：払衛妾㐌解煩，
越 南 语：Chàng về thiếp đã giải phiền,
汉语意译：君回妾已解烦忧，

喃字原文：払牢輕妾分憪払喂。
越 南 语：Chàng sao khinh thiếp phận hèn chàng ơi.
汉语意译：君何轻妾命薄夫。

喃字原文：状元吻嗄奇唓，
越 南 语：Trạng nguyên thét mắng cả nhời,
汉语意译：状元大声怒骂道，

喃字原文：㛪箕於薄道歪庄䟐；
越 南 语：Gái kia ở bạc đạo giời chẳng ngay;
汉语意译：那女负心天有知；

喃字原文：衛嚓亭長𧗱低，
越 南 语：Về đòi đình trưởng đến đây,
汉语意译：去唤亭长到此来，

喃字原文：些盤執傳嘅尼些制。
越 南 语：Ta bàn chấp truyện cưới này ta chê.
汉语意译：我要盘问结婚事。

喃字原文：脱催菊花再回，
越 南 语：Thoát thôi Cúc Hoa tái hồi,
汉语意译：说罢菊花返回去，

喃字原文：䁛𨑜㐌媄群𡎢榧楼；
越 南 语：Trông xuống thấy mẹ còn ngồi chuồng trâu;
汉语意译：看见婆婆牛棚里；

喃字原文：媄喂㐌㐌怚歐，
越 南 语：Mẹ ơi rày đã lo âu,
汉语意译：今天遇见更忧虑，

喃字原文：𫯳碎𠫾使余数㐌衛。
越 南 语：Chồng tôi đi sứ mấy lâu đã về.
汉语意译：我夫回来不采理。

喃字原文：老婆買保㔾時，
越 南 语：Lão bà mới bảo thế thì,
汉语意译：老太听了随即言，

喃字原文：𡥵撻𢬣媄麻𠫾細共；
越 南 语：Con dắt tay mẹ mà đi tới cùng,
汉语意译：你和母去一起见，

喃字原文：媄𡥵皮𦤾𨷯房，
越 南 语：Mẹ con vừa đến cửa phòng,
汉语意译：婆媳刚到房门口，

喃字原文：状元吻𠰳果蒸𠳒尼。
越 南 语：Trạng nguyên thét mắng quả chưng lời này.
汉语意译：状元责骂粗声言。

喃字原文：役之婆𦤾細尼，
越 南 语：Việc gì bà đến tới nay,
汉语意译：何事婆婆到这里，

喃字原文：樞㹂婆吏𦤾低婆𡎥？
越 南 语：Chuồng trâu bà lại đến đây bà ngồi?
汉语意译：婆在牛棚怎来此？

喃字原文：老婆哭悼嘆嘆，
越 南 语：Lão bà khóc giận ngùi ngùi,
汉语意译：老太愤怒痛哭言，

喃字原文：𡥵㐌吶𫢋媄𫥨𠃩之！
越 南 语：Con đã nói thế mẹ ngồi làm chi!
汉语意译：如此说母来多事！

喃字原文：東西達蹭奏跪，
越 南 语：Đông tây đặt gối tấu quì,
汉语意译：左右双膝跪地上，

喃字原文：老婆本寔𣈜箕媄𠊛。
越 南 语：Lão bà bản thật xưa kia mẹ người.
汉语意译：你的母亲跪在此。

喃字原文：狀元買吘𠚢㗂，
越 南 语：Trạng nguyên mới ngỏ ra nhời,
汉语意译：状元方才吐真言，

喃字原文：媄時拱忟婚時拱傷；
越 南 语：Mẹ thì cũng nhớ vợ thì cũng thương;
汉语意译：妻子也爱母也想；

喃字原文：𢚸些群浽𢥈量，
越 南 语：Lòng ta còn nỗi lo lường,
汉语意译：我的内心在考虑，

喃字原文：悲𣉹㐌認𬉅當件尼。
越 南 语：Bây giờ đã nhận khó đương kiện này.
汉语意译：现在认了难告状。

喃字原文：烰烰皮買朗𣈜，
越 南 语：Bằng bằng vừa mới sáng ngày,
汉语意译：夜晚刚过到黎明，

喃字原文：狀元欺意吶𣦍𠬠㗂：
越 南 语：Trạng nguyên khi ấy nói ngay một lời:
汉语意译：状元直截了当道：

喃字原文：𪽣爲𠄩户茹𠊛，
越 南 语：Du vì hai họ nhà người,
汉语意译：因为两户人家在，

喃字原文：㐌咹具嘅沛時迻𡛔。
越 南 语：Đã ăn cỗ cưới phải thì đưa dâu.
汉语意译：婚酒喝完送亲到。

喃字原文：歐羅伴耕抌饒，
越 南 语：Âu là bạn giai đem nhau,
汉语意译：只能男友陪送嫁，

喃字原文：伴耕㩫所迻𡛔𦤾茹；
越 南 语：Bạn giai sắm sửa đưa dâu đến nhà;
汉语意译：准备送亲到他家；

喃字原文：楳嘹泣𠅎斤賖，
越 南 语：Mõ rao khắp hết gần xa,
汉语意译：遍及远近打更声，

喃字原文：貓嘵狂哏時些𢭲頭。
越 南 语：Mèo kêu chó cắn thì ta lấy đầu.
汉语意译：猫叫狗吠好喧哗。

喃字原文：軍些自𠎣𦤾𢖖，
越 南 语：Quân ta từ trước đến sau,
汉语意译：咱军在前又在后，

喃字原文：鐮鐄劍鉑蹺候些𠚢；
越 南 语：Gươm vàng kiếm bạc theo hầu ta ra;
汉语意译：携带刀剑随出嫁；

喃字原文：𤊧畑𤏬泣斤賖，
越 南 语：Đốt đèn sáng khắp gần xa,
汉语意译：灯火光亮照远近，

喃字原文：迻妯䢇准燭花洞房。
越 南 语：Đưa dâu đến chốn chúc hoa động phòng.
汉语意译：送亲到达新郎家。

喃字原文：狀元騎㹥駇紅，
越 南 语：Trạng nguyên cưỡi con ngựa hồng,
汉语意译：状元骑匹大红马，

喃字原文：躺默襖紫先鋒跐𠓨；
越 南 语：Mình mặc áo tía tiên phong bước vào;
汉语意译：身着紫衣先行入；

喃字原文：𠓨茹亭長𩵜牢，
越 南 语：Vào nhà đình trưởng lạ sao,
汉语意译：亭长屋里很奇异，

喃字原文：𨷯茹永𢮿妯𠓨空埃。
越 南 语：Cửa nhà vắng vẽ dâu vào không ai.
汉语意译：家里静寂无人住。

喃字原文：狀元買吶文𠳒，
越 南 语：Trạng nguyên mới nói một nhời,
汉语意译：状元又来发话道，

喃字原文：悲除茹怒永𠊛咳悲；
越 南 语：Bây giờ nhà nó vắng người hở bay;
汉语意译：如今这里静异常；

喃字原文：功些迻妯䢇低，
越 南 语：Công ta đưa dâu đến đây,
汉语意译：有功咱送新娘来，

喃字原文：空埃𥴗待些𠢞别牢！
越 南 语：Không ai thết đãi ta rày biết sao!
汉语意译：无人款待咱怎样！

喃字原文：歐羅据迻姍䏦，
越 南 语：Âu là cứ đưa dâu vào,
汉语意译：只好送亲入房里，

喃字原文：菊花嶙哭喓喓趚嚣；
越 南 语：Cúc Hoa lăn khóc rào rào chạy ra;
汉语意译：菊花跑出大声哭；

喃字原文：茹尼固鬼固魔，
越 南 语：Nhà này có quỷ có ma,
汉语意译：这家里面有鬼怪，

喃字原文：迻姍䏦茹姍吏嚣墋。
越 南 语：Đưa dâu vào nhà dâu lại ra sân.
汉语意译：送新娘来人又出。

喃字原文：市羅諸將諸軍，
越 南 语：Nào là chư tướng chư quân,
汉语意译：各位将领及士兵，

喃字原文：傳黜據令渚分蜍唹；
越 南 语：Truyền ra cứ lệnh chớ phân thờ ở;
汉语意译：传我指令不得迟；

喃字原文：諸軍哪令悲晼，
越 南 语：Chư quân vâng lệnh bây giờ,
汉语意译：诸军立即奉令去，

喃字原文：巴茹亭長文晼破散；
越 南 语：Ba nhà đình trưởng một giờ phá tan;
汉语意译：亭长房屋全毁之；

喃字原文：𨷶茹破魄㐌安，
越 南 语：Cửa nhà phá phách đã yên,
汉语意译：推倒房屋完了事，

喃字原文：狀元𨖲馭再還回家。
越 南 语：Trạng nguyên lên ngựa tái hoàn hồi gia.
汉语意译：状元骑马回家里。

喃字原文：狀元𨀈蹎𠓺茹，
越 南 语：Trạng nguyên bước chân vào nhà,
汉语意译：状元移步入家中，

喃字原文：啨浪膨脃翁婆卒台；
越 南 语：Khen rằng bụng dạ ông bà tốt thay;
汉语意译：称赞祖宗保佑好；

喃字原文：軍些𥙩畑𦋦低，
越 南 语：Quân ta lấy đèn ra đây,
汉语意译：军士拿灯房里来，

喃字原文：豆油落畑炪𣦎火豪。
越 南 语：Đổ dầu đầy đèn đốt ngay hỏa hào.
汉语意译：装油满灯亮满堂。

喃字原文：𤎜进舅姑𨀈𠓺，
越 南 语：Trước mời cậu cô bước vào,
汉语意译：先请姑舅进入来，

喃字原文：𢖖进廊渃奇包户行；
越 南 语：Sau mời làng nước cả bao họ hàng;
汉语意译：后请乡里和亲友；

喃字原文：埃埃𥉫恍驚惶，
越 南 语：Ai ai trông thấy kinh hoàng,
汉语意译：人人看见心惊慌，

喃字原文：叩頭嘵𥚄官𨖅傷窮。
越 南 语：Khâu đầu kêu lạy quan sang thương cùng.
汉语意译：请官怜悯咱拜求。

喃字原文：𤾓事只在富翁，
越 南 语：Trăm sự chỉ tại phú ông,
汉语意译：百事都因富翁他，

喃字原文：衆碎沛焒烇城禍淶；
越 南 语：Chúng tôi phải lửa cháy thành vạ lây;
汉语意译：我们的确罪没有；

喃字原文：狀浪寬恕朱眉，
越 南 语：Trạng rằng khoan thứ cho mày,
汉语意译：状元准予众请求，

喃字原文：他朱廊渃共𠉞户行。
越 南 语：Tha cho làng nước cùng nay họ hàng.
汉语意译：宽免乡邻和亲友。

喃字原文：𠴓注亭長急𨖅，
越 南 语：Đòi chú đình trưởng cấp sang,
汉语意译：传唤亭长急忙来，

喃字原文：跬䔲扒哏曲昌𠀧𣈜；
越 南 语：Khỏe răng bắt gặm khúc xương ba ngày;
汉语意译：逼其咬骨三日长；

喃字原文：碎傷𠄩姉𡗋台，
越 南 语：Tôi thương hai chị lắm thay,
汉语意译：两位姐姐有情义，

喃字原文：鐄斤𠄩兩賞𪥘姉碎；
越 南 语：Vàng cân hai lạng thưởng rày chị tôi;
汉语意译：奖赏两人金二两；

喃字原文：芾埃别玉庄喂，
越 南 语：Nào ai biết ngọc chăng ơi,
汉语意译：无人识别真珠宝，

喃字原文：固𠄩姉㛪别碎咹眉。
越 南 语：Có hai chị gái biết tôi ăn mày.
汉语意译：识我只有你姐俩。

喃字原文：爲情𠄩姉欺𠉞，
越 南 语：Vì tình hai chị khi nay,
汉语意译：为人俩姐有情义，

喃字原文：捨朱舅媽群𠉞𨷶茹，
越 南 语：Xá cho cậu má còn nay cửa nhà,
汉语意译：恩赦两位舅妈家，

喃字原文：自𠥇底制翁婆，
越 南 语：Từ rày để chế ông bà,
汉语意译：从今以后孝父母，

喃字原文：文𢆥小服噲羅時催。
越 南 语：Một năm tiểu phục gọi là thì thôi.
汉语意译：只孝服一年例仪。

喃字原文：狀元買判文𠳒，
越 南 语：Trạng nguyên mới phán một lời,
汉语意译：状元再来传谕言，

喃字原文：𠀧廊錢納每𠊛𠄼貫；
越 南 语：Ba làng tiền nạp mỗi người năm quan;
汉语意译：各村人交五元钱；

喃字原文：余𣈜宴飲交歡，
越 南 语：Mấy ngày yến ẩm giao hoan,
汉语意译：几天宴饮同交欢，

喃字原文：每𠊛文𡭧𠄼貫錢㳥。
越 南 语：Mỗi người một chút năm quan tiền dòng.
汉语意译：每人一律五贯钱。

喃字原文：𦓿絲㖫𢚸㐌衝，
越 南 语：Giai tơ vâng chịu đã xong,
汉语意译：男性应言可接受，

喃字原文：媄蓬𡥵𡮣悴𢚸嘵歌；
越 南 语：Mẹ bông con bé xót lòng kêu ca;
汉语意译：女人孩子叫连天；

喃字原文：𡥵碎怒駭群疎，
越 南 语：Con tôi nó hãy còn thơ,
汉语意译：我的儿子还幼小，

喃字原文：麻翁拱扒納皮𠄼貫？
越 南 语：Mà ông cũng bắt nạp vừa năm quan?
汉语意译：迫他交银五贯钱？

喃字原文：空𠫾時悖法廊，
越 南 语：Không đi thì sợ phép làng,
汉语意译：不来又怕违乡约，

喃字原文：吀翁准次朱𡥵碎尼。
越 南 语：Xin ông chuẩn thứ cho con tôi này.
汉语意译：请你准许免交了。

喃字原文：狀浪呐朱媒能，
越 南 语：Trạng rằng nói cho mụ hay,
汉语意译：状元说话你听好，

喃字原文：𡥵媒疎𢙱膵時怒坤；
越 南 语：Con mụ thơ dại bụng thì nó khôn;
汉语意译：孩子吃肉要吃精；

喃字原文：𠰘舌吏𠼾𠰘肝，
越 南 语：Miếng thịt lại đòi miếng gan,
汉语意译：吃肉要挑好肉吃，

喃字原文：𠄼贯拱當叫嗔浽之。
越 南 语：Năm quan cũng đáng kêu oan nỗi gì.
汉语意译：五贯值得还说情。

喃字原文：翁𦓅跐細連跪，
越 南 语：Ông già bước tới liền quì,
汉语意译：老汉步入连跪拜，

喃字原文：衆碎𦓅老歲時𣹓进；
越 南 语：Chúng tôi già lão tuổi thì sáu mươi;
汉语意译：我年已老身体虚；

喃字原文：咹時庄特平𠊛，
越 南 语：Ăn thì chẳng được bằng người,
汉语意译：饮食不如别人多，

喃字原文：𥚄翁准次朱碎特共。
越 南 语：Lạy công chuẩn thứ cho tôi được cùng.
汉语意译：老人免交请准许。

喃字原文：狀元買吶㤕悉，
越 南 语：Trạng nguyên mới nói tỏ lòng,
汉语意译：状元表达内心言，

喃字原文：𦓅怒歲作聼共空聼；
越 南 语：Già nó tuổi tác nghe cũng không nghe;
汉语意译：老人这话不能听；

喃字原文：渚𠳨時老㐌趍，
越 南 语：Chưa mời thì lão đã đi,
汉语意译：未请老人先到来，

喃字原文：床高簓礰老時𡎥𨑗；
越 南 语：Giường cao chiếu sạch lão thì ngồi trên;
汉语意译：坐在上席又干净；

喃字原文：唱歌孝喜𠫾連，
越 南 语：Xướng ca hiếu hỉ đến liền,
汉语意译：唱歌喜好接连来，

喃字原文：𨢇茶据打輸𬁒輸𣈜。
越 南 语：Rượu chè cứ đánh thâu đêm thâu ngày.
汉语意译：茶酒皆饮从未停。

喃字原文：役之老拱差𦓡，
越 南 语：Việc gì lão cũng sai giai,
汉语意译：有事老叫青年人，

喃字原文：市肝市䑛䏧齊太𠚢；
越 南 语：Nào gan nào lưỡi thịt tày thái ra;
汉语意译：肝舌好肉送来到；

喃字原文：䏧時太𣃣𡥵旗，
越 南 语：Thịt thì thái vuông con cờ,
汉语意译：切肉要大又要方，

喃字原文：老扒嗹噷㐌稽精神。
越 南 语：Lão bắt lem lém đã ghê tình thần.
汉语意译：老人细嚼精神够。

喃字原文：𦓡時群沛抷盤，
越 南 语：Giai thì còn phải bưng mâm,
汉语意译：年青还要捧饭菜，

喃字原文：老時占占𨕭床飫醝；
越 南 语：Lão thì chiếm chiếm trên giường no say;
汉语意译：老汉占席位上饱；

喃字原文：䵷浪扒文逐尼，
越 南 语：Nhẽ rằng bắt một chục này,
汉语意译：理当应交十贯钱，

喃字原文：䛊贯㐌當叫𠉞浽之；
越 南 语：Năm quan đã đáng kêu nay nỗi gì;
汉语意译：五贯已值还喊叫；

喃字原文：廊渃錢納文欺，
越 南 语：Làng nước tiền nạp một khi,
汉语意译：村民交钱一时整，

喃字原文：特䛊𠦳贯空非姅銅。
越 南 语：Được năm nghìn quan không phi nửa đồng.
汉语意译：五千贯钱真不少。

喃字原文：狀元買吶〻双，
越 南 语：Trạng nguyên mới nói làm song,
汉语意译：状元再来把话说，

喃字原文：求㥜廊渃此悉麻制；
越 南 语：Cầu vui làng nước thử lòng mà chơi;
汉语意译：趣话村民开心玩；

喃字原文：亭長咹嘅婦碎，
越 南 语：Đình trưởng ăn cưới vợ tôi,
汉语意译：亭长要娶我妻子，

喃字原文：亭長秩貼市碎秩之。
越 南 语：Đình trưởng mất của nào tôi mất gì.
汉语意译：婚宴费用应他担。

喃字原文：貼廊碎朱抌衛，
越 南 语：Của làng tôi cho đem về,
汉语意译：民银我还给大家，

喃字原文：噲羅固婿廊𠁑官高；
越 南 语：Gọi là có rể làng rày quan cao;
汉语意译：看在我是本地官；

喃字原文：巴廊聆呐㦖牢，
越 南 语：Ba làng nghe nói mừng sao,
汉语意译：村民听言狂欢喜，

喃字原文：祝㦖官狀職高殿蠬。
越 南 语：Chúc mừng quan trạng chức cao điện rồng.
汉语意译：祝贺状元得高官。

喃字原文：狀元渃相涌涌，
越 南 语：Trạng nguyên nước mắt dòng dòng,
汉语意译：状元眼泪面上流，

喃字原文：揞媄麻哭㑥悉别離；
越 南 语：Ôm mẹ mà khóc tỏ lòng biệt ly;
汉语意译：搂着母哭诉衷肠；

喃字原文：禮媄碎𤯩衛低，
越 南 语：Lạy mẹ tôi sống về đây,
汉语意译：儿子已经回来了，

喃字原文：語浪𡥵托仍𣈜邊吳；
越 南 语：Nghĩ rằng con thác những ngày bên Ngô;
汉语意译：以为昔日死他乡；

喃字原文：悲晗闷隊恩𤤰，
越 南 语：Bây giờ muôn đội ơn vua,
汉语意译：现在承蒙皇上恩，

喃字原文：狀元兩國封朱榜蠬。
越 南 语：Trạng nguyên lưỡng quốc phong cho bảng rồng.
汉语意译：两国状元封龙榜。

喃字原文：菊花娘唉固悉，
越 南 语：Cúc Hoa nàng hãy có lòng,
汉语意译：菊花妻子真有心，

喃字原文：进𢆥餧媄𠳨𫗃敬信；
越 南 语：Mười năm nuôi mẹ chờ chồng kính tin;
汉语意译：在家养母足十年；

喃字原文：悲𣇞茹𨷯㐌安，
越 南 语：Bây giờ nhà cửa đã yên,
汉语意译：现在全家皆欢合，

喃字原文：義𡞕平岃太山埃齊；
越 南 语：Nghĩa vợ bằng núi thái sơn ai tày;
汉语意译：妻子恩德如泰山；

喃字原文：母親聀呐𢜠台，
越 南 语：Mẫu thân nghe nói mừng thay,
汉语意译：母亲听了心喜悦，

喃字原文：菊花拱浽悉尼余数。
越 南 语：Cúc Hoa cũng nỗi lòng nay mấy lâu.
汉语意译：菊花快意心情欢。

喃字原文：脱催官狀𠓨朝，
越 南 语：Thoát thôi quan trạng vào triều,
汉语意译：且说状元已入朝，

喃字原文：唐皇𧡊狀使数周旋；
越 南 语：Đường vương thấy trạng sứ lâu chu tuyền;
汉语意译：皇见他入朝多年；

喃字原文：𢁑頒錦紌鉑錢，
越 南 语：Vua ban gấm vóc bạc tiền,
汉语意译：奖赏锦缎和钱银，

喃字原文：罒營朱狀於殿邊西。
越 南 语：Làm dinh cho trạng ở điện bên tây.
汉语意译：为他建房城西边。

喃字原文：壮衛特𡛔𢆥迡，
越 南 语：Trạng về được nửa năm chầy,
汉语意译：状元回来有半年，

喃字原文：脱催皇后沛𠫾病癆；
越 南 语：Thoát thôi hoàng hậu phải rày bệnh lao;
汉语意译：听说皇后得肺病；

喃字原文：跪奏陛下歲高，
越 南 语：Quì tấu bệ hạ tuổi cao,
汉语意译：跪地下拜呼万岁，

喃字原文：𢙱碎悶用䏧猚𣈜𠫾。
越 南 语：Lòng tôi muốn dùng thịt hươu ngày rày.
汉语意译：说用鹿肉可治病。

喃字原文：判𠿯文武𠓨低，
越 南 语：Phán đòi văn võ vào đây,
汉语意译：皇诏文武入宫殿，

喃字原文：浪婆皇后悶𠫾䏧猚；
越 南 语：Rằng bà hoàng hậu muốn rày thịt hươu;
汉语意译：皇后病要鹿肉治；

喃字原文：壮時㖡据𠳒𡛖，
越 南 语：Trạng thì vâng cứ lời tao,
汉语意译：状元奉朕之旨令，

喃字原文：𠫾狦朱特䏧猚扰衛。
越 南 语：Đi săn cho được thịt hươu đem về.
汉语意译：必须上山猎回鹿。

喃字原文：狀元𥚄謝丹墀，
越 南 语：Trạng nguyên lạy tạ đơn tê,
汉语意译：状元拜谢别丹墀，

喃字原文：領軍共馭即時狃狣；
越 南 语：Lĩnh quân cũng ngựa tức thì săn hươu;
汉语意译：领军上山围捕鹿；

喃字原文：狀元狃特狣衛，
越 南 语：Trạng nguyên săn được hươu về,
汉语意译：状元猎得鹿回来，

喃字原文：皇后咹歇病癆特拎。
越 南 语：Hoàng hậu ăn hết bệnh lao được cầm.
汉语意译：皇后吃了病得治。

喃字原文：狀元衛特姅𢆥，
越 南 语：Trạng nguyên về được nửa năm,
汉语意译：状元回来已半年，

喃字原文：混𢁋秦國𤠄娘白花；
越 南 语：Con vua Tần quốc tên nàng Bạch Hoa;
汉语意译：秦皇女儿名白花；

喃字原文：青春歲買进巴，
越 南 语：Thanh xuân tuổi mới mười ba,
汉语意译：青春年方十三岁，

喃字原文：䏶鸞眉鳳加牙鲜台；
越 南 语：Mặt loan mày phượng da ngà tươi thay;
汉语意译：面鸾眉凤洁无瑕；

喃字原文：唭如花妛㢂㢂，
越 南 语：Cười như hoa nở rày rày,
汉语意译：笑脸如花常欢乐，

喃字原文：腮紅𩯀鳳價齊仙宮。
越 南 语：Má hồng tóc phượng giá tày tiên cung.
汉语意译：有如宫女嫦娥仙。

喃字原文：壯衛皮𡛔𢆥洞，
越 南 语：Trạng về vừa nửa năm dòng,
汉语意译：状元离开已半年，

喃字原文：占包夢想於𥪝床𪡀；
越 南 语：Chiêm bao mộng tưởng ở trong giường nằm;
汉语意译：常常做梦房中床；

喃字原文：𣎀𣈜竟仍陰忱，
越 南 语：Đêm ngày cảnh những âm thầm,
汉语意译：日夜心思忧愁郁，

喃字原文：𩈘派涅玉如淫牟霜。
越 南 语：Mặt phai nết ngọc như rầm mâu sương.
汉语意译：面颜变得如淋霜。

喃字原文：𠬠𨉓武武思量，
越 南 语：Một mình võ võ tư lường,
汉语意译：自己孤独苦思量，

喃字原文：払喂别妾断腸尼庄；
越 南 语：Chàng ởi biết thiếp đoạn trường nay chăng;
汉语意译：心中焦虑如断肠；

喃字原文：𠀧秋蘋蕩洞澄，
越 南 语：Ba thu bằng lặng khơi chừng,
汉语意译：三年秋冬遥远期，

喃字原文：爲埃几晋𠊛秦怉㤕。
越 南 语：Vì ai kẻ tấn người Tần bơ vơ.
汉语意译：你南我北离悲伤。

喃字原文：脱催秦國𢂞吒，
越 南 语：Thoát thôi Tần quốc vua cha,
汉语意译：且说秦国父皇到，

喃字原文：㤼𡥵𩈘柳眉花宇鐄；
越 南 语：Thấy con mặt liễu mày hoa võ vàng;
汉语意译：看见女儿的容貌；

喃字原文：噲浪𡥵意㦯量，
越 南 语：Hỏi rằng con ấy lo lường,
汉语意译：追问女儿为何忧，

喃字原文：朱𫥨𩈘武眉鐄咳𡥵。
越 南 语：Cho nên mặt võ mày vàng hở con.
汉语意译：变得憔悴又肌瘦。

喃字原文：公主奏𣋚源干：
越 南 语：Công chúa tấu hết nguyên cơn:
汉语意译：公主说明事缘由：

喃字原文：浪𡥵懞直房香閉迡；
越 南 语：Rằng con mong chực phòng hương bấy chầy;
汉语意译：女儿空房待多期；

喃字原文：狀元𨖅使邊尼，
越 南 语：Trạng nguyên sang sứ bên này,
汉语意译：当初状元到这里，

喃字原文：恩吒㐌定緣𢦧婚𫯳；
越 南 语：Ơn cha đã định duyên may vợ chồng;
汉语意译：父皇定咱做夫妻；

喃字原文：悲除几北𠊛東，
越 南 语：Bây giờ kẻ bắc người đông,
汉语意译：如今我俩南北分，

喃字原文：朱𫥨𡥵仍陰忱想思。
越 南 语：Cho nên con những âm thầm tương tư.
汉语意译：女儿怎不苦相思。

喃字原文： 判浪南越隔賖，
越 南 语： Phán rằng Nam Việt cách xa,
汉语意译： 皇说南北路远隔，

喃字原文： 邊尼文武交和𫥨庄；
越 南 语： Bên nay văn vũ giao hòa nên chăng;
汉语意译： 朕与文武交方宜；

喃字原文： 公主達蹭奏浪，
越 南 语： Công chúa đặt gối tấu rằng,
汉语意译： 公主双膝跪拜说，

喃字原文： 吁朱琨院道恒氽帀。
越 南 语： Xin cho con vẹn đạo hằng mấy nao.
汉语意译： 允许女儿找他去。

喃字原文： 庄貪職重權高，
越 南 语： Chẳng tham chức trọng quyền cao,
汉语意译： 莫贪职权重与高，

喃字原文： 庄貪臺閣錦袍罒之；
越 南 语： Chẳng tham đài các gấm bào làm chi;
汉语意译： 莫贪富丽堂皇之；

喃字原文： 吁吒𢣂所船筏，
越 南 语： Xin cha sắm sửa thuyền bè,
汉语意译： 请求父皇备船只，

喃字原文： 朱軍共馭吁迻蹺𫅷。
越 南 语： Cho quân cùng ngựa xin đi theo chồng.
汉语意译： 送我去到夫那里。

喃字原文： 𤤰嘹文武刨宮，
越 南 语： Vua đòi văn vũ vào cung,
汉语意译： 皇传文武入宫殿，

喃字原文：㦃生船隻梘用威儀；
越 南 语：Sắm sanh thuyền chiếc đồ dùng uy nghi;
汉语意译：准备船队很威仪；

喃字原文：判浪河海山溪，
越 南 语：Phán rằng hà hải sơn khê,
汉语意译：传示沿途各地方，

喃字原文：諸軍謹慎朕𠱊塊𢗖。
越 南 语：Chư quân cẩn thận trẫm rày quên lo.
汉语意译：嘱军谨慎免朕思。

喃字原文：頒朱各隊各竒，
越 南 语：Ban cho các đội các kỳ,
汉语意译：颁发各队各路军，

喃字原文：鉑鐄錦�羅少之。
越 南 语：Bạc vàng gấm vóc lụa là thiếu gì.
汉语意译：金银丝绸和缎锦。

喃字原文：百官啷令罷趍，
越 南 语：Trăm quan vâng lệnh ra đi,
汉语意译：百官奉令齐出发，

喃字原文：公主𠓀𨖲𧿨跪媄吒；
越 南 语：Công chúa vào trước lạy quì mẹ cha;
汉语意译：公主拜别父母亲；

喃字原文：祝𢜠吒媄於茹，
越 南 语：Chúc mừng cha mẹ ở nhà,
汉语意译：祝福父母安在家，

喃字原文：朱𡥵㦃所越𨖅南圻。
越 南 语：Cho con sắm sửa vượt sang nam kỳ.
汉语意译：让女打点过南境。

喃字原文：船𠚢𦣰㴜𠬠欺，
越 南 语：Thuyền ra giữa bể một khi,
汉语意译：正当船行到海里，

喃字原文：埃㥌𢭲運難危坤量；
越 南 语：Ai ngờ gặp vận nạn nguy khôn lường;
汉语意译：谁料命运到此时；

喃字原文：𩄲黰𠬠𡑝揀昂，
越 南 语：Mây đen một đám đống ngang,
汉语意译：乌云重重卷飞起，

喃字原文：喑喑𩙍陣湄𢀭駭雄；
越 南 语：Ầm ầm gió tận mưa cơn hãi hùng;
汉语意译：急风阵阵暴雨至；

喃字原文：當𢀭㳥𩙍同同，
越 南 语：Đang cơn sóng gió đùng đùng,
汉语意译：一阵风浪滚滚来，

喃字原文：諸軍數命付拱水鄉。
越 南 语：Chư quân số mệnh phụ cùng thủy hương.
汉语意译：全军命付海水里。

喃字原文：𢚸𡗶禍福坤量，
越 南 语：Lòng giời họa phúc khôn lường,
汉语意译：世间祸福难预料，

喃字原文：特娘公主花娘院𨤔；
越 南 语：Được nàng công chúa hoa nương vẹn toàn;
汉语意译：剩下公主得生还；

喃字原文：𢟮兜𢭲特更帆，
越 南 语：May đâu gặp được cánh buồm,
汉语意译：幸好靠乘一风帆，

喃字原文：湃迻娘細頭嫩故窮。
越 南 语：Sóng đưa nàng tới đầu non cố cùng.
汉语意译：风顺公主上海岸。

喃字原文：核棋竹怒岸椿，
越 南 语：Cây kia túc nó ngàn thông,
汉语意译：她宿一棵松树下，

喃字原文：文躺分妸𨁳悉悴車；
越 南 语：Một mình phận gái trong lòng xót xa;
汉语意译：单独一人心哀伤；

喃字原文：悉丕渚撻才花，
越 南 语：Lòng giời chưa dất tài hoa,
汉语意译：天意惜她有才华，

喃字原文：彈狳劍菓扰嚣餒馱。
越 南 语：Đàn hươn kiếm quả đem ra nuôi người.
汉语意译：鹿群摘果把她养。

喃字原文：論論脁院馹戈，
越 南 语：Lần lần tháng vẹn ngày qua,
汉语意译：日月如梭消逝去，

喃字原文：俸兜返狀買皮狃狳；
越 南 语：Bỗng đâu gặp trạng mới vừa săn hươu;
汉语意译：骤然状元又打鹿；

喃字原文：呼軍補绠圍𠚢，
越 南 语：Hô quân bỏ lưới vây vào,
汉语意译：前呼后拥来包围，

喃字原文：几時打楳馱𠚢擸椮。
越 南 语：Kẻ thì đánh mõ người vào cắm chông.
汉语意译：敲梆上山往前捕。

喃字原文：彈狎聙铳駭雄，
越 南 语：Đàn hươu nghe súng hãi hùng,
汉语意译：前鹿闻声惊骇跑，

喃字原文：呈婆碎沛隱𥪞核尼；
越 南 语：Trình bà tôi phải ẩn trong cây này;
汉语意译：要求允许共隐蔽；

喃字原文：公主聙呐傷台，
越 南 语：Công chúa nghe nói thương thay,
汉语意译：公主听说很怜悯，

喃字原文：浪埃狦狆底𠉞害馭。
越 南 语：Rằng ai săn bắn để nay hại người.
汉语意译：是谁猎捕来到此。

喃字原文：狎連計𠇮歷來，
越 南 语：Hươu liền kể hết lịch lai,
汉语意译：鹿子说明缘由来，

喃字原文：𣈗𠉞官狀補进绠圍；
越 南 语：Ngày nay quan trạng bỏ mười lưới vây;
汉语意译：是日状元来围捕；

喃字原文：公主買呐𠳒尼，
越 南 语：Công chua mới nói lời này,
汉语意译：公主当时把话说，

喃字原文：各𡥵於吏些𠱊叫朱。
越 南 语：Các con ở lại ta rày kêu cho.
汉语意译：你们在此我求助。

喃字原文：狀元铳狆軍呼，
越 南 语：Trạng nguyên súng bắn quân hô,
汉语意译：状元众多军呼唤，

喃字原文：公主跪𨁑倍疎事情；
越 南 语：Công chúa quì xuống vội thưa sự tình;
汉语意译：公主双膝跪地上；

喃字原文：吀𠊛撩缧收兵，
越 南 语：Xin người treo lưới thu binh,
汉语意译：请君悬网收兵回，

喃字原文：佘数怒固功情餧碎；
越 南 语：Mấy lâu nó có công tình nuôi tôi;
汉语意译：他们有情把我养；

喃字原文：狀元傳保焜𠻃，
越 南 语：Trạng nguyên truyền bảo con đòi,
汉语意译：状元传话众兵言，

喃字原文：於低如固哨𠊛咳悲。
越 南 语：Ở đây như có tiếng người hở bay.
汉语意译：这里似有人声响。

喃字原文：公主跪𨁑奏排，
越 南 语：Công chúa quì xuống tấu bày,
汉语意译：公主上前跪述言，

喃字原文：碎羅公主吒𥚯秦王；
越 南 语：Tôi là công chúa cha rày Tần vương;
汉语意译：我是公主父秦皇；

喃字原文：爲䏧碎沛蹺𨖅，
越 南 语：Vì chồng tôi phải theo sang,
汉语意译：思君心切我追来，

喃字原文：庄𩋾𣳔潡湄岸細尼。
越 南 语：Chẳng may sóng bể mưa càn tới đây.
汉语意译：不幸遇到大风浪。

喃字原文：狀元買呐文唓：
越 南 语：Trạng nguyên mới nói một lời:
汉语意译：状元接着问话说：

喃字原文：故功越瀎戈㵢罒之？
越 南 语：Cố công vượt bể qua khơi làm gì?
汉语意译：越海迢迢来干啥？

喃字原文：公主燥𣋚情記：
越 南 语：Công chúa tỏ hết tình ghi:
汉语意译：公主表明情意言：

喃字原文：爲蒸義𥗐沛趍蹺払。
越 南 语：Vì chưng nghĩa nặng phải đi theo chàng.
汉语意译：因为情重心未达。

喃字原文：𠄩𠊛欺意再還，
越 南 语：Hai người khí ấy tài hoàn,
汉语意译：当时两人喜重逢，

喃字原文：共撓𠓨𥚄天顔九重；
越 南 语：Cùng nhau vào lạy thiên nhan cửa trùng;
汉语意译：一道回拜皇九重；

喃字原文：𢂞唏公主固悉，
越 南 语：Vua khen công chúa có lòng,
汉语意译：皇赞公主有情义，

喃字原文：論道蜍𫯳信敬討䜹。
越 南 语：Luận đạo chờ chồng tín kính thảo ngay.
汉语意译：称道待夫敬信忠。

喃字原文：𢂞頒錦�朱䓵，
越 南 语：Vua ban gấm vóc cho đầy,
汉语意译：皇帝奖赏锦缎绸，

喃字原文：𠄩𠊚領𢭲奏排𨀈𠚢；
越 南 语：Hai người lĩnh lấy tấu bày bước ra;
汉语意译：两人领了谢离去；

喃字原文：媿𫯳𢜠㦖𣋚枚，
越 南 语：Vợ chồng mừng rỡ hôm mai,
汉语意译：夫妻双双皆欢喜，

喃字原文：𠄩𠊚沛撰𠬠𠊚正妻。
越 南 语：Hai người phải chọn một người chính thê.
汉语意译：两人须选一正妻。

喃字原文：菊花浪撰容儀，
越 南 语：Cúc Hoa rằng chọn dung nghi,
汉语意译：菊花发话择容仪，

喃字原文：娘白混妸上位秦皇；
越 南 语：Nàng Bạch con gái thượng vị Tần vương;
汉语意译：白花父亲是秦皇；

喃字原文：碎尼悴分尋常，
越 南 语：Tôi nay xót phận tầm thường,
汉语意译：我今身世实平凡，

喃字原文：吒碎民社村廊茹圭。
越 南 语：Cha tôi dân xã thôn làng nhà quê.
汉语意译：父亲村民家在乡。

喃字原文：白花排㸇云爲，
越 南 语：Bạch Hoa giải tỏ vân vi,
汉语意译：白花表述详端末，

喃字原文：茹碎秦國城池於賒；
越 南 语：Nhà tôi Tần quốc thành trì ở xa;
汉语意译：我家秦国城池远；

喃字原文： 娘時結𬗲自𦠘，
越 南 语： Nàng thì kết tóc từ xưa,
汉语意译： 娘子结发在先前，

喃字原文： 寒微余度数徐余吝；
越 南 语： Hàn vi mấy độ lâu chờ mấy lần;
汉语意译： 经历风雨等多年；

喃字原文： 餒𫯳餒媄文身，
越 南 语： Nuôi chồng nuôi mẹ một thân,
汉语意译： 养君养母你一人，

喃字原文： 碎兜固监𡨹份稹西。
越 南 语： Tôi đâu có giám giữ phần riêng tây.
汉语意译： 岂敢非份有私念。

喃字原文： 狀元浪㐌𤤰尼，
越 南 语： Trạng nguyên rằng đã thế này,
汉语意译： 状元话说既如此，

喃字原文： 𠄩𠊛共讓別𱜢撰埃？
越 南 语： Hai người cùng nhường biết này chọn ai?
汉语意译： 两人推让我选谁？

喃字原文： 𦀼尼些此𢺺𠄩，
越 南 语： Lụa này ta thử chia hai,
汉语意译： 现分丝绸为二份，

喃字原文： 抌衛緻襖埃才窖緻；
越 南 语： Đem về may áo ai tài khéo may;
汉语意译： 两个缝衣看巧谁；

喃字原文： 埃麻精細𬧐𢬣，
越 南 语： Ai mà tinh tới nên tay,
汉语意译： 哪个精细手灵巧，

喃字原文：正妻位意𢭸𨀎仍羅。
越 南 语：Chính thê vị ấy giao ngay những là.
汉语意译：就是正妻我盼回。

喃字原文：𠄩𠊛領𥙩衛茹，
越 南 语：Hai người lĩnh lấy về nhà,
汉语意译：两人领绸回房里，

喃字原文：𠳚仙𨑜𠢞交和共𦁾；
越 南 语：Mời tiên xuống giúp giao hòa cùng may;
汉语意译：请仙下凡帮助之；

喃字原文：坪坪𡗶買𣋽𣈜，
越 南 语：Bằng bằng trời mới sớm ngày,
汉语意译：她们裁缝到天亮，

喃字原文：共抌襖納埃齐欣埃。
越 南 语：Cùng đem áo nạp ai tày hơn ai.
汉语意译：两个纳衣齐无比。

喃字原文：状元唲𠰘㗂唭，
越 南 语：Trạng nguyên mỉm miệng nức cười,
汉语意译：状元抿嘴微微笑，

喃字原文：共𢬣柴傅共才窖𦁾；
越 南 语：Cùng tay thầy thợ cũng tài khéo may;
汉语意译：相似师徒都是巧；

喃字原文：𠄩𠊛領𥙩𥻸尼，
越 南 语：Hai người lãnh đâu gạo này,
汉语意译：你们两人领大米，

喃字原文：抌衛𪱚餅貼才埃欣。
越 南 语：Đem về làm bánh xem tài ai hơn.
汉语意译：带去做饼看谁好。

喃字原文：㐌𠊛领𥙩糙頒，
越 南 语：Hai người lãnh lấy gạo ban,
汉语意译：两人领了大米回，

喃字原文：㐌𠊛共固𠊛仙𦓡柴；
越 南 语：Hai người cũng có người tiên làm thầy;
汉语意译：两人都请仙师到；

喃字原文：烰烰皮買朗䁾，
越 南 语：Bằng bằng vừa mới sáng ngày,
汉语意译：她们做到天亮时，

喃字原文：餅芇式意才尼如燒；
越 南 语：Bánh nào thứ ấy tài này như nhau;
汉语意译：饼式相似才艺巧；

喃字原文：菊花羅𫏾白𦤾，
越 南 语：Cúc Hoa là trước Bạch sau,
汉语意译：菊花在先白花后，

喃字原文：㐌𠊛全院𫏾𦤾順和。
越 南 语：Hai người toàn vẹn trước sau thuận hòa.
汉语意译：两妻圆满始终好。

说明：《宋珍歌》（喃字本）是1960年阮其福为教其外甥苏维芳学习喃字而抄写。苏维芳翻译，苏凯校对。

2003年10月

梁山伯与祝英台

简　介

梁山伯与祝英台的传说是我国四大民间传说之一，是中华文化的瑰宝。千百年来，它以提倡求知、崇尚爱情、歌颂生命生生不息的鲜明主题深深打动着人们的心灵，凭其曲折动人的情节、鲜明的人物性格、奇巧的故事结构而受到民众的广泛喜爱。梁祝传说形成以来，在流传的过程中，其内容得到不断的丰富和发展。故事流传到朝鲜、越南、缅甸、日本、新加坡和印度尼西亚等国家。越南六八体喃字叙事歌以另一种形式展现了梁祝的艺术魅力，使其在越南民间和我国的京族地区广为流传。

祝英台为立业寻师，女扮男装去求学，途中遇见梁山伯，两人结义为兄弟。他们同窗共读三年，梁山伯始终未发现祝英台是女子。祝英台停学回家后十分想念梁山伯。此时，梁山伯也放弃学业，去寻找祝英台。在祝家庄，梁祝会面后，梁山伯才知道祝英台原来是个美丽的女子，从而对其产生深深的爱慕之情。但祝英台回家后，马文才已来提亲，父母之令不能违背。他俩相互诉情，深深相爱，难舍难分。祝英台向父亲请求，准许她与梁君结缘，父母不从。梁山伯回到家后，心情万分悲痛，叫母亲前往祝家求亲，最终其母亲带着伤感空手而回。梁山伯未达心愿，患病严重，于悲愤交加中死去。祝英台得知梁山伯去世后，也卧病在床，请求父亲准许去祭梁山伯，祝翁同意。英台祭墓时，“天昏地暗电光闪，云黑墓开接英台”，“化蝶双飞蓬莱岛，成仙结双游天空”。

梁山伯与祝英台
Lương Sơn-Bá, Chúc Anh-Đài
梁山伯与祝英台

（一）立業尋柴結𠫾伴友
(I) Lập nghiệp tìm thầy kết làm bạn hữu
（一）求学途中交朋友

此回内容简介：祝英台为立业寻师，女扮男装去求学，途中遇见梁山伯，两人结义为兄弟。他们同窗共读三年，梁山伯始终未发现祝英台是女子。

喃字原文：籍俳於坦吴州，
越 南 语：Tịch bài ở đất Ngô Châu,
汉语意译：祝家户籍吴州里，

喃字原文：固茹户祝風流台𠱤。
越 南 语：Có nhà họ Chúc phong lưu hay là.
汉语意译：家境充盈实富裕。

喃字原文：户祝固堆翁婆，
越 南 语：Họ Chúc có đôi ông bà,
汉语意译：喜得一女初长成，

喃字原文：生特没㚢平花卒祥。
越 南 语：Sinh được một gái bằng hoa tốt tường.
汉语意译：灿若朝霞映芙蕖。

喃字原文：⿰扌能⿰扌弟妝⿱楚正房香，
越 南 语：Nâng niu trang chải phòng hương,
汉语意译：双亲宠爱育闺中，

喃字原文：噠⿱罒丂娘祝九⿰娘彡英台。
越 南 语：Đặt là nàng Chúc cửu nương Anh-Đài.
汉语意译：取名正娘祝英台。

喃字原文：𦤾𢆥𣦮奇铖进，
越 南 语：Đến năm tuổi cả nên mười,
汉语意译：年纪长至十岁时，

喃字原文：猑吀趍學每才每家。
越 南 语：Con xin đi học mọi tài mọi gia.
汉语意译：家开私塾已就学。

喃字原文：𦤾𢆥𣦮奇进𠀧，
越 南 语：Đến năm tuổi cả mười ba,
汉语意译：英台方及豆蔻年，

喃字原文：娘𠚢跪𥚄媄吒呈浪：
越 南 语：Nàng ra quỳ lạy mẹ cha trình rằng:
汉语意译：跪拜父母请求言：

喃字原文："茹些良善道恒，
越 南 语："Nhà ta lương thiện đạo hằng,
汉语意译："祝家行道又善良，

喃字原文：猑⿰耒男庄固余蒸机求。
越 南 语：Con trai chẳng có với chưng cơ cầu.
汉语意译：却苦无丁来承传。

喃字原文：茹些小学余数，
越 南 语：Nhà ta tiểu học mấy lâu,
汉语意译：女读诗书已数年，

喃字原文：𡥵吀𠫾学法牟史經。
越 南 语：Con xin đi học phép màu sử kinh.
汉语意译：请准外出学史经。

喃字原文：𬑉時𡨹役家庭，
越 南 语：Trước thì giữ việc gia đình,
汉语意译：先为继承持家业，

喃字原文：𡢐𡛔𠊛世𢗷情些𠉞。
越 南 语：Sau nữa người thế tỏ tình ta nay.
汉语意译：后是豪世人显现。

喃字原文：彈琴麻拯固絏，
越 南 语：Đàn cầm mà chẳng có dây,
汉语意译：弹琴必须有琴弦，

喃字原文：𡥵吀𠫾學尋柴塘賒。”
越 南 语：Con xin đi học tìm thầy đường xa.”
汉语意译：远求贤师方有成。”

喃字原文：户祝固堆翁婆，
越 南 语：Họ Chúc có đôi ông bà,
汉语意译：英台父母召家人，

喃字原文：𨷑席䏧𦝄𠇍噲浪𠉞：
越 南 语：Mở tiệc giăng già với gọi rằng bay:
汉语意译：筵席面对月老言：

喃字原文：“𦊚皮场屋仍𠇍，
越 南 语：“Bốn bề trường ốc những giai,
汉语意译：“四处学堂全男儿，

喃字原文：𨉟𡥵罗妸蹎𡎥𢧚吊？”
越 南 语：Mình con là gái đứng ngồi nơi nao?”
汉语意译：身是女子怎言行？”

喃字原文：英台呈𣋚𣵰高：
越 南 语：Anh-Đài trình hết thấp cao:
汉语意译：英台呈父细论理，

喃字原文：“㐌固良善管包例之。
越 南 语：“Đã có lương thiện quản bao lệ gì.
汉语意译：“有良善莫管例规。

喃字原文：襖𨱽假相男兒，
越 南 语：Áo dài giả tướng nam nhi,
汉语意译：衣着长袍假男儿，

喃字原文：敬𢥈念𨕭𠄩時埃𢀲。”
越 南 语：Kính sau niệm trước nào thì ai hay.”
汉语意译：前敬后礼谁人晓。”

喃字原文：没𨉟𨀈𨑜楼西，
越 南 语：Một mình bước xuống lâu tây,
汉语意译：英台移步下楼西，

喃字原文：牡丹披𥙩欺𠉞没梗。
越 南 语：Mẫu đơn bẻ lấy khi nay một cành.
汉语意译：折枝牡丹手捧起。

喃字原文：渃𤅶撳𥙩没瓶，
越 南 语：Nước trong kín lấy một bình,
汉语意译：瓶中装水插花枝，

喃字原文：焠香望拜春𩇢𠯽願。
越 南 语：Đốt hương vọng bái xuân xanh lời nguyền.
汉语意译：烧香望拜发愿誓。

喃字原文：“碎罗𡥵𡛔少年，
越 南 语：“Tôi là con gái thiếu niên,
汉语意译：豆蔻年少一女子，

喃字原文：塘㐌湓瀂迍邅尋柴。
越 南 语：Đường đi lận lội truân chiên tìm thầy.
汉语意译：跋涉关山远寻师。

喃字原文：妯碎於胣渃𩄲，
越 南 语：Dù tôi ở dạ nước mây,
汉语意译：心中若有云雨情，

喃字原文：吀牡丹𠀧㶣𦛜瀦鲜。
越 南 语：Xin mẫu đơn ấy héo rày chớ tươi.
汉语意译：鲜红牡丹变枯枝。

喃字原文：妯碎節玉拯移，
越 南 语：Dù tôi tiết ngọc chẳng rời,
汉语意译：如我守节志不移，

喃字原文：吀牡丹𠀧卒鲜𠱤窿。”
越 南 语：Xin mẫu đơn ấy tốt tươi lạ lùng.”
汉语意译：牡丹鲜艳显奇异。

喃字原文：唓願透𨀈天宫，
越 南 语：Lời nguyền thấu đến thiên cung,
汉语意译：铿锵誓言透天宫，

喃字原文：踸踸立志没悉𨀒𠚢，
越 南 语：Xăm xăm lập chí một lòng bước ra.
汉语意译：骎骎而行立志忠。

喃字原文：堆𢬣㩜瓶渃花，
越 南 语：Đôi tay nâng bình nước hoa,
汉语意译：双手敬捧瓶中花，

喃字原文：㩜𢬣𠔦𤺍低麻𤒘𠳨。
越 南 语：Nâng tay làm giấu để mà rồi hay.
汉语意译：刻记水痕作后观。

喃字原文：啫自埁砺啫罨，
越 南 语：Giả từ thềm đá giả ra,
汉语意译：辞别廊下迈步行，

喃字原文：哏𠀧𢆥汝買衛圭鄉。
越 南 语：Hẹn ba năm nữa mới về quê hương.
汉语意译：相约三年返故乡。

喃字原文：啫𣩂粓玉照牀，
越 南 语：Giả hết cơm ngọc chiếu giường,
汉语意译：今离玉床和牙席，

喃字原文：啫𣩂妝𢩽房香英台。
越 南 语：Giả hết trang chải phong hương Anh-Đài.
汉语意译：再见妆台与闺房。

喃字原文：祝翁余择特𣈜，
越 南 语：Chúc ông với trạch được ngày,
汉语意译：启程祝翁择吉日，

喃字原文：𢭾编没𡞕蹎𢬣㩫擄。
越 南 语：Cắt biên một mụ chân tay giữ gìn.
汉语意译：派一侍童随前去。

喃字原文：𡞕𪦆𫴋𪜀𡞕牵，
越 南 语：Mụ đấy tên là mụ khiên,
汉语意译：侍童肩挑行李担，

喃字原文：英台欺㐌𢬥缘𥉫才。
越 南 语：Anh-Đài khi đã cậy duyên khoe tài.
汉语意译：英台逞能人夸耀。

喃字原文：没𨉓連默襖𤳆，
越 南 语：Một mình liên mặt áo trai,
汉语意译：女儿身着男儿衣，

喃字原文：假相英台册拎戈𢭲。
越 南 语：Giả tượng Anh-Đài sách cầm qua tay.
汉语意译：假扮男装手拿书。

喃字原文：英台跴特进𨑮，
越 南 语：Anh-Đài tẩy được mười ngày,
汉语意译：离家行程方十日，

喃字原文：核高拂抷𩙋𩙻搈梗。
越 南 语：Cây cao phất phới gió bay rung cành.
汉语意译：山路树高风啸啸。

喃字原文：英台惨切𡗉行，
越 南 语：Anh-Đài thảm thiết nhiều hàng,
汉语意译：英台心灵多惨切，

喃字原文：没躺自裝没躺𢀲𠲖。
越 南 语：Một mình tự trang một mình bơ vơ.
汉语意译：自知身份苦孤零。

喃字原文：叹浪："𥘷𢙇忤疎，
越 南 语：Than rằng: "Trẻ dại ngơ thơ,
汉语意译：她叹云："少不更事，

喃字原文：悉傷𡛔𢂞包晗群傷。"
越 南 语：Lòng thương mụ đấy bao giờ còn thương."
汉语意译：心怜侍童亦幼年！"

喃字原文：𣈖樋自节斜陽，
越 南 语：Bóng thông tự tiết tà dương,
汉语意译：斜日西照树影现，

喃字原文：情旗吏返没𠊛儒生。
越 南 语：Tình cờ lại gặp một người nho sinh.
汉语意译：翩翩儒生偶遇见。

喃字原文： 湼那窈窕賢怜，
越 南 语： Nết na yểu điệu hiền lành,
汉语意译： 风姿绰约好品行，

喃字原文： 英台貝晦賢兄兜𠶢。
越 南 语： Anh-Đài với hỏi hiền huynh đâu rày.
汉语意译： 相问贤兄何处去。

喃字原文： 賢兄吁𠻃賢弟，
越 南 语： Hiền huynh xin thưa hiền tày,
汉语意译： 贤兄回话应贤弟，

喃字原文： 立業尋柴尋伴尋圭。
越 南 语： Lập nghiệp tìm thầy tìm bạn tìm quê.
汉语意译： 立业寻师识学友。

喃字原文： 𠄩𠊛連擯𫥨𠫾，
越 南 语： Hai người liền dắt nhau đi,
汉语意译： 两人携手同向前，

喃字原文： 結𠸛伴友願誓渃𡽫。
越 南 语： Kết làm bạn hữu nguyền thề nước non.
汉语意译： 山水誓言结友情。

喃字原文： 塘𠫾𠀧𣎃旺𤾓，
越 南 语： Đường đi ba tháng vuông tròn,
汉语意译： 路途光阴三月程，

喃字原文： 𢚸群想节𠉞群惜春。
越 南 语： Lòng còn tưởng tiết nào còn tiếc xuân.
汉语意译： 英台决心保节春。

喃字原文： 𠄩𠊛當焒𠀧春，
越 南 语： Hai người đang lửa ba xuân,
汉语意译： 为报三春年青人，

喃字原文：情如夫妇爱恩没茹。
越 南 语：Tình như phu phụ ái ân một nhà.
汉语意译：情如夫妇一家亲。

喃字原文：䊷𠦳儒仕𠓨科，
越 南 语：Năm nghìn nho sĩ vào khoa,
汉语意译：五千儒士入科场，

喃字原文：嗨浪男子台𦓡女人。
越 南 语：Hỏi rằng nam tử hay là nữ nhân.
汉语意译：问是男儿或女子。

喃字原文：英𡛔㦖㥱闷分，
越 南 语：Anh em mừng rỡ muôn phần,
汉语意译：执手山伯笑相迎，

喃字原文：浪："英梁咳移蹎𨀈𠓨。"
越 南 语：Rằng: "Anh Lương hãy rời chân bước vào."
汉语意译：言说梁兄入学堂。

喃字原文：英𡛔骨肉同胞，
越 南 语：Anh em cốt nhục đồng bào,
汉语意译：二人兄弟如同胞，

喃字原文：粓衆襖𧛇管包例之。
越 南 语：Cơm chung áo chạ quản bao lệ gì.
汉语意译：吃饭同桌共衣袍。

喃字原文：英台啹㗂哏𠸦，
越 南 语：Anh-Đài nhấp miệng cười thầm,
汉语意译：英台抿嘴暗笑道：

喃字原文：浪："英梁咳默𠭤襖碎。"
越 南 语：Rằng: "Anh Lương hãy mặc nhầm áo tôi."
汉语意译："梁兄着错我长袍。"

喃字原文：知浪襖𡅳𩡋唏，
越 南 语：Tri rằng áo lạ thơm hơi,
汉语意译：山伯笑言衣味香，

喃字原文：㬥迻聴册没催吏衛。
越 南 语：Mượn đi nghe sách một thôi lại về.
汉语意译：借穿听课就一时。

喃字原文：山伯默襖𠚢迻，
越 南 语：Sơn-Bá mặc áo ra đi,
汉语意译：说罢着袍便出去，

喃字原文：英台於吏香闺門房。
越 南 语：Anh-Đài ở lại hương khuê môn phòng.
汉语意译：英台等待闺房里。

喃字原文：炊粓撳渃從容，
越 南 语：Thổi cơm kín nước thong dung,
汉语意译：煮饭倒水她轻松，

喃字原文：徐時𠚢蹐麻𥉫英衛。
越 南 语：Chờ thì ra đứng mà trông anh về.
汉语意译：不时等他回与共。

喃字原文：惀惺焠萷𠇍皮，
越 南 语：Buồn tênh sốt sắng nhiều bề,
汉语意译：凄清心焦往外望，

喃字原文：厦軒𣈖㐌我掑𦣰風。
越 南 语：Hè hiên bóng đã ngã kề nằm phong.
汉语意译：日已西斜面迎风。

喃字原文：惀惺焠萷𨤔悉，
越 南 语：Buồn tênh sốt sắng trong lòng,
汉语意译：心焦之情系想君，

喃字原文：慍時吏解襖紅罸㬥。
越 南 语：Buồn thì lại giải áo hồng ra phơi.
汉语意译：脱红袍晒心思人。

喃字原文：拱㐌𦓡揖房齋，
越 南 语：Dở vào nằm nhắp phòng trai,
汉语意译：转回斋房仰头睡，

喃字原文：𠄼更震動襖𨱽眝宜。
越 南 语：Năm canh chấn động áo dài ngủ nghê.
汉语意译：长衣无扣等君归。

喃字原文：沛欺山伯罸衛，
越 南 语：Phải khi Sơn-Bá ra về,
汉语意译：待见山伯人归回，

喃字原文：英台欺氏眝宜此㤇。
越 南 语：Anh-Đài khi ấy ngủ nghê thử lòng.
汉语意译：英台心试假装睡。

喃字原文：襖渚及扶娘㤇，
越 南 语：Áo chưa kịp khép nương lòng,
汉语意译：胸部衣服未及扣，

喃字原文：梅軒骨格雪冬精神。
越 南 语：Mai hiên cốt cách tuyết đông tinh thần.
汉语意译：冰肌玉骨坦相露。

喃字原文：卒鲜花妟态春，
越 南 语：Tốt tươi hoa nở thái xuân,
汉语意译：春色红润如花开，

喃字原文：菭菭樋葱进分欣𠊛。
越 南 语：Đầy đầy thông nụ mười phân hơn người.
汉语意译：松蕊丰满招蜂来。

喃字原文：山伯咟㗂連哄，
越 南 语：Sơn-Bá nhấp miệng liền cười,
汉语意译：山伯抿嘴连连笑，

喃字原文：蹎賒麻噲唉旿英台。
越 南 语：Đứng xa mà gọi hẫy ngươi Anh-Đài.
汉语意译：立足远处呼英台。

喃字原文：睵貼拯沛相𤳆，
越 南 语：Nhìn xem chẳng phải tướng trai,
汉语意译：说："看你不似男子，

喃字原文：形如相𡛔文𠄩世吘。
越 南 语：Hình như tướng gái một hai thế ngờ.
汉语意译：女子身形使人疑。"

喃字原文：英台覺㗂𠚢𠚢，
越 南 语：Anh-Đài giác tiếng bơ bơ,
汉语意译：英台觉醒脸皮厚，

喃字原文：渚𣋚麻呐咤詩仍𦓡：
越 南 语：Chưa dậy mà nói trả thơ nhưng là:
汉语意译：躺着回答言如诗：

喃字原文："𤳆時樋蕊妟罨，
越 南 语："Trai thì thông nụ nở ra,
汉语意译："男子成长如蕊松，

喃字原文：朝廷文武國家重用。
越 南 语：Triều đình văn võ quốc gia trọng dùng.
汉语意译：朝廷文武国重用。

喃字原文：𡛔時春李桃紅，
越 南 语：Gái thì xuân lý đào hồng,
汉语意译：女似春李和桃红，

喃字原文：嫁合相逢埃渚負埃。
越 南 语：Giá hợp tương phùng ai chưa phụ ai.
汉语意译：不负卿来嫁合逢。

喃字原文：雁箕嚾哃邊聦，
越 南 语：Nhạn kia đủng đỉnh bên tai,
汉语意译：沉鱼落雁雅从容，

喃字原文：矯馸才色往來䶒迟。
越 南 语：Kiểu người tài sắc vãng lai ngày chầy.
汉语意译：姿容才色频往来。

喃字原文：雁箕嚾哃哨迟，
越 南 语：Nhạn kia đủng đỉnh tiếng chầy,
汉语意译：雁儿传声夜未迟，

喃字原文：矯馸年少朱眉䎃珠。"
越 南 语：Kiểu người niên thiếu cho mày nên châu."
汉语意译：青春韶华美如珠。"

喃字原文：英梁喂嗯英台，
越 南 语：Anh Lương ơi dặn anh hay,
汉语意译：梁兄啊喂梁兄唉，

喃字原文：呈朱英别咥尼濕高。
越 南 语：Trình cho anh biết lời này thấp cao.
汉语意译：告诉你知一奇事。

喃字原文：腌躺眈仍占包，
越 南 语：Đêm nằm giấc những chiêm bao,
汉语意译：昨夜梦中依稀见，

喃字原文：痪混雁白䟢匏衶衙。
越 南 语：Thấy con nhạn bạch bay vào trong nha.
汉语意译：白雁飞入我家里。

喃字原文：碎𠰃占包尼罢，
越 南 语：Tôi ngẫm chiêm bao này ra,
汉语意译：醒来细细我寻思，

喃字原文：博媄於茹𡃏悔忟𡥵。
越 南 语：Bác mẹ ở nhà mong mỏi nhớ con.
汉语意译：父母家中盼子女。

喃字原文：者恩伴學同門，
越 南 语：Giả ơn bạn học đồng môn,
汉语意译：辞别学友师兄弟，

喃字原文：呈柴者伴朱𡥵吀衛。
越 南 语：Trình thầy giả bạn cho con xin về.
汉语意译：告别老师返乡里。

（一）（完）

（二）英台恅伴山伯𨀈尋

（II）Anh đài nhớ bạn sơn bá đến tìm

（二）英台思君山伯寻

此回内容简介：祝英台停学回家，十分想念梁山伯。梁山伯也放弃学业，去寻找祝英台。

喃字原文：英台衛典鄉圭，
越 南 语：Anh-Đài về đến hương quê,
汉语意译：英台已然回家乡，

喃字原文：腂鸾㐌曲眝𠼤愁𨱽。
越 南 语：Ruột loan chín khúc ngủ nghê sầu dài.
汉语意译：心愁无眠乱衷肠。

喃字原文：結伴払梁秀才，
越 南 语：Kết bạn chàng Lương tú tài,
汉语意译：相知相识梁秀才，

喃字原文：結祝英台自𠁑𨀈𣋚。
越 南 语：Kết Chúc Anh-Đài từ đấy đến nay.
汉语意译：日夜思君心怀情。

喃字原文：房香永𠾿𣈜𨑗，
越 南 语：Phòng hương vắng vẻ ngày chầy,
汉语意译：山伯独居房清冷，

喃字原文：愁𣳔平𣷭惨𣋚坤搥。
越 南 语：Sầu tuôn bằng bể thảm nay khôn dò.
汉语意译：音讯久杳双泪流。

喃字原文：恾唭䏾𪱷哏嘲，
越 南 语：Nhớ lời ngày trước hẹn hò,
汉语意译：忆起辞别相约言，

喃字原文：江山䊆䠣坤忙塘衛。
越 南 语：Giang sơn nghìn dặm khôn lo đường về.
汉语意译：千山万水思归程。

喃字原文：塘迻隔阻江溪，
越 南 语：Đường đi cách trở giang khê,
汉语意译：江河阻隔路遥迢，

喃字原文：鴓叫猿喼罕皮嚻嚻。
越 南 语：Chim kêu vượn hót bốn bề hiu hiu.
汉语意译：鸟哭猿啼雨露偏。

喃字原文：塘迻仍准險嶢，
越 南 语：Đường đi những chốn hiểm nghèo,
汉语意译：独自行走危路巅，

喃字原文：𣈖㐌晎嘲細县湖陽。
越 南 语：Bóng đã xế chiều tới Huyện Hồ Dương.
汉语意译：初到湖阳天已暝。

喃字原文：准尼返没茹行，
越 南 语：Chốn nay gặp một nhà hàng,
汉语意译：落脚路边一家店，

喃字原文：绷疏𩙋津悉強悴醝。
越 南 语：Mành thưa gió lọt lòng càng xót say.
汉语意译：风啸凄惨拍疏帘。

喃字原文：燕箕嚾頂邊聰，
越 南 语：Yến kia đủng đỉnh bên tai,
汉语意译：燕子声声响耳边，

喃字原文：矯馹年少朱媚辄珠。
越 南 语：Kiêo người niên thiếu cho mày nên châu.
汉语意译：青春姿容美少年。

喃字原文：想欺唼節共娆，
越 南 语：Tưởng khi ăn tiết cùng nhau,
汉语意译：忆昔日子共欢聚，

喃字原文：悲晗馹苗迻兜冷迸。
越 南 语：Bây giờ người cũ đi đâu lạnh lùng.
汉语意译：汝今何处我孤零。

喃字原文：想欺會合終房，
越 南 语：Tưởng khi hội hợp chung phòng,
汉语意译：昔日会合同一房，

喃字原文：悲晗馹苗伴共貝埃？
越 南 语：Bây giờ người cũ bạn cùng với ai.
汉语意译：如今故友谁伴同？

喃字原文：北南堆准落类，
越 南 语：Bắc nam đôi chốn lạc loài,
汉语意译：燕蝶南北各飘零，

喃字原文：绳愁蹝弋群餽欣絲。
越 南 语：Mối sầu dằng dặc còn dài hơn tơ.
汉语意译：愁绪如丝绵绵长。

喃字原文：珠兰埲我拂抷，
越 南 语：Châu lan bóng ngã phất phơ,
汉语意译：月照兰珠影飘飘，

喃字原文：山伯㘃徐㐌晗残更。
越 南 语：Sơn-Bá ngồi chờ đã lặn tàn canh.
汉语意译：山伯坐思月夜落。

喃字原文：鵶箕𠯿啫叫明，
越 南 语：Gà kia cất tiếng kêu minh,
汉语意译：鸡啼报鸣催人醒，

喃字原文：山伯没𨉓𥅞𥋳强傷。
越 南 语：Sơn-Bá một mình thức dậy càng thương.
汉语意译：山伯起床心感伤。

喃字原文：没𨉓惨怒愁箕，
越 南 语：Một mình thảm nọ sầu kia,
汉语意译：一人愁惨悲交集，

喃字原文：腂蟳𠃩曲如𢺺肝腸。
越 南 语：Ruột tằm chín khúc như chia can trường.
汉语意译：心乱如麻割肚肠。

喃字原文：併茁𢬣𠫾𦚏塘，
越 南 语：Tính đốt tay đi tháng đường,
汉语意译：掐指原算一月程，

喃字原文：進𣈜典𢄂祝莊尋𠓨。
越 南 语：Mười ngày đến chợ chúc trang tìm vào.
汉语意译：来到祝庄方十天。

喃字原文：䀡䀢風景羅包，
越 南 语：Nhìn xem phong cảnh lạ bao,
汉语意译：望见此处风景好，

喃字原文：𡉕𣞻墻桃花䏧西東。
越 南 语：Ngõ mận tường đào hoa nở tây đông.
汉语意译：桃李开遍花满院。

喃字原文：移蹎䠠𨷶楼紅，
越 南 语：Rời chân đứng cửa lầu hồng,
汉语意译：驻足立于红楼前，

喃字原文：圭㝵覺𪸹坤通事情。
越 南 语：Quê người nhắc lạ khôn thông sự tình.
汉语意译：异乡陌路人难寻。

喃字原文：没躺吏擬没躺，
越 南 语：Một mình lại nghĩ một mình,
汉语意译：独自顾盼细思量，

喃字原文：别浪㝵固透情些庄？
越 南 语：Biết rằng người có thấu tình ta chăng?
汉语意译：不知故友还惦情。

喃字原文：𥆾貼𧡊使襖𩇢，
越 南 语：Nhìn xem thấy sứ áo xanh,
汉语意译：远处见一青衣童，

喃字原文：於𥪝墻錦門庭䟡𠚢。
越 南 语：Ở trong tường cẩm môn đình bước ra.
汉语意译：正从锦墙往门行。

喃字原文：山伯悉憫𠻃戈，
越 南 语：Sơn-Bá lòng mừng thưa qua,
汉语意译：山伯喜悦即招呼，

喃字原文：晦㖫童使芇茹祝翁。
越 南 语：Hỏi thăm đồng sứ nào nhà chúc ông.
汉语意译：请问祝家何处是。

喃字原文：𡮈𡚢計𣗓事悉：
越 南 语：Nhỏ to kể hết sự lòng:
汉语意译：山伯详述自来意：

喃字原文：“㨢使青童衛呈賢弟，
越 南 语：“Mượn sứ thanh đồng về trình hiền tày.
汉语意译：“烦你报讯英台弟，

喃字原文：固𠊛於州𦤾尼，
越 南 语：Có người ở châu đến nay,
汉语意译：外州故人来到此，

喃字原文：䶓𠸜山伯尋弟学𢴐。”
越 南 语：Tên là Sơn-Bá tìm tày học chơi.”
汉语意译：名叫山伯寻探弟。”

喃字原文：青童怪𠰘連疑：
越 南 语：Thanh đồng quái miệng liền nghị:
汉语意译：青童感奇生疑言：

喃字原文：“茹𠃣户祝𠸾时固𠎬。
越 南 语：“Nhà ông họ chúc nào thì có giai.
汉语意译：“祝翁何时有男子？

喃字原文：固没娘祝英台，
越 南 语：Có một nàng Chúc Anh-Đài,
汉语意译：有一姑娘祝英台，

喃字原文：巴𢆥𠫾学修斋買衛。”
越 南 语：Ba năm đi học tu trai mới về.”
汉语意译：修学三年刚返里。”

喃字原文：山伯悉群孤疑，
越 南 语：Sơn-Bá lòng con hồ nghi,
汉语意译：山伯心里更狐疑，

喃字原文：侈青童𠂫速衛呈訊。
越 南 语：Đứa thanh đồng ấy tốc về trình tin.
汉语意译：青童转回报讯知。

喃字原文：青童衛典𡏦軒：
越 南 语：Thanh đồng về đến mái hiên:
汉语意译：回至廊下呈翁言：

喃字原文：呈浪固客少年蹐外，
越 南 语：Trình rằng có khách thiếu niên đứng ngoài,
汉语意译：有一少客在门外，

喃字原文：称名罗梁秀才，
越 南 语：Xưng danh là Lương tú tài,
汉语意译：自称姓名梁秀才，

喃字原文：結伴共祝英台疎𣈜。
越 南 语：Kết bạn cùng Chúc Anh-Đài thủa xưa.
汉语意译：结识学友祝英台。

喃字原文：祝翁悉𢜠过悆，
越 南 语：Chúc ông lòng mừng quá ửa,
汉语意译：祝翁听了心欢喜，

喃字原文：迍𠓨鐵待醝醿𢩮外，
越 南 语：Đón vào thiết đãi say sưa mái ngoài.
汉语意译：接入廊中设筵席。

喃字原文：朱𠊛𠓨噲英台，
越 南 语：Cho người vào gọi Anh-Đài,
汉语意译：派人告诉女儿知，

喃字原文：固梁山伯秀才𦤾制。
越 南 语：Có Lương Sơn-Bá tú tài đến chơi.
汉语意译：山伯秀才来会面。

喃字原文：英台貝㗂浪僊，
越 南 语：Anh-Đài với bảo rằng bay,
汉语意译：英台疑心回答言，

喃字原文：重名重號𣈜𠉞𡗋𠊛。
越 南 语：Trùng danh trùng hiệu xưa nay lắm người.
汉语意译：重姓同名人多是。

喃字原文：英台趾𨑜軒枚，
越 南 语：Anh-Đài bước xuống hiên mai,
汉语意译：她仍移步廊下看，

喃字原文：䁛貼正实秀才户梁。
越 南 语：Nhìn xem chính thực tú tài họ Lương.
汉语意译：此人正是秀才君。

喃字原文：即時阻吏房香，
越 南 语：Tức thì trở lại phòng hương,
汉语意译：快步转身返香房，

喃字原文：䏧桃𩈘柳點妆伽伽。
越 南 语：Má đào mặt liễu điểm trang già già.
汉语意译：柳眉桃脸点新妆。

喃字原文：頭時𢶒仍𤾓花，
越 南 语：Đầu thì cài những trăm hoa,
汉语意译：娇艳花儿头上插，

喃字原文：𦊚幅裙𦆹乞仍味香。
越 南 语：Bốn bức quần là ngát những mùi hương.
汉语意译：绫绸长裙泛郁香。

喃字原文：襖桃味麝兰芳，
越 南 语：Áo đào mùi xạ lan phương,
汉语意译：桃兰花衣芳麝香，

喃字原文：鞋花袩玉似娘秀娥。
越 南 语：Hài hoa xiêm ngọc tự nàng tú nga.
汉语意译：花鞋玉襜[1]赛嫦娥。

① 襜：越南古代服饰之一。

喃字原文：𦙫侯𨀈𨀎双沙，
越 南 语：Mụ hầu bước xuống song sa,
汉语意译：侍婢双手扶着行，

喃字原文：𢲧幔蹥蹥𨀈𠚢門庭。
越 南 语：Mở màn rén rén bước ra môn đình.
汉语意译：开帘漫步出庭门。

喃字原文：䟲䟲𨀈細邊𨉓，
越 南 语：Xăm xăm bước tới biên mình,
汉语意译：骎骎行至山伯旁，

喃字原文：𡮈𡚢計𣍊分明事𢚸。
越 南 语：Nhỏ to kể hết phân minh sự lòng.
汉语意译：喁喁诉语心事明。

喃字原文：“曩湄昜㐌汨䟺，
越 南 语：“Nắng mưa rày đã nhạt nhùng,
汉语意译：“光阴逝去事变迁，

喃字原文：恩英𠦳𨄹固功典尋。”
越 南 语：Ơn anh nghìn dặm có công đến tìm.”
汉语意译：恩君千里来相寻。”

喃字原文：“昜𢜠𥙩𡛔平仙，
越 南 语：“Rày mừng rẽ nữa bằng tiên,
汉语意译：“心悦离间你成仙，

喃字原文：拯群吣魪信䲥𡛔市。
越 南 语：Chẳng còn tăm cá tin chim nữa nào.
汉语意译：可忧离后没音讯。

喃字原文：孤𦣰吏𥄭占包。
越 南 语：Hồ nằm lại nhấp chiêm bao,
汉语意译：孤眠恍惚常梦幻，

喃字原文：咳群𣋚域絲桃渚派。

越 南 语：Hãy còn vằng vặc tơ đào chưa phai.

汉语意译：皎洁身姿你莫变。

喃字原文：余数揷志罗耒，

越 南 语：Mấy lâu giấu chí là trai,

汉语意译：同窗经年扮男生，

喃字原文：夾面英台正实女兒。”

越 南 语：Giáp mặt Anh-Đài chính thực nữ nhi.”

汉语意译：孰料见面成女子。”

喃字原文：𩈘花眉柳芳菲，

越 南 语：Mặt hoa mày liễu phương phi,

汉语意译：面容丰美貌似仙，

喃字原文：山伯觉㐌别離驚魂。

越 南 语：Sơn-Bá nhắc thấy biệt ly kinh hồn.

汉语意译：山伯乍见惊疑梦。

（二）（完）

（三）姻緣義苗恈繞醝

（III）Nhân duyên nghĩa cũ nhớ nhau say

（三）姻缘情义深相爱

此回内容简介：在祝家庄梁山伯与祝英台会面后，梁山伯才知道祝英台原来是个美丽的女子，从而对其产生深深的爱慕之情。但祝英台回家后，马家公子马文才已来提亲，父母之令不能违背。他们俩相互诉情，深深相爱，难舍难分。祝英台再次请求父亲准许他俩结缘。

喃字原文：英台智慧群坤，
越 南 语：Anh-Đài trí huệ còn khôn,
汉语意译：英台聪慧且机灵，

喃字原文：呐呈山伯㐌灖流流。
越 南 语：Nói trình Sơn-Bá đã tuôn lầu lầu.
汉语意译：呈劝山伯泪涟涟。

喃字原文：“醉戈攱節春頭，
越 南 语：“Năm qua vừa tiết xuân đầu,
汉语意译：“春新刚过年伊始，

喃字原文：固茹户馬晦蒌没封。
越 南 语：Có nhà họ Mã hỏi giầu một phong.
汉语意译：马家来聘求姻缘。

喃字原文：蝶螉㐌绠信懞，
越 南 语：Điệp ong đã bén tin mong,
汉语意译：蜂蝶投契心如愿，

喃字原文：主黎𠊛㐌定涌嫁朱。
越 南 语：Chủ lê người đã định dòng gã cho.
汉语意译：父母双亲许配定。

喃字原文：妾尼愋仍仍𢥈，
越 南 语：Thiếp nay áy náy những lo,
汉语意译：妾心焦虑实难安，

喃字原文：傷払燈火𠀧秋伴共。
越 南 语：Thương chàng đăng hỏa ba thu bạn cùng.
汉语意译：怜君伴侣足三年。

喃字原文：妾尼愋仍𨕭悉，
越 南 语：Thiếp nay áy náy trong lòng,
汉语意译：今妾心中正忧虑，

喃字原文：𡎥𨕭阁客定用智坤。
越 南 语：Ngồi trong các khách định dùng trí khôn.
汉语意译：坐在客阁定用智。

喃字原文：妾尼假相𤳆坤，
越 南 语：Thiếp nay giả tương trai khôn,
汉语意译：我想仍需扮男子，

喃字原文：咳群想節妾坤奇唭。
越 南 语：Hãy còn tưởng tiết thiếp khôn cả lời.
汉语意译：想计放声保名节。

喃字原文：𨕭頭𦲿𢢯群𢭹，
越 南 语：Trên đầu lá thắm còn cài,
汉语意译：深情友谊时铭记，

喃字原文：埃兜固監負𠊛久交。"
越 南 语：Ai đâu có dám phụ người cửu giao."
汉语意译：怎能负弃旧情义。"

喃字原文：妾拯負義久交，
越 南 语：Thiếp chẳng phụ nghĩa cửu giao,
汉语意译：妾怎负心相交情，

喃字原文：山伯聙呐平釖割悉。
越 南 语：Sơn-Bá nghe nói bằng dao cắt lòng.
汉语意译：山伯听说心绞痛。

喃字原文：𠄩行淚王湧湧，
越 南 语：Hai hàng lệ ngọc dòng dòng,
汉语意译：两行泪水如泉涌，

喃字原文：醞愁怲祝𨫊房怲燸。
越 南 语：Rượu sầu biếng chúc gương phòng biếng soi.
汉语意译：愁酒莫祝镜难圆。

喃字原文：孤衛䏧吏徘徊，
越 南 语：Hề về dạ lại bồi hồi,
汉语意译：他欲返乡却挂虑，

喃字原文：塔筆𢬣排題罛句詩：
越 南 语：Tháp bút tay bài đề bốn câu thơ:
汉语意译：手执笔题四句诗：

喃字原文："互嘖天公𢧚拯衛，
越 南 语："Hỗ trách thiên công chút chẳng về,
汉语意译："责怪天公不让返，

喃字原文：埃喂渚負義𠆳之。
越 南 语：Ai ơi chưa phụ nghĩa làm chi.
汉语意译：喂呀何人负义谁。

喃字原文：𠱋忍急迟曚朱合，
越 南 语：Dù nhẫn kíp chầy mong cho hợp,
汉语意译：忍耐迟早期意合，

喃字原文：姻緣義茁怓繞醝。"
越 南 语：Nhân duyên nghĩa cũ nhớ nhau say."
汉语意译：姻缘情义深相爱。"

喃字原文：共繞拔渃相誓，
越 南 语：Cùng nhau gạt nước mắt thề,
汉语意译：互擦眼泪许誓言，

喃字原文：几於𠊛術堆准強𥉩。
越 南 语：Kẻ ở người về đôi chốn càng trông.
汉语意译：分手之时难忘情。

喃字原文：英台𡨸幅書封，
越 南 语：Anh-Đài giữ bức thư phong,
汉语意译：英台保存此题诗，

喃字原文：𤾓愁䜹慘蝶螉群拱。
越 南 语：Trăm sầu nghìn thảm bướm ong còn kề.
汉语意译：愁惨交加蝶蜂缠。

喃字原文：𠰳疎料腰𦛿瘦，
越 南 语：Lơ thơ liệu yếu mình gầy,
汉语意译：身体脆弱人消瘦，

喃字原文：𠹾𫜵牢特愁尼相思。
越 南 语：Chịu làm sao được sầu này tương tư.
汉语意译：忍辱含垢相思愁。

喃字原文：英台紆绒愁悲，
越 南 语：Anh-Đài vò võ sầu bi,
汉语意译：英台自想更愁悲，

喃字原文：浪：“英梁咳於之麻㞢。
越 南 语：Rằng: “Anh lương hãy ở chi mà chầy.
汉语意译：“梁兄住下莫焦急。

喃字原文：聆碎𡨸𥙩鐄尼，
越 南 语：Nghe tôi giữ lấy vàng này,
汉语意译：接此金子听我言，

喃字原文：𠸒貼行旅拎𢬣𡨹𨉟。
越 南 语：Làm của hành lữ cầm tay giữ mình.
汉语意译：自身旅行做盘缠。

喃字原文：衛時諍身𡨹𨉟，
越 南 语：Về thì tránh thân giữ mình,
汉语意译：回家注意保身体，

喃字原文：𣋚兜花月諍身𤀖系。
越 南 语：Nay đâu hoa nguyệt tránh thân chớ hề.
汉语意译：风花雪月且回避。

喃字原文：衛時篤没悉衛，
越 南 语：Về thì dốc một lòng về,
汉语意译：请君安心返家里，

喃字原文：停恡𨀈妾麻迷心神。
越 南 语：Đừng nhớ đến thiếp mà mê tâm thần.
汉语意译：莫要想妾心神迷。

喃字原文：𣋚兜館楚楼秦，
越 南 语：Nay đâu quán sở lầu tần,
汉语意译：秦楼楚馆歇息途，

喃字原文：吀払堆准𤀖仃𦖑埃。
越 南 语：Xin chàng đôi chốn chớ đừng nghe ai.
汉语意译：莫听旁人言激怒。

喃字原文：拎𢬣勸吼每唭，
越 南 语：Cầm tay khuyên nhủ mọi lời,
汉语意译：执手相劝细言语，

喃字原文：吀払認辱𣈜𣈕仕衛。
越 南 语：Xin chàng nhẫn nhục ngày mai sẽ về.
汉语意译：请君一宿明再回。

喃字原文：埃爫隔阻堆圭，
越 南 语：Ai làm cách trở đôi quê,
汉语意译：谁人阻隔两分离，

喃字原文：金兰義苗願誓楼西。
越 南 语：Kim lan nghĩa cũ nguyền thề lầu tây.
汉语意译：鸾鸟旧情楼西飞。

喃字原文：碎吲英梁衛㢟，
越 南 语：Tôi dặn anh Lương về chầy,
汉语意译：妾嘱梁君回到家，

喃字原文：於特閉䏧吏細共碎。
越 南 语：Ở được mấy ngày lại tới cùng tôi.
汉语意译：几天后来陪妹矣。

喃字原文：㗂箕竹結共梅，
越 南 语：Xưa kia trúc kết cùng mai,
汉语意译：昔日梅竹两相连，

喃字原文：缘㤢分𢢲𩛂堆伴共。
越 南 语：Duyên ưa phận đẹp no đôi bạn cùng.
汉语意译：伴侣缘分遂双对。

喃字原文：㗂箕鶴結共樬，
越 南 语：Xưa kia hạc kết cùng thông,
汉语意译：昔日鹤松不分离，

喃字原文：渚係露節同房𢘾傷。
越 南 语：Chưa hề lộ tiết đồng phòng nhớ thương.
汉语意译：同房守节安眠兮。

喃字原文：㗂箕義結共鸾，
越 南 语：Xưa kia nghĩa kết cùng loan,
汉语意译：昔日鸾凤两结合，

喃字原文：黝衔没蕚牡丹願誓。
越 南 语：Bởi về một lá mẫu đơn nguyền thề.
汉语意译：牡丹誓言保贞节。

喃字原文：朱𫇰英於𡛔衔，
越 南 语：Cho nên anh ở em về,
汉语意译：君要留校我返里，

喃字原文：雁南燕北罘皮強傷。
越 南 语：Nhạn nam yến bắc bốn bề càng thương.
汉语意译：雁燕南北各伤悲。

喃字原文：滝銀河隔没江，
越 南 语：Sông ngân hà cách một giang,
汉语意译：银河相隔满星水，

喃字原文：桥烏懞洴博邂朱斦。
越 南 语：Cầu ô mong kạn bác sang cho ngần.
汉语意译：期望水枯搭鹊桥。

喃字原文：𠊛春嚎結伴春，
越 南 语：Người xuân mong kết bạn xuân,
汉语意译：春来期盼结春情，

喃字原文：悉群㥝主嚴君垠拎。
越 南 语：Lòng còn sợ chúa nghiêm quân ngăn cầm.
汉语意译：只怕严君来阻程。

喃字原文：唓愿伴負知音，
越 南 语：Lời nguyền bạn phụ tri âm,
汉语意译：誓遂负约知心人，

喃字原文：缘尼義意䏧𢆥庄移。”
越 南 语：Duyên này nghĩa ấy nghìn năm chẳng rời.”
汉语意译：姻缘情义千年存。”

喃字原文：山伯聴吶每哇，
越 南 语：Sơn-Bá nghe nói mọi lời,
汉语意译：山伯听罢英台言，

喃字原文：𩈘愁吏㧃吶唭𠮩懴。
越 南 语：Mặt sâu lại ngượng nói cười làm khuây.
汉语意译：眉脸愁苦强笑颜。

喃字原文：“自碎趍学氽迡，
越 南 语：“Từ tôi đi học mấy chầy,
汉语意译：“自从就学这几年，

喃字原文：共襘共照伴𠖾泰山。
越 南 语：Cùng chăn cùng chiếu bạn rày thái sơn.
汉语意译：情如泰山相处共。

喃字原文：學路論道同門，
越 南 语：Học trò luận đạo đồng môn,
汉语意译：学得论理和道德，

喃字原文：拉懞桂蕙廣寒𡾵高。
越 南 语：Sắp mong quê huệ quảng hàn ngôi cao.
汉语意译：欲盈广寒桂蕙榜。

喃字原文：包愿骨肉同胞，
越 南 语：Bao nguyền cốt nhục đồng bào,
汉语意译：但愿骨肉同胞亲，

喃字原文：㐌愿夫妇𥙩芾𣹓傷。
越 南 语：Đã nguyền phu phụ nhẽ nào chớ thương.
汉语意译：情如夫妇怎能忘。

喃字原文：呂踈厨攊𥪞塘，
越 南 语：Lơ thơ chùa rách giữa đường,
汉语意译：路边破庙疏落状，

喃字原文：埃𠤆吏固孛鐄於𨎠。
越 南 语：Ai hay lại có bụt vàng ở trong.
汉语意译：谁知金佛里面出。

喃字原文：核枯梗烤𡧲垌，
越 南 语：Cây khô cành héo giữa đồng,
汉语意译：枯萎松木在原野，

喃字原文：埃𠤆固蕊花松麻吁。
越 南 语：Ai hay có nụ hoa thông mà ngờ.
汉语意译：谁知松有蕊花心。

喃字原文：女部𡥵𡛔𣈜𣈗，
越 南 语：Nữ bộ con gái ngày xưa,
汉语意译：昔日女子扮男装，

喃字原文：𠬠𨉓𠫾學於歌𨎠堂。
越 南 语：Một mình đi học ở ca trong đường.
汉语意译：自己投身读学堂。

喃字原文：𦤾𣋚號𱜢竹庄，
越 南 语：Đến đấy hiệu là trúc trang,
汉语意译：就在竹庄学堂里，

喃字原文：共𦣰𠬠照共咹𠬠𥑂。
越 南 语：Cùng nằm một chiếu cùng ăn một nồi.
汉语意译：同学同食同一房。

喃字原文：史経學𠬠𠄩𨑮，
越 南 语：Sử kinh học một hai mươi,
汉语意译：史经学得一二成，

喃字原文：悊悊鐄玉拯移𠬠欺。
越 南 语：Chăm chăm vàng ngọc chẳng rời một khi.
汉语意译：专心学习志同窗。

喃字原文：𠉞𱜢王女花拱，
越 南 语：Nay là ngọc nữ hoa kề,
汉语意译：今是玉女头插花，

喃字原文：為缘铖泼朱眉铖珠。
越 南 语：Vì duyên nên nỗi cho mày nên châu.
汉语意译：宿世姻缘美如珠。

喃字原文：𢁑生碎固交愁，
越 南 语：Vả sinh tôi có giao sầu,
汉语意译：况且学生患难友，

喃字原文：𦟐桃梅杏點妝邊墙。
越 南 语：Má đào mai hạnh điểm trang biên tường.
汉语意译：园内杏梅皆伴侣。

喃字原文：嚣嚣𩙻𠻀邊帳，
越 南 语：Hiu hiu gió thổi biên trường,
汉语意译：微风吹拂银帐动，

喃字原文：拂徘螉燕攃纴邊躺。”
越 南 语：Phất phơ ong yến mắc vương biên mình.”
汉语意译：蜂燕缠身平行飞。”

喃字原文：山伯返吏𠊛情，
越 南 语：Sơn-Bá gặp lại người tình,
汉语意译：重逢情人山伯悦，

喃字原文：想浪恩愛死生妬帝。
越 南 语：Tưởng rằng ân ái tử sinh nỡ nào.
汉语意译：何忍恩爱生死离。

（三）（完）

(四)𡥵吀結鬉秀才户梁

(IV) Con xin kết tóc tú tài họ Lương

(四)求与梁君结姻缘

此回内容简介：祝英台恳求父母准许她与梁山伯结缘，父母依然不从。她送梁山伯回家路上，表白自己的心愿和歉意。梁山伯回到家里，心情万分悲痛，即叫母亲前往祝家求亲，最终其母只带着伤感空手而回。

喃字原文：英台㥷忍仍怚：
越 南 语：Anh-Đài áy náy những lo:
汉语意译：英台焦虑实难安：

喃字原文：“蚄螉坤忍仍怚坤奈。
越 南 语：“Bướm ong khôn náy những lo khôn nài.
汉语意译：“蜂蝶难缠事难言。

喃字原文：姻缘𢢲意堆𠊛，
越 南 语：Nhân duyên đẹp ý đôi người,
汉语意译：双方意合好姻缘，

喃字原文：北南吹遣堆𡫡𢢲悉。
越 南 语：Bắc nam xui khiến đôi nơi đẹp lòng.
汉语意译：父应促成俩称心。

喃字原文：腡桃沛陣北风，
越 南 语：Má đào phải trận bắc phong,
汉语意译：红颜知己狂风吹，

喃字原文：𪀄箕燕怒纴绥坤𫗄。
越 南 语：Chim kia yến nọ vương vòng khôn bay.
汉语意译：莺燕受阻难飞合。

喃字原文：月箕绅䟕共低，
越 南 语：Nguyệt kia xe đấy cùng đây,
汉语意译：月老作合系姻缘，

喃字原文：呐𢗖渚𢵋愁西事悉。
越 南 语：Nói năng chưa kịp sầu tây sự lòng.
汉语意译：诸言未兑又添愁。

喃字原文：𣈜帋特合没房，
越 南 语：Ngày nào được hợp một phòng,
汉语意译：何日达愿合一房，

喃字原文：𢬣𢫝戩王矯悉忕傷。
越 南 语：Tay nâng chén ngọc kẻo lòng nhớ thương.
汉语意译：手举玉杯心感伤。

喃字原文：𣈜帋特合払梁，
越 南 语：Ngày nào được hợp chàng lương,
汉语意译：何日能与梁君聚，

喃字原文：矯群幻約𦤾𠊛氏鸾。
越 南 语：Kẻo còn ao ước đến người thị loan.
汉语意译：心中渴望结鸾凤。

喃字原文：𣈜帋琴瑟合欢，
越 南 语：Ngày nào cầm sắt hợp hoan,
汉语意译：何日琴瑟欢合奏，

喃字原文：矯群𥉫月廣寒堆𠃅。”
越 南 语：Kẻo còn trông nguyệt quảng hàn đôi nơi.”
汉语意译：翘首遥望广寒宫。”

喃字原文：媄吒𦖑呐每唭，
越 南 语：Mẹ cha nghe nói mọi lời,
汉语意译：父母听女苦叹息，

喃字原文：傷𡥵呐丕嘎嘎感傷。
越 南 语：Thương con nói vậy ngùi ngùi cảm thương.
汉语意译：可怜她悒悒感伤。

喃字原文：祝翁浪咳九娘：
越 南 语：Chúc ông rằng hãy cửu nương:
汉语意译：祝翁启言问女儿：

喃字原文：“没茹馬俊没梁秀才？
越 南 语：“Một nhà Mã tuấn một Lương tú tài.
汉语意译：“马梁两君偏谁人？

喃字原文：姻緣嫁娶堆㞢，
越 南 语：Nhân duyên giá thú đôi nơi,
汉语意译：婚姻嫁娶两人择，

喃字原文：結緣𠄩𠊛𡥵定㞢市。”
越 南 语：Kết duyên hai người con định nơi nao!”
汉语意译：与谁结缘你深思。”

喃字原文：英台𩈘𢠩悃愁，
越 南 语：Anh-Đài mặt ủ bồi sầu,
汉语意译：怎堪心事多惆怅，

喃字原文：𧡊吒呐丕之愁罒牢。
越 南 语：Thấy cha nói vậy chi sầu làm sao.
汉语意译：见父问话心怅然：

喃字原文：“山伯罒義旧交，
越 南 语：“Sơn-Bá là nghĩa cửu giao,
汉语意译：“山伯与我旧交情，

喃字原文：𠀧𢆥𠫾學恪市夫妻。
越 南 语：Ba năm đi học khác nào phu thê.
汉语意译：三载同窗如夫妻。

喃字原文：巴𢆥塲屋阻衞，
越 南 语：Ba năm trường ốc trở về,
汉语意译：三年就读已返家，

喃字原文：𣘃椿㐌啐𠳒誓共繞。
越 南 语：Bóng thông đã toát lời thề cùng nhau.
汉语意译：曾在松荫发誓言。

喃字原文：㐌愿欺瘖欺疠，
越 南 语：Đã nguyền khi ốm khi đau,
汉语意译：愿有病痛互相依，

喃字原文：禮吒義𠁑别𣈜沛悁。
越 南 语：Lạy cha nghĩa ấy biết đời nào quên.
汉语意译：父啊怎能忘情义。

喃字原文：吀吒瞭吏朱共，
越 南 语：Xin cha xét lại cho cùng,
汉语意译：情根义底父体谅，

喃字原文：秀才共𨀎琨涌書生。
越 南 语：Tú tài cùng đứng con dòng thư sinh.
汉语意译：秀才与我同书生。

喃字原文：腌䁾練習史経，
越 南 语：Đêm ngày luyện tập sử kinh,
汉语意译：日夜苦读攻史经，

喃字原文：乙𢧚志奇丈夫欣𠊛。
越 南 语：Ắt nên chí cả trượng phu hơn người.
汉语意译：大志必定好夫君。

喃字原文：𢀭𩯁效分𪿒𡗶，
越 南 语：Giàu sang số phận bởi trời,
汉语意译：富贵命运由天意，

喃字原文：㨢吀結𩯀秀才户梁。”
越 南 语：Con xin kết tóc tú tài họ Lương.”
汉语意译：但求与君结姻缘。”

喃字原文：媄吒瞔呐㤨量，
越 南 语：Mẹ cha nghe nói lo lường,
汉语意译：父母听女吐实言，

喃字原文：㐌㨢呐丕嘁嘁感傷。
越 南 语：Thấy con nói vậy ngùi ngùi cảm thương.
汉语意译：亦是触目事感伤。

喃字原文：祝翁浪唉九娘，
越 南 语：Chúc ông rằng hỏi cửu nương,
汉语意译：祝翁言道：“九娘唉，

喃字原文：鐄斤䚏两朱梁㕸塘，
越 南 语：Vàng cân năm lạng cho Lương ăn đường.
汉语意译：称金五两送梁君，

喃字原文：㨢蚤分妸𡨸從，
越 南 语：Con tao phận gái chữ tùng,
汉语意译：我女‘从’字守身份，

喃字原文：牢𫜵失意九娘茹尼。
越 南 语：Sao làm thất ý cửu nương nhà này.
汉语意译：怎能失意九娘贤。

喃字原文：姻缘㐌定固𣈜，
越 南 语：Nhân duyên đã định có ngày,
汉语意译：姻缘已定好日子，

喃字原文：嘖浪翁固負眉㛪之。
越 南 语：Trách rằng ông có phụ mày nữa chi!
汉语意译：莫怪老翁负你心。”

喃字原文：𠄩些拱迻繞迻，
越 南 语：Hai ta cũng đưa nhau đi,
汉语意译：英台携手送山伯，

喃字原文：𦤾歌滝渃罕皮城溇。
越 南 语：Đến ca sông nước bốn bề thành sâu.
汉语意译：送至河边远外城。

喃字原文：英台渃相㴴愁，
越 南 语：Anh-Đài nước mắt tuôn sầu,
汉语意译：纵使眼泪流满面，

喃字原文：呐呈山伯䟻𢖖事情。
越 南 语：Nói trình Sơn-Bá trước sau sự tình.
汉语意译：呈明始终欠君情。

喃字原文：山伯𦖑呐分明，
越 南 语：Sơn-Bá nghe nói phân minh,
汉语意译：山伯听了事分明，

喃字原文：須臾魄落魂驚用移。
越 南 语：Tu du phách lạc hồn kinh rụng rời.
汉语意译：游魂落魄脚步软：

喃字原文：“䏧帯特合飫堆，
越 南 语：“Ngày nào được hợp no đôi,
汉语意译：“何日你我复良缘，

喃字原文：史経劄底閍𠁀𠺥𠉞。”
越 南 语：Sử kinh chép để muôn đời dẫn nay.”
汉语意译：往日同窗似云烟。”

喃字原文：尼𣎏貼揹拎𢬣，
越 南 语：Nay là của giấu cầm tay,
汉语意译：英台袖里藏饰物，

喃字原文：鋐鐄釧鉑摷竾朱払。
越 南 语：Vòng vàng xuyên bạc giao ngay cho chàng.
汉语意译：金项银钏送与君：

喃字原文：貼尼衪衞本鄉，
越 南 语：Của này lấy về bản hương,
汉语意译：“请带回家作藏身，

喃字原文：𣋽𩛷㝉院瀋常单差。
越 南 语：Mai sau giữ vẹn chớ thường đơn sai.
汉语意译：日后管好莫粗心。”

喃字原文：貼尼麻細𢬣埃，
越 南 语：Của này mà tới tay ai,
汉语意译：饰物若落他人手，

喃字原文：願吀南北每𠊛没方。
越 南 语：Nguyền xin nam bắc mỗi người một phương.
汉语意译：红尘梦毁各飘零。

喃字原文：貼尼麻細払梁，
越 南 语：Của nay mà tới chàng Lương,
汉语意译：此物若在梁君手，

喃字原文：願吀甲學房香闭㖇。
越 南 语：Nguyền xin áp học phòng hương bấy chầy.
汉语意译：同窗经年香房恋。

喃字原文：共繞吶𠫾東西，
越 南 语：Cùng nhau nói hết đông tây,
汉语意译：俩人同行话不休，

喃字原文：齐家拜别自𢆥麻𠫾。
越 南 语：Tề gia bái biệt từ rày mà đi.
汉语意译：自此拜别两分离。

喃字原文：山伯跳蹎罢衛，
越 南 语：Sơn-Bá bước chân ra về,
汉语意译：山伯迈步向前去，

喃字原文：塘趍圩限塘衛清清。
越 南 语：Đường đi ngõ hẳn đường về thanh thanh.
汉语意译：踏出山道路遥迢。

喃字原文：鳺棱罗妸黄鶯，
越 南 语：Chim rừng là gái hoàng oanh,
汉语意译：女子化身黄莺鸟，

喃字原文：怒叫唎嚌㤝悉些𣋚。
越 南 语：Nó kêu ríu rít chạnh lòng ta nay.
汉语意译：哀叫悲鸣催人恸。

喃字原文：憹時𥉫蓮盎霎，
越 南 语：Buồn thì trông lên đám mây,
汉语意译：显赫一时望天云，

喃字原文：弹埃嚾嗔啃迡更𡗶。
越 南 语：Đàn ai đủng đỉnh tiếng chầy canh khuya.
汉语意译：谁人琴声融夜里。

喃字原文：胡衛䏧吏徘徊，
越 南 语：Hồ về dạ lại bồi hồi,
汉语意译：山伯移步心徘徊，

喃字原文：𥉫吏准苗些𡎥𣈜𠸗。
越 南 语：Trông lại chốn cũ ta ngồi ngày xưa.
汉语意译：不时回望分手地。

喃字原文：怦怦猑燕拂菲，
越 南 语：Bừng bừng con yến phất phơ,
汉语意译：燕子分飞远离别，

喃字原文：𢚸傷𠊛玉待徐共埃。
越 南 语：Chẳng thương người ngọc đợi chờ cùng ai.
汉语意译：他心怜悯盼玉人。

喃字原文：𠀧䋦𠓨衛𦤾茹，
越 南 语：Ba năm vừa về đến nhà,
汉语意译：山伯期学三年归，

喃字原文：媄吒𢝙𢚸欢和浪悲。
越 南 语：Mẹ cha mừng rỡ hoan hòa rằng bay.
汉语意译：母亲见儿心花开：

喃字原文："𣈜𠫾𩈘𪖫贤才，
越 南 语："Ngày đi mặt mũi hiền tài,
汉语意译："儿去上学面貌欢，

喃字原文：𣈜衛𡥵㐌𢘾埃𡥵愁？"
越 南 语：Ngày về con đã nhớ ai con sầu?"
汉语意译：回时为谁人忧愁？"

喃字原文：山伯𦖻吶𨕭𢀭：
越 南 语：Sơn-Bá nghe nói trước sau:
汉语意译：母问山伯答始末：

喃字原文："自𡥵𠫾學𠀲数𨀎塘。
越 南 语："Từ con đi học bấy lâu dặm đường.
汉语意译："自儿上学在途中。

喃字原文：𦤾帝號罗竹庄，
越 南 语：Đến đấy hiệu là trúc trang,
汉语意译：竹庄学堂路遥远，

喃字原文：情旗𢭮客妙扬文章。
越 南 语：Tình cờ gặp khách dịu dàng văn chương.
汉语意译：偶然遇见习文人。

喃字原文：侥娓㦖㤿妙蒙，
越 南 语：Thấy con mừng rỡ dịu dàng,
汉语意译：见儿柔善喜滋滋，

喃字原文：结𪜀伴友腊𣋚伴共。
越 南 语：Kết làm bạn hữu đêm hôm bạn cùng.
汉语意译：山水誓言结情义。

喃字原文：英台如蓛花樬，
越 南 语：Anh-Đài như nụ hoa thông,
汉语意译：英台如松蕊花心，

喃字原文：如隻網翅㤕悉些𠉞。
越 南 语：Như chiếc võng cánh chạnh lòng ta nay.
汉语意译：似张摇床动人心。

喃字原文：胡衛胣吏培徊，
越 南 语：Hồ về dạ lại bồi hồi,
汉语意译：欲回心里又徘徊，

喃字原文：拱朋𢬣掩扚堆鉊鐄。
越 南 语：Cũng bằng tay rung đeo đôi nhẫn vàng.
汉语意译：金戒戴手难擅动。

喃字原文：鍾埃嚐打嗵嗵，
越 南 语：Chuông ai khéo đánh tùng tùng,
汉语意译：祝家钟声响重重，

喃字原文：弓弹絏㩫㤕悉故知。
越 南 语：Cung đàn dây đứt chạnh lòng cố tri.
汉语意译：琴断弦音不复见。

喃字原文：花箕鲜卒𪜀之，
越 南 语：Hoa kia tươi tốt làm chi,
汉语意译：花开鲜艳有何用，

喃字原文：底朱蟓蚝别離精神。”
越 南 语：Để cho ong bướm biệt ly tinh thần.”
汉语意译：蜂蝶离为爱痴癫。”

喃字原文：褙詩扨穠杶斤，
越 南 语：Túi thơ đeo nặng đòn cân,
汉语意译：背挂书包重千斤，

喃字原文：払衛嗹唒蠡春迻衛。
越 南 语：Chàng về đủng đỉnh gió xuân đưa về.
汉语意译：山伯回家风送行。

喃字原文：嫩箕岃怒襛皮，
越 南 语：Non kia núi nọ nhiều bề,
汉语意译：寒山隔阻他良缘，

喃字原文：褙詩棯册宜扸清閒。
越 南 语：Túi thơ hòm sách nghỉ ngơi thanh nhàn.
汉语意译：从此弃学人清闲。

喃字原文：梁娑悉拱傷琨，
越 南 语：Lương bà lòng cũng thương con,
汉语意译：梁母见此怜儿子，

喃字原文：抌船迦廸祝庄晦唓。
越 南 语：Đem thuyền sang đến chúc trong hỏi lời.
汉语意译：赶快乘船询祝庄。

喃字原文：祝翁䟢呐䟢哄：
越 南 语：Chúc ông vừa nói vừa cười:
汉语意译：祝翁笑着话梁母：

喃字原文：“娘祝英台買學衛低。
越 南 语：Nàng Chúc Anh-Đài mới học về đây.
汉语意译：“英台就学初回家，

喃字原文：固茹馬俊邊尼，
越 南 语：Có nhà Mã tuấn biên này,
汉语意译：马俊呈庚来聘问，

喃字原文：姻緣㐌定特䁆結婚。
越 南 语：Nhân duyên đã định được ngày kết hôn.
汉语意译：结婚吉日早已定。

喃字原文：山伯罗義同門，
越 南 语：Sơn-Bá là nghĩa đồng môn,
汉语意译：山伯英台义同学，

喃字原文：事尼傳定乙坤改𠳒。”
越 南 语：Sự này truyền định ắt khôn cải lời.”
汉语意译：婚事已定难食言。”

喃字原文：祝翁噲唉英台，
越 南 语：Chúc ông gọi hẫy Anh-Đài,
汉语意译：祝翁呼叫祝英台，

喃字原文：𠸼婆梁仕𠓨制𥪞茹。
越 南 语：Mời bà Lương sẽ vào chơi trong nhà.
汉语意译：你请梁母进屋谈。

喃字原文：英台跼跼跸𠚢，
越 南 语：Anh-Đài rén rén bước ra,
汉语意译：英台蹑足见梁母，

喃字原文：跪禮恩婆𠺥𡅲𨖅低。
越 南 语：Quỳ lạy ơn bà chịu khó sang đây.
汉语意译：跪拜婆婆辛苦行。

喃字原文：梁婆買吶浪悲：
越 南 语：Lương bà mới nói rằng bay:
汉语意译：梁母对着英台言：

喃字原文：“山伯自𣈜𦤾坦祝庄。
越 南 语：“Sơn-Ba từ ngày đến đất chúc trang.
汉语意译：“山伯自日到祝庄，

喃字原文：𠐞蹎夾𩈘花娘，
越 南 语：Dừng chân giáp mặt hoa nàng,
汉语意译：他与花娘见了面，

喃字原文：缘𤳸為娘汪病铖疠。
越 南 语：Duyên bởi và nàng cuống bệnh nên đau.
汉语意译：缘由为爱得重病。

喃字原文：𧆄湯凴㳻惨愁，
越 南 语：Thuốc thang bằng bể thảm sầu,
汉语意译：饮尽汤药病愁惨，

喃字原文：𧆄芇救特侥低闭𣇞。”
越 南 语：Thuốc nào cứu được nhau đây bây giờ.”
汉语意译：何药救得他一命。”

喃字原文：㹥吶博媄拯㤇，
越 南 语：Con nói bác mẹ chẳng ưa,
汉语意译：她言：“父母不依从。”

喃字原文：英台渃䏘平湄哭忱。
越 南 语：Anh-Đài nước mắt bằng mưa khóc thầm.
汉语意译：话儿声催泪涟涟。

喃字原文：㤶惋平事㐌㖠，
越 南 语：Băn khoăn bằng sự đã nhầm,
汉语意译：凄凉声鸳鸯断弦，

喃字原文：朱铖磊道知音闭迟。
越 南 语：Cho nên lỗi đạo tri âm bấy chầy.
汉语意译：此事罪过知音人。

喃字原文：“藥芇救特繞低，
越 南 语：“Thuốc nào cứu được nhau đây,
汉语意译：“何药能救情愚念，

喃字原文：㗒書襖尼朱者相思。”
越 南 语：Gửi thư áo này cho giả tương tư.”
汉语意译：寄信衣袍解相思。”

喃字原文：丕固書浪：
越 南 语：Vậy có thư rằng:
汉语意译：书信中云：

喃字原文：“𣈖樋自課節斜陽，
越 南 语：“Bóng thông từ thuở tiết tà dương,
汉语意译：“自从日照斜影现，

喃字原文：𠄩些自𣈜𪜀客䜹。
越 南 语：Hai ta từ ngày là khách xưa.
汉语意译：相见君时两客生。

喃字原文：缘如拯㗂情旗退，
越 南 语：Duyên như chẳng hẹn tình cờ gặp,
汉语意译：不期而遇有缘分，

喃字原文：結伴共繞𪜀道常。
越 南 语：Kết bạn cùng nhau làm đạo thường.
汉语意译：结拜朋友永同心。

喃字原文：𧼋學茹柴饤固𠸍，
越 南 语：Đi học nhà thầy đành có nhẽ,
汉语意译：寻师求学是理智，

喃字原文：𣋽𡗶共繞学没堂。
越 南 语：Sớm khuya cùng nhau học một đường.
汉语意译：昼夜同窗期三年。

喃字原文：假相男兒，悉纤金石。
越 南 语：Giả tướng nam nhi, lòng bền kim thạch.
汉语意译：假扮男儿，志坚金石。

喃字原文：哂躺庄喍，娋躺女兒。
越 南 语：Giấu mình chẳng bảo, gái mình nữ nhi.
汉语意译：隐瞒不言，女儿真身。

喃字原文：哂躺朱寔，篤志回鄉。
越 南 语：Giấu mình cho thật, dóc chí hồi hương.
汉语意译：隐藏真实，直至返里。

喃字原文：払於吏学，邊厲竹莊。
越 南 语：Chàng ở lại học, biên mái trúc trang,
汉语意译：君愿留读，学堂竹庄。

喃字原文：妾㐌哏払，払衛共妾。
越 南 语：Thiếp đã hẹn chàng, chàng về cùng thiếp.
汉语意译：别时约君，早来相见。

喃字原文：妾㐌回鄉，圭茹没腨。
越 南 语：Thiếp đã hồi hương, quê nhà một tháng.
汉语意译：妾先回乡，回家月余。

喃字原文：馬俊連跙，庚帖啀逈。
越 南 语：Mã tuấn liền đến, canh thiếp hỏi sang.
汉语意译：马俊步尘，呈庚帖问。

喃字原文：妾噲英逈，妾牢待払。
越 南 语：Thiếp gọi anh sang, thiếp sao đợi chàng.
汉语意译：见君未来，妾耐心待。

喃字原文：忟呈吒媄，固馭伴學。
越 南 语：Nhớ trình cha mẹ, có người bạn học.
汉语意译：依呈父母，我爱一君。

喃字原文：山伯𠺥払，鞠躬𠀧哦。
越 南 语：Sơn-Bá là chàng, cúc cung ba chén.
汉语意译：学友山伯，鞠躬双亲。

喃字原文：忟唭妾哏，払買𨖅制。
越 南 语：Nhớ lời thiếp hẹn, chàng mới sang chơi.
汉语意译：依念相约，君才到来。

喃字原文：腋妾払喂，唷媄𨖅晦。
越 南 语：Dạ thiếp chàng ơi, dục mẹ sang hỏi.
汉语意译：妾想君啊，君派母至。

喃字原文：事尼嘖黜，馬俊秦王。
越 南 语：Sự này trách bởi, Mã tuấn tần vương.
汉语意译：婚事难改，王官马俊。

喃字原文：妾㐌𠓨綾，𬨠𠚢拯特。
越 南 语：Thiếp đã vào vòng, lộn ra chẳng được.
汉语意译：妾入圈套，翻身不起。

喃字原文：底払傷𠃣，妾𠉞傷𩳶。
越 南 语：Để chàng thương ít, thiếp nay thương nhiều.
汉语意译：怜君少许，妾更怜已。

喃字原文：𢻸黜藍橋，朱铖失義。
越 南 语：Số bởi lam kiều, cho nên thất ngãi.
汉语意译：蓝桥①命运，彼此失仪。

喃字原文：𠄩些金菝，忟𥙩払喂。
越 南 语：Hai ta kim cải, nhớ lấy chàng ơi.
汉语意译：两情深爱，痛念君矣！

---

① 蓝桥：指不成夫妻。传说裴恒与云英在蓝桥相遇，裴恒见云英漂亮，想娶其为妻，但云英母亲阻止，要求裴恒找到玉杵来咬合春臼，把玄霜药研末，才准许嫁女。后来裴恒寻求神仙帮助，得到一支玉杵咬合了春臼，才娶得云英。

喃字原文：詩劄每咾，朱払特別。
越 南 语：Thư chép mọi lời, cho chàng được biết.
汉语意译：上述所言，让君晓知。

喃字原文：分妾迻别，停忟妾之。
越 南 语：Phận thiếp đi biệt, đừng nhớ thiếp chi.
汉语意译：妾命运薄，莫以妾念。

喃字原文：寻𢀦定期，𠸋咹及世。
越 南 语：Tìm nơi định kỳ, làm ăn kịp thế.
汉语意译：寻人定婚，安定盛世。

喃字原文：茹払富貴，鐄鉑䊼斤。
越 南 语：Nhà chàng phu quý, vàng bạc nghìn cân.
汉语意译：君家富贵，金银富有。

喃字原文：拯沛䕯巾，朱妾㧅貼。
越 南 语：Chẳng phải khó khăn, cho thiếp gửi của.
汉语意译：困难莫扰，妾不助物。

喃字原文：襖紅罒貼，妾默𣋚数。
越 南 语：Áo hồng là của, thiếp mặc bấy lâu.
汉语意译：红袍珍宝，妾着遂久。

喃字原文：貼㧅朱侥，矯悉傷忟。
越 南 语：Của gửi cho nhau, kẻo lòng thương nhớ.
汉语意译：宝物赠与，心地想念。

喃字原文：铖庄台瀋，妾者恩払。
越 南 语：Nên chăng hay chớ, thiếp giả ơn chàng.
汉语意译：坚信无疑，妾感君恩。

喃字原文：㧅書共襖，㧅老慈親。
越 南 语：Gửi thư cùng áo, gửi lão từ thân.
汉语意译：寄信和衣，托老母亲。

喃字原文：㧅衛朱勤，𠚢𨎟封謹。”
越 南 语：Đem về cho cần, trước sau phong kín.”
汉语意译：送至勤勉，前后贴身。”

喃字原文：𢭮襖封𥙩幅書，
越 南 语：Gửi áo phong lấy bức thư,
汉语意译：送出书信衣袍包，

喃字原文：迻書衛𦤾楼書叹浪：
越 南 语：Đưa thư về đến lầu thư than rằng:
汉语意译：行至书楼直叹云：

喃字原文：“塘㐌䟄𨤮山陵，
越 南 语：“Đường đi nghìn dặm sơn lăng,
汉语意译：“路途千里多山陵，

喃字原文：為𡥵婆沛𨖅浪茹碎。
越 南 语：Vì con bà phải sang rằng nhà tôi.
汉语意译：为儿婚事婆亲临。

喃字原文：𫻌朱雙奇惱制，
越 南 语：Mong cho song cả vui chơi,
汉语意译：期望籍宗家欢乐，

喃字原文：時婆𨖅𦤾茹碎罗婆。
越 南 语：Thì bà sang đến nhà tôi là bà.
汉语意译：婆婆亲自来我家。

喃字原文：𫻌朱𡥵固𨷯茹，
越 南 语：Mong cho con có cửa nhà,
汉语意译：希望子女成双对，

喃字原文：時婆𨖅㖡媄吒𡥵𠳨。
越 南 语：Thì bà sang hỏi mẹ cha con rày.
汉语意译：婆婆来询我双亲。

喃字原文：埃忭琨固㬉𣋚，
越 南 语：Ai ngờ con có hôm nay,
汉语意译：谁料我今人相中，

喃字原文：婆𨖅邊尼婆吏衛空。
越 南 语：Bà sang biên này bà lại về không.
汉语意译：婆婆归去两手空。

喃字原文：塘迻隔阻𠦳重，
越 南 语：Đường đi cách trở nghìn trùng,
汉语意译：路远艰辛隔千重，

喃字原文：婆衛琨慘𨕭悉琨𠼷。
越 南 语：Bà về con thảm trong lòng con thay.
汉语意译：婆回我心更惨痛。

喃字原文：琨罒庄𢧚事尼，
越 南 语：Con làm chẳng nên sự này,
汉语意译：此事自身办不成，

喃字原文：嘖吒共媄琨𥘀拸扛。
越 南 语：Trách cha cùng mẹ con rày dở dang.
汉语意译：责怪父母复抗命。

喃字原文：呻埃對道三皇，
越 南 语：Dù ai đổi đạo tam hoàng,
汉语意译：谁人改得三皇道，

喃字原文：呻固貝妾負払拯要。
越 南 语：Dù có với thiếp phụ chàng chẳng yêu.
汉语意译：妾可抗命即随君。

喃字原文：払傷妾特包饒，
越 南 语：Chàng thương thiếp được bao nhiêu,
汉语意译：君今爱妾言无尽，

喃字原文：妾傷払𱜢義𥕄𨷑斤。
越 南 语：Thiếp thương chàng nhiều nghĩa nặng nghìn cân.
汉语意译：妾深爱君重千斤。

喃字原文：呥埃於胣不仁，
越 南 语：Du ai ở dạ bất nhân,
汉语意译：若然妾心欠仁义，

喃字原文：負払山伯鬼神瞭燸。
越 南 语：Phụ chàng Sơn-Bá quỷ thần xét soi.
汉语意译：鬼神问罪有君明[①]。

喃字原文：𡥵吶婆拯𠯿𠳒，
越 南 语：Con nói bà chẳng hết lời,
汉语意译：相劝婆婆不信言，

喃字原文：胣𡥵𡥵吶𢲫𣴜朱祥。
越 南 语：Dạ con con nói mở khơi cho tường.
汉语意译：终将始末话分明。

喃字原文：婆衛𡥵惨悉傷，
越 南 语：Bà về con thảm lòng thương,
汉语意译：婆回妾心实惨伤，

喃字原文：愁尼怓払文章台罗。
越 南 语：Sầu này nhớ chàng văn chương hay là.
汉语意译：多愁善感习文人。

喃字原文：愁尼啧黜媄吒，
越 南 语：Sầu này trách bởi mẹ cha,
汉语意译：先责父母积此愁，

① 有君明：有山伯知晓。

喃字原文：嘖缘牢拯合和𠁑低。
越 南 语：Trách duyên sao chẳng hợp hòa nơi đây.
汉语意译：二责姻缘和合难。

喃字原文：嘖缘兜敢嘖埃，
越 南 语：Trách duyên đâu dám trách ai,
汉语意译：只责姻缘识怪谁，

喃字原文：底些無意朱𠊛惨傷。
越 南 语：Để ta vô ý cho người thảm thương.
汉语意译：因我无意人惨伤。

喃字原文：為碎払沛病奇，
越 南 语：Vì tôi chàng phải bệnh kỳ,
汉语意译：为我痴癫为情愚，

喃字原文：傷払疠怢分離𣈜𠖤。
越 南 语：Thương chàng đau xót phân ly ngày rày.
汉语意译：怜君痛切情分离。

喃字原文：碎〼拯𢧚事尼，
越 南 语：Tôi làm chẳng nên sự này,
汉语意译：因我此事没促成，

喃字原文：恪𦓡如猿離核强愁。”
越 南 语：Khác nào như vượn lìa cây càng sầu.”
汉语意译：如猿离树更忧虑。”

喃字原文：計𠫾每浽𨑗𡢐，
越 南 语：Kể hết mọt nỗi trước sau,
汉语意译：梁母听诉事始末，

喃字原文：老婆𦗏呐悉愁傷琨。
越 南 语：Lão bà nghe nói lòng sầu thương con.
汉语意译：可怜儿子更愁悲。

喃字原文：英台渃相平嫩，
越 南 语：Anh-Đài nước mắt bằng non,
汉语意译：英台泪水流满面，

喃字原文：𠓨堌花𦬑牡丹叹浪：
越 南 语：Vào vườn hoa nở mẫu đơn than rằng:
汉语意译：进入花园哭叹云：

喃字原文："牡丹牢嗃𩙍𩙌，
越 南 语："Mẫu đơn sao khéo gió giăng,
汉语意译："为何牡丹擅风月，

喃字原文：推𠊛衛沛𢭸杠𦤾𨉓。
越 南 语：Suy người về phải mang gông đến mình.
汉语意译：怂恿桎梏披枷人。

喃字原文：𢘾課𪠞学茹偨，
越 南 语：Nhớ thuở đi học nhà thầy,
汉语意译：想起学堂就读时，

喃字原文：缘箕拯𨖲朱眉𦭻鲜。
越 南 语：Duyên kia chẳng gặp cho mày nên tươi.
汉语意译：不期而遇良情缘。

喃字原文：花箕不義花喂，
越 南 语：Hoa kia bất nghĩa hoa ơi,
汉语意译：牡丹花呀怎不义，

喃字原文：缘牢拯合𠬠𠊛𣈜𣈗。
越 南 语：Duyên sao chẳng hợp một người ngày xưa.
汉语意译：往日情意断了缘。

喃字原文：花喂花咳𪜀花，
越 南 语：Hoa ơi hoa hãy là hoa,
汉语意译：花呀花唉牡丹花，

喃字原文：巴𢆥学准登科買衛。
越 南 语：Ba năm học chốn đăng khoa mới về.
汉语意译：三年学回花乏味。

喃字原文：𡠣愁𠉞惨𠫾皮，
越 南 语：Chịu sầu nay thảm nhiều bề,
汉语意译：初折花回奇鲜艳，

喃字原文：𢀨披眉衛眉群卒鲜。”
越 南 语：Tao bẻ mày về mày còn tốt tươi.”
汉语意译：现花心折更惨伤。”

喃字原文：叹花耒𢖵𨀈𠊛，
越 南 语：Than hoa rồi nhớ đến người,
汉语意译：花园叹了又思君，

喃字原文：花牢拯𢀭鲜唭咳花。
越 南 语：Hoa sao chẳng nở tươi cười hỏi hoa.
汉语意译：花儿为何不绽放。

喃字原文：叹花耒吏阻𦋦，
越 南 语：Than hoa rồi lại trở ra,
汉语意译：花园叹罢返家中，

喃字原文：𠓨房濯溗肆陀㶶𤄯。
越 南 语：Vào phòng sùi sụt ruột đà héo hon.
汉语意译：房中哭泣心憔悴。

（四）（完）

（五）相思病𥗞化𨫊𫮃𨉟

(V) Tương tư bệnh nặng hóa nên bỏ mình

（五）相思病重而丧生

此回内容简介：梁母去祝家求亲空手而回，把祝英台的书信交给山伯阅后，山伯病情更加严重。他悲愤交加，责怪自己命运薄，从而在叹哭中死去。梁家把他埋葬七天后，他化为鬼魂进入英台的厢房，两人见面后互诉衷情。

喃字原文：老婆𢙱拱傷𡥵，
越 南 语：Lão bà lòng cũng thương con,
汉语意译：老母心怜自家儿，

喃字原文：没𨉟洛澧渃𡽫𢆫𦼤。
越 南 语：Một mình lặn lội nước non tuổi già.
汉语意译：跋涉关山疲奔忙。

喃字原文：老婆𢭂詩衛茹，
越 南 语：Lão bà đem thư về nhà,
汉语意译：她带书信回到家，

喃字原文：山伯𢲫读腪陀愁添。
越 南 语：Sơn-Bá mở đọc ruột đà sầu thêm.
汉语意译：山伯念信更添忧。

喃字原文：惀惺永𠪲透𣎀，
越 南 语：Buồn tênh vắng vẻ thấu đêm,
汉语意译：彻夜凄清死寂静，

喃字原文：嘆身責分𠳒願慘傷。
越 南 语：Than thân trách phận lời nguyền thảm thương.
汉语意译：怨怼命运心惨愁。

喃字原文：胡𫃠𠳨𠻀東風，
越 南 语：Hồ mong nhắn bảo đông phong,
汉语意译：他欲寄语借东风，

喃字原文：東方台駭𠻃終更残。
越 南 语：Đông phương hay hãi thôi chung canh tàn.
汉语意译：东风骇怕吹更残。

喃字原文：胡𫃠𠳨𠻀鲌雁，
越 南 语：Hồ mong nhắn bảo cá nhạn,
汉语意译：期望口信托鱼雁，

喃字原文：鲌雁𨕭塊尋塘散心。
越 南 语：Cá nhạn tránh khỏi tìm đường tản tâm.
汉语意译：鱼雁惊避无助心。

喃字原文：胡𫃠琴瑟瑟拎，
越 南 语：Hồ mong cầm sắt sắt cầm,
汉语意译：期待琴瑟重合欢，

喃字原文：㐌胡隻𣈖吏𨖲㤕𦣰。
越 南 语：Đã hồ chiếc bóng lại sang biếng nằm.
汉语意译：琴瑟无音不经心。

喃字原文：鏡清篤志拯𥊚，
越 南 语：Gương thanh dóc chí chẳng soi,
汉语意译：明镜尘染无心照，

喃字原文：仍𫃠待𠊛麻負𦤾些：
越 南 语：Những mong đợi người mà phụ đến ta.
汉语意译：只望等人自薄幸：

喃字原文："𤾓恨馬俊箕𪜀，
越 南 语："Trăm hằn Mã tuấn kia là,
汉语意译："怨恨马俊人风流，

喃字原文：迎婚㐌定𦝄𠀧𣈜𣇞。
越 南 语：Nghênh hôn đã định tháng ba ngày rày.
汉语意译：迎婚日子三月候。

喃字原文：𠬠嫌月老争纷，
越 南 语：Một hiềm nguyệt lão tranh phân,
汉语意译：一嫌月老言无信，

喃字原文：𠄩嫌啧主严君垠拎。
越 南 语：Hai hiềm trách chủ nghiêm quân ngăn cầm.
汉语意译：二仇主人严阻拦。

喃字原文：啧身催吏啧𨉓，
越 南 语：Trách thân thôi lại trách mình,
汉语意译：三责自己薄命运，

喃字原文：缘牢分泊𠳒願单差。
越 南 语：Duyên sao phận bạc lời nguyền đơn sai.
汉语意译：为何情薄生孤单。

喃字原文：啧身呵敢啧埃，
越 南 语：Trách thân hả dám trách ai,
汉语意译：只责自命不怪谁，

喃字原文：𪰛些無意朱𠊛恪傷。”
越 南 语：Bởi ta vô ý cho người khác thương.”
汉语意译：因我无意她堪伤。”

喃字原文：揞詩𨆢𠁑𢬣床，
越 南 语：Ôm thư lăn xuống dưới giường,
汉语意译：手抱书信滚床下，

喃字原文：缘牢分悶急迟余喂。
越 南 语：Duyên sao phận muốn kíp chầy mấy ơi.
汉语意译：为缘受辱促弃生。

喃字原文：揞詩𣋚𣋚𢫝唏，
越 南 语：Ôm thư chốc chốc đứt hơi,
汉语意译：抱信弥留将断气，

喃字原文：呐呈吒媄每唓浪㕵：
越 南 语：Nói trình cha mẹ mọi lời rằng hay:
汉语意译：嘱咐父母含泪言：

喃字原文："缘牢分閟佘迡，
越 南 语："Duyên sao phận muốn mấy chầy,
汉语意译："缘分几许去黄泉，

喃字原文：吁抌葬底城西邊塘。"
越 南 语：Xin đem táng để thành tây bên đường."
汉语意译：归天请葬远西城。"

喃字原文：脱催魂衛西方，
越 南 语：Thoát thôi hồn về tây phương,
汉语意译：说罢亡魂归西去，

喃字原文：𢆥更鈽鈽愐恾魂𩙻。
越 南 语：Năm canh chấm chấm mơ màng hồn bay.
汉语意译：失魂落魄死五更。

喃字原文：户行親戚東西，
越 南 语：Họ hàng thân thích đông tây,
汉语意译：亲戚远近众聚来，

喃字原文：買抌葬底城西邊塘。
越 南 语：Mới đem táng để thành tây bên đường.
汉语意译：筹备带葬路西城。

喃字原文：㗂柴𠜭鬘㐌葬，
越 南 语：Mời thầy cắt tóc chịu tang,
汉语意译：请来法师办丧事，

喃字原文：柴連𢬣册貼払𪡇𠒦：
越 南 语：Thầy liền mở sách xem chàng trước sau:
汉语意译：师傅验尸说病因：

喃字原文：“托尼拯沛托疠，
越 南 语：“Thác này chẳng phải thác đau,
汉语意译：“梁生不是病疼死，

喃字原文：托冤及日托愁相思。
越 南 语：Thác oan kịp nhật thác sầu tương tư.
汉语意译：冤屈死于愁相思。

喃字原文：朱𫐠扛㧅添煩，
越 南 语：Cho nên dang dở thêm phiền,
汉语意译：因此尴尬添烦恼，

喃字原文：相思病䃣化𫐠𢭂𨉟。”
越 南 语：Tương tư bệnh nặng hóa nên bỏ mình.”
汉语意译：相思病重而丧生。”

喃字原文：老婆悉傷士信，
越 南 语：Lão bà lòng thương sĩ tin,
汉语意译：梁母痛惜自孩儿，

喃字原文：哭迻山伯於歌陛𧏵。
越 南 语：Khóc đưa Sơn-Bá ở ca bệ rồng.
汉语意译：哭喊山伯于莲座。

喃字原文：買遣𠄩使青童，
越 南 语：Mới khiến hai sứ thanh đồng,
汉语意译：即派两个青童去，

喃字原文：迻尋陛卒鐄心衛𣈜。
越 南 语：Đi tìm bệ tốt vàng tâm về rày.
汉语意译：定买棺材木莲[1]属。

---

① 木莲：树名，也叫黄心树。木质黄，坚硬。

喃字原文： 青童𠄩使𠫾𨀒，
越 南 语： Thanh đồng hai sứ đi ngay,
汉语意译： 两个青童即前往，

喃字原文： 尋特陛卒鐄心迻衛。
越 南 语： Tìm được bệ tốt vàng tâm đưa về.
汉语意译： 买得黄心棺椁回。

喃字原文： 定殮𣇞午姅𣈜，
越 南 语： Định liệm giờ ngọ nữa ngày,
汉语意译： 举行入殓午时许，

喃字原文： 梁婆𠫾𢶢鬚霎朱払。
越 南 语： Lương bà vào chải tóc mây cho chàng.
汉语意译： 老母为儿梳云鬓。

喃字原文： 渃𤄯沁澮沈香，
越 南 语： Nước trong tắm gội trầm hương,
汉语意译： 沉香泡水沐浴儿，

喃字原文： 𠇍𡀳金鉑𥿗鐄禡衣。
越 南 语： Mấy đôi kim bạc giấy vàng mả y.
汉语意译： 几套金银丧玛衣①。

喃字原文： 攏𨖲麻沁𠬠欺，
越 南 语： Nâng lên mà tắm một khi,
汉语意译： 扶起儿子洗身时，

喃字原文： 形容顏色芳菲群紅。
越 南 语： Hình dung nhan sắc phương phi còn hồng.
汉语意译： 儿容颜色红丰腴。

① 玛衣：带有玛瑙的衣服。

喃字原文：帽隊躞耗清騷，
越 南 语：Mũ đội lưng thắt thanh tao,
汉语意译：戴帽扎腰清秀气，

喃字原文：躞耗隊帽恪市府軍。
越 南 语：Lưng thắt đội mũ khác nào phủ quân.
汉语意译：腰扎帽戴似府军。

喃字原文：默朱幅襖兰衾，
越 南 语：Mặc cho bấc áo lan khâm,
汉语意译：为儿穿好兰衾衣，

喃字原文：袄棺罒貼上琴下旗。
越 南 语：Áo quan là của thượng cầm hạ kỳ.
汉语意译：棺内放琴面盖旗。

喃字原文：户行親戚姑姨，
越 南 语：Họ hàng thân thích cô dì,
汉语意译：叔伯姑姨众亲戚，

喃字原文：男女耕奸調時吏迻。
越 南 语：Nan nữ trai gái điều thì lại đưa.
汉语意译：男女老少前送去。

喃字原文：老娑悉惜士信，
越 南 语：Lão bà lòng tiếc sĩ tin,
汉语意译：老母爱惜儿信士，

喃字原文：哭迻山伯於歌甑船。
越 南 语：Khóc đưa Sơn-Bá ở ca xuống thuyền.
汉语意译：船上送行痛哭儿。

喃字原文：古盘祭礼豋蓮，
越 南 语：Cỗ bàn tế lễ dâng lên,
汉语意译：筵席祭品献供拜，

喃字原文：香案排達堆邊排蜍。
越 南 语：Hương án bày đặt đôi biên bày thờ.
汉语意译：香案安正人旁祈。

喃字原文：柴連禁界下符，
越 南 语：Thầy liền cấm giới hạ phù,
汉语意译：法师禁界作符法，

喃字原文：双客燥哳越胡跴迦。
越 南 语：Song khách rao riết việt hồ tẩy sang.
汉语意译：河岸两边客送立。

喃字原文：𠀧䢞𦤾县祝庄，
越 南 语：Ba ngày đến Huyên Chúc Trang,
汉语意译：三天到了祝庄县，

喃字原文：柴連𢲫册䀡払信生。
越 南 语：Thầy liền mở sách xem chàng tin sinh.
汉语意译：师傅观看风水地。

喃字原文：柴連引步囉経：
越 南 语：Thầy liền dẫn bộ loa kinh:
汉语意译：师傅慢步念经词：

喃字原文："東方坦固英灵庙蜍。
越 南 语："Đông phương đất có anh linh miếu thờ.
汉语意译："东方有灵庙宇寺。

喃字原文：南方坦近沚溪，
越 南 语：Nam phương đất cận chỉ khê,
汉语意译：南方邻近有流溪，

喃字原文：達安蹭丙悉掑准仙。"
越 南 语：Đặt yên gối bính lòng kề chốn tiên."
汉语意译：此处安葬仙龙地。"

喃字原文：死時衛半姅膨，
越 南 语：Tử thì về bán nữa đêm,
汉语意译：死亡时候正午夜，

喃字原文：贖魂葬𠁀於邊蹓塘。
越 南 语：Chuộc hồn táng nơi ở biên lối đường.
汉语意译：赎魂回葬大路边。

喃字原文：柴買噠𤴬户梁，
越 南 语：Thầy mới đặt tên họ Lương,
汉语意译：师傅碑上写梁姓，

喃字原文：分凿魂払𨤔墓儒生。
越 南 语：Phân tạc hồn chàng vào mộ nho sinh.
汉语意译：刻入墓碑称儒生。

喃字原文：買噠浪梁秀成，
越 南 语：Mới đặt rằng Lương Tú-Thành,
汉语意译：刻山伯名梁秀成，

喃字原文：吒生媄養䊶行单差。
越 南 语：Cha sinh mẹ dưỡng nhiều hành đơn sai.
汉语意译：父母生养命孤身。

喃字原文：古盘祭礼三吝，
越 南 语：Cỗ bàn tế lễ tam lần,
汉语意译：祭筵礼仪拜三旬，

喃字原文：男女耕㛪调時敬豋。
越 南 语：Nam nữ trai gái điều thì kính dâng.
汉语意译：男女老少齐默哀。

喃字原文：老婆悉惜士信，
越 南 语：Lão bà lòng tiếc sĩ tin,
汉语意译：老母依依惜别儿，

喃字原文：𨆝𨇉罒哭𨖲墓䕯嫩：
越　南　语：Nằm lăn ra khóc trên mồ cỏ non.
汉语意译：躺在墓边滚地泣：

喃字原文：“𠆳㐌𣴓爱嫩㳶，
越　南　语：“Rày đã bể ai non giòn,
汉语意译：“青山绿水儿安息，

喃字原文：𠆳㐌離别者𡥵媄衛。
越　南　语：Rày đã ly biệt giả con mẹ về.
汉语意译：道别儿子母回家。

喃字原文：塘長隔阻江溪，
越　南　语：Đường trường cách trở giang khê,
汉语意译：江河阻隔归途长，

喃字原文：塘趍閅䟻回归再还。”
越　南　语：Đường đi muôn dặm hồi quy tái hoàn.”
汉语意译：千里关山今返程。”

喃字原文：脱催山伯鳴寃，
越　南　语：Thoát thôi Sơn-Bá minh oan,
汉语意译：说至山伯死鸣冤，

喃字原文：魂生变現托寃衛𠆳。
越　南　语：Hồn sinh biến hiện thác oan về rày.
汉语意译：枉死生魂显现形。

喃字原文：須臾㧻特𣦍𣈜，
越　南　语：Tu du vừa được bảy ngày,
汉语意译：须臾死离得七天，

喃字原文：魂生变現𠓨𣦍馀娘。
越　南　语：Hồn sinh biến hiện vào ngay với nàng.
汉语意译：生魂显回见九娘。

喃字原文： 䣃尘𦣰泣西東，
越 南 语： Người trần nằm khắp tây đông,
汉语意译： 尘间人们正熟睡，

喃字原文： 群𠬠山伯𦣰共九娘。
越 南 语： Còn một Sơn-Bá nằm cùng cửu nương.
汉语意译： 山伯化魂见英台。

喃字原文： 英台𨀈𧺀鸾厢，
越 南 语： Anh-Đài bước xuống loan sương,
汉语意译： 英台步入鸾厢里，

喃字原文： 覺連𬏜𧡊払梁𠓨𠫾。
越 南 语： Nhác liền trông thấy chàng Lương vào rày.
汉语意译： 乍见梁君转入房。

喃字原文： 英台買呐浪台：
越 南 语： Anh-Đài mới nói rằng hay:
汉语意译： 英台见君便问道：

喃字原文： "埃迻払細准尼払喂，
越 南 语： "Ai đưa chàng tới chốn này chàng ơi!
汉语意译： "谁人送君入此地，

喃字原文： 唏埃通訴圩戈，
越 南 语： Khen ai thông tỏ ngõ qua,
汉语意译： 谁人为开通道门，

喃字原文： 唏埃𠸦𠸒朱払𬧐低。
越 南 语： Khen ai mách bảo cho chàng đến đây.
汉语意译： 谁人引君入房里。

喃字原文： 呐𬌓博𡛔䣃台，
越 南 语： Nói nữa bác mẹ người hay,
汉语意译： 待会父母若知晓，

喃字原文：令嚴法謹㤰𣗓庄𠸗。”
越 南 语：Lệnh nghiêm phép kín sợ thay chăng là.”
汉语意译：严令谨法怕出事。”

喃字原文：山伯渃䀡𣼽沙：
越 南 语：Sơn-Bá nước mắt thấm sa:
汉语意译：山伯声说泪纷纷：

喃字原文：“魂英㐌托𦋦魔𠀧群。
越 南 语：“Hồn anh đã thác ra ma chẳng còn.
汉语意译：“哥今已死变鬼魂。

喃字原文：效𠸗托沛𣈜坤，
越 南 语：Số là thác phải ngày khôn,
汉语意译：命数消逝于坤日①，

喃字原文：魂生变現化魂𠓨低。
越 南 语：Hồn sinh biến hiện hóa hồn vào đây.
汉语意译：生魂显现入娘房。

喃字原文：英𠓨吼妾朱咍，
越 南 语：Anh vào nhủ thiếp cho hay,
汉语意译：哥入妹房细详明，

喃字原文：仍𠳒洙惜䓃𠻵𦙚𢚸。
越 南 语：Những lời chua xót đắng cay trong lòng.
汉语意译：酸涩苦辣情难分。

喃字原文：仍𠳒妾吲文房，
越 南 语：Những lời thiếp dặn văn phòng,
汉语意译：记妾文房叮嘱言，

---

① 坤：八卦之一，代表地。坤日，指好日子。坤，又指西南方向。山伯临终时嘱咐把其葬于远西城方向。

喃字原文：쥁低英仕呐共九娘。
越 南 语：Vào đây anh sẽ nói cùng cửu nương.
汉语意译：哥见九娘来阐明。

喃字原文：𠚢𠓨𪩵𠬠𢚸傷，
越 南 语：Ra vào chịu một lòng thương,
汉语意译：哥生倾心出入苦，

喃字原文：染𢧚𠬠病瘖相思愁。
越 南 语：Nhiễm nên một bệnh ốm tương tư sầu.
汉语意译：日夜忧愁成相思。

喃字原文：𠰺保吒媄𨎟𢖖，
越 南 语：Dạy bảo cha mẹ trước sau,
汉语意译：喻叫母亲询始末，

喃字原文：抇詩境愁朱媄𢭸䟻。
越 南 语：Viết thư cảnh sầu cho mẹ đem đi.
汉语意译：慈母前往祝家问。

喃字原文：𦤾𣈜祝翁拯為，
越 南 语：Đến ngày chúc ông chẳng vì,
汉语意译：祝翁始终不同意，

喃字原文：娘吏固襖詩衛朱英。
越 南 语：Nàng lại có áo thư về cho anh.
汉语意译：妾寄书信红衣袍。

喃字原文：媄衛嘆保分明，
越 南 语：Mẹ về mách bảo phân minh,
汉语意译：母亲回来述前后，

喃字原文：讀𠚢庄别心情罗包。
越 南 语：Đọc ra chẳng biết tâm tình là bao.
汉语意译：哥念妾信心难受。

喃字原文：洡咳坤計㤀包，
越 南 语：Chua cay khôn kể xiết bao,
汉语意译：痛切难忍无处诉，

喃字原文：吏沙渃相淚沙𠄩行。
越 南 语：Lại sa nước mắt lệ sa hai hàng.
汉语意译：眼泪两行如雨流。

喃字原文：油埃托𠢞苦能，
越 南 语：Dầu ai thác chịu khổ thay,
汉语意译：百般痛苦而暴死，

喃字原文：吀娘𪫚𥙩義尼渚悁。
越 南 语：Xin nàng giữ lấy nghĩa này chớ quên.
汉语意译：请妾守誓莫忘义。

喃字原文：𠊛托𦣰𦊚丐中，
越 南 语：Người thác nằm trong cái cân,
汉语意译：死者长眠生者孝，

喃字原文：悉英恡妾𢫃𢫃拯𨅹。
越 南 语：Lòng anh nhớ thiếp khăng khăng chẳng rời.
汉语意译：哥心爱妾永不移。

喃字原文：馬俊𥙩特英台，
越 南 语：Mã tuấn lấy được Anh-Đài,
汉语意译：马俊娶得妻英台，

喃字原文：姅伮吏哄浪侈愚痴。
越 南 语：Nữa nó lại cười rằng đứa ngu si.
汉语意译：他会嘲笑我愚痴。

喃字原文：悲晗渚𢀭哂之，
越 南 语：Bay giờ chưa dễ giấu chi,
汉语意译：我你情缘全公开，

喃字原文：𤯨時底胣托時苦身。
越 南 语：Sống thì để dạ thác thì khổ thân.
汉语意译：生时怀情死受罪。

喃字原文：払𠓨吼妾䏾春，
越 南 语：Chàng vào nhủ thiếp đêm xuân,
汉语意译：哥来劝妾今春夜，

喃字原文：仍事殷勤渚呐𠊛些。
越 南 语：Những sự ân cầm chưa nói người ta.
汉语意译：应殷勤待莫声张。

喃字原文：㛪𣇜𠊛世非爲，
越 南 语：Nữa mai người thế phi vì,
汉语意译：防后世人论是非，

喃字原文：浪英鬼怪奸欺現形。
越 南 语：Rằng anh quỷ quái gian khi hiệu hình.
汉语意译：道哥鬼怪显现奸。

喃字原文：吏𠓨吼妾門庭，
越 南 语：Lại vào nhủ thiếp môn đình,
汉语意译：原想庭门夜相会，

喃字原文：怚博媄𨉟𠯹喖邪奸。
越 南 语：Sợ bác mẹ mình mắng quát tà gian.
汉语意译：怕父母见骂奸夫。

喃字原文：墓逃篤𨤼江河，
越 南 语：Mộ đào dóc trong giang hà,
汉语意译：哥墓坐落江河边，

喃字原文：浽市麻𠻀㤕悴𨤼悉。
越 南 语：Nỗi nào mà chịu xót xa trong lòng.
汉语意译：孤零难受心堪伤。

喃字原文：伴賢傷𢭲繞共，
越　南　语：Bạn hiền thương lấy nhau cùng,
汉语意译：贤伴相爱休戚共，

喃字原文：停麻𧡊𧁷負忘之罒。”
越　南　语：Đường mà thấy khó phụ vong chi là.”
汉语意译：莫见落难忘负义。”

喃字原文：共繞吶𠅎更𠀧，
越　南　语：Cùng nhau nói hết canh ba,
汉语意译：两人相谈三更至，

喃字原文：者娘於吏英𠫾𨑗墓。
越　南　语：Giả nàng ở lại anh đi xuống mộ.
汉语意译：山伯辞谢回墓里。

（五）（完）

（六）堆仙結諧天廷遊制

（VI） Đôi tiên kết hài thiên đình du chơi

（六）成仙结双游天空

此回内容简介：梁山伯和祝英台相互叹息至三更以后，梁山伯灵魂离去，祝英台则卧床不起。祝翁见状，痛惜问女缘由。祝英台回答因牵挂山伯所致，请求父亲准许去祭梁山伯，祝翁同意。英台祭墓时，“天昏地暗电光闪，云黑墓开接英台”。

喃字原文：嵬嵬𩙍𠺙境愁，
越 南 语：Ngùi ngùi gió thổi cảnh sầu,
汉语意译：凄风悒悒吹愁心，

喃字原文：媢恾㤎𢣂𦣰数怚量。
越 南 语：Mơ màng biếng dậy nằm lâu lo lường.
汉语意译：半梦半醒自思量。

喃字原文：𤽶𡚢渃𥉴𠄩行，
越 南 语：Nhỏ to nước mắt hai hàng,
汉语意译：英台卧床泪洗面，

喃字原文：心神轉動悉傷秀才。
越 南 语：Tâm thần chuyển động lòng thương tú tài.
汉语意译：心神难宁念梁君。

喃字原文：汶躺揞挹咀䠶，
越 南 语：Một mình ôm ấp thở dài,
汉语意译：抱负孤零自长叹：

喃字原文：叹浪竹㐌離梅朱仃。
越 南 语：Than rằng trúc đã lìa mai cho đành.
汉语意译：“竹梅分离各飘零。

喃字原文：嘅詩朱曉愁情，
越 南 语：Gửi thư cho hiểu sầu tình,
汉语意译：寄信为解君思情，

喃字原文：埃吃沒丿朱軀傷喂。
越 南 语：Ai ngờ một phút cho mình thương ơi.
汉语意译：谁料却成索命箭。”

喃字原文：瞻包曾現些㐱，
越 南 语：Chiêm bao tằng hiện ta nay,
汉语意译：梦幻曾现来相见，

喃字原文：英台補緺鬔霒拸撒。
越 南 语：Anh-Đài bỏ rối tóc mây chẳng cài.
汉语意译：英台懒梳云鬓乱。

喃字原文：簪鐄操歇花聴，
越 南 语：Trâm vàng tháo hết hoa tai,
汉语意译：金环耳花全卸弃，

喃字原文：蹎𠫾䶵冷漢鞋䑢双。
越 南 语：Chân đi trong lạnh hán hài nằm song.
汉语意译：花鞋不着脚冷凛。

喃字原文：粉礤妝點䏧紅，
越 南 语：Phấn tô trang điểm má hồng,
汉语意译：红颜粉黛莫妆点，

喃字原文：銅樒摄底匂䶵庫藏。
越 南 语：Gương lược xếp để vào trong kho tàng.
汉语意译：香梳玉镜盒里藏。

喃字原文：包饒沉麝味香，
越 南 语：Bao nhiêu trầm xạ mùi hương,
汉语意译：沉香麝芳诸粉饰，

喃字原文：收𠓨朱𣦍庄恾點𥐇。
越 南 语：Thu vào cho hết chẳng màng điểm tô.
汉语意译：收拾利落素面状。

喃字原文：相思浪吶嚉䁛，
越 南 语：Tương tư rằng nói đòi ngày,
汉语意译：世说相思令人死，

喃字原文：愁尼拯𢒎朱咍庄罗。
越 南 语：Sầu này chẳng dễ cho hay chăng là.
汉语意译：此愁痊愈了无期。

喃字原文：固𣋁𦋦蹲𡑝花，
越 南 语：Có đêm ra đứng vườn hoa,
汉语意译：英台迈步入花园，

喃字原文：𥆾梗桂𧡊𦲿核武鐄。
越 南 语：Nhìn cành quế thấy lá cây võ vàng.
汉语意译：满眼黄叶离桂枝。

喃字原文：祝翁噲咳九娘：
越 南 语：Chúc ông gọi hãy cửu nương,
汉语意译：祝翁怜爱问九娘：

喃字原文：“牢䣈𩈘武𨉟鐄丕䣈。”
越 南 语：“Sao con mặt võ mình vàng vậy con.”
汉语意译：“缘何消瘦悴容颜。”

喃字原文：英台跐𨀎咀叹，
越 南 语：Anh-Đài bước xuống thở than,
汉语意译：英台步入直叹云：

喃字原文：𢷀𠸦吒晦䣈吀呈𠶢：
越 南 语：Lạy thưa cha hỏi con xin trình bày:
汉语意译：“揖拜父亲女呈言，

喃字原文：“包饒心事𠶓𧿨，
越 南 语：“Bao nhiêu tâm sự bày ngay,
汉语意译：多少烦恼心事缠，

喃字原文：喔吒朱歇咥尼消耗。
越 南 语：Trình cha cho hết lời này tiêu hao.
汉语意译：呈父实话无虚言。

喃字原文：咥坤庄晒特帀，
越 南 语：Lời khôn chẳng giấu được nao,
汉语意译：精灵之言莫隐讳，

喃字原文：喔吒朱歇消耗每咥。
越 南 语：Trình cha cho hết tiêu hao mọi lời.
汉语意译：回答父亲吐真心。

喃字原文：悉琨傷梁秀才，
越 南 语：Lòng con thương Lương tú tài,
汉语意译：我心怜悯梁秀才，

喃字原文：沒躺庄别掑埃兜罒。
越 南 语：Một mình chẳng biết cậy ai đâu là.
汉语意译：独自不知倚靠谁。

喃字原文：山伯𢆥𣈜𦤾茹，
越 南 语：Sơn-Bá năm xưa đến nhà,
汉语意译：山伯那次到家来，

喃字原文：悉馭𢙱定交和拯衝。
越 南 语：Lòng người muốn định giao hòa chẳng xong.
汉语意译：欲订婚约无达愿。

喃字原文：𢙱晦𥙩琨罒双，
越 南 语：Muốn hỏi lấy con làm song,
汉语意译：他欲与女成双对，

喃字原文：吒浪㐌固𡥵湧𢀭𩛷。
越 南 语：Cha rằng đã có con dòng giàu sang.
汉语意译：父说已配富贵人。

喃字原文：㐌固馬俊要當，
越 南 语：Đã có Mã tuấn yêu đang,
汉语意译：遂愿马俊人钟爱，

喃字原文：吒拯定嫁朱払結緣。
越 南 语：Cha chẳng định gả cho chàng kết duyên.
汉语意译：拒绝与他结姻缘。

喃字原文：悉𡥵傷惜伴賢，
越 南 语：Lòng con thương tiếc bạn hiền,
汉语意译：女儿婉惜贤能人，

喃字原文：磊道𠳒願别咀𠶋牢。
越 南 语：Lỗi đạo lời nguyền biết thuở làm sao.
汉语意译：失诺弃信神迷晕。

喃字原文：𠤩𠳒払吶消耗，
越 南 语：Mấy lời chàng nói tiêu hao,
汉语意译：梁君软和话儿真，

喃字原文：𡥵㐌劄𠓺𠬠幅詩離。
越 南 语：Con đã chép vào một bức thư ly.
汉语意译：我写一封辞别信。

喃字原文：迻朱梁婆𠬠欺，
越 南 语：Đưa cho Lương bà một khi,
汉语意译：交予梁母带返家，

喃字原文：山伯𢲫讀𧡊詩𢯰躺。
越 南 语：Sơn-Bá mở đọc thấy thư bỏ mình.
汉语意译：山伯念信即丧生。

喃字原文：𣋚戈𡥵制門庭，
越 南 语：Hôm qua con chơi môn đình,
汉语意译：昨天女儿逛庭门，

喃字原文：𧡊青童保嘆𠰘𡥵台。
越 南 语：Thấy thanh đồng bảo mách lời con hay.
汉语意译：梁家青童来传讯。

喃字原文：𧡊丕𡥵傷払能，
越 南 语：Thấy vậy con thương chàng thay,
汉语意译：得知噩耗疼惜君，

喃字原文：朱𡥵𩈘武𨉟瘦拯鮮。
越 南 语：Cho con mặt võ mình gầy chẳng tươi.
汉语意译：为此消瘦悴容颜。

喃字原文：伴學㐌托傷喂，
越 南 语：Bạn học đã thác thương ôi,
汉语意译：同窗学友死惨切，

喃字原文：𠚢𢚸花月朱碎丕罒。
越 南 语：Ra lòng hoa nguyệt cho tôi vậy là.
汉语意译：因我花月人堪伤。

喃字原文：𡥵渚𫦃咳罒之，
越 南 语：Con chưa muốn hãy làm chi,
汉语意译：我今不知如何好，

喃字原文：姅茹馬俊䭾時唭吱。
越 南 语：Nữa nhà Mã tuấn người thì cười chê.
汉语意译：马俊识了会奚落。

喃字原文：浽芇麻㴆怞悽。”
越 南 语：Nỗi nào mà chịu xót xa.”
汉语意译：我怎忍受此悲伤。”

喃字原文：英台跐䢀呈吒每唭：
越 南 语：Anh-Đài bước xuống trình cha mọi lời.
汉语意译：英台跪下求父言：

喃字原文："䊷吀立沒礼齋，
越 南 语：Con xin lập một lễ chay,
汉语意译："请准女儿去祭坟，

喃字原文：朱扛山伯期尼麻催。
越 南 语：Cho chàng Sơn-Bá kỳ nay mà thôi.
汉语意译：悼念山伯寿终仪。

喃字原文：䟻罢者義閅䔲，
越 南 语：Trước là giả nghĩa muôn đời,
汉语意译：先是还义情意深，

喃字原文：㛦罢者特詩齋切情。"
越 南 语：Sau là giả được thư trai thiết tình.
汉语意译：后还同窗学友情。"

喃字原文：祝翁䏧呐傷情，
越 南 语：Chúc ông nghe nói thương tình,
汉语意译：祝翁听罢心同情，

喃字原文：自悉如䊷趍行礼齋。
越 南 语：Tự lòng như con đi hành lễ chay.
汉语意译：凭女心愿行祭仪。

喃字原文：英台攕䝨達排，
越 南 语：Anh-Đài sắm của đặt bài,
汉语意译：英台备全拜祭物，

喃字原文：轎娘䢀准墓碑扛梁。
越 南 语：Kiệu nàng đến chốn mộ bài chàng lương.
汉语意译：轿至梁君墓碑前。

喃字原文：英台㐌墓断腸，
越 南 语：Anh-Đài thấy mộ đoạn trường,
汉语意译：英台见墓哭断肠，

喃字原文：珠淚𠄩行哭傷𢫝跪。
越 南 语：Châu lệ hai hàng khóc thương lạy quỳ.
汉语意译：跪拜痛哭泪涟涟。

喃字原文：躺默服孝礼儀，
越 南 语：Mình mặc phục hiếu lễ nghi,
汉语意译：身穿孝服披孝巾，

喃字原文：鴛鴦堆𡞕賒離强傷：
越 南 语：Uyên ương đôi đẹp xa lìa càng thương.
汉语意译：鸳鸯断弦更伤心：

喃字原文："英梁喂咳英梁，
越 南 语："Anh Lương ơi hỡi anh Lương,
汉语意译："呜呼哀哉梁兄嗳，

喃字原文：払𠉞固别妾傷秀才？
越 南 语：Chàng nay có biết thiếp thương tú tài.
汉语意译：可知妾爱秀才君？

喃字原文：劫尼渚合緣諧，
越 南 语：Khiếp nay chưa hợp duyên hài,
汉语意译：今世未能成双对，

喃字原文：願吀劫恪飫堆𡨸同。
越 南 语：Nguyền xin khiếp khác no đôi chữ đồng.
汉语意译：指望来世结成双。

喃字原文：劫尼渚𫜵婚駃，
越 南 语：Khiếp nay chưa nên vợ chồng,
汉语意译：今世未能成夫妻，

喃字原文：願吁劫恪特終汶房。
越 南 语：Nguyền xin khiếp khác được chung một phòng.
汉语意译：愿请来世同一房。

喃字原文：𡗶喂𡗶透傷共，
越 南 语：Trời ôi trời thấu thương cùng,
汉语意译：问天为何断了缘，

喃字原文：牢〻鸾鳳堆湧別離。”
越 南 语：Sao làm loan phượng đôi dòng biệt ly.”
汉语意译：鸾凤佳偶各一方。”

喃字原文：捧瞎𩄲霔汶欺，
越 南 语：Bỗng nghe sấm chớp một khi,
汉语意译：天昏地暗电光闪，

喃字原文：霒攏墓𢲫逴𠫾英台。
越 南 语：Mây lồng mộ mở rước đi Anh-Đài.
汉语意译：云黑墓开接英台。

喃字原文：瞔迍娘𨑜墓𣦍，
越 南 语：Chợt đón nàng xuống mộ ngay,
汉语意译：蓦然接英台落墓，

喃字原文：变黜堆蚏舞𩙻𢭸潙。
越 南 语：Biến ra đôi bướm múa bay vẽ vời.
汉语意译：变对蝴蝶双飞舞。

喃字原文：霙𡗶花安𢹣鮮，
越 南 语：Tạnh giời hoa nở đua tươi,
汉语意译：雨过天晴百花艳，

喃字原文：球虹烇熠瓢𡗶焔煋。
越 南 语：Cầu vồng chói rọi bầu trời sáng tênh.
汉语意译：晴空万里挂彩虹。

喃字原文：蓬萊堆蚨𩙻旋，
越 南 语：Bồng lai đôi bướm bay tuyền,
汉语意译：化蝶双飞蓬莱岛，

喃字原文：堆仙結諧天廷遊制。
越 南 语：Đôi tiên kết hài thiên đình du chơi.
汉语意译：成仙结双游天空。

（六）（完）

说明：此叙事歌收集自山心村阮成豪的喃字手抄本。据阮成豪说是他的父亲阮继儒存下的歌本，后转交阮继初、梁荣春传唱。歌本一直由阮继初保存。阮成豪退休回家后，从阮继初那里找回此歌本。后经苏维芳结合阮氏心唱的录音对歌本进行整理。本文由苏维芳、苏凯翻译和注释。

2008 年 3 月

观音氏敬

简　介

以女性为题材的《观音氏敬》是18世纪末19世纪上半叶越南文学代表作之一，作品是传统的六八体叙事歌。该作品与同时期的一系列喃字文学作品在内容、形式、艺术手法以及思想价值方面都各具特色，体现了较高的艺术水平，共同推动了喃字文学的繁荣与发展。整首叙事歌共786句，在越南和我国京族地区广泛流传。本篇为节选段。

氏敬是高丽人，前劫原是男人，修行得道将至成佛之时，释迦为试探他的佛心，将他重新投胎到一户莽姓人家为女孩身，女孩受到很多冤屈。氏敬在莽家长大，成为品德好、才貌双全的姑娘。父母把她许配给一富家善士书生，夫妻二人过着幸福和美的生活。

一天夜里，丈夫读书疲劳熟睡，氏敬在缝补衣服的时候，发现丈夫额上逆长一根胡须，便伸过剪刀欲帮丈夫剪掉，恰好丈夫惊醒，误认为妻子要杀他，于是大声呼救。其父母闻声进来，硬嫁祸于她并把她驱赶回娘家。

受冤无处诉的她决定扮男装并取名为敬心。乡村里有一富家女儿名叫氏牟，对敬心一见倾心。氏牟本性风流，与府中男奴通奸怀了身孕，却一口咬定是与敬心通奸，致使敬心遭到村民打罚，被赶到三关寺居住。不久，氏牟产下一男孩后，把男孩带到寺里说把孩子还给敬心。敬心可怜小孩，全力护养。孩子三岁时，敬心病故，临终前敬心写了一封信给父母，说清一切，人们方才明白敬心一生所受的冤屈。氏敬死后得到了超升，人称“观世音菩萨”。

觀音氏敬
Quan âm Thị Kính
观音氏敬

（一）氏敬撯啃冤折㚥
(I) Thị Kính mắc tiếng oan giết chồng
（一）氏敬被蒙冤杀夫

此回内容简介：氏敬已嫁到丈夫家，夫妻过着和顺融洽的生活。不料却骤然发生了意外。

喃字原文：𣋚𣋽𥪞准深闺，
越 南 语：Hôm mai trong chốn thâm khuê,
汉语意译：晚上在深闺房里，

喃字原文：几塘金织𠊛艺筆硯。
越 南 语：Kẻ đường kim chỉ, người nghiề bút nghiên.
汉语意译：妻针线活夫温读。

喃字原文：更𡙋伴貝册畑，
越 南 语：Canh khuya bạn với sách đèn,
汉语意译：更深灯火随相伴，

喃字原文：痗䏧払買㨢邊𨉟娘。
越 南 语：Mỏi lưng chàng mới tựa bên cạnh nàng.
汉语意译：夫君腰酸倚妻睡。

喃字原文：沛欺眇相𪜀払，
越 南 语：Phải khi liếc mắt trông chàng,
汉语意译：妻子溜眼望夫君，

喃字原文：侥髶钵虐於昂𩈘肣。
越 南 语：Thấy râu mọc ngược ở ngang cạnh cằm.
汉语意译：见额上有根逆须。

喃字原文：無心推捧加心，
越 南 语：Vô tâm xui bỗng gia tâm,
汉语意译：俄然无意误有意，

喃字原文：釖琨産𢀨買拎𨨧𢬣。
越 南 语：Dao con sẵn đấy mới cầm lên tay.
汉语意译：手上正拿把小刀。

喃字原文：㳻徂㩫便朱齐，
越 南 语：Vừa giơ sắp tiện cho tày,
汉语意译：准备举刀剪切时，

喃字原文：迭躺，払㐌眂𨀈闭𣉹。
越 南 语：Giật mình, chàng đã thức ngay bấy giờ.
汉语意译：斯时夫醒吓一跳。

喃字原文：𢜝能𢯢𩍢壈𤓢，
越 南 语：Ngán thay sửa dép vườn dưa,
汉语意译：误认为“瓜田纳履”①，

喃字原文：哂𨀈朱𣩂，拱㘶浪奸。
越 南 语：Dẫu ngay cho chết, cũng ngờ rằng gian.
汉语意译：即使正直亦疑奸。

①瓜田纳履：过瓜田留下鞋印，人家就怀疑此人来偷瓜。这是指氏敬无意中做一件事，引起别人的误会。

喃字原文：失神，渁及哃嘹，
越 南 语：Thất thần, nào kịp hỏi han,
汉语意译：君失神岂及问津，

喃字原文：𠬠𠳒𠰘哰浪算折𠊛。
越 南 语：Một lời la lối rằng toan giết người.
汉语意译：大声叫嚣谋杀人。

喃字原文：双親𦖑㗂用移，
越 南 语：Song thân nghe tiếng rụng rời,
汉语意译：父母听声吓酥软，

喃字原文：浪："牢㖡闊麻𠳒𢜝能。"
越 南 语：Rằng: "Sao khuya khoắt mà lời gớm thay!"
汉语意译：道："深夜吼却惊心。"

喃字原文：払浪："𥊚𧋆𣃣醝，
越 南 语：Chàng rằng: "Giấc bướm vừa say,
汉语意译：君说："方沉睡蝶梦，

喃字原文：釖𡥵娘捧扲𢬣𠯇𧵆。
越 南 语：Dao con nàng bỗng cầm tay kề gần.
汉语意译：娘子拿刀挨我身。

喃字原文：𠄩𦠘護固鬼神，
越 南 语：Hai vai hộ có quỷ thần,
汉语意译：左右鬼神护显灵，

喃字原文：实虚𠼲禮吀分朱祥。"
越 南 语：Thực hư đòi lẽ xin phân cho tường."
汉语意译：真伪缘故详分明。"

喃字原文：娘哪𠸒𨷈每塘，
越 南 语：Nàng vâng thưa hết mọi đường,
汉语意译：娘子回话诉尽言：

喃字原文：浪："自弻曲鳳凰廸尼，
越 南 语：Rằng: "Từ gảy khúc phượng hoàng đến nay,
汉语意译："自从结鸾凤至今，

喃字原文：晏箕摓於昂眉，
越 南 语：Án kia nâng ở ngang mày,
汉语意译：举案齐眉敬夫君，

喃字原文：瀝𤋾文节討䟢文𤊧。
越 南 语：Sạch trong một tiết thảo ngay một bề.
汉语意译：节操清白忠直心。

喃字原文：𪽝払畑册痗迷，
越 南 语：Bởi chàng đèn sách mỏi mê,
汉语意译：因夫灯火读疲累，

喃字原文：襘温功課𥄭槐炤炤。
越 南 语：Gối ôn công thuở giấc hòe thiu thiu.
汉语意译：温课倚身槐安梦①。

喃字原文：𧡊髯𣛟固拯調，
越 南 语：Thấy râu mọc có chẳng đều,
汉语意译：见额上须不均匀，

喃字原文：扲釖便底文𣎃如嬈。
越 南 语：Cầm dao tiện để một chiều như nhau.
汉语意译：便欲拿刀剪齐平。

喃字原文：𠳨浪固負情兜，
越 南 语：Há rằng có phụ tình dâu,
汉语意译：岂敢抱有负情心，

---

①槐安梦：据唐代李公佐《南柯太守传》载，淳于棼饮酒古槐树下，醉后入梦，见一城楼题"大槐安国"。醒后见槐下有一大蚁穴，南枝又有一小穴，即梦中的槐安国和南柯郡。后多用槐安梦比喻人生如梦、富贵无常。

喃字原文：閅𥉩𥌀𧗱情頭矯冤！
越 南 语：Muôn trông xét đến tình đầu kẻo oan!
汉语意译：万望鉴别免冤情。

喃字原文：托𠫾仿吏生还，
越 南 语：Thác đi, phỏng lại sinh hoàn,
汉语意译：要不死去回生还，

喃字原文：時扰𦲿肺，𦡟肝解𠽖。”
越 南 语：Thì đem lá phổi, buồng gan giãi bày.”
汉语意译：愿以肝肺吐实言。”

喃字原文：公姑浪：“㗂朱台，
越 南 语：Công cô rằng: “Bảo cho hay,
汉语意译：公婆道：“说得好听，

喃字原文：黏香㧊粉拱落湞湞。
越 南 语：Trộm hương cắp phấn cũng dầy chan chan.
汉语意译：极尽卖弄风情事。

喃字原文：余𠊛文馭文鞍，
越 南 语：Mấy người một ngựa một yên,
汉语意译：风流女一马一鞍①？

喃字原文：𠉞襄𣋽理世间嶮之。
越 南 语：Nay tương mai lý thế gian hiếm gì?
汉语意译：今襄明理世间稀。

喃字原文：𠀧𢧚麻醒𠃣𠫾，
越 南 语：Ấy may mà tỉnh ngay đi,
汉语意译：儿子幸亏醒得快，

①一马一鞍：指女人娶一夫君。

喃字原文：頂丁丁姅固欺群茷！
越 南 语：Đỉnh đinh đinh nữa có khi còn đời!
汉语意译：再迟丝儿没命生。

喃字原文：事尼瀋祂𠀧制，
越 南 语：Sự này chớ lấy làm chơi.
汉语意译：此事严重莫算了，

喃字原文：差馭即刻𠓨咄莽翁。”
越 南 语：Sai người tức khắc đến mơi mãng ông.”
汉语意译：即刻去叫她父亲。”

喃字原文：嘖浪：“事買黯迗，
越 南 语：Trách rằng: “Sự mới lạ lùng,
汉语意译：公责道：“事出奇异，

喃字原文：生𡥵埃易生悉氏兜。
越 南 语：Sinh con ai dễ sinh lòng ấy đâu!
汉语意译：生儿容易难知心。

喃字原文：曲琴捧扭扛嬈，
越 南 语：Khúc cầm bỗng dở dang nhau,
汉语意译：感情突变俩尴尬，

喃字原文：醝兜貝侈䶌𦭩哏吻。
越 南 语：Say đâu với đứa trong dâu hẹn hò.
汉语意译：私约桑地偷情人。

喃字原文：滝箕群固几撻，
越 南 语：Sông kia còn có kẻ dò,
汉语意译：江河尚有人测探，

喃字原文：悉馭渚易麻擲朱穷。
越 南 语：Lòng người chưa dễ mà đo cho cùng.
汉语意译：最难是人心莫测。

喃字原文：事尼迣相調𥉴，
越 南 语：Sự này mười mắt đều trông,
汉语意译：出此事众所周知，

喃字原文：催停查嗨咁嗙姅之。
越 南 语：Thôi đừng tra hỏi gạn gùng nữa chi.
汉语意译：再不追根究底问。

喃字原文：聁英芇固膹之，
越 南 语：Nghe anh nào có bụng gì,
汉语意译：听亲家言她无心，

喃字原文：扰衛吪𠲖牢時默英。”
越 南 语：Đem về dạy đấy sao thì mặc anh.”
汉语意译：领回管教任你询。”

（一）（完）

（二）敬心餧𡥵氏牟

（II）Kính Tâm nuôi con Thị Mầu

（二）敬心抚养氏牟子

此回内容简介：氏敬蒙受冤屈，改扮男装出家，入寺庙修善，取法名为敬心。在寺庙附近有一富户人家的姑娘名叫氏牟。一天，氏牟来寺拜佛，见敬心长得漂亮，认为是个男子，便想勾引他，被敬心拒绝。氏牟与家丁通奸怀孕，却嫁祸给敬心。

汉语意译：蕃梧吝點𤑟𢬣，
越 南 语：Lá ngô lần điểm đốt tay,
汉语意译：金秋梧桐叶脱落，

喃字原文：氏牟㐌𪀄𦤾𣈜生𤳆。
越 南 语：Thị Mầu đã đủ đến ngày sinh trai.
汉语意译：氏牟足月生男子。

喃字原文：富翁之㫩女怀，
越 南 语：Phú ông chi quản nỡ hoài,
汉语意译：父亲富翁何容忍，

喃字原文：𡥵埃時付者埃𡨹扛。
越 南 语：Con ai thì phó giả ai giữ giàng.
汉语意译：说：“谁孩儿即时还。”

喃字原文：𢚸娘𢬭𢬭𣨰𣨰，
越 南 语：Lòng nàng dở dở dang dang,
汉语意译：作为母亲心尴尬，

喃字原文：淕𢚸恢悔𢬣傷特市！
越 南 语：Lọt lòng hôi hổi, chẳng thương được nào!
汉语意译：吾孩出生不疼爱！

喃字原文：𨕭𢬣娘，㳥𡌿濉，
越 南 语：Trên tay nâng giọt máu dào,
汉语意译：抱儿手上血未干，

喃字原文：候趍吏蹎算𠓨吏黜。
越 南 语：Hầu đi lại đứng, toan vào lại ra.
汉语意译：候在门外迟徘徊。

喃字原文：悟制兜别旁麻，
越 南 语：Ngỡ chơi đâu biết thế mà,
汉语意译：别人以为抱儿玩，

喃字原文：㗂䮘扰摞肆䏧朱埃。
越 南 语：Cắn răng đem rứt ruột rà cho ai.
汉语意译：自己骨肉忍交谁？

喃字原文：𪭯頭黜䠬禅斋，
越 南 语：Cắm đầu ra nẻo thuyền trai,
汉语意译：最终低头去禅寺，

喃字原文：揞𡥵𨅸𨆝蹎外𢇌轩。
越 南 语：Ôm con len lén đứng ngoài mái hiên.
汉语意译：站在禅轩抱儿哭。

喃字原文：小當頌念𠸦愿，
越 南 语：Tiểu đương tụng niệm khấn nguyền,
汉语意译：敬心正当诵念经，

喃字原文：捧𦗏㗂𥘷哭𨕭迭躺。
越 南 语：Bỗng nghe tiếng trẻ khóc lên giật mình.
汉语意译：忽然听婴儿哭声。

喃字原文：𥊢趍時䏧拯汀，
越 南 语：Ngoảnh đi thì dạ chẳng đành,
汉语意译：转脸不看心不忍，

喃字原文：認𠚢時化𠚢情拯証。
越 南 语：Nhận ra thì hóa ra tình chẳng ngay.
汉语意译：接收成不正派人。

喃字原文：憾能𩈘惮眉𦡟，
越 南 语：Gớm thay mặt dạn mày dày,
汉语意译：令人讨厌颜无耻，

喃字原文：珍珍浪“者𡥵低”麻衛。
越 南 语：Trân trân rằng “Trả con đây” mà về.
汉语意译：“还你孩儿”她转身。

喃字原文：机禪几㐌尅溪，
越 南 语：Cơ thiền kẻ đã khắt khe,
汉语意译：禅机①遂有人苛刻，

喃字原文：窖推𠚢侈𫜵羝𠰘躺。
越 南 语：Khéo xui ra đứa làm dê diễu mình.
汉语意译：真会揭自己丑事。

喃字原文：仍催𥪞䏧孝生，
越 南 语：Nhưng thôi trong dạ hiếu sinh,
汉语意译：好啦！只心怀婴儿，

喃字原文：福辰𫜵福滁忊𢣂滁。
越 南 语：Phúc thời làm phúc, dơ đành chịu dơ.
汉语意译：行好是福忍耻辱。

喃字原文：魚𥪞𥑂渃巴溈，
越 南 语：Cá trong chậu nước bơ vơ,
汉语意译：见盆里鱼孤零丁，

①禅机：佛寺契机。

喃字原文：莳尼拯救群徐欺帀?
越 南 语：Thời này chẳng cứu còn chờ khi nao?
汉语意译：现在不救等何时?

喃字原文：拯生拱翌劬劳,
越 南 语：Chẳng sinh cũng chịu cù lao,
汉语意译：不是自孩也劬劳,

喃字原文：悴情茳𤙭攏㐌𨁥𢭲。
越 南 语：Xót tình măng sữa nưng vào trong tay.
汉语意译：怜悯孩提手抱起。

喃字原文：餢𡢐师父買台,
越 南 语：Bữa sau sư phụ mới hay,
汉语意译：此事次日师父知,

喃字原文：吪浪:"如世時柴拱疑。
越 南 语：Dạy rằng: "Như thế thì thầy cũng nghi.
汉语意译：道："这样做，人生疑。

喃字原文：仿如恪𧖱𠚢時,
越 南 语：Phỏng như khác máu ra thì,
汉语意译：如若异子也收养,

喃字原文：𡥵埃默𠇍干之多忙?"
越 南 语：Con ai mặc nấy can gì đa mang?"
汉语意译：别人孩儿何操持。"

喃字原文：白浪:"㦖隊柴傷,
越 南 语：Bạch rằng: "Muôn đội thầy thương,
汉语意译：她说："承蒙师疼爱,

喃字原文：𥪝𠉞柴吪每塘𡮈𡚚。
越 南 语：Xưa nay thầy dạy mọi dường nhỏ to.
汉语意译：昔日师教铭记心。

喃字原文：哂础𠃩𡾵浮屠，
越 南 语：Dẫu xây chín đợt phù đồ,
汉语意译：即使造九层浮屠①，

喃字原文：牢凴𠸍福救朱𠬠𠊛。
越 南 语：Sao bằng làm phúc cứu cho một người.
汉语意译：也不如救命一人。

喃字原文：丕𢧚𡥵沛喕𠳚，
越 南 语：Vậy nên con phải vâng lời,
汉语意译：所以我必接婴养，

喃字原文：命𠊛敢𥙩𠸍制麻料。”
越 南 语：Mệnh người dám lấy làm chơi mà liều.”
汉语意译：悍然不顾弃人命。”

喃字原文：师𦖑𠻃吏𠃣調，
越 南 语：Sư nghe thưa lại mấy điều,
汉语意译：师父听了她吐言，

喃字原文：唏浪：“拱固𠃣𡗉慈心！”
越 南 语：Khen rằng: “Cũng có ít nhiều từ tâm!”
汉语意译：赞道：“多少有慈心。”

喃字原文：𤉜𱺵渃涺麻𠖾，
越 南 语：Rõ là nước lã mà nhầm,
汉语意译：一滴血胜池生水，②

喃字原文：拱扰湙𧖱情深和𠓨。
越 南 语：Cũng đem giọt máu tình thâm hòa vào.
汉语意译：师父深情血融和。

①浮屠：寺塔或僧徒。
②一滴血胜池生水：远亲不如近邻。这里指莫以为敬心不疼爱异血统孩儿。

喃字原文：娒虷時𦠿渴滈，
越 南 语：Mẹ vò thì sữa khát khao,
汉语意译：土蜂养儿缺少奶，

喃字原文：怚餒琨蝒〻牢朱全。
越 南 语：Lo nuôi con nhện làm sao cho tuyền.
汉语意译：怎能养育蜘蛛大。

喃字原文：撫拸掣浽迍邅，
越 南 语：Nưng niu xiết nỗi truân chuyên,
汉语意译：抚养婴儿甚艰辛，

喃字原文：咥粓𠶋𦠿底铖琨𠊛。
越 南 语：Nhai cơm mớm sữa để nên con người.
汉语意译：嚼饭喂奶快成人。

喃字原文：𦤾兜埃拱吱唭：
越 南 语：Đến đâu ai cũng chê cười:
汉语意译：处处被人指耻笑，

喃字原文：“小箕修固啐茦特兜！”
越 南 语：“Tiểu kia tu có trót đời được đâu!”
汉语意译：修行和尚乱奸淫。

喃字原文：别庄文侈傷頭，
越 南 语：Biết chăng một đứa thương đầu,
汉语意译：真相如何师父知，

喃字原文：躺罗𠄩貝氏牟罗𠀧。
越 南 语：Mình là hai với Thị Mầu là ba.
汉语意译：我知她知天地知。

喃字原文：黜功餒哺寔罗，
越 南 语：Ra công nuôi bộ thực là,
汉语意译：用功哺养日长大，

喃字原文：仍愮固祂化𪡊拖愮。
越 南 语：Nhưng buồn có trẻ hóa ra đỡ buồn.
汉语意译：烦闷之时有欢心。

喃字原文：欺䕷唷昖鍾哷，
越 南 语：Khi trống giục, lúc chuông đồn,
汉语意译：鼓声钟声催融合，

喃字原文：啨鍾咯啨嘝𤳇𣋚𣈜。
越 南 语：Tiếng chuông lẫn tiếng ru con tối ngày.
汉语意译：唱摇篮曲度终日。

（二）（完）

说明：此叙事歌收集自阮进余讲述的故事和口头传唱，苏维芳收集和形成喃字。

范功菊花

简　介

以爱情为题材的《范功菊花》是18世纪末19世纪上半叶越南文学代表作之一，作品是传统的六八体叙事歌。该作品与同时期的一系列喃字文学作品在内容、形式、艺术手法以及思想价值方面都各具特色，体现了较高的艺术水平，共同推动了喃字文学的繁荣与发展。在越南和我国京族地区广泛流传。

琼云府有一户范姓人家，生活贫穷，常年靠打柴为生，夫人在六十岁时才生得一子，取名为范功。范功童年时父亲早逝，他带着母亲沿途乞讨。一天，母子俩来到一个地方，看到有学校教读，苦求之下，老师允许范功跟班随读。在学校中，范功认识了菊花，其良好的品行得到菊花的爱慕。菊花带范功回家请求父母同意他们的婚约。两人婚后不久，范母逝世。三年后菊花家钱财用完，菊花怀上身孕。

当时皇帝招考，范功赴京考试，一举中状元。魏王逼他与公主结婚，因其不从被流放至匈奴。在匈奴，范功又考上状元，匈奴王又迫其娶公主为妻，范功仍然不从，被匈奴王施以刈刑，但得玉皇相救，惩治匈奴王后，帮其恢复完好。

在回国的路上，范功在邦州国再度考上状元，赵王又对其逼婚。但公主劝父王放范功返家与菊花重聚。相聚前，菊花已生下一男，取名范进力，后又生一女孩取名为宜春。菊花三十岁病死时，正值外贼入侵，范功安葬了妻子，便出征参战。

战后，范功娶曹氏为妻，抚养儿女。三年后，范功又被遣派到边境执行新的任务。曹氏在家红杏出墙，赶走了进力兄妹，兄妹俩只能以行乞为生。菊花怜惜自己的孩子，现形返回人间，把一封信放进孩子的衣袋，吩咐他们前去寻找外公和父亲。范功在任务结束返家的途中遇见自己的两个孩子，得知一切，便回乡赶走曹氏，曹氏在返娘家途中被雷击而死。

范功回家后，十分怀念菊花，便立坛降法，化灵魂下阴间寻妻。四处寻找中，经过了五个地狱，遭遇不少艰辛，目睹了地狱卒的凶残与恶毒。历经曲折后，终于找到菊花，在玉皇的帮助下，夫妻重返人间，一家人过着幸福美满的生活。

範功菊花
Phạm Công Cúc Hoa
范功菊花

（一）尋塲柴学
（I） Tìm trường thầy học
（一）寻师求学

此回内容简介：范功与母去乞讨，途中寻见一间学堂，他连携母进去寻师求学。老师见他孤苦可怜，还如此热衷求学，便答应了他，范功实现了愿望。菊花十分同情他，见他聪明勤奋，想法帮助他就学。学生们侮辱他，制造各种障碍为难他。但在老师的帮助下，他克服了困难……

喃字原文：範功擯媄迦西，
越 南 语：Phạm Công dắt mẹ sang tây,
汉语意译：范功扶母去乞讨，

喃字原文：晦㗖塲柴鬼谷包賒。
越 南 语：Hỏi thăm trường thầy quỷ cốc bao xa.
汉语意译：前问多远有学堂？

喃字原文：𠊛些嗼㗂閉𣇞：
越 南 语：Người ta mách bảo bấy giờ:
汉语意译：行人指着回答道：

喃字原文："塲柴鬼谷群𠀧𨤮塘。"
越 南 语："Trường thầy quỷ cốc còn ba dặm đường."
汉语意译："鬼谷①学校三里塘。"

①鬼谷：晋国人王诩聪明灵活，会推断事情始末，韬略变化无穷，布阵巧妙。他的学生张仪、苏秦等称之为"鬼谷先生"。

喃字原文：媄混自意連遡，
越 南 语：Mẹ con tự ý liền sang,
汉语意译：母子依示向前行，

喃字原文：𠀧罒𨤮塘買𦥃塲中。
越 南 语：Ba bốn dặm đường mới đến trường trung.
汉语意译：三四里程见学堂。

喃字原文：塲柴𠫾㐌𢧚𠫾，
越 南 语：Trường thầy đông đã nên đông,
汉语意译：学校师生人众广，

喃字原文：𣃱𤳆𣃱妸瞭𨕭学𡁾。
越 南 语：Vừa trai vừa gái xét trong học trò.
汉语意译：男女皆有聚科场。

喃字原文：範功𦥃妬連𢗼，
越 南 语：Phạm Công đến đó liền lo,
汉语意译：范功到来心忧愁，

喃字原文：拯别𠊚固吲呐𠰉庄？
越 南 语：Chẳng biết người có dặn dò dạy chăng?
汉语意译：未知先生可允读？

喃字原文：𢘾𠓨催吏哊𨅹，
越 南 语：Muốn vô thôi lại dùng dằng,
汉语意译：是否入去心犹疑，

喃字原文：别傑固𠰉共庄群𢢯？
越 南 语：Biết thầy có dạy cùng chăng còn nề?
汉语意译：担心先生不接受。

喃字原文：為由拯𠰉時衛，
越 南 语：Vì dù chẳng dạy thời về,
汉语意译：若是拒学须返回，

喃字原文：𢀭𠊛恄𢷀𢴑時𠫾牢。
越 南 语：Dễ người ghét bỏ chẳng thời làm sao.
汉语意译：让人厌弃自难受。

喃字原文：範功買攅媄𠓨，
越 南 语：Phạm Công mới dắt mẹ vào,
汉语意译：范功携母入学堂，

喃字原文：呈㑛师父湿高呞尼。
越 南 语：Trình thầy sư phụ thấp cao nhời này.
汉语意译：呈明先生详细言。

喃字原文：“吨翁吪学於低，
越 南 语：“Đồn ông dạy học ở đây,
汉语意译：“听闻先生此任教，

喃字原文：碎吁学𢬥翁固吪空。”
越 南 语：Tôi xin học rầy ông có dạy không.”
汉语意译：请求先生收入堂。”

喃字原文：㑛連吻吲𠫾衝：
越 南 语：Thầy liền thiết dặn làm xong:
汉语意译：先生殷勤叮嘱言：

喃字原文：“𡥵学默悉翁𢴑辞尼。
越 南 语：“Con học mặc lòng ông chẳng từ nay.
汉语意译：“你来求学怎能辞。

喃字原文：傜佗𨀈职𠫾㑛，
越 南 语：Tao đà đến chức làm thầy,
汉语意译：我乃专职学子师，

喃字原文：傜吏辞眉牢沛道翁。”
越 南 语：Tao lại từ mày sao phải đạo ông.”
汉语意译：如果推辞怎道义。”

喃字原文：罘𤾓侯伵湧湧，
越 南 语：Bốn trăm hầu tớ ròng ròng,
汉语意译：四百师生来来往，

喃字原文：𡥵𠓨搇册貝湧文生。
越 南 语：Con vào cầm sách với dòng văn sinh.
汉语意译：他入领书排尾行。

喃字原文：学𠻀朱伮照萌，
越 南 语：Học trò cho nó chiếu manh,
汉语意译：学生分他张烂席，

喃字原文：𠹾朱照𫅜麻閧照些。
越 南 语：Chớ cho chiếu lành mà hỏng chiếu ta.
汉语意译：不给好席说睡脏。

喃字原文：範功𢣂唬悴悽，
越 南 语：Phạm Công tủi hổ xót xa,
汉语意译：范功惭愧又哀伤，

喃字原文：門生𠚢扒𥙩筆共硯。
越 南 语：Môn sinh ra bắt lấy bút cùng nghiên.
汉语意译：门生抢他笔墨砚。

喃字原文：扒払磑墨朱連，
越 南 语：Bắt chàng mài mực cho liền,
汉语意译：强迫范功帮磨墨，

喃字原文：强傷挭渃仍煩悴悽。
越 南 语：Càng thương gánh nước những phiền xót xa.
汉语意译：强制挑水更愁烦。

喃字原文：払磑拯及墨𠚢，
越 南 语：Chàng mài chẳng kịp mực ra,
汉语意译：有时磨墨出不及，

喃字原文：学㗂勿嘹翁吒㐌落。
越 南 语：Học trò vẫn réo ông cha đã đầy.
汉语意译：门生呼骂叫连天。

喃字原文："碎绳共便咹眉，
越 南 语："Tôi thằng cùng tiện ăn mày,
汉语意译："我是行乞来俭读，

喃字原文：𦤾学塲尼吏易衆戈。"
越 南 语：Đến học trường này lại dễ chúng qua."
汉语意译：到此没做得罪事。"

喃字原文：𠸒眉拯蹬仍𪜀，
越 南 语：Bảo mày chẳng đặng những là,
汉语意译：门生骂他还顶嘴，

喃字原文：範功渃相㵢沙浗浗：
越 南 语：Phạm Công nước mắt nhỏ sa rời rời:
汉语意译：范功流泪悲哀言：

喃字原文："各英拯别事𣈜，
越 南 语："Các anh chẳng biết sự đời,
汉语意译："哥们不知人世事，

喃字原文：𨤰𪜀吏吡身碎𠆳之？
越 南 语：Lọ là lại chửi thân tôi làm gì?
汉语意译：何须拿我来凌辱？

喃字原文：恪市如醞琉璃，
越 南 语：Khác nào như rượu lưu ly,
汉语意译：皆如琉璃杯中酒，①

①琉璃杯中酒：琉璃玉杯盛的酒。意指每人一杯很明了，何妨嘲笑。

喃字原文：没䏧没㖸凭之吡嘵。
越 南 语：Một người một chén thấy gì chửi nhau.
汉语意译：每人一杯谁骂谁。

喃字原文：𡗋𢀭如𦘧占包，
越 南 语：Khó giàu như thể chiêm bao,
汉语意译：贫穷富贵如梦幻，

喃字原文：𨀎罒沛吡身饒罓之。
越 南 语：Lọ là phải chửi thân nghèo làm chi.
汉语意译：何必轻侮贫穷人。

喃字原文：恪市返跛流离，
越 南 语：Khác nào gặp bước lưu ly,
汉语意译：人如流离中相遇，

喃字原文：崫踜時拱如箕罓呸。”
越 南 语：Chồng chềnh thời cũng như kia làm vầy.”
汉语意译：迁延耽误共学文。”

喃字原文：学𠶋愢慄𧻭𢗼，
越 南 语：Học trò tức giận lắm thay,
汉语意译：门徒听了更恼怒，

喃字原文：𣗓朱绳尼呆𡨸罓之！
越 南 语：Chớ cho thằng này ngó chữ làm chi!
汉语意译：莫让此子来读书。

喃字原文：𥙩幔𩂏仡䵻趍，
越 南 语：Lấy màn che ngất đen đi,
汉语意译：用布遮黑掩其眼，

喃字原文：𣗓朱伮学，伮時𡎥空。
越 南 语：Chớ cho nó học, nó thì ngồi không!
汉语意译：赶其远坐不让学。

喃字原文：𣎏偨𠚢遥場中，
越 南 语：Đêm thầy ra dạo trường trung,
汉语意译：先生出来查校舍，

喃字原文：𧡊連貼𧡊𨤔𢙱傷喂。
越 南 语：Thấy liền xem thấy trong lòng thương ôi!
汉语意译：看见此境心伤痛。

喃字原文：範功撍册麻𡎥，
越 南 语：Phạm Công cầm sách mà ngồi,
汉语意译：范功拿书呆坐着，

喃字原文：徐朱𩆐晄𠇍回創𠚢。
越 南 语：Chờ cho chớp nhoáng mấy hồi sáng ra.
汉语意译：等至三更雷闪鸣。

喃字原文：呆蹺麻学悴悽，
越 南 语：Ngó theo mà học xót xa,
汉语意译：借闪电光刻苦读，

喃字原文：𢙱傷𡥵𥘷𠓀陀𠚢𠶢。
越 南 语：Lòng thương con trẻ trước đà ra thưa.
汉语意译：先生见状怜悯劝。

喃字原文：尊师欺𡶀吶𠚢，
越 南 语：Tôn sư khi ấy nói ra,
汉语意译：当时尊师即表明，

喃字原文：𡥵𠓺𨤔茹麻学朱衝。
越 南 语：Con vào trong nhà mà học cho xong.
汉语意译：让儿入室来就读，

喃字原文：偨餒𡥵粓襖朱共。
越 南 语：Thầy nuôi con cơm áo cho cùng.
汉语意译：师供食饭与衣服。

喃字原文：閉暁傑吶範功文嗟，
越 南 语：Bấy giờ thầy nói Phạm Công một lời,
汉语意译：期待范功相言劝，

喃字原文：尊师㧑吶㧑唭：
越 南 语：Tôn sư vừa nói vừa cười:
汉语意译：尊师边笑边启言：

喃字原文：“惜才駙馬補㞾落苛。”
越 南 语：“Tiếc tài phò mã bõ nơi lạc hà.”
汉语意译：“惜才驸马莫弃读。”

喃字原文：学𠯿𧡊啐吶𠚢：
越 南 语：Học trò thấy thốt nói ra:
汉语意译：门徒脱口出狂言：

喃字原文：“固𫜵駙馬衆些𠫾侯。
越 南 语：“Có làm phò mã chúng ta đi hầu.
汉语意译：“他当驸马咱侍候。

喃字原文：𣇞些𫋚襖帽兜，
越 南 语：Mai ta lấy áo mão đâu?
汉语意译：日后帽袍怎来由，

喃字原文：蹺𠿯官状𠫾侯朱衝。”
越 南 语：Theo đòi quan trạng đi hầu cho xong!”
汉语意译：追逐状元做陪侍。”

喃字原文：範功脱𠓨茹𦣰，
越 南 语：Phạm Công thoát vào nhà trong,
汉语意译：范功摆脱走入房，

喃字原文：烡畑麻学𦣰㤇悴悽。
越 南 语：Đốt đèn mà học trong lòng xót xa.
汉语意译：燃灯学文泪辛酸。

喃字原文：粓咹偨買迻𠚢，
越 南 语：Cơm ăn thầy mới đưa ra,
汉语意译：先生送饭过来时，

喃字原文：揬朱媄䊷咹仍蒌蘢。
越 南 语：Đút cho mẹ già ăn những rau bông.
汉语意译：喂母吃饱捡剩豆。

喃字原文：娘花氏菊罒衝，
越 南 语：Nàng Hoa thị Cúc làm xong,
汉语意译：且说菊花俏姑娘，

喃字原文：混官知府相公巴座。
越 南 语：Con quan tri phủ tướng công ba tòa.
汉语意译：知府相公官女儿。

喃字原文：䊷娘買固进巴，
越 南 语：Tuổi nàng mới có mười ba,
汉语意译：年纪刚至十三岁，

喃字原文：髟霒祜坦粺沙嫩蓬。
越 南 语：Tóc mây chấm đất sao sa non bồng.
汉语意译：如仙蓬莱云鬓美。

喃字原文：史經熟𠅎罒衝，
越 南 语：Sử kinh thuộc hết làm xong,
汉语意译：经史子集背烂熟，

喃字原文：吚連泣𠅎罜𦀊学𠹾。
越 南 语：Dạy liền khắp hết bốn trăm học trò.
汉语意译：四百学生名第一。

喃字原文：士人偨底吏朱，
越 南 语：Sĩ nhân thầy để lại cho,
汉语意译：先生命名优学士，

喃字原文：罘𤾓学𠸍拯敢調之。
越 南 语：Bốn trăm học trò chẳng dám điều chi.
汉语意译：四百学徒均佩服。

喃字原文：吠傳經迹文欺，
越 南 语：Dạy truyền kinh tích một khi,
汉语意译：故事传说样样通，

喃字原文：内塲拯敢〽之細茹。
越 南 语：Nội trường chẳng dám làm chi tới nhà.
汉语意译：很少回家住学堂。

喃字原文：範功揬粓媄𦓅，
越 南 语：Phạm Công đút cơm mẹ già,
汉语意译：范功喂其老母亲，

喃字原文：娘𠫾䏾細蹎賒𥆾払。
越 南 语：Nàng đi thẳng tới đứng xa trông chàng.
汉语意译：姑娘直至远瞭望。

喃字原文：菊花渃相𠄩行，
越 南 语：Cúc Hoa nước mắt hai hàng,
汉语意译：菊花见状泪两行，

喃字原文："𣈕箕碎翅𥙩払範功。"
越 南 语："Mai kia tôi chịu lấy chàng Phạm Công!"
汉语意译："我意日后许配定。"

喃字原文：傷払計蹬𠀧冬，
越 南 语：Thương chàng kể đặng ba đông,
汉语意译：她心爱慕许三年，

喃字原文：範功拯别事悉台空？
越 南 语：Phạm Công chẳng biết sự lòng hay không?
汉语意译：范功可知我心愿。

喃字原文：菊花渃相泪泪，
越 南 语：Cúc Hoa nước mắt ròng ròng,
汉语意译：菊花眼泪双涌流，

喃字原文：衛時吏恾範功𨑜塲。
越 南 语：Về thời lại nhớ Phạm Công trên trường.
汉语意译：返家思君在学堂。

喃字原文：𧡊払餒䐗麻傷，
越 南 语：Thấy chàng đói khó mà thương,
汉语意译：见君饥困心怜悯，

喃字原文：者払於吏尋方𠚢衛。
越 南 语：Giã chàng ở lại tìm phương ra về.
汉语意译：辞别回家想计帮。

喃字原文：包饒筆墨每欺，
越 南 语：Bao nhiêu bút mực mọi khi,
汉语意译：所有纸笔墨钱银，

喃字原文：菊花欺氏回归朱払。
越 南 语：Cúc Hoa khi ấy hồi quy cho chàng.
汉语意译：菊花助君送学堂。

（一）（完）

（二）邊墓菊花

（II）Bên mộ Cúc Hoa

（二）菊花墓边

此回内容简介：范进力和范宜春兄妹被继母曹氏赶走。兄妹离家以后，哥背妹妹去行乞，他们经过母亲菊花墓边痛哭。

喃字原文：英媕進力𪘵𠫾，
越 南 语：Anh em Tiến Lực ra đi,
汉语意译：进力兄妹离家走，

喃字原文：拯群蹲吏〳之准尼。
越 南 语：Chẳng còn đứng lại làm chi chốn này.
汉语意译：不能待在此地方。

喃字原文：攮媕自閉迍𣋚，
越 南 语：Bồng em từ bấy đến nay,
汉语意译：背妹自小至如今，

喃字原文：进𣈜丿㐌迍𦋦圭茹。
越 南 语：Mười ngày phút đã đến ngay quê nhà.
汉语意译：十天返回原故乡。

喃字原文：相䁛墓媄悴悽，
越 南 语：Mắt trông mả mẹ xót xa,
汉语意译：望见母坟心悲戚，

喃字原文：英媕渃相淚𪘵唅嵬。
越 南 语：Anh em nước mắt nhỏ ra ngậm ngùi.
汉语意译：兄妹泪流惆怅望。

喃字原文：拯㑴吏𣋁傷喂！
越 南 语：Chẳng ngờ lại tối, thương ôi!
汉语意译：哭泣呜咽夜幕临，

喃字原文：英媸些暫撿𡶀些𨃐。
越 南 语：Anh em ta tạm kiếm nơi ta nằm.
汉语意译：只在墓边卧地躺。

喃字原文：𣎀𣋚𡗶坦𣋁𣉹，
越 南 语：Đêm hôm trời đất tối tăm,
汉语意译：夜半更深天黑暗，

喃字原文：英底媸𨃐麻𥄭𠬠欺。
越 南 语：Anh để em nằm mà nhắp một khi.
汉语意译：哥让妹睡自合眼。

喃字原文：𨃐数英買𥄭𠫾，
越 南 语：Nằm lâu em mới ngủ đi,
汉语意译：躺了一阵哥睡着，

喃字原文：𣃣𣍊更𠬠𨖅時更𠄩。
越 南 语：Vừa hết canh một sang thì canh hai.
汉语意译：一更睡至二更时。

喃字原文：菊花𥪝墓傷喂，
越 南 语：Cúc Hoa trong mả thương ôi!
汉语意译：墓里菊花望惆怅，

喃字原文：渃相𩈘𩈘慘悽悴悽。
越 南 语：Nước mắt ngùi ngùi thảm thiết xót xa.
汉语意译：哭泣悒悒念双儿。

喃字原文：閉𣇞買𢲫𨷯𦋦，
越 南 语：Bấy giờ mới mở cửa ra,
汉语意译：当时破坟走出来，

喃字原文：𧡊𠄩𡥵㤙悴悽𦟐𢚸。
越 南 语：Thấy hai con đại xót xa tấm lòng.
汉语意译：见儿痴呆极惨痛。

喃字原文：打眩𡥵𧿆𢲣衝：
越 南 语：Đánh thức con đậy vừa xong:
汉语意译：呼儿醒来听母言：

喃字原文：“𡥵喂固别媄共台空？
越 南 语：“Con ơi có biết mẹ cùng hay không?
汉语意译：“儿呀认识母亲否？

喃字原文：閉數媄仍极悉，
越 南 语：Bấy lâu mẹ những cực lòng,
汉语意译：几年以来母忧心，

喃字原文：晦𡥵𠄩侈𠉞共趍兜？”
越 南 语：Hỏi con hai đứa nay cùng đi đâu?”
汉语意译：今两孩儿去何方？”

喃字原文：𠄩𡥵侁呐添愁，
越 南 语：Hai con thấy nói thêm sầu,
汉语意译：孩儿听说添悲愁，

喃字原文：𠄩行渃相油油洡沙。
越 南 语：Hai hàng nước mắt rầu rầu nhỏ sa.
汉语意译：黯然感伤泪水流。

喃字原文：“自𣈜媄托𦋦魔，
越 南 语：“Từ ngày mẹ thác ra ma,
汉语意译：“自从母亲去西天，

喃字原文：吒𡥵嫩婉衛茹𦤾尼。
越 南 语：Cha con cưới vợ về nhà đến nay.
汉语意译：父娶继母在家候。

喃字原文：底𡥵朱姨疕曷，
越 南 语：Để con cho dì ghẻ rày,
汉语意译：父让后娘带孩儿，

喃字原文：㧅㘈扒苔𠄩侈𤚼㛪。
越 南 语：Chẳng ngờ bắt đày hai đứa chăn trâu.
汉语意译：后母虐待迫放牛。

喃字原文：朱𫁛㧅於特数。"
越 南 语：Cho nên chẳng ở được lâu!"
汉语意译：儿无法住便出走。"

喃字原文：菊花𧡊呐𢙱愁傷能。
越 南 语：Cúc Hoa thấy nói lòng sầu thương thay.
汉语意译：菊花听了更难受。

喃字原文：𢫝𡥵晦𦤾𠬠𦀊，
越 南 语：Bồng con hỏi đến một giây,
汉语意译：搂紧孩儿话不休，

喃字原文：菊花渃相𣳮𠲖滛滛。
越 南 语：Cúc Hoa nước mắt nhỏ ngay rào rào.
汉语意译：菊花眼泪如雨流。

喃字原文：閉𣇞更㐌𨖅𠀧，
越 南 语：Bấy giờ canh đã sang ba,
汉语意译：哭着叹息三更至，

喃字原文：𠫾𢹣蹺貝菊花𠄩𠊛。
越 南 语：Đi kèm theo với Cúc Hoa hai người.
汉语意译：菊花来时两鬼随①。

喃字原文："媄𠫾特𠃣𦢳𡗶，
越 南 语："Mẹ đi được mấy tháng trời,
汉语意译："母离阳间已数月，

①两鬼随：民间传说，凡人死后其灵魂得允许返回阳间时，都有两个鬼魂跟随，叫作"守魂鬼"。为此要祭拜亡魂时，都要摆三碗饭和三对筷子。

喃字原文：䊷喂𣱿特𦥃回奇坤。”
越 南 语：Con ơi mong được đến hồi cả khôn.”
汉语意译：盼儿机灵快成长。”

喃字原文：群當叹咀共䊷，
越 南 语：Còn đang than thở cùng con,
汉语意译：正当母亲与儿叹，

喃字原文：捧兜鴉㐌嗢嗢嘅𨖲。
越 南 语：Bỗng đâu gà đã ồn ồn gáy lên.
汉语意译：突然传来鸡啼声。

喃字原文：𠄩䊷於吏朱安，
越 南 语：Hai con ở lại cho yên,
汉语意译：嘱留孩儿要安心，

喃字原文：媄衛阴府𡏧仙丕麻。
越 南 语：Mẹ về âm phủ cõi tiên vậy mà.
汉语意译：母随神仙回阴府。

喃字原文：宜春揞𨁪悴悽，
越 南 语：Nghi Xuân ôm chặt xót xa:
汉语意译：宜春搂母哭不放，

喃字原文：“吀媄𤄷𢯰䊷麻媄𠫾。
越 南 语：“Xin mẹ chở bỏ con mà mẹ đi.
汉语意译：“请母莫弃我兄妹。

喃字原文：众䊷於固調之，
越 南 语：Chúng con ở có điều gì,
汉语意译：儿女说话有差错，

喃字原文：吏𢜝丕時媄㗂众䊷。”
越 南 语：Lại giận vậy thì mẹ bảo chúng con.”
汉语意译：母莫生气劝孩儿。”

喃字原文：侁琨呐丕吏𡎢，
越 南 语：Thấy con nói vậy lại ngồi,
汉语意译：见女说话又坐下，

喃字原文：“在固𠄩𠊛蹺媄𦤾低。”
越 南 语：“Tại có hai người theo mẹ đến đây.”
汉语意译：“跟随母来尚两人。”

喃字原文：𠄩𠊛侁呐傷詑，
越 南 语：Hai người thấy nói thương thay:
汉语意译：两守魂鬼亦怜悯，

喃字原文：琨呐𠸍丕𧁷𢯰麻𠫾。
越 南 语：“Con nói làm vầy khó bỏ mà đi.
汉语意译：孩儿爱你难舍离。

喃字原文：娘時於吏𠬠欺，
越 南 语：Nàng thời ở lại một khi,
汉语意译：请娘再留多一时，

喃字原文：𠄩碎拯敢呐之秩悉。
越 南 语：Hai tôi chẳng đám nói chi mất lòng!”
汉语意译：我俩怎敢得罪你。

喃字原文：菊花渃相洞洞，
越 南 语：Cúc Hoa nước mắt ròng ròng,
汉语意译：菊花泪水如泉涌，

喃字原文：𡎢自𣇞丑㩫𨤔寅時。
越 南 语：Ngồi từ giờ sửu suốt trong dần thì.
汉语意译：坐从丑时至寅时。

喃字原文：𥙩紙府𩈘𠸗箕，
越 南 语：Lấy giấy phủ mặt xưa kia,
汉语意译：用纸遮面蔽着光，

喃字原文：𠬠書底吏文欺啧軼。
越 南 语：Làm thư để lại một khi trách chồng.
汉语意译：责怪丈夫写信书。

喃字原文：書浪：
越 南 语：Thư rằng:
汉语意译：书云：

喃字原文：“墨磓渃相，
越 南 语：“Mực mài nước mắt,
汉语意译：“挥泪磨墨，

喃字原文：筆劄铖書。
越 南 语：Bút chép nên thư,
汉语意译：笔写成书。

喃字原文：掝官駙馬，
越 南 语：Gửi quan phò mã.
汉语意译：寄驸马官，

喃字原文：碎衛阴府。
越 南 语：Tôi về âm phủ.
汉语意译：妾归阴府。

喃字原文：铖贯匹进，
越 南 语：Tuổi mới ba mươi,
汉语意译：年岁三十，

喃字原文：想仍事茌。
越 南 语：Tưởng những sự đời.
汉语意译：正想世事。

喃字原文：共饒安泰，
越 南 语：Cùng nhau an thái,
汉语意译：全家泰安，

喃字原文： 埃儗魂吏，
越 南 语： Ai ngờ hồn lại,
汉语意译： 谁料亡魂，

喃字原文： 衛准阎羅。
越 南 语： Về chốn diêm la.
汉语意译： 归阎罗处。

喃字原文： 堆媍駃些，
越 南 语： Đôi vợ chồng ta,
汉语意译： 咱夫妇俩，

喃字原文： 自欺隔别，
越 南 语： Từ khi cách biệt,
汉语意译： 自从离别，

喃字原文： 傷𡥵惨㤠。
越 南 语： Thương con thảm thiết.
汉语意译： 惨切怜儿。

喃字原文： 镇鸦镇Lu，
越 南 语： Chăn ngỗng chăn trâu,
汉语意译： 养鹅放牛，

喃字原文： 払於戹兜。
越 南 语： Chàng ở nơi đâu.
汉语意译： 君在何处。

喃字原文： 事尼固别？
越 南 语： Sự này có biết?
汉语意译： 可知此事？

喃字原文： 碎闷打㱙，
越 南 语： Tôi muốn đánh chết,
汉语意译： 我杀她死，

喃字原文：㐌固𪴡兜！
越 南 语：Nào có khó đâu!
汉语意译：并非难事。

喃字原文：吏𢜝㤇𫯳，
越 南 语：Lại sợ lòng chồng,
汉语意译：唯怕夫君，

喃字原文：呐𠚢箕恪。
越 南 语：Nói ra kia khác.
汉语意译：提出异语。

喃字原文：呐浪㐌𣩂，
越 南 语：Nói rằng đã chết,
汉语意译：说我已死，

喃字原文：吏群打㨆。
越 南 语：Lại còn đánh ghen.
汉语意译：还起妒忌。

喃字原文：碎沛𪡏𪽐，
越 南 语：Tôi phải nín im,
汉语意译：妾沉住气，

喃字原文：𢞂調忍辱。
越 南 语：Chịu điều nhẫn nhục.
汉语意译：吞声忍辱。

喃字原文：伮陀昂虐，
越 南 语：Nó đà ngang ngược,
汉语意译：她遂悖逆，

喃字原文：事体样尼。
越 南 语：Sự thể dường này.
汉语意译：到此地步。

喃字原文：道婎鈇𠉞，
越 南 语：Đạo vợ chồng nay,
汉语意译：今你夫妇，

喃字原文：瞭調苦切。
越 南 语：Xét điều khổ thiết.
汉语意译：估计痛苦。

喃字原文：扭咍払瞭，
越 南 语：Dở hay chàng xét,
汉语意译：好坏君鉴，

喃字原文：𩛷𪧘默悉。
越 南 语：Sau trước mặc lòng.
汉语意译：前后听便。

喃字原文：敬蹬𠄩𡨸，
越 南 语：‘Kính Dâng’ hai chữ,
汉语意译：‘敬献’两字，

喃字原文：尼書。”
越 南 语：Nay thư.”
汉语意译：此书。”

喃字原文：書娘貼𧡊疠悉，
越 南 语：Thơ nàng xem thấy đau lòng,
汉语意译：菊花捧信心痛切，

喃字原文：纀包𧙗襖混防矯秆。
越 南 语：Buộc vào dải áo con phòng kẻo rơi.
汉语意译：为防信失缚儿衣。

喃字原文：“書時媄㐌纀耒，
越 南 语：“Thư thì mẹ đã buộc rồi,
汉语意译：“母已将信绑好了，

喃字原文：閉暁娭吏朝𡗶塘市。”
越 南 语：Bây giờ mẹ lại chầu trời đường nao.”
汉语意译：现母归途朝天去。”

喃字原文：𩈘𡗶蓮㐌斤高，
越 南 语：Mặt trời lên đã gần cao,
汉语意译：她见太阳始升起，

喃字原文：娭𦀊書包𥺊吏秠趍。
越 南 语：Mẹ buộc thư vào kẻo lại rơi đi.
汉语意译：赶快将信缚扎实。

喃字原文：步行戈吏喑咦，
越 南 语：Bộ hành qua lại ầm ì,
汉语意译：行人来往嘈杂声，

喃字原文：㨢𡥵娘駭渚衛阴宫。
越 南 语：Bồng con nàng hãy chưa về âm cung.
汉语意译：想归阴宫未舍儿。

喃字原文：步行侁事𪽝逿，
越 南 语：Bộ hành thấy sự lạ lùng,
汉语意译：行人见事感奇异，

喃字原文：弹婆市於冲觥點尼？
越 南 语：Đàn bà nào ở chung quanh điểm này?
汉语意译：哪来女人在此地。

喃字原文：菊花答吏欺𠸗：
越 南 语：Cúc Hoa đáp lại khi nay:
汉语意译：菊花便对行人道：

喃字原文：“傷𡥵疎𢞂悉尼悴悱，
越 南 语：“Thương con thơ dại lòng này xót xa,
汉语意译：“见儿年幼痛惜悲，

喃字原文：𪡔𠫾衆渚搒他，
越 南 语：Ra đi chúng chửa buông tha,
汉语意译：想走但儿不松手，

喃字原文：𡎥低些捧䂪些𢣧丕。”
越 南 语：Ngồi đây ta bổng con ta vui vầy.”
汉语意译：在此抱儿同逸愉。”

喃字原文：菊花卞吶䂪台：
越 南 语：Cúc Hoa đáp lại khi nay:
汉语意译：菊花对着孩儿说：

喃字原文：“於低吐露空台仍𪜀，
越 南 语：“Ở đây thổ lộ không hay những là,
汉语意译：“在此倾吐很不利，

喃字原文：𠄩䂪𥄬𩈘阻𪡔，
越 南 语：Hai con ngoảnh mặt trở ra,
汉语意译：俩孩把头转过去，

喃字原文：朱媄扒蝨丕和𠬠欺。”
越 南 语：Cho mẹ bắt chấy vậy hòa một khi.”
汉语意译：让母为儿捉虱子。”

喃字原文：䂪䏧拸𩈘即時，
越 南 语：Con nghe quay mặt tức thì,
汉语意译：儿听母言转头去，

喃字原文：菊花娘㐌变𠫾塘芇。
越 南 语：Cúc Hoa nàng đã biến đi đường nào.
汉语意译：菊花趁机显形离。

喃字原文：𧡊𢬣永𣯡𨕭頭，
越 南 语：Thấy tay vắng ngắt trên đầu,
汉语意译：不见母手在头动，

喃字原文：呆𪆧拯𧡊媄兜邊躲。
越 南 语：Ngó ra chẳng thấy mẹ đâu bên mình.
汉语意译：仰头望母无踪影。

喃字原文：𪜀些𡮣俸疎生，
越 南 语：Bởi ta bé bỏng thơ sinh,
汉语意译：因为孩儿年幼稚，

喃字原文：底朱媄秩義情切他。
越 南 语：Để cho mẹ mất nghĩa tình thiết tha.
汉语意译：母儿情义此失离。

喃字原文：英浪："媄实魂魔，
越 南 语：Anh rằng: "Mẹ thực hồn ma,
汉语意译：哥道："母死显魂灵，

喃字原文：固兜於蹬共些准尼。"
越 南 语：Có đâu ở đặng cùng ta chốn đầy."
汉语意译：母怎同咱在阳间。"

喃字原文：英媕渃相滁涾，
越 南 语：Anh em nước mắt tuôn đầy,
汉语意译：兄妹眼泪如泉涌，

喃字原文：巴潙邊墕𬘝𦹳闷分。
越 南 语：Bơ vơ bên mả đắng cay muôn phần.
汉语意译：墓边孤零历艰辛。

（二）（完）

说明：《范功菊花》叙事歌在京族地区流传很广。此诗选段收集自杜福朝喃字记录本。苏维芳收集、整理、修改喃字，并编写内容简介等。

2008 年 3 月

贞鼠传

简 介

这是根据民间传说《贞鼠》整理改编的寓言作品，是越南18—19世纪时期比较具有代表性的六八体诗。作品在越南广泛流传，部分唱段在我国京族地区民间歌手中口耳相传。

贞鼠即守贞节的老鼠。有一只白鼠守寡养儿，一天夜里出去觅食时遭到狗的追赶，慌忙中跑进一只公鼠的洞中躲藏。鼠洞里住的是老鼠王国中的首相胡贵璃，当时鼠首相趁着自己的老婆不在洞中，便用各种甜言蜜语挑逗母白鼠，遭到母白鼠的严正拒绝。脱离危险之后，鼠首相把白鼠送出家门，却在门口碰到外出返家的老婆，引起它的误解，对着他们张口大骂。争吵激烈时，一只猫走过来，混乱中母白鼠得以走脱。那母鼠掉到水塘里，刚好碰到一名叫胡玄贵的学生救了它，并教育这母老鼠如何守妇道当好贤妻。母老鼠在受到深刻教育和反省之后跟学生道谢，起程回家。

傳貞鼠
Truyện trinh thử
贞鼠传

（一）𤝞𤝞𥙩富贵感咄𤝞白
(I) Chuột đực lấy phú quý cám dỗ chuột bạch
（一）以富贵诱惑白鼠

此回内容简介：白鼠被狗赶而乱逃入公鼠洞时，公鼠见白鼠很漂亮，便相继用各种挑逗语言和富贵诱惑白鼠。

喃字原文：浪：“傷娘𤽗安心，
越 南 语：Rằng: “Thương nàng chửa yên tâm,
汉语意译：公鼠道：怜娘劳碌，

喃字原文：於𡎥庭主東鄰悲𣉹。
越 南 语：Ở nơi đình chủ, đông lân bây giờ.
汉语意译：独住东邻当寡妇。

喃字原文：𧁷巾茹売如𧊉，
越 南 语：Khó khăn nhà xác như vờ,
汉语意译：家中贫苦似蜉蝣①，

喃字原文：渃滝粓𢄂檑𧿆檑垌。
越 南 语：Nước sông gạo chợ, củi mua củi đồng.
汉语意译：穷如水洗自找苦。

①蜉蝣：是在水面上游动的一种虫。这里指如蜉蝣虫一样贫困。

喃字原文：舾拯固鲋時空，
越 南 语：Thịt chẳng có, cá thời không,
汉语意译：三餐无肉食无鱼，

喃字原文：准躺拯固幔幪雯身。
越 南 语：Chốn nằm chẳng có màn mùng che thân.
汉语意译：遮躺无处麻当衣。

喃字原文：鴉衛揺埕奇墶，
越 南 语：Gà về bới nát cả sân,
汉语意译：鸡来乱扒前院落，

喃字原文：猫惀吏趾撿咹垰外。
越 南 语：Mèo buồn lại chạy kiếm ăn ngõ ngoài.
汉语意译：猫闷上门欲觅食。

喃字原文：狭躺厦噙皫茯，
越 南 语：Chó nằm bè gặm vỏ khoai,
汉语意译：狗躺便道啃薯皮，

喃字原文：猹躺搖坦唅唏瘨坵。
越 南 语：Lợn nằm dũi đất ngậm hơi gầy gò.
汉语意译：猪睡刨土瘦憋气。

喃字原文：物餒群紊特皻，
越 南 语：Vật nuôi còn chửa được no,
汉语意译：野畜无物吃得饱，

喃字原文：貼兜乘饕底朱迌娘。
越 南 语：Của đâu thừa thãi để cho đến nàng.
汉语意译：姑娘哪来有富余。

喃字原文：且台𠂉惜貼狞扛，
越 南 语：Vả hay tiếc của giữ giàng,
汉语意译：惜爱居处舍不离，

喃字原文：江山𠬠𢬣吏强𢭮容。
越 南 语：Giang san một nắm lại càng dấu dung.
汉语意译：财产不宽自隐瞒。

喃字原文：扨榥𠚢渃湧湧，
越 南 语：Vắt chày ra nước ròng ròng,
汉语意译：梦拧舂臼流出水，

喃字原文：皿咹㩫梮𧹋𢚸𨀐𨀎。
越 南 语：Miếng ăn đè cột chớ hòng mon men.
汉语意译：粮物紧缺怎图活。

喃字原文：拱𢬣𨑜，扨𢬣𨕭，
越 南 语：Hứng tay dưới, vắt tay trên,
汉语意译：貌美至此贵无门，

喃字原文：炟䃅𠚢膴𨀐𨁪層調。
越 南 语：Rán sành ra mỡ, bon chen từng điều.
汉语意译：瓦煎出油还角逐。

喃字原文：撩䏧狫纀䏧猫，
越 南 语：Treo cổ chó, buộc cổ mèo,
汉语意译：狗拾衔来猫衔去，①

喃字原文：瓶蕍𤀔𪉽質昭喃吨。
越 南 语：Bình dưa, lọ muối chắt chiu nom dòm.
汉语意译：咸酸菜瓶作宝物。

喃字原文：扤頭魪播頭魫，
越 南 语：Vặt đầu cả vá đầu tôm,
汉语意译：东拼西凑欲果腹，

①狗拾衔来猫衔去：指丢了都没有人捡的东西。

喃字原文：料升餂創餂㪚𠃝𪽳。
越 南 语：Liệu thưng, bữa sáng, bữa hôm ít nhiều.
汉语意译：有得早餐晚又无。

喃字原文：曷粓曷蘿包饒，
越 南 语：Hạt rơi hạt rụng bao nhiêu,
汉语意译：散落饭粒怎拾食，

喃字原文：㴋盆𢭸吏埃掏拯𠚢。
越 南 语：Chậu bồn úp lại ai đào chẳng ra.
汉语意译：盆子翻覆总是空。

喃字原文：侥娘𢚸𦟐悴悽，
越 南 语：Thấy nàng lòng dạ xót xa,
汉语意译：见娘困境心哀伤，

喃字原文：𨛦潺愁㦼擬和傷朱。
越 南 语：Châu chan sầu tủi, nghĩ hòa thương cho.
汉语意译：皱眉苦脸引怜情。

喃字原文：英𠉞恄份蔭飫，
越 南 语：Anh nay nhờ phận ấm no.
汉语意译：我家运好尚富裕，

喃字原文：祖人天葬穴由蝳扽。
越 南 语：Tổ nhân thiên táng, huyệt do mối đùn.
汉语意译：祖坟天葬蚁堆成。

喃字原文：亥龍入首转坤，
越 南 语：Hợi long nhập thủ chuyển khôn,
汉语意译：祖坟龙脉首倡坤①，

①首倡坤：头朝向坤（西南）的方向。坤是八卦之一。

喃字原文：包饒湖水拱潹入兑。
越 南 语：Bao nhiêu hồ thủy cũng tuôn nhập đoài.
汉语意译：坟周水脉流入兑①。

喃字原文：䢖揁旺相豪財，
越 南 语：Rày chen vượng tướng hào tài,
汉语意译：财物两旺家豪华，

喃字原文：東方巳午𡘯𠬠𠁀𡗶尼。
越 南 语：Đông phương tị ngọ, mấy đời đến nay.
汉语意译：东方之珠富代代。

喃字原文：且貼核禄卒𫜵，
越 南 语：Vả xem cây lộc tốt thay,
汉语意译：且去问卜禄天赐，

喃字原文：贵人扶助財尼𠬠䶑。
越 南 语：Quý nhân phù trợ, tài này làm nên.
汉语意译：贵人扶助财源长。

喃字原文：吏貼先定拯㥏，
越 南 语：Lại xem tiền định chẳng hèn,
汉语意译：看相喻"祖定运好"，

喃字原文：迣柴拱呐如印文㖫。
越 南 语：Mười thầy cũng nói như in một lời.
汉语意译：先生十人卦如此。

喃字原文：效紫微㐌解啡，
越 南 语：Số tử vi đã dãi báy,
汉语意译：紫微星命②已显灵，

①兑：兑是八卦之一，指西方。这里指其祖坟位置好，向置西方。
②紫微星命：古时用紫微星来算命。

喃字原文：参郎首命乙𫢋旺能。
越 南 语：Tham lang thủ mệnh ắt rày vượng thay.
汉语意译：参郎宫运①定兴旺。

喃字原文：丕𫤄𨖲貼𫅷低，
越 南 语：Vậy nên gặp của người đây,
汉语意译：人品财产你均见，

喃字原文：𡾵高一品禄落千盅。
越 南 语：Ngôi cao nhất phẩm lộc đầy thiên chung.
汉语意译：位高一品物千缸。

喃字原文：座昂圯育重重，
越 南 语：Tòa ngang dãy dọc trùng trùng,
汉语意译：房屋重叠座上座，

喃字原文：左楼花榭右宫玉堂。
越 南 语：Tả lâu hoa tạ, hữu cung ngọc đường.
汉语意译：榭台楼阁王殿堂。

喃字原文：貼時𡶀鉑嫩鐄，
越 南 语：Của thời núi bạc non vàng,
汉语意译：金山银海财满仓，

喃字原文：穝周穭汉庫藏掣兜。
越 南 语：Thóc chu lúa hán kho tàng xiết đâu.
汉语意译：汉谷周米②宝库藏。

---

①参郎宫运：参郎，指参星中的一星。参郎星入命宫，意指富裕、财源广进。
②汉谷周米：汉朝、周朝稻谷大米年年丰收。

喃字原文：石崇𢯏𦧜𢯏頭，
越 南 语：Thạch Sùng lắc lưỡi lắc đầu,
汉语意译：石崇①见了点头赞，

喃字原文：人生𡗉墨和𧶬和𧵑。
越 南 语：Nhân sinh rất mực hòa giàu hòa sang.
汉语意译：富贵骄人人景仰。

喃字原文：𧵑之𧵑𪜀𪝅床，
越 南 语：Thức gì thức chẳng sẵn sàng,
汉语意译：食物种类备俱全，

喃字原文：油𢚸咹於迎昂文𨉓。
越 南 语：Dầu lòng ăn ở, nghênh ngang một mình.
汉语意译：高视自居心欢乐。

喃字原文：且茹𡗋几賢𡅷，
越 南 语：Vả nhà lắm kẻ hiền lành,
汉语意译：家人和善讲仁义，

喃字原文：頌經𪜀女杀生类之。
越 南 语：Tụng kinh chẳng nỡ sát sinh loài gì.
汉语意译：吃斋念佛心慈悲。

喃字原文：欺𢞅𠲖𠳨頭厦，
越 南 语：Khi vui khúc khích đầu hè,
汉语意译：屋里屋外欢笑声，

喃字原文：𠺥浪家主𪜀係圯椎。
越 南 语：Dẫu rằng gia chủ chẳng hề dẻ đui.
汉语意译：家主纵令谁看轻！

①石崇：中国古代最富裕的人。传说石崇后来家道中落，他死后变成白蚁，因惜财而常伸舌摇头。

喃字原文：𠸍身特准安愮，
越 南 语：Ngẫm thân được chốn yên vui,
汉语意译：寻思世事安身乐，

喃字原文：歉為文𠬠效𢢆闷㨢。
越 南 语：Hiềm vì một chút số xui muộn mằn.
汉语意译：嫌恨妻子未生育。

喃字原文：𫤯朱㝐義晋秦，
越 南 语：Muốn cho vẹn nghĩa tấn tần,
汉语意译：想要家庭得完美，

喃字原文：尋方扶后殷勤仍𢗖。
越 南 语：Tìm phương phụ hậu ân cần những lo.
汉语意译：正愁后代香火续。

喃字原文：㐌層貼卦卟鼊，
越 南 语：Đã từng xem quẻ bói rùa,
汉语意译：曾去问卜乌龟卦，

喃字原文：群算卟鶴貼朱買饤。
越 南 语：Còn toan bói hạc, xem cho mới đành.
汉语意译：打算还问鹤寿长。

喃字原文：聀浪伽法神灵，
越 南 语：Nghe rằng già pháp thần linh,
汉语意译：听说伽佛法神灵，

喃字原文：决悉求子叮咛𦤾厨。
越 南 语：Quyết lòng cầu tự đinh ninh đến chùa.
汉语意译：定去佛寿再祈求。

喃字原文：𨕭茹黑虎鎮符，
越 南 语：Trong nhà hắc hổ trấn phù,
汉语意译：家有镇邪黑虎符，

喃字原文：生𡥵生丐餧朱易扛。
越 南 语：Sinh con sinh cái nuôi cho dễ dàng.
汉语意译：期待多生育子女。

喃字原文：尋柴扁鹊立方，
越 南 语：Tìm thầy Biển Thước lập phương,
汉语意译：扁鹊先生开药方，

喃字原文：馬蹄龟版蛇床鹿茸。
越 南 语：Mã đề, quy bản, xà sàng, lộc nhung.
汉语意译：马蹄龟版鹿茸蛇。

喃字原文：人参莲肉蜜螉，
越 南 语：Nhân sâm, liên nhục mật ong,
汉语意译：蜂蜜人参天山莲，

喃字原文：陂膏虎骨斑龍煉丸。
越 南 语：Pha cao hổ cốt, ban long luyện hoàn.
汉语意译：虎骨膏渗斑龙丸。

喃字原文：補𨕭五内㐌安，
越 南 语：Bổ trong ngũ nội đã an,
汉语意译：五脏六腑全身补，

喃字原文：婚馱六味十全旺终。
越 南 语：Vợ chồng lục vi, thập toàn uống chung.
汉语意译：夫妇六味用十全。

喃字原文：𨕭悉群擬渚衝，
越 南 语：Trong lòng còn nghĩ chưa xong,
汉语意译：现有一事还寻思，

喃字原文：咗尋文几偏房渚埃。
越 南 语：Rắp tìm một kẻ thiên phòng chưa ai.
汉语意译：找一偏房尚未成。

喃字原文：蘖頭䶋奇妎聰，
越 南 语：To đầu vú, cả giái tai,
汉语意译：丰乳肥臀大耳垂，

喃字原文：䏧𡸈魚尾高𡸈臥蚕。
越 南 语：Dày nơi ngư vĩ, cao nơi ngọa tàm.
汉语意译：美人鱼样卧蚕眉。

喃字原文：别兜如𦬑麻尋，
越 南 语：Biết đâu như thế mà tìm,
汉语意译：不知何方有此人，

喃字原文：㤇𢬣月老窖抌结愿。
越 南 语：Nhờ tay nguyệt lão khéo đem kết nguyền.
汉语意译：巧借月老为结缘。

喃字原文：㬾戈㨂相朱連，
越 南 语：Hôm qua máy mắt cho liền,
汉语意译：昨日眼眉连连跳，

喃字原文：蛃沙𪒠𥄮报信外𡍢。
越 南 语：Nhện sa trước mặt báo tin ngoài thềm.
汉语意译：廊前蜘蛛接报喜。

喃字原文：披蹎鵸買𢫃覘，
越 南 语：Bẻ chân gà mới so xem,
汉语意译：煮只鸡脚看预兆①，

喃字原文：永混鲜丐外抌過坃。
越 南 语：Vững con tươi cái ngoài đem quá nồi.
汉语意译：鸡中小指外向里。

---

①鸡脚看预兆：古代民间认为看鸡脚可看出运气好坏。如果鸡脚的拇指、中指和小指等都向内里（鸡脚板中心），即认为是好运气。

喃字原文：朱咍缘劫𣷭𡗶，
越 南 语：Cho hay duyên kiếp bởi trời,
汉语意译：运数缘劫是天佑，

喃字原文：驗貼報应瀝𠻀𢯢差。
越 南 语：Nghiệm xem báo ứng rạch ròi chẳng sai.
汉语意译：应验好运应回报。

喃字原文：𣋚𠉞媄伮𠫾制，
越 南 语：Hôm nay mẹ nó đi chơi,
汉语意译：夫人今日外出游，

喃字原文：仿澄拱𦤾固堆𠀧𣈜。
越 南 语：Phỏng chừng cũng đến có đôi ba ngày.
汉语意译：约莫六天方回头。

喃字原文：麻娘落𡓃细低，
越 南 语：Mà nàng lạc lối tới đây,
汉语意译：姑娘迷路到我处，

喃字原文：且䁛形相拱齐娘鶯。
越 南 语：Vả coi hình tướng, cũng tày nàng Oanh.
汉语意译：容貌娇美胜莺娘①。

喃字原文：恪类雀步蛇行，
越 南 语：Khác loài tước bộ xà hành,
汉语意译：步如鸟跳行蛇形，

喃字原文：吏貼妇相坚貞埃比。
越 南 语：Lại xem phụ tướng kiên trinh ai bì.
汉语意译：坚贞妇相胜仙娘。

①莺娘：指崔莺莺，《西厢记》里的女主角。

喃字原文：㐌䜥文㐱義之，
越 南 语：Muốn nên một chút nghĩa chi,
汉语意译：欲同娘子结美缘，

喃字原文：拯台娘固肯為共庄？
越 南 语：Chẳng hay nàng có khứng vì cùng chăng?
汉语意译：不知姑娘可愿意？

喃字原文：迻缘恾䨒阁藤，
越 南 语：Đưa duyên nhờ gió gác đằng,
汉语意译：借风送缘滕王楼①，

喃字原文：仃咍混造吔凴同斤。
越 南 语：Đành hay con tạo nhắc bằng đồng cân.
汉语意译：造化匹配已知先。

喃字原文：舍算革旧頂新，
越 南 语：Xá toan cách cựu đỉnh tân,
汉语意译：革旧鼎新②拜揖娘，

喃字原文：吏圍吏合朱润㱩昘。
越 南 语：Lại vầy lại hợp cho nhuần sớm khuya.
汉语意译：聚合一起朝夕倚。

喃字原文：怒罗岃指嫩誓，
越 南 语：Nọ là núi chỉ non thề,
汉语意译：山水共盟为作证，

喃字原文：不期䜥義相期買台。
越 南 语：Bất kỳ nên nghĩa tương kỳ mới hay.
汉语意译：偶然相遇姻缘美。

---

①滕王楼：古时王勃乘船去探父，遇风送船至滕王楼会考场，王勃在此参考成名。后来有诗云："时来风送滕王阁。"意指时来运转。

②革旧鼎新：这里是公鼠劝白鼠弃旧更新，改变其寡妇身份为有夫之妇。

喃字原文：䏧𡥵𨖅於邊尼，
越 南 语：Đem con sang ở bên này,
汉语意译：今夜娘子宿我处，

喃字原文：防欺蔭冷拖䚢朱𨉟。
越 南 语：Phòng khi ấm lạnh đỡ thay cho mình.
汉语意译：保娘安宁有相依。

喃字原文：𡍚咹准於终怔，
越 南 语：Nơi ăn chốn ở chung chinh,
汉语意译：食宿地方够堂皇，

喃字原文：拯𢗖𧁷辱拱𤀗蔭飫。
越 南 语：Chẳng lo khó nhọc, cũng dành ấm no.
汉语意译：苦去甘来共欢悦。

（一）（完）

（二）狨丐悭

（II） Chuột cái ghen

（二）母鼠嫉妒

此回内容简介：公鼠的要求被白鼠拒绝，公鼠迫着送白鼠回家。但刚送出门口，正好遇母鼠返家。母鼠见了起心嫉妒，即挖苦折磨丈夫。

喃字原文：娘浪："𠁑閉饒㖡，
越 南 语：Nàng rằng: "Trong bấy nhiêu lời,
汉语意译：母鼠道："多言伤心，

喃字原文：櫟𩆷迍𪀄朱埃妬麻。
越 南 语：Rào sau đón trước cho ai đó mà.
汉语意译：前接后藏是谁人。

喃字原文：拯私褟拯䔲花，
越 南 语：Chẳng tư túi, chẳng trăng hoa,
汉语意译：若不暗助不花月，

喃字原文：罪之麻切役茹𠊛㑏？"
越 南 语：Tội chi mà thiết việc nhà người dưng?"
汉语意译：何苦待人如此亲。"

喃字原文：𦛌聦赭𩈘熷炴，
越 南 语：Tía tai đỏ mặt tưng bừng,
汉语意译：母鼠面红耳赤道，

喃字原文：物躺娘吏㖫唛呐𪀄：
越 南 语：Vật mình nàng lại vang lừng nói ra:
汉语意译：转来转去大声话：

喃字原文：“固之妾買永茹，
越 南 语：“Cớ chi thiếp mới vắng nhà,
汉语意译：“妻子刚刚才离家，

喃字原文：㐌悉吼月眷花哉排。
越 南 语：Đã lòng nhủ nguyệt quyến hoa tơi bời.
汉语意译：便恋雪月贪风花。

喃字原文：㧅悉适意時制，
越 南 语：Vừa lòng thích ý thì chơi,
汉语意译：自己肆意欲寻欢，

喃字原文：茹尼群固眲埃𠺺之。
越 南 语：Nhà này còn có xem ai ra gì!
汉语意译：哪把娘子当回事。

喃字原文：𨷶茹忙倰𣋚号，
越 南 语：Cửa nhà lo lắng sớm khuya,
汉语意译：我为这家日夜忙，

喃字原文：秧𥹰瑪汫迻衛掣包。
越 南 语：Sướng se, mạ cạn đi về xiết bao.
汉语意译：缺食无水亦操心。

喃字原文：飫粓時悖鸿毛，
越 南 语：No cơm thì dửng hồng mao,
汉语意译：饱暖浪游淫欲起，

喃字原文：欲何欲喜闷牢時〻。
越 南 语：Dục hà dục hĩ muốn sao thì làm.
汉语意译：为填馋心自筹计。

喃字原文：埃儗㮟鲅肝埳，
越 南 语：Ai ngờ mặt sửa gan hầm,
汉语意译：面如水母[1]胆似虎，

①面如水母：面软如海蜇。

喃字原文：唝算鵶爆醽沁悿慸。
越 南 语：Rắp toan gà luộc rượu tăm thỏa lòng.
汉语意译：谋算烈酒鸡味美。

喃字原文：恪帀如蝒打绫，
越 南 语：Khác nào như nhện đánh vòng,
汉语意译：蜘蛛牵网待美饵，

喃字原文：虴箕𨤔汫群𡁞几撻。
越 南 语：Ếch kia trong giếng còn mong kẻ đò.
汉语意译：井中青蛙寻食物。

喃字原文：餒時頭蹭沛蜅，
越 南 语：Đói thì đầu gối phải bò,
汉语意译：饿时手足仍攀爬，

喃字原文：飫粓蔭胋群怚悽之？
越 南 语：No cơm ấm cật còn lo lắng gì?
汉语意译：丰衣足食你何愁。

喃字原文：拯傷䢟浽妻兒，
越 南 语：Chẳng thương đến nỗi thê nhi,
汉语意译：妻子如此君不爱，

喃字原文：寻𩛖𠰉𣋚㐌趍拖払。
越 南 语：Tìm mồi khuya sớm đã đi đỡ chàng.
汉语意译：替夫持家走内外。

喃字原文：阻衛𣦍䢟頭墻，
越 南 语：Trở về vừa đến đầu tường,
汉语意译：出去刚回洞外墙，

喃字原文：㐌混𤞼蹺𨷶礬摸𠎬。
越 南 语：Thấy con muông đứng cửa hang mò rình.
汉语意译：见只野狗洞口守。

喃字原文：㐌𥹰聍𦖻放声，
越 南 语：Đã lâu nghe vắng phong thanh,
汉语意译：你的行为我早疑，

喃字原文：唅唏如𥢅扰躺衛低。
越 南 语：Ngậm hơi như thóc đem mình về đây.
汉语意译：忍气吞声返洞里。

喃字原文：吏哝偻𤠄𢭂𦀊，
越 南 语：Lại e lũ khỉ buông dây,
汉语意译：担忧猴子装绳捉，

喃字原文：𦤾茹𢮿淡渃尼麻傷。"
越 南 语：Đến nhà nên nỗi nước này mà thương."
汉语意译：回见此境悲又起。"

喃字原文：㥥惆𡗉㗂𢭸样，
越 南 语：Ghen tuông nhiều tiếng dở dương,
汉语意译：母鼠嫉妒话未完，

喃字原文：扐嗔如鵠啡祥頭𩭶：
越 南 语：Chàng van như cốc bày tường đầu đuôi:
汉语意译：公鼠磕头央求言：

喃字原文："更号渚𥄭群𡎢，
越 南 语："Canh khuya chưa nhắp, còn ngồi,
汉语意译："深夜独坐尚未眠，

喃字原文：𬑮之永𢑱𥅞𨷯茹。
越 南 语：Lạ gì vắng vẻ thức coi cửa nhà.
汉语意译：家静异常思绪乱。

喃字原文：捧聍外准墙花，
越 南 语：Bỗng nghe ngoài chốn tường hoa,
汉语意译：忽见墙外响动静，

喃字原文：啃琨獴嗷自賖吏斯。
越 南 语：Tiếng con muông sủa từ xe lại gần.
汉语意译：狗吠声声近又远。

喃字原文：炪為娘買跲蹎，
越 南 语：Chút vì nàng mới lỡ chân,
汉语意译：担忧娘子刚离家，

喃字原文：或欺闷文阻垠塘芇。
越 南 语：Hoặc khi muôn một trở ngăn đường nào.
汉语意译：恐怕万一遇烦事。

喃字原文：双娥渚别罒牢，
越 南 语：Song nga chưa biết làm sao,
汉语意译：犹豫不定如何好，

喃字原文：徘徊肝猿呻哖曲蟳。
越 南 语：Bồi hồi gan vượn, xôn xao khúc tằm.
汉语意译：心急徘徊乱哄哄。

喃字原文：什殊侯啦䢟𥊚，
越 南 语：Thập thò hầu rắp ra thăm,
汉语意译：探头探脑洞口望，

喃字原文：𧡊娘白子跕岑匍罄。
越 南 语：Thấy nàng bạch tử đâm sầm vào hang.
汉语意译：乍见白娘闯入洞。

喃字原文：𪽘𪽝𠄩禮渚詳，
越 南 语：Dữ lành hai lẽ chưa tường,
汉语意译：善恶如何还未详，

喃字原文：揁掂㐌㗂固塘尋䢟。”
越 南 语：Giắt tay đã bảo có đường tìm ra.”
汉语意译：我牵她手赶出洞。”

喃字原文：呐浪重義鄰家，
越 南 语：Nói rằng trọng nghĩa lân gia,
汉语意译：她道："邻家情义重，

喃字原文：沛㹥獴趏世沙塘穷。
越 南 语：Phải con muông đuổi thế sa đường cùng.
汉语意译：被狗赶入死胡同。

喃字原文：𠬠躺身㛪𡀔咚，
越 南 语：Một mình thân gái long đong,
汉语意译：单身女子流落难，

喃字原文：敢吀救命恩悉拯悄。
越 南 语：Dám xin cứu mạng ơn lòng chẳng quên.
汉语意译：请求救命不忘恩。

喃字原文：𠬠罒福，𠄩罒缘，
越 南 语：Một làm phúc, hai làm duyên,
汉语意译：一是行善二得福，

喃字原文：拯怩朱於𠬠邊协之。
越 南 语：Chẳng nề cho ở một bên hẹp gì.
汉语意译：感烦收留暂藏身。"

喃字原文："㧣𡎥𠬠𣋚吏趍，
越 南 语："Vừa ngồi một chốc lại đi,
汉语意译："刚坐一会便叫走，

喃字原文：呵浪固意思之共埃。
越 南 语：Há rằng có ý tứ gì cùng ai.
汉语意译：岂敢与谁有想意。

喃字原文：据牢嘵𥒥仍𠳒，
越 南 语：Cớ sao gieo nặng những lời,
汉语意译：何故却把事推人，

喃字原文：瞠𡎝拱𣅶𠀧聰拱煩。”
越 南 语：Nghe ra chẳng chút vào tai cũng phiền!”
汉语意译：旁人听了添麻烦。”

喃字原文：娘浪：“事㐌果然，
越 南 语：Nàng rằng: “Sự đã quả nhiên,
汉语意译：母鼠道：“事已果然，

喃字原文：市埃呐㖫朱铖断腸。
越 南 语：Nào ai nói đặt cho nên đoạn trường.
汉语意译：谁人捏造你伤心。

喃字原文：婔𡥵波跳𡎝塘，
越 南 语：Vợ con vừa bước ra đường,
汉语意译：妻子刚刚移步行，

喃字原文：於茹𠡚𢷀怚量蹎𥉴。
越 南 语：Ở nhà thắc mắc lo lường đứng trông.
汉语意译：在家便已盼私情。

喃字原文：仿浪㨳𦟐㨳𢚸，
越 南 语：Phỏng rằng cậy dạ cậy lòng,
汉语意译：要是专情心有妻，

喃字原文：世時咄㚢衛房𠬠之？
越 南 语：Thế thì giỗ gái về phòng làm chi?
汉语意译：怎诱女子回房间？

喃字原文：𩠸𠊛如螺别之，
越 南 语：Ngửa nghiêng như ốc biết gì,
汉语意译：颠连如螺[1]心不正，

喃字原文：跋𧿆浧罕㨾羝𢷀𧤁。
越 南 语：Bặt ngay tăn hẳn dường dê mắc sừng.
汉语意译：足陷泥潭羊角缠。

①颠连如螺：意指螺子不能放正，易倾倒。

喃字原文：傕傕拯䉒呐𢈠，
越 南 语：Thôi thôi chẳng lọ nói năng,
汉语意译：休矣，不说事已明，

喃字原文：揤𤞻𦓿䄺擬浪謹能。
越 南 语：Giấu voi ruộng rạ nghĩ rằng kín thay.
汉语意译：秧田藏象想隐密？

喃字原文：馨䖘埃敢抹𢬣，
越 南 语：Hang hùm ai dám móc tay,
汉语意译：虎穴谁人敢伸手，

喃字原文：狱市吏敢哏綀拪市。
越 南 语：Chuột nào lại dám cắn dây buộc nào.
汉语意译：缚鼠怎能咬断绳。

喃字原文：乙罒算啦世市，
越 南 语：Ắt là toan rắp thế nào,
汉语意译：定是意欲早遂愿，

喃字原文：空甠埃㐌捧蹺衛茹。
越 南 语：không dưng ai đã bỗng theo về nhà.
汉语意译：无缘无故谁登门。

喃字原文：蛛箕文丿𩙻戈，
越 南 语：Ruồi kia một phút bay qua,
汉语意译：苍蝇眼前掠飞过，

喃字原文：别特䚜丐忚罒事埃。
越 南 语：Biết được đực cái, lo là sự ai.
汉语意译：公母可辨况此事。

喃字原文：於𨤔渚訴平外，
越 南 语：Ở trong chưa tỏ bằng ngoài,
汉语意译：你欲不说谁人晓？

喃字原文：影麻咹蚑𢭾聽特芇!
越 南 语：Dễ mà ăn cáy bưng tai được nào!
汉语意译：吃蟹身痒自搔耳。

喃字原文：迷醝沚怞䏧桃，
越 南 语：Mê say chìm đắm má đào,
汉语意译：迷恋沉醉红颜女，

喃字原文：如猫𧡊䏧渴滈寔罗。
越 南 语：Như mèo thấy mỡ, khát khao thật là.
汉语意译：如饥似渴猫见鱼。

喃字原文：䋦拯傷，𥘀拯他，
越 南 语：Già chẳng thương, trẻ chẳng tha,
汉语意译：老不爱，年青不放，

喃字原文：恪芇如虴𧡊花時撫。
越 南 语：Khác nào như ếch thấy hoa thì vồ.
汉语意译：青蛙见花跳来扑。

喃字原文：蛹蠬於泮固嚕，
越 南 语：Thuồng luồng ở cạn có ru,
汉语意译：蛟龙搁浅易哄睡，

喃字原文：麻算扒謶侈愚䀡䀡?
越 南 语：Mà toan bắt chước đứa ngu sờ sờ?
汉语意译：喜欢图谋愚弄人。

喃字原文：照襩芇固悕啊，
越 南 语：Chiếu chăn nào có hững hờ,
汉语意译：夫妻同床情未失，

喃字原文：麻如獁餒時撝踏䠥。
越 南 语：Mà như voi đói thì vơ dông dài.
汉语意译：饿似大象四处扒。

喃字原文：㗂味絆恪咹制，
越 南 语：Quen mùi bận khác ăn chơi,
汉语意译：食髓知味戒不掉，

喃字原文：固𣈜拱特如埃疕艚。
越 南 语：Có ngày cũng được như ai ghẻ tàu.
汉语意译：总会染上梅毒花①。

喃字原文：閉賖困杜朱燒，
越 南 语：Bấy giờ khốn đổ cho nhau,
汉语意译：自得传染嫁祸人，

喃字原文：哑鯨噲狭，𢬣毺趋蛛。
越 南 语：Miệng kềnh gọi chó, tay mau đuổi ruồi.
汉语意译：毒口咒狗手拍蝇。

喃字原文：沓呥淋沛媎埃，
越 南 语：Ví dù lầm phải vợ ai,
汉语意译：若果染给他人妻，

喃字原文：湧滝筏檬貫台朱茷。
越 南 语：Dòng sông bè chuối mới hay cho đời.
汉语意译：蕉排漂流②世失名。

喃字原文：創聽户，聯聽耕，
越 南 语：Sáng tai họ, điếc tai cày,
汉语意译：吆牛停易赶犁难，③

①梅毒花：花柳病。

②蕉排漂流：古时民间风俗，通奸的男女被捉奸后，都是被绑在扎好的芭蕉排子上漂流于河。

③吆牛停易赶犁难：懒牛耕犁时，吆喝它停下来非常容易，但是叫它拉犁时却故意装聋。这里形容公鼠慵懒贪玩风流。

喃字原文：麻悉吏想㐌𠊛桃疎。
越 南 语：Mà lòng lại tưởng đến người đào thơ.
汉语意译：心中只想天桃颜①。

喃字原文：仍㦖吏固包𣇞，
越 南 语：Những mong lại có bao giờ,
汉语意译：看来此事已续久，

喃字原文：朱㤕裸胣，矯㥌懣情。
越 南 语：Cho khuây khỏa dạ, kẻo mơ mẩn tình.
汉语意译：寻欢散心痴迷情。

喃字原文：啻空缘𡢻𠀧生，
越 南 语：Ví không duyên nợ ba sinh,
汉语意译：如若不是春缘债，

喃字原文：娘牢返㳥不情细低?”
越 南 语：Nàng sao gặp nỗi bất tình tới đây?”
汉语意译：姑娘无情巧相遇?”

喃字原文：擬強如醒如醝，
越 南 语：Nghĩ càng như tỉnh như say,
汉语意译：公鼠似醒还醉样，

喃字原文：𩈘如頭猪𥆾柴𥐇𥐇。
越 南 语：Mặt như đầu lợn nhìn thầy trơ trơ.
汉语意译：面如猪头看法师。

喃字原文：娘擬沛𦷿沛藤，
越 南 语：Nàng ngờ phải thuốc phải bùa,
汉语意译：母鼠疑夫吃春药，

①天桃颜：指天仙女。

喃字原文：蟡愁壳擒怒朱咹咣。
越 南 语：Ve sầu xác rũ nó cho ăn quàng.
汉语意译：蝉蜕垂顾迷美色。

喃字原文：朱铖踈唇武鐄，
越 南 语：Cho nên thơ thẩn võ vàng,
汉语意译：心神怅惘面失色，

喃字原文：寻螗朱急粆湯啫用。
越 南 语：Tìm lươn cho kíp cháo thang giã giùng.
汉语意译：急需鳝粥解迷魂。

喃字原文：矯悉思想愮懞，
越 南 语：Kẻo lòng tơ tưởng mơ mòng,
汉语意译：情怀牵累心梦幻，

喃字原文：塊魂蜀帝，塊悉杜鹃。
越 南 语：Khỏi hồn thục đế, khỏi lòng đỗ quyên.
汉语意译：蜀帝亡魂变杜鹃。①

（二）（完）

说明：此叙事歌收集自沥尾村十六队黄德坤老人讲述的故事和民间口头传唱。2000 年苏凯采集录音。苏维芳听写后形成喃字，并编写内容和执抄。

2008 年 1 月

---

①蜀帝亡魂变杜鹃：传说蜀帝是贪情之王，死后其魂变成杜鹃鸟，茫然地哭。这里指公鼠失去灵魂，痴呆如蜀帝亡魂。

刘女将传

简　介

以妇女爱情婚姻为主线的《刘女将传》是18—19世纪越南喃字文学代表作之一。作品是传统的六八体叙事歌，与同时期的一系列喃字文学作品在内容、形式、艺术手法以及思想价值方面都各具特色，通过使用丰富的语言来表达高尚的感情和深邃的思想，体现了较高的艺术水平，共同推动了喃字文学的繁荣与发展。该叙事歌在越南广泛流传，在我国京族地区亦有流传。

一刘姓重臣回乡探亲之时，遭奸臣诬陷有谋反之罪，郁怒而死，全家遭诛连。其女在外行香，听闻此事，一怒之下揭竿举旗，决意为父报仇。

此时，有一名为司马的书生上京会试，以和诗题扇的方式与都督之女王小姐订婚约。司马在路上不幸遭抢时，遇见扮成男装回寨的刘女将，刘女将处置了抢夺司马行李的部下，与其交上了朋友。司马得以继续上京，并在应试中中了状元，被任用为御史。

刘女将起兵攻打各关隘，得到民众的广泛支持。朝廷调兵前去镇压未果，派老将王都督前往督军。刘女将知道王都督是司马的岳父，放弃还击，收兵回寨。

在一次外出时，刘女将遇见一美貌少女前往寺庙行香，在得知少女是司马的爱人后，故意扣押试探，见少女对婚事坚贞不屈后，将其收留在山寨热情招待。

王都督无法征剿义军，上奏朝廷后，皇帝御军亲征，在司马的坚持下，同意先让司马前去劝降。经过与司马进行多次会谈，在朝廷同意交出奸臣后，刘女将答应解散义军，开仓分发财物给士兵，让他们返乡各自谋生，并把司马的爱人送到都督营。

皇帝得知义军起义的缘由后，下旨豁免刘女的罪行，并把她与王都督之女一起许配给司马。

傳劉女將
Truyện Lưu nữ tướng
刘女将传

（一）結義金朋
（I）Kết nghĩa kim bằng
（一）金朋结义

此回内容简介：在一名侍婢作媒介下，司马得与王都督的女儿王小姐相约会面，他在扇上题诗，然后与王小姐结缘。订婚后司马上京赴考，在途中行李被抢夺，正好遇见女扮男装的刘女将，两人“金朋结义”。

喃字原文： 𩄲悉包掣彷徨，
越 南 语： Tấc lòng bao xiết bàng hoàng,
汉语意译： 司马心神异彷徨，

喃字原文： 會功名義蘭鐄平分。
越 南 语： Hội công danh, nghĩa lan vàng bình phân.
汉语意译： 功名爱情欲双全。

喃字原文： 仍瞇跲起事春，
越 南 语： Những màng khấp khởi sự xuân,
汉语意译： 仍是暗想青春事，

喃字原文： 㤩馭駇拱慍蹎戈澄。
越 南 语： Chiều người, ngựa cũng vui chân qua chừng.
汉语意译： 马顺人意依道行。

喃字原文：㧡絏綱駜拯泞，
越 南 语：Lỏng dây cương, vó chẳng dừng,
汉语意译：放松缰绳驹不停，

喃字原文：馭𥉴㫻鵶㐌澄頭嫩。
越 南 语：Ngửa trông bóng ác đã chừng đầu non.
汉语意译：仰望斜阳快落山。

喃字原文：落霞𦆹㦷黄昏，
越 南 语：Lạc hà lẫn vẻ hoàng hôn,
汉语意译：晚霞映彩黄昏至，

喃字原文：㐌童空牧吏村𣱆憔。
越 南 语：Đã đồng không mục, lại thôn vắng tiều.
汉语意译：童牧无踪寂寞声。

喃字原文：細退隴碍𥸷憡，
越 南 语：Tới lui luống ngại trăm chiều,
汉语意译：进退为难正迟疑，

喃字原文：蔓霒絵鞊坤調𩲡𢙇。
越 南 语：Màn mây, nệm cỏ khôn điều nghỉ ngơi.
汉语意译：天云地草也歇息。

喃字原文：捧聍嗃哓啃𠀲，
越 南 语：Bỗng nghe xao xác tiếng người,
汉语意译：俄然听闻飒飒声，

喃字原文：喑喑嘹𠺫轉蓒渃嫩。
越 南 语：Ầm ầm reo dậy chuyển dời nước non.
汉语意译：嘈杂吼声山水动。

喃字原文：指蹺蹎馭杜哰，
越 南 语：Chỉ theo chân ngựa đổ dồn,
汉语意译：跟着马足围上来，

喃字原文：戎衣儒服𠫾坤敵共。
越 南 语：Nhung y, nho phục chỉn khôn địch cùng.
汉语意译：戎衣儒服似强盗。

喃字原文：惨英雄擺奸雄，
越 南 语：Thảm anh hùng bẫy gian hùng,
汉语意译：奸雄罗网英雄惨，

喃字原文：包饒行李瀝空群之。
越 南 语：Bao nhiêu hành lý sạch không, còn gì?
汉语意译：所有行李抢一空。

喃字原文：别奸人氏拯為，
越 南 语：Biết gian nhân ấy chẳng vì,
汉语意译：不知奸人来何因？

喃字原文：遜慈生買云微唓浪：
越 南 语：Tốn từ sinh mới vân vi lời rằng:
汉语意译：司马物失前求言：

喃字原文：“某𠉞案雪業恒，
越 南 语：“Mỗ nay án tuyết nghiệp hằng,
汉语意译：“我是寒士功朝夕，

喃字原文：聽信春試慍㤇迻黜。
越 南 语：Nghe tin xuân thí vội mừng đi ra.
汉语意译：得闻春考乐应试。

喃字原文：京期嫩渃群賒，
越 南 语：Kinh kỳ non nước còn xa,
汉语意译：路途至京尚遥远，

喃字原文：擬朱一路拱罗大恩。”
越 南 语：Nghĩ cho nhất lộ cũng là đại ân.”
汉语意译：日程艰难请施恩。”

喃字原文：劫徒拯𠃣悉人，
越 南 语：Kiếp đồ chẳng chút lòng nhân,
汉语意译：劫徒真是没良心，

喃字原文：祂圖𠓨准深山絕澄。
越 南 语：Lấy đồ vào chốn thâm sơn tuyệt chừng.
汉语意译：抢走财物奔深山。

喃字原文：𦊚𨒒全仍𤂬棱，
越 南 语：Bốn bề toàn những suối rừng,
汉语意译：四处溪水和丛林，

喃字原文：月無心客别浪共埃。
越 南 语：Nguyệt vô tâm, khách biết rằng cùng ai.
汉语意译：月亮无光人无策。

喃字原文：㑳柴詩唇塘𣋚，
越 南 语：Tớ thầy thơ thẩn đường mai,
汉语意译：主仆遭遇愁怅然，

喃字原文：“不平”𠄩𡨸掃帶邊悉。
越 南 语：“Bất Bình”hai chữ đeo đại bên lòng.
汉语意译：吞声怨言事不平。

喃字原文：捀兜𧡊𣥱𣋚樋，
越 南 语：Bỗng đâu thấy dưới bóng thông,
汉语意译：突然发现松林里，

喃字原文：文青襟文小童橕控。
越 南 语：Một thanh khâm, một tiển đồng xênh xang.
汉语意译：来一青童与青衣①。

①青衣：原文是青襟，是古时对士子的称呼。这里指刘女将。

喃字原文：倣𧄈賒，様貴郎，
越 南 语：Phỏng đằng xa, dạng quí lang,
汉语意译：远看貌样高贵人，

喃字原文：擬浪尼架庙堂拯差。
越 南 语：Nghĩ rằng này giá miếu đường chẳng sai.
汉语意译：又似庙堂差使斯。

喃字原文：從容咏雪題梅，
越 南 语：Thong dong vịnh tuyết đề mai,
汉语意译：咏诗雪梅自从容，

喃字原文：𢆫澄二八，色潙六郎。
越 南 语：Tuổi chừng nhị bát, sắc vời lục lang.
汉语意译：年岁二八，六郎①美。

喃字原文：青襟𣃣瞔𧡊払，
越 南 语：Thanh khâm vừa chợt thấy chàng,
汉语意译：青衣看见前来人，

喃字原文：貼㦖容貌平样拯鮮。
越 南 语：Xem chiều dung mạo bằng dường chẳng tươi.
汉语意译：面容神志挂忧虑。

喃字原文：認祥别㑝恪潙，
越 南 语：Nhận trường, biết đấng khác vời,
汉语意译：看样亦是富贵人，

喃字原文：鄰逻買此晦制，貼情。
越 南 语：Lân la mới thử hỏi chơi, xem tình.
汉语意译：上前试问看缘何。

①六郎：唐代武则天叫张昌宗之称。张姓有两兄弟，哥叫张易之，称为五郎，弟叫张昌宗，称为六郎，两兄弟都是美男子。

喃字原文：礼𠫾長揖𠑬躺，
越 南 语：Lễ làm trường ấp nghiêng mình,
汉语意译：见面躬身施长礼，

喃字原文：從容卞晦："貴兄圭帝？
越 南 语：Thong dong bèn hỏi: "Qúy huynh quê nào?
汉语意译：喜问："贵兄何处人？

喃字原文：武门㦾𨅸滝涛？
越 南 语：Vũ môn mong vượt sóng đào?
汉语意译：门生期望越运河，

喃字原文：台尋呈子台𠓨天台？
越 南 语：Hay tìm trình tử, hay vào thiên thai?
汉语意译：或者寻师觅桃源？

喃字原文：騗駒牢吻塘𣋽，
越 南 语：Vó câu sao vẫn đường mai,
汉语意译：为何马蹄赶晨昏，

喃字原文：煩吀計浽原來朱祥。"
越 南 语：Phiền xin kể nỗi nguyên lai cho tường."
汉语意译：烦请详述何因缘。"

喃字原文：生卞施礼𩛂鐄，
越 南 语：Sinh bên thi lễ vội vàng,
汉语意译：司马匆忙施回礼，

喃字原文：浪："恩声問吶强碍能。
越 南 语：Rằng: "Ơn thanh vấn, nói càng ngại thay!
汉语意译：道："感谢朋友问顾。

喃字原文：某湧詩礼𣈜𣈗，
越 南 语：Mỗ dòng thi lễ xưa nay,
汉语意译：世家自古讲诗礼，

喃字原文：唍制𨷯雪，碍踏塘花。
越 南 语：Quen chơi cửa tuyết, ngại dầy đường hoa.
汉语意译：习惯好学懒江湖。

喃字原文：武门渚塊𨁪𠀧，
越 南 语：Vũ môn chưa khỏi đợt ba,
汉语意译：门生尚未第高科，

喃字原文：㖇聴詔旨开科求賢。
越 南 语：Vâng nghe chiếu chỉ khai khoa cầu hiền.
汉语意译：听命诏旨赶开科。

喃字原文：功名拯管𨇒𠦳，
越 南 语：Công danh chẳng quản dặm nghìn,
汉语意译：为功名不管远途，

喃字原文：翃鴻决志細沔青云。
越 南 语：Cánh hồng quyết chí tới miền thanh vân.
汉语意译：鸿翼决志登青云①。

喃字原文：捧兜𥑥跐過蹎，
越 南 语：Bỗng đâu lỡ bước quá chân,
汉语意译：忽然遭抢途遇险，

喃字原文：英雄沙𧪚奸人拯𢣂。
越 南 语：Anh hùng sa chước gian nhân chẳng ngờ.
汉语意译：英雄陷入奸人计。

喃字原文：朱𫓧脉路唇蜍，
越 南 语：Cho nên mạch lộ thẫn thờ,
汉语意译：为此途中心慌张，

①青云：这里指功名富贵。

喃字原文：行裝風送悲眎别牢？
越 南 语：Hành trang phong tống bây giờ biết sao?
汉语意译：财物抢光今无策。

喃字原文：情旗𢚸遻新交，
越 南 语：Tình cờ may gặp tân giao,
汉语意译：现在幸遇新朋友，

喃字原文：别浪𡗶拯𡚦芇負人。”
越 南 语：Biết rằng trời chẳng nỡ nào phụ nhân.”
汉语意译：望天不负遇难人。”

喃字原文：青襟𦖑𣧚云云，
越 南 语：Thanh khâm nghe hết vân vân,
汉语意译：青衣听了详细言，

喃字原文：擬耒别𤈜家人𠲖哄。
越 南 语：Nghĩ rồi biết tỏ gia nhân mỉm cười.
汉语意译：暗想是家厮所为。

喃字原文：浪：“功兜詑关怀，
越 南 语：Rằng: “Công đâu sá quan hoài?
汉语意译：笑道：“怎岂辞不管，

喃字原文：英雄𠉞𦋦英才𠸗𠰉？
越 南 语：Anh hùng nay kém anh tài xưa ru?
汉语意译：今英雄逊昔英才？

喃字原文：吀𠓨賤屋交游，
越 南 语：Xin vào tiện ốc giao du,
汉语意译：请入寒舍叙友情，

喃字原文：和罒固𥙩关注擬侯。”
越 南 语：Họa là có lẽ quan chu nghĩ hầu.”
汉语意译：兴许此事可关注。”

喃字原文：氽咥聑𥈶𫬮𣦍，
越 南 语：Mấy lời nghe hết trước sau,
汉语意译：司马听了话始末，

喃字原文：說𫜵主客共𪦆吏茹。
越 南 语：Thoát rồi chủ khách cùng nhau lại nhà.
汉语意译：说完主客往院庭。

喃字原文：擱𢬣𡉕𨦬塘花，
越 南 语：Dan tay ngõ mận đường hoa,
汉语意译：俩携手过李花门，

喃字原文：𢠩蹎𠬠丿脫陀𬧐营。
越 南 语：Vui chân một phút thoắt đà đến dinh.
汉语意译：边走边谈到营地。

喃字原文：眲𥉫外𨷶堂厅，
越 南 语：Liếc trông ngoài cửa đường sanh,
汉语意译：大门、厅堂眼前现，

喃字原文：匾題𠄩𡨸"政刑"撩高。
越 南 语：Biển đề hai chữ "Chính Hình" treo cao.
汉语意译："政刑"① 匾牌挂门上。

喃字原文：謹严𥪝壘外壕，
越 南 语：Cẩn nghiêm trong lũy ngoài hào,
汉语意译：内垒外壕很谨严，

喃字原文：城齐壁趙恪𫢩府門？
越 南 语：Thành tề, vách triệu khác nào phủ môn?
汉语意译：齐城赵墙似府门。

---

①政刑：出自《论语·为政》"道之以政，齐之以刑"。意思是用政治来教导民众，用刑罚来整顿他们。

喃字原文：眍貼恪准凡村，
越 南 语：Nhìn xem khác chốn phàm thôn,
汉语意译：看来不是凡民村，

喃字原文：訥悉司馬参坤𧡊 𠰳。
越 南 语：Rộn lòng Tư Mã chỉn khôn lẽ nào.
汉语意译：司马见状感繁乱。

喃字原文：閅分惊㥬掣包，
越 南 语：Muôn phần kinh sợ xiết bao,
汉语意译：促使心里更害怕，

喃字原文：擬浪儒士麻牢様尼？
越 南 语：Nghĩ rằng nho sĩ, mà sao dường này?
汉语意译：想其儒士，怎这样？

喃字原文：請払𠓇准軒西，
越 南 语：Thỉnh chàng vào chốn hiên tây,
汉语意译：青衣请他入西轩，

喃字原文：礼初交𦓡𥺽丕群英。
越 南 语：Lễ sơ giao, mở tiệc vầy quần anh.
汉语意译：设宴席群英相聚。

喃字原文：伴鸿𣳔渀哦琼，
越 南 语：Bạn hồng vừa cạn chen quỳnh,
汉语意译：鸿友知己共干杯，

喃字原文：払浪："多謝盛情𠤆𫯳。
越 南 语：Chàng rằng: "Đa tạ thịnh tình ấy thay!
汉语意译：司马道："多谢盛待。

喃字原文：䏾欺㳥趾拯𩌂，
越 南 语：Trong khi gặp bước chẳng may,
汉语意译：因路途遭遇不幸，

喃字原文：浽惗埃几别䊷麻盘。
越 南 语：Nỗi niềm, ai kẻ biết thay mà bàn.
汉语意译：不知与谁表衷肠。

喃字原文：恩悉貴契周全，
越 南 语：Ơn lòng quý khế chu toàn,
汉语意译：感谢贵兄为周全，

喃字原文：擬皮㐌墨閅萬慱咴。”
越 南 语：Nghĩ bề thước mực, muôn vàn sợ e!”
汉语意译：想此事十分慌神。”

喃字原文：刘浪：“㧝客新知，
越 南 语：Lưu rằng: “Gặp khách tân tri,
汉语意译：刘道：“遇贵宾知己，

喃字原文：英雄想㐌阮皮心交。
越 南 语：Anh hùng tưởng đã vẹn bề tâm giao.
汉语意译：想英雄尽情交心。

喃字原文：行装物固𱜢包，
越 南 语：Hành trang vật có là bao,
汉语意译：行装失物不碍事，

喃字原文：忙之小請詫牢辦悉？
越 南 语：Mang chi tiểu thỉnh, sá sao bận lòng?
汉语意译：宴席散后再处置。

喃字原文：敢吀英咳從容，
越 南 语：Dám xin anh hãy thong dong,
汉语意译：请友欢饮自从容，

喃字原文：𧁷之役氏拼㨢拱𪞷。”
越 南 语：Khó gì việc ấy, gạn gùng cũng ra.”
汉语意译：等候问供事不难。”

喃字原文：𩈘𣈙差几本衙，
越 南 语：Ngảnh sau sai kẻ bản nha,
汉语意译：刘叫差使到衙门，

喃字原文：吔𠺥部侍買𠚢厅堂。
越 南 语：Dạy thay bộ thị, mới ra sảnh đường.
汉语意译：请部下至堂候审。

喃字原文：唧咗諸将𧻭鐄，
越 南 语：Vâng lời, chư tướng vội vàng,
汉语意译：答言差使急惊慌，

喃字原文：即時𠻃𦤾厅堂侯査。
越 南 语：Tức thì đòi đến sảnh đường hầu tra.
汉语意译：即将赃物交公堂。

喃字原文：吔浪："𥪞法兵家，
越 南 语：Dạy rằng: "Trong phép binh gia,
汉语意译：刘道："兵家法严明，

喃字原文：絲毫拯特喧譁荒唐。
越 南 语：Tơ hào chẳng được huyên hoa, hoang đường.
汉语意译：丝毫不荒唐喧闹。

喃字原文：些𫯳𢲫𢌌封疆，
越 南 语：Ta mong mở rộng phong cương,
汉语意译：咱们要扩大疆土，

喃字原文：詑之小利非常据牢。"
越 南 语：Sá chi tiểu lợi phi thường cớ sao."
汉语意译：为啥小利损声望。"

喃字原文：傳执首倡開刀，
越 南 语：Truyền đem thủ xướng khai đao,
汉语意译：传令将首倡开刀，

喃字原文：据𥪝軍法文毫拯容。
越 南 语：Cứ trong quân pháp một hào chẳng dong.
汉语意译：军法严明不能容。

喃字原文：㖡𠳒敢纙法公？
越 南 语：Vâng lời, dám lỗi phép công?
汉语意译：奉命谁敢违公法，

喃字原文：递图司馬納𥪝厅堂。
越 南 语：Đệ đồ Tư Mã nạp trong sảnh đường.
汉语意译：即将赃物交公堂。

喃字原文：依傳計㐌查祥，
越 南 语：Y truyền kế đã tra tường,
汉语意译：遵令案件已查明，

喃字原文：吏貼赃物行裝仍之。
越 南 语：Lại xem tang vật hành trang những gì.
汉语意译：刘看行装有何物。

喃字原文：图𥪝囊托群依，
越 南 语：Đồ trong nang thác còn y,
汉语意译：旅袋东西依原旧，

喃字原文：𢲛貼𧡊文𠬠題𠄩詩。
越 南 语：Mở xem thấy một quạt đề hai thơ.
汉语意译：看见有把题诗扇。

喃字原文：调高意遠𢉣㤔，
越 南 语：Điệu cao, ý viễn dễ ưa,
汉语意译：情诗义深她喜欢，

喃字原文：别浪月下情旗拯空。
越 南 语：Biết rằng nguyệt hạ tình cờ chẳng không.
汉语意译：月下老人早有意。

喃字原文：𢭸制底拼事𢚸，
越 南 语：Giấu chơi để gạn sự lòng,
汉语意译：收藏起来试他心，

喃字原文：群時吏付粘封者払。
越 南 语：Còn thời lại phó niêm phong trả chàng.
汉语意译：其他余物全还与。

喃字原文：𢜠㐌𢧚義兰鐄，
越 南 语：Mừng đà nên nghĩa lan vàng,
汉语意译：司马庆幸金兰义，

喃字原文：役𠅒吏𦤾花塘楼宾。
越 南 语：Việc rồi, lại đến hoa đường lầu tân.
汉语意译：收好行李上宾楼。

喃字原文：跐𠓨欣㦖𩈘春，
越 南 语：Bước vào, hơn hớn mặt xuân,
汉语意译：刘移步满面春风，

喃字原文：𦓡㖡，娘㐌閅分謙恭：
越 南 语：Mở lời, nàng đã muôn phần khiêm cung:
汉语意译：她讲话十分谦恭：

喃字原文："扭外厅，役渚衝，
越 南 语："Dở ngoài sảnh, việc chửa xong,
汉语意译："失物之事物有缺，

喃字原文：敢吀貴契𥨨容帝罢。
越 南 语：Dám xin quí khế rộng dong đấy là.
汉语意译：请贵兄宽恕从容。

喃字原文：僜𠊛義正溫和，
越 南 语：Thấy người nghĩa chính ôn hòa,
汉语意译：见兄人正直温和，

喃字原文：虽浪交淺想陀恩深。”
越 南 语：Tuy rằng giao thiển, tưởng đà ân thâm.”
汉语意译：虽已浅交欲恩深。”

喃字原文：掣包司馬倾心，
越 南 语：Xiết bao Tư Mã khuynh tâm,
汉语意译：司马听说更倾心，

喃字原文：𣇞鐄撻哦酢斟謝浪：
越 南 语：Vội vàng đặt chén, tạc châm tạ rằng:
汉语意译：匆忙酬酌举杯言：

喃字原文：“俺𠉞脉路溯澄，
越 南 语：“Em nay mạch lộ khơi chừng,
汉语意译：“此次赴考途遥远，

喃字原文：𢚸𢚸台阁貼平泰山。
越 南 语：Tấm lòng đài các xem bằng thái sơn.
汉语意译：权贵情义如泰山。

喃字原文：𠦳秋誓指岃嫩，
越 南 语：Nghìn thu thề chỉ núi non,
汉语意译：海誓山盟记千秋，

喃字原文：痗𠄩𦡟，仍挭恩礤錆。”
越 南 语：Mỏi hai vai, những gánh ơn nặng chì.”
汉语意译：双肩挑着恩义重。”

喃字原文：刘浪：“君子相期，
越 南 语：Lưu rằng: “Quân tử tương kỳ,
汉语意译：刘道：“幸与君相遇，

喃字原文：约辗大義詑之微恩。
越 南 语：Ước nên đại nghĩa, sá gì vi ân.
汉语意译：期望大义非微恩。

喃字原文：𠉞𢜏𨖲客书人，
越 南 语：Nay mừng gặp khách thư nhân,
汉语意译：荣得同君结兰义，

喃字原文：恪之如旱𨖲𣘃湄霿！
越 南 语：Khác gì như hạn gặp cơn mưa dào.
汉语意译：正如天旱遇大雨。

喃字原文：沯凭𨎞𡨸心交，
越 南 语：Ví bằng nhẹ chữ tâm giao,
汉语意译：如果轻视深交义，

喃字原文：哦𨣥拯㥼英豪𣈜𠫾。
越 南 语：Chén son chẳng thẹn anh hào xưa ru.
汉语意译：有愧英豪倾杯誓。

喃字原文：俺常揞卷長吁，
越 南 语：Em thường ôm quyển trường hu,
汉语意译：我原是个读书人，

喃字原文：𠁑幔少几丈夫伴共。
越 南 语：Dưới màn, thiếu kẻ trượng phu bạn cùng.
汉语意译：大丈夫尚缺密友。

喃字原文：𠉞陀良友幸逢，
越 南 语：Nay đà lương hữu hạnh phùng,
汉语意译：今日咱俩幸相见，

喃字原文：吀愿生死誓同𢧚庄？”
越 南 语：Xin nguyền sinh tử thệ đồng, nên chẳng?”
汉语意译：生死同誓兄从愿？”

喃字原文：𦖑耒司馬𠸒浪：
越 南 语：Nghe rồi, Tư Mã thưa rằng:
汉语意译：司马听了即答言：

喃字原文：“仍𠊛格勿兰朋𠰘𠺧。
越 南 语：“Những người cách vật lan bằng dễ ru.
汉语意译：“兰朋广友绝情难。

喃字原文：呈門𧼋㐱春秋，
越 南 语：Trình môn trải mấy xuân thu,
汉语意译：道学圣贤几春秋，

喃字原文：固埃𱜢當交游共誓。
越 南 语：Có ai là đáng giao du cùng thề.
汉语意译：哪个不发誓结义。

喃字原文：𠉞𠱊貴賤拯𢙱，
越 南 语：Nay dù quí tiện chẳng nề,
汉语意译：贵贱不分今共誓，

喃字原文：鎌㓬些㐌决皮断金。”
越 南 语：Gươm thiêng, ta đã quyết bề đoạn kim.”
汉语意译：二人同心折断针。”

喃字原文：共㹉解𣩂每唸，
越 南 语：Cùng nhau giãi hết mọi niềm,
汉语意译：两人倾吐表衷肠，

喃字原文：曲高寬𨠳𢭲弹歌制。
越 南 语：Khúc cao khoan nhặt, ngón đàn ca chơi.
汉语意译：高歌弹琴发誓盟。

喃字原文：弹誓𠺥𨁪𠬃耒，
越 南 语：Đàn thề bày đặt vừa rồi,
汉语意译：通过弹唱表述后，

喃字原文：共𠓨参礼，傾杯祝浪：
越 南 语：Cùng vào tham lễ, khuynh bôi chúc rằng:
汉语意译：席中举杯同发誓：

喃字原文：“愚生訂㚫兰朋，
越 南 语：“Ngu sinh đính chữ lan bằng,
汉语意译：“愚生结义金兰朋，

喃字原文：天傾地倒，山崩義群。
越 南 语：Thiên khuynh, địa đảo, sơn băng, nghĩa còn.
汉语意译：天崩地裂义永存。

喃字原文：啀交終始如存，
越 南 语：Lời giao chung thủy như tồn,
汉语意译：始终如一不变心，

喃字原文：哦輪共指暈輪文啀。
越 南 语：Chén son cùng chỉ vừng son một lời.
汉语意译：月老作证表忠贞。

喃字原文：呻埃顯達变茾，
越 南 语：Dù ai hiển đạt biến đời,
汉语意译：如果谁杜撰变故，

喃字原文：桃園違約鎌歪停容。”
越 南 语：Đào viên vi ước gươm trời đừng dong.”
汉语意译：桃园违约天难容。”

喃字原文：礼耒蓮阁迎風，
越 南 语：Lễ rồi lên gác nghênh phong,
汉语意译：仪式完，登迎风楼，

喃字原文：楼更旊轉，鉃蠬𨖅巴。
越 南 语：Lầu canh vừa chuyển, thẻ rồng sang ba.
汉语意译：更楼龙钟点三更。

（一）（完）

（二）此悉佳人

（II） Thử lòng giai nhân

（二）试佳人心

此回内容简介：王小姐知道父亲在战场很艰苦，于是她离开家乡前往其父亲王都督驻军处，以照顾老父亲。在途中她经过寺庙拜佛，被女扮男装的刘女将盯上了，原因是刘想考验王小姐。

喃字原文：鵶㺃曳㕎西鄰，
越 南 语：Ác vừa giại mái tây lân,
汉语意译：太阳刚刚照射西，

喃字原文：小姐轎買移蹎𡊲伽。
越 南 语：Tiểu thư kiệu mới dời chân cõi già.
汉语意译：轿送小姐方离家。

喃字原文：柳營隔𠃣重賒，
越 南 语：Liễu dinh cách mấy trùng xa,
汉语意译：父亲营地隔遥远，

喃字原文：晨昏𣇞刻仍罗想𥋳。
越 南 语：Thần hôn giờ khắc những là tưởng trông.
汉语意译：晨昏时刻甚想念。

喃字原文：㖤𦖑阁㖫哨鍾，
越 南 语：Vẳng nghe gác gióng tiếng chuông,
汉语意译：隐约听到远钟声，

喃字原文：𨔍𨁋塘客，碍碍他鄉。
越 南 语：Lạ lùng đường khách, ngại ngùng tha hương.
汉语意译：行客他乡怕陌生。

喃字原文：襖𦀚潭渶唏霜，
越 南 语：Áo là đẫm giọt hơi sương,
汉语意译：绫服露水湿淋淋，

喃字原文：長更㐌點𨇒塘群賒。
越 南 语：Trường canh đã điểm dặm đường còn xa.
汉语意译：路程千里夕钟响。

喃字原文：畑渔湿晄湶花，
越 南 语：Đèn ngư thấp thoàng vũng hoa,
汉语意译：渔家灯光映溟蒙，

喃字原文：轎夫群咳鄰羅客程。
越 南 语：Kiệu phu còn hãy lân la khách trình.
汉语意译：轿夫奔跑赶路上。

喃字原文：仍𦀚蹽蹓𨇒靜，
越 南 语：Những là giong ruổi dặm xanh,
汉语意译：马仍奔驰走远程，

喃字原文：捧兜苹水浽泞窖𦀚。
越 南 语：Bỗng đâu bình thủy nổi nênh khéo là!
汉语意译：萍水相逢巧然遇？

喃字原文：邊塘小路拔戈，
越 南 语：Bên đường tiểu lộ vừa qua,
汉语意译：刚刚过了小路边，

喃字原文：軍兜埋伏进𪡊垠塘。
越 南 语：Quân đâu mai phục tiến ra ngăn đường.
汉语意译：埋伏军人出拦路。

喃字原文：𧿆𢆥倘怵惊慌，
越 南 语：Trong cơn thảng thốt, kinh hoàng,
汉语意译：惊慌仓促未及防，

喃字原文：恪之魏祖淋塘花蓉。
越 南 语：Khác gì ngụy tổ lầm đường hoa dung.
汉语意译：似魏祖误道花蓉。①

喃字原文：小姐欺氏計穷，
越 南 语：Tiểu thư khi ấy kế cùng,
汉语意译：小姐见穷途无策，

喃字原文：叹浪：“𡗶坦負𢚸討𧽈！
越 南 语：Than rằng: “Trời đất phụ lòng thảo ngay!
汉语意译：叹道：“天地负孝忠！

喃字原文：晨昏閍䟻閉𠤩，
越 南 语：Thần hôn muôn dặm bấy nay,
汉语意译：晨昏赶程千万里，

喃字原文：只甘约院，渃𩄲詑奈。
越 南 语：Chỉ cam ước vẹn, nước mây sá nài.
汉语意译：只盼安全无所求。

喃字原文：捧兜返跙𦽰荄，
越 南 语：Bỗng đâu gặp bước chông gai,
汉语意译：突然世途遇屏障，

喃字原文：𡽫高渃深市埃别之。”
越 南 语：Non cao, nước thẳm nào ai biết gì.”
汉语意译：山高水深请通晓。”

喃字原文：伏兵乘继𪟽威，
越 南 语：Phục binh thừa kế ra uy,
汉语意译：伏兵乘计显威仪，

①似魏祖误道花蓉：出自《三国演义》“曹操败走华容道”。魏祖，即曹操。花蓉，即华容。

喃字原文：打散軍轎，𢶢趍方芾。
越 南 语：Đánh tan quân kiệu, cướp đi phương nào.
汉语意译：驱散轿夫抢走人。

喃字原文：世孤，候别𠸗牢？
越 南 语：Thế cô, hầu biết làm sao?
汉语意译：自己孤立怎么办？

喃字原文：擬浪汫涆，楼高㐌忊。
越 南 语：Nghĩ rằng giếng cạn, lầu cao đã đành.
汉语意译：井干楼高①谁人知。

喃字原文：贼兵夺路上程，
越 南 语：Tặc binh đoạt lộ thượng trình,
汉语意译：贼兵夺路续奔程，

喃字原文：含梅𠃣拯敢情驕籠。
越 南 语：Hàm mai chút chẳng dám tình kiêu lung.
汉语意译：衔梅而行敢轻视。

喃字原文：賒聕㗂乐䶵蹐，
越 南 语：Xa nghe tiếng nhạc thẳng giong,
汉语意译：远处传来乐鼓声，

喃字原文：燭花𥖩莚映熓江滨。
越 南 语：Đuốc hoa trăm ngọn ánh lồng giang tân.
汉语意译：百把花烛映江滨。

喃字原文：邊塘䡎馭㗂身，
越 南 语：Bên đường, xuống ngựa gửi thân,
汉语意译：路边下马途寄身，

---

①井干楼高：井干，唐代陈仲妻途中遇贼，不肯屈服，跳落深干井（实为跳崖。这一典故传至京族地区后，误为跳井）自尽。楼高，晋代石崇有一美妾名叫绿珠。权臣孙秀强迫石崇把绿珠献给他，石崇不肯，孙秀假作圣旨捉石崇。绿珠不肯忍辱，从高楼跳下而亡。后来人们就用“井干楼高”表示自杀保贞节之意。

喃字原文：浪："㖾命逴貴人䡢船。"
越 南 语：Rằng:"Vâng mệnh rước quí nhân xuống thuyền."
汉语意译："奉令接贵人落船。"

喃字原文：小姐聀呐添煩，
越 南 语：Tiểu thư nghe nói thêm phiền,
汉语意译：小姐听说心更烦，

喃字原文：窻欺处变從權别牢。
越 南 语：Song khi xử biến, tòng quyền biết sao.
汉语意译：然而只顺从应变。

喃字原文：䏧据呦返禮 帀，
越 南 语：Trong cơ dù phản lẽ nào,
汉语意译：待后看机缘如何，

喃字原文：閉𣉹些仕决高志鴻。
越 南 语：Bấy giờ ta sẽ quyết cao chí hồng.
汉语意译：至时再想法逃命。

喃字原文：群當擬㦙𥪝衝，
越 南 语：Còn đường nghĩ ngợi chửa xong,
汉语意译：正当寻思无头绪，

喃字原文：丿紩㐌𦤾邊滝包𣉹。
越 南 语：Phút giây đã đến bên sông bao giờ.
汉语意译：瞬间到达了河边。

喃字原文：湸浪䀲渃如詞，
越 南 语：Lênh lang mặt nước như tờ,
汉语意译：河面水平静如纸，

喃字原文：𨑜船一字，𨕭旗七星。
越 南 语：Dưới thuyền nhất tự, trên cờ thất tinh.
汉语意译：船上插支北斗旗。

喃字原文：珠籠底鉑龍凌，
越 南 语：Châu lồng đáy bạc long lanh,
汉语意译：珠宝金银堆闪闪，

喃字原文：𨫊姮映色碧𩇢漏漏。
越 南 语：Gương hằng ánh sắc biếc xanh làu làu.
汉语意译：月亮照射碧玉洁。

喃字原文：落霞孤鷺𠫾牟，
越 南 语：Lạc hà, cô lộ một màu,
汉语意译：落霞与孤鹭同一色，[1]

喃字原文：唓埃窖掋𢧚𧚂湖天。
越 南 语：Khen ai khéo vẽ nên bầu hồ thiên.
汉语意译：天湖美景谁巧画。

喃字原文：四旁绝迹村安，
越 南 语：Tứ bàng tuyệt tích thôn yên,
汉语意译：四面寂寞无村迹，

喃字原文：细退𠄩𥙩𧸘邊𡬼悉。
越 南 语：Tới lui hai lẽ rộn bên tấc lòng.
汉语意译：心里繁乱进退难。

喃字原文：聰𦖑聖脱湥銅，
越 南 语：Tai nghe thánh thót giọt đồng,
汉语意译：听闻铜钟水滴声，

喃字原文：楼更脱㐌點澄𨖅𠄩。
越 南 语：Lầu canh thoắt đã điểm chừng sang hai.
汉语意译：乍见钟楼点二更。

---

①落霞与孤鹭同一色：这处是引用唐代王勃的诗意“落霞与孤鹭齐飞”来形容。

喃字原文：信春𠳨𬖍轎梅，
越 南 语：Tin xuân gửi trước kiệu mai,
汉语意译：花轿外有传话声：

喃字原文：浪：“吀蹭玉䢔制船紅。”
越 南 语：Rằng: “Xin gót ngọc xuống chơi thuyền hồng.”
汉语意译：“请玉女下红船玩。”

喃字原文：小姐聴呐㦖悉，
越 南 语：Tiểu thư nghe nói chạng lòng,
汉语意译：小姐闻声伤透心，

喃字原文：邏迸塘客，碍碼趾花。
越 南 语：Lạ lụng đường khách, ngại ngùng bước hoa.
汉语意译：客人举止接受难。

喃字原文：𧼋𠃅青使𠳨戈，
越 南 语：Đến nơi,thanh sứ gửi qua,
汉语意译：青使至前敬禀言：

喃字原文：小珠買吒底𠚢逴娘。
越 南 语：Tiểu Chu mới dạy để ra rước nàng.
汉语意译：“小珠奉令接姑娘。”

喃字原文：事情坤禮拪扛，
越 南 语：Sự tình khôn lẽ dở dang,
汉语意译：为啥事情乍尴尬，

喃字原文：油油糕色海棠拯鮮。
越 南 语：Rầu rầu kém sắc hải đường chẳng tươi.
汉语意译：海棠花红闻不香。

喃字原文：船兰擱檟細𠃅，
越 南 语：Thuyền lan gác mái tới nơi,
汉语意译：兰船搁桨到地方，

喃字原文：耺聜啃玉吪哋𠢞𨖅。
越 南 语：Vẳng nghe tiếng ngọc dạy mời vào trong.
汉语意译：隐约听声请进来。

喃字原文：托簾燺㨾相公，
越 南 语：Thác rèm tỏ dạng tướng công,
汉语意译：卷帘看清相公貌，

喃字原文：色樣帽玉𨱽𦀊嘉观。
越 南 语：Sắc dường mũ ngọc, tuổi vòng gia quan.
汉语意译：风姿绰约年青人。

喃字原文：清新𡄎㕦尘間，
越 南 语：Thanh tân lạ vẻ trần gian,
汉语意译：奇美胜尘间清新，

喃字原文：英雄𢭲𧶭紅顏𠇍重。
越 南 语：Anh hùng so gấp hồng nhan mấy trùng.
汉语意译：草莽英雄胜红颜。

喃字原文：分㘨宾主西東，
越 南 语：Phân ngôi tân chủ tây đông,
汉语意译：主宾对面东西座，

喃字原文：礼耒相見從容調𡎢。
越 南 语：Lễ rồi tương kiến thong dong đều ngồi.
汉语意译：相见施礼坐悠闲。

喃字原文：华堂啛吣鐪瑂，
越 南 语：Hoa đường lừng lẫy tiệc mồi,
汉语意译：豪华厅堂设盛宴，

喃字原文：茶催，公買曲𠿿𦟐祥：
越 南 语：Trà thôi, công mới khúc nhôi gạn tường:
汉语意译：相公茶后启禀言：

喃字原文：“承顔𪀄𪽝𡬷𡬷，
越 南 语：“Thừa nhan may trộm tấc gang,
汉语意译：“荣幸咫尺见红颜，

喃字原文：㐱𠍳渚訴仙庄圭𠸛。
越 南 语：Chỉn hiềm chưa tỏ tiên trang quê nào.
汉语意译：原本不知仙庄乡。

喃字原文：宗𧜖华族𠸨牢？
越 南 语：Dòng dà hoa tộc làm sao?
汉语意译：贵族世家是谁人，

喃字原文：㐌祥𩈘玉吀交𠰘鐄。
越 南 语：Đã tường mặt ngọc, xin trao lời vàng.
汉语意译：见面听金玉之言。

喃字原文：矯煩𢚸仍𪾺恾，
越 南 语：Kẻo phiền lòng những mơ màng,
汉语意译：要不梦想人烦心，

喃字原文：𨑜䏾㦅恨弓凰渚衝。”
越 南 语：Dưới trăng luống ngẩn cung hoàng chửa xong.”
汉语意译：月下枉度盼美人。”

喃字原文：𦗏𦖑𠰘客𠰉𠻃，
越 南 语：Lắng nghe lời khách gạn gùng,
汉语意译：倾听客人盘问话，

喃字原文：小姐正色從容答浪：
越 南 语：Tiểu thư chính sắc thong dong đáp rằng:
汉语意译：小姐严正从容言：

喃字原文：“遠因𡽫渃㴜澄，
越 南 语：“Viễn nhân non nước khơi chừng,
汉语意译：“千里迢迢山河远，

喃字原文：擬悉郑重共庄貝悉。
越 南 语：Nghĩ lòng trịnh trọng cùng chăng với lòng?
汉语意译：初见谈情何诚心。

喃字原文：濫生簪笏共宗，
越 南 语：Lạm sinh trâm hốt cùng dòng,
汉语意译：簪笏①女子后裔人，

喃字原文：踓傳施礼，郡東圭茹。
越 南 语：Dõi truyền thi lễ, quận đông quê nhà.
汉语意译：家住东郡诗相传。

喃字原文：严堂咈鎮撌賒，
越 南 语：Nghiêm đường vâng trấn cõi xa,
汉语意译：父亲奉命镇远方，

喃字原文：花䣱蕜對計陀巴𣦮。
越 南 语：Hoa thay, lá đổi kể đà ba sao.
汉语意译：花凋落叶时三年。

喃字原文：晨昏慵仍渴滈，
越 南 语：Thần hôn luống những khát khao,
汉语意译：晨昏挂念老父亲，

喃字原文：長城千里音耗坤祥。
越 南 语：Trường thành thiên lý, âm hao khôn tường.
汉语意译：长城千里无音讯。

喃字原文：帳戎咹浽風霜，
越 南 语：Trướng nhung e nỗi phong sương,
汉语意译：担心戎帐起风霜，

①簪笏：这是指第及高科的人，或官衔五品以上的官员。

喃字原文：家慈閲役坤方蹺嚉。
越 南 语：Gia từ muôn việc khôn phương theo đòi.
汉语意译：慈母欲逐家事忙。

喃字原文：𠁀辕候下少𠊛，
越 南 语：Của viên hầu hạ thiếu người,
汉语意译：辕门侍奉缺人手，

喃字原文：积柑丕沛哪𠳒献身。
越 南 语：Chỉ cam vậy phải vâng lời hiến thân.
汉语意译：服侍父亲理应当。

喃字原文：擬浪天將吉人，
越 南 语：Nghĩ rằng thiên tướng cát nhân,
汉语意译：想道天会助吉人，

喃字原文：台兜群辨蹭尘世㤕？
越 南 语：Hay đâu còn bận gót trần thế vay?
汉语意译：谁料中途遇风浪？

喃字原文：油𢆥油忍拯𢆥，
越 南 语：Dầu may dầu nhẫn chẳng may,
汉语意译：命运如此碰不幸，

喃字原文：悉尼付渃𡽫尼證明。
越 南 语：Lòng này phó nước non này chứng minh.
汉语意译：山水作证心孝顺。

喃字原文：敢吀体悉真情，
越 南 语：Dám xin thể tất chân tình,
汉语意译：敢请体谅片真情，

喃字原文：𥿗朱，矯客路程群賒。”
越 南 语：Rộng cho, kẻo khách lộ trình còn xa.”
汉语意译：路程遥远求放行。”

喃字原文：刘公聴訴户和，
越 南 语：Lưu công nghe tỏ họ họa,
汉语意译：刘公听诉知根由，

喃字原文：買台司馬儀家缘𫅜。
越 南 语：Mới hay Tư Mã nghi gia duyên lành.
汉语意译：她是司马恋情人。

喃字原文：别情窻咳罒生，
越 南 语：Biết tình song hãy làm thinh,
汉语意译：不过知情尚装蒜，

喃字原文：此悉淑女鐵釘样芇。
越 南 语：Thử lòng thục nữ thiết đinh dường nào.
汉语意译：试淑女心是否坚。

喃字原文：浪：“寒宫氽層高，
越 南 语：Rằng: “Hàn cung mấy từng cao,
汉语意译：道：“广寒宫数层高，

喃字原文：擬功𢚸仍約幻，嚯哄。
越 南 语：Nghĩ công luống những ước ao, nực cười.
汉语意译：期望心切尽可笑。

喃字原文：為缘拯固𤳸𡗶，
越 南 语：Vi duyên chẳng có bởi trời,
汉语意译：咱俩缘分天作合，

喃字原文：時牢留阮細𠳨天台？
越 南 语：Thời sao lưu nguyễn tới vời Thiên-thai?
汉语意译：要不在此遇美人。

喃字原文：御鈎，𦲿深詩排，
越 南 语：Ngự câu, lá thắm thơ bài,
汉语意译：御钩红颜天指定，

喃字原文：𡎝𨁋拱透𦤾外尘缘。
越 南 语：Gẫm trong cũng thấu đến ngoài trần duyên.
汉语意译：寻思尘缘内外知。

喃字原文：課𣈜魚府、桃源，
越 南 语：Thuở xưa ngư phủ, đào nguyên,
汉语意译：向来想水府、桃源，

喃字原文：客凡麻𦤾洞仙，据之？
越 南 语：Khách phàm mà đến động tiên, cớ gì?
汉语意译：凡人寻得洞仙女。

喃字原文：拯戈𠄩𡨸相期，
越 南 语：Chẳng qua hai chữ tương kỳ,
汉语意译：只不过两字‘相求’，

喃字原文：𤎜煩𦝄姉，𩙋姨迻缘。
越 南 语：Lọ phiền trăng chị, gió dì đưa duyên.
汉语意译：月姐风姨作牵缘。

喃字原文：余秋渃楚嫩燕，
越 南 语：Mấy thu nước sở, non yên,
汉语意译：漂泊江湖几春秋，

喃字原文：邊幔渚几称權𠢞𨁋。
越 南 语：Bên màn chưa kẻ xứng quyền giúp trong.
汉语意译：身边无妾相匹配。

喃字原文：𢄂禪自㖩花蓉，
越 南 语：Mái thiền từ tỏ hoa dung,
汉语意译：禅门表白慕蓉花，

喃字原文：缍絲，仍嘖月翁袘長。
越 南 语：Xe tơ, những trách nguyệt ông trễ tràng.
汉语意译：怪月老缓慢系缘。

喃字原文：悲除返客宫妆，
越 南 语：Bây giờ gặp khách cung trang,
汉语意译：现在幸遇宫仙女，

喃字原文：女芇底䁼高堂𥢆埃？
越 南 语：Nỡ nào dể giấc Cao-đường riêng ai?
汉语意译：而思高堂忍离弃？

喃字原文：罕缘尼㐌安排，
越 南 语：Hẳn duyên này đã an bài,
汉语意译：也许姻缘早安排，

喃字原文：晋秦吀决𠬠唎𢧚庄？
越 南 语：Tấn tần xin quyết một lời, nên chăng?
汉语意译：请下决意结晋秦①。

喃字原文：悉尼誓固鐄姮，
越 南 语：Lòng này thề có gương hằng,
汉语意译：嫦娥见证共誓盟，

喃字原文：𢲫𡗶破䃅䖙浪单差？
越 南 语：Mở trời, phá đá, há rằng đơn sai?
汉语意译：天开石碎岂狡狯？

喃字原文：呻𢧚䟽嗟竹梅，
越 南 语：Dù nên thơ ngợi trúc mai,
汉语意译：竹梅成双如诗颂，

喃字原文：仕哵拜謁尊台特祥。”
越 南 语：Sẽ vâng bái yết tôn thai được tường.”
汉语意译：顺从拜谒详尊台。”

①晋秦：这里指结为夫妻。

喃字原文：㤿㵋梅拯惊霜，
越 南 语：Thấy chiều mai chẳng kinh sương,
汉语意译：见梅淋霜更坚定，

喃字原文：肝鐄纙姅絲紝余吝。
越 南 语：Gan vàng rối nữa tơ vương mấy lần.
汉语意译：心乱如麻情牵累。

喃字原文：浪："佗恩氏閅分，
越 南 语：Rằng: "Đà ơn ấy muôn phần,
汉语意译：道："万分恩君厚爱，

喃字原文：双良人定朱陳㐌数。
越 南 语：Song lương nhân định châu trần đã lâu.
汉语意译：但良人早定朱陈。

喃字原文：唓嘵㞧深溋溇，
越 南 语：Lời gieo núi thẳm, duềnh sâu,
汉语意译：山高水深遂誓言，

喃字原文：䏧雖群格，敢兜变情。
越 南 语：Người tuy còn cách, dám đâu biến tình.
汉语意译：志向情人怎变心。

喃字原文：呥缘泞浽水苹，
越 南 语：Dù duyên nênh nổi thủy bình,
汉语意译：若是姻缘似萍飘，

喃字原文：决誓铁䂻，悉釘敢移？
越 南 语：Quyết thề thiết đá, lòng đinh dám dời?
汉语意译：铁石誓言志敢移？

喃字原文：㐌呥愿拯如唓，
越 南 语：Ví đù nguyện chẳng như lời,
汉语意译：如对立愿无其事，

喃字原文：㐌饤玉埕底𣉹名空！
越 南 语：Đã đành ngọc nát để đời danh không!
汉语意译：重迫结缘决去死。

喃字原文：𡬷𥿂誓貝暈紅，
越 南 语：Tấc son thề với vầng hồng,
汉语意译：月晕相誓于诚心，

喃字原文：唎癡吀滻，相公恕哄。”
越 南 语：Lời ngây xin cạn, tướng công thứ cười.”
汉语意译：相公见恕幼稚人。”

喃字原文：玉音聆歇每唎，
越 南 语：Ngọc âm nghe hết mọi lời,
汉语意译：听她诉尽铁心肠，

喃字原文：擬肝烈女坤移芇高。
越 南 语：Nghĩ gan liệt nữ khôn dời nào cao.
汉语意译：烈女坚贞情难移。

喃字原文：楼高𠬠醣琼瑤，
越 南 语：Lầu cao một tiệc quỳnh dao,
汉语意译：楼上盛宴散席离，

喃字原文：掣芇迎敬，掣芇嗟啌。
越 南 语：Xiết nào nghênh kính, xiết nào ngợi khong!
汉语意译：十分敬服称赞美。

（二）（完）

说明：此诗选段收集自沥尾十六队苏维绍先生原集收保存的喃字记录本，苏维芳收集整理、修正部分喃字，并编写内容简介和执抄。苏维芳、苏凯翻译和注释。

2008 年 3 月

芳花传

简介

以女性为题材的《芳花传》是18世纪末19世纪上半叶越南文学代表作之一，作品是传统的六八体叙事歌。该作品与同时期的一系列喃字文学作品在内容、形式、艺术手法以及思想价值方面都各具特色，体现了较高的艺术水平，共同推动了喃字文学的繁荣与发展，在越南和我国京族地区流传至今。

芳花是御史陈殿的女儿，雷阳人氏，景安是尚书张台的儿子，纯禄人，两人同属清化地区。一奸臣名叫曹中蔚，垂涎芳花美貌，欲上门强硬提亲，却被告知陈张二人早有婚约。怀恨在心的曹某便假冒皇帝圣旨，诬陷景安父亲犯卖国罪，就地斩首，致使张家陷入凄惨的境地，只得四处逃难。

芳花在张家遭遇剧变后，依然一心牵挂景安，到处想方设法为其一家洗脱沉冤。芳花的婢女在主人的授意下送钱银给景安时，被曹某和流氓胡仪拦路杀死，并加罪于景安，捉景安入囚牢。

此时考期已至，芳花扮男装以景安的名义参加科举，并一举中进士。在芳花的努力下，景安一家沉冤得雪，曹中蔚和胡仪夫妻双双抵罪。景安出狱后受皇帝诏入朝廷，其才华得到皇帝的赏识，得以破格出仕。自此，景安与芳花结为夫妻，家庭显贵荣华。

傳 芳 花
Truyện Phương Hoa
芳 花 传

（一）訂婚
(I) Đính hôn
（一）订婚

此回内容简介：为守朋友的情义，陈殿和张台许言结为亲家，陈殿准许女儿芳花同张台的儿子景安订婚。

喃字原文：仍生徒弟揀扛，
越 南 语：Sắm sanh đồ đệ gánh gồng,
汉语意译：家徒准备好礼担，

喃字原文：景安馭白，張公轎鐄。
越 南 语：Cảnh Yên ngựa bạch, trương công kiệu vàng.
汉语意译：景安骑马张公轿。

喃字原文：倅隊綱架迎昂，
越 南 语：Tôi đòi, võng giá nghênh ngang,
汉语意译：奴仆抬驾阔步走，

喃字原文：日程坦县雷陽𠀧𣈜。
越 南 语：Nhật trình đến Huyện Lôi Dương ba ngày.
汉语意译：日程三天到雷阳。

喃字原文：聴信御史㤉能，
越 南 语：Nghe tin ngự sử mừng thay,
汉语意译：陈公闻讯张公来，

喃字原文：吔𠊛𠚢迍楼西公堂。
越 南 语：Dạy người ra đón lầu tây công đường.
汉语意译：叫人西楼公堂迎。

喃字原文：照花𨑜板𨕭床，
越 南 语：Chiếu hoa dưới phản trên giường,
汉语意译：上床下板铺花席，

喃字原文：帧撩𦇒捲鋪張罕皮。
越 南 语：Tranh treo, mành cuốn phô trương bốn bề.
汉语意译：捲帘挂画全铺张。

喃字原文：𨀎忙𨁪柳塘槐，
越 南 语：Mở mang dặm liễu, đường hòe,
汉语意译：路旁柳槐树青新，

喃字原文：㐌鋪館所，吏誇楼秦。
越 南 语：Đã phô quán sở, lại khoe lầu tần.
汉语意译：秦楼馆所布夸耀。

喃字原文：翁婆𠓺𦥃𨷑垠，
越 南 语：Ông bà vào đến cửa ngăn,
汉语意译：张公夫妇到门前，

喃字原文：𥆾貼風景户陳强㤇。
越 南 语：Nhìn xem phong cảnh họ Trần càng ưa.
汉语意译：称赞陈府风景美。

喃字原文：陳公帽襖連𠚢，
越 南 语：Trần công mũ áo liền ra,
汉语意译：陈公礼服喜出迎，

喃字原文：𬮢鐄迊逴翁𡛔張公。
越 南 语：Vội vàng đón rước ông bà Trương công.
汉语意译：匆忙接见张夫妇。

喃字原文：𧡊撓徒弟𢬣扛，
越 南 语：Thấy nhau đồ đệ gánh gồng,
汉语意译：见他家徒人挑担，

喃字原文：雖𠳒𱜢呐𥪞𢚸㐌台。
越 南 语：Tuy nhời chưa nói trong lòng đã hay.
汉语意译：未说来意心知晓。

喃字原文：英俺𠓨准楼西，
越 南 语：Anh em vào chốn lầu tây,
汉语意译：兄弟步入西楼厅，

喃字原文：盘兰𨢇玉揮𢬣慍嘲。
越 南 语：Bàn lan tiệc ngọc dan tay vui chào.
汉语意译：兰茶盘果会欢庆。

喃字原文：浪："自賒隔久交，
越 南 语：Rằng: "Từ xa cách cựu giao,
汉语意译：陈公说："交友至今，

喃字原文：𥢆𢚸想望渴滈閉迟。
越 南 语：Riêng lòng tưởng vọng khát khao bấy chầy.
汉语意译：早日渴望得相见。

喃字原文：𣇞𢜠英姉𦤾低，
越 南 语：Rày mừng anh chị đến đây,
汉语意译：今日兄嫂访寒舍，

喃字原文：慍尼拱𠸗平𣈜題名。"
越 南 语：Vui này cũng ví bằng ngày đề danh."
汉语意译：如得中榜心高兴。"

喃字原文： 張公�分明，
越 南 语： Trương công nghe nói phân minh,
汉语意译： 张公听了详分明，

喃字原文： 婚𫯳買吽事情云微：
越 南 语： Vợ chồng mới ngỏ sự tình vân vi:
汉语意译： 夫妻诉说来始末：

喃字原文： "碎共英義故知，
越 南 语： "Tôi cùng anh nghĩa cố tri,
汉语意译： "我同义兄早相知，

喃字原文： 𠬠柴畑册，𠬠期荣华。
越 南 语： Một thầy đèn sách, một kỳ vinh hoa.
汉语意译： 灯火同师共出仕。

喃字原文： 福生𠄩𥘷𣋽𠚢，
越 南 语： Phước sinh hai trẻ sớm ra,
汉语意译： 我有福气生两子，

喃字原文： 如绳英伮碎陀𡀮𢥈。
越 南 语： Như thằng anh nó, tôi đà khỏi lo.
汉语意译： 他哥景星莫忧之。

喃字原文： 滝銀㐌扒桥烏，
越 南 语： Sông ngân đã bắc cầu Ô,
汉语意译： 银河鹊桥遂双对，

喃字原文： 𢀭咹𧁷𢚸份由天曹。
越 南 语： Giàu ăn, khó chịu, phận do thiên tào.
汉语意译： 富贵荣华由天缘。

喃字原文： 默𤯩𧍆𢭮蚜掏，
越 南 语： Mặc đời cua máy, cáy đào,
汉语意译： 父业子继由他思，

喃字原文：荄𠸍埃𢭗，菓𠸍埃扜。
越 南 语：Gai nào ai vót, quả nào ai vo.
汉语意译：刺尖果圆由自然。

喃字原文：𣎏𣈜𠰉仍群𢘾，
越 南 语：Đêm ngày ấy những còn lo,
汉语意译：日夜担忧是一事，

喃字原文：群绳俺伮𨷯茹渚衝。
越 南 语：Còn thằng em nó cửa nhà chưa xong.
汉语意译：他弟景安家未成。

喃字原文：閉𱏫畑册文房，
越 南 语：Bấy nay đèn sách văn phòng,
汉语意译：一直来文房辛勤，

喃字原文：渚尋特几𠢞𥪝𨷯茹。
越 南 语：Chưa tìm được kẻ giúp trong cửa nhà.
汉语意译：没有找得内助人①。

喃字原文：英時生特芳花，
越 南 语：Anh thì sinh được Phương Hoa,
汉语意译：义兄有一女芳花，

喃字原文：𦖑浪𡥙拱涅那討賢。
越 南 语：Nghe rằng cháu cũng nết na thảo hiền.
汉语意译：听说善良品行好。

喃字原文：敢吁歸一萬全，
越 南 语：Dám xin qui nhất vạn tuyền,
汉语意译：想为儿子来求亲，

①内助人：在封建社会，妻子只管家务事，所以称妻子为内助人。

喃字原文：朱㹥丐㑭結愿共㹥。
越 南 语：Cho con cái nó kết nguyền cùng nhau.
汉语意译：促成子女结良缘。

喃字原文：些時𨋍𠄼𨕭𢖀，
越 南 语：Ta thì trọn vẹn trước sau,
汉语意译：咱们年老心满愿，

喃字原文：㐌金兰吏陳朱强𦀊。”
越 南 语：Đã kim lan lại trần châu càng bền.”
汉语意译：朱陈亲来金兰义。”

喃字原文：陳公浪：“役氏𢧚，
越 南 语：Trần công rằng: “Việc ấy nên,
汉语意译：陈公道：“此事会成，

喃字原文：𡨸罗英姉勤權之兜。”
越 南 语：Lọ là anh phải cần quyền chi đâu.”
汉语意译：兄嫂莫必心焦虑。”

喃字原文：吔童衛准西楼，
越 南 语：Dạy đồng về chốn tây lầu:
汉语意译：吩咐童女去西楼，

喃字原文：“㗂姑眉咳𪞷侯博低。”
越 南 语：“Bảo cô mày hãy ra hầu bác đây!”
汉语意译：“传你姑来候亲人。”

喃字原文：童衛事实呈啡，
越 南 语：Đồng về sự thực trình bày,
汉语意译：童女回来呈主人，

喃字原文：芳花𦖑𧡊𢝙𦓡𢚸。
越 南 语：Phương Hoa nghe thấy mừng thay trong lòng.
汉语意译：芳花听了很欢心。

喃字原文：𢶒鐄𥗍點形容，
越 南 语：Vội vàng tô điểm hình dung,
汉语意译：急忙装点面容颜，

喃字原文：脢𥿁𦟐粉巾紅點妝。
越 南 语：Môi son má phấn khăn hồng điểm trang.
汉语意译：粉脸朱唇围红巾。

喃字原文：襖裙熙熎唏霜，
越 南 语：Áo quần hây hẩy hơi hương,
汉语意译：裙衣微风拂香味，

喃字原文：䂮䂮𩯀鳳昂昂眉𧋆。
越 南 语：Rà rà tóc phượng, ngang ngang mày ngài.
汉语意译：青丝凤发画蛾眉。

喃字原文：𨕭頭玉𢶢簪𢷀，
越 南 语：Trên đầu ngọc giắt, trâm cài,
汉语意译：玉簪插头颈链珠，

喃字原文：𪭯蹎𨆢𨆢蹭鞋寬寬。
越 南 语：Dưới chân ren rén gót hài khoan khoan.
汉语意译：花跟鞋儿玉步移。

喃字原文：𨀈𠚢𨅸𩈘埮鸞，
越 南 语：Bước ra đứng mé thềm loan,
汉语意译：出来站在鸾廊里，

喃字原文：陳公𧡊世嗨嘆事𢚸：
越 南 语：Trần công thấy thế hỏi han sự lòng:
汉语意译：父亲见她开心问：

喃字原文：“払時少几𠢞𥪞，
越 南 语：“Chàng thì thiếu kẻ giúp trong,
汉语意译：“张君尚缺内助人，

喃字原文：遣朱伩狩道從𣋁𣋀。
越 南 语：Khiến cho ngươi giữ đạo tòng sớm trưa.
汉语意译：父想嫁女早从君。

喃字原文：仿㐌𩈘称悉愹，
越 南 语：Phỏng đà mặt xứng, lòng ưa,
汉语意译：若见了两相匹配，

喃字原文：铖庄時呐，渚徐𠳚𠍣。”
越 南 语：Nên chăng thì nói, chớ chờ lời min.”
汉语意译：女何愿意自选亲。”

喃字原文：芳花𥋳𥉩麻𥆾，
越 南 语：Phương Hoa liếc mắt mà nhìn,
汉语意译：芳花飞眼朝君看，

喃字原文：䀡払文貌架铖英豪。
越 南 语：Xem chàng văn mạo giá nên anh hào.
汉语意译：见君容貌如英豪。

喃字原文：𢫝𠳚娘買𠽔包，
越 南 语：Dứt lời nàng mới thưa vào,
汉语意译：她决意了答父言：

喃字原文：浪：“碎份妎恪市曷湄。
越 南 语：Rằng: “Tôi phận gái khác nào hạt mưa.
汉语意译：“女儿本分似雨花。

喃字原文：且碎年少㽱䔲，
越 南 语：Vả tôi niên thiếu ngây thơ,
汉语意译：而且年少又幼稚，

喃字原文：别兜𨕭事世机意情。
越 南 语：Biết đâu trong sự thế cơ ý tình.
汉语意译：怎知处世情意事。

喃字原文：随吒定料權行，
越 南 语：Tùy cha định liệu quyền hành,
汉语意译：由父作主定料理，

喃字原文：纇𪪳㐌𢭸𣱆𦀊絲紅。
越 南 语：Rủi may đã cậy mối manh tơ hồng.
汉语意译：幸运姻缘红绳牵。

喃字原文：𡨸浪：'㛪固三從。'
越 南 语：Chữ rằng: 'Gái có tam tòng.'
汉语意译：古云：'女子服三从。'

喃字原文：𢧚庄𠄩𡨸默悉媄吒。"
越 南 语：Nên chăng hai chữ mặc lòng mẹ cha."
汉语意译：婚姻两字父母定。"

喃字原文：催催𨀎𢭸𠓨茹，
越 南 语：Thôi thôi vội rút vào nhà,
汉语意译：说完她转回房里，

喃字原文：陳公買㗂老婆特𠳨。
越 南 语：Trần công mới bảo lão bà được hay.
汉语意译：陈公夫妇商议定。

喃字原文：宴筵礼物撻排，
越 南 语：Yến diên lễ vật đặt bày,
汉语意译：喜设礼品共宴筵，

喃字原文：陳張𠄩户执𢬣嘅愿：
越 南 语：Trần Trương hai họ chắp tay khấn nguyền:
汉语意译：陈张两姓作揖宣：

喃字原文："衆碎𠸗結伴賢，
越 南 语："Chúng tôi xưa kết bạn hiền,
汉语意译："昔日我们结贤友，

喃字原文：𪽝朱混𡥙結緣𥒥鐄。
越 南 语：Rày cho con cháu kết duyên đá vàng.
汉语意译：今日子女结良缘。

喃字原文：三旬供酒献香，
越 南 语：Ba tuần cúng tửu hiến hương,
汉语意译：三旬敬酒又献香，

喃字原文：證朱混𡥙寿長百年。”
越 南 语：Chứng cho con cháu thọ trường bách niên.”
汉语意译：证婚子女寿百年。”

（一）（完）

（二）浽惗貼吒𡨹芳花

（II）Nỗi niềm của cha con Phương Hoa

（二）芳花父女的衷情

此回内容简介：芳花自从知道张公家庭遇难，便日夜为景安的命运担忧，想法要知悉自己心爱人的消息。陈公担忧女儿的良缘，同时劝芳花要始终保持与景安的感情。

喃字原文：張公自沛冤家，
越 南 语：Trương công từ phải oan gia,
汉语意译：自从张公家蒙冤，

喃字原文：陳公𦖻吶悴惲𩯀皮。
越 南 语：Trần công nghe nói xót xa nhiều bề.
汉语意译：陈公听说甚痛惜。

喃字原文：浪："英仁、孝、忠、儀，
越 南 语：Rằng: "Anh nhân, hiếu, trung, nghì,
汉语意译：道："义兄仁孝忠义，

喃字原文：据牢麻𠺥艰危飢寒？"
越 南 语：Cớ sao mà chịu gian nguy cơ hàn?"
汉语意译：怎会受饥寒艰危？"

喃字原文：𠬠𱜢文武百官，
越 南 语：Một là văn võ bách quan,
汉语意译：只是众文武百官，

喃字原文：𠊛忠時𪽮，几奸時𩯀。
越 南 语：Người trung thì ít, kẻ gian thì nhiều.
汉语意译：奸臣之多忠义少。

喃字原文：希時高御𨕭朝，
越 南 语：Vua thì cao ngự trong triều,
汉语意译：皇帝高御龙庭上，

喃字原文：朱𫜵英沛𢚸調枉名。
越 南 语：Cho nên anh phải chịu điều uổng danh!
汉语意译：不知兄遭死枉名。

喃字原文：𫥨黜動達帝廷，
越 南 语：Mong ra động đạt đế đình,
汉语意译：自想奏皇求动情，

喃字原文：吏𢗼仍事烓城禍涞。
越 南 语：Lại lo những sự cháy thành vạ lây.
汉语意译：但又怕殃及池鱼。

喃字原文：希時閅役文𣈜，
越 南 语：Vua thì muôn việc một ngày,
汉语意译：皇上每天忙百事，

喃字原文：固貼兜𨀈仍𠎪碎賒。
越 南 语：Có xem đâu đến những bầy tôi xa.
汉语意译：哪顾得仆从远离。

喃字原文：可嗃少女芳花，
越 南 语：Khá khen thiếu nữ Phương Hoa,
汉语意译：可称赞少女芳花，

喃字原文：義仁节行𠃣罗和𠄩。
越 南 语：Nghĩa, nhân, tiết, hạnh ít là hòa hai.
汉语意译：仁义节行俱全之。

喃字原文：信自聀𦗏邊聰，
越 南 语：Tin từ nghe vẳng bên tai,
汉语意译：自从隐约知音讯，

喃字原文：脂䁛悚悧𢞂𢞂油油。
越 南 语：Đêm ngày rười rượi, hôm mai rầu rầu.
汉语意译：日夜忧伤自沉闷。

喃字原文：駭雄傷悴𢖖欧，
越 南 语：Hãi hùng, thương xót, lo âu:
汉语意译：惊骇痛惜又忧虑，

喃字原文：“景安払唉，趍兜包除。
越 南 语：“Cảnh Yên chàng hỡi, đi đâu bây giờ?
汉语意译：“景安君呀，你在哪？

喃字原文：瀰濡艀波巴潙，
越 南 语：Bèo trôi góc bể bơ vơ,
汉语意译：浮萍漂泊孤零丁，

喃字原文：别兜罗准揌恤拸撒。
越 南 语：Biết đâu là chốn cậy nhờ tựa nương?
汉语意译：不知何处有可倚。

喃字原文：悉煩汨粉派香，
越 南 语：Lòng phiền nhạt phấn phai hương,
汉语意译：面容褪色自心烦，

喃字原文：愓咴眉柳打鐄粞花。
越 南 语：Ủ ê mày liễu võ vàng mặt hoa.
汉语意译：愁眉苦脸身消瘦。

喃字原文：傷払叹哭悴悿，
越 南 语：Thương chàng, than khóc xót xa,
汉语意译：可怜君呀！哀伤泣，

喃字原文：空通信息底麻晦嘆。
越 南 语：Không thông tin tức, dễ mà hỏi han.
汉语意译：无音讯无处问津。

喃字原文：侯㦖𠽖鮬𠳚雁，
越 南 语：Hầu mong nhắn cá gửi nhàn,
汉语意译：期望鱼雁为送信，

喃字原文：吏咹霒渃𡽫幵别兜。
越 南 语：Lại e mây nước suối ngàn biết đầu.
汉语意译：云海千里怎会知？

喃字原文：堆欺㗅𣋽𠓨侯，
越 南 语：Đôi khi hôm sớm vào hầu,
汉语意译：朝夕出入候双亲，

喃字原文：嘲哋咹呐黜牟㤇咴。”
越 南 语：Chào mời ăn nói ra màu ủ ê.”
汉语意译：欲言语尤感伤悲。”

喃字原文：陳公别意生疑，
越 南 语：Trần công biết ý sinh nghi,
汉语意译：陈公会意又生疑，

喃字原文：晦浪：“𡥵固役之𥢆西，
越 南 语：Hỏi rằng: “Con có việc gì riêng tây,
汉语意译：问道：“女忧何私事，

喃字原文：朱𢧚𩈘㤇眉𤷍？”
越 南 语：Cho nên mặt ủ, mày gầy?”
汉语意译：为何而愁锁眉梢？”

喃字原文：娘卞𠸗𠸗呈𠳒共吒。
越 南 语：Nàng bèn ren rén trình bày cùng cha.
汉语意译：她蹑足前贴父言：

喃字原文：浪：“碎到底悴悽，
越 南 语：Rằng: “Tôi đáo để xót xa,
汉语意译：“女儿心痛惜之极，

喃字原文：自𦖑信息事茹景安。
越 南 语：Từ nghe tin tức sự nhà Cảnh Yên.
汉语意译：自听景安家遭遇。

喃字原文：𠓀罗𢢂份嘖緣，
越 南 语：Trước là tủi phận trách duyên,
汉语意译：先是怨恨这缘分，

喃字原文：源恩𣷷愛丿𢧚堆塘。
越 南 语：Nguồn ân bể ái phút nên đôi đường.
汉语意译：情深恩爱霎时分。

喃字原文：𡢐罗感義傷払，
越 南 语：Sau là cảm nghĩa thương chàng,
汉语意译：后是感恩可怜君，

喃字原文：文人才子𥐇闲迍邅。
越 南 语：Văn nhân tài tử nhỡ nhàng truân chiên.
汉语意译：才子文人遇艰辛。

喃字原文：朱𢧚磊跐差愿，
越 南 语：Cho nên lỗi bước, sai nguyền,
汉语意译：因此错过了良缘，

喃字原文：譴碎牢拯扨煩愁悲。”
越 南 语：Khiến tôi sao chẳng đeo phiền sầu bi.”
汉语意译：我怎不烦愁悲伤。”

喃字原文：䀡唓𡥵呐云微，
越 南 语：Thấy nhời con nói vân vi,
汉语意译：父听女诉尽始末，

喃字原文：姅時傷伴，姅時悴𡥵。
越 南 语：Nửa thì thương bạn, nửa thì xót con.
汉语意译：一是怜友二忧女。

喃字原文：想欺交面對言，
越 南 语：Tưởng khi giao diện đối ngôn,
汉语意译：回想兄弟相谈时，

喃字原文：𠀧旊聘貝𦉱𠥃通家。
越 南 语：Ba vuông sánh với bảy tròn thông gia.
汉语意译：十全十美结朱陈。

喃字原文：悲𣉹𩈘隔悉賒，
越 南 语：Bây giờ mặt cách lòng xa,
汉语意译：如今相隔人远离，

喃字原文：单差義𠃩别𪜀𫜵牢。
越 南 语：Đơn sai nghĩa ấy biết là làm sao.
汉语意译：孤单情义知怎样？

喃字原文：�混每浽消耗，
越 南 语：Dạy con mọi nỗi tiêu hao,
汉语意译：教女儿坚守信用，

喃字原文：㧣朱永，𦀊絲毫貝埃。
越 南 语：Giữ cho vững, chớ tơ hào với ai.
汉语意译：忠贞深情不离弃。

喃字原文：矯欺棱脉壁聰，
越 南 语：Kẻo khi rừng mạch vách tai,
汉语意译：谨防林壁中有耳，

喃字原文：冷𪘵為𪽏𠰘脢𩙍𠓨。
越 南 语：Lạnh răng vì bởi hở môi gió vào.
汉语意译：唇亡齿寒风易入。

（二）（完）

（三）芳花勒拖家庭景安

（III）Phương Hoa giúp đỡ gia đình Cảnh Yên

（三）芳花助景安家庭

此回内容简介：芳花偶然遇见孤苦零丁而四处行乞的小青，便带他回家做养子。由此，芳花探听到景安正带母亲在此地区逃难，她高兴极了，想办法尽情地帮助他。

喃字原文：芳花䀡呐云微，
越 南 语：Phương Hoa nghe nói vân vi,
汉语意译：芳花得景安消息，

喃字原文：揞青麻哭我掑𨑜軒。
越 南 语：Ôm Thanh mà khóc ngã kề dưới hiên.
汉语意译：搂小青廊下哭晕。

喃字原文：浪："蚤貝注景安，
越 南 语：Rằng: "Tao với chú Cảnh Yên,
汉语意译：道："我跟你景安叔，

喃字原文：罕𣈜𫢩㐌结愿陳朱。
越 南 语：Vốn ngày xưa đã kết nguyền trần châu.
汉语意译：昔日遂结愿朱陈。

喃字原文：𤳸為流落閉数，
越 南 语：Bởi vì lưu lạc bấy lâu,
汉语意译：因他流落时长久，

喃字原文：朱蚤扞武𢥈欧文躺。
越 南 语：Cho tao vò võ lo âu một mình.
汉语意译：使我孤丁自忧虑。

喃字原文：坤通信息𠤆𡅧，
越 南 语：Khôn thông tin tức dữ lành,
汉语意译：吉凶如何难知讯，

喃字原文：𩛷飫拯别意情𠔦牢。
越 南 语：Đói no chẳng biết ý tình làm sao.
汉语意译：饥饱欲望全无知。

喃字原文：𥢅𢚸想望渴滈，
越 南 语：Riêng lòng tưởng vọng khát khao,
汉语意译：私念渴望得知情，

喃字原文：𢚸𡗶𢖵譴眉𠫾𦤾低。
越 南 语：Lòng trời xui khiến mày vào đến đây.
汉语意译：天意指使你到此。

喃字原文：甘𢚸幻約閉迟，
越 南 语：Cam lòng ao ước bấy chầy,
汉语意译：一向来遂愿梦想，

喃字原文：交相朱𢭲課𣈜生离。”
越 南 语：Giao tương cho bõ thủa ngày sinh ly.”
汉语意译：早日相聚弃生离。”

喃字原文：呐𠹾每浽云微，
越 南 语：Nói năng mọi nỗi vân vi,
汉语意译：追根究底话不休，

喃字原文：更残𦝄𨤵𡗶時平明。
越 南 语：Canh tàn, trăng lặn, trời thì bình minh.
汉语意译：更残月落黎明时。

喃字原文：芳花卞吪小青：
越 南 语：Phương Hoa bèn đạy Tiểu Thanh:
汉语意译：芳花转告话小青：

喃字原文："𡥵𠚢外氏陳情注𠰺。
越 南 语："Con ra ngoài ấy trần tình chú hay.
汉语意译："你回住处告叔知。

喃字原文：嬸迻𠬠鉾鉑尼，
越 南 语：Thím đưa một nén bạc này,
汉语意译：小婶送一条白金，

喃字原文：噲罗賗注時眉执𠚢。
越 南 语：Gọi là biếu chú thì mày đem ra.
汉语意译：作为赠物请转交。

喃字原文：底用𣋁𣋽餒婆，
越 南 语：Để dùng khuya sớm nuôi bà,
汉语意译：早晚留下养婆婆，

喃字原文：乙𩛄蒌粥朱戈𣇞尼。"
越 南 语：Ít nhiều rau cháo cho qua lúc này."
汉语意译：增加粥菜暂度日。"

喃字原文：青㖹領𥙩𦣰𢬣，
越 南 语：Thanh vâng lĩnh lấy trong tay,
汉语意译：小青手接白金条，

喃字原文：𨗜鐄阻蹎𠚢𡗉塘外。
越 南 语：Vội vàng trở gót ra ngay đường ngoài.
汉语意译：急忙回到原住处。

喃字原文：呈婆𠰘注每唓，
越 南 语：Trình bà, thưa chú mọi nhời,
汉语意译：告诉叔叔与婆婆，

喃字原文：浪："碎𠓨帝𨷶𠊛𠹾𢭂。
越 南 语：Rằng: "Tôi vào đấy cửa người tựa nương.
汉语意译：道："我到她家行乞。

喃字原文：信用任翻要當，
越 南 语：Tin dùng nhiệm nhặt, yêu đương,
汉语意译：她信任爱慕谨慎，

喃字原文：牎囉家事常常晦嘜。
越 南 语：Song le gia sự thường thường hỏi han.
汉语意译：然后探问家境事。

喃字原文：隊恩功德閲萬，
越 南 语：Đội ơn công đức muôn vàn,
汉语意译：承蒙她功德情重，

喃字原文：蔭飫𫳵特安閒清台。
越 南 语：Ấm no nên được an nhàn thảnh thơi.
汉语意译：使得温饱安闲唉！

喃字原文：𣋁戈𠊛訴𣩂𠳒，
越 南 语：Đêm qua người tỏ hết nhời,
汉语意译：昨夜她诉尽始末，

喃字原文：𦖑催買别𠺙𠊛茹混。
越 南 语：Nghe thôi mới biết vốn người nhà con.
汉语意译：听了方知自家人。

喃字原文：𨎟佗指岃誓嫩，
越 南 语：Trước đà chỉ núi thề non,
汉语意译：你们已海誓山盟，

喃字原文：交缘共注鉄𨋣殷勤。
越 南 语：Trao duyên cùng chú sắt son ân cần.
汉语意译：铁志一心结姻缘。

喃字原文：𪽝些𣦍跬艰迍，
越 南 语：Bởi ta nhỡ bước gian truân,
汉语意译：因叔家境遇艰辛，

喃字原文：朱辗几晋𠊛秦巴溈。
越 南 语：Cho nên kẻ tấn người tần, bơ vơ.
汉语意译：为此飘零各晋秦。

喃字原文：娘𠉞悉吻待徐，
越 南 语：Nàng nay lòng vẫn đợi chờ,
汉语意译：她欲念你尚等待，

喃字原文：天緣𢷮𦤾悲𣇞及些。
越 南 语：Thiên duyên xui đến bây giờ gặp ta.
汉语意译：天缘促使早相会。

喃字原文：鉑尼娘�𢭂黜，
越 南 语：Bạc này, nàng dạy đem ra,
汉语意译：此金银叫我带回，

喃字原文：噲罒賗注，侯婆閉饒。
越 南 语：Gọi là biếu chú, hầu bà bấy nhiêu.
汉语意译：叫叔留下养婆婆。

喃字原文：當𣟂渃掣，帆𢄺，
越 南 语：Đương cơn nước xiết, buồm xiêu,
汉语意译：正遇艰难及危机，

喃字原文：雖浪賠乙，義𡗉貝些。”
越 南 语：Tuy rằng của ít, nghĩa nhiều với ta.”
汉语意译：物稀义重送及时。”

喃字原文：景安呐貝媄𦓡，
越 南 语：Cảnh Yên nói với mẹ già,
汉语意译：景安同母亲交谈：

喃字原文：浪：“功義𠳚乙罒和𠄩。
越 南 语：Rằng: “Công nghĩa ấy ít là hòa hai.
汉语意译：“情深义重莫二人。

喃字原文：𠊛𱜢职重高才，
越 南 语：Người là chức trọng cao tài,
汉语意译：她家富贵又名士，

喃字原文：兑傷𦤾几落类𧁷巾。
越 南 语：Đoái thương đến kẻ lạc loài khó khăn.
汉语意译：垂怜漂泊遇难人。

喃字原文：𡞕𠱊貪富負貧，
越 南 语：Ví dù tham phú phụ bần,
汉语意译：若果她贪富弃贫，

喃字原文：時悉𤨹鉄義仁兜群。
越 南 语：Thì lòng son sắt nghĩa nhân đâu còn.
汉语意译：仁义铁志哪有之。

喃字原文：欠之令族高門，
越 南 语：Hiếm gì lệnh tộc cao môn,
汉语意译：令族高门真少有，

喃字原文：待些𦉱𠔭𢆥𡃏之?”
越 南 语：Đợi ta bảy tám năm tròn làm chi?”
汉语意译：为何等待七八年?”

喃字原文：吋青：“混急吏衛，
越 南 语：Dạy Thanh: “Con kíp lại về,
汉语意译：教小青：“你急回去，

喃字原文：料𠰘注，呐朱依事情。”
越 南 语：Liệu lời chú, nói cho y sự tình.”
汉语意译：按照叔话诉真言。”

喃字原文：青衛呈白分明，
越 南 语：Thanh về trình bạch phân minh,
汉语意译：小青去到呈分明：

喃字原文：浪：“碎𠚢帝吶呈曲𠺙。
越 南 语：Rằng: “Tôi ra đấy nói trình khúc nhôi.
汉语意译：“我回去倾诉衷肠。

喃字原文：時婆碎貝注碎，
越 南 语：Thì bà tôi với chú tôi,
汉语意译：叔叔婆婆静心听，

喃字原文：㤉㤉㦞㦞徘徊掣之。
越 南 语：Mừng mừng tủi tủi bồi hồi xiết chi.
汉语意译：悲喜交集心挂虑。

喃字原文：㤉浪𠊛吏傷為，
越 南 语：Mừng rằng người lại thương vì,
汉语意译：喜是婶婶尚怜爱，

喃字原文：義時𠊛㤈貼時𠊛朱。
越 南 语：Nghĩa thì người nhớ, của thì người cho.
汉语意译：仁义不忘还赠礼。

喃字原文：㦞為濃浽基图，
越 南 语：Tủi vì nông nỗi cơ đồ,
汉语意译：悲是叔事业浅薄，

喃字原文：丿麻蹕躐越胡堆𢆥。
越 南 语：Phút mà tất tưởi việt, hồ đôi nơi.
汉语意译：原匆忙南北分离。

喃字原文：㕷浪：閅隊恩𠊛，
越 南 语：Nhắn rằng: Muôn đội ơn người,
汉语意译：寄语云：承蒙恩爱，

喃字原文：𧿨傷𪠞几落潙可傷。
越 南 语：Rộng thương đến kẻ lạc vời khá thương.
汉语意译：深情可怜落难人。

喃字原文：課䂓群𩈘严堂，
越 南 语：Thủa xưa còn mặt nghiêm đường,
汉语意译：昔日严堂在世时，

喃字原文：共官御史兰鐄閉数。
越 南 语：Cùng quan ngự sử lan vàng bấy lâu.
汉语意译：同朝御史金兰义。

喃字原文：㐌愿𠄩户陳朱，
越 南 语：Đã nguyền hai họ trần châu,
汉语意译：两姓遂愿结朱陈，

喃字原文：吉𤀗金菞，義溇闷䒹。
越 南 语：Ắt rằng kim cải, nghĩa sâu muôn đời.
汉语意译：琥珀拾芥世情深。

喃字原文：台兜患难机𡗶，
越 南 语：Hay đâu hoạn nạn cơ trời,
汉语意译：谁料患难由天机，

喃字原文：譴𫱏𠉞對朱𠊛别离。
越 南 语：Khiến nên thay đổi cho người biệt ly.
汉语意译：唆使驱散两分离。

喃字原文：功吒德媄䃅𫯳，
越 南 语：Công cha đức mẹ nặng nề,
汉语意译：父母恩爱深似海，

喃字原文：群渚者特况之爱恩。
越 南 语：Còn chưa trả được huống gì ái ân.
汉语意译：尚未报答前辈恩。

喃字原文：𡮋麻忘義負貧，
越 南 语：Ví mà vong nghĩa phụ bần,
汉语意译：如果是忘义弃贫，

喃字原文：敢兜呐囀晋秦𠸗之。
越 南 语：Dám đâu nói chuyện tấn tần làm chi.
汉语意译：怎敢谈及结晋秦。

喃字原文：擬躺流落閉迟，
越 南 语：Nghĩ mình lưu lạc bấy chầy,
汉语意译：想起时久外飘零，

喃字原文：想浪㐌㐌森圍鳳鸞。
越 南 语：Tưởng rằng người đã sum vầy phượng loan.
汉语意译：她应与人结凤鸾。

喃字原文：𧷸常𢀭合𧵑散，
越 南 语：Thói thường giàu hợp khó tan,
汉语意译：常例言：'富合贫散。'

喃字原文：芇埃傷几飢寒𠸗之。
越 南 语：Nào ai thương kẻ cơ hàn làm chi.
汉语意译：谁人可怜饥寒人。

喃字原文：埃擬㐌吏傷為，
越 南 语：Ai ngờ người lại thương vì,
汉语意译：谁孰她还可怜我，

喃字原文：想情𢖵義𠀧時重能。"
越 南 语：Tưởng tình, nhớ nghĩa ấy thì trọng thay!"
汉语意译：想情想义重千金。"

喃字原文：聇青辯白呈𠰷，
越 南 语：Nghe Thanh biện bạch trình bày,
汉语意译：芳花听小青陈述，

喃字原文：每𠼤咹呐㐌尼如印。
越 南 语：Mọi nhời ăn nói dạ này như in.
汉语意译：传带话内心如印。

喃字原文：自䏾别𤎜聴信，
越 南 语：Từ ngày biết rõ nghe tin,
汉语意译：自己得知他音讯，

喃字原文：拯群𢗖慺闷𠦳賖𨇒。
越 南 语：Chẳng còn lo sợ muôn nghìn xa xăm.
汉语意译：迢迢千里莫忧心。

喃字原文：唁咹麻吏安𦤾，
越 南 语：Ngon ăn mà lại yên nằm,
汉语意译：吃得饱饭睡安稳，

喃字原文：𠄩䏾吏吠𪟽𥚄文期。
越 南 语：Hai ngày lại dạy ra thăm một kỳ.
汉语意译：隔日叫人去探问。

（三）（完）

说明：此歌根据山心村阮继儒、阮继旭等人口头传唱编写而成。苏维芳于2002年采集录音、听写、整理编成喃字，并编写内容简介和执抄。苏维芳、苏凯翻译和注释。

2008年4月

玉 娇 黎

简 介

越南六八体传统叙事歌《玉娇黎》是19世纪时根据中国明清时期同名小说改编而成，又名《玉娇梨》《玉娇李》《玉娇丽》《双美奇缘》，描写才子苏友白和白红玉、卢梦黎几经曲折，终于团圆的爱情故事。小说坚持婚姻自主，敢于追求理想爱情的主题，对后来的才子佳人小说创作影响深远。该书在1921年译成德文时改题为《两个表姊妹》，后又有英、俄、法多种译本，在欧洲产生过较广泛的影响。

白红玉是一位才貌双全的小姐，苏友白是博学多才的美男子。在红玉达到婚嫁年龄时，其父开办“和诗场”为女择婿，苏友白的和诗得到赏识但却遭人冒认，幸好被红玉的侍女识破，使红玉得知真相。苏友白在赴京赶考途中遇见卢梦黎姑娘，卢梦黎女扮男装与其相交，并许嫁自己的小妹给苏友白。杨御史曾经向红玉提亲，未能如愿，便四处打压红玉的父亲，致使其辞官出游。苏友白科举得中进士，杨御史欲把女儿许配与他，被拒绝后，又制造种种障碍逼走苏友白。在逃离的途中，苏友白遇到红玉的父亲，老少投契。此时，梦黎是红玉的同姓妹妹，两人同住同交心，并决定共侍一夫。苏友白与她们相会后，三人喜结良缘。后来，苏友白又纳了红玉的侍女为妾，几人一起过着“和诗”般的生活。

玉 娇 黎

Ngọc Kiều Lê

玉 娇 黎

（一）和詩《新柳》

(I) Họa thơ "Tân Liễu"

（一）和诗《新柳》

此回内容简介：苏友白在游景时，听到张贵如同王卿正和诗《新柳》。这诗是红玉所作的，苏在偷听时，被发现邀入参加。

喃字原文：隔厨澄姅𡀳賖，
越 南 语：Cách chùa chừng nửa đỗi xa,
汉语意译：前往佛寺隔段路，

喃字原文：𦗏𦖑固㗂𠊛些吶唭。
越 南 语：Vẳng nghe có tiếng người ta nói cười.
汉语意译：隐约听到人笑声。

喃字原文：提澄趁跐細𣋚，
越 南 语：Đè chừng sấn bước tới nơi,
汉语意译：循着人声直走去，

喃字原文：文𡑝楊柳𠄩𠊛㘇𥪝。
越 南 语：Một vườn dương liễu hai người ngồi trong.
汉语意译：杨柳园里坐两人。

喃字原文：茡蹎蒞㬥䀡𬓢，
越 南 语：Dừng chân nấp bóng ghé trông,
汉语意译：停步阴处躲窥视，

喃字原文：侥懒咹默𫥨淜儒冠。
越 南 语：Thấy chiều ăn mặc ra dòng nho quan.
汉语意译：两人穿着似儒士。

喃字原文：㨢𢬣㖵醖交欢，
越 南 语：Dan tay cuộc rượu giao hoan,
汉语意译：牵手欢饮交杯酒，

喃字原文：踵蹎𡨸五結团英三。
越 南 语：Chỏng chân chữ ngũ kết đoàn anh tam.
汉语意译：翘脚“五”字结兄弟。

喃字原文：揦𢭂几笑𠊛談，
越 南 语：Lắc lư kẻ tiếu người đàm,
汉语意译：摇头咂舌在谈笑，

喃字原文：聀𫥨如苦當𫜵詩之。
越 南 语：Nghe ra như khổ đang làm thơ chi.
汉语意译：看来作诗遇难题。

喃字原文：𠊛浪：“英𠰳韵之，
越 南 语：Người rằng: “Anh nảy vần chi,
汉语意译：他说：“哥作较押韵，

喃字原文：恪𫢩渃沚𩄲趍𣼼漏？”
越 南 语：Khác nào nước chảy mây đi trơn lầu?”
汉语意译：滑溜如水流云飞。”

喃字原文：𠊛浪：“韵𠃩𠓨兜！
越 南 语：Người rằng: “Vần ấy vào đâu!
汉语意译：另个说：“哪里押韵，

喃字原文：如韵絲買啌牟声能!”
越 南 语：Như vần ti mới rất mầu thanh thay!”
汉语意译：有点韵丝不神奇。”

喃字原文：䏧時筆拮墨𢯦，
越 南 语：Người thì bút cất mực mài,
汉语意译：执笔磨墨各一人，

喃字原文：吟䚏𠤩絣扣堆𠀧吝。
越 南 语：Ngâm năm bảy bận, viết đôi ba lần.
汉语意译：执笔者写，磨墨吟。

喃字原文：䏧浪构結買神，
越 南 语：Người rằng câu kết mới thần,
汉语意译：其中说：“结构神妙，

喃字原文：𪉥情感慨,叿韵萧騷。
越 南 语：Mặn tình cảm khái, ngọt vần tiêu tao.
汉语意译：感慨情深韵尚然。”

喃字原文：吟𠫾吟吏唭唠，
越 南 语：Ngâm đi ngâm lại khen lao,
汉语意译：反复吟诗又赞绝，

喃字原文：咭𨖲㖼疏讀高全題。
越 南 语：Cất lên giọng sớ đọc cao toàn đề.
汉语意译：高声吟诵念诗题。

喃字原文：𧡊䏧月下吟詩，
越 南 语：Thấy người nguyệt hạ ngâm thi,
汉语意译：见人月下吟诗乐，

喃字原文：謹唏拯特抔腓唭𨖲。
越 南 语：Kín hơi chẳng được bật phì cười lên.
汉语意译：忍俊不禁失声笑。

喃字原文：𠄩𠊛𦖑哨自然，
越 南 语：Hai người nghe tiếng tự nhiên,
汉语意译：两人听声感奇怪，

喃字原文：𢯢𬐩夾𩈘晦連浪：“埃！”
越 南 语：Dò ra giáp mặt hỏi liền rằng: “Ai?”
汉语意译：伺探见人问是谁。

喃字原文：生浪：“𣞣𨀒遥制，
越 南 语：Sinh rằng: “May bước dạo chơi,
汉语意译：苏生说：“侥幸游玩，

喃字原文：特𦖑佳作𣎃𠳒清新。
越 南 语：Được nghe giai tác mấy lời thanh tân.
汉语意译：听吟作诗感清新。

喃字原文：朱𢧚舞奇精神，
越 南 语：Cho nên múa cả tinh thần,
汉语意译：因此鼓舞我精神，

喃字原文：恕朱浪拱味文𡥵茹！”
越 南 语：Thứ cho rằng cũng mùi văn con nhà!”
汉语意译：请宽恕弟亦文人。”

喃字原文：悗生面貌才华，
越 南 语：Mến sinh diện mạo tài hoa,
汉语意译：他俩爱慕才华人，

喃字原文：浪：“𥪝𦊚𣷭拱罗英㛪。
越 南 语：Rằng: “Trong bốn bể cũng là anh em.
汉语意译：说道：“四海皆兄弟。

喃字原文：况之哨应唏尋，
越 南 语：Huống chi tiếng ứng hơi tìm,
汉语意译：况且寻同声相应，

喃字原文：友生吏沛摱𪀄𠸗求。”
越 南 语：Hữu sinh lại phải mượn chim nào cầu.”
汉语意译：同气相求是友人。”

喃字原文：撟𢬣𨖅照𠹚㹥，
越 南 语：Kéo tay trong chiếu mời nhau,
汉语意译：拉手请他入席坐，

喃字原文：生浪：“俺𦤾㐌𥹰𨅸外。
越 南 语：Sinh rằng: “Em đến đã lâu đứng ngoài.
汉语意译：生说：“站在外很久，

喃字原文：𥚄𦖑吟讀𣃣𣋚，
越 南 语：Trộm nghe ngâm đọc vừa rồi,
汉语意译：刚才偷听诵吟诗，

喃字原文：沛庄《新柳》氏排佳章。”
越 南 语：Phải chăng ‘Tàn Liễu’ ấy bài giai chương.”
汉语意译：是否《新柳》篇佳章。”

喃字原文：㖹朱同道共廊，
越 南 语：Khen cho đồng đạo cùng làng,
汉语意译：称赞他俩是密友，

喃字原文：㗂𠏲弹隔幅墙𦖑𠚢。
越 南 语：Láng giềng đàn cách bức tường nghe ra.
汉语意译：听口音似隔邻里。

喃字原文：共㹥名姓𠳨戈，
越 南 语：Cùng nhau danh tính hỏi qua,
汉语意译：他们相问起姓名，

喃字原文：生時蘇姓𩈘罗連先。
越 南 语：Sinh thì tôi tính, tên là liên tiên.
汉语意译：生是苏姓名友白。

喃字原文：𠬠王卿氏𡀯𠸜，
越 南 语：Một Vương Khanh ấy là tên,
汉语意译：一个姓名叫王卿，

喃字原文：𠬠貴如氏涌傳户張。
越 南 语：Một Quĩ Như ấy dòng truyền họ Trương.
汉语意译：另人姓张名贵如。

喃字原文：𠄩𠊛共於同鄉，
越 南 语：Hai người cùng ở đồng hương,
汉语意译：他俩都是同乡人，

喃字原文：張時固㗂𨖅廊富家。
越 南 语：Trương thì có tiếng trong làng phú gia.
汉语意译：张姓有名村富户。

喃字原文：詩楼𨷑𨎟𡑝花，
越 南 语：Thư lâu mở trước vườn hoa,
汉语意译：诗楼就在花园里，

喃字原文：貝王卿吻鄰邏常𣈜。
越 南 语：Với Vương Khanh vẫn lân la thường ngày.
汉语意译：他们和诗常相聚。

喃字原文：不期共𨕭𤎏低，
越 南 语：Bất kỳ cùng gặp nhau đây,
汉语意译：此次意外共相逢，

喃字原文：几吟詩柳𠊛醝㗊桃。
越 南 语：Kẻ ngâm thơ liễu, người say chén đào.
汉语意译：边喝酒来边吟诗。

喃字原文：王浪："𠇍几廊𢫔，
越 南 语：Vương rằng: "Mấy kẻ làng tao,
汉语意译：王道："我俩是诗友，

喃字原文：唱䟻易嚌和𠰘𧿨吹。
越 南 语：Xưởng ra dễ khéo, họa vào khó xuôi.
汉语意译：吟诗容易和诗难。

喃字原文：𠴋貼新柳文排，
越 南 语：Ngẫm xem tân liễu một bài,
汉语意译：我们思量新柳诗，

喃字原文：㛪低㐌沛讓才張兄。"
越 南 语：Em đây dã phải nhượng tài Trương huynh."
汉语意译：让才张兄我服输。"

喃字原文：生浪："才氏㐌忊，
越 南 语：Sinh rằng: "Tài ấy đã đành,
汉语意译：生说："你俩是天才，

喃字原文：拯咍原唱才情𦤾兜?"
越 南 语：Chẳng hay nguyên xướng tài tình đến đâu?"
汉语意译：应该合作显才华。"

喃字原文：張浪："固揞之饒，
越 南 语：Trương rằng: "Có giấu chi nhau,
汉语意译：张道："相互不隐瞒，

喃字原文：蕜詩嚎𦤾泑鉤御嬌。
越 南 语：Lá thơ mong đến dòng câu ngự kiều.
汉语意译：期红叶诗①御钩娇。

喃字原文：斤低固白小嬌，
越 南 语：Gần đây có bạch tiểu kiều,
汉语意译：近处有个白小娇②，

①红叶诗：在红桐叶题诗。出自明初李唐宾杂剧《李云英风送梧桐叶》。任继图在河边拾到妻子李云英在红桐叶上的题诗而得以夫妻团聚。

②白小娇：白红玉小姐。

喃字原文：蕊桃音蔭群撩𨕭梗。
越 南 语：Nhị dào ơm ớm còn treo trên cành.
汉语意译：似桃花蕊挂枝上。

喃字原文：固欺景永庵清，
越 南 语：Có khi cảnh vắng am thanh,
汉语意译：有时寺庵景色静，

喃字原文：瞭茬新柳寓情筆花。
越 南 语：Ngắm chồi tân liễu ngụ tình bút hoa.
汉语意译：欣赏新柳笔寄情。

喃字原文：揀才𨕭扁闿科，
越 南 语：Kén tài trên biển khai khoa,
汉语意译：考场科举选人才，

喃字原文：弹牢朱𣳔𣈖娥廣寒。
越 南 语：Bắn sao cho lọt bóng nga quảng hàn.
汉语意译：看中月宫姮娥美。

喃字原文：𠸗之才子紅顔，
越 南 语：Lạ gì tài tử hồng nhan,
汉语意译：才子红颜何希奇，

喃字原文：𦋦俺和此弓弹尼䁛。
越 南 语：Nên em họa thử cung đàn này coi.
汉语意译：因此把诗作箭枝。

喃字原文：尼尼原唱全排，
越 南 语：Này này nguyên xướng toàn bài,
汉语意译：这是全篇原和诗，

喃字原文：唱尼和氐䀡才𢂎欣。”
越 南 语：Xướng này họa ấy xem tài nào hơn.”
汉语意译：我作他和有比试？”

喃字原文：生𧡊𨑗䏾忙忙，
越 南 语：Sinh xem trong dạ nhơn nhơn,
汉语意译：生看诗涎皮笑脸，

喃字原文：才尼妸謝娘班拱讓。
越 南 语：Tài này ả Tạ nàng Ban cũng nhường.
汉语意译："班、谢女①未遑多让。"

喃字原文：張浪："㐌别味香，
越 南 语：Trương rằng: "Đã biết mùi hương,
汉语意译：张道："你尝试味道，

喃字原文：㐌低此和文章慬之。"
越 南 语：Gặp đây thử họa một chương thẹn gì."
汉语意译：相见和诗莫推辞。"

喃字原文：特𠳚𠴍滿𢬣題，
越 南 语：Được lời mơn mởn tay đề,
汉语意译：生得话执笔手题，

喃字原文：筆花文㧅，首詩㐌耒。
越 南 语：Bút hoa một vẫy, thủ thi đã rồi.
汉语意译：随笔一挥成佳诗。

喃字原文：𧡊払才敏𨓡𠁀，
越 南 语：Thấy chàng tài mẫn lạ đời,
汉语意译：见苏生敏捷非常，

喃字原文：扲詩吟𠰘想𠊛清騷。
越 南 语：Cầm thi ngâm ngợi tưởng người thanh tao.
汉语意译：想清骚人吟其诗。

---

①班、谢女：指班昭和谢道韫。班昭是东汉人，谢道韫是晋代人。两人博学才高，作诗精通。

喃字原文：别兜志𧼔才高，
越 南 语：Biết đâu chí rộng tài cao,
汉语意译：深知他才高志士，

喃字原文：𥊚𠸗湼卒，讀𠓨𠰘𣾼。
越 南 语：Nhìn ra nét tốt, đọc vào miệng trơn.
汉语意译：笔画清新读顺流。

喃字原文：王浪：“尼當伴兰，
越 南 语：Vương rằng: “Này đáng bạn lan,
汉语意译：王道：“称当金兰友，

喃字原文：俩雄蓉蹓蚤弹群埃！”
越 南 语：Lưỡng hùng rong ruổi tao đàn còn ai!”
汉语意译：你俩比诗我弹奏。”

喃字原文：生浪：“兜特如唎，
越 南 语：Sinh rằng: “Đâu được như lời,
汉语意译：苏生说：“不能如此，

喃字原文：蹲𠓨原唱群𠔭吝嗔。
越 南 语：Đứng vào nguyên xướng còn vài lần sân.
汉语意译：你俩原作我不称。

喃字原文：拯台阁銙楼垠，
越 南 语：Chẳng hay gác khóa, lầu ngăn,
汉语意译：阁楼主人怎支开，

喃字原文：相尘特𧡊𣋽春庄踭。”
越 南 语：Mắt trần được thấy bóng xuân chăng chiềng?”
汉语意译：见面陈情背春影。”

喃字原文：王浪：“𠊛玉价鐄，
越 南 语：Vương rằng: “Người ngọc giá vàng,
汉语意译：王道：“玉人身价高，

喃字原文：厔西咳值畫阳睥移。
越 南 语：Chái tây hãy chực vầng dương bóng dời.
汉语意译：西厢两人不能离。

喃字原文：文篇兜㐌称才，
越 南 语：Một thiên đâu đã xứng tài,
汉语意译：只作一篇莫称才，

喃字原文：思乘此㨳文排姅㖡。
越 南 语：Tứ thừa thử gắng một bài nữa ư.
汉语意译：定要留来再作诗。

喃字原文：時哰𣇞𣋚媕迻，
越 南 语：Thì vâng mai sớm em đưa,
汉语意译：夜深送回莫顾虑，

喃字原文：𠄩英拱吏𠄩詩納𠓨。
越 南 语：Hai anh cũng lại hai thơ nộp vào.
汉语意译：两兄再来和一篇。

喃字原文：默馭取舍量节，
越 南 语：Mặc người thủ xả lượng nào,
汉语意译：不管怎取舍商量，

喃字原文：份埃呥湿呥高默歪。”
越 南 语：Phận ai dù thấp dù cao mặt trời.”
汉语意译：水平高低由天鉴。”

喃字原文：䏧聰咥𥘀㨂咥，
越 南 语：Lắng tai lời chửa dứt lời,
汉语意译：洗耳恭听话不休，

喃字原文：連𢬣吏和文排𠔭句。
越 南 语：Liền tay lại họa một bài tám câu.
汉语意译：联手又和八句诗。

喃字原文：𠄩𠊛𥋴𥊚𩠩頭，
越 南 语：Hai người nhấm nháy gật đầu,
汉语意译：两人点头丢眼色，

喃字原文：𥻹𢣧𠊝𣼽，刻楼點𠀧。
越 南 语：Tiệc vui vừa mãn, khắc lầu điểm ba.
汉语意译：欢席结束三更时。

（一）（完）

（二）改㨾求緣

（II）Cải dạng cầu duyên

（二）乔装求缘

此回内容简介：苏友白为李老在屏风题诗，梦黎读了，敬服这诗很好，便改装恢复女子身份去花园游玩，想法同苏友白见面，然后向他求缘。

喃字原文：捧兜𧡊𤳆書生，
越 南 语：Bỗng đâu thấy gã thư sinh,
汉语意译：骤然碰见斯书生，

喃字原文：㧊他格調，美形仙娥。
越 南 语：Thướt tha cách điệu, mỹ hình tiên nga.
汉语意译：体态轻盈仙人美。

喃字原文：澄𨑮𦒹，𦉱𢆫华，
越 南 语：Chừng mười sáu, bảy tuổi hoa,
汉语意译：约十六七岁年纪，

喃字原文：子都𣈜拱拯戈㭲尼。
越 南 语：Tử đô xưa cũng chẳng qua mức này.
汉语意译：白脸儿胜昔子都[1]。

喃字原文：細𨕭蓮哨晦𣦍：
越 南 语：Tới nơi lên tiếng hỏi ngay:
汉语意译：她见面连声责问：

喃字原文：“肝兜麻敢𦤾低哺才。
越 南 语：“Gan đâu mà dám đến đây phô tài.
汉语意译：“胆敢至此来逞能。

①子都：即公孙子都，春秋时郑国人。《孟子·告子》云：“至于子都，天下莫不知其姣也。不知子都之姣者，无目者也。”后以“子都”泛指美男子。

喃字原文：詩兜抌半朱馱，
越 南 语：Thơ đâu đem bán cho người,
汉语意译：哪来的诗卖别人，

喃字原文：懒𠰉群擬固埃罒之！"
越 南 语：Lẳng lơ còn nghĩ có ai là gì!"
汉语意译：卖弄风情还像人！"

喃字原文：咭𠰚樣𩈘花吹，
越 南 语：Cất lời dường vẻ hoa xuy,
汉语意译：启言笑颜如花开，

喃字原文：蹺𠰚噧馦香旗冦唏。
越 南 语：Theo lời ngát sực hương kỳ bay hơi.
汉语意译：话儿似花香馥郁。

喃字原文：生浪："艺闷𪟽哄，
越 南 语：Sinh rằng: "Nghề mọn đủ cười,
汉语意译：生说："才疏莫讥笑，

喃字原文：渃嫩動𨀎在馱芇台？"
越 南 语：Nước non động đến tai người nào hay?"
汉语意译：山水转动人怎知？"

喃字原文：哄浪："𣊾買返低，
越 南 语：Cười rằng: "Buổi mới gặp đây,
汉语意译：她笑道："初次见面，

喃字原文：譴馱外㗂樣醒𠱊醇。
越 南 语：Khiến người ngoài cuộc dường say chén thuần.
汉语意译：美酒未醉谴外人。

喃字原文：露罒旧识買親，
越 南 语：Lọ là cựu thức mới thân,
汉语意译：何况旧友今亲近，

喃字原文：䭾賒嚎結義斯𫐴庄?”
越 南 语：Người xa mong kết nghĩa gần nên chăng?”
汉语意译：期望远客结义亲。”

喃字原文：生浪：“同道為朋，
越 南 语：Sinh rằng: “Đồng đạo vi bằng,
汉语意译：生说：“同道是朋友，

喃字原文：别兜萍水拯浪漆胶。
越 南 语：Biết đâu bình thủy chẳng rằng tất giao.
汉语意译：谁知萍水情似胶。

喃字原文：隔茷群固神交，
越 南 语：Cách đời còn có thần giao,
汉语意译：世人感通动精神，

喃字原文：盎眉㽵㝵悉帀吏昂。”
越 南 语：Áng mi gang tấc lòng nào lại ngang.”
汉语意译：怎推辞眼前红颜。”

喃字原文：𠬠㖫㐌訂兰鐄，
越 南 语：Một lời đã đính lan vàng,
汉语意译：一言为定结金兰，

喃字原文：産園𥒥𬀦蹎墙聘𦟐。
越 南 语：Sẵn viên đá phẳng chân tường sánh vai.
汉语意译：墙上平石齐并肩。

喃字原文：邏之才㐌𨖲才，
越 南 语：Lạ gì tài đã gặp tài,
汉语意译：才色奇遇见才名，

喃字原文：丐緣𦅾㵋埃移朱𠚢。
越 南 语：Cái duyên khăng khít ai dời cho ra.
汉语意译：有缘分人永相连。

喃字原文：姓名調買啡戈，
越 南 语：Tính dang đều mới bày qua,
汉语意译：苏生表白其姓名，

喃字原文：进京呐奇塘賒𡮈塘。
越 南 语：Tiến kinh nói cả đường xa lỡ đường.
汉语意译：说至进京途遥远。

喃字原文：書生拱呐嗉祥，
越 南 语：Thư sinh cũng nói tỏ tường,
汉语意译：而且表明是书生，

喃字原文：“户盧𫳵𡨸噲常梦黎。
越 南 语：Họ Lư tên chữ gọi thường Mộng Lê.
汉语意译：她称：“姓卢名梦黎。

喃字原文：旬䏧𢇚買戈時，
越 南 语：Tuần trăng tuổi mới qua thì,
汉语意译：旬月十五岁年华，

喃字原文：𨷶儒𥋴拱蹺艺筆硯。
越 南 语：Cửa nho trộm cũng theo nghề bút nghiên.
汉语意译：儒门窃念笔砚艺。

喃字原文：遇欺𢭮𣈖楼軒，
越 南 语：Ngộ khi tựa bóng lầu hiên,
汉语意译：偶遇屏风见题诗，

喃字原文：𥋴𥉫涅筆調仙麻噡。
越 南 语：Trộm trông nét bút điều tiên mà thèm.
汉语意译：看君笔迹自垂涎。

喃字原文：朱𢇚打哨邊𡍣，
越 南 语：Cho nên đánh tiếng bên thềm,
汉语意译：为此廊下放风声，

喃字原文：啐醝侥𢠩沛尋㐌侥。
越 南 语：Trót say nhau lắm phải tìm thấy nhau.
汉语意译：既然迷恋定寻见。

喃字原文：乙𠃣各嚩𠓨兜，
越 南 语：Ít nhiều các chuyện vào đâu,
汉语意译：不管他人怎议论，

喃字原文：默埃𠢞拖沛求埃之。
越 南 语：Mặc ai giúp đỡ phải cầu ai chi.
汉语意译：自己奔波寻姻缘。

喃字原文：情尼𠃣㐌相知，
越 南 语：Tình này chút đã tương tri,
汉语意译：为了情缘求相知，

喃字原文：𠊛兜敢唏役之進京？
越 南 语：Người đâu dám hỏi việc gì tiến kinh?
汉语意译：不敢问君进京事。

喃字原文：拯台為利為名，
越 南 语：Chẳng hay vì lợi vì danh,
汉语意译：只不过为名为利，

喃字原文：仿群㐌浽行程特空？”
越 南 语：Phỏng còn thấy nỗi hành trình được không?”
汉语意译：请告大概行程期。”

喃字原文：生浪：“緣𡢻揍𢹣，
越 南 语：Sinh rằng: “Duyên nợ đèo bòng,
汉语意译：生说：“为情债挂累，

喃字原文：𠃣為𠬠浽情終麻尋。”
越 南 语：Chút vì một nỗi tình chung mà tìm.”
汉语意译：你思钟情烦恼寻。”

喃字原文：盧浪："价氐千金，
越 南 语：Lư rằng: "Giá ấy thiên kim,
汉语意译：卢道："情债值千金，

喃字原文：䏧𡑝渚抯綀琴台牢？"
越 南 语：Dưới sân chưa lựa dây cầm hay sao?"
汉语意译：戏台未定怎弹琴？"

喃字原文：生浪："𦟹世𨔍蒿，
越 南 语：Sinh rằng: "Bụng thế lạ nao,
汉语意译：生说："你心态反常，

喃字原文：哩絲吏㦖梗高烓䁜。
越 南 语：Li ti lại muốn cành cao chói mòi.
汉语意译：渺小怎攀高枝儿。

喃字原文：擬浪風化等𠊛，
越 南 语：Nghĩ rằng phong hóa đấng người,
汉语意译：想出风头傍贤人，

喃字原文：𦣰闺門買𠚢外邦家。
越 南 语：Trong khuê môn mới ra ngoài bang gia.
汉语意译：刚从家门闯出来。

喃字原文：宫商唛𠰉曲和，
越 南 语：Cung thương lừng lẫy khúc hòa,
汉语意译：宫商显赫曲调和，

喃字原文：特𢹣才貌買罢甘心。
越 南 语：Được gồm tài mạo mới là cam tâm.
汉语意译：才貌双全方甘心。

喃字原文：𢚸穎𢥈几知音，
越 南 语：Tấc riêng chạnh kẻ tri âm,
汉语意译：知音者恻隐表衷，

喃字原文：尋㳶雪檜霜鯆管兜。”
越 南 语：Tìm nhau tuyết gối sương nằm quản đâu.”
汉语意译：霜雪阻隔也相寻。”

喃字原文：盧浪：“㐌吘共㳶，
越 南 语：Lư rằng: “Đã ngỏ cùng nhau,
汉语意译：卢道：“互相交了心，

喃字原文：時吀解𣩂𠓀𡢐朱祥。”
越 南 语：Thời xin giãi hết trước sau cho tường.”
汉语意译：请把内情表述详。”

喃字原文：生卞㖐𣩂事娘，
越 南 语：Sinh bèn dẫn hết sự nàng,
汉语意译：生接着向她表明，

喃字原文：耔挤蔙𩯀𢬦强蹎聰。
越 南 语：Tỉ tê ngọn tóc kẽ càng chân tai.
汉语意译：诉尽齿缝发隙事。

喃字原文：盧浪：“啐㐌䟧唭，
越 南 语：Lư rằng: “Trót đã nặng lời,
汉语意译：卢道：“既然情意重，

喃字原文：嘖牢㰁𣷭邊𡗶拯蹺。
越 南 语：Trách sao góc biển bên trời chẳng theo.
汉语意译：天涯海角也跟寻。

喃字原文：仍罒坦𥘀𡗶高，
越 南 语：Những là đất rộng trời cao,
汉语意译：天高地阔盼良深，

喃字原文：𬨠尘间拱固𡗉佳人。
越 南 语：Vòng trần gian cũng có nhiều giai nhân.
汉语意译：尘间多少是佳人。

喃字原文：价如吏固文君，
越 南 语：Giá như lại có Văn Quân,
汉语意译：好似见了卓文君，

喃字原文：悉司馬拱固份庄？”
越 南 语：Lòng Tư Mã cũng có phần nào chăng?”
汉语意译：司马歌琴迷恋人。”①

喃字原文：生浪：“否固埃平，
越 南 语：Sinh rằng: “Ví có ai bằng,
汉语意译：生说：“要是有适宜，

喃字原文：時悉拱重𦤾澄氏催。
越 南 语：Thì lòng cũng trọng đến chừng ấy thôi.
汉语意译：望你高处深思情。

喃字原文：凭如特𠬠悁𠄩，
越 南 语：Bằng như được một quên hai,
汉语意译：如果见树不见林，

喃字原文：悉尼誓拯如埃負悉。”
越 南 语：Lòng này thề chẳng như ai phụ lòng.”
汉语意译：虽遂誓言也负心。”

喃字原文：盧聴湼柳碍碼，
越 南 语：Lư nghe nét liễu ngại ngùng,
汉语意译：卢听言皱眉担心，

喃字原文：𡄎愿𢜠䁝枉功憯愖。
越 南 语：Vẹn nguyền mừng buổi luống công thẹn thầm.
汉语意译：枉尽心愿为情难。

---

①司马歌琴迷恋人：司马，指司马相如。他弹琴给卓文君听，使她听得入迷，最后爱上他。

喃字原文：浪：“吥𥕄𦛌情深，
越 南 语：Rằng: “Vâng nặng tấm tình thâm,
汉语意译：她道：“请从于情深，

喃字原文：行程侯𭛣埃拎特牢！”
越 南 语：Hành trình hầu dễ ai cầm được sao!”
汉语意译：持志功名无阻拦。”

喃字原文：連蹎秃吏楼桃，
越 南 语：Liền chân thốc lại lầu đào,
汉语意译：移步直至入花楼，

喃字原文：鉑巴迣𢬣交即時。
越 南 语：Bạc ba mươi lạng tay trao tức thì.
汉语意译：取银三十送予他。

喃字原文：噲罗𠬠途程仪，
越 南 语：Gọi là một độ trình nghi,
汉语意译：作为途程中盘缠，

喃字原文：别𠑬𡮈義群記𥙩情。
越 南 语：Biết nhau chút nghĩa còn ghi lấy tình.
汉语意译：既相结义别忘情。

喃字原文：𠬠𠳒餞别叮咛，
越 南 语：Một lời tiễn biệt đinh ninh,
汉语意译：送别前再三嘱咛，

喃字原文：淚包饒滵惨情閉饒。
越 南 语：Lệ bao nhiêu giọt thảm tình bấy nhiêu.
汉语意译：惨伤心情泪淋淋。

喃字原文：生𥆾淚拱湍蹺，
越 南 语：Sinh trông lệ cũng tuôn theo,
汉语意译：生见感动泪双流，

喃字原文：丐肝鉄硋拱𫽪𫽪寅。
越 南 语：Cái gan sắt đá cũng xiêu xiêu dần.
汉语意译：铁石心肠亦飘然。

喃字原文：身牢𩋡𩌂𣧂身，
越 南 语：Thân sao may mắn mấy thân,
汉语意译：书生如此遇幸运，

喃字原文：蹎牢牢窖𩋡蹎准尼。
越 南 语：Chân sao sao khéo may chân chốn này.
汉语意译：举人到此遇佳人。

喃字原文：𬼀牢默跐層𣈜，
越 南 语：Trước sao mặc bước từng ngày,
汉语意译：昔日自不以为然，

喃字原文：𣇞牢如跐沛絏坤移。
越 南 语：Giờ sao như bước phải dây khôn dời.
汉语意译：今天感动难逃情。

喃字原文：𬼀群𠬠𦀼侣堆，
越 南 语：Trước còn một mối lứa đôi,
汉语意译：原来已有个伴侣，

喃字原文：𣇞添𠬠𦀼𨒺𠊛知交。
越 南 语：Giờ thêm một mối gặp người tri giao.
汉语意译：如今添遇知心人。

喃字原文：相思𠄩𦀼結𠓨，
越 南 语：Tương tư hai mối kết vào,
汉语意译：两情相系烦相思，

喃字原文：𠬠𨉟肝别𦲿市麻𢺺。
越 南 语：Một buồng gan biết lá nào mà chia.
汉语意译：一心怎分两姻缘。

喃字原文：䏧牢样樣娥眉，
越 南 语：Người sao dương dáng nga mi,
汉语意译：此人蛾眉姿态美，

喃字原文：志牢豪俠麻痴英雄。
越 南 语：Chí sao hào hiệp mà si anh hùng.
汉语意译：痴情英雄慷慨志。

喃字原文：浺涛㧣渃酙重，
越 南 语：Sóng đào thước nước nghìn trùng,
汉语意译：涛（桃）花潭水深千尺，

喃字原文：溇市麻唝𦟐悉迻侥。
越 南 语：Sâu nào mà rắp tấm lòng đưa nhau.
汉语意译：不及汪伦送我情。①

喃字原文：盧浪：“欺别渚愁，
越 南 语：Lư rằng: “Khi biết chưa sầu,
汉语意译：卢道：“分别之心愁，

喃字原文：愁為文浽𣈜𣈙買䠣。
越 南 语：Sầu về một nỗi ngày sau mới dài.
汉语意译：今后为情更愁长。

喃字原文：自低文坦文歪，
越 南 语：Từ đây một đất một trời,
汉语意译：从此各天涯一方，

喃字原文：别𨉟固特𥉩䏧姅空？
越 南 语：Biết mình có được thấy người nữa không?
汉语意译：不知能否相会面？

①涛（桃）花潭水深千尺，不及汪伦送我情：该句诗出自李白《赠汪伦》。此处借诗表达饯别之爱。

喃字原文：呻埃𢚸固兑𬓲，
越 南 语：Dù ai lòng có đoái trông,
汉语意译：谁人变心无垂顾，

喃字原文：花桃箕貝𩙍東恪吊。”
越 南 语：Hoa đào kia với gió đông khác nào.”
汉语意译：如那桃花遇东风。”

喃字原文：生浪：“嘹呐𨔈牢，
越 南 语：Sinh rằng: “khéo nói lạ sao,
汉语意译：生说：“会说道异常，

喃字原文：情𥪞知己𡟫吊負𣦍？”
越 南 语：Tình trong tri kỷ nỡ nào phụ ngay?”
汉语意译：知己爱情怎负心。”

喃字原文：盧聴淶悧湼眉，
越 南 语：Lư nghe rười rượi nét mày,
汉语意译：卢听了愁眉苦脸，

喃字原文：拯浪拯呐𪶋𪸔样𢠩。
越 南 语：Chẳng rằng chẳng nói lặng ngây dường đần.
汉语意译：默不出声如愚昧。

喃字原文：生浪：𥪞義相親，
越 南 语：Sinh rằng: “Trong nghĩa tương thân,
汉语意译：生说：“相亲又相爱，

喃字原文：油欺缓急𢺺份𢥈终。
越 南 语：Dầu khi hoãn cấp chia phần lo chung.
汉语意译：患难之交福同享。

喃字原文：肝腸㐌𢭂𠓨𥪞，
越 南 语：Can tràng đã gửi vào trong,
汉语意译：肝肠寄托互相依，

喃字原文：牢㖡拯𢯰底悉埃𢷀。
越 南 语：Sao lời chẳng đứt để lòng ai mang.
汉语意译：履行诺言谁忘恩。

喃字原文：𡗶呻義𨏄欣鐄，
越 南 语：Vi dù nghĩa nhẹ hơn vàng,
汉语意译：如若情义重千金，

喃字原文：時甘份陷敢忙緣埃。”
越 南 语：Thì cam phận hẩm dám màng duyên ai.”
汉语意译：甘守缘分迷恋人。”

喃字原文：盧浪：“吶拱如㖡，
越 南 语：Lư rằng: “Nói cũng như lời,
汉语意译：卢道：“君言之有理，

喃字原文：𥕄㖡群敢揞馭姅牢。
越 南 语：Nặng lời còn dám giấu người nữa sao.
汉语意译：重言相劝令疼爱。

喃字原文：惝憹仕揻湿高，
越 南 语：Sượng sùng sẽ gửi thấp cao,
汉语意译：忸怩托言寄君心，

喃字原文：𡓁東固蒞𦲿桃靘靘。
越 南 语：Vườn đông có ngọn lá đào xanh xanh.
汉语意译：东边花园桃叶青。

喃字原文：貝㛪共乳双生，
越 南 语：Với em cộng nhũ song sinh,
汉语意译：哺乳共母双胞生，

喃字原文：姿容仿佛拱形如㛪。
越 南 语：Tư dung phảng phất cũng hình như em.
汉语意译：容姿仿佛兄妹亲。

喃字原文：仍辞屈俸先严，
越 南 语：Những từ khuất bóng tiên nghiêm,
汉语意译：先严不在自主张，

喃字原文：蹺自身𥙩册畑勸娆。
越 南 语：Theo từ thân lấy sách đèn khuyên nhau.
汉语意译：灯光辛勤互劝勉。

喃字原文：房闺㩫挪閉数，
越 南 语：Phòng khuê nấn ná bấy lâu,
汉语意译：闺房拖宕时很久，

喃字原文：瓮簫弄玊𨕭楼群撩。
越 南 语：Ống tiêu Lộng Ngọc trên lầu còn treo.
汉语意译：弄玉萧琴挂墙边。

喃字原文：品仙返沛払簫，
越 南 语：Phẩm tiên gặp phải chàng Tiêu,
汉语意译：仙人相遇萧郎史，

喃字原文：兼荷𫫰𢭮俸桥朱安。
越 南 语：Kiêm hà mong tựa bóng kiều cho yên.
汉语意译：‘蒹葭倚玉树’① 安然。

喃字原文：自䏧吣𪽏根源，
越 南 语：Từ nghe dạy hết căn nguyên,
汉语意译：自从听君述根源，

喃字原文：𠊛情鍾㐌訂缘鸾𠁀。
越 南 语：Người tình chung đã đính duyên loan rồi.
汉语意译：你同钟情订鸾缘。

---

①蒹葭倚玉树：芦苇靠在玉树旁。比喻一互一美不能相比，或地位低的人依附地位高的人。蒹葭，指没有长穗的芦苇。

喃字原文：炤廊坤𥙩𦓡𠰘，
越 南 语：Lỡ làng khôn lẽ mở lời,
汉语意译：若有失言请见谅，

喃字原文：怺惬義𥚇舌𦓅情𣈙。
越 南 语：Bâng khuâng nghĩa trước, thiệt thòi tình sau.
汉语意译：惘然旧情陪新情。

喃字原文：花𨫊皛渃文牟，
越 南 语：Hoa gương trắng nước một màu,
汉语意译：月亮青水映银色，

喃字原文：噲牢朱醒眃愁占包。
越 南 语：Gọi sao cho tỉnh giấc sầu chiêm bao.
汉语意译：怎能唤醒梦人愁。

喃字原文：慚𠰘㐌湔消耗，
越 南 语：Thẹn lời đã cạn tiêu hao,
汉语意译：说尽心愿感羞愧，

喃字原文：瞭朱吀揞𥚄牢停哄。”
越 南 语：Xét cho xin giấu, lậy sao đừng cười.”
汉语意译：归结求爱莫讥笑。”

喃字原文：生聴样拱嘁嘁，
越 南 语：Sinh nghe dường cũng ngùi ngùi,
汉语意译：生听似乎悒悒念，

喃字原文：浪：“𠼦感𢚸𢝙𠊛閟親。
越 南 语：Rằng: “Vâng cảm tấm lòng người muốn thân.
汉语意译：他说：“答应妹求爱。

喃字原文：草花群别向春，
越 南 语：Thảo hoa còn biết hướng xuân,
汉语意译：花草尚知向春阳，

喃字原文：𢬣𢬦妬負佳人朱忊!”
越 南 语：Tấc gang nỡ phụ giai nhân cho đành!”
汉语意译：怎能负咫尺佳人。”

喃字原文：盧浪：“呐嘺唓䪥，
越 南 语：Lư rằng: “Nói khéo lời sành,
汉语意译：卢道：“君言很顺听，

喃字原文：桃唁群舍之梗𧆻洙?
越 南 语：Đào ngon còn sá chi cành mận chua?
汉语意译：桃甜岂计李子酸?

喃字原文：要花花㐌𡳜𣈜，
越 南 语：Yêu hoa hoa đã cuối mùa,
汉语意译：爱花花已至季末，

喃字原文：誓花底㳥香炉牢𫓹?”
越 南 语：Thề hoa để nguội hương lò sao nên?”
汉语意译：誓言冷香炉怎热?”

喃字原文：生浪：“牢敢負愿，
越 南 语：Sinh rằng: “Sao dám phụ nguyền,
汉语意译：生说：“何敢负心愿，

喃字原文：沛𠊛特板半船㕦牢?
越 南 语：Phải người được ván bán thuyền hay sao?
汉语意译：怎是得板卖船人?

喃字原文：两全㐌固謶高，
越 南 语：Lưỡng toàn đã có chước cao,
汉语意译：两全其美有主张，

喃字原文：群𠯪闺閫悉 吊固𢅈。”
越 南 语：Còn e khuê khổn lòng nào có êm.”
汉语意译：只怕闺阃另妹心。”

喃字原文：盧浪：“份荄緣金，
越 南 语：Lư rằng: “phận cải duyên kim,
汉语意译：卢道：“若气味相投，

喃字原文：悉婃乇顺，婃婃拱悉。
越 南 语：Lòng em đã thuận, em em cũng lòng.
汉语意译：她会满意我顺心。

喃字原文：群𢜝𩟡奇𠄩房，
越 南 语：Còn e nẵng cả hai phòng,
汉语意译：君怕掏心于两房，

喃字原文：别浪樛木固容吉蕂?”
越 南 语：Biết rằng cù mộc có dong cát đằng?”
汉语意译：不知樛木容葛藤?①”

喃字原文：生浪：“氽几端庄，
越 南 语：Sinh rằng: “Mấy kẻ đoan trang,
汉语意译：生说：“多少端贞人，

喃字原文：乇浪淑女沛浪慳惘。
越 南 语：Đã rằng thục nữ phải rằng ghen tuông.
汉语意译：既是淑女有嫉妒。

喃字原文：䊷𪡔潭粉𦧘銅，
越 南 语：May ra đậm phấn tròn gương,
汉语意译：共镜搽粉算幸运，

喃字原文：陛虞攏𥄭鸎凰奇堆。
越 南 语：Bệ ngu nâng giấc anh, hoàng cả đôi.
汉语意译：虞皇娶鹦凰姐妹。②

①不知樛木容葛藤：樛木，这里指大婆。葛藤，这里指小婆。
②虞皇娶鹦凰姐妹：虞皇是虞舜帝。他娶了尧的两个女儿，一个叫汝鹦（女英），一个是娥凰（娥皇）。

喃字原文：悉貽㐌吶𠳨𠳒，
越 南 语：Lòng này đã nói ra lời,
汉语意译：我决爱恋你两人，

喃字原文：䢀頭日月，邊𦝄鬼神。”
越 南 语：Trên đầu nhật nguyệt, bên vai quỷ thân.”
汉语意译：日月神皇可作证。”

喃字原文：盧䀡㤨㥺𢜠春，
越 南 语：Lư nghe hớn hở mừng xuân,
汉语意译：卢听了喜形于色，

喃字原文：自𣇞親上加親買强。
越 南 语：Từ giờ thân thượng gia thân mới càng.
汉语意译：从此亲上更加亲。

喃字原文：𨕭𢬣産固資粧，
越 南 语：Trong tay sẵn có tư trang,
汉语意译：手中嫁妆有现成，

喃字原文：𠬠堆金鐲，𠬠長明珠。
越 南 语：Một đôi kim chúc, một tràng minh châu.
汉语意译：一对金镯明珠链。

喃字原文：浪："尼物闷紅楼，
越 南 语：Rằng: "Này vật mọn hồng lâu,
汉语意译：道："这红楼物微小，

喃字原文：㖷𠳒浪暫迻𠑬𠤆情。
越 南 语：Gửi lời rằng tạm đưa nhau chút tình.
汉语意译：寄语问候表心愿。

喃字原文：经勸𠢞飭進京，
越 南 语：Kinh khuyên gắng sức tiến kinh,
汉语意译：共勉进京用功读，

喃字原文：咳𢗖𠄩𡦂功名𠮩全。
越 南 语：Hãy lo hai chữ công danh vẹn tuyền.
汉语意译：犹记两字‘功名’全。

喃字原文：身𢀭閅事拱𢀭，
越 南 语：Thân nên muôn sự cũng nên,
汉语意译：修学成名万事就，

喃字原文：盻緣箕𠮩時緣尼𥴮。
越 南 语：Hễ duyên kia vẹn thì duyên này tròn.
汉语意译：她缘完美我双全。

喃字原文：忊𢚸吀𣴓𢠩悶，
越 南 语：Đành lòng xin chớ vội buồn,
汉语意译：以遂其愿莫草率，

喃字原文：一言㐌决多言之麻。”
越 南 语：Nhất ngôn đã quyết đa ngôn chi mà.”
汉语意译：一言已决多磨成。”

喃字原文：𢭾𠰘退蹎墙花，
越 南 语：Dứt lời lui gót tường hoa,
汉语意译：说完移步离花墙，

喃字原文：𥆾蹺㐌屈𣈖娥𠇍吝。
越 南 语：Trông theo đã khuất bóng nga mấy lần.
汉语意译：远望背影月时现。

说明：此叙事歌选段收集自杜福朝先生。据他说，该选段原先出自其父亲苏锡权集抄保存的喃字记录本，后来经他重抄和传唱。苏维芳收集、整理、修正部分喃字，并编写内容简介和执抄。苏维芳、苏凯翻译和注释。

2008年3月

二度梅

简介

《二度梅》是越南和中国京族地区广为流传的六八体长篇喃字叙事歌，全长 2820 句。歌中叙述唐代德宗时，主人公梅良玉在其父遭朝廷奸佞逼害后，历经曲折，在众多正义之士的帮助下，改名换姓并考取状元，最终令奸佞落网，使其父沉冤得雪，自己与心爱的人过上幸福美满的日子的故事，体现了古人忠孝节义的传统美德。

唐德宗在位时（公元 779 年—805 年），山东省常州有一姓梅的大户，父亲梅伯高、儿子梅良玉相继反对朝廷中的奸派佞臣卢纪和黄嵩。梅伯高正直多才，考上状元后在山东省济南府历城县任知县，任职期间尽职尽责，深受百姓的拥护和爱戴。在其“同年”陈东初、冯乐天等人的支持下，始终坚决反对和抗击奸党佞臣。特别是梅伯高从县官调入朝廷吏部任职后，更加面对面地反对贪官污吏。但当时纪、黄奸党势力大，借名梅伯高缓兵不攻打中原鞑贼，诬告至朝廷，把梅公处死，并下令追拿梅家人，同时革除了陈东初、冯乐天的职务，令赶回乡。

梅公的夫人与儿子梅良玉分路四散，夫人与随从逃往山东小舅子家，公子梅良玉与随从王喜童逃往江苏省维阳道宜征县投靠未婚妻侯家。但当二人在路上投宿吃饭时，听到议论侯家小姐贪慕权贵，欲悔婚改嫁朝廷卢相公时，王喜童遂化装成梅良玉一探究竟，结果被侯鸾小姐报官捉拿，王喜童示意梅良玉逃走后服毒身亡，救了梅公子。梅良玉走投无路，走到寺庙里悬梁轻生，后得寺庙和尚所救，从而留在庙中当杂工度日。丢官归田的陈东初回到老家宜征县。一日，陈公子春生到庙里玩耍，结识了梅良玉，并把他带到家中做客。陈公认出梅良玉，便把他留在陈家，并将女儿陈杏源许配给他。闫纪、黄嵩知道后，捉拿陈东初夫妇进天牢，缉拿陈春生和梅良玉，强迫陈杏源和番。陈杏源被送到黑河时投河自杀，被周婆母女所救。陈春生、梅良玉二人无路可走，亦投河欲死，陈春生被一渔妇救活并让女儿朱玉姐与其订婚，一起在船上打渔生活。谁知不久朱玉姐被一流氓迫婚并抢走，此案告到提督府冦公处，冦公正是梅夫人的小舅，知道梅良玉与陈春生同时逃命，便收留陈春生为养女婿，改名为冦魁。梅良玉欲投河时，碰巧冯乐天官复原职乘船返京被其所救，于是冯乐天把梅良玉交学生御史周伯符抚养，改名为穆荣。穆荣回到周家，碰见陈杏源，周家知道二人早有婚约，但亦把女儿周云英许嫁穆荣为妾。

在众人的扶持下，穆荣与冦魁双双赴京赶考，并分别考取状元和榜眼。奸臣闫纪见冦魁才貌双全，便欲许配侄女，却遭拒绝，恼羞成怒的闫纪派人追赶捉拿。穆、冦二人早有准备，在冯公、周公支持下组织兵马半路拦截，把奸佞党派闫纪、黄嵩打得焦头烂额。闫、黄回朝廷诬告穆、魁二人，但在冯乐天、周伯符等人的努力下，梅陈两家的冤案得以大白，奸佞一党得到了应有的惩罚，陈东初官复原职，梅夫人、陈夫人被赐“一品夫人”称号，穆荣、冦魁恢复原姓，荣归拜祖、完婚。梅陈二家自此过上美好和谐的生活。

二　度　梅
Nhị độ mai
二　度　梅

（一）梅伯高貝嗟奸臣
（I）Mai Bá Cao với bọn gian thần
（一）梅伯高与奸臣斗

此回内容简介：梅伯高受旨诏入京升官职，到京参见皇帝后，经过闾纪官邸，守门官要他交礼才准进，梅伯高生气骂了便离开。时过不久，闾纪设盛筵庆祝六十寿辰，梅伯高来贺。下面是梅伯高与闾纪及其养子黄嵩会面时的情境。

喃字原文：䏾春深脱迻梭，
越 南 语：Ngày xuân thấm thoát đưa thoi,
汉语意译：春天时光逝如梭，

喃字原文：闾公𢆥寿𦒹进𢆥旬。
越 南 语：Lư còng tuổi thọ sáu mươi vừa tuần.
汉语意译：闾公六十寿辰日。

喃字原文：定䏾㥋𢲛𩛷春，
越 南 语：Định ngày vui mở tiệc xuân,
汉语意译：到时设宴共欢庆，

喃字原文：𢂜朱礼物内臣抌頒。
越 南 语：Vua cho lễ vật nội thần đem ban.
汉语意译：皇帝令内监颁礼。

喃字原文：吏传文武百官，
越 南 语：Lại truyền văn võ bá quan,
汉语意译：传令文武百官员，

喃字原文：据䵵共𨀈相門礼𢜠。
越 南 语：Cứ ngày cùng đến tướng môn lễ mừng.
汉语意译：至日聚府庆祝寿。

喃字原文：府堂遁𢹣熷烰，
越 南 语：Phủ đường dọn đẹp tưng bừng,
汉语意译：府堂人忙众高兴，

喃字原文：爧炼結綵張灯𥪝外。
越 南 语：Rỡ ràng kết thái trương đăng trong ngoài.
汉语意译：府内外张灯结彩。

喃字原文：纀題𡦂錦挑排，
越 南 语：Vóc đề chữ gấm thêu bài,
汉语意译：丝绸锦绣题行字，

喃字原文：咏歌天保祝𠰘尧华。
越 南 语：Vịnh ca thiên bảo, chúc lời nghiêu hoa.
汉语意译：歌咏天宝祝尧华。①

喃字原文：㨂迢准舞𡎝歌，
越 南 语：Dập dìu chốn múa nơi ca,
汉语意译：熙熙攘攘歌舞欢，

喃字原文：𠻀排百戏协和八音。
越 南 语：Trò bày bách hí, nhịp hòa bát âm.
汉语意译：演出百戏八音和。

---

①歌咏天宝祝尧华：天宝，经书中的一章，内容是祝颂皇帝。尧华，尧帝外出巡视时，人们祝福他富贵、长寿、多子多福。

喃字原文：烄駕爆𢭂𬊈沉，
越 南 语：Chong giá nến, quạt lò trầm,
汉语意译：蜡烛传光沉香芳，

喃字原文：捽瓶醽王，撜𥂯桃鐄。
越 南 语：Rót bình rượu ngọc, dâng mâm đào vàng.
汉语意译：龙蛇美酒盘金桃。

喃字原文：綗落𨷶，馭𢫝塘，
越 南 语：Võng dầy cửa, ngựa chen đàng,
汉语意译：门前车满路马挤，

喃字原文：泣朝官𦤾，泣皇親𠚢。
越 南 语：Khắp triều quan đến, khắp hoàng thân ra.
汉语意译：满朝文官众皇亲。

喃字原文：排鋪𥑥王筡牙，
越 南 语：Bày phô chén ngọc, đũa ngà,
汉语意译：玉杯牙筷摆装潢，

喃字原文：家肴𠇍味，珍羅每味。
越 南 语：Gia hào mấy thức, trân là mọi mùi.
汉语意译：山珍海味花菜香。

喃字原文：相公探深賖𡎥，
越 南 语：Tướng công thăm thẳm xa ngồi,
汉语意译：闫公显贵深沉坐，

喃字原文：接宾付默𡥵餒户黄。
越 南 语：Tiếp tân phó mặc con nuôi họ Hoàng.
汉语意译：迎客交由黄养子①。

①黄养子：即黄嵩。黄嵩是闫纪的养子。

喃字原文：梅公礼物尋常，
越 南 语：Mai công lễ vật tầm thường,
汉语意译：梅公来礼较平常，

喃字原文：麵𨱽斤貝蜡黄𨱽堆。
越 南 语：Miến vài cân với lạp hoàng vài đôi.
汉语意译：几斤面几对黄蜡。

喃字原文：黄嵩𥉫𧡊𠶗哄，
越 南 语：Hoàng Tung trông thấy mỉm cười,
汉语意译：黄嵩见礼抿嘴笑，

喃字原文：尋闾公𦤾尽𠴍進呈。
越 南 语：Tìm Lư công, đến tận nơi tiến trình.
汉语意译：向闾通报梅来礼。

喃字原文：相公𡎥𠓀寿屏，
越 南 语：Tướng công ngồi trước thọ bình,
汉语意译：相公坐在寿屏前，

喃字原文：烓鐄蘴帽岂𩇢花袍。
越 南 语：Chói vàng bông mũ, ngắt xanh hoa bào.
汉语意译：帽冠闪金青花袍。

喃字原文：四皮帳錦幔桃，
越 南 语：Tứ bề trướng gấm màn đào,
汉语意译：四周锦帐桃花帘，

喃字原文：味香麝𠻗哨韶乐搈。
越 南 语：Mùi hương xạ ngát, tiếng thiều nhạc rung.
汉语意译：麝香芬芳韶乐奏。

喃字原文：𥉫賒略𧡊黄嵩，
越 南 语：Trông xa nhác thấy Hoàng Tung,
汉语意译：梅公远处见黄嵩，

喃字原文：貼单礼買從容吥咥：
越 南 语：Xem đơn lễ, mới thung dung dạy lời:
汉语意译：他见礼单从容言：

喃字原文："𠃣𢀭固礼時催，
越 南 语："Ít nhiều có lễ thì thôi,
汉语意译："礼物多少只有心，

喃字原文：咳收𥙩帝讙𠻵罕咴。"
越 南 语：Hãy thu lấy đấy khuyên mời hẳn hoi."
汉语意译：收了礼一视同仁。"

喃字原文：𢬣尼罒𨀈大才，
越 南 语：Tay này là bậc đại tài,
汉语意译：黄嵩是个贪财人，

喃字原文：底些謨贖𠂫倅伵茹。
越 南 语：Để ta mua chuộc làm tôi tớ nhà.
汉语意译：尽收买他做奴仆。

喃字原文：据咥嵩買𨀒𠚢，
越 南 语：Cứ lời Tung mới bước ra,
汉语意译：梅公叫声请他来，

喃字原文：嘲浪："㖫命恩家𠻵𡎥。
越 南 语：Chào rằng: "Vâng mệnh ân gia mời ngồi.
汉语意译：黄道："请大人入座。

喃字原文：礼单低㐌收𠻴，
越 南 语：Lễ đơn đây đã thu rồi,
汉语意译：你的礼物已收了，

喃字原文：敢吀𣧚𥖑𨢇㥋噲罒!"
越 南 语：Dám xin vài chén tiệc vui gọi là!"
汉语意译：多饮几杯共欢庆。"

喃字原文：梅公浪："仍於賒，
越 南 语：Mai công rằng: "Những ở xa,
汉语意译：梅公说："从远处来，

喃字原文：拯咍贵职𢆥㐌包饒?"
越 南 语：Chẳng hay quý chức tuổi đà bao nhiêu?"
汉语意译：贵职今多大年纪?"

喃字原文：嵩浪："𢆥拱渚𡗉，
越 南 语：Tung rằng: "Tuổi cũng chưa nhiều,
汉语意译：黄道："岁数不很大，

喃字原文：𠄼𨒒𦊛𢆥斤蹺𡑝𦓅。"
越 南 语：Năm mươi tư tuổi gần theo cõi già."
汉语意译：五十四岁快老年。"

喃字原文：翁浪："寔拱𠰘罢，
越 南 语：Ông rằng: "Thực cũng khéo là,
汉语意译：梅公说："真是奇巧，

喃字原文：世麻義父世麻恩兒。
越 南 语：Thế mà nghĩa phụ, thế mà ân nhi.
汉语意译：闾公义父你养儿。

喃字原文：𤯩数𧡊𡗋㖡奇，
越 南 语：Sống lâu thấy lắm chuyện kỳ,
汉语意译：长寿人多见传奇，

喃字原文：牢𥱯𠉞吻空聀𠴍吨。
越 南 语：Sao xưa nay vẫn không nghe tiếng đồn.
汉语意译：昔日尚未听此事。

喃字原文：買咍旺氣相門，
越 南 语：Mới hay vượng khí tướng môn,
汉语意译：闾相公真有旺气，

喃字原文：𢆥𨖲𦒹𢇾生𡥵頭𢚸。”
越 南 语：Năm lên sáu tuổi sinh con đầu lòng.”
汉语意译：他六岁时生长子。”

喃字原文：嵩聽𠚢㖡𢫕胸，
越 南 语：Tung nghe ra giọng đâm hông,
汉语意译：黄听出是气人话，

喃字原文：𩈘銀屹𦺓相崇朔𥉰。
越 南 语：Mặt ngăn ngắt tía, mắt sòng sọc trông.
汉语意译：面变极甚眼直转。

喃字原文：各官別意黄嵩，
越 南 语：Các quan biết ý Hoàng Tung,
汉语意译：官员会意劝黄嵩，

喃字原文：者調𠹾𨢇梅公押耐。
越 南 语：Giả điều mời rượu Mai công ép nài.
汉语意译：借题缠梅公喝酒。

喃字原文：翁浪：“量𨢇𥺺埃，
越 南 语：Ông rằng: “Lượng rượu kém ai,
汉语意译：梅说：“酒量莫输人，

喃字原文：𩛷𢣃𠱊拯待𠹾拱醝。
越 南 语：Tiệc vui dù chẳng đợi mời cũng say.
汉语意译：喜宴不用请也醉。

喃字原文：聽唏死氣兜低，
越 南 语：Nghe hơi tử khí đâu đây,
汉语意译：道听途说惹生气，

喃字原文：𠰺浪𡛤㖡迻醝拯𨢟。
越 南 语：Dẫu rằng nửa chén đưa say chẳng màng.
汉语意译：纵然半杯令昏醉。

喃字原文：𨁡低𠸦命圣皇，
越 南 语：Đến đây vâng mệnh thánh hoàng,
汉语意译：今从圣皇命到此，

喃字原文：沙𢣂撟捽貝從權奸。”
越 南 语：Sá vui kèo rót với tuồng quyền gian.”
汉语意译：沉醉与奸臣干杯。”

喃字原文：黄嵩赭𩈘焠肝，
越 南 语：Hoàng Tung đỏ mặt sốt gan,
汉语意译：黄嵩面红心发急，

喃字原文：不倂伶捧𨖅盘秩𢣂。
越 南 语：Bất thình lình bỗng trong bàn mất vui.
汉语意译：出其不意容扫兴。

喃字原文：如貓銷㷶秩聰，
越 南 语：Như mèo tiu nghỉu mất tai,
汉语意译：如猫失耳神气丧，

喃字原文：拯收𠬠礼拯𠼪𠬠埃。
越 南 语：Chẳng thu một lễ, chẳng mời một ai.
汉语意译：不接待客不收礼。

喃字原文：𠓨𨖅熄速没唏，
越 南 语：Vào trong tức tốc một hơi,
汉语意译：立刻一气走入内，

喃字原文：邊幔闾纪掑𡎢呢𠶸。
越 南 语：Bên màn Lư Kỷ, kề ngồi nỉ non.
汉语意译：坐在闾旁低哭诉。

喃字原文：𡮈𡚢味丐味𡥵：
越 南 语：Nhỏ to chua cái, chua con:
汉语意译：狂傲地喁喁私语：

喃字原文：“𣋚𣈜轎𦤾儀門群𡎝。
越 南 语：“Hôm xưa kiệu đến nghi môn còn ngồi.
汉语意译：“那天他轿座仪门。

喃字原文：買耒迻礼𠰘制，
越 南 语：Mới rồi đưa lễ diễu chơi,
汉语意译：刚才送礼嘲弄人，

喃字原文：㐌句噜沫吏哰迻𨋣。
越 南 语：Đã câu rủa mát lại lời đưa chênh.
汉语意译：指桑骂槐恶作剧。

喃字原文：斤厨噲孛㐌英，
越 南 语：Gần chùa gọi bụt là anh,
汉语意译：入寺应向佛施礼，

喃字原文：空文法汝群名价之。”
越 南 语：Không văn pháp nữa, còn danh giá gì!”
汉语意译：没文法人损声誉。”

喃字原文：闾浪：“𡥵渚𢤿之，
越 南 语：Lư rằng: “Con chớ lo chi,
汉语意译：闾道：“请养儿莫忧，

喃字原文：𠚢𢬣耒仕料期披梅。
越 南 语：Ra tay rồi sẽ liệu kỳ bẻ mai.
汉语意译：出手之时再折梅。

喃字原文：朱𠓨叛党時催，
越 南 语：Cho vào bạn đảng thì thôi,
汉语意译：诬告他叛党之名，

喃字原文：閉𣇞西擬叫𡗶拱賒。”
越 南 语：Bấy giờ dẫu nghỉ kêu trời cũng xa.”
汉语意译：至时喊天亦无门。”

喃字原文：俳奸當撲謀攄，
越 南 语：Bè gian đang sắp mưu lừa,
汉语意译：奸臣党羽正谋机，

喃字原文：捧兜内監㐌黜傳㗂。
越 南 语：Bỗng đâu nội giám đã ra truyền đòi.
汉语意译：忽然内监来传令。

喃字原文：連𢬣草疏没排，
越 南 语：Liền tay thảo sớ một bài,
汉语意译：他们写了奏草疏，

喃字原文：蹺蹎内監𠓨𢈱殿蠬。
越 南 语：Theo chân nội giám vào nơi đền rồng.
汉语意译：即随内监入龙殿。

喃字原文：希唐浪："䀲從容，
越 南 语：Vua Đường rằng: "Buổi thong dong,
汉语意译：唐皇喻："悠闲之时，

喃字原文：悻恅𫱌召相公侯旗。"
越 南 语：Hứng vui nên triệu tướng công hầu cờ."
汉语意译：高兴召你共下棋。"

喃字原文：盘𣘊排産軍牙，
越 南 语：Bàn son bày sẵn quân ngà,
汉语意译：棋盘摆满象牙子，

喃字原文：閭公固意𢚸輸𠄩盘。
越 南 语：Lư còng có ý chịu thua hai bàn.
汉语意译：闾公有意输两局。

喃字原文：蹐奏𪨈𩈘龍顔：
越 南 语：Đứng tâu trước mặt long nhan:
汉语意译：然后站立皇前奏：

喃字原文：“悉忚役渃疓算𪡾旗。
越 南 语：“Lòng lo việc nước, nào toan đến cờ.
汉语意译：“忧为国事无心棋。

喃字原文：埃台仍几拯忤，
越 南 语：Ai hay những kẻ chẳng ngờ,
汉语意译：原想不到有此人，

喃字原文：唓邊官報實罒空差。
越 南 语：Lời biên quan báo, thực là không sai.
汉语意译：边关报回实其事。

喃字原文：螉𦛌拪襖固𠞺，
越 南 语：Ong trong tay áo có người,
汉语意译：袖里养蜂有是人，

喃字原文：交通賊韃算排怒箕。”
越 南 语：Giao thông giặc thát toan bài nọ kia.”
汉语意译：私通鞑贼①早预备。”

喃字原文：奏唓聴拱吴俔，
越 南 语：Tâu lời nghe cũng ngô nghê,
汉语意译：皇帝听奏头发愣，

喃字原文：没詞短表即時摳𪳨。
越 南 语：Một tờ đoản biểu tức thì giở ra.
汉语意译：闾公趁机递呈疏。

喃字原文：𢁋唐擳祂貼戈，
越 南 语：Vua Đường cất lấy xem qua,
汉语意译：唐皇接纸过了目，

①鞑贼：这里指蒙古兵。

喃字原文：買哈叛逆氏𱜢伯高。
越 南 语：Mới hay bạn nghịch ấy là Bá Cao.
汉语意译：方知叛逆是伯高。

喃字原文：傳扰政法示曹，
越 南 语：Truyền đem chính pháp thị tào,
汉语意译：即令拿法场斩首，

喃字原文：閭公吀底绑𠓨固赃。
越 南 语：Lư công xin để buộc vào có tang.
汉语意译：闾公迫赃证请求。

喃字原文：䐗聽奏密每塘：
越 南 语：Ghé tai tâu mật mọi đường:
汉语意译：交头接语献密谋，

喃字原文：“吀𫜵如世買祥頭𩯀。”
越 南 语：“Xin làm như thế mới tường đầu đuôi.”
汉语意译：“如此处置有步骤。”

喃字原文：晛朝𣦍爁𣈜𣈕，
越 南 语：Buổi chầu vừa rạng ngày mai,
汉语意译：次日早晨刚上朝，

喃字原文：唐皇浪：“買信外吏奏：
越 南 语：Đường hoàng rằng: “Mới tin ngoài lại tâu:
汉语意译：唐皇喻：“外来奏讯：

喃字原文：隘関𤟧韃挄油，
越 南 语：Ải quan rợ thát quấy rầu,
汉语意译：关隘鞑贼行骚扰，

喃字原文：定𣈜進討𡊲侯安邊。
越 南 语：Định ngày tiến thảo ngõ hầu an biên.
汉语意译：定日征讨俾安边。

喃字原文：朱東初貝乐天，
越 南 语：Cho Đông Sơ với Lạc Thiên,
汉语意译：派遣东初和乐天，

喃字原文：几權参賛𠊛權董兵。
越 南 语：Kẻ quyền tham tán, người quyền đổng binh.
汉语意译：一参赞，一董兵权。

喃字原文：文臣𠚢飭蕩平，
越 南 语：Văn thần ra sức đãng bình,
汉语意译：文臣竭力去交战，

喃字原文：㩫安烸賊抉清培狐。"
越 南 语：Dẹp yên khói giặc, quét thanh bụi hồ."
汉语意译：平熄战火灭胡贼。"

喃字原文：𠄩𠊛聍呐根由，
越 南 语：Hai người nghe nói căn do,
汉语意译：两人听了皇传令，

喃字原文：𠓀𡍣俯伏沫蒲澮𦟐。
越 南 语：Trước thềm phủ phục, mướt mồ hôi lưng.
汉语意译：殿前俯伏汗湿身。

喃字原文：梅公𠚢𠓀奏浪：
越 南 语：Mai công ra trước tâu rằng:
汉语意译：梅公站出来禀奏：

喃字原文："敢𢭂悉見吀奏陛𧍰。
越 南 语："Dám bày lòng kiến xin tâu bệ rồng.
汉语意译："臣敢请奏龙座前。

喃字原文：番尼動役兵戎，
越 南 语：Phen này động việc binh nhung,
汉语意译：此次所谓动兵戎，

喃字原文：拱為閭纪黄嵩𠄼𠊛。
越 南 语：Cũng vì Lư Kỷ, Hoàng Tung hai người.
汉语意译：因闾纪、黄嵩两人。

喃字原文：嘺罢𠫾役嘲仱，
越 南 语：Khéo là bày việc trêu ngươi,
汉语意译：他们会捉弄滋事，

喃字原文：拎旗賑米𢶢䊷小夷。
越 南 语：Cầm cờ chẩn mễ cướp mồi tiểu di.
汉语意译：应赈小国举和旗。

喃字原文：𥽌庫貼渃少之，
越 南 语：Thóc kho của nước thiếu chi,
汉语意译：国库粮食有的是，

喃字原文：吀朱賑貸蹺依例常。
越 南 语：Xin cho chẩn thãi theo y lệ thường.
汉语意译：请赐赈贷照常例。

喃字原文：𥙩頭𠄼𦓅閭黄，
越 南 语：Lấy đầu hai gã Lư, Hoàng,
汉语意译：同时拿下闾、黄头，

喃字原文：乙罢韃阻衛降拯差。
越 南 语：Ắt là thát trở về hàng chẳng sai.
汉语意译：鞑贼定是出投首。

喃字原文：干之核役𡏧外，
越 南 语：Can chi gây việc cõi ngoài,
汉语意译：何妨挑起境外战，

喃字原文：抌才戈甲押𠊛文章。”
越 南 语：Đem tài qua giáp ép người văn chương.”
汉语意译：遣臣沙场是文官。”

喃字原文：𤤰唐浽𢣂座鐄，
越 南 语：Vua Đường nổi giận vội vàng,
汉语意译：龙殿唐皇大发怒，

喃字原文：浪："為賊韃尋塘缓兵。"
越 南 语：Rằng: "Vì giặc thát tìm đường hoãn binh."
汉语意译：喻："为鞑贼谋缓兵。"

喃字原文：急傳刀斧征刑，
越 南 语：Kíp truyền dao phủ chính hình,
汉语意译：即令卫士行刀刑，

喃字原文：買台𢚸𦝄坚貞恪常。
越 南 语：Mới hay tấm dạ trung trinh khác thường.
汉语意译：异常忠贞知也迟。

喃字原文：唉群𥉫吏朝堂，
越 南 语：Hãy còn ngoảnh lại triều đường,
汉语意译：梅公回头望朝堂，

喃字原文：𠰘群𠶋辱閭黄渚催。
越 南 语：Miệng còn sỉ nhục Lư, Hoàng chưa thôi.
汉语意译：口仍辱骂二黄闾。

喃字原文：傷𧡊忠義如埃，
越 南 语：Thương thay trung nghĩa như ai,
汉语意译：可怜忠义谁人知，

喃字原文：沙机没丿𠶆𠊛九原。
越 南 语：Sa cơ một phút ra người cửu nguyên.
汉语意译：顷刻失机落阴司。

（一）（完）

（二）杏源辞别梅生

（II）Hạnh Nguyên từ biệt Mai sinh

（二）杏源辞别梅生

此回内容简介：闾纪对忠直派人很憎恨，寻找机会陷害梅公的朋友陈东初，以国家动兵攻打中原鞑贼之乱为借口。闾纪强迫陈公的女儿陈杏源告别家乡，走上“进贡”之路。梅生和其弟春生依随送行。以下是杏源和梅生辞别时的情境。

喃字原文：娘傳揀吏𣩂𠲖，
越 南 语：Nàng truyền đóng lại nghỉ ngơi,
汉语意译：杏源姑娘叫停车，

喃字原文：𨖲殿遥景貼制噲罗。
越 南 语：Lên đền dạo cảnh xem chơi gọi là.
汉语意译：游景观殿漫消愁。

喃字原文：县城仍撕斯賒，
越 南 语：Huyện thành sắm sửa gần xa,
汉语意译：咸单县途作准备，

喃字原文：臺㳚遁瀝娘㳚𨖅車。
越 南 语：Đài vừa dọn sạch, nàng vừa xuống xe.
汉语意译：她下车登步观台。

喃字原文：香灯㳚𠤆礼儀，
越 南 语：Hương đăng vừa đủ lễ nghi,
汉语意译：金银礼仪香、灯火，

喃字原文：便娘𨖲帝𥚄衛家鄉。
越 南 语：Tiện nàng lên đấy lạy về gia hương.
汉语意译：上观台拜别故乡。

喃字原文：官軍揀濵县塘，
越 南 语：Quan quân đóng chật huyện đường,
汉语意译：军官护卫县城道，

喃字原文：没娘杏貝𠄩払共𨖲。
越 南 语：Một nàng Hạnh với hai chàng cùng lên.
汉语意译：梅、陈两生陪杏源。

喃字原文：層層𨀎𢖖𨀎𨕭，
越 南 语：Từng từng đợt dưới đợt trên,
汉语意译：层层阶梯直上去，

喃字原文：𥈶䀡風景罧邊岦崋。
越 南 语：Ngắm xem phong cảnh bốn bên trập trùng.
汉语意译：四面重山人思量。

喃字原文：高高催吏層層，
越 南 语：Cao cao thôi lại từng từng,
汉语意译：高高叠山层层云，

喃字原文：𡗶如苦湿坦平様賒。
越 南 语：Trời như khổ thấp, đất bằng đường xa.
汉语意译：平原遥远天空沉。

喃字原文：㗂娆耒買認𦋦，
越 南 语：Bảo nhau rồi mới nhận ra,
汉语意译：相问才认出方向，

喃字原文：東南方氏氏罗故鄉。
越 南 语：Đông nam phương ấy, ấy là cố hương.
汉语意译：故乡原是东南方。

喃字原文：春生断别意娘，
越 南 语：Xuân sinh đoán biết ý nàng,
汉语意译：陈春生弟会姐意，

喃字原文：闷調辞别貝払梅生。
越 南 语：Muốn điều từ biệt với chàng Mai sinh.
汉语意译：想与梅生话告辞。

喃字原文：没躺趾𨔈𠻀生，
越 南 语：Một mình bước xuống làm thinh,
汉语意译：春生装蒜自离去，

喃字原文：默埃𨕭氏绪情貝埃。
越 南 语：Mặc ai trên ấy tự tình với ai.
汉语意译：由他们抒情辞别。

喃字原文：䁛払娘買咦聽：
越 南 语：Trông chàng, nàng mới rỉ tai:
汉语意译：她瞧梅生前耳语：

喃字原文：“𤾓𢆥記凿没𠳒自低。
越 南 语：“Trăm năm ghi tạc một lời từ đây.
汉语意译：“百年铭记言在此。

喃字原文：包饒情绪𥘷尼，
越 南 语：Bao nhiêu tình tự xưa nay,
汉语意译：昔日多少人绪情，

喃字原文：𩯀絲解没准尼𱺵催。”
越 南 语：Tóc tơ giãi một chốn này là thôi.”
汉语意译：谈到此地情终止。”

喃字原文：梅生因旿永𠊛，
越 南 语：Mai sinh nhân lúc vắng người,
汉语意译：梅生见周围没人，

喃字原文：歹昂渃䏾啫𠳒䶑𡢐：
越 南 语：Gạt ngang nước mắt, bày lời trước sau:
汉语意译：自擦眼泪话始末：

喃字原文：“吶强如撒𢬣愁，
越 南 语：“Nói càng như gợi cơn sầu,
汉语意译：“你的话儿使担忧，

喃字原文：嘖為福泊聘兜䏧桃。
越 南 语：Trách vì phúc bạc, sánh đâu má đào.
汉语意译：想聘红颜没福分。

喃字原文：㨳悉誓貝𡗶高，
越 南 语：Tấc lòng thề với trời cao,
汉语意译：但寸心向天发誓，

喃字原文：管之皇𨖲𡛔帝緌絏。
越 南 语：Quản chi trắng tóc, nỡ nào nối dây.
汉语意译：至白头不娶她人。

喃字原文：番邦𨀈帝番尼，
越 南 语：Phiên bang đến đấy phen này,
汉语意译：此次你到胡番邦，

喃字原文：產𡾵妃后𩈘𣈜荣华。
越 南 语：Sẵn ngôi phi hậu dành ngày vinh hoa.
汉语意译：稳当皇后享荣华。

喃字原文：𥢅埃嘖𨰨𡗶𦗝，
越 南 语：Riêng ai trách lẫn trời già,
汉语意译：责怪老天识怪谁？

喃字原文：緾絲牢嚐㤝恦𠲖埃！”
越 南 语：Xe tơ sao khéo hững hờ cợt ai!”
汉语意译：何巧牵线嘲弄人。”

喃字原文：娘浪：“唓吪樣差，
越 南 语：Nàng rằng: “Lời dạy dường sai,
汉语意译：她说：“君言有差错，

喃字原文：𦟐身㐌付𨷶梅仍䏧。
越 南 语：Tấm thân đã phó cửa Mai những ngày.
汉语意译：自从片心付梅家。

喃字原文：滝岫淋岗岫捸，
越 南 语：Sông dù cạn, núi dù lay,
汉语意译：不管山动河水干，

喃字原文：㐌料髃𣋚敢䛖悉鐄。
越 南 语：Đã liều xương trắng, dám thay lòng vàng.
汉语意译：豁命白骨不变心。

喃字原文：抌身對貝綱常，
越 南 语：Đem thân đối với cương thường,
汉语意译：此身相配守纲常①，

喃字原文：謝悉𠊛苗掃銅𨑜𣈜。
越 南 语：Tạ lòng người cũ treo gương dưới đời.
汉语意译：答谢旧情竖榜样。

喃字原文：躺市聘貝湦澮，
越 南 语：Mình nào sánh với tanh hôi,
汉语意译：怎能带身混腥味，

喃字原文：䊙市群蹲㙮𣈜特喻。
越 南 语：Mặt nào còn đứng cõi đời được ru.
汉语意译：在世间怎能见人？

喃字原文：勸払記義春秋，
越 南 语：Khuyên chàng ghi nghĩa xuân thu,
汉语意译：劝君牢记春秋情，

①纲常：三纲五常的简称。三纲，指君为臣纲，父为子纲，夫为妻纲。五常，指仁、义、礼、智、信。三纲五常是封建礼教提倡的人与人之间的道德规范。

喃字原文：绳情咳搁涘仇瀋悁。
越 南 语：Mối tình hãy gác, nỗi thù chớ quên.
汉语意译：不要忘仇守情义。

喃字原文：共俺朱便册畑，
越 南 语：Cùng em cho tiện sách đèn,
汉语意译：同我弟灯火辛勤，

喃字原文：功名返會青年當㧅。
越 南 语：Công danh gặp hội thanh niên đương vừa.
汉语意译：功名成就青年人。

喃字原文：没𣇜禄渃粉希，
越 南 语：Một mai lộc nước phấn vua,
汉语意译：日后皇帝赐福禄，

喃字原文：名躺拱爛仇茹拱衝。
越 南 语：Danh mình cũng rạng, thù nhà cũng xong.
汉语意译：功名耀光报家仇。

喃字原文：𥢆埃忊撰敦從，
越 南 语：Riêng ai đành trọn chữ tòng,
汉语意译：我玉身必循‘从’字，

喃字原文：𤂬鐄洒漾䏧紅祂賫。
越 南 语：Suối vàng tưới mát, má hồng lây thơm.
汉语意译：红颜图名黄泉艳。

喃字原文：耒低几北𠊛南，
越 南 语：Rồi đây kẻ bắc người nam,
汉语意译：从此咱俩各南北，

喃字原文：梗釵吁贈底𠫾貼信。”
越 南 语：Cành thoa xin tặng để làm của tin.”
汉语意译：金钗赠君信物存。”

喃字原文：物常噲𢲫𪿒缘，
越 南 语：Vật thường gọi chút làm duyên,
汉语意译：重物留为铭记心，

喃字原文：律唐買寓没篇解啡。
越 南 语：Luật đường mới ngụ một thiên giải bày.
汉语意译：梅生寄情作唐律。

喃字原文：重臺䛊㤇𱜢低，
越 南 语：Trùng đài ghi nhớ là đây,
汉语意译：站在高台吟情诗，

喃字原文：者饶群㤇𨑮𣈜别離。
越 南 语：Giã nhau còn nhớ đến ngày biệt ly.
汉语意译：辞别相亲相爱时。

喃字原文：梅生堆涘淫溰，
越 南 语：Mai sinh đôi giọt dầm dề,
汉语意译：梅生泪珠双涌流，

喃字原文：釵時𤈜𥙩詩時和蹺。
越 南 语：Thoa thì chịu lấy, thơ thì họa theo.
汉语意译：手接金钗口和诗。

喃字原文：㥬㤥𠳒乙情𡗉，
越 南 语：Bâng khuâng lời ít, tình nhiều,
汉语意译：忆景思人何怅惘，

喃字原文：侍婢兜㐌逸迢撟蓮。
越 南 语：Thị tì đâu đã dập dìu kéo lên.
汉语意译：此时侍女追随来。

喃字原文：共饶𥚄𪝣臺前，
越 南 语：Cùng nhau lạy trước đài tiền,
汉语意译：两人共拜别天台，

喃字原文：吝梯跬𨑜唷連踣車。
越 南 语：Lần thang bước xuống giục liền gióng xe.
汉语意译：刚下阶梯马车来。

喃字原文：家鄉情䃋皮皮，
越 南 语：Gia hương tình nặng bề bề,
汉语意译：家乡之情面面深，

喃字原文：隘关兜㐌斤掑細𢰅。
越 南 语：Ải quan đâu đã gần kề tới nơi.
汉语意译：远望关隘显眼前。

喃字原文：总兵捓准𣋚𠹾，
越 南 语：Tổng binh sửa chốn nghỉ ngơi,
汉语意译：总兵安排休息处，

喃字原文：党公㐌吨朱𠳨改装。
越 南 语：Đảng công đã dạy cho mời cải trang.
汉语意译：党公①叫她换衣裳。

喃字原文：𥈟躺𠚢𢑱蛮方，
越 南 语：Ngắm mình ra vẻ Man phương,
汉语意译：打量自己变胡人，

喃字原文：襜哉佐幅襖狼鲁味。
越 南 语：Xiêm tơi tả bức, áo loang lổ mùi.
汉语意译：襜服花搭搭难闻。

喃字原文：毦𦼔𨕭帽没堆，
越 南 语：Lông cài trên mũ một đôi,
汉语意译：毛花一对插帽上，

①党公：指护送陈杏源去胡番的公公。他叫陈杏源换上胡番的服装。

喃字原文：對形闺女𠚢𠊛胭脂。
越 南 语：Đổi hình khuê nữ, ra người Yên Chi.
汉语意译：闺女变成胭脂①样。

喃字原文：馭兜撟𦤾即時，
越 南 语：Ngựa đâu kéo đến tức thì,
汉语意译：即时有人牵马来，

喃字原文：梅生斤𪦆扶持𨖲鞍。
越 南 语：Mai sinh gần đấy phù trì lên yên.
汉语意译：梅生走近扶上马。

喃字原文：形容埃掋朱𢧚，
越 南 语：Hình dung ai vẽ cho nên,
汉语意译：见她穿着变了样，

喃字原文：香車包對馬鞍包賖。
越 南 语：Hương xa đã đổi mã yên bao giờ.
汉语意译：香车不坐换骑马。

喃字原文：𠄩払感悇斤賒，
越 南 语：Hai chàng cảm nỗi gần xa,
汉语意译：梅、陈两生惹衷情，

喃字原文：調共讀𠬠句詩餞行。
越 南 语：Đều cùng đọc một câu thơ tiễn hành.
汉语意译：同吟一首诗饯行。

喃字原文：𨖲鞍娘拱𢭮情，
越 南 语：Lên yên nàng cũng gửi tình,
汉语意译：姑娘上马手致意，

---

①胭脂：即阏氏。番国对君王之妻的尊称。

喃字原文：读耒買唷𠄩生阻衛。
越 南 语：Đọc rồi mới giục hai sinh trở về.
汉语意译：听了饯词催返程。

喃字原文：碍礙𫇰昒分圻，
越 南 语：Ngại ngùng thay lúc phân kỳ,
汉语意译：梅生担心分途时，

喃字原文：馭衛故國几趍沙場。
越 南 语：Người về cố quốc, kẻ đi sa trường.
汉语意译：人返故国她沙场。

喃字原文：馭同室几他方，
越 南 语：Người đồng thất, kẻ tha hương,
汉语意译：我们回家她远方，

喃字原文：行珠洡淬跐塘𢀦堆。
越 南 语：Hàng châu sùi sụt, bước đường chia đôi.
汉语意译：眼珠滴答哭断肠。

喃字原文：娘群吲貝余唭：
越 南 语：Nàng còn dặn với mấy lời:
汉语意译：姑娘还叮咛数语：

喃字原文："仇箕渚底隊𡗶於終。
越 南 语："Thù kia chớ để đội trời ở chung.
汉语意译："坚决报仇同敌忾。

喃字原文：牢朱心力协同，
越 南 语：Sao cho tâm lực hiệp đồng,
汉语意译：必要齐心共协力，

喃字原文：剖肝逆賊悸悉女兒。"
越 南 语：Mổ gan nghịch tặc, thỏa lòng nữ nhi."
汉语意译：挖逆贼心达如愿。"

喃字原文：悴𠊛秀阁香闺，
越 南 语：Xót người tú các hương khuê,
汉语意译：可怜阁秀香房女，

喃字原文：缗情離别塘𠫾風尘。
越 南 语：Mối tình ly biệt, đường đi phong trần.
汉语意译：系情离别途风尘。

（二）（完）

（三）贡生迍打闾纪黄嵩

（III）Cống sinh đón đánh Lư Kỷ, Hoàng Tung

（三）贡生拦路打闾黄

此回内容简介：闾纪强迫新榜眼冠魁（即陈东初儿子）娶其女儿，冠魁不从。闾纪便捉他入牢。贡生们打抱不平，便拦路截打闾纪父子，为梅陈两家报仇。

喃字原文：𨅸聼更㐌𨖅𠀧，
越 南 语：Lặng nghe canh đã sang ba,
汉语意译：深夜谛听时三更，

喃字原文：轎兜文㑜𥉫𠚢外塘。
越 南 语：Kiệu đâu một lũ trông ra ngoài đường.
汉语意译：轿里坐几人望路。

喃字原文：馮公轎𨆝咀塘，
越 南 语：Phùng công kiệu trước thét đường,
汉语意译：前轿冯公指挥喊，

喃字原文：轎𢀨党陆貝払新科。
越 南 语：Kiệu sau đảng, lục với chàng tân khoa.
汉语意译：后轿党公共新科①。

喃字原文：𠸒𠲖𠄩𨀎𢷀𠚢，
越 南 语：Bảo nhau hai dãy dẹp ra,
汉语意译：商定从两面夹攻，

喃字原文：轎頭𢀨𧡊賒賒𦤾連。
越 南 语：Kiệu đâu sau thấy xa xa đến liền.
汉语意译：前轿见闾远处来。

①新科：指新科状元穆荣，即梅伯高儿子梅良玉。

喃字原文：前呼后拥攢蓮，
越 南 语：Tiền hô hậu ủng chật lèn,
汉语意译：前呼后拥围上来，

喃字原文：府闾買㷔號畑𦓡低。
越 南 语：Phủ Lư mới tỏ hiệu đèn là đây.
汉语意译：此时闾轿示府灯。

喃字原文：𠄩边值產㐌蕩，
越 南 语：Hai bên chực sẵn đã đầy,
汉语意译：路旁贡生正等待，

喃字原文：几陳𢬣襖𠊛搓翅兑。
越 南 语：Kẻ xăn tay áo, người day cánh đoài.
汉语意译：他卷衣袖人追逐。

喃字原文：𠊛披梇几扛檑，
越 南 语：Người bẻ lọng kẻ giằng roi,
汉语意译：其折罗伞人打手，

喃字原文：喑喑唏㤷咽咽哨囉。
越 南 语：Ầm ầm hơi giận, hồi hồi tiếng la.
汉语意译：怒气冲天阵喧扰。

喃字原文：森觥𪗙轎嗨戈：
越 南 语：Xúm quanh trước kiệu hỏi qua:
汉语意译：众人围轿前追问：

喃字原文：“冠魁榜眼新科罪之？
越 南 语：“Khâu Khôi bảng nhãn tân khoa tội gì?
汉语意译：“榜眼冠魁犯何罪？

喃字原文：權如注側猛俳，
越 南 语：Quyền như chú, chắc mạnh bè,
汉语意译：党羽权大胡乱来，

喃字原文：誣冤朱几忠儀特渚。”
越 南 语：Vu oan cho kẻ trung nghì được chưa.”
汉语意译：诬陷忠义你活该。”

喃字原文：罘邊陣打如湄，
越 南 语：Bốn bên trận dánh như mưa,
汉语意译：四面扑打如雨下，

喃字原文：撦散髗佞䟽陀緬奸。
越 南 语：Xé tan xương ninh, ngay đờ mặt gian.
汉语意译：扭奸臣脸撕佞骨。

喃字原文：陣杶會幇埃諌，
越 南 语：Trận đòn hội chợ ai can,
汉语意译：街上挨打谁劝阻，

喃字原文：蚢𩙻綈梇轎散僂侯。
越 南 语：Bướm bay giấy lọng, kiến tan lũ hầu.
汉语意译：罗伞蝶飞候轿跑。

喃字原文：黄嵩轎㐌𧼋𢖖，
越 南 语：Hoàng Tung kiệu đã đến sau,
汉语意译：黄嵩后轿刚过来，

喃字原文：𠊛𢭂𩯀，几扛頭森觥。
越 南 语：Người kéo tóc, kẻ giằng đầu xúm quanh.
汉语意译：被扯头发又捆头。

喃字原文：𤗖襜𤗖莽散情，
越 南 语：Mảnh xiêm, mảnh mãng tan tành,
汉语意译：襜服被撕烂不堪，

喃字原文：𣋁𥄭相佞，失惊魂邪。
越 南 语：Tối tăm mắt ninh, thất kinh hồn tà.
汉语意译：佞臣昏眩邪惊魂。

喃字原文：買台一鬼二魔，
越 南 语：Mới hay nhất quỉ nhì ma,
汉语意译：一鬼二魔方明白，

喃字原文：学𡂳𤼸𤸎次𠀧实𪜀。
越 南 语：Học trò đến bực thứ ba thực là.
汉语意译：全是学生怒奋起。

喃字原文：𠊛叫养子救吒，
越 南 语：Người kêu dưỡng tử cứu cha,
汉语意译：老叫养子快救父，

喃字原文：几叫義父恩家救𨉟。
越 南 语：Kẻ kêu nghĩa phụ ân gia cứu mình.
汉语意译：小喊义父来救子。

喃字原文：層蹭𡗶買平明，
越 南 语：Tưng tưng trời mới bình minh,
汉语意译：凌晨天刚蒙蒙亮，

喃字原文：唐皇御𬨠楓廷分頒。
越 南 语：Đường hoàng ngự trước phong đình phân ban.
汉语意译：唐皇御殿下文武。

喃字原文：闾黄脱塊𦀺冤，
越 南 语：Lư, Hoàng thoát khỏi vòng oan,
汉语意译：闾黄摆脱了冤套，

喃字原文：抷頭蹺僂百官𠓨跪。
越 南 语：Bưng đầu theo lũ bách quan vào quỳ.
汉语意译：捂头随百官上朝。

喃字原文：强疠𥚄𬨠丹墀，
越 南 语：Gượng đau lạy trước đơn trì,
汉语意译：忍痛俯伏丹墀前，

喃字原文：襖衫䙊爄䊬疲疲䏃。

越 南 语：Áo tươm tướp rách mặt bì bì sưng.

汉语意译：衣服破烂脸红肿。

（三）（完）

说明：此诗择自《二度梅》喃字本，由苏维芳执抄和编写内容简介。苏维芳、苏凯翻译和注释。

2008 年 4 月

潘陈传

简介

《潘陈传》是18—19世纪流传于越南和我国京族地区重要的喃字文学作品，是在宋代“情缘”小说的基础上改编为京族六八体叙事歌的，全文共952句。

《潘陈传》是以男女主人公潘必正与陈娇莲两人的曲折感情经历并有情人终成眷属为主线，反映当时的社会现状，宣扬忠贞、信义的传统道德。

潘必正与陈娇莲的父亲原为同窗好友，并同在朝廷中为官，两人指腹为婚。潘生在乡试中一举夺魁，但在廷试中失举，后留在京城继续学习，等待来年再考。此时已遇乱世，陈公不幸病逝，娇莲母女在逃乱中失散，母亲投入潘家，娇莲却流落金陵祠出家，名为妙常。潘生在金陵祠与妙常相识，日久生情，便于金陵祠寄读，并求祠庙香公做媒，但遭到妙常的拒绝后，潘生相思成疾。两人感情历经曲折后，方才知道双方早有婚约。在潘生廷试中举拿下探花后，有情人终成眷属。

傳 潘 陳
Truyện Phan Trần
潘 陈 传

（一）潘生痗相思
(I) Phan sinh ốm tương tư
（一）潘生得了相思病

此段内容简介：潘生见到娇莲（又名妙常）后，拜托香公做媒，但被拒绝。潘生愀然不乐而相思。

喃字原文：払自詩達消秏，
越 南 语：Chàng từ thơ đạt tiêu hao,
汉语意译：潘生作诗自消愁，

喃字原文：細退銀碍𪿒𠚢扭扛。
越 南 语：Tới lui ngần ngại, ra vào dở dang.
汉语意译：来往迟疑未成章。

喃字原文：𩙍徐熙𩙌迻香，
越 南 语：Gió từ hây hẩy đưa hương,
汉语意译：微风轻拂送香味，

喃字原文：冷迸盎雪断腸𠺥耨。
越 南 语：Lạnh lùng áng tuyết, đoạn trường đòi nau.
汉语意译：冷冰雪作痛断肠。

喃字原文：腠婵睐熾印楼，
越 南 语：Trăng thuyền vằng vặc in lầu,
汉语意译：皎洁禅月①照楼台，

喃字原文：罒淫畑杏强油炤炤。
越 南 语：Làm râm đèn hạnh càng sầu thiu thiu.
汉语意译：杏灯②昏暗更闷愁。

喃字原文：啃鍾啃景啃鉼，
越 南 语：Tiếng chuông, tiếng cảnh, tiếng tiu,
汉语意译：警醒钟声铙钹③声，

喃字原文：册眧柄讀琴掃柄弹。
越 南 语：Sách nhìn biếng đọc, cầm treo biếng đàn.
汉语意译：看书怠读懒弹琴。

喃字原文：閉𣋚𢹣耨禅官，
越 南 语：Bấy nay nương náu thiền quan,
汉语意译：寄读禅门时已久，

喃字原文：𪉥迻淡白霜寒配陂。
越 南 语：Muối đưa đạm bạc, sương hàn pha phôi.
汉语意译：寒霜褪淡食素盐。

喃字原文：吏拦煩腦蹲𫋲，
越 南 语：Lại mang phiền não đứng ngồi,
汉语意译：坐立不安心烦恼，

喃字原文：矽箕拱泚浦浍𩅹馭。
越 南 语：Đá kia cũng đổ bồ hôi lọ người.
汉语意译：石头流汗何况人。

①禅月：禅寺上空的月亮。
②杏灯：用杏树枝作灯。
③铙钹：古乐器。

喃字原文：病相思拱愊哄，
越 南 语：Bệnh tương tư cũng nực cười,
汉语意译：相思之病实可笑，

喃字原文：㐌方五脊㐌排八珍。
越 南 语：Dễ phương ngũ tích, dễ bài bát trân.
汉语意译：五脊八珍①治不愈。

喃字原文：𧇹市驗𧆄市縯，
越 南 语：Bùa nào nghiệm, thuốc nào dằn,
汉语意译：何药能灵何药愈，

喃字原文：特事憻涹老君坤懰。
越 南 语：Được sự ngán nỗi, lão quân khôn chiều.
汉语意译：太上老君可知晓。

喃字原文：固庄莲肉蓮嬌，
越 南 语：Có chăng liên nhục, liên kiều,
汉语意译：可有莲肉和莲娇，

喃字原文：用方童女買消病払。
越 南 语：Dùng phương đồng nữ mới tiêu bệnh chàng.
汉语意译：童女汤②能消君病。

喃字原文：悉姑㐌訷𥝱塘，
越 南 语：Lòng cô đã rộn trăm đường,
汉语意译：娇莲姑娘心繁乱，

喃字原文：迣方㐌氽炶香㐌残。
越 南 语：Mười phương đã mấy, nén hương đã tàn.
汉语意译：烧香求拜香残停。

①五脊八珍：两种药方。
②童女汤：用黄花闺女作药方。这是幽默之语，意指唯有娇莲才能解开潘生的相思病。

喃字原文：䀡時𠚢卦風山，
越 南 语：Bói thì ra quẻ phong san,
汉语意译：问卜说他风情病，

喃字原文：洞壕少女埃盘朱𠚢？
越 南 语：Động hào thiếu nữ ai bàn cho ra?
汉语意译：卦要少女谁肯陪。

喃字原文：固庄些別事些，
越 南 语：Có chăng ta biết sự ta,
汉语意译：谁人晓得此病源，

喃字原文：妙常罗𠬠娓𦓅罗𠄩。
越 南 语：Diệu Thường là một, vãi già là hai.
汉语意译：只有香公和妙常。

喃字原文：咹师且拱伲𠊛，
越 南 语：E sư vả cũng nể người,
汉语意译：香公知情没敢言，

喃字原文：娘蹺香𧗱房斋𥊚払。
越 南 语：Nàng theo hương đến phòng trai thăm chàng.
汉语意译：她去斋房探病君。

喃字原文：𠉞𨉟𧡊幅簾厢，
越 南 语：Nghiêng mình hé bức rèm sương,
汉语意译：侧身拨开厢房帘，

喃字原文：懰声㤨𢠯哨鐄嚾台。
越 南 语：Chiều thanh khép nép, tiếng vàng khoan thai.
汉语意译：畏怯娇声从容言。

喃字原文："𪬮𦖑霜雪唏唏，
越 南 语："Trộm nghe sương tuyết hơi hơi,
汉语意译："听说你得微霜寒，

喃字原文： 蘖飲減余，粓飲世芇？
越 南 语： Thuốc xơi giảm mấy, cơm xơi thế nào?
汉语意译： 药后减轻饭如何？

喃字原文： 禮歪吁滁沫芇，
越 南 语： Lạy trời xin mát mẻ nao,
汉语意译： 愿求天气得凉爽，

喃字原文： 矯师鏉作咄𠓨悀悹。”
越 南 语： Kẻo sư tuổi tác ra vào băn khoăn.”
汉语意译： 免得香师焦不安。”

喃字原文： 邊聰聆哨娘斤，
越 南 语： Bên tai nghe tiếng nàng gần,
汉语意译： 潘生听闻妙常声，

喃字原文： 进分煩恼尣分杜滝。
越 南 语： Mười phần phiền não chín phần đổ sông.
汉语意译： 十分烦恼九分倾。

喃字原文： 𣈶鐄𢬣撝堆湧，
越 南 语： Vội vàng tay vớt đôi dòng,
汉语意译： 匆忙用手擦珠泪，

喃字原文： 白浪：“㐌𠰘恩悉廸低。
越 南 语： Bạch rằng: “Đã đội ơn lòng đến đây.
汉语意译： 说：“多蒙你来探望。

喃字原文： 病牢矜醒矜醝，
越 南 语： Bệnh sao cơn tỉnh, cơn say,
汉语意译： 此病时醒时沉睡，

喃字原文： 買来時世於尼時空！
越 南 语： Mới rồi thì thế, ở này thì không!
汉语意译： 刚时侧重现无碍。

喃字原文：如昒尼世㐌衝，
越 南 语：Như lúc này thế đã xong,
汉语意译：如今见着病痊好，

喃字原文：耒𠚢芇别浪從且尼。
越 南 语：Rồi ra nào biết rằng thong thả này.
汉语意译：不知过后又怎样。

喃字原文：為埃𡗶𧶭固台，
越 南 语：Vì ai trời nhẽ, có hay,
汉语意译：天意弄人难知晓，

喃字原文：度持朱禍𦋦𢷮頂芇!”
越 南 语：Độ trì cho họa là may đỉnh nào!”
汉语意译：幸运遇巧见姑娘。”

喃字原文：計催聖脱倦袍，
越 南 语：Kể thôi thành thót quyện bào,
汉语意译：说罢泪水湿衣裳，

喃字原文：貼花讓打貼桃佯派。
越 南 语：Xem hoa nhường võ, xem đào nhường phai.
汉语意译：看花似谢桃褪样。

喃字原文：憡悉娘沛𠰘𠲖，
越 南 语：Chiều lòng nàng phải lựa lời,
汉语意译：娇莲顺意婉言劝：

喃字原文：浪："𠇍誠敬時𡗶證知。
越 南 语：Rằng: "Người thành kính thì trời chứng tri.
汉语意译："诚敬心人天证知。

喃字原文：咳吁喜舍慈悲，
越 南 语：Hãy xin hỉ xả từ bi,
汉语意译：请你喜舍莫自悲，

喃字原文：𢆥尼停𢚸撚之添強。”
越 南 语：Cơn này đừng thắc mắc chi thêm càng.”
汉语意译：若是疑虑病延愈。”

喃字原文：生當炏鉄燶鐄，
越 南 语：Sinh đương nấu sắt nung vàng,
汉语意译：潘生正像火烧心，

喃字原文：捧聵如渃梗楊洒润。
越 南 语：Bỗng nghe như nước cành dương tưới nhuần.
汉语意译：听言似杨水①滋润。

喃字原文：清台宽爽精神，
越 南 语：Thảnh thơi khoan sảng tinh thần,
汉语意译：爽快舒畅倍精神，

喃字原文：韶光扻吏風尘搃冠。
越 南 语：Thiều quang đem lại, phong trần giũ bay.
汉语意译：她带韶光抖风尘。

（一）（完）

①杨水：传说古时圣佛用杨柳枝点水洒到病人身上，病即愈。

（二）潘生𠓨房妙常

（II）Phan sinh vào phòng Diệu Thường

（二）潘生进入妙常房

此段内容简介：潘生得相思病，娇莲（妙常）来探病，其病即愈。他借口去谢恩，混入娇莲的房间。

喃字原文：𣎏清月擱簾𦇒，
越 南 语：Đêm thanh nguyệt gác rèm the,
汉语意译：清夜明月照窗帘，

喃字原文：賖𥆾㛦㐌畑㖧隔楼。
越 南 语：Xa trông bóng đã đèn khuya cách lầu.
汉语意译：远处见影显灯前。

喃字原文：愁㧣𤁘、𤁘吏愁，
越 南 语：Sầu vừa ngớt, ngớt lại sầu,
汉语意译：病势已减又添愁，

喃字原文：滝銀此扒𥙩橋烏𧡊。
越 南 语：Sông ngân thử bắc lấy cầu Ô xem.
汉语意译：银河鹊桥欲牵缘。

喃字原文：𩃳残、霜召、雪𢟙，
越 南 语：Sao tàn, sương dịu, tuyết êm,
汉语意译：星稀霜少雪平息，

喃字原文：𧣳墙隐㦖邊𡎝粼逻。
越 南 语：Góc tường ẩn bóng bên thềm lân la.
汉语意译：隐影墙角游边沿。

喃字原文：恸欺𩙍搧翅鸦，
越 南 语：Nhờ khi gió quạt cánh gà,
汉语意译：借风吹侧幕窗帘，

喃字原文：㩡䋦㩜哨娘巴𣳮𠫾。
越 南 语：Lay mành mượn tiếng nàng ba lọt vào:
汉语意译：趁风摇动靠窗前。

喃字原文：“傷貝𠿯，怩貝𠿯，
越 南 语：“Thương với nao, nể với nao,
汉语意译：“可怜容情让进去，

喃字原文：罒牢𨕭氏罒牢外尼！
越 南 语：Làm sao trong ấy, làm sao ngoài này!
汉语意译：怎让人里人外面。

喃字原文：𠬠𠼦功德𥘀能，
越 南 语：Một lời công đức nặng thay,
汉语意译：功德恩重病消愈，

喃字原文：𢧚悲𣇞沛𦤾低謝𢙱。
越 南 语：Nên bây giờ phải đến đây tạ lòng.
汉语意译：今必上门来谢言。

喃字原文：㐌𢙱喜捨包容，
越 南 语：Đã lòng hỉ xả bao dong,
汉语意译：遂愿喜舍心宽容，

喃字原文：粝霜㚢底冷逶包安！”
越 南 语：Giá sương nỡ để lạnh lùng bao an!”
汉语意译：冰天雪地怎忍心。”

喃字原文：娘當挑蔙烟残，
越 南 语：Nàng đương khêu ngọn đèn tàn,
汉语意译：妙常正挑残灯心，

喃字原文：哱嗊聇哨外軒䔟移。
越 南 语：Véo von nghe tiếng ngoài hiên rụng rời.
汉语意译：听声清脆外廊言。

喃字原文：𠶢浪：“棱脉壁聰，
越 南 语：Thưa rằng: “Rừng mạch vách tai,
汉语意译：答道：“禅林壁有耳，

喃字原文：䏾㬹拯𢵫𪿒𠳒汝之。
越 南 语：Đêm hôm chẳng lọ rậm lời nữa chi.
汉语意译：夜阑人静言必传。

喃字原文：𠸗𠉞㐌𪮞𠬠皮，
越 南 语：Xưa nay đã giữ một bề,
汉语意译：保持昔日友谊情，

喃字原文：咍傷拱隊嘖時拱咘。
越 南 语：Dù thương cũng đội, trách thì cũng vâng.
汉语意译：蒙怜爱诘责听命。

喃字原文：㨂絏拯伲動棱，
越 南 语：Rút dây chẳng nể động rừng,
汉语意译：抽藤动林看情面，

喃字原文：𠱊之底哨小僧制唭。
越 南 语：Làm chi để tiếng tiểu tăng chế cười.
汉语意译：怎得留名人嘲笑。

喃字原文：催催催！拱𥚄𠊛，
越 南 语：Thôi thôi thôi! cũng lạy người,
汉语意译：算了啦拜托你吧，

喃字原文：買從且，咳衛𪅴𥏋麻。”
越 南 语：Mới thong thả, hãy về ngơi kẻo mà.”
汉语意译：病刚愈你回安歇。”

喃字原文：払浪："些仍𢢯些，
越 南 语：Chàng rằng: "Ta những giận ta,
汉语意译：潘生说："自怨自受，

喃字原文：跐𠚢及妸姮娥披膀。
越 南 语：Bước ra gặp ả hằng nga bẽ bàng.
汉语意译：梦想嫦娥心愧羞。

喃字原文：閉数咘法藏王，
越 南 语：Bấy lâu vâng phép tạng vương,
汉语意译：应诺藏王去修行，

喃字原文：敢群扨遭寿阳准尼。
越 南 语：Dám còn đeo thói Thọ Dương chốn này.
汉语意译：再不敢来缠寿阳①。

喃字原文：啐恩𩢬沛𤼸低，
越 南 语：Trót ơn dày phải đến đây,
汉语意译：惋惜恩重找上门，

喃字原文：拯傷底啃渃霳冤馭。
越 南 语：Chẳng thương để tiếng nước mây oan người.
汉语意译：云雨无情人受冤。

喃字原文：协之𠃣翅𨷶外，
越 南 语：Hẹp chi chút cánh cửa ngoài,
汉语意译：你房宽阔逐门外，

喃字原文：拯朱𠓨白如來文調。
越 南 语：Chẳng cho vào bạch như lai một điều.
汉语意译：不让进去话始末。

①寿阳：南朝宋武帝之女寿阳公主，生得十分美貌。

喃字原文：刼尼負，刼𢚸要，
越 南 语：Kiếp này phụ, kiếp sau yêu,
汉语意译：今世负情后世爱，

喃字原文：吏如婀碧决料朱衝。”
越 南 语：Lại như ả bích, quyết liều cho xong.”
汉语意译：你学碧玉[1]我莫活。”

喃字原文：䕼荄𠸍說逻逩，
越 南 语：Sởn gai lời thốt lạ lùng,
汉语意译：反常言语毛悚然，

喃字原文：裊試肝貝英雄時輸。
越 南 语：Nến thi gan với anh hùng thì thua.
汉语意译：试胆英雄会失利。

喃字原文：埃唭，時佛䁛朱，
越 南 语：Ai cười, thì phật xét cho,
汉语意译：若有人笑佛察断，

喃字原文：朱𠓨麻計緣由買祥。
越 南 语：Cho vào mà kể duyên do mới tường.
汉语意译：让他进来细详明。

喃字原文：𨷯𩄲𢶢𢭮揷厢，
越 南 语：Cửa mây vừa hé then sương,
汉语意译：她推厢闩门半开，

喃字原文：𤅶畑𤎜㶽𪲈𩈘廣寒。
越 南 语：Dưới đèn lóng lánh mặt gương quảng hàn.
汉语意译：灯照妙常圆月面。

---

①碧玉：晋代汝南王司马义的妾。孙绰应司马义之请，作有《碧玉歌》两首。其一：碧玉小家女，不敢攀贵德。这里指妙常推托不见潘生。

喃字原文：兰㤄蕙，蕙㤄兰，
越 南 语：Lan mừng huệ, huệ mừng lan,
汉语意译：兰蕙相见喜笑容，

喃字原文：玉冠眙起，慈顔岌僜。
越 南 语：Ngọc quan khấp khởi, từ nhan ngập ngừng.
汉语意译：潘生暗喜见容颜。

（二）（完）

说明：此叙事歌收集自沥尾十三队阮进余和杜玉光老人讲述的故事。阮进余口头传唱。苏维芳采集录音、听写、编成喃字，并编写内容简介和执抄。苏维芳、苏凯翻译和注释。

2008 年 3 月

花 笺 传

简 介

《花笺传》是越南著名的文学作品。18世纪前期，阮维嗣根据我国明代著名小说《花笺记》编撰成六八体喃字叙事诗，全诗共59回1520句21448字。18世纪中期，由阮善重新润色，改编为1766句24704字的长篇叙事歌，从此在越南各地和我国京族地区广泛流传。作品以梁生与杨瑶仙、刘玉卿之间的爱情故事为主线，描述人间的离合悲喜及仁义礼尚。

江苏省苏州府吴江县朝廷宰相梁印波之子梁亦商（梁生）在其母派送下，到长州远地求学，借宿于其舅姚家。姚家上下对梁生十分关照，姚公夫妇常常带着梁生到好友杨公家做客。在杨公家，梁生认识了杨公之女杨瑶仙，两人经常在一起作诗下棋，日久双方情愫渐生。梁生写的诗信文采十足，洋溢着对杨瑶仙的浓浓情意，杨瑶仙非常喜爱，便把这些花笺收藏起来。不久，梁生被父亲召回家，梁瑶二人只好分别。梁公在京城回家路上，与同朝为官的刘公相遇，得知刘公有一美貌女儿刘玉卿，即时与刘公舟中许亲，让刘玉卿许配与梁生。杨家得知消息后，杨公闻婚骂婢，瑶仙“房中化物”，把收藏的花笺进行焚烧。后来，杨公升任，并接到外出打仗的调令，只好“托眷钱衙”。梁生复往长州寻找瑶仙时，瑶仙已随父搬家至京城，找不到瑶仙的梁生日无思食、夜无入眠。在姚生的劝试下，姚梁二人共同赴京赶考，结果，姚生中举花魁，梁生亦夺得探花，并在京城与瑶仙喜获重逢。出仕后的梁生奉旨远征番邦，却在征番途中被困，姚生得知，遂别婶解梁。在姚梁二人的共同配合下灭番胜利，二人与杨公奏凯回朝。最终，梁生与瑶仙、玉卿“双凤团圆”，喜结良缘。

傳花箋
Tuyện hoa tiên
花笺传

(一)大意花箋
(I) Đại ý hoa tiên
(一)花笺大意

喃字原文:𤾓𢆥文缚织紅,
越 南 语:Trăm năm một sợi chỉ hồng,
汉语意译:人生百年红绳①牵,

喃字原文:達𨈒才色𠓨𨖅旋𡗶。
越 南 语:Đặt người tài sắc vào trong khuôn trời.
汉语意译:苍天铸模②才色融。

喃字原文:事䒹此𠰃麻制,
越 南 语:Sự đời thử ngẫm mà chơi,
汉语意译:寻思世事皆笑谈,

喃字原文:情緣𠄩𡨸貝𨈒咍牢。
越 南 语:Tình duyên hai chữ với người hay sao.
汉语意译:“情缘”二字世人懂。

---

①红绳:即婚姻之事。
②苍天铸模:古人认为,宇宙万物是天模造化铸成的。这里指天模可铸成万物。

喃字原文：曾聴駿鼞緣节，
越 南 语：Từng nghe trăng gió duyên nào,
汉语意译：风月之情常铭记，

喃字原文：溅漊𦓡義嫩高𦓡情。
越 南 语：Bể sâu là nghĩa non cao là tình.
汉语意译：情似高山义海深。

喃字原文：𠊛容行𩯀才名，
越 南 语：Người dung hạnh bậc tài danh,
汉语意译：男儿名才女容行①，

喃字原文：𠦳秋底𠬠絰情𠬠𨫊。
越 南 语：Nghìn thu để một mối tình làm gương.
汉语意译：爱情为鉴千年传。

喃字原文：𡏦蘇州𢃄吴江，
越 南 语：Cõi Tô Châu dải Ngô Giang,
汉语意译：苏州境域吴江地，

喃字原文：欺𥙩鐲吏户梁𠬠茹。
越 南 语：Khi thiêng đúc lại họ Lương một nhà.
汉语意译：天灵铸造梁家人。

喃字原文：相公𡦂噲印波，
越 南 语：Tướng công chữ gọi Ấn Ba,
汉语意译：户主相公梁印波，

喃字原文：𩛷要𣋽㐌誉座屏障。
越 南 语：Sang yêu sớm đã dự tòa bình chương.
汉语意译：早是贵宠②“平章”③臣。

---

①容行：指妇容和妇行，是女子四德之二。
②贵宠：指地位高尚的人得到帝王的爱慕。
③平章：唐朝官职名，相当于宰相。

喃字原文：𩙍清熙𩙌阁鐄，
越 南 语：Gió thanh hây hẩy gác vàng,
汉语意译：清风徐来拂金阁，

喃字原文：清台擲副揖闲挭伊。
越 南 语：Thảnh thơi chèo phó nhẹ nhàng gánh y.
汉语意译：副阅闲适名官尹①。

喃字原文：𠢞𦣰姚氏閫儀，
越 南 语：Giúp trong Diêu thị khổn nghi,
汉语意译：闺阃姚氏为扶持，

喃字原文：恬怜𣋽應馨兒文払。
越 南 语：Điềm lành sớm ứng hinh nhi một chàng.
汉语意译：吉兆宁馨②生男儿。

喃字原文：芳珠表字亦商，
越 南 语：Phương Châu biểu tự Diệc Thương,
汉语意译：讳名芳珠字亦商，

喃字原文：風儀恪駕詞章卒类。
越 南 语：Phong nghi khác giá từ chương tốt loài.
汉语意译：风采异常文墨好。

喃字原文：錦花才貌𠁟𠄩，
越 南 语：Gấm hoa tài mạo gồm hai,
汉语意译：锦华容貌两兼优，

喃字原文：𢭂蹎跳鳳聘𦢳騎鯨。
越 南 语：Đua chân nhảy phượng sánh vai cưỡi kình.
汉语意译：如凤飞天鲸越海。

①副阅：商朝的公臣。官尹，商朝的公臣。
②宁馨：《晋书》有云“何物老妪，生宁馨儿”。这里指梁公夫妇生了一个好儿子。

喃字原文：加冠買遙茹螢，
越 南 语：Gia quan mới dạo nhà huỳnh,
汉语意译：年岁加冠①送学堂，

喃字原文：守茹侯下萱庭閉数。
越 南 语：Thú nhà hầu hạ huyên đình bấy lâu.
汉语意译：此前守候家萱庭②。

喃字原文：窗糊振挪村紬，
越 南 语：Song hồ nấn ná thôn dâu,
汉语意译：迁延故乡不离家，

喃字原文：𣳢蠬春點䵾透沈沈。
越 南 语：Thẻ rồng xuân điểm ngày thâu chìm chìm.
汉语意译：整天沉寂铜壶③边。

喃字原文：𡓃𦹳欺𨀈蹭尋，
越 南 语：Lối thơm khi nhẹ gót tìm,
汉语意译：有名人必寻出路，

喃字原文：味花如逴哨䳽啱嘲。
越 南 语：Mùi hoa như rước tiếng chim ngỡ chào.
汉语意译：陌鸟致意香花迎。

喃字原文：滝桃艋艋葻桃，
越 南 语：Sóng đào mảnh mảnh bông đào,
汉语意译：桃花片片随水流，

喃字原文：花春弄𢒎恪㐱𩈘春。
越 南 语：Hoa xuân lóng lánh khác nào mặt xuân.
汉语意译：春花闪烁如春景。

---

①加冠：中国旧礼俗，男子长至读书年龄时，要举行戴帽仪式。
②萱庭：指母亲。
③铜壶：古人用铜壶滴漏来计时。

喃字原文： 哏風流底嬇𪆴，
越 南 语： Hẹn phong lưu để nợ nần,
汉语意译： 风流相约情债重，

喃字原文： 𡛔双欧㦗𣽈蘋堆鴛。
越 南 语： Nửa song âu thẹn vũng tần đôi uyên.
汉语意译： 似双鸳鸯蘋池遇。

喃字原文： 搷蹎些遙溯沔，
越 南 语： Chen chân thử dạo khơi miền,
汉语意译： 远程逍遥插足前，

喃字原文： 扫𢹣𩋡特如愿别兜。
越 南 语： Dẩy dun may được như nguyền biết đâu.
汉语意译： 幸运驱命达心愿。

喃字原文： 掝戈𢬥捻𨑜楼，
越 南 语： Gởi qua xắm nắm dưới lầu,
汉语意译： 楼下呈母请准许，

喃字原文： 吀𠮩遊學長州圭外。
越 南 语： Xin ra du học tràng châu quê ngoài.
汉语意译： 他乡游学长州地。

喃字原文： 吠浪：“弧矢志𪟤，
越 南 语： Dạy rằng: “Hồ thỉ chí trai,
汉语意译： 母应言：“男儿志强，

喃字原文： 尋柴晦伴之怀捧扬。
越 南 语： Tìm thầy hỏi bạn chi hoài bỗng dưng.
汉语意译： 寻师结友莫枉机。

喃字原文： 且自圭渭起澄，
越 南 语： Vả từ quê vị khơi chừng,
汉语意译： 且远去渭江舅家，

喃字原文：䴚生日嬬遡憫拱台。
越 南 语：Ngày sinh nhật mợ sang mừng cũng hay.
汉语意译：舅母生日期祝寿。

喃字原文：産𠸗住寓兜齐，
越 南 语：Sẵn nơi trú ngụ đâu tày,
汉语意译：其家住寓条件好，

喃字原文：便查薄賬閉尼朱祥。
越 南 语：Tiện tra bạ trướng bấy nay cho tường.
汉语意译：亲戚家谱必知详。

喃字原文：耒𠚢練習文章，
越 南 语：Rồi ra luyện tập văn chương,
汉语意译：然后辛勤习文章，

喃字原文：格市爃酒書香默悉。”
越 南 语：Cách nào rạng dấu thư hương mặc lòng.”
汉语意译：用心书堂出功名。”

喃字原文：領咥擛挭唷童，
越 南 语：Lĩnh lời sắp gánh giục đồng,
汉语意译：领教令童备起程，

喃字原文：船兰文萗洓湧清清。
越 南 语：Thuyền lan một lá xuôi dòng thênh thênh.
汉语意译：乘着风帆顺愁然。

喃字原文：醞椒詩唇𣘃溋，
越 南 语：Rượu tiêu thơ thẩn mặt duềnh,
汉语意译：船上怅然喝椒酒①，

①椒酒：用辣椒制作的酒。

喃字原文：頭㩡冠露𪕰迦浽鷗。
越 南 语：Đầu soi bay lộ cuối ghềnh nổi âu.
汉语意译：沙堤风吹水鸥旋。

喃字原文：歌𦨭霒泮哨兜，
越 南 语：Ca chèo mây bợn tiếng đâu,
汉语意译：船上歌声波飘云，

喃字原文：𠏳𥉩㐌𧡊長州𬐩船。
越 南 语：Ngước trông đã thấy Tràng Châu ghé thuyền.
汉语意译：举首船行至长州。

喃字原文：茹春𢭂𢲫寿筵，
越 南 语：Nhà xuân vừa mở thọ diên,
汉语意译：正当舅母办寿筵，

喃字原文：𥺺頗汫菊盘𢫝岃桃。
越 南 语：Chén pha giếng cúc bàn chen núi đào.
汉语意译：满盘桃子浓菊酒。

喃字原文：𥚄啡𢜠㥁唭唠，
越 南 语：Lạy bày mừng rỡ khen lao,
汉语意译：兴高采烈众拜寿，

喃字原文：吏传公子户姚逴𢜠。
越 南 语：Lại truyền công tử họ Diêu rước mừng.
汉语意译：传姚公子出迎宾。

喃字原文：㘆喧共𠴍嶙嶙，
越 南 语：Hàn huyên cùng dãi lâng lâng,
汉语意译：心神舒畅共交流，

喃字原文：買台姚舅轉升都堂。
越 南 语：Mới hay Diêu cữu chuyển thăng đô đường.
汉语意译：都督姚舅刚升堂。

喃字原文： 睥𩙻扚哦藏藏，
越 南 语： Bóng nghiêng dở chén tàng tàng.
汉语意译： 太阳西斜酒席醉，

喃字原文： 𩛷催姚買迻𨖲駐房。
越 南 语： Tiệc thôi Diêu mới đưa sang trú phòng.
汉语意译： 散席姚送梁回房；

喃字原文： 英俺㨮𩪜𠽖悉，
越 南 语： Anh em kề vế bày lòng,
汉语意译： 兄弟命题来对诗，

喃字原文： 拾执風月𠓨𨕭品題。
越 南 语： Góp đem phong nguyệt vào trong phẩm đề.
汉语意译： 增添风月评论章。

喃字原文： 𤈜黯余鼎香猊，
越 南 语： Khói om mấy đỉnh hương nghê,
汉语意译： 猊画①香鼎烟昏黑，

喃字原文： 𥄭𥆾传噲姚衛前衙。
越 南 语： Chợt nghe truyền gọi Diêu về tiền nha.
汉语意译： 蓦闻传姚回前衙。

（一）（完）

①猊画：在香炉上画猊子的图形。

（二）拜訪和詩

（II）Bái phỏng họa thi (Lạy thăm mà họa thơ)

（二）拜访和诗

喃字原文：自聴客吏宫髞，
越 南 语：Từ nghe khách lại cung sao,
汉语意译：梁生闻客聚仙宫，

喃字原文：㙰紅撻䳽占包趍術。
越 南 语：Bụi hồng dứt nẻo chiêm bao đi về.
汉语意译：身化飞尘迷往前。

喃字原文：唇蜍霒㵙烟㷠，
越 南 语：Thẫn thờ mây sớm đèn khuya,
汉语意译：朝云灿烂夜灯昏，

喃字原文：茶拸喠喝香稽味愁。
越 南 语：Trà gây giọng khát hương ghê mùi sầu.
汉语意译：近传歌声乐悠扬。

喃字原文：揺羅楊相营兜，
越 南 语：Dò la Dương tướng dinh đâu,
汉语意译：伺探杨公家那边，

喃字原文：聚贤坊氏𨷯侯深严。
越 南 语：Tụ hiền phường ấy cửa hầu thẳm nghiêm.
汉语意译：侯门深严翁聚贤。

喃字原文：忙忙鉦𪖫貂沈，
越 南 语：Nhơn nhơn chiêng lặng điêu chìm,
汉语意译：官家更楼无警声，

喃字原文：绝雾沁鲋�鴆余重。
越 南 语：Tịt mù tăm cá bóng chim mấy trùng.
汉语意译：鱼雁传讯无踪影。

喃字原文：連墻捧僥文椿，
越 南 语：Liền tường bỗng thấy một thung,
汉语意译：乍见隔墙有平房，

喃字原文：韟𡑝淋淋扦窗揚𢹣。
越 南 语：Rêu sân lấm lấm then song lỏng cài.
汉语意译：院庭苔满窗虚掩。

喃字原文：差童查晦壊埃，
越 南 语：Sai đồng tra hỏi vườn ai,
汉语意译：梁生派童问谁家，

喃字原文：買咍遠客茹外底空。
越 南 语：Mới hay viễn khách nhà ngoài để không.
汉语意译：方知家空人远离。

喃字原文：𠻀𠻀花妛坎悉，
越 南 语：Rơn rơn hoa nở khóm lòng,
汉语意译：心中乐得不可支，

喃字原文：𡽫蕪忊固𪀄通自昜。
越 南 语：Non vu đành có nẻo thông từ rày.
汉语意译：今有通达巫山①路。

①巫山：出自宋玉《高唐赋》。昔日楚怀王到云梦高唐观游玩，因困倦而睡着了，梦中出现一位美丽的少女，自称“巫山之女”。二人遂萌生爱情，同床共枕，恩爱不已。此后人们用巫山之情喻指男女之间的性事。

喃字原文：楊臺仃産湄霒，
越 南 语：Dương đài đành sẵn mưa mây,
汉语意译：云雨情现杨台①愿，

喃字原文：麻穡主楚忬呸䁲仙。
越 南 语：Mà riêng chúa sở lo vầy giấc tiên.
汉语意译：楚王定能达美梦。

喃字原文：傳收銀兩計䶵，
越 南 语：Truyền thu ngân lạng kể nghìn,
汉语意译：付银千两修租房，

喃字原文：篤情祝䊸名園朱斯。
越 南 语：Dốc tình chuốc lấy danh viên cho gần.
汉语意译：决心谋求近名园。

喃字原文：㩡罒文准房文，
越 南 语：Sửa làm một chốn phòng văn,
汉语意译：装饰一间作书房，

喃字原文：園花北䎟臺春南啡。
越 南 语：Viện hoa bắc mở đài xuân nam bày.
汉语意译：北园花艳南台春。

喃字原文：彩霞炶焬東西，
越 南 语：Thái hà lấp lánh đông tây,
汉语意译：东西彩霞光闪闪，

喃字原文：㲨亭香㬁亭霒産床。
越 南 语：Sớm đình hương tối đình mây sẵn sàng.
汉语意译：日玩香亭夜云亭。

①杨台：梦中女子辞别时说，她早晚都在湖北杨台上做云雨之事。

喃字原文：行曲檻圮回廊，
越 南 语：Hàng khúc hạm dãy hồi lang,
汉语意译：走廊栏杆弯曲道，

喃字原文：掑軒座砖笠塘伞核。
越 南 语：Kề hiên tòa đá rợp đường tán cây.
汉语意译：靠轩石山树蓬路。

喃字原文：文𢬣𥆾㨂𥉫搓，
越 南 语：Một tay nhìn đặt ngắm xoay,
汉语意译：一边斡旋边观赏，

喃字原文：𡎝𦄂套册𡎝排卷詩。
越 南 语：Nơi chồng sáo sách nơi bày cuốn thơ.
汉语意译：套书叠处卷诗台。

喃字原文：𡎝琴𡎝醞𡎝棋，
越 南 语：Nơi cầm nơi rượu nơi cờ,
汉语意译：琴棋诗酒四处全，

喃字原文：産亭写𢖵待徐𨁪𡎝。
越 南 语：Sẵn đình tả nhớ đợi chờ đủ nơi.
汉语意译：正修完善写字亭。

喃字原文：桃𥺊𫿷對楊鮮，
越 南 语：Đào mềm lẫn đối dương tươi,
汉语意译：桃花鲜杨排对行，

喃字原文：摎完渚院鶯移㐌𨖅。
越 南 语：Cưu hoàn chưa vẹn oanh dời đã sang.
汉语意译：装饰未完急“莺迁”①。

---

①莺迁：《诗经·小雅·伐木》云“伐木丁丁，鸟鸣嘤嘤。出自幽谷，迁于乔木”。这里指梁生租来的房屋还未修饰好就入住，急像“莺迁”。

喃字原文： 逸迢買喻姚郎，
越 南 语： Dặt dìu mới rủ Diêu lang,
汉语意译： 梁邀姚生来引路，

喃字原文： 捛庇舅招定塘通鄰。
越 南 语： Cậy bề cậu cháu định đường thông lân.
汉语意译： 倚靠舅甥交毗邻。

喃字原文： 逴惆自礼分宾，
越 南 语： Rước mừng tự lễ phân tân,
汉语意译： 杨公礼貌接来客，

喃字原文： 頭䟲生㐌云问㗂諢：
越 南 语： Đầu đuôi sinh đã vân vấn rén chiềng:
汉语意译： 梁生抢先自言明：

喃字原文： "𠁽𥪝𣇞買傍傹，
越 南 语： "Chút trong buổi mới láng giềng,
汉语意译： "刚迁此居访邻里，

喃字原文： 斤熑𢬣特恤𥢅晽乘。"
越 南 语： Gần soi may được nhờ riêng bóng thừa."
汉语意译： 幸运倚赖邻余光。"

喃字原文： 楊公浪："事情旗，
越 南 语： Dương công rằng: "Sự tình cờ,
汉语意译： 杨公说："偶然相见，

喃字原文： 𠰚罗埃捧拄𢣂罗埃。
越 南 语： Ngỡ là ai bỗng chẳng ngờ là ai.
汉语意译： 与你意气巧相投。

喃字原文： 原𦝄注貝尊臺，
越 南 语： Nguyên xưa chú với tôn đài,
汉语意译： 我同你父早相识，

喃字原文：文簾文案銶磓余秋。
越 南 语：Một rèm một án dùi mài mấy thu.
汉语意译：同窗酖读几春秋。

喃字原文：自科辛卯分途，
越 南 语：Từ khoa tân mão phân đồ,
汉语意译：辛卯分途科举时，

喃字原文：几惏退跐馭怚阻艺。
越 南 语：Kẻ mừng gặp bước người lo trở nghề.
汉语意译：分手之日盼相见。

喃字原文：𨷶吴弓劍𡨺𠈭，
越 南 语：Cửa ngô cung kiếm giữ lề,
汉语意译：原我学武弄刀剑，

喃字原文：状頭𩋘拱𢱖囲𨷶轅。
越 南 语：Trạng đầu may cũng cắm vè cửa viên.
汉语意译：中举状元选辕门①。

喃字原文：𣷷官㵢𣾼翅湍，
越 南 语：Bể quan khơi vượt cánh suyền,
汉语意译：官海归帆快如箭，

喃字原文：㖫迻罗仍飭𨕭交用。”
越 南 语：Thổi đưa là những sức trên trao dùng.”
汉语意译：直送官职皇重用。”

喃字原文：特㖡公子别共，
越 南 语：Được lời công tử biết cùng,
汉语意译：杨公诉后梁生明，

①辕门：领兵将帅的营门。

喃字原文：㐌𤳆世儀吏𤳆鄰情。
越 南 语：Đã trong thế nghị lại trong lân tình.
汉语意译：前辈世谊现邻里。

喃字原文：杯盘𧿆唷厨丁，
越 南 语：Bôi bàn rộn giục trù đính,
汉语意译：厨丁准备好盛筵，

喃字原文：𩛂囲逴尽𢖖亭望波。
越 南 语：Tiệc vầy rước tận sau Đình Vọng Ba.
汉语意译：在望波楼设宴席。

喃字原文：遥蹺𩗂𨁪𠇍座，
越 南 语：Dạo theo quanh quất mấy tòa,
汉语意译：游荡庭院曲折路，

喃字原文：喻洞絲柳切他拂頭。
越 南 语：Rủ dòng tơ liễu thướt tha phất đầu.
汉语意译：柳树桂丝拂头过。

喃字原文：𠯇𨖲壁粉詩兜，
越 南 语：Ngửa lên vách phấn thơ đâu,
汉语意译：仰望壁上题有诗，

喃字原文：搈鐄𡨸𡨸掿珠行行。
越 南 语：Rung vàng chữ chữ rắc châu hàng hàng.
汉语意译：字字行行闪金珠。

喃字原文：箋花𢮿倘群香，
越 南 语：Tiên hoa dấu thoảng còn hương,
汉语意译：花笺笔迹清香浓，

喃字原文：咏牌池柳𤈜𤉓罒句。
越 南 语：Vịnh bài trì liễu rõ ràng bốn câu.
汉语意译：池柳[1]下咏四句诗。

---

①池柳：池塘边的杨柳。

喃字原文：眃貼認軸蹭頭，
越 南 语：Nhìn xem nhận suốt gót đầu.
汉语意译：从头至尾看透彻，

喃字原文：翁𣃣眲吏𨑜𢀭咦唾：
越 南 语：Ông vừa lét lại đến sau rỉ lời:
汉语意译：杨公瞟转把话提：

喃字原文："𥘷茹武捤題𢭸，
越 南 语："Trẻ nhà võ vẽ đề chơi,
汉语意译："家女粗通题诗乐，

喃字原文：唪衛拯補緀哄廊詩。
越 南 语：Vụng về chẳng bõ giây cười làng thơ.
汉语意译：笨拙不值诗客笑。

喃字原文：佳章约特𤗖詞，
越 南 语：Giai chương ước được mảnh tờ,
汉语意译：佳作渴求好笺章，

喃字原文：花鮮添𩃳𱏫𢘾筆鮮。"
越 南 语：Hoa tươi thêm vẻ là nhờ bút tươi."
汉语意译：鲜花添彩倚笔绘。"

喃字原文：𧾿觥生咳撰唾，
越 南 语：Dối quanh sinh hãy chọn lời,
汉语意译：梁生违心择言答，

喃字原文：侍婢翁㐌喅𠯋傳戈。
越 南 语：Thị tỳ ông đã giục đòi truyền qua.
汉语意译：杨公传婢拿纸墨。

喃字原文：𨁪觥院册群賒，
越 南 语：Nẻo quanh viện sách còn xa,
汉语意译：书院路曲离较远，

喃字原文：𨻫𥢆産𥿗𢭮和張低。
越 南 语：Buồng riêng sẵn giấy mượn và trương đây.
汉语意译：此房纸笔请题诗。

喃字原文：𨕭亭硯筆𧵑排，
越 南 语：Trên đình nghiên bút đủ bày,
汉语意译：亭房笔砚已齐备，

喃字原文：侯題生吏㝵𢬣擬愖。
越 南 语：Hầu đề sinh lại dừng tay nghĩ thầm.
汉语意译：梁生提笔自暗思。

喃字原文：浽咛𥿥挼情深，
越 南 语：Nổi nênh chút nỗi tình thâm,
汉语意译：显眼心曲表深情，

喃字原文：𦲿梧漫漠溋壬溜渟。
越 南 语：Lá ngô man mác duềnh nhâm dập dềnh.
汉语意译：任李情合桐叶诗①。

喃字原文：白蘇産𡤔緣軡，
越 南 语：Bạch Tô sẵn mối duyên lành,
汉语意译：白苏②佳句抒情怀，

喃字原文：𢭮句景寓句情画𩋜。
越 南 语：Mượn câu cảnh ngụ câu tình họa may.
汉语意译：借句寓景许良缘。

喃字原文：𦹵交𩙍颯湄冠，
越 南 语：Ngọn giao gió táp mưa bay,
汉语意译：挥手笔落惊风雨，

---

①任李情合桐叶诗：出自明初李唐宾杂剧《李云英风送梧桐叶》。任继图在河边拾到妻子李云英在桐叶上的题诗而得以夫妻团聚。

②白苏：唐朝诗人白居易与宋朝诗人苏东坡。

喃字原文：序詩咏柳吏唪文篇。
越 南 语：Tựa thơ Vịnh Liễu lại bày một thiên.
汉语意译：序诗《咏柳》一篇现。

喃字原文：递呈翁仍頒唏：
越 南 语：Đệ trình ông những ban khen:
汉语意译：呈递杨公阅赞道：

喃字原文："价尼楼鹤亭蓮拱讓。"
越 南 语："Giá này lầu hạc đình liên cũng nhường."
汉语意译："鹤楼诗[1]未遑多让。"

喃字原文：清風暍㗂要當，
越 南 语：Thanh phong hết tấc yêu đương,
汉语意译：非常爱慕清风爽，

喃字原文：吏傳抌粓昂墙文邊。
越 南 语：Lại truyền đem dán ngang tường một bên.
汉语意译：传人张贴在墙上。

喃字原文：群剩𠄩𤗖花箋，
越 南 语：Còn thừa hai mảnh hoa tiên,
汉语意译：尚存两张草花笺，

喃字原文：嗔嘲生㐌揺連別兜。
越 南 语：Chắt chiu sinh đã giấu liền biết đâu.
汉语意译：瑶仙题名梁生藏。

喃字原文：侯恄哦咳拸遨，
越 南 语：Hầu vui chén hãy kèo mau,
汉语意译：侍奉喝酒聚欢笑，

---

①鹤楼诗：唐朝诗人崔颢关于黄鹤楼的诗句。

喃字原文：謝辞催買者焼銜茹。
越 南 语：Tạ từ thôi mới giã nhau về nhà.
汉语意译：辞谢方毕各归房。

喃字原文：落𡍣𣅶域𩈘娥，
越 南 语：Đầy thềm vằng vặc gương nga,
汉语意译：皎洁明月照檐下，

喃字原文：𣈖梗𢒂壁味花丹簾。
越 南 语：Bóng cành vẽ vách mùi hoa đan rèm.
汉语意译：庭笼树影帘外香。

喃字原文：桥藍欺𤊞𣋚尋，
越 南 语：Cầu Lam khi tỏ lối tìm.
汉语意译：蓝桥[①]寻情相思恋，

喃字原文：忍𠉞澄㐌兜噡姅霜。
越 南 语：Nhẫn nay chừng đã đâu thèm nửa sương.
汉语意译：忍待未遂平生愿。

喃字原文：淩澄文段滝湘，
越 南 语：Lừng chừng một đoạn sông tương,
汉语意译：踌躇思起湘江诗[②]，

喃字原文：𠴞賒隴仍悯𢠩𣈖賒。
越 南 语：Người xa luống những mơ màng bóng xa.
汉语意译：只是远思梦见影。

喃字原文：閉数叨等為花，
越 南 语：Bấy lâu đeo dẳng vì hoa,
汉语意译：为花苦求时已久，

---

①蓝桥：唐代秀才裴航途经蓝桥驿，与云英相遇，结为夫妇。
②湘江诗：君在湘江头，妾在湘江尾。相思不相见，同饮湘江水。梦魂飞不到，所欠惟一死。

喃字原文：尼軒覽翠乙罢兜低。
越 南 语：Này hiên Lãm Thúy ắt là đâu đây.
汉语意译：轩名“览翠”不见人。

喃字原文：㗂箕固透麻台，
越 南 语：Xưa kia có thấu mà hay,
汉语意译：经过见面心相透，

喃字原文：吏䏾箕貝客尼訴㹹。
越 南 语：Lại trăng kia với khách này tỏ nhau.
汉语意译：月对客人表心意。

喃字原文：花箋群妬瀦兜，
越 南 语：Hoa tiên còn đó chớ đâu,
汉语意译：隐藏花笺尚存好，

喃字原文：粉瓶讓透香楼讓𩙻。
越 南 语：Phấn bình nhường thấu hương lầu nhường bay.
汉语意译：诗楼香味透心扉。

喃字原文：𢲫房拯妄移𢬣，
越 南 语：Mở phong chẳng nỡ rời tay,
汉语意译：伸手开门不想动，

喃字原文：𠊛賒噲𡭧錻尼拱缘。
越 南 语：Người xa gọi chút báu này cũng duyên.
汉语意译：远处叫声误有缘。

喃字原文：𠊛仙𩴠㐌當仙，
越 南 语：Người tiên tên đã đáng tiên,
汉语意译：仙人之名真是仙，

喃字原文：𨖅仙捧演雲天氽重。
越 南 语：Gặp tiên bỗng diễn vân thiên mấy trùng.
汉语意译：遇仙遥远隔云天。

喃字原文：𫑠軒𢭲𣈖斜窗，
越 南 语：Trước hiên nương bóng tà song,
汉语意译：轩前人影窗斜映，

喃字原文：稿蘇㤨㨳襊桐底農。
越 南 语：Cảo tô biếng giở túi đồng để nuông.
汉语意译：苏诗[1]懒读琴懒动。

喃字原文：𥄮蝴𫴼𧜖㦟夢，
越 南 语：Giấc hồ nửa gối mơ mòng,
汉语意译：睡蝴蝶枕作美梦，

喃字原文：㕓兜㐌𨖲㗂鍾𩵜墻。
越 南 语：Chiền đâu đã lọt tiếng chuông mé tường.
汉语意译：寺亭钟声传外墙。

喃字原文：𡗶𣇜湎絳㵢鐄，
越 南 语：Trời mai dợn ráng tuôn vàng,
汉语意译：早晨天色金彩霞，

喃字原文：𩙍兜𣋽㐌絹香𫑠亭。
越 南 语：Gió đâu sớm đã quyến hương trước đình.
汉语意译：微风泛香诱亭前。

喃字原文：𢭮箋𨕭壁伶伶，
越 南 语：Dấu tiên trên vách rành rành,
汉语意译：花笺隐壁仍昭然，

喃字原文：䁛制娘㐌哢情𦊚句。
越 南 语：Nhìn chơi nàng đã lóng tình bốn câu.
汉语意译：娘暗笑念四句言。

---

①苏诗：苏东坡的诗句。

喃字原文：云香諟晦："詩兜？"
越 南 语：Vân Hương chiềng hỏi: "Thơ đâu?"
汉语意译：云香问声诗何来，

喃字原文：吪娘："唄黼𡥵侯呐戈。"
越 南 语：Dạy rằng: "Buổi trước con hầu nói qua. "
汉语意译：娘答听谁提过名。

喃字原文：客芇邊楢制茹，
越 南 语：Khách nào bên giậu chơi nhà,
汉语意译：是隔篱客题诗人，

喃字原文：命題傳𥙩箋花𩯀鐄。
越 南 语：Mệnh đề truyền lấy tiên hoa vội vàng.
汉语意译：急找花笺命婢传。

喃字原文：𣋚貼洞款記祥，
越 南 语：Nay xem dòng khoản ghi tường,
汉语意译：看了落款名详记，

喃字原文：𠰉罗埃吏罗払梁生。
越 南 语：Ngỡ là ai lại là chàng Lương sinh.
汉语意译：原是梁生题名诗。

喃字原文：𥪝詩纀纁𠳒情，
越 南 语：Trong thơ buộc bện lời tình,
汉语意译：诗中情言缠绵绵，

喃字原文：槾核捃橘槾梗惡哌。
越 南 语：Mượn cây quấn quít mượn cành ủ ê.
汉语意译：借李树果题诗篇。

喃字原文：想兜𣈜文堤迷，
越 南 语：Tưởng đâu ngày một đê mê,
汉语意译：日思夜想令心醉，

喃字原文：别包谋酌趍衛低之。
越 南 语：Biết bao mưu chước đi về đây chi.
汉语意译：多少心计“莺迁”居。

喃字原文：哢門月買買奇，
越 南 语：Lổng mồm nguyệt mới mới kỳ,
汉语意译：侍婢阿月心感奇，

喃字原文：趾蓮諻：“嚙緣之拯差。
越 南 语：Bước lên chiềng: “Ngẫm duyên gì chẳng sai.
汉语意译：上前道：“此姻有缘。

喃字原文：双双文壁堆排，
越 南 语：Song song một vách đôi bài,
汉语意译：隔篱双双结佳偶，

喃字原文：佳人才子聘𦡟窖罗。”
越 南 语：Giai nhân tài tử sánh vai khéo là.”
汉语意译：才子佳人缘匹配。”

喃字原文：浪：“埃添慳呐麻，
越 南 语：Rằng: “Ai thêm ngán nói mà,
汉语意译：瑶仙说：“厌烦之言，

喃字原文：噠𠶋風月唵頗綱常。
越 南 语：Đặt bày phong nguyệt dèm pha cương thường.
汉语意译：中伤纲常捏岁月。

喃字原文：霯光潸潸𢚸鏡，
越 南 语：Mây quang lẻo lẻo lòng gương,
汉语意译：心中如镜清澈明，

喃字原文：底瑰頂夾溋湘𣅶尼。
越 南 语：Để coi đỉnh giáp duềnh tương sau này.
汉语意译：后视巫山湘江情。

喃字原文：𠊛㐌風月之低，
越 南 语：Người đà phong nguyệt chi đây,
汉语意译：风花雪月人心思，

喃字原文：㦖𠿃朱客仍醝醹𢚸。
越 南 语：Ngán thay cho khách những say sưa lòng.
汉语意译：厌世来客陶醉心。

喃字原文：惜朱𨷯相茹𣳔，
越 南 语：Tiếc cho cửa tướng nhà dòng,
汉语意译：可惜世家才人相，

喃字原文：風騷才調窖傶埃搊。
越 南 语：Phong tao tài điệu khéo nhòng ai so.
汉语意译：风骚才能人高明。

喃字原文：矯吝𢭂𦀼交朱，
越 南 语：Kẻo lần mượn mối trao cho,
汉语意译：探摸关系中介人，

喃字原文：㐌𨤔𩈘月𡀮摸𣋚霾。
越 南 语：Đã tròn gương nguyệt lọ mò bóng mãy.
汉语意译：夜行明索寻月圆。

喃字原文：罒調順嚜永低，
越 南 语：Là điều thuận miệng vắng đây,
汉语意译：顺口之言人没知，

喃字原文：脉棱掤𦀿朱台拯𡀳。”
越 南 语：Mạch rừng bưng bít cho hay chẳng vừa.”
汉语意译：壁中有耳谨蒙蔽。”

喃字原文：瞋䏧傳噲小姐，
越 南 语：Chợt nghe truyền gọi tiểu thư,
汉语意译：乍见传来叫小姐，

喃字原文：𢫝𢧚香仍貼机𠰘払。
越 南 语：Lánh sau hương nghững xem cơ bảo chàng.
汉语意译：吩咐云香与君会。

喃字原文：屏梅㐌泮信霜，
越 南 语：Bình mai đã bọn tin sương,
汉语意译：屏风梅花传谣言，

喃字原文：簾桐客咳㦿恾盘迷。
越 南 语：Rèm đồng khách hãy mơ màng bàn mê.
汉语意译：桐景帘下发痴迷。

喃字原文：𠁑權恐景罗俐，
越 南 语：Thói quyền khỏng khảnh là lề,
汉语意译：权贵族例严又悬，

喃字原文：𠰘侯汃啵趍術𧁷信。
越 南 语：Miệng hầu vắt vẻo đi về khó tin.
汉语意译：侍婢之言难至信。

喃字原文：𢹿𢚸𠰺拯𢧚篇，
越 南 语：Vẽ lòng há chẳng nên thiên,
汉语意译：出点子难理成章，

喃字原文：吏咦揞厭麻煩哨吣。
越 南 语：Lại e giấu giếm mà phiền tiếng tăm.
汉语意译：又怕隐讳失名声。

喃字原文：仍罗慮吻擬旺，
越 南 语：Những là lo vẩn nghĩ nhầm,
汉语意译：胡思乱想盼良深，

喃字原文：月徐值㖪春尋拿信。
越 南 语：Nguyệt chờ chực hẹn xuân tìm nã tin.
汉语意译：女来相约男候讯。

喃字原文：𤿤𡨸唅謹𣈖金，
越 南 语：Ngàn non ngậm kín bóng kim,
汉语意译：金乌[1]影罩千万山，

喃字原文：燥梗操壳隻䳽點愁。
越 南 语：Ráo cành xao xác chiếc chim điểm sầu.
汉语意译：树上干枝鸟鸣愁。

喃字原文：绋𦋦嗺𥳉邊楼，
越 南 语：Dải là thoi thót bên lầu,
汉语意译：楼沿衣带显溟蒙，

喃字原文：沛香𠁑𣅶𥊚数𤏧澄。
越 南 语：Phải hương đấy chốc nhìn lâu tỏ chừng.
汉语意译：时久看清是云香。

喃字原文：晦嘲唻吕熷烞，
越 南 语：Hỏi chào lợi lả tưng bừng,
汉语意译：梁生云香互问好，

喃字原文：陽春㐌固信𢜠𣋚𣋽。
越 南 语：Dương xuân đã có tin mừng hôm nay.
汉语意译：吉日阳春传佳音。

喃字原文：香浪：“吶仕讓台，
越 南 语：Hương rằng: “Dạy sẽ nhường hay,
汉语意译：云香道：“话讲如是，

喃字原文：事𥪝𢆥沛文𣈜𢧚𠶀。
越 南 语：Sự trăm năm phải một ngày nên ru.
汉语意译：百年佳事日怎成。

①金乌：太阳。

喃字原文：唉䁖𠫾效風流，
越 南 语：Hãy coi vào số phong lưu,
汉语意译：风流还看人命数，

喃字原文：𠀧姻緣别𠳨兜拯𡗶。
越 南 语：Ấy nhân duyên biết là đâu chẳng trời.
汉语意译：姻缘大事由天定。

喃字原文：𠯦𠳨啐㐌𠢞𠸼，
越 南 语：Ử là trót đã giúp lời,
汉语意译：既然我来帮传言，

喃字原文：此䀡琨造𤏬𠊛台空。
越 南 语：Thử xem con tạo chiều người hay không.
汉语意译：看造化天从人愿。

喃字原文：𬁒箕酉固負𢚸，
越 南 语：Trăng kia dẫu có phụ lòng,
汉语意译：如果月老负人心，

喃字原文：固兜𦄾𧋆㤷𧒂讓尼。
越 南 语：Có đâu rối bướm dại ong nhường này.
汉语意译：哪有蝶蜂吸蜜恋。

喃字原文：㖢憪吁酌自低，
越 南 语：Vụng hèn xin chước từ đây,
汉语意译：婢女此次请求言，

喃字原文：尋兜准恪扒𩄲朱停。”
越 南 语：Tìm đâu chốn khác bắt mây cho đành.”
汉语意译：多倚他人事必成。”

喃字原文：𧡊𠸼如㪲𦀊情，
越 南 语：Thấy lời như khẩu mối tình,
汉语意译：调唆之言带情绪，

喃字原文：爀牟蘇醒妙鍱嗔嶙。
越 南 语：Rạng màu tô tỉnh dịu vành van lơn.
汉语意译：神清目爽细求言。

喃字原文：之調柳𢞂花惞，
越 南 语：Chi điều liễu tủi hoa hờn,
汉语意译：为何只怨天尤人，

喃字原文：文𠄩吁捛千萬拯悄。
越 南 语：Một hai xin cậy thiên vàn chẳng quên.
汉语意译：一意寄望大媒人。

喃字原文：𠊛吏阁几衛軒，
越 南 语：Người lại gác kẻ về hiền,
汉语意译：她回楼阁他返轩，

喃字原文：情終氽段愁𥢅氽份。
越 南 语：Tình chung mấy đoạn sầu riêng mấy phần.
汉语意译：钟情衷曲分心愁。

（二）（完）

（三）双凰团圆

（III）Song phượng đoàn viên (Đôi phượng vẹn tròn)

（三）双凤团圆

喃字原文： 仍生唷𦓡𨢇花，
越 南 语： Sắm sanh giục mở tiệc hoa,
汉语意译： 正忙准备办婚宴，

喃字原文： 管弦凌祂簪釵𤈜烁。
越 南 语： Quản huyền lừng lẫy trâm thoa rõ ràng.
汉语意译： 箫琴显赫簪钗全。

喃字原文： 車珠𣛨辆揁行，
越 南 语： Xe châu trăm lượng chen hàng,
汉语意译： 珠车①百辆挤庭院，

喃字原文： 𨢇春銅雀凴讓罗低。
越 南 语： Tiệc xuân Đồng-tước bằng nhường là đây.
汉语意译： 铜雀②美乔婚席现。

喃字原文： 會桃𣈜㐌吏𣋚，
越 南 语： Hội đào xua đã lại rày,
汉语意译： 次日拜见父母礼，

喃字原文： 花添𢒎錦玉呸团仙。
越 南 语： Hoa thêm vẻ gấm ngọc vầy đoàn tiên.
汉语意译： 新娘花锦玉仙人。

---

①珠车：装饰似珍珠花样的轿车和马车。

②铜雀：三国时代曹操建在邺城的箭台。唐朝诗人杜牧在《赤壁》一诗中写道："东风不与周郎便，铜雀春深锁二乔。"

喃字原文：貼焼珍重閔酙，
越 南 语：Xem nhau trân trọng muôn nghìn,
汉语意译：珍重万分会见面，

喃字原文：㸃帝敢底憚緣朱陳。
越 南 语：Chút nào dám để thẹn duyên châu trần.
汉语意译：姐妹尊崇朱陈①圆。

喃字原文：憉㤕花朵䏧暈，
越 南 语：Bâng khuâng hoa đóa trăng vừng,
汉语意译：忆花思月何怅惘，

喃字原文：㐌弓弹怒吏韵诗箕。
越 南 语：Đã cung đàn nọ lại vần thơ kia.
汉语意译：和诗韵乐又弹琴。

喃字原文：瞭朱功跨趍衛，
越 南 语：Xét cho công khóa đi về,
汉语意译：梁立战功荣返乡，

喃字原文：月香拱特甘庀小星。
越 南 语：Nguyệt Hương cũng được cam bề tiểu tinh.
汉语意译：又娶月香为小星②。

喃字原文：茹安被㩫渃平，
越 南 语：Nhà yên vừa dịp nước bình,
汉语意译：国泰民安天赐机，

喃字原文：𠄩生調𠰘丹庭榮归。
越 南 语：Hai sinh đền gởi đan đình vinh qui.
汉语意译：皇颁梁姚荣归里。

---

①朱陈：即配偶称当。古时候徐州古丰县朱陈村朱姓与陈姓两家，代代相结姻亲，后来人们把美好的姻缘称为“朱陈之好”。

②小星：这里指二房或侍妾。

喃字原文：錦还𠬠蕚紅旗，
越 南 语：Cẩm hoàn một lá hồng kỳ,
汉语意译：锦衣还乡红旗飘，

喃字原文：梁時回老姚時完姻。
越 南 语：Lương thì hồi lão Diêu thì hoàn nhân.
汉语意译：梁回养亲姚完婚。

喃字原文：姚堂楊岳𠄩親，
越 南 语：Diêu đường Dương nhạc hai thân,
汉语意译：姚公杨岳两亲人，

喃字原文：院𥚄調拱表陳明農。
越 南 语：Viện lề đều cũng biểu trần minh nông.
汉语意译：皇准告老理农事。

喃字原文：拂菲點粉妆红，
越 南 语：Phất phơ điểm phấn trang hồng,
汉语意译：粉黛妆点香飘飘，

喃字原文：絲捹蓅柳香攏𨃴駒。
越 南 语：Tơ buông ngọn liễu hương lồng vó câu.
汉语意译：驹停放松柳挂丝。

喃字原文：㖼慍旗㖃醽瓢，
越 南 语：Mảng vui cờ cuộc rượu bầu,
汉语意译：沉醉乐棋饮酒喜，

喃字原文：琴邊𣈖月歌頭岸𣚻。
越 南 语：Cầm bên bóng nguyệt ca đầu ngàn thông.
汉语意译：琴声月影歌传林。

喃字原文：便塘水道從容，
越 南 语：Tiện đường thủy đạo thung dung,
汉语意译：便捷水道逍遥乐，

喃字原文：𤳆船吏順𠬠涌渃𣼽。
越 南 语：Con thuyền lại thuận một dòng nước xuôi.
汉语意译：风吹帆船顺水流。

喃字原文：憢埃花䓡𢭮鲜，
越 南 语：Chiều ai hoa cỏ đua tươi,
汉语意译：花草竞鲜依人心，

喃字原文：㗂𪃿兜㐌𢭮𠊛故人。
越 南 语：Tiếng gà đâu đã gợi người cố nhân.
汉语意译：远处鸡鸣致故人。

喃字原文：香𧽗𨷈𨤮梓枌，
越 南 语：Hương bay muôn dặm tử phần,
汉语意译：梓枌①万里飘芳香，

喃字原文：長州𠉞㐌斯斯細𡎝。
越 南 语：Tràng Châu nay đã gần gần tới nơi.
汉语意译：船至长州近眼前。

喃字原文：𠊛迍逴几𢜠𢝙，
越 南 语：Người đón rước kẻ mừng vui,
汉语意译：迎接人群喜悦容，

喃字原文：𥊚船生拱便移𧼋制。
越 南 语：Ghé thuyền sinh cũng tiện dời đến chơi.
汉语意译：梁船拢岸乐相见。

喃字原文：府姚𩛷玉鋪排，
越 南 语：Phủ Diêu tiệc ngọc phô bày,
汉语意译：姚府设宴相邀约，

---

①梓枌：即京族的拉提树。古时人们常在家门前栽种此树，因此梓枌亦是故乡的代名词。

喃字原文：霎攏旗𦑃香冠哦呌。
越 南 语：Mây lồng cờ mở hương bay chén kèo.
汉语意译：心花怒放酒香浓。

喃字原文：洞房金榜恪侥，
越 南 语：Động phòng kim bảng lẫn nhau,
汉语意译：金榜洞房双双喜，

喃字原文：欺恹計𣋇包饒㗂情。
越 南 语：Khi vui kể hết bao nhiêu là tình.
汉语意译：欢宴畅谈情深重。

喃字原文：臺楊衞准波亭，
越 南 语：Đài Dương về chốn Ba Đình,
汉语意译：杨公返家观波亭，

喃字原文：𩚵恹拱逴𠄩生𨖲茹。
越 南 语：Tiệc vui cũng rước hai sinh sang nhà.
汉语意译：摆席宴请梁姚生。

喃字原文：爉烺騬馭貼花，
越 南 语：Rỡ ràng cỡi ngựa xem hoa,
汉语意译：骑马赏花金榜人，

喃字原文：信衞㐌𦤾差衙递諚。
越 南 语：Tin về đã đến sai nha đệ chiềng.
汉语意译：梁生初到差来请。

喃字原文：没茹堆腌深傷，
越 南 语：Một nhà đôi dạ thắm thương,
汉语意译：父母儿女系情深，

喃字原文：㐲生車馭產床𪒮𪗐。
越 南 语：Sắm sanh xe ngựa sẵn sàng trước sau.
汉语意译：香车宝马前后迎。

喃字原文：蓅旗霎雲村䌷，
越 南 语：Ngọn cờ mây rợp thôn dâu,
汉语意译：村中旌旗扬云天，

喃字原文：蓬莱車鶴楊州唛前。
越 南 语：Bồng lai xe hạc Dương Châu lửng tiền.
汉语意译：蓬莱鹤车游扬州[①]。

喃字原文：㗂𧄈圮坦䨢㘇，
越 南 语：Tiếng thơm dậy đất sấm rền,
汉语意译：雷电一声芳名震，

喃字原文：𨷯刘賒拱日傳信𨖅。
越 南 语：Cửa Lưu xa cũng nhặt truyền tin sang.
汉语意译：刘公闻讯远来访。

喃字原文：㨋䅂𢜠㤇𤾓塘，
越 南 语：Tấc riêng mừng rỡ trăm đường,
汉语意译：万分高兴表衷肠，

喃字原文：𤁕腥𠵴䒹凴様㐌悁。
越 南 语：Nhạt tanh chuyện cũ bằng nhường đã quên.
汉语意译：前谈旧情怎相忘。

喃字原文：轎花㗉遥𨒺連，
越 南 语：Kiệu hoa giục giạo rước liền,
汉语意译：催促轿车迎亲人，

喃字原文：打蹺情買朱填磊㫺。
越 南 语：Đành theo tình mới cho đền lỗi xưa.
汉语意译：认新郎官补昔误。

①蓬莱鹤车游扬州：指乘马车的人高兴得如蓬莱的仙人骑鹤游扬州。

喃字原文：𢠩𢚸椿倈萱絲，
越 南 语：Mảnh lòng thung chỗi huyên tơ,
汉语意译：白发父母系儿情，

喃字原文：逴𢜠拯泮𩯀絲每調。
越 南 语：Rước mừng chẳng bọn tóc tơ mọi điều.
汉语意译：明正贺喜心祝愿。

喃字原文：团圆𠬠醮錦挑，
越 南 语：Đoàn viên một tiệc gấm thêu,
汉语意译：锦上添花团圆席，

喃字原文：菊𣹓貝哦琴迢逸弓。
越 南 语：Cúc đầy với chén cầm dìu dặt cung.
汉语意译：菊酒满杯琴拢燃。

喃字原文：𠻀翻㗱深唭鴻，
越 南 语：Đòi phen cợt thắm cười hồng,
汉语意译：情深义重笑容满，

喃字原文：玉攏𢭂動香浓拿𢷮。
越 南 语：Ngọc lung lay động hương nồng nã rơi.
汉语意译：坚心玉石酒浓香。

喃字原文：風光奇罒𣎃𡗶，
越 南 语：Phong quang cả bốn mùa trời,
汉语意译：一年四季显荣光，

喃字原文：𩙍迻香逴𦝄哋雪勸。
越 南 语：Gió đưa hương rước trăng mời tuyết khuyên.
汉语意译：风送月迎雪花献。

喃字原文：繁华補課迍邅，
越 南 语：Phồn hoa bõ thuở truân chiên,
汉语意译：繁华代替昔迍邅，

喃字原文：㐌揚福厚吏坪顯荣。
越 南 语：Đã gương phúc hậu lại nền hiển vinh.
汉语意译：厚福显现荣华享。

喃字原文：𬟥咈詔鳳伶伶，
越 南 语：Ngửa vâng chiếu phượng rành rành,
汉语意译：皇帝颁旨昭昭传，

喃字原文：吏扰宝眷赴京蓮朝。
越 南 语：Lại đem bảo quyến phó kính lên chầu.
汉语意译：携带宝眷入朝廷。

喃字原文：帆官文蕚㴜溇，
越 南 语：Buồm quan một lá khơi sâu,
汉语意译：乘船宦海前广阔，

喃字原文：超升脱㐌蹚頭南衙。
越 南 语：Siêu thăng thoát đã đứng đầu nam nha.
汉语意译：升朝前到南衙门①。

喃字原文：官斟粙拯差訛，
越 南 语：Quan châm chút chẳng sai ngoa,
汉语意译：国法待民令感动，

喃字原文：祿𡗶鍾鑊挭茹軍民。
越 南 语：Lộc trời chuông vạc gánh nhà quân dân.
汉语意译：天禄钟鼎②赏军民。

喃字原文：𩙍秋噲腋梓枌，
越 南 语：Gió thu gọi dạ tử phần,
汉语意译：秋风飘零梓枌处，

---

①南衙门：吏部尚书办事的地方。朝臣上朝时常在此地等候。
②钟鼎：古时人们用钟鼎刻记功劳以表彰，也叫“功名鼎”。意指刻名于鼎，喻长年荣华富贵。

喃字原文：表詞吏𢭝情親𠁀㑏。
越 南 语：Biểu từ lại lấy tình thân làm lề.
汉语意译：慈爱亲情祖宗例。

喃字原文：𤑟𤊚襖錦吏圭，
越 南 语：Rõ ràng áo gấm lại quê,
汉语意译：锦衣夜行归故里，

喃字原文：蹎駒𢬣扣𨋤車奄蒲。
越 南 语：Gót câu lỏng khấu bánh xe êm bồ.
汉语意译：马不停蹄车奔驰。

喃字原文：脉文群唯涌儒，
越 南 语：Mạch văn còn dõi dòng nho,
汉语意译：书香门第世相传，

喃字原文：熊羆氽䏧㐌鋪恬怜。
越 南 语：Hùng bi mấy giấc đã phô điềm lành.
汉语意译：昔兆梦熊生男儿①。

喃字原文：趁蔬兰槐倈𣙩，
越 南 语：Sởn sơ lan huệ chỗi cành,
汉语意译：槐兰丰盈枝叶茂，

喃字原文：礼時据法緻綆𡨹㑏。
越 南 语：Lễ thi cứ phép cửi canh giữ lề.
汉语意译：礼教有例女织布。

喃字原文：恩情忟𧗱每皮，
越 南 语：Ân tình nhớ đủ mọi bề,
汉语意译：恩情德行永铭记，

①梦熊生男儿：旧时民间认为，谁人梦见白熊生子，其家将有男孩来继承家业。

喃字原文：寄親龍閫結儀姚門。
越 南 语：Ký thân Long khổn kết nghì Diêu môn.
汉语意译：龙姚结亲是仁义。

喃字原文：福常噞廸子孫，
越 南 语：Phúc thường rủ đến nhi tôn,
汉语意译：有福满禄子孙期，

喃字原文：本鐄蹺攝𨷯𩙍𨀈𣈜。
越 南 语：Bản vàng theo nếp cửa son dõi đời.
汉语意译：红门金榜传后裔。

喃字原文：蹭源盘吏麻制，
越 南 语：Gót nguồn bàn lại mà chơi,
汉语意译：从头到尾叙述事，

喃字原文：風光𠄩𡨸㙴𣈜埃空。
越 南 语：Phong quang hai chữ cõi đời ai không.
汉语意译："风光"二字放光辉。

喃字原文：𥙩情𨑮擇𠱊衝，
越 南 语：Lấy tình gặp gỡ là xong,
汉语意译：情人相逢完满记，

喃字原文：𫏾𢀲院文𡨸從買稽。
越 南 语：Trước sau vẹn một chữ tòng mới ghê.
汉语意译："从"字忠孝始终美。

喃字原文：欺闲执整唓圭，
越 南 语：Khi nhàn chắp chảnh lời quê,
汉语意译：清闲掇拾故乡事，

喃字原文：擱句情欲蹺皮孝貞。
越 南 语：Gác câu tình dục theo bề hiếu trinh.
汉语意译：撂句情欲守孝贞。

喃字原文：詒倫創底伶伶，
越 南 语：Di luân sáng để rành rành,
汉语意译：伦常道理明昭然，

喃字原文：瀋抌歌唱罒輕罒常。
越 南 语：Chớ đem ca xướng làm khinh làm thường.
汉语意译：歌唱传统莫轻视。

喃字原文：喃那拖𠃣更長，
越 南 语：Nôm na đỡ chút canh trường,
汉语意译：字喃成书夜排遣，

喃字原文：抯絲擿吏䩲塘仕台。
越 南 语：Giở tơ dạo lại vài đường sẽ hay.
汉语意译：揭书丛谈感神奇。

说明：《花笺传》在我国京族地区广泛流传。特别是在京族民间中，京族歌手阮进余、苏积英等很多人传唱的情歌中收集了不少唱段。以上唱段是苏维芳经过收集整理编写后选择的三段。苏维芳、苏凯翻译和注释。

2008 年 4 月

民族文字出版专项资金资助项目

京族传统叙事歌集

（下）

◎苏维芳　苏凯　编著

广西民族出版社
Gvangjsih Minzcuz Cuzbanjse

范载玉花

简 介

以爱情为题材的《范载玉花》是18世纪末19世纪上半叶越南文学代表作之一，作品是传统的六八体叙事歌。该作品与同时期的一系列喃字文学作品在内容、形式、艺术手法以及思想价值方面都各具特色，体现了较高的艺术水平，共同推动了喃字文学的繁荣与发展。在越南和我国京族地区广泛流传。

美貌与才德并举的玉花是陈家的独生女，家资富有，父亲当官。在她居住的地区，有一个穷学生名叫范载，父母早逝，一边行乞一边攻读。玉花遇见范载后，对其深表同情，赠与钱粮，并对其产生爱慕之心。玉花父母知道后，把范载叫到家中，将女儿许配予他。

拼佃是一名无良之徒，曾经上门提亲欲娶玉花不成，怀恨在心。得知庄王好色，为报复，拼佃用木刻出玉花的雕像献给庄王，唆使庄王派人捉玉花。

玉花被捉到王宫后，以死相拒，庄王无奈，只好找到范载，许诺用身边一半的美女和封官进爵来交换玉花，在不得逞后一怒之下毒杀范载。

范载死后，玉花请求庄王允许她回乡为范载守丧，三年期满后入宫。在庄王的应允之下，玉花送范载的灵柩回到故里，守节居丧三年。丧期将满之时，为避免入宫保住清白，玉花自杀身亡。

死后的玉花在阴府见到了丈夫，并与丈夫一道向阎王投诉庄王。阎王捉庄王下阴府对质。在罪证确凿后，阎王把庄王丢入油锅烫死，让范载、玉花夫妇生还重返人间，并让范载顶替庄王掌管国家。

範載玉花
Phạm Tải Ngọc Hoa
范载玉花

（一）玉花坚强庄王無道
(I) Ngọc Hoa kiên cường Trang vương vô đạo
（一）玉花坚贞皇无道

此回内容简介：拼佃娶不得玉花，怀恨在心，便用木刻凿玉花雕像，送给庄王。庄王迷色，即派官兵捉拿玉花。玉花叫丈夫范载陪同前去，夫妻一同进入朝廷。

喃字原文：𤤰庄𠚢御茹楼，
越 南 语：Vua Trang ra ngự nhà lầu,
汉语意译：庄帝王高御朝廷，

喃字原文：左文右武𨅸候𠄩邊。
越 南 语：Tả văn hữu võ đứng hầu hai bên.
汉语意译：左右文武候两边。

喃字原文：囉傳𠶋玉花𨖲，
越 南 语：Loa truyền đòi Ngọc Hoa lên,
汉语意译：传唤玉花上朝廷，

喃字原文：庄王𧡊𩈘𠸠仙𡽫蓬。
越 南 语：Trang vương thấy mặt, ngỡ tiên non bồng.
汉语意译：庄王见疑蓬莱仙。

喃字原文：娘𠓨拜謝九重，
越 南 语：Nàng vào bái tạ cửu trùng,
汉语意译：玉花拜见帝九重，

喃字原文：𪔠㨂𠀧嗂鞠躬𠀧吝。
越 南 语：Trống dong ba dạo, cúc cung ba lần.
汉语意译：三阵乐鼓三鞠躬。

喃字原文：堆邊左右君臣，
越 南 语：Đôi bên tả hữu quần thần,
汉语意译：两边左右立君臣，

喃字原文：𢜠𢁑及特美人𣈜𫢩。
越 南 语：Mừng vua gặp được mỹ nhân ngày rày.
汉语意译：皇娶美人众庆贺。

喃字原文：𢁑傳：“𠊛木扰𠁑，
越 南 语：Vua truyền: “Người mộc đem đây,
汉语意译：皇传：“递木刻人①上，

喃字原文：共娘陳氏𢮿𫢩兜欣。
越 南 语：Cùng nàng Trần thị so rày đâu hơn?
汉语意译：同真陈氏相比看。

喃字原文：𠀧𤾓美女宮嬪，
越 南 语：Ba trăm mỹ nữ cung tần,
汉语意译：唤三百宫嫔美女，

喃字原文：拱朱𠚢聘娘陳些䀡。”
越 南 语：Cũng cho ra sánh nàng Trần ta xem!”
汉语意译：亦与陈氏相比对。”

①木刻人：指用檀香木刻的陈玉花像。是拼佃进贡给庄王的刻像。

喃字原文： 宫嫔拯𠹾𫜵𡛔，
越 南 语： Cung tần chẳng chịu làm em,
汉语意译： 宫女谁也不认输，

喃字原文： 朱𫢩妆點襖襜𠾕𠐳。
越 南 语： Cho nên trang điểm áo xiêm rộn ràng.
汉语意译： 为此化妆更襜衣。

喃字原文： 㦖𡅆䀡𩈘聖皇，
越 南 语： Nhởn nhơ trước mặt thánh hoàng,
汉语意译： 悠然面对圣皇前，

喃字原文： 𢁨庄𥌀伎玉娘如仙。
越 南 语： Vua Trang trông kỹ Ngọc nàng như tiên.
汉语意译： 庄王只看玉仙娘。

喃字原文： 嗺𠊛供進拚佃，
越 南 语： Đòi người cung tiến Biện Điền,
汉语意译： 皇传拚佃进贡人，

喃字原文： 噛浪："忠義進𨖲陛𧏵。
越 南 语： Khen rằng: "Trung nghĩa tiến lên bệ rồng!
汉语意译： 赞喻："进献皇忠义。

喃字原文： 勅封朱㑲郡公，
越 南 语： Sắc phong cho nó quận công,
汉语意译： 令封你为职郡官，

喃字原文： 𫜵𨪝朱几固𢚸貝𢧲。"
越 南 语： Làm gương cho kẻ có lòng với tao."
汉语意译： 忠于圣上好榜样。"

喃字原文： 拚佃啦起𢝙牢，
越 南 语： Biện Điền khấp khởi mừng sao,
汉语意译： 拚佃心里自暗喜，

喃字原文：𫃚𨉟和吏解劳报仇。
越 南 语：Rạng mình và lại giải lao báo thù.
汉语意译：先得光彩后解恨。

喃字原文：德庄约愿㐌夫，
越 南 语：Đức Trang ước nguyện đã phu,
汉语意译：庄王期望遂偿愿，

喃字原文：𠸼玉娘𦤾花樛結交：
越 南 语：Mời Ngọc nương đến hoa cù kết giao:
汉语意译：请玉娘入宫交缘：

喃字原文：“𣋚群東柳西桃，
越 南 语：“Xưa còn đông liễu, tây đào,
汉语意译：“昔日各东柳西桃，

喃字原文：𠉞𢜠仙㐌𬋩𠓨蓬莱。
越 南 语：Nay mừng tiên đã lọt vào Bồng Lai.
汉语意译：今日喜得蓬莱仙。

喃字原文：堆些㐌合緣諧，
越 南 语：Đôi ta đã hợp duyên hài,
汉语意译：我俩系和谐姻缘，

喃字原文：𤾓𢆥絲𩯀閅𠁀顯荣。”
越 南 语：Trăm năm tơ tóc muôn đời hiển vinh.”
汉语意译：百年结发世显荣。”

喃字原文：𦖑𤤰旨判分明，
越 南 语：Nghe vua chỉ phán phân minh,
汉语意译：玉花听皇示分明，

喃字原文：娘連跪𧺀奏呈𣼼濃：
越 南 语：Nàng liền quỳ xuống tâu trình sâu nông:
汉语意译：即跪奏意味深长：

喃字原文：“碎𠹾㝵妸固鈇，
越 南 语：“Tôi là con gái có chồng,
汉语意译：“我已是有夫之妇，

喃字原文：四德渚𨁪三從㐌𢧚。
越 南 语：Tứ đức chưa trọn, tam tòng đã nên.
汉语意译：四德未圆三从行。

喃字原文：姻缘買特姅年，
越 南 语：Nhân duyên mới được nửa niên,
汉语意译：婚姻刚得满半年，

喃字原文：捧兜固令𣘈𨕭衛𠽖。
越 南 语：Bỗng đâu có lệnh bề trên về đòi.
汉语意译：忽然接令皇帝传。

喃字原文：碎𠼵威法㝵𡗶，
越 南 语：Tôi vâng uy pháp con trời,
汉语意译：我尊重天法威灵，

喃字原文：丕𢧚碎沛細𠴓丹庭。
越 南 语：Vậy nên tôi phải tới nơi đan đình.
汉语意译：所以才至宫丹庭。

喃字原文：㰄之少女簪纓，
越 南 语：Hiếm gì thiếu nữ trâm anh,
汉语意译：世间多少簪缨女，

喃字原文：麻𢃊吏沛押情碎之。”
越 南 语：Mà vua lại phải ép tình tôi chi!”
汉语意译：皇帝且要我迫缘。”

喃字原文：庄王買判𠬠欺：
越 南 语：Trang vương mới phán một khi:
汉语意译：庄王马上下传示：

喃字原文：“𠴔払範載即時𠖈低。
越 南 语：“Đòi chàng Phạm Tải tức thì vào đây.
汉语意译：“传唤范载即上殿。

喃字原文：些𪜀聖帝渃尼，
越 南 语：Ta là thánh đế nước này,
汉语意译：朕是此国圣皇上，

喃字原文：𥚄兜些扒媄眉𪜀民。
越 南 语：Lẽ đâu ta bắt vợ mày là dân.
汉语意译：岂能迫你妻平民。

喃字原文：銅鐄對𢭲銅斤，
越 南 语：Đồng vàng đổi lấy đồng cân,
汉语意译：黄铜换取你真金，

喃字原文：𠀧𤾓美女宮嬪𢺺堆。
越 南 语：Ba trăm mỹ nữ cung tần chia đôi.
汉语意译：三百宫女两人分。

喃字原文：底𫜵皇后正𡾵，
越 南 语：Để làm hoàng hậu chính ngôi,
汉语意译：娶她作为正皇后，

喃字原文：𫯳鸾媄鳳平𠁀漢家。
越 南 语：Chồng loan vợ phượng bằng đời hán gia.
汉语意译：夫鸾妻凤胜汉朝。

喃字原文：玉花緣𦀊共些，
越 南 语：Ngọc Hoa duyên bén cùng ta,
汉语意译：玉花愿同朕结缘，

喃字原文：時伖拱特𠖈𠚢低連。
越 南 语：Thời ngươi cũng được vào ra đây liền.
汉语意译：你出入宫甚自由。

喃字原文：吏朱伶甍爵權，
越 南 语：Lại cho ngươi đủ tước quyền,
汉语意译：同时封你高官爵，

喃字原文：𬰖順茹渃𢖖安𬮌茹。”
越 南 语：Trước thuận nhà nước sau yên cửa nhà.”
汉语意译：先是国顺后家安。”

喃字原文：範払達蹭奏戈：
越 南 语：Phạm chàng đặt gối tâu qua:
汉语意译：范载跪奏圣皇上：

喃字原文：“媍𢧚䋎份生𧷺文皮。
越 南 语：“Vợ tôi chút phận sinh ra một bề.
汉语意译：“夫妻缘分天作合。

喃字原文：想𱜢院道唱隨，
越 南 语：Tưởng là vẹn đạo xướng tùy,
汉语意译：想应是夫唱妻随，

喃字原文：朱𫀅鐄𥒥啐誓百年。
越 南 语：Cho nên vàng đá trót thề bách niên.
汉语意译：金石相磁誓百年。

喃字原文：𠊛仙吏𨑜伴仙，
越 南 语：Người tiên lại gặp bạn tiên,
汉语意译：今仙人欲娶仙女，

喃字原文：碎𱜢寒士道賢管包。
越 南 语：Tôi là hàn sĩ đạo hiền quản bao.
汉语意译：我是寒士怎启言。

喃字原文：𢙱𤤰呐决𱜢芾，
越 南 语：Lòng vua dù quyết thế nào,
汉语意译：皇帝坚持作主张，

喃字原文：時碎𤈜丕别牢悲𣇞？
越 南 语：Thời tôi chịu vậy biết sao bây giờ!
汉语意译：我只承受知怎样？

喃字原文：𥢆身份𬑉如詞，
越 南 语：Riêng thân phận mỏng như tờ,
汉语意译：自身命运薄如纸，

喃字原文：婆月拯兑翁絲空為！
越 南 语：Bà nguyệt chẳng đoái, ông tơ không vì!
汉语意译：月老冰人无能为。

喃字原文：娘㐌安份宫妃，
越 南 语：Nàng đà an phận cung phi,
汉语意译：她可安分做宫妃，

喃字原文：碎吀遥蹭退衛圭𣦍。
越 南 语：Tôi xin dạo gót lui về quê ngay.
汉语意译：许我离开返故乡。

喃字原文：决悉戒行咹斋，
越 南 语：Quyết lòng giới hạnh ăn chay,
汉语意译：只决意戒行吃斋，

喃字原文：𠓀罗𨆝难𡢐𣋚修身。
越 南 语：Trước là lánh nạn, sau rày tu thân.
汉语意译：先是避难后修身。

喃字原文：局𠁀如盎浮雲，
越 南 语：Cuộc đời như áng phù vân,
汉语意译：人生似乎寄浮云，

喃字原文：吏𡗉業障沉淪迷途。
越 南 语：Lại nhiều nghiệp chướng, trầm luân mê đồ.
汉语意译：常遇业障途沉沦。

喃字原文：且碎才浅痴愚，
越 南 语：Vả tôi tài thiển, trí ngu,
汉语意译：况且我才浅智愚，

喃字原文：禄丕爵渃𢁋朱憆㤝。
越 南 语：Lộc trời tước nước vua cho thẹn thùng.
汉语意译：皇赐爵禄感腼腆。

喃字原文：鸡棱呐闷𠚢功，
越 南 语：Gà rừng dù muốn làm công,
汉语意译：山鸡纵令欲贪功，

喃字原文：惵欺跜舞𦼔毵即時。
越 南 语：Sợ khi nhảy múa rụng lông tức thì!
汉语意译：怕蹦跳时毛脱尽。

喃字原文：𠊛圭奏動丹墀，
越 南 语：Người quê tâu động đợn trì,
汉语意译：乡人怎奏动丹墀，

喃字原文：𢁋共文武䁾推朱𣋚。”
越 南 语：Vua cùng văn võ xét suy cho rày.”
汉语意译：皇帝文武为推论。”

喃字原文：𢁋傳娘玉𦤾低，
越 南 语：Vua truyền nàng Ngọc đến đây,
汉语意译：皇帝传唤玉花娘，

喃字原文：即時旨判𠚢𣦍文𠃣：
越 南 语：Tức thì chỉ phán ra ngay một lời:
汉语意译：即时旨示发语言：

喃字原文：“𫯳娘，些㑏頭𩯁，
越 南 语：“Chồng nàng, ta hỏi đầu đuôi,
汉语意译：“姑娘夫君我问过，

喃字原文：决衛戒行，群伡𬌓𬋩？
越 南 语：Quyết về giới hạnh, còn ngươi thế nào?
汉语意译：他意戒行你如何？

喃字原文：些𠉞權奇𫜵高，
越 南 语：Ta nay quyền cả ngôi cao,
汉语意译：如今朕权重位高，

喃字原文：為娘文𠃣，損耗闷𠳒。”
越 南 语：Vì nàng một chút, tổn hao muôn lời.”
汉语意译：为娘一时费口舌。”

喃字原文：𦖑𢃊吶𠹾曲𡀮，
越 南 语：Nghe vua nói hết khúc nhôi,
汉语意译：玉花听皇喻始末，

喃字原文：娘連跪𨑜每𠳒連奏：
越 南 语：Nàng liền quỳ xuống mọi lời liền tâu:
汉语意译：她即下跪细奏言：

喃字原文：“衆碎緣𡢐共饒，
越 南 语：“Chúng tôi duyên bén cùng nhau,
汉语意译：“我们夫妇早合缘，

喃字原文：德𢃊判𬌓𢭝兜公平？
越 南 语：Đức vua phán thế lấy đâu công bằng?
汉语意译：皇判如此不公平。

喃字原文：女兒份沛𡨸從，
越 南 语：Nữ nhi phận phải chữ tòng,
汉语意译：女子本份守三从，

喃字原文：𩈘𡗶𧯄果，𣋽𣎞坤為。
越 南 语：Mặt trời lặn quả, bóng trăng khôn vì.
汉语意译：太阳光彩难比月。①

①太阳光彩难比月：意指皇帝虽然如太阳般光彩夺目，但不能同范载似蒙蒙的月亮相比。

喃字原文：𠱊𠯿碎𣳮于歸，
越 南 语：Ví dù tôi chửa vu qui,
汉语意译：如果我尚未于归，

喃字原文：𢃊傷納用，䀡時埃當。
越 南 语：Vua thương nạp dụng, thế thì ai đương.
汉语意译：皇怜纳妾决不辞。

喃字原文：𠉞碎缘劫共払，
越 南 语：Nay tôi duyên kiếp cùng chàng,
汉语意译：如今共夫姻缘劫，

喃字原文：女𠸗負義糟糠朱汀？
越 南 语：Nỡ nào phụ nghĩa tao khang cho đành?
汉语意译：怎忍负情弃糟糠。

喃字原文：𢃊𠉞法律公平，
越 南 语：Vua nay pháp luật công bình,
汉语意译：皇朝法律是公平，

喃字原文：天下顺情，鬼神𠸦威。
越 南 语：Thiên hạ thuận tình, quỷ thần vâng uy.
汉语意译：天下顺情鬼神惊。

喃字原文：宫嫔美女少之，
越 南 语：Cung tần mỹ nữ thiếu chi,
汉语意译：宫嫔美女尚少之？

喃字原文：麻𢃊沛押女兒固𫯳。
越 南 语：Mà vua phải ép nữ nhi có chồng?
汉语意译：皇帝强迫有夫妇。

喃字原文：𠯿𢃊处抑𦟐紅，
越 南 语：Dù vua xử ức má hồng,
汉语意译：如果定抑迫红颜，

喃字原文：時碎自刎塊悉背夫。”
越 南 语：Thời tôi tự vẫn khỏi lòng bội phu!”
汉语意译：我只自刎免背夫。”

喃字原文：哐牢惨恸䔲味，
越 南 语：Lời sao thảm thiết cay chua,
汉语意译：惨切辛酸世道话，

喃字原文：𠬠朱懊惱悴悻闵分。
越 南 语：Làm cho ảo não xót xa muôn phần!
汉语意译：怜悯万分烦恼人。

喃字原文：卞㗂文武百臣，
越 南 语：Bèn đòi văn võ bách thần,
汉语意译：皇帝传令文武官，

喃字原文：默朝議論役娘𠬠牢。
越 南 语：Mặc triều nghị luận việc nàng làm sao.
汉语意译：不顾朝廷怎议论。

喃字原文：朝廷達蹭奏匏：
越 南 语：Triều đình đặt gối tâu vào:
汉语意译：朝官跪拜奏皇上：

喃字原文：“渃南拱拯少芇美人，
越 南 语：“Nước nam cũng chẳng thiếu nào mỹ nhân.
汉语意译：“南国有不少美人，

喃字原文：且𢂞罗蹲拎斤，
越 南 语：Vả vua là đấng cầm cân,
汉语意译：圣上且是掌权首，

喃字原文：𠺥呻於𫢩，人心不和。”
越 南 语：Ví dù ở thế, nhân tâm bất hòa.”
汉语意译：这样做会弃民心。”

喃字原文：𤤰𦖻朝議𧵑𧵆，
越 南 语：Vua nghe triều nghị gần xa,
汉语意译：皇听朝官议远近，

喃字原文：浪："朝議𠇍，事佗空通！"
越 南 语：Rằng: "Triều nghị thế, sự đà không thông!"
汉语意译：喻："这样议事不忠。"

喃字原文：朝廷𦖻判駭雄，
越 南 语：Triều đình nghe phán hãi hùng,
汉语意译：朝官听了都惊骇，

喃字原文：唛麻拯特，隨悉𤤰催。
越 南 语：Răn mà chẳng được, tùy lòng vua thôi.
汉语意译：劝诫不得随皇意。

喃字原文：百官陛玉𧺀𠳒：
越 南 语：Bách quan bệ ngọc dâng lời:
汉语意译：有朝官向皇献言：

喃字原文："𣋚𦝄𨑤坦𩈘𡗶𬧐𨖲。
越 南 语："Bóng trăng xuống đất mặt trời mọc lên.
汉语意译："月亮落地太阳升。

喃字原文：德𤤰𢝙結姻緣，
越 南 语：Đức vua muốn kết nhân duyên,
汉语意译：圣皇定要此姻缘，

喃字原文：折払範載朱安每塘。
越 南 语：Giết chàng Phạm Tải cho yên mọi đường.
汉语意译：杀死范载断缘姻。

喃字原文：闭𣇞𠊛仕𥙩娘，
越 南 语：Bấy giờ người sẽ lấy nàng,
汉语意译：至时她必再嫁娶，

喃字原文：矯麻一國两王不平。”
越 南 语：Kẻo mà nhất quốc lưỡng vương, bất bình.”
汉语意译：一国两王不安宁。”①

喃字原文：庄王聍，判分明，
越 南 语：Trang vương nghe, phán phân minh,
汉语意译：庄王听了喻分明，

喃字原文：付朱茹𤇭施行貼牢！
越 南 语：Phó cho nhà bếp thi hành xem sao!
汉语意译：交给厨房来施行。

喃字原文：蜜蝹罒䅳補包，
越 南 语：Mật ong, lá ngón bỏ vào,
汉语意译：蜜蜂指尖叶毒掺，

喃字原文：髾𩵜𦷾毒世芇効㫰。
越 南 语：Râu hùm, thuốc độc thế nào hiệu ngay.
汉语意译：虎鬍毒药很灵效。

喃字原文：罒衝依此達排，
越 南 语：Làm xong, y thử đặt bày,
汉语意译：策谋厨师遂妥当，

喃字原文：𢁑貼悉㐌慍丕㘨𡢐。
越 南 语：Vua xem lòng đã vui vầy trước sau.
汉语意译：庄王概观始暗喜。

（一）（完）

①一国两王不安宁：意指一个国家有两个皇帝，国家不安稳。这里指一个女人嫁两个男人或者两个男人争一个女人都不安宁。

（二）閻王処件

（II）Diêm vương xử kiện

（二）阎王审案

此回内容简介：玉花为丈夫守丧三年期将满，为避免庄王捉她入宫，自刎身亡。她到阴府后，见了丈夫范载，并同丈夫商定写状纸至阎罗殿投诉庄王。阎王接到状纸后，立即审案。

喃字原文：閻王見状𤈜烁，
越 南 语：Diêm vương thấy trạng rõ ràng,
汉语意译：阎王看诉状明白，

喃字原文：噋南曹䙍数鐄𪞷𥌀：
越 南 语：Đòi nam tào lấy sổ vàng ra coi:
汉语意译：呼南曹官查黄簿：①

喃字原文：“範載罕实混𡗶，
越 南 语：“Phạm Tải vốn thực con trời,
汉语意译：“范载原是天皇子，

喃字原文：𢚸時天子正𡾵章座。
越 南 语：Lẽ thì thiên tử chính ngôi chương tòa.
汉语意译：按理天子御龙座。

喃字原文：磊𪹙苔䡘凡家，
越 南 语：Lỗi lầm đày xuống phàm gia,
汉语意译：因过错打入凡尘，

①呼南曹官查黄簿：民间传说认为，南曹是天上司命运之星官，黄簿是登记人类出生、命运情况的黄皮簿子。可能从前民间作品的作者只听说南曹星是管人类命运的官，而不懂其所属。

喃字原文：降生二月𣈜𠀧卯時。
越 南 语：Giáng sinh nhị nguyệt, ngày ba, mão thì.
汉语意译：二月三日卯时生。

喃字原文：哈兜及運艰危，
越 南 语：Hay đâu gặp vận gian nguy,
汉语意译：想不到命运艰危，

喃字原文：玉花訂結于歸闭迡。
越 南 语：Ngọc Hoa đính kết vu qui bấy chầy.
汉语意译：同玉花订结于归。

喃字原文：勑差𧿆治渃尼，
越 南 语：Sắc sai xuống trị nước này,
汉语意译：皇敕旨其治此国，

喃字原文：庄王牢於拯𣦍拯賢。
越 南 语：Trang vương sao ở chẳng ngay, chẳng hiền?
汉语意译：因庄王贪色心邪。

喃字原文：吏添文侈拼佃，
越 南 语：Lại thêm một đứa Biện Điền,
汉语意译：又加拼佃这恶斯，

喃字原文：害𠊛悉拱拯賢和𠄩。”
越 南 语：Hại người lòng cũng chẳng hiền hòa hai.”
汉语意译：居心不良共害人。”

喃字原文：卞𠼯鬼使連差，
越 南 语：Bèn đòi quỷ sứ liền sai,
汉语意译：于是阎王派鬼使，

喃字原文：頭𤛠蓮𧗱殿台楼高。
越 南 语：Đầu trâu lên đến điện đài lầu cao.
汉语意译：牛头马面上高殿。

喃字原文：踏城破𨷶跐㐌，
越 南 语：Đạp thành, phá cửa, bước vào,
汉语意译：踏城破门直冲入，

喃字原文：鬼使買晦："兜市庄王？
越 南 语：Quỷ sứ mới hỏi: "Đâu nào Trang vương?
汉语意译：鬼使问："谁是庄王？

喃字原文：於牢磊道綱常，
越 南 语：Ở sao lỗi đạo cương thường,
汉语意译：为何违反规纲常，

喃字原文：閻王差扒庄王役尼。
越 南 语：Diêm vương sai bắt Trang vương việc này.
汉语意译：阎王下令拿庄王。

喃字原文：至尊牢於拯𣦍？"
越 南 语：Chí tôn sao ở chẳng ngay?"
汉语意译：何以至尊心不正？"

喃字原文：庄王聴呐蹎𢬣用移。
越 南 语：Trang vương nghe nói chân tay rụng rời.
汉语意译：庄王吓得手脚软，

喃字原文：連𢴑獃𧏵空𡎥，
越 南 语：Liền bỏ ngai rồng không ngồi,
汉语意译：即时离开龙座上，

喃字原文：閻王㐌嚉，拯敢𡎥数。
越 南 语：Diêm vương đã đòi, chẳng dám ngồi lâu.
汉语意译：阎王令不敢久留。

喃字原文：闭除𤤰啫諸侯，
越 南 语：Bấy giờ vua giã chư hầu,
汉语意译：庄王告辞各诸侯，

喃字原文：君臣左右𨀈𣦍每座。
越 南 语：Quân thần tả hữu trước sau mọi tòa:
汉语意译：君臣满座站前后。

喃字原文："於低些𠁑閻羅"，
越 南 语："Ở đây, ta xuống diêm la."
汉语意译："如今朕要下阎罗"，

喃字原文：𠄩鬼蹺蹭𨀈𡗅趍連。
越 南 语：Hai quỷ theo gót bước ra đi liền.
汉语意译：跟随两鬼往前走。

喃字原文：𠄩邊文武院全，
越 南 语：Hai bên văn võ vẹn tuyền,
汉语意译：两边站立众文武，

喃字原文：買𠯹浪事皇天世尼。
越 南 语：Mới hay rằng sự hoàng thiên thế này.
汉语意译：触犯天皇事难晓。

喃字原文：固先時后買𠯹，
越 南 语：Có tiên thì hậu mới hay,
汉语意译：先者作恶后者理，

喃字原文：拯𣦍吏㑵特𣦍包賒。
越 南 语：Chẳng ngay lại gặp được ngay bao giờ!
汉语意译：心邪不正受惩治。

喃字原文：鬼共庄王𨀈𡗅，
越 南 语：Quỷ cùng Trang vượng bước ra,
汉语意译：鬼使庄王远离去，

喃字原文：拪𩄲擳渃𠁑座閻𣦍。
越 南 语：Rẽ mây, rạch nước xuống tòa diêm ngay.
汉语意译：拨云撂水落阎罗。

喃字原文：𤤰庄𧡊玉花𠁀，
越 南 语：Vua Trang thấy Ngọ Hoa rày,
汉语意译：庄王阴间见王花，

喃字原文：嘖："娘单薄渃霎唉娘！
越 南 语：Trách: "Nàng đơn bạc nước mây hỡi nàng!
汉语意译：责问："娘子何远离？

喃字原文：𧵆𦲃麻吏尋塘。"
越 南 语：Dối nhau mà lại tìm đường."
汉语意译：欺骗了朕寻路死。"

喃字原文：閻王𧡊呐𨁡悉𢠩𢟔。
越 南 语：Diêm vương thấy nói, trong lòng giận thay:
汉语意译：阎王听闻很生气。

喃字原文："果然事𠃩样尼，
越 南 语："Quả nhiên sự đã nhường này,
汉语意译：这事果然变如此，

喃字原文：拯冤之姅麻𪿒群㱞？"
越 南 语：Chẳng oan chi nữa mà nay còn ngờ!"
汉语意译：蒙冤至死还可疑？"

喃字原文：庄王𨀈𪿒闭𣇞，
越 南 语：Trang vương đến trước, bấy giờ,
汉语意译：庄王站在阴台上，

喃字原文：閻王買晦："英㐌𨓡低！
越 南 语：Diêm vương mới hỏi: "Anh đà xuống đây!
汉语意译：阎王问："你到这里！

喃字原文：𠸛𤤰時於朱𠲧，
越 南 语：Làm vua thì ở cho ngay,
汉语意译：当皇帝心神正直，

喃字原文：‘公平’𠄩𡨸朱齐同斤。
越 南 语：‘Công bình’ hai chữ cho tầy đồng cân!
汉语意译：‘公平’两字是天秤。

喃字原文：姻缘𡗶㐌搓運，
越 南 语：Nhân duyên trời đã xoay vần,
汉语意译：姻缘这事天作合，

喃字原文：牢英据於不仁朱灯。”
越 南 语：Sao anh cứ ở bất nhân cho đành!”
汉语意译：岂忍你居心不仁。”

喃字原文：庄王想𦤾事情，
越 南 语：Trang vương tưởng đến sự tình,
汉语意译：庄王想起姻缘事，

喃字原文：買台罗事天廷燸𢺺。
越 南 语：Mới hay là sự thiên đình soi ra.
汉语意译：天庭明镜怎察知？

喃字原文：色雖拯固风波，
越 南 语：Sắc tuy chẳng có phong ba,
汉语意译：‘色不波涛易溺人’①，

喃字原文：𬈋牢麻𨅹𠊛些悲除。
越 南 语：Làm sao mà đuổi người ta bây giờ!
汉语意译：怎说溺人我罪之？

喃字原文：閻王連𠳨𣘃𠰃，
越 南 语：Diêm vương liền hỏi sau xưa,
汉语意译：阎王连续问根底，

①色不波涛易溺人：意思是颜色（姿色）没有波浪亦使人沉溺。

喃字原文：始終買判文晗從容：
越 南 语：Thủy chung mới phán một giờ thong dong:
汉语意译：最后从容判处宣：

喃字原文：“傷英碎底䢬𢚸，
越 南 语：“Thương anh tôi để trong lòng,
汉语意译：“可怜你只放心里，

喃字原文：役官沛据法公碎㕵。
越 南 语：Việc quan phải cứ phép công tôi làm.
汉语意译：官事必须依法办。

喃字原文：事尼些吏㕵𪞷，
越 南 语：Sự này ta lại làm ra,
汉语意译：此案你自己所为，

喃字原文：沛牢𠹾丕埃麻敢容。”
越 南 语：Phải sao chịu vậy, ai mà dám dong?”
汉语意译：自作自受敢放纵？”

喃字原文：鑊油炼㐌匹洞，
越 南 语：Vạc đầu nấu đã ba đòng,
汉语意译：油锅煮沸三时辰，

喃字原文：扒𤤰庄補𠓨䢬鑊油。
越 南 语：Bắt vua Trang bỏ vào trong vạc dầu.
汉语意译：即捉庄王放油镬。

喃字原文：婚𫅷範載共饒，
越 南 语：Vợ chồng Phạm Tải cùng nhau,
汉语意译：范载夫妻得相会，

喃字原文：𨎟㐌債𥑥時𢖖合和。
越 南 语：Trước đà trái lỡ thì sau hợp hòa.
汉语意译：昔日耽误今和合。

喃字原文：捧兜凭疏𢁑吒，
越 南 语：Bỗng đâu thấy sớ vua cha,
汉语意译：突然见天皇父[①]信，

喃字原文：卞迻𠬠勅𠓨座閻王：
越 南 语：Bèn đưa một sắc vào tòa Diêm vương:
汉语意译：急送敕令至阎王：

喃字原文："勅封朱範載払，
越 南 语："Sắc phong cho Phạm Tải chàng,
汉语意译："敕封范载为皇子，

喃字原文：綏傳㨋治𡾵鐄清台。"
越 南 语：Nối truyền sửa trị ngai vàng thảnh thơi."
汉语意译：继承国家的皇位。"

喃字原文：閻王唻令勅𡗶，
越 南 语：Diêm vương vâng lệnh sắc trời,
汉语意译：阎王奉命天皇令，

喃字原文：改號周國綏𠁀庄王。
越 南 语：Cải hiệu Chu quốc nối đời Trang vương.
汉语意译：改庄国名为周国。

喃字原文：還生朱範載払，
越 南 语：Hoàn sinh cho Phạm Tải chàng.
汉语意译：范载君重得还生，

喃字原文：吏群改死朱娘玉花。
越 南 语：Lại còn cải tử cho nàng Ngọc Hoa.
汉语意译：玉花娘起死回生。

①天皇父：指玉皇。范载是玉皇的皇子，是南曹官从黄簿查出来的。

喃字原文： 婮夫拜謝跐𡗶，
越 南 语： Vợ chồng bái tạ bước ra,
汉语意译： 夫妻步入跪拜谢，

喃字原文： 卞跪拜謝章座閻王。
越 南 语： Bèn quỳ bái tạ chương tòa Diêm vương.
汉语意译： 谢拜阎王章座上。

喃字原文： 𠄩邊𨅸𨀊𠄩行，
越 南 语： Hai bên đứng dẫy hai hàng,
汉语意译： 两边站人排成行，

喃字原文： 卞差鬼使遁塘𠫾𨖲。
越 南 语： Bèn sai quỷ sứ dọn đường đi lên.
汉语意译： 令鬼使开路凡尘。

喃字原文： 聴㗂楳於𠄩邊，
越 南 语： Nghe tiếng mõ ở hai bên,
汉语意译： 鼓梆声响震两边，

喃字原文： 䨨嗾霴迭𠁑𨕭洞洞。
越 南 语： Sấm vang chớp giật dưới trên đùng đùng.
汉语意译： 电闪雷鸣天地震。

喃字原文： 𩙋𩙻陵碔通摓，
越 南 语： Gió bay, lăng vỡ, thông tung,
汉语意译： 狂风暴雨裂开墓，

喃字原文： 𠬠𣇞湄霠如空𠣿全。
越 南 语： Một giờ mưa tạnh như không, vẹn tuyền.
汉语意译： 雨过天晴复平静，

喃字原文： 婮夫吏合姻缘，
越 南 语： Vợ chồng lại hợp nhân duyên,
汉语意译： 夫妻重合结姻缘，

喃字原文：蓮陽間，吏斐愿如𣈜。

越 南 语：Lên dương gian, lại phỉ nguyên như xưa.

汉语意译：返阳间如愿以偿。

（二）（完）

说明：此叙事歌出自苏维绍先生原收集的喃字本。苏维芳抄集、整理和编写等。苏维芳、苏凯翻译和注释。

2008 年 4 月

李功传

简介

《李功传》是18世纪末19世纪上半叶越南无名氏喃字文学代表作之一，作品是传统的六八体叙事歌。该作品与同时期的一系列喃字文学作品在内容、形式、艺术手法以及思想价值方面都各具特色，体现了较高的艺术水平，共同推动了喃字文学的繁荣与发展。在越南广泛流传，在我国京族地区亦有流传。

宝王在朝，有一名男子名为李功，父母早逝。李功边行乞边读书。宝王的女儿貌美动人，宝王对其百依百顺。公主有一名聪明的侍婢叫氏香，漂亮勤快，深得公主的喜欢。

氏香上街偶遇贫寒的李功，见其具有帝王之相，便减少所购之物，腾出银两来接济李功。入宫后，氏香在公主的盘问之下说出实话，公主便叫李功入宫。问清虚实之后，公主对其十分怜爱，为他做衣赠银，并允许他自由进出宫苑。

一次李功入宫会见公主，被宝王碰见，宝王认为自己的女儿品行变坏，决意杀死李功，并把公主丢给大象践踏。在王后和众臣的极力劝阻之下，宝王饶了他们的死罪，把他们丢到简易扎成的竹筏上流向远方。氏香可怜公主，跳水自尽，被鱼神救到公主流放的筏上，三人随水漂至匈奴。登岸后，公主开了一间商行，氏香去行乞，两人共同供养李功读书。

匈奴王欲娶公主为妻，并为此追杀李功。李功得匈奴宰相之子高云替死。李功改名为高云，逃回国内学习。匈奴王在遭公主拒绝后，砍其手足、割其耳鼻、刺字在脸，与氏香一起行刑后丢入深山。

十年后，宝王消怨，极为思念女儿，多方查找未果便以为女儿已死。在宝王招考选人才期间，李功一举夺得状元。宝王要将养女许配给他，李功请求缓婚，并请求出兵征匈奴，借机寻找公主及为高云报仇。经过一系列转战，李功杀死了匈奴王，并找到了公主和氏香。在仙人的帮助下，公主和氏香恢复往日真容，李功率二人班师回朝。最终，李功接宝王之位，并掌管匈奴。

傅李功
Truyện Lý Công
李功传

（一）李功被陷害特户高救脱
(I) Lý Công bị hãm hại được họ Cao cứu thoát
（一）李功受害高云救

此回内容简介：匈奴王捉宝王公主的同时，还要杀害李功。但李功得到匈奴宰相的儿子高云以命替死，李功得救。他留下公主和氏香在匈奴，自己回宝王国继续读书，后来科举取士。

喃字原文：说催謝相朝中，
越 南 语：Thoát thôi tạ tướng triều trung,
汉语意译：李功入朝谢宰相，

喃字原文：户高罢號綏宗書斋。
越 南 语：Họ Cao là hiệu nối dòng thư trai.
汉语意译：高家族续嗣书窗。

喃字原文：生特男子卒鲜，
越 南 语：Sinh được nam tử tốt tươi,
汉语意译：生得男子容貌美，

喃字原文：高云罢號罘类聪明。
越 南 语：Cao Vân là hiệu vốn loài thông minh.
汉语意译：天生聪明名高云。

喃字原文：𨱽㧼堆𠔭春䔿，
越 南 语：Tuổi vừa đôi tám xuân xanh,
汉语意译：午岁十六正青春，

喃字原文：文台武别，每垠每通。
越 南 语：Văn hay vũ biết, mọi ngành mọi thông.
汉语意译：精通文武明智人。

喃字原文：兵書扛熟𠆳悉，
越 南 语：Binh thư chàng thuộc làm lòng,
汉语意译：兵书学熟牢记心，

喃字原文：拮浽鉞銅天下埃當。
越 南 语：Cất nổi việt đồng thiên hạ ai đương.
汉语意译：手举铜钺强胜人。

喃字原文：李功阻吏家堂，
越 南 语：Lý Công trở lại gia đường,
汉语意译：李功走进其家堂，

喃字原文：高云貼𩈘豪光創爔。
越 南 语：Cao Vân xem thấy hào quang sáng lòa.
汉语意译：高云看见入迷神。

喃字原文：䟩匏䄎媄共吒：
越 南 语：Bước vào lạy mẹ cùng cha:
汉语意译：步入跪拜父母亲：

喃字原文："帝王兜𦤾茹些包晫！"
越 南 语："Đế vương đâu đến nhà ta bao giờ!"
汉语意译："那来咱家像帝王！"

喃字原文：高翁欺氏呐黜：
越 南 语：Cao ông khi ấy nói ra:
汉语意译：高翁回答儿子问：

喃字原文：“令黍判折払𦓡李功。”
越 南 语：“Lệnh vua phán giết chàng là Lý Công.”
汉语意译：“皇帝令斩李功君。”

喃字原文：高云聀吶悴悉：
越 南 语：Cao Vân nghe nói xót lòng:
汉语意译：高云听说很痛心：

喃字原文：“碎吁替命李功𠉞共。”
越 南 语：“Tôi xin thế mạng Lý Công nay cùng.”
汉语意译：“我愿顶替李功死。”

喃字原文：高公𧡊吶駭雄：
越 南 语：Cao công thấy nói hãi hùng:
汉语意译：高公听了甚害怕：

喃字原文：“吒兜麻吏固悉多𢫝！
越 南 语：“Cha đâu mà lại có lòng đa mang!
汉语意译：“咱们哪里操此心！

喃字原文：𡥵時吒𢠩吒傷，
越 南 语：Con thời cha dấu cha thương,
汉语意译：你是父母可爱儿，

喃字原文：𡥵𠊛油固胆當默𠊛。
越 南 语：Con người dầu có đảm đương mặc người.
汉语意译：他有胆量自承受。

喃字原文：醜賒拱体𡥵餒，
越 南 语：Xấu xa cũng thể con nuôi,
汉语意译：你再怎样是我儿，

喃字原文：鲜卒默𠊛吒拯固傷。”
越 南 语：Tươi tốt mặc người cha chẳng có thương.”
汉语意译：人家好坏莫心愁。”

喃字原文：高云渃䏧𠄩行：
越 南 语：Cao Vân nước mắt hai hàng:
汉语意译：高云泪水双涌流：

喃字原文：“吒坤法折特払李功。
越 南 语：“Cha khôn phép giết được chàng Lý Công.
汉语意译：“父亲想法免他死。

喃字原文：躲𠊛䏧鉄䯻銅，
越 南 语：Mình người da sắt xương đồng,
汉语意译：他是铜骨铁皮人，

喃字原文：婚罗公主𩈘紅如花。
越 南 语：Vợ là công chúa mặt hồng như hoa.
汉语意译：妻是公主如花艳。

喃字原文：匈奴悉㑏奸邪，
越 南 语：Hung Nô lòng nó gian tà,
汉语意译：匈奴皇帝奸邪心，

喃字原文：陷淫公主悉佗如空。
越 南 语：Hãm dâm công chúa lòng đà như không.
汉语意译：图淫公主没得成。

喃字原文：𠀧番㐌折拯衝，
越 南 语：Ba phen đã giết chẳng xong,
汉语意译：多次想杀李功君，

喃字原文：折払拯特固悉害吒。
越 南 语：Giết chàng chẳng được cố lòng hại cha.
汉语意译：杀他不得诬父亲。

喃字原文：折碎吒特荣华，
越 南 语：Giết tôi cha được vinh hoa,
汉语意译：儿子替死父荣华，

喃字原文：權封太子户吒化𧍋。
越 南 语：Quyền phong thái tử họ cha hóa rồng.
汉语意译：皇封太子父成名。

喃字原文：碎托固庙贈封，
越 南 语：Tôi thác có miếu tặng phong,
汉语意译：儿子死后封庙神，

喃字原文：史経劄底㗂𥪝闭𠄼。"
越 南 语：Sử kinh chép để tiếng trong muôn đời."
汉语意译：史经记录留万年。"

喃字原文：𧡊𡥵吶㐌歇𠳒，
越 南 语：Thấy con nói đã hết lời,
汉语意译：父见儿子详细言，

喃字原文：𨷑塘户李卞移朱𡥵。
越 南 语：Mở đường họ Lý bèn dời cho con.
汉语意译：便把儿子改姓名。

喃字原文：高云渃𪾺如㵢：
越 南 语：Cao Vân nước mắt như tuôn:
汉语意译：高云眼泪如泉涌：

喃字原文："勸払𣗓於渃嫩恪常。
越 南 语："Khuyên chàng chớ ở nước non khác thường.
汉语意译："劝李功必掌国权。

喃字原文：油碎托𧿆𤼸鐄，
越 南 语：Dầu tôi thác xuống suối vàng,
汉语意译：如果我死归黄泉，

喃字原文：𢚸英𡗶𣋽𡨹扛朱碎。"
越 南 语：Cậy anh khuya sớm giữ giàng cho tôi."
汉语意译：朝夕托哥保高堂。"

喃字原文：呐𫆅渚及𠲖𠾕，
越 南 语：Nói năng chưa kịp hết lời,
汉语意译：他说的话未详尽，

喃字原文：𢁨傳扰折𫆭𠬃滝𣳔。
越 南 语：Vua truyền đem giết bỏ nơi sông ngòi.
汉语意译：皇帝传斩丢落河。

喃字原文：高云豪杰英才，
越 南 语：Cao Vân hào kiệt anh tài,
汉语意译：高云英才又豪杰，

喃字原文：替朱户李拯差兜𠫾。
越 南 语：Thế cho họ Lý chẳng sai đâu là.
汉语意译：替李功死高德颂。

喃字原文：高公扲劍跐𪠞，
越 南 语：Cao công cầm kiếm bước ra,
汉语意译：高公受令拿剑刀，

喃字原文：𧡊𡥵渃𥉴濽和如𣳮。
越 南 语：Thấy con nước mắt chan hòa như tuôn.
汉语意译：见儿眼泪流不停。

喃字原文：高公渃𥉴流連，
越 南 语：Cao công nước mắt lưu liên,
汉语意译：高公泪水流连绵，

喃字原文：咻淋𠱋𠿃皇天諸位：
越 南 语：Lâm râm khấn vái hoàng thiên chư vì:
汉语意译：细语默祷拜天庭：

喃字原文：“𡥵些替命朱𠊛，
越 南 语：“Con ta thế mạng cho người,
汉语意译：“我儿为人替死命，

喃字原文：𠹚𠃩方𡗶𨑜𨖲𡥵碎。”
越 南 语：Vái chín phương trời xuống rước con tôi.”
汉语意译：求九重天降接魂。”

喃字原文：玉皇𦖻吶𠱋𠱋，
越 南 语：Ngọc hoàng nghe nói ngùi ngùi,
汉语意译：玉皇听祷悒悒念，

喃字原文：判南曹𨑜𨖲𠊛𠬠催。
越 南 语：Phán nam tào xuống rước người một thôi.
汉语意译：差南曹神去接人。

喃字原文：高云群𠬠𡭧唏，
越 南 语：Cao Vân còn một chút hơi,
汉语意译：高云还剩一点气，

喃字原文：扲鎌㓥𥙩頭𦖑拯群。
越 南 语：Cầm gươm chém lấy đầu rơi chẳng còn.
汉语意译：高公举剑砍断头。

喃字原文：㓥耒吏𠜭𥙩肝，
越 南 语：Chém rồi lại mổ lấy gan,
汉语意译：斩后剖腹留安葬，

喃字原文：些及再还，奏𦤾王公：
越 南 语：Ta kịp tái hoàn, tâu đến vương công:
汉语意译：返朝廷奏匈奴王：

喃字原文：“碎尼吀領李功，
越 南 语：“Tôi nay xin lãnh Lý Công,
汉语意译：“我已受令斩李功，

喃字原文：㖇𠱤𤤰判涌滝㓥頭。”
越 南 语：Vàng rày vua phán dòng sông chém đầu.”
汉语意译：按皇旨令尸抛河。”

喃字原文：𣋚冬文武諸侯：
越 南 语：Mặt đông văn võ chư hầu:
汉语意译：当众文武各诸侯：

喃字原文：“鐄湧朕賞，爵侯𠬠記。”
越 南 语：“Vàng ròng trẫm thưởng, tước hầu làm ghi.”
汉语意译：“朕赏黄金封爵位。”

喃字原文：說催高公文欺，
越 南 语：Thoát thôi Cao công một khi,
汉语意译：说至高公事过后，

喃字原文：傳𪿒㖙葬身屍朱共。
越 南 语：Truyền ra vâng táng thân thi cho cùng.
汉语意译：传令埋葬儿躯体。

喃字原文：阻衛吶貝李功：
越 南 语：Trở về nói với Lý Công:
汉语意译：返回告诉李功君：

喃字原文：“𡥵喂别固特悉吒傷。
越 南 语：“Con ôi biết có được lòng cha thương.
汉语意译：“你今是我的爱儿。

喃字原文：𡥵吒替命朱払，
越 南 语：Con cha thế mạng cho chàng,
汉语意译：我儿替君送命死，

喃字原文：死生吒㨂𠬠払㖠𣈕。
越 南 语：Tử sinh cha cậy một chàng hôm mai.
汉语意译：日后生死靠君儿。

喃字原文：吒㐌改名朱耒，
越 南 语：Cha đã cải danh cho rồi,
汉语意译：父今为你改姓名，

喃字原文：高云𠸍號衛𠁀户茹。
越 南 语：Cao Vân là hiệu về nơi họ nhà.
汉语意译：照名高云高氏人。

喃字原文：尋柴麻学方賒，
越 南 语：Tìm thầy mà học phương xa,
汉语意译：远方寻师勤学业，

喃字原文：䏧𫢩試杜魁科仕衛。
越 南 语：Ngày nào thi đỗ khôi khoa sẽ về.
汉语意译：中举科魁方回家。

喃字原文：媄𡦔𪿍認𪽝之，
越 南 语：Vợ con chớ nhận làm chi,
汉语意译：你妻暂时不认领，

喃字原文：𡨈認丕時禍𦤾𨉟尼。
越 南 语：Nếu nhận vậy thì họa đến mình nay.
汉语意译：如果认妻祸上身。

喃字原文：鐄㳥𢆥𨥊𧵑尼，
越 南 语：Vàng ròng năm nén của này,
汉语意译：黄金五条作盘缠，

喃字原文：上程𢭂𢭰𠬠䋦即時。
越 南 语：Thượng trình mang lấy một giây tức thì.
汉语意译：即时起程莫回头。

喃字原文：登科及第仕衛，
越 南 语：Đăng khoa cập đệ sẽ về,
汉语意译：及第登科再返回，

喃字原文：報仇役𠹾底記𢬣𢚸。”
越 南 语：Bảo thủ việc ấy để ghi tấc lòng.”
汉语意译：此仇必报铭记心。”

喃字原文：俯頭跪𥚄高公，
越 南 语：Phủ đầu quỳ lạy Cao công,
汉语意译：李功跪拜父高公，

喃字原文：買𢭮公主共娘氏香：
越 南 语：Mới gửi công chúa cùng nàng Thị Hương:
汉语意译：寄语公主和氏香：

喃字原文："油𢁋固扒𠄩娘，
越 南 语："Dầu vua có bắt hai nàng,
汉语意译："如果匈奴王为难，

喃字原文：時𫜵直节綱常瀦𢠩。
越 南 语：Thì nên trực tiết cương thường chớ khuây.
汉语意译：贞节纲常牢记心。

喃字原文：油娘固自刎𪠞，
越 南 语：Dầu nàng có tự vẫn đi,
汉语意译：若果娘子自刎死，

喃字原文：吀吒助葬身屍朱娘。
越 南 语：Xin cha trợ táng thân thi cho nàng.
汉语意译：请父助葬让安身。

喃字原文：墓𥗾𡍘搭伎强，
越 南 语：Mồ xây mả đắp kỹ càng,
汉语意译：她的坟墓选址好，

喃字原文：瀦底𨉟娘蹕躖麻傷。"
越 南 语：Chớ để mình nàng tất tưởi mà thương."
汉语意译：莫让娘子走哀伤。"

喃字原文：说催户李尋方，
越 南 语：Thoát thôi họ Lý tìm phương,
汉语意译：李功说罢前离去，

喃字原文：趍进黙塘迍渃宝王。
越 南 语：Đi mười dặm đường đến nước bảo vương.
汉语意译：越关山回宝王国。

喃字原文：改䊷改户燶炼，
越 南 语：Cải tên cải họ rõ ràng,
汉语意译：改名换姓为高云，

喃字原文：棱儒滊圣拄常𣲤洒。
越 南 语：Rừng nho bể thánh chẳng thường hở tay.
汉语意译：圣海儒林勤攻读。

（一）（完）

（二）李功杜状元阻吏匈奴尋公主

（II）Lý Công đỗ trạng nguyên trở lại Hung Nô tìm công chúa

（二）李功状元去寻妻

此回内容简介：李功中状元后，出兵征匈奴，并趁机找公主。经多方了解后找到公主，但公主被匈奴王砍了手脚，割了耳朵和鼻子，还刻字入额头。两人相见痛哭，感动了天帝。天帝派仙人下凡洒了仙药，公主恢复往日美貌。李功和公主决定结良缘，并写信禀告宝王父亲。

喃字原文：更𠀧永𡀳四皮，
越 南 语：Canh ba vắng vẻ tứ bề,
汉语意译：夜三更四面平静，

喃字原文：状元買晦賢妻𠳒尼：
越 南 语：Trạng nguyên mới hỏi hiền thê lời này:
汉语意译：状元见妻问细详：

喃字原文：“𫯳娘托𠇍𢆥𠉞？
越 南 语：“Chồng nàng thác mấy năm nay?
汉语意译：“你夫死了多少年？

喃字原文：牢娘𣍊𪮏蹎𢬣𫜵丕？”
越 南 语：Sao nàng hết thảy chân tay làm vầy?”
汉语意译：为何没有手脚全？”

喃字原文：啵呈官状特台：
越 南 语：Gởi trình quan trạng được hay:
汉语意译：答言状元官知晓：

喃字原文：“𫯳呻𣋽托闭𠉞帽㦹。”
越 南 语：“Chồng dù sớm thác bấy nay mơ màng.”
汉语意译：“我夫早死记不清。”

喃字原文：状元買𦝄檒箱，
越 南 语：Trạng nguyên mới mở hòm rương,
汉语意译：状元打开随带箱，

喃字原文：卞𥙩釧鐄催買抌𪟽。
越 南 语：Bèn lấy xuyến vàng thôi mới đem ra.
汉语意译：便把金钏拿出来。

喃字原文：公主渃相氵沙，
越 南 语：Công chúa nước mắt nhỏ sa,
汉语意译：公主看见双泪流，

喃字原文：状元買晦丕和𠹾牢。
越 南 语：Trạng nguyên mới hỏi vậy hòa làm sao.
汉语意译：状元见哭问为何。

喃字原文：“釧鐄尼貼婘交，
越 南 语：“Xuyến vàng này của em trao,
汉语意译：“金钏是公主赠我，

喃字原文：婘喂别特悉尼台空？
越 南 语：Em ôi biết được lòng này hay không?
汉语意译：你是否知我心愿？

喃字原文：英𠉞罗払李功，
越 南 语：Anh nay là chàng Lý Công,
汉语意译：我是李功你夫君，

喃字原文：混𢃊宝相九重𢃊吒。”
越 南 语：Con vua bảo tượng cửu trùng vua cha.”
汉语意译：宝相是你的父王。”

喃字原文：說催公主吶𪟽：
越 南 语：Thoắt thôi công chúa nói ra:
汉语意译：公主听说开口言：

喃字原文：“𠊛罗官状𠸜罗李功。
越 南 语：“Người là quan trạng tên là Lý Công.
汉语意译：“你是李功新状元？

喃字原文：包饒迹𪸃𩻐濃，
越 南 语：Bao nhiêu tích trước mặn nồng,
汉语意译：梦多少浓热故事，

喃字原文：時官呐𣗓葸湧碎聀。
越 南 语：Thời quan nói hết ngọn dòng tôi nghe.
汉语意译：请官人从头说来。

喃字原文：碎𡨸宝相章座，
越 南 语：Tôi con bảo tượng chương tòa,
汉语意译：我是文官宝相女，

喃字原文：包饒事茹払呐碎台。
越 南 语：Bao nhiêu sự nhà chàng nói tôi hay.
汉语意译：多少家事君知详。

喃字原文：頭𩯀時𪶛在埃，
越 南 语：Đầu đuôi thời bởi tại ai,
汉语意译：自始至终说缘由，

喃字原文：吀翁呐𣗓朱碎聀祥。”
越 南 语：Xin ông nói hết cho tôi nghe tường.”
汉语意译：请君详尽我晓知。”

喃字原文：李功呐𣗓每塘：
越 南 语：Lý Công nói hết mọi đường:
汉语意译：李功前后言分明：

喃字原文：“頭𩯀時𪶛氏香包耐。
越 南 语：“Đầu đuôi thì bởi Thị Hương bao nài.
汉语意译：“昔日氏香见我难。

喃字原文：氏香𠫾𢄂𣋚𣈕，
越 南 语：Thị Hương đi chợ hôm mai,
汉语意译：她常上街购用物，

喃字原文：𧡊碎𩛜苦朱𪽝𦓡錢。
越 南 语：Thấy tôi đói khổ cho ngay bốn tiền.
汉语意译：见我饥寒赐钱银。

喃字原文：朱𢧚娘扒𠓨殿，
越 南 语：Cho nên nàng bắt vào đền,
汉语意译：后来公主招入殿，

喃字原文：𢃊吒扒特𢠯連奸氓！
越 南 语：Vua cha bắt được ngờ liền gian manh.
汉语意译：你父遇见疑奸氓。

喃字原文：抌𪠞𠫾折𡨸刑，
越 南 语：Đem ra đi giết làm hình,
汉语意译：捉我处刑令斩首，

喃字原文：百官朝廷奏諫拯朱。
越 南 语：Bách quan triều đình tấu gián chẳng cho.
汉语意译：朝廷百官求留情。

喃字原文：𢯰滝淄到匈奴，
越 南 语：Bỏ sông trôi đến Hung Nô,
汉语意译：后抛落河漂匈奴，

喃字原文：𢃊尼吏折拯他𣈜𣈗。”
越 南 语：Vua này lại giết chẳng tha ngày rày.”
汉语意译：匈奴王追杀不停。”

喃字原文：李功渃相𣾺落，
越 南 语：Lý Công nước mắt tuôn đầy,
汉语意译：李功眼泪如泉涌，

喃字原文：“因官丞相馭𡨸户高。
越 南 语：“Có quan thừa tướng người rày họ Cao.
汉语意译：“有位丞相高氏人。

喃字原文：𡥵馭如玉如桃，
越 南 语：Con người như ngọc như đào,
汉语意译：他儿子如玉桃美，

喃字原文：馭抌体命闭数腑𣈜。
越 南 语：Người đem thế mạng bấy lâu tháng ngày.
汉语意译：用生命顶替我死。

喃字原文：𢧚碎浮世㐌迟，
越 南 语：Nên tôi phù thế đã chầy,
汉语意译：为此我今还浮世，

喃字原文：碎阻術𡨸試杜状低。
越 南 语：Tôi trở về rầy thi đỗ trạng đây.
汉语意译：返回宝国考状元。

喃字原文：揀𡥵丞相卒䏧，
越 南 语：Kén con thừa tướng tốt thay,
汉语意译：国内丞相选女婿，

喃字原文：嫁朱拯𢚸，戈低尋娘。”
越 南 语：Cả cho chẳng chịu, qua đây tìm nàng.”
汉语意译：我不接受找娘子。”

喃字原文：尼催吶段釧鐄，
越 南 语：Này thời nói đoạn xuyến vàng,
汉语意译：说至当初金钏事，

喃字原文：李功㖫娘：“帀册𣈜䜹？”
越 南 语：Lý Công hỏi nàng: “Nào sách ngày xưa?”
汉语意译：李功问：“昔日哪书？”

喃字原文：蹲蓮公主卞𠰚：
越 南 语：Dứng lên công chúa bèn thưa:
汉语意译：公主即时起立言：

喃字原文：“册碎攐㝝𢭗进𢆥𪰂。”
越 南 语：“Sách tôi gìn giữ vừa mười năm nay.”
汉语意译：“此书我保管十年。”

喃字原文：李功買𠳨𣈜𠉞：
越 南 语：Lý Công mới hỏi ngày rày:
汉语意译：李功又接着问道：

喃字原文：“氏香沛苔生死何方？”
越 南 语：“Thị Hương phải đầy sinh tử hà phương?”
汉语意译：“氏香被弃在何方？”

喃字原文：𦖑𠳒公主强傷，
越 南 语：Nghe lời công chúa càng thương,
汉语意译：公主听了更哀伤，

喃字原文：“氏香𢭂𢭯文方賒耒。”
越 南 语：Thị Hương đem bỏ một phương xa rồi.”
汉语意译：“氏香流放弃远方。”

喃字原文：𠄩𠊛𨆝哭文催，
越 南 语：Hai người lăn khóc một thôi,
汉语意译：两人搂着惨痛哭，

喃字原文：𨕭𡗶䀡𧡊文堆仙𠉞。
越 南 语：Trên trời xem thấy một đôi tiên rày.
汉语意译：天皇见双仙人难。

喃字原文：𥙩瓢单药吏低，
越 南 语：Lấy bầu đan dược lại đây,
汉语意译：拿葫灵药洒人间，

喃字原文：洒朱公主文𦀊吏还。
越 南 语：Tưới cho công chúa một giây lại hoàn.
汉语意译：洒身公主还容貌。

喃字原文：腜聡𣗓𣗓容顔，
越 南 语：Mũi tai hết thảy dung nhan,
汉语意译：鼻耳容颜全复生，

喃字原文：𩈘𠄩行𡨸吏安寅寅。
越 南 语：Mặt hai hàng chữ lại an dần dần.
汉语意译：脸痕被刺逐消失。

喃字原文：吏全手足𢬣蹎，
越 南 语：Lại toàn thủ túc tay chân,
汉语意译：手脚马上长还原，

喃字原文：形容顔色进分欣𰅒。
越 南 语：Hình dung nhan sắc mười phần hơn xưa.
汉语意译：面容颜色胜昔日。

喃字原文：公主渃𥄮如湄：
越 南 语：Công chúa nước mắt như mưa:
汉语意译：公主感动泪如雨：

喃字原文：“吀払𣳔𣇜交和𠯹之。
越 南 语：“Xin chàng chớ vội giao hòa làm chi.
汉语意译：“请君莫急交情和。

喃字原文：碎𰅒吒㐌苔𫏾，
越 南 语：Tôi xưa cha đã đày đi,
汉语意译：昔日父迫我流放，

喃字原文：碎吀阻衛𧡊𩈘媄吒。
越 南 语：Tôi xin trở về thấy mặt mẹ cha.
汉语意译：我先回去见父王。

喃字原文：共㗂𥆾𦁂官𦹵，
越 南 语：Cùng là thấy bốn quan già,
汉语意译：会见双亲老官人，

喃字原文：時碎結義交歌共払。”
越 南 语：Thời tôi kết nghĩa giao ca cùng chàng.”
汉语意译：再谈同君欢情恋。”

喃字原文：状元𠻃𠰘哄浪：
越 南 语：Trang nguyên mỉm miệng cười rằng:
汉语意译：状元抿嘴微笑道：

喃字原文：“闭𢿘埃想露娘迍垠。”
越 南 语：“Bấy lâu ai tưởng lọ nàng đón ngăn.”
汉语意译：“娘子做事何阻挡。”

喃字原文：聀唭𢜠動𢚸春，
越 南 语：Nghe lời mừng động lòng xuân,
汉语意译：她听说喜悦动情，

喃字原文：扫書文幅𠃩吝回归。
越 南 语：Viết thư một bức chín lần hồi quy.
汉语意译：写封书信奏父王。

（二）（完）

说明：此叙事歌根据山心村梁荣春先生讲述的故事和口头传唱的歌段编写而成。由苏维芳采集录音、听写、编写喃字。苏维芳、苏凯翻译。

2008 年 4 月

话卿朱俊

简 介

以才子佳人的爱情婚姻为主线的《话卿朱俊》是18世纪和19世纪越南喃字文学作品，作品是传统的六八体叙事歌。该作品与同时期的一系列喃字文学作品在内容、形式、艺术手法以及思想价值方面都各具特色，体现了较高的艺术水平，共同推动了喃字文学的繁荣与发展。在越南广泛流传，在我国京族地区亦有流传。

话卿是宋国丞相的女儿，母亲早逝，她是独女。她与书生朱俊相遇，并与朱俊结缘。皇帝诏考，朱俊上京应考，留母亲在家由妻子照顾。

朱俊德才兼备，一举考中状元，皇帝逼他娶公主，朱俊不从，为歉娶公主罪被流放齐国。齐王又强迫他娶公主，朱俊始终忠心于其妻话卿。齐王公主品德贤良，怕其父杀死朱俊，她劝朱俊假装应许，不须同床共枕。

此时，话卿经过17年的艰劳辛苦，做劳工为夫养母，却被朱俊一个名叫将子的朋友看上，欲诱迫娶其为妻，她不肯，便被驱逐出家。话卿巧遇赤范，并得他救助。但后来，话卿遇难不断，因饥饿割肉喂母，又因为她不肯嫁给淫臣，被迫将眼献给淫臣，以免婆婆遭害。释迦佛可怜话卿，送她一支琴，让她在乞讨时弹用。

流放齐国17年后，一天，朱俊随齐王去打猎，听到森林中的琴声，得以和话卿重逢。在齐公主的帮助下，齐王同意话卿见朱俊。齐王派差使去找淫臣赎回话卿的双眼，并请佛为她安好眼睛。

在这时候，宋王年老，有追悔之意，派人接朱俊回宋国，让王位给朱俊。朱俊当上了两国国王，娶了三妻，大妻话卿、二妻齐公主、三妻宋公主，过着美满幸福的生活，并惩罚了将子，恩报赤范。

話卿朱俊
Thoại Khanh Châu Tuấn
话卿朱俊

話卿𠊝𫯳餧媄
Thoại Khanh thay chồng nuôi mẹ
话卿替丈夫养母

此段内容简介：朱俊上京应考，中举状元，宋皇帝许嫁公主给他，朱俊不从，始终爱着话卿。皇帝发怒，把朱俊流放至齐国。在齐国，朱俊又被齐王强迫娶其女儿，他仍不从，但齐公主相劝，让他“假装应许”。话卿在家养婆婆七年，尽管受到很多折磨，但她仍一心等着丈夫。

喃字原文：尼段話卿於茹，
越 南 语：Này đoạn Thoại Khanh ở nhà,
汉语意译：此回叙：话卿在家，

喃字原文：𫯳𪠞应𰾝，计陀𦉱𢆥。
越 南 语：Chồng đi ứng cử, kể đà bảy năm.
汉语意译：丈夫应考去七年。

喃字原文：份打勤儉𬂙巾，
越 南 语：Phận đành cần kiệm khó khăn,
汉语意译：她认命困难勤俭，

喃字原文：𩛷飫𩛷𩟡切身飢寒。
越 南 语：Bữa no bữa đói, thiết thân cơ hàn.
汉语意译：餐饱餐饿受饥寒。

喃字原文：襖裙𤇮洩狼湯，
越 南 语：Áo quần rách rưới lang thang,
汉语意译：衣裙褴褛外流浪，

喃字原文：𠇍𩛂餒媄份娘咹蒌。
越 南 语：Làm thuê nuôi mẹ, phần nàng ăn rau.
汉语意译：做工养婆吃菜汤。

喃字原文：𠄩行渃相深袍，
越 南 语：Hai hàng nước mắt thấm bâu,
汉语意译：眼泪两行湿衣襟，

喃字原文：𩯀纇細頭拯𢫝拯簪。
越 南 语：Tóc rối nùi đầu, chẳng gỡ chẳng trâm.
汉语意译：头发乱团莫梳妆。

喃字原文：腣冬𩙍冷唫唫，
越 南 语：Đêm đông gió lạnh căm căm,
汉语意译：寒夜风吹冷发抖，

喃字原文：揞媄𠓨悉朱蔭媄𩂟。
越 南 语：Ôm mẹ vào lòng cho ấm mẹ ngơi.
汉语意译：搂婆怀里睡暖身。

喃字原文：𩯀䠆吏搭𬑉外，
越 南 语：Tóc dài lại đắp phía ngoài,
汉语意译：发长撩出席外边，

喃字原文：假𠇍𦄂照之耐𠦳身。
越 南 语：Giả làm mền chiếu, chi nài tấm thân.
汉语意译：作为衾席免缠身。

喃字原文：娘浪𠵘𨑜阴宫，
越 南 语：Nàng rằng muốn xuống âm cung,
汉语意译：她曾想死下阴宫，

喃字原文：朱𠐞道𫯳𱢻討媄吒。
越 南 语：Cho trọn đạo chồng, mất thảo mẹ cha.
汉语意译：了结夫道终孝心。

喃字原文：别埃餒养媄𦓅，
越 南 语：Biết ai nuôi dưỡng mẹ già,
汉语意译：但丢婆婆谁供养，

喃字原文：𠄩行渃相𪷹沙洞洞。
越 南 语：Hai hàng nước mắt nhỏ sa ròng ròng.
汉语意译：两行泪水流连绵。

喃字原文：將子伴學共𫯳，
越 南 语：Tương Tử bạn học cùng chồng,
汉语意译：将子是丈夫学友，

喃字原文：𠫾試拯杜枉功術茹。
越 南 语：Đi thi chẳng đỗ uổng công về nhà.
汉语意译：赴考落第回家闲。

喃字原文：𨷶茹富貴荣华，
越 南 语：Cửa nhà phú quý vinh hoa,
汉语意译：他家富贵又荣华，

喃字原文：鐄洞𨒒鉾𧵑麻职𢌌。
越 南 语：Vàng ròng mười nén mua mà chức sang.
汉语意译：拿金十条买官衔。

喃字原文：權登太子高官，
越 南 语：Quyền đặng thái thú cao quan,
汉语意译：登门求太子高官，

喃字原文：𧵑朱注払太守在家。
越 南 语：Mua cho chú chàng thái thú tại gia.
汉语意译：买职太守在家闲。

喃字原文：話卿固役趍戈，
越 南 语：Thoại Khanh có việc đi qua,
汉语意译：话卿有事门前过，

喃字原文：将子貼恡麺花沛悉。
越 南 语：Tương Tử xem thấy mặt hoa phải lòng.
汉语意译：将子看中倾心她。

喃字原文：闷牢朱特文房，
越 南 语：Muốn sao cho được một phòng,
汉语意译：心想娶回做妾房，

喃字原文：鐄溯𠄩銉呐𨤼貝娘：
越 南 语：Vàng ròng hai nén nói trong với nàng:
汉语意译：拿金两条说服她：

喃字原文："䏧娘過准齐邦，
越 南 语："Chồng nàng qua chốn Tề-bang,
汉语意译："你夫流放去齐邦，

喃字原文：托𠤩𢆥長群值𠻵之？
越 南 语：Thác bảy năm tràng còn chực làm chi?
汉语意译：死了七年还等啥？

喃字原文：些時富貴荣归，
越 南 语：Ta thì phú quý vinh quy,
汉语意译：我今富贵显荣华，

喃字原文：貼茹𢀭固少之鉑鐄。
越 南 语：Của nhà giàu có thiếu chi bạc vàng!
汉语意译：金银富有未妾房。

喃字原文：罪之爈洩狼湯，
越 南 语：Tội chi rách rưới lang thang,
汉语意译：流浪饥寒受何罪？

喃字原文： 衛些給养朱安份娘。
越 南 语： Về ta cấp dưỡng cho an phận nàng.
汉语意译： 嫁我有依娘安分。

喃字原文： 𡗶㐌定𡨸姻缘，
越 南 语： Trời đà định chữ nhơn duyên,
汉语意译： 天意遂定咱姻缘，

喃字原文： 些𠉞㐌固𡞕賢卒𫠺。
越 南 语： Ta nay đã có vợ hiền tốt thay.
汉语意译： 我已有妻两谐缘。

喃字原文： 戈𡢐𡞕特衛𢯰，
越 南 语： Qua cưới em được về rây,
汉语意译： 婚后过门共生活，

喃字原文： 𢺺堆事業𫜵𠄩𨷯茹。”
越 南 语： Chia đôi sự nghiệp làm hai cửa nhà.”
汉语意译： 一家财产两家分。”

喃字原文： 話卿催買吶𠚢：
越 南 语： Thoại Khanh thôi mới nói ra:
汉语意译： 话卿听了发言道：

喃字原文： “且𠊛伴學拱𪜀同窗。
越 南 语： “Vả người bạn học cũng là đồng song.
汉语意译： “你既我夫同窗友。

喃字原文： 史経𠊛㐌漏通，
越 南 语： Sử kinh người đã làu thông,
汉语意译： 史经你应背烂熟，

喃字原文： 牢𠊛吏敢𠚢悉邪西？
越 南 语： Sao người lại dám ra lòng tà tây?
汉语意译： 为何你敢有邪心？

喃字原文：呻碎罒嚩拯𠀧，
越 南 语：Du tôi làm chuyện chẳng ngay,
汉语意译：若我情操不忠贞，

喃字原文：实罢畜物拯台道馭。
越 南 语：Thật là súc vật chẳng hay đạo người.
汉语意译：实是畜物缺道人。

喃字原文：貼馭挘喻悉碎，
越 南 语：Của người đem dụ lòng tôi,
汉语意译：你带贵重物吸引，

喃字原文：碎咃餒冷貼馭拯贪。
越 南 语：Tôi thà đói lạnh, của người chẳng ham.
汉语意译：愿受饥寒决不贪。

喃字原文：貼払者吏朱払，
越 南 语：Của chàng trả lại cho chàng,
汉语意译：你的金条拿回去，

喃字原文：碎咃揁媄趍尋伴𠸗。”
越 南 语：Tôi thà dắt mẹ đi tìm bạn xưa.”
汉语意译：我愿携婆寻夫君。”

喃字原文：将子浽𢣂霎湄，
越 南 语：Tươn Tử nổi trận mây mưa,
汉语意译：将子听了气冲冲：

喃字原文：傳泣府县拯㦒文𡞕：
越 南 语：Truyền khắp phủ huyện chẳng chừa một nơi:
汉语意译：“传遍县府莫余空。

喃字原文：“話卿拯順命丕，
越 南 语：“Thoại Khanh chẳng thuận mạng trời,
汉语意译：话卿天命不服从，

喃字原文：咹吀時瀦固埃朱𠓇。
越 南 语：Ăn xin thì chớ có ai cho rày.
汉语意译：她到行乞让落空。

喃字原文：埃麻改令些低，
越 南 语：Ai mà cãi lịnh ta đây,
汉语意译：谁家违反我命令，

喃字原文：𠬠𠄩扒特㓠苔挃他。”
越 南 语：Một hai bắt được chém đày chẳng tha.”
汉语意译：捉得斩首莫怪凶。”

喃字原文：話卿聀呐悴悽，
越 南 语：Thoại Khanh nghe nói xót xa,
汉语意译：话卿听闻心悲伤，

喃字原文：吀咹拯特㤩他𨀈𢚸。
越 南 语：Xin ăn chẳng được thiết tha trong lòng.
汉语意译：行乞不得无路望。

喃字原文：𠄩行渃相湧湧：
越 南 语：Hai hàng nước mắt ròng ròng,
汉语意译：两行眼泪顺直淌：

喃字原文：“英喂！朱俊台空浽尼？
越 南 语：“Anh ơi, Châu Tuấn hay không nỗi này?
汉语意译：“朱俊君呀怎度荒？

喃字原文：粓兜朱媄咹𠓇，
越 南 语：Cơm đâu cho mẹ ăn rày,
汉语意译：哪来饭粥喂老母，

喃字原文：境傷慈母躺瘨瘖疠。”
越 南 语：Cảnh thương từ mẫu mình gầy ốm đau.”
汉语意译：怜母瘦弱缠病魔。”

喃字原文：話卿扒蝁採蒌，
越 南 语：Thoại Khanh bắt ốc hái rau,
汉语意译：她去捉螺拾野菜，

喃字原文：輪迴餧媄𪮏𢖖文惗。
越 南 语：Lần hồi nuôi mẹ trước sau một niềm.
汉语意译：始终一心养婆婆。

喃字原文：粓時底媄咹䅼，
越 南 语：Cơm thì để mẹ ăn riêng,
汉语意译：好的让给老母食，

喃字原文：娘咹蒌䓡拯歉䏾咴。
越 南 语：Nàng ăn rau cỏ, chẳng hiềm đắng hôi.
汉语意译：自吃野菜莫嫌苦。

喃字原文：老娶𧡊丕，"叹喂！
越 南 语：Lão bà thấy vậy, "Than ôi!
汉语意译：老母见此哭叹言：

喃字原文：催時底媄撿𢴠朱陳。
越 南 语：Thôi thì để mẹ kiếm nơi châu tần.
汉语意译："你可弃母结朱陈。

喃字原文：𪮏罒𡥵特暗身，
越 南 语：Trước là con được ấm thân,
汉语意译：先是媳妇得安身，

喃字原文：𢖖罒朱媄塊份艰难。"
越 南 语：Sau là cho mẹ khỏi phần gian nan."
汉语意译：后是老母免忧难。"

喃字原文：話卿䏧呐咀叹：
越 南 语：Thoại Khanh nghe nói thở than:
汉语意译：话卿听了又叹云：

喃字原文：“㑢禁府怒些群府箕。
越 南 语：“Nó cấm phủ nọ, ta còn phủ kia.
汉语意译：“他禁这府找那府。

喃字原文：州郡低妬少之，
越 南 语：Châu quận đây đó thiếu gì,
汉语意译：遍地到处有州郡，

喃字原文：㑢兜固法𠇍之些𦋦。”
越 南 语：Nó đâu có phép làm chi ta rày.”
汉语意译：怎能令禁我绝路。”

喃字原文：老婆聀呐傷𢚸：
越 南 语：Lão bà nghe nói thương thay:
汉语意译：老母听了更伤心：

喃字原文：“媄時𦓅腰𬧐𠉞𨖲帝？”
越 南 语：“Mẹ thì già yếu đi nay đằng nào?”
汉语意译：“母病体弱难持活。”

喃字原文：話卿渃相深袍，
越 南 语：Thoại Khanh nước mắt thấm bâu,
汉语意译：话卿泪水湿衣袍，

喃字原文：掑𩅜𩓜媄油油䟻𬧐。
越 南 语：Kề vai cõng mẹ rầu rầu bước đi.
汉语意译：背着婆婆远离愁。

喃字原文：塘長隔阻險危，
越 南 语：Đàng trường cách trở hiểm nguy,
汉语意译：路途遥远险峻恶，

喃字原文：迣𣈜買細府時平华。
越 南 语：Mười ngày mới tới phủ thì Bình-hoa.
汉语意译：行十天至平华府。

喃字原文：媄𡥵餒渴恻他，
越 南 语：Mẹ con đói khát thiết tha,
汉语意译：婆媳饥渴求殷切，

喃字原文：𢆥𢀭𠬠𣱬罕𠶋故知。
越 南 语：May gặp một gã vốn là cố tri.
汉语意译：幸巧遇见故知人。

喃字原文：赤範𩙍噲拱奇，
越 南 语：Xích Phạm tên gọi cũng kỳ,
汉语意译：赤范这名字很奇，

喃字原文：𧁷巾𡨹𡃸道儀英𡛔。
越 南 语：Khó khăn giữ trọn đạo nghì anh em.
汉语意译：困难中守兄弟义。

喃字原文：赤範𧡊㖟变迁，
越 南 语：Xích Phạm thấy cuộc biến thiên,
汉语意译：他见兄家境变迁，

喃字原文：淩淩渃𪾺拯安𥪝𢚸：
越 南 语：Rưng rưng nước mắt chẳng yên trong lòng:
汉语意译：眼泪汪汪难安言：

喃字原文："英碎杜状元龍，
越 南 语："Anh tôi đỗ trạng nguyên long,
汉语意译："义兄考中了状元，

喃字原文：宋王押嫁公娘朱𠉞。
越 南 语：Tống vương ép gả công nương cho rày.
汉语意译：宋王迫婚娶公主。

喃字原文：英碎𢚸拯𠹾𥘀，
越 南 语：Anh tôi lòng chẳng chịu ngay,
汉语意译：我哥心里只有嫂，

喃字原文：宋王盛怒吪茖方賒。
越 南 语：Tống vương thịnh nộ dạy đày phương xa.
汉语意译：宋王盛怒远流放。

喃字原文：碎群鉢粓𥪝茹，
越 南 语：Tôi còn bát gạo trong nhà,
汉语意译：我家还有一碗米，

喃字原文：姉炳朱博咹戈拖悉。
越 南 语：Chị nấu cho bác ăn qua đỡ lòng.
汉语意译：嫂嫂拿煮喂婆婆。

喃字原文：塘迻姉沛提防，
越 南 语：Đàng đi chị phải đề phòng,
汉语意译：路上嫂嫂定提防，

喃字原文：䟫戈齐地固恎㗒英。
越 南 语：Thẳng qua Tề địa có hòng thăm anh.
汉语意译：寻过齐国能见哥。

喃字原文：㗂啀敬禮長兄，
越 南 语：Gởi lời kính lạy trưởng huynh,
汉语意译：寄语问候我长兄，

喃字原文：别牢朱退矯情恅焼。”
越 南 语：Biết sao cho gặp kẻo tình nhớ nhau!”
汉语意译：情义何日得重逢。”

喃字原文：話卿晦吏黜𡢐，
越 南 语：Thoại Khanh hỏi lại trước sau,
汉语意译：话卿问清前离去，

喃字原文：老婆聴呐㦖疠悉鐄。
越 南 语：Lão bà nghe nói chạnh đâu lòng vàng.
汉语意译：婆婆听说动衷肠。

喃字原文：𤷍𤸫𦟐䏧疛𨨧，
越 南 语：Ốm o da thịt võ vàng,
汉语意译：面颜消瘦病加重，

喃字原文：老婆𤼸𢼂玉皇逴迻。
越 南 语：Lão bà đến số ngọc hoàng rước đi.
汉语意译：生命危急快归天。

喃字原文：𠿯𠰉我𨁷危危，
越 南 语：Thình lình ngã xuống ngùy nguy,
汉语意译：突然跌倒命危死，

喃字原文：話卿揞媄𠰘時叫囉。
越 南 语：Thoại Khanh ôm mẹ miệng thì kêu la.
汉语意译：话卿搂婆喊天地。

喃字原文：𠄩行渃相𣳔沙：
越 南 语：Hai hàng nước mắt nhỏ sa:
汉语意译：垂泪两行放声哭：

喃字原文：“媄牢女𢯰𡥵戈𡨌塘。”
越 南 语：“Mẹ sao nỡ bỏ con qua giữa đàng!”
汉语意译：“婆怎忍弃媳途中。”

喃字原文：𠬠𨉟叹哭㐌𠳨，
越 南 语：Một mình than khóc đã vang,
汉语意译：她哭喊声透天庭，

喃字原文：透𤼸玉皇諸佛𥌀燸。
越 南 语：Thấu đến ngọc hoàng, chư phật xét soi.
汉语意译：玉皇令佛去查明。

喃字原文：尋𡥵瀶渃㳥𣳔，
越 南 语：Tìm con lội nước lặn ngòi,
汉语意译：老太越山水寻儿，

喃字原文：吝戈齐地𣩂催𡧲塘。
越 南 语：Lần qua Tề địa chết thôi giữa đàng.
汉语意译：跨入齐地死途中。

喃字原文：文躺𢠩𠺥艰难，
越 南 语：Một mình luống chịu gian nan,
汉语意译：媳妇独自受艰难，

喃字原文：感傷身𡛔𤾓𠦳𧁷𨐮：
越 南 语：Cảm thương thân mẹ trăm ngàn đắng cay:
汉语意译：感伤怜母惨痛哭：

喃字原文：“英喂！朱俊固咍，
越 南 语：“Anh ơi Châu Tuấn có hay,
汉语意译：“朱俊君呀，你知否？

喃字原文：𡢐𡛔托𨑜碎𣇞𠵴之。”
越 南 语：Nếu mẹ thác xuống tôi rày làm chi!”
汉语意译：母亲死了我怎活。”

喃字原文：佛𡗶𢚸拱傷為，
越 南 语：Phật trời lòng cũng thương vì,
汉语意译：天皇动情见可怜，

喃字原文：卞朱俊母即時还生。
越 南 语：Bèn cho tuấn mẫu tức thì hoàn sinh.
汉语意译：令朱俊母起还生。

喃字原文：話卿㥃𢠯𥪞情，
越 南 语：Thoại Khanh mừng rỡ hết tình,
汉语意译：话卿高兴谢天庭，

喃字原文：掑𦠘𩠵𡛔上程𠚢𪠞。
越 南 语：Kề vai cõng mẹ thượng trình ra đi.
汉语意译：又背婆婆上路程。

喃字原文：塘長隔阻險危，
越 南 语：Đàng trường cách trở hiểm nguy,
汉语意译：路途艰难又险阻，

喃字原文：餒時拯别袒之媄咹。
越 南 语：Đói thì chẳng biết lấy gì mẹ ăn.
汉语意译：婆婆饿了没啥喂。

喃字原文：話卿尋撿崚嗐，
越 南 语：Thoại Khanh tìm kiếm lăng xăng,
汉语意译：话卿入山去寻吃，

喃字原文：採果餧媄拎澄朱戈。
越 南 语：Hái trái nuôi mẹ cầm chừng cho qua.
汉语意译：摘果喂婆顶肚饥。

喃字原文：果尨底朱媄䊼，
越 南 语：Trái chín để cho mẹ già,
汉语意译：熟果留给婆婆食，

喃字原文：果𤯩娘吶寔罗慘傷。
越 南 语：Trái sống nàng nuốt thật là thảm thương!
汉语意译：生果自咬实惨伤。

喃字原文：咹啨仍果空安，
越 南 语：Ăn tinh những trái không an,
汉语意译：只是吃果肚难受，

喃字原文：老婆嚅𣩂共娘麻催。
越 南 语：Lão bà trối chết cùng nàng mà thôi.
汉语意译：婆想豁命离儿媳。

喃字原文：話卿聰呐嘰嘰：
越 南 语：Thoại Khanh nghe nói ngùi ngùi,
汉语意译：话卿听说哭悒悒：

喃字原文：“𥚄𡗶吀証𢚸𠊛討𥗍，
越 南 语：Vái trời xin chứng lòng người thảo ngay:
汉语意译：“祈天见证我忠直，

喃字原文：碎吀𠝹𦧘𦠘𦙫，
越 南 语：“Tôi xin cắt thịt cánh tay,
汉语意译：我将臂中肉割切，

喃字原文：底麻餒媄𣎃𣈜朱炊。
越 南 语：Để mà nuôi mẹ tháng ngày cho xuôi.
汉语意译：留以喂婆度饥时。

喃字原文：油𢢆固返𫯳碎，
越 南 语：Dầu may có gặp chồng tôi,
汉语意译：如果有幸遇夫君，

喃字原文：時朱碎𠝹停𥘶𧖱紅。
越 南 语：Thì cho tôi cắt đừng rơi máu hồng.
汉语意译：让我割肉莫流血。

喃字原文：凭麻空返𩈘𫯳，
越 南 语：Bằng mà không gặp mặt chồng,
汉语意译：要是无法见丈夫，

喃字原文：時碎𠝹𦧘𧖱紅湥𥘶。”
越 南 语：Thì tôi cắt thịt máu hồng tuôn rơi!”
汉语意译：割肉时血流不止。”

喃字原文：㖠愿透𦤾𨕭𡗶，
越 南 语：Lời nguyền thấu đến trên trời,
汉语意译：她的誓言达天上，

喃字原文：扲𠎬娘𠝹拯𥘶𧖱紅。
越 南 语：Cầm dao nàng cắt, chẳng rơi máu hồng.
汉语意译：拿刀割肉无血出。

喃字原文：𥚄棱焒櫃調空，
越 南 语：Giữa rừng lửa củi đều không,
汉语意译：途中没有火和柴，

喃字原文：𥙩之爙𦧘固怾媄咹。
越 南 语：Lấy chi nướng thịt có hòng mẹ ăn!
汉语意译：怎能烤肉哄婆食。

喃字原文：扲刀𠛣砢焒揀，
越 南 语：Cầm dao chém đá lửa văng,
汉语意译：拿刀斩石火冒起，

喃字原文：即時爙𦧘媄咹拖悉。
越 南 语：Tức thì nướng thịt mẹ ăn dỡ lòng.
汉语意译：即时烤肉婆抵饥。

喃字原文：老婆㥋𦧘叫琨：
越 南 语：Lão bà thấy thịt kêu con:
汉语意译：婆婆见肉问儿媳：

喃字原文：“𦧘之朱媄咹唁𠯦丕？”
越 南 语：“Thịt gì cho mẹ ăn ngon làm vầy?”
汉语意译：“啥肉给母真好食。”

喃字原文：話卿拯底媄咍，
越 南 语：Thoại Khanh chẳng để mẹ hay,
汉语意译：话卿不让母知情，

喃字原文：𧦷浪罗𦧘翁柴𢭮𦓡。
越 南 语：Dối rằng là thịt ông thầy bỏ rơi.
汉语意译：谎言此肉道师失。

喃字原文：老婆咹𦧘衝耒，
越 南 语：Lão bà ăn thịt xong rồi,
汉语意译：老母吃完了烤肉，

喃字原文：䏾𨉞跬猛服回來生。
越 南 语：Trong mình khỏe mạnh phục hồi lai sinh.
汉语意译：身体慢慢得康复。

喃字原文："䏧之効驗咥灵，
越 南 语："Thịt gì hiệu nghiệm rất linh,
汉语意译："什么肉类效果验，

喃字原文：沛空媄㐌𢭲𨉞麻催。"
越 南 语：Phải không mẹ đã bỏ mình mà thôi."
汉语意译：要不母早死路上。"

喃字原文：塘趍險阻艱难，
越 南 语：Đàng đi hiểm trở gian nan,
汉语意译：山路途险阻艰难，

喃字原文：捧兜扱虩迍昂𥺹棱。
越 南 语：Bỗng đâu gặp cọp đón ngang giữa rừng.
汉语意译：忽然林中遇老虎。

喃字原文：虩𨖲文㗂㖡唛，
越 南 语："Hùm" lên một tiếng vang lừng,
汉语意译：虎啸声吼如雷动，

喃字原文：㖹："娘𩠐媄氷澄趍兜?"
越 南 语：Hỏi: "Nàng cõng mẹ băng chừng đi đâu?"
汉语意译：虎问："背母去哪里?"

喃字原文：話卿渃相深袍：
越 南 语：Thoại Khanh nước mắt thấm bâu:
汉语意译：话卿泪水湿透袍：

喃字原文："𥚄翁吀計𡳪頭翁傷。
越 南 语："Lạy ông xin kể đuôi đầu ông thương,
汉语意译："求翁怜我讲始末。

喃字原文：𫅷碎苔𦤾齐邦，
越 南 语：Chồng tôi đày đến Tề-bang,
汉语意译：我夫流放去齐邦，

喃字原文：尋𫅷碎買𨀎岸戈低。
越 南 语：Tìm chồng tôi mới băng ngàn qua đây.
汉语意译：千山万水寻夫君。

喃字原文：吀翁𫜵福救𢴑，
越 南 语：Xin ông làm phước cứu rày,
汉语意译：请翁开恩救母女，

喃字原文：迻碎戈塊𥮊尼𫜵恩！”
越 南 语：Đưa tôi qua khỏi truông này làm ơn!”
汉语意译：送出丛林甚感恩！”

喃字原文：“管包䫦辱之𡶀，
越 南 语：“Quản bao khó nhọc chi sờn,
汉语意译：“莫管劳累不气馁，

喃字原文：𨖲𩩖些𠯇𫾫塘險危。
越 南 语：Lên lưng ta cõng kẻo đàng hiểm nguy.
汉语意译：爬上我背越险路。

喃字原文：塘時棱𣘊坤隨，
越 南 语：Đàng thì rừng bụi khôn tùy,
汉语意译：丛林荆棘路难行，

喃字原文：𠊛𠫾奇𦝄些𠫾𠬠𣈜。
越 南 语：Người đi cả tháng ta đi một ngày.
汉语意译：人走月余我一日。

喃字原文：勸𠊛暫𨀈𩩖低，
越 南 语：Khuyên người tạm bước lưng đây,
汉语意译：劝你爬上我腰身，

喃字原文：底朱些躝趍䟻尋軼。
越 南 语：Để cho ta cõng đi ngay tìm chồng.
汉语意译：背出丛林寻夫儿。

喃字原文：侥娘些拱動悉，
越 南 语：Thấy nàng ta cũng động lòng,
汉语意译：见你受苦甚感动，

喃字原文：氽埃固腌孝忠如娘！”
越 南 语：Mấy ai có dạ hiếu trung như nàng!”
汉语意译：世上难遇忠孝人。”

喃字原文：虤箕勸吶㐌安，
越 南 语：Hùm kia khuyên nói đã an,
汉语意译：听虎劝说方安心，

喃字原文：媄䘸買敢趴撞𨖲䏧。
越 南 语：Mẹ con mới dám bước choàng lên lưng.
汉语意译：婆媳敢骑上虎腰。

喃字原文：虤卞扒𩈘挘澄，
越 南 语：Hùm bèn bắt mặt băng chừng,
汉语意译：老虎朝着前方走，

喃字原文：躝䏧趾𢬣塊棱險危。
越 南 语：Cõng lưng chạy riết khỏi rừng hiểm nguy.
汉语意译：骑虎背出密丛林。

喃字原文：虤浪㐌細渃齐，
越 南 语：Hùm rằng đã tới nước Tề,
汉语意译：虎道：“已到齐国界。”

喃字原文：話卿趴䟻敖希禮虤：
越 南 语：Thoại Khanh bước xuống chè he lạy hùm:
汉语意译：话卿下来跪拜虎：

喃字原文："包晗者特恩翁！"
越 南 语："Bao giờ trả được ơn ông!"
汉语意译："此恩泽深哪时报！"

喃字原文：𧲫浪："𤀛可計功𠇍之。
越 南 语：Hùm rằng: "Chớ khá kể công làm gì!
汉语意译：虎道："小事莫用报。

喃字原文：据蹺塘𠂫麻𠫾，
越 南 语：Cứ theo đàng ấy mà đi,
汉语意译：朝着前方直走去，

喃字原文：䋚数娘仕𨕭時村民。"
越 南 语：Giây lâu nàng sẽ gặp thì thôn dân."
汉语意译：不久将遇见村民。"

喃字原文：𠄩塘辞谢𢺺分，
越 南 语：Hai đàng từ tạ rẽ phân,
汉语意译：辞谢后各离分道，

喃字原文：𧲫箕衛𡶀，娘吝𨀈𠫾。
越 南 语：Hùm kia về núi, nàng lần bước đi.
汉语意译：虎回山姑娘前走。

喃字原文：媄𡥵瘼辱离皮，
越 南 语：Mẹ con mệt nhọc li bì,
汉语意译：婆媳满脸疲惫容，

喃字原文：糙粓拯固，冷時透𩩖。
越 南 语：Gạo cơm chẳng có, lạnh thì thấu xương.
汉语意译：食物没有，冷刺骨。

喃字原文：話卿叫哭慘傷：
越 南 语：Thoại Khanh kêu khóc thảm thương:
汉语意译：话卿哭喊甚凄惨：

喃字原文：“别埃撫媄對塘賖吹。
越 南 语：“Biết ai dắt mẹ đỗi đường xa xuôi?
汉语意译：“谁人来扶带婆婆？

喃字原文：𡥵拎拯特媄喂！
越 南 语：Con cầm chẳng được mẹ ôi!
汉语意译：我今无力带婆走，

喃字原文：𫅱媄於吏，𡥵回阴宫。”
越 南 语：Lạy mẹ ở lại, con hồi âm cung.”
汉语意译：婆保重媳归阴府。”

喃字原文：媄𦓅聽呐駭雄，
越 南 语：Mẹ già nghe nói hãi hùng,
汉语意译：老母听说甚害怕，

喃字原文：揞妯𠓨𢚸哭計慘𦓡。
越 南 语：Ôm dâu vào lòng, khóc kể thảm thay!
汉语意译：紧搂媳妇哭凄惨。

喃字原文：𧡊妯秩文翅𢬣，
越 南 语：Thấy dâu mất một cánh tay,
汉语意译：见媳失了一手臂，

喃字原文：買别𨉓㐌咹𠫾𦧘𡥵。
越 南 语：Mới biết mình đã ăn rày thịt con.
汉语意译：方知自吃媳妇肉。

喃字原文：叫嗔叹哭呢嫩，
越 南 语：Kêu van than khóc nỉ non,
汉语意译：婆哭诉呼天喊地，

喃字原文：透𬧐玉皇逴𬞺灵单。
越 南 语：Thấu đến ngọc hoàng rước thuốc linh đơn.
汉语意译：上达玉皇送灵药。

喃字原文：䏧妯催㐌生还，
越 南 语：Thịt dâu thôi đã sanh hoàn,
汉语意译：媳妇臂肉又还生，

喃字原文：娘卞𤯩吏𤈜㛦如𣈜。
越 南 语：Nàng bèn sống lại rõ ràng như xưa.
汉语意译：她康复还原如初。

喃字原文：𩈘花疎咀妟𨇒，
越 南 语：Mặt hoa thơ thớ nở đua,
汉语意译：面容肉纹肌发达，

喃字原文：搊才仙女拯输𣘃吊。
越 南 语：So tài tiên nữ chẳng thua chút nào!
汉语意译：又似仙女无差别。

喃字原文：嘆共坦濕𡗶高，
越 南 语：Than cùng đất thấp trời cao,
汉语意译：拜谢恩高天地福，

喃字原文：勉𤯩撦媄管包咹眉。
越 南 语：Miễn sống dắt mẹ, quản bao ăn mày.
汉语意译：免死携婆续行乞。

喃字原文：𠊛𠊛貼𧡊傷能，
越 南 语：Người người xem thấy thương thay,
汉语意译：人们见她很可怜，

喃字原文：唔罗仙女𨖲𠿯凡间。
越 南 语：Ngỡ là tiên nữ xuống rày phàm gian.
汉语意译：以为仙女降凡间。

喃字原文：趍催㐌氽𩃳長，
越 南 语：Đi thôi đã mấy đặm trường,
汉语意译：她走过多少远程，

喃字原文：丿兜㐌𧡊庙堂賖賖。
越 南 语：Phút đâu đã thấy miếu đường xa xa.
汉语意译：忽然远处有座庙。

喃字原文：景清𣾼𨤔𠼯罗，
越 南 语：Cảnh thanh vắng vẻ thay là,
汉语意译：景色清秀感幸运，

喃字原文：媄混𥆾𧡊𢚸陀𢜠能。
越 南 语：Mẹ con xem thấy lòng đà mừng thay!
汉语意译：婆婆见了心喜悦。

喃字原文：具盘𨕭𠁑摄排，
越 南 语：Cỗ bàn trên dưới sắp bày,
汉语意译：庙堂上下摆祭品，

喃字原文：媄混催買𠓨𪥘吀咹。
越 南 语：Mẹ con thôi mới vào rày xin ăn.
汉语意译：婆媳进庙求乞食。

喃字原文：庙臣相鎖䁯冰，
越 南 语：Miếu thần mắt tỏa sao băng,
汉语意译：庙臣眼开如流星，

喃字原文：𥄭𧡊話女扲平仙沙。
越 南 语：Ngó thấy thoại nữ cầm bằng tiên sa.
汉语意译：看见话女似降仙。

喃字原文：淫臣押旺交和，
越 南 语：Dâm thần ép uổng giao hòa,
汉语意译：淫臣强迫她交欢，

喃字原文：話卿空𢵰臣麻𫜵昂。
越 南 语：Thoại Khanh không chịu thần mà làm ngang.
汉语意译：话卿拒绝臣行淫。

喃字原文：扒魂俊母麻監，
越 南 语：Bắt hồn tuấn mẫu mà giam,
汉语意译：臣捉俊母关监禁，

喃字原文：闷媄娘⿰生沛安文皮。
越 南 语：Muốn mẹ nàng sống phải an một bề.
汉语意译：想你母活要顺心。

喃字原文：空時沛抉相𧻭，
越 南 语：Không thì phải khoét mắt đi,
汉语意译：要不就挖你双珠，

喃字原文：撜堆混相𢀭時買他。
越 南 语：Dâng đôi con mắt tao thì mới tha.
汉语意译：献对眼珠方饶命。

喃字原文：話卿聦呐悴悼，
越 南 语：Thoại Khanh nghe nói xót xa,
汉语意译：话卿听说很哀伤，

喃字原文：𠲖空𢚸抉，媄些沛难。
越 南 语：Nếu không chịu khoét, mẹ ta phải nàn.
汉语意译：若不挖眼婆受难。

喃字原文：咜愿透𧗱玉皇，
越 南 语：Lời nguyền thấu đến ngọc hoàng,
汉语意译：誓词达至玉皇处，

喃字原文：拎𠝖抉相底盘撜蓮。
越 南 语：Cầm dao khoét mắt để bàn dâng lên.
汉语意译：拿刀挖眼献淫臣。

喃字原文：特𠄩混相女仙，
越 南 语：Được hai con mắt nữ tiên,
汉语意译：淫臣得对仙眼珠，

喃字原文：臣朱俊母丿連回陽。
越 南 语：Thần cho tuấn mẫu phút liền hồi dương.
汉语意译：便放婆婆回阳间。

喃字原文：掣包仍囀育塘，
越 南 语：Xiết bao những chuyện dọc đường,
汉语意译：沿途多少事艰难，

喃字原文：感傷身媄艰难𢧚皮。
越 南 语：Cảm thương thân mẹ gian nan nhiều bề.
汉语意译：婆婆痛心媳艰辛。

喃字原文：媄㛪拯㐌塘趍，
越 南 语：Mẹ con chẳng thấy đường đi,
汉语意译：媳妇没见路行走，

喃字原文：𦢳時𦠘媄，梞箕𢷀塘。
越 南 语：Vai thì cõng mẹ, gậy kia dò đường.
汉语意译：肩背婆婆用拐探。

喃字原文：媄㛪落𦤾𦼔荒，
越 南 语：Mẹ con lạc đến lều hoang,
汉语意译：婆媳流落片茅地，

喃字原文：𥙩䕯麻搭，飢寒惨能。
越 南 语：Lấy tranh mà đắp, cơ hàn thảm thay!
汉语意译：茅草盖身仍饥寒。

喃字原文：佛𡗶貼㐌𠊛𣦍，
越 南 语：Phật trời xem thấy người ngay,
汉语意译：天佛看见忠孝人，

喃字原文：釋迦𨑜福朱𠉞核弹。
越 南 语：Thích ca xuống phước cho nay cây đàn.
汉语意译：释迦降福赐支琴。

喃字原文：弹叫喔嗃情桑，
越 南 语：Đờn kêu tính tịch tình tang,
汉语意译：琴声飘扬响叮咚，

喃字原文：弹叫泣騡人間賒潙。
越 南 语：Đờn kêu khắp hết nhơn gian xa vời.
汉语意译：人间琴声传远方。

喃字原文：弹叫进𪦆𫎇歪，
越 南 语：Đờn kêu mười bảy năm trời,
汉语意译：琴声告别十七冬，

喃字原文：𬌓胡婮汉媄馭埃餒。
越 南 语：Chồng hồ, vợ hán, mẹ người ai nuôi?
汉语意译：夫胡妻汉母谁养。

喃字原文：弹叫朱俊英喂，
越 南 语：Đờn kêu Châu Tuấn anh ơi!
汉语意译：琴声呼叫朱俊君，

喃字原文：𨖲奇渃馭，嬈苦渃些。
越 南 语：Sang cả nước người, nghèo khổ nước ta!
汉语意译：你去他国婆媳难。

喃字原文：世间聀哨弹歌，
越 南 语：Thế gian nghe tiếng đàn ca,
汉语意译：世间听了歌琴声，

喃字原文：姅耕𦓡衪調罒悴傷。
越 南 语：Gái trai già trẻ đều là xót thương.
汉语意译：男女老少甚可怜。

喃字原文：几朱鉢糙銅錢，
越 南 语：Kẻ cho bát gạo, đồng tiền,
汉语意译：有人给米又赐钱，

喃字原文：馭朱裙襖拱安身尼。
越 南 语：Người cho quần áo cũng yên thân này.
汉语意译：有人送衣方安身。

喃字原文：特粓餧媄㦖能，
越 南 语：Được cơm nuôi mẹ mừng thay,
汉语意译：有饭喂婆自心欢，

喃字原文：丿兜𠉞㐌𫥨䀡吡吒。
越 南 语：Phút đâu nay đã đến ngày giỗ cha.
汉语意译：忽然想到父祈日。

喃字原文：檜核尋撿拯𠚢，
越 南 语：Củi cây tìm kiếm chẳng ra,
汉语意译：没有木柴怎煮祭，

喃字原文：𦹵𥢆𦮲拖，底麻𤇮粓。
越 南 语：Cỏ rơm chụm đỡ, để mà nấu cơm.
汉语意译：茅草顶替灶火燃。

喃字原文：罒䤴𠲿𠯇𡗶㖡，
越 南 语：Lầm mâm khấn vái quải đơm,
汉语意译：摆桌饭菜祈祷父，

喃字原文：固灵吁享，渚㖞粓賒。
越 南 语：Có linh xin hưởng, chớ hờn cơm xa.
汉语意译：有灵莫歉途中筵。

喃字原文：𡗶耒扰𧺀遁𠚢，
越 南 语：Quải rồi đem xuống dọn ra,
汉语意译：拜完设桌共喂饮，

喃字原文：底媄咹𠞺，娘麻咹𡢐。
越 南 语：Để mẹ ăn trước, nàng mà ăn sau.
汉语意译：让婆先吃自食剩。

喃字原文：娘咹喑仍羹蒌，
越 南 语：Nàng ăn tinh những canh rau,
汉语意译：她饮纯是野菜汤，

喃字原文：底𨤔餧媄，粓兜余乘。
越 南 语：Để dành nuôi mẹ, cơm đâu dư thừa?
汉语意译：留饭婆食哪有余。

喃字原文：数𣈜焿炧悴悼，
越 南 语：Lâu ngày nóng nực xót xa,
汉语意译：日后天热人难受，

喃字原文：娘趍捇渃沁朱媄昜。
越 南 语：Nàng đi xách nước tắm cho mẹ rày.
汉语意译：她去找水婆洗身。

喃字原文：沁耒媄可昤低，
越 南 语：Tắm rồi mẹ khá nghỉ đây,
汉语意译：为婆洗澡安婆睡，

喃字原文：底朱混袦吀昜餢咹。
越 南 语：để cho con trẻ xin rày bữa ăn.
汉语意译：自去行乞为持生。

喃字原文：扰弹趍掀情桑，
越 南 语：Đem đan đi gảy tinh tăng,
汉语意译：边走边弹琴叮咚，

喃字原文：特份飫暗拱𣘃核弹。
越 南 语：Được phần no ấm cũng trong cây đan.
汉语意译：保得生存靠支琴。

说明：此叙事歌收集自沥尾十三队杜福朝先生原抄集的喃字记录本。由苏维芳收集、整理、修正部分喃字。苏维芳、苏凯翻译。

2008 年 4 月

皇储传

简介

《皇储传》是17世纪时越南诗人（佚名）根据中国同名小说编撰而成的六八体长篇喃字叙事歌，在越南和中国京族地区广泛流传。

整篇叙事歌讲述的是南北两国皇帝子女通婚，以谋求两国太平、和谐、友好的故事。一夜，南国皇后在睡梦中看到一颗闪亮的星星从天而落，她伸手接住以后便有了身孕，十月怀胎后产下一名美丽的公主。公主长大后，出落得风姿绰约，有如蓬莱仙女。皇帝仅此一女，十分宠爱，便决定为女儿选聘驸马以继承皇位，于是张贴金榜，题云：不管国内外人，文武官员、士子文人、城乡庶子，不分贵贱均可参聘。引得时下远近十八国的名士纷纷前来应选。北国吴国皇储，得父皇准许，率船只十艘，载满金银珠宝和人马，越海应聘。

历经艰辛，船队抵达南国港城，皇储找到了一名侍奉公主的侍姆做媒，并男扮女装作为媒婆的侄女入宫与公主会面。夜里见面，两人相谈甚欢，皇储对公主一见钟情，遂向公主表明身份及爱慕之情。双方情投意合，但公主忧虑的是继位之事，皇储应诺：“以后外公的皇位由外孙继承。天地作证，不负诺言。”婚缘定后，皇储出宫返回船队，向南国皇帝呈上求亲书。为此，皇帝召集文武百官征求意见，朝中文官十分赞成，武官却极力反对。争执不下之时，皇帝征询公主的意见，公主说：“这是天缘，关乎国泰民安，既是鱼水情缘，又是两国世代和谐友好。”皇帝听了大喜，于是为公主举行了盛大的婚礼。

婚后，皇储在南国住了三年，然后返回吴国。一年后，皇储再赴南国与妻子团圆。一只非常灵验的喜鹊预先知道皇储来了，便飞到公主住的楼门上吱吱喳喳地报喜，公主听到后，喜出望外，走出门外迎候皇储，却久久不见踪影。喜鹊不断地叫唤，使公主深感烦躁，于是将手中的牙尺向它抛去，命中后，喜鹊变成一男子跌落地面而亡，公主慌忙中叫侍者将尸体埋在花园里。皇储到来后，看到侍者和一群猎狗在园中乱转，心中起疑，便叫侍卫去挖，结果挖出了一具男尸，便以为刚分别一年的妻子红杏出墙，一气之下，转身带着船队回国。

遭到误会的公主心有不甘，于是向皇帝请求前往吴国寻夫。皇帝便派官兵数百人护送公主北上寻夫。船队在东海遇到狂风暴雨，全部沉于海中，护送官兵无一生还。唯有公主福命天佑，手抓船桨，被风浪推至岸上。登岸后，公主沿途行乞北上寻夫。最后，皇储的姐姐名辉公主收留了她，并让她见到了自己的丈夫。澄清情况后，夫妻二人回朝拜见父皇母后，父皇万分喜悦，立即退位给皇储继任，公主成了皇后。十年后，幸福美满的他们生了两个男孩，公主带着次子回国，欲继承父亲皇位以了结她的心愿。她回到南国，受到皇帝和众官员、百姓的热烈欢迎。皇帝为送女儿北上而死的将士、随侍者举行祭奠仪式后，传令女儿带二外孙回北国以团聚。

从此南北两国以德为先，长期和顺太平。

皇　储　傳
Truyện Hoàng Trừ
皇　储　传

（一）𧼋渃南晦情春
(I) Đi nước nam hỏi tình xuân
（一）前往南国问春情

此段内容简介：吴国的皇储前往南国问情结缘。经历艰辛，皇储的船队到达南国的港城，找到了一名侍奉公主的侍姆做媒婆……

喃字原文：固𢂞上位渃𠊛，
越 南 语：Có vua thượng vị nước người,
汉语意译：有位尊贵吴国皇，

喃字原文：㨂𨓡權柄𬊌才声明。
越 南 语：Sửa sang quyền bính nên tài thanh minh.
汉语意译：掌握权柄才成名。

喃字原文：忠賢㞮質丹庭，
越 南 语：Trung hiền chồng chất đan đình,
汉语意译：忠贤文武拥丹庭，

喃字原文：干戈咏諒太平歌空。
越 南 语：Can qua vẳng lạng, thái bình ca không.
汉语意译：干戈传闻歌太平。

喃字原文：恬严揄襖從容，
越 南 语：Điềm nghiêm rủ áo thong dong,
汉语意译：国皇从容御安然，

喃字原文：䫏鐄永達䥙蠬添高。
越 南 语：Ngai vàng vững đạt, tuổi rồng thêm cao.
汉语意译：龙座稳固寿高龄。

喃字原文：生䟢皇子清騷，
越 南 语：Sinh ra hoàng tử thanh tao,
汉语意译：生一皇子清秀相，

喃字原文：䥙𣁔堆𠔭量滔恪祥。
越 南 语：Tuổi vừa đôi tám lượng thao khác tường.
汉语意译：二八谋略异于常。

喃字原文：様𠊛窈窕卒祥，
越 南 语：Dáng người yểu điệu tốt tường,
汉语意译：风姿卓越人善良，

喃字原文：眉迎，相粉㧚揚湼那。
越 南 语：Mày nghiêng, mắt phấn dịu dàng nết na.
汉语意译：蛾眉杏眼品德好。

喃字原文：才兼文武寬和，
越 南 语：Tài kiêm văn võ khoan hòa,
汉语意译：文武双全才宽厚，

喃字原文：准斤悗德，𡎝賒慕悉。
越 南 语：Chốn gần mến đức, nơi xa mộ lòng.
汉语意译：远近闻名人倾慕。

喃字原文：閨門少几𫇐装，
越 南 语：Khuê môn thiếu kẻ giúp trang,
汉语意译：闺门缺少换妆人，

喃字原文：𤤰吒𠺥揀𡥵涌相卿。
越 南 语：Vua cha rắp kén con dòng tướng khanh.
汉语意译：父皇令儿择相卿①。

喃字原文：皇儲奏𣅶真情，
越 南 语：Hoàng trừ tâu hết chân tình,
汉语意译：皇储奏父诉真情，

喃字原文：夫妻𱺵道所生结愿。
越 南 语：Phu thê là đạo sở sinh kết nguyền.
汉语意译：夫妻结缘人生愿。

喃字原文：𡢼𫯳𱺵罷天然，
越 南 语：Vợ chồng là bởi thiên nhiên,
汉语意译：此是天意顺自然，

喃字原文：包𣇞尋特𠊛賢仕咍。
越 南 语：Bao giờ tìm được người hiền sẽ hay.
汉语意译：觅得贤女且再言。

喃字原文：兜𢧚𡥵仕奏𠰺，
越 南 语：Đâu nên con sẽ tâu bày,
汉语意译：儿向父皇奏详明，

喃字原文：乙𱺵拱特急迟戾之。
越 南 语：Ắt là cũng được kíp chầy lệ chi.
汉语意译：喜事迟早莫忧然。

喃字原文：傷𡥵𢚸聖拱随，
越 南 语：Thương con lòng thánh cũng tùy,
汉语意译：父皇疼爱随儿意，

①相卿：夫称妻或夫妻对称。这里指皇储要配妻子。

喃字原文：默𡥵𢗖料吒時𢆫高。
越 南 语：Mặc con lo liệu cha thì tuổi cao.
汉语意译：朕已高龄儿劳神。

喃字原文：傳官𠚢揀庫芇，
越 南 语：Truyền quan ra chọn kho nào,
汉语意译：传令侍官入金库，

喃字原文：𤾓斤鐄𪸌，䏧包鉑銀。
越 南 语：Trăm cân vàng thắm, nghìn bao bạc ngần.
汉语意译：备金百斤千袋银。

喃字原文：𠄼盘珠兆玉珠，
越 南 语：Năm bàn châu triệu ngọc châu,
汉语意译：玉珠一兆珠五盘，

喃字原文：遁艚𨒒隻，𥙩軍𠀧䏧。
越 南 语：Dọn tàu mười chiếc, lấy quân ba ngàn.
汉语意译：派船十艘军三千。

喃字原文：頒𠀧𨒒萬貫錢，
越 南 语：Ban ba mươi vạn quan tiền,
汉语意译：颁给贯钱三十万，

喃字原文：皇儲拜謝𠠩殿跐𠚢。
越 南 语：Hoàng trừ bái tạ trước đền bước ra.
汉语意译：皇储拜谢离殿前。

喃字原文：吏𠓺𥪝准楼花，
越 南 语：Lại vào trong chốn lầu hoa,
汉语意译：随后进入内花楼，

喃字原文：𠯪婆皇后𠻃戈每唭。
越 南 语：Vái bà hoàng hậu thưa qua mọi lời.
汉语意译：拜别母后诉别情。

喃字原文：傷猑悉拄管喍，
越 南 语：Thương con lòng chẳng quản nài,
汉语意译：母爱皇儿莫缠求，

喃字原文：鉑朱闷鉼，鐄迠槑斤。
越 南 语：Bạc cho muôn nén, vàng mười trăm cân.
汉语意译：赐银万两金千斤。

喃字原文：判浪特准朱陳，
越 南 语：Phán rằng được chốn châu tần,
汉语意译：传喻寻得结朱陈，

喃字原文：時猑吏急毪蹎阻衛。
越 南 语：Thì con lại kíp mau chân trở về.
汉语意译：结成姻缘返朝廷。

喃字原文：𢂞吒傷忟𢢂皮，
越 南 语：Vua cha thương nhớ nhiều bề,
汉语意译：父皇衷心极盼望，

喃字原文：媄時惨切悉圭待徐。
越 南 语：Mẹ thì thảm thiết lòng quê đợi chờ.
汉语意译：母亲期待快回程。

喃字原文：皇儲拜謝闭晗，
越 南 语：Hoàng trừ bái tạ bấy giờ,
汉语意译：皇储拜谢即离去，

喃字原文：阻黜仍揤兵机𨖲艚。
越 南 语：Trở ra sắm sửa binh cơ xuống tàu.
汉语意译：令备集兵登船里。

喃字原文：江溪每准，每鉡，
越 南 语：Giang khê mọi chốn, mọi màu,
汉语意译：江海水色各有异，

喃字原文：𡽫高𤾓丈，㴜湊𠦳重。
越 南 语：Non cao trăm trượng, bể sâu nghìn trùng.
汉语意译：山高百丈海深奇。

喃字原文：顺涌帆趚碾風，
越 南 语：Thuận dòng buồm tếch nghiên phong,
汉语意译：顺水帆船随风行，

喃字原文：唱歌堆段，哦終堆吝。
越 南 语：Xướng ca đôi đoạn, chén chung đôi lần.
汉语意译：扬歌纵乐饮酒欢。

喃字原文：邻羅晦囀情春，
越 南 语：Lân la hỏi chuyện tình xuân,
汉语意译：谈笑风生提春情，

喃字原文：每𠁀館所楼陳踐戈。
越 南 语：Mọi nơi quán sở lầu trần trải qua.
汉语意译：楼房馆所眼前宽。

喃字原文：𤏬𣈜吹虐寅夜，
越 南 语：Sáng ngày xuôi ngược dần dà,
汉语意译：日顺逆船慢驶行，

喃字原文：欺𠓨燕趙，欺𠚢晋秦。
越 南 语：Khi vào yên triệu, khi ra tấn tần.
汉语意译：时入燕赵时晋秦。①

喃字原文：蹈尋泣𢄂共圭，
越 南 语：Dạo tìm khắp chợ cùng quê,
汉语意译：处处寻觅各市乡，

---

①燕赵晋秦：五代十国时期的国家名称。这里指东南西北。

喃字原文：市城㐌踐，江溪㐌牟。
越 南 语：Thị thành đã trải, giang khê đã mầu.
汉语意译：路过城镇越河江。

喃字原文：泣进𠚢渃諸侯，
越 南 语：Khắp mười tám nước chư hầu,
汉语意译：十八国人尚诸侯，

喃字原文：嬋娟㐌訴闭数䠶塘。
越 南 语：Thuyền quyên đã tỏ bấy lâu nẻo đường.
汉语意译：婵娟表白亦无心。

喃字原文：拯埃訴意德皇，
越 南 语：Chẳng ai tỏ ý đức hoàng,
汉语意译：皇储看见没表意，

喃字原文：芇𠊛𦟐粉欣香皮牙。
越 南 语：Nào người má phấn hơi hương da ngà.
汉语意译：粉脸朱唇象牙美。

喃字原文：芇𠊛㗂月唭花，
越 南 语：Nào người cợt nguyệt cười hoa,
汉语意译：嘲月笑花迎面来，

喃字原文：芇𠊛魪跳，雁沙兜𥗍。
越 南 语：Nào người cá nhảy, nhạn sa đâu dày.
汉语意译：沉鱼落雁均追随。

喃字原文：悢功尋䜨闭迟，
越 南 语：Luống công tìm tòi bấy chầy,
汉语意译：枉费功夫四处寻，

喃字原文：芇埃固别戈冬，戈夏。
越 南 语：Nào ai có biết qua đông, qua hè.
汉语意译：冬去夏来谁人晓。

喃字原文：丕𩇢，渃碧𡨸題，
越 南 语：Trời xanh, nước biếc chữ đề,
汉语意译：青山绿水天指路，

喃字原文：塘𠓨南越艚𦪇吶哰。
越 南 语：Đường vào Nam Việt tàu bè xôn xao.
汉语意译：前去南越船多杂。

喃字原文：鋪坊愢泚艚𠓨，
越 南 语：Phố phường vui đỗ tàu vào,
汉语意译：港城泊岸船停靠，

喃字原文：𥉫𨖲阁鳳楼高城臺。
越 南 语：Trông lên gác phượng lầu cao thành đài.
汉语意译：凤阁高楼显眼前。

喃字原文：逸迢使子文才，
越 南 语：Dập dìu sứ tử, văn tài,
汉语意译：使子文人影相随，

喃字原文：逻逩拯别𥙩埃晦呥。
越 南 语：Lạ lùng chẳng biết lấy ai hỏi dò.
汉语意译：陌生人杂识问谁。

喃字原文：固𠊛嚜保缘由，
越 南 语：Có người mách bảo duyên do,
汉语意译：有人告诉明缘由，

喃字原文：尼楼公主𡥵𢁋𧡊𫯳。
越 南 语：Này lầu công chúa con vua kén chồng.
汉语意译：公主招亲前阁楼。

喃字原文：朱辋天下會同，
越 南 语：Cho nên thiên hạ hội đồng,
汉语意译：天下俊杰皆会合，

喃字原文：皇儲擬吒䢄悉空信。
越 南 语：Hoàng trừ nghĩ ngợi trong lòng không tin.
汉语意译：皇储心疑不相信。

喃字原文：差軍蓮晦泣沔，
越 南 语：Sai quân lên hỏi khắp miền,
汉语意译：派人前去问细详，

喃字原文：埃埃拱呐意如没唭。
越 南 语：Ai ai cũng nói y như một nhời.
汉语意译：众人说词真一样。

喃字原文：皇浪事遝䢄茌，
越 南 语：Hoàng rằng sự lạ trong đời,
汉语意译：皇储说：世上奇事，

喃字原文：帀咍㛪氏余迸姅麻。
越 南 语：Nào hay gái ấy mấy mươi nữa mà.
汉语意译：公主或是超龄女。

喃字原文：深严坤哧呻囉，
越 南 语：Thâm nghiêm khôn nhẻ dò la,
汉语意译：门户森严难打探，

喃字原文：爱循沛摱境㹢買衝。
越 南 语：Ải tuần phải mượn cảnh già mới xong.
汉语意译：必须循例找媒人。

喃字原文：沛徐朱𤈜文蒙，
越 南 语：Phải chờ cho tỏ văn mòng,
汉语意译：待后探得情况明，

喃字原文：拯時悉吏碍悉丕𠉞。
越 南 语：Chẳng thì lòng lại ngại lòng vậy nay.
汉语意译：方能决心意愿行。

喃字原文：卞㗂童子𠇮低，
越 南 语：Bèn đòi đồng tử vào đây,
汉语意译：于是呼唤差童来，

喃字原文：𡥵𨖲悔准楼西箕罗。
越 南 语：Con lên hỏi chốn lầu tây kia là.
汉语意译：遣至西楼问细详。

喃字原文：時𡥵沛悔呦囉，
越 南 语：Thời con phải hỏi dò là,
汉语意译：人必去到打探准，

喃字原文：浪低埃計𠇮𨖅䚖外。
越 南 语：Rằng đây ai kể vào ra trong ngoài.
汉语意译：特别是她贴心人。

喃字原文：由𡥵㐌悔特𠊛，
越 南 语：Dù con đã hỏi được người,
汉语意译：如果你打听到人，

喃字原文：時𡥵吏悔𦤾𠉞𨷯茹。
越 南 语：Thì con lại hỏi đến nơi cửa nhà.
汉语意译：必须去到她家问。

喃字原文：童㖔𨖲悔呦囉，
越 南 语：Đồng vâng lên hỏi dò la,
汉语意译：差童再去打听准，

喃字原文：浪低固𠬠姆𦹵𨷯西。
越 南 语：Rằng đây có một mụ già cửa tây.
汉语意译：公主侍姆住西楼。

喃字原文：恒𠇮朝值䏧𣈜，
越 南 语：Hằng vào chầu trực đêm ngày,
汉语意译：日夜侍奉贴身主，

喃字原文：主傷情实悉㤇安為。

越 南 语：Chúa thương tình thực lòng nay yên vì.

汉语意译：勤劳情实主爱慕。

（一）（完）

（二）焒香潭暗飫堆

（II）Lửa hương đằm ấm no đôi

（二）佳偶天成鸳鸯配

此段内容简介：皇储男扮女装，并假作为媒婆的侄女，进入宫里与公主会面。两人夜里相见时，皇储表明自己的身份，他是吴国的皇子，来此求亲。交谈中，皇储洋溢着对公主浓浓的爱意，公主也非常喜爱皇储，双方情投意合。皇储许言："以后外公的皇位由外孙继承。天地作证，不负诺言。"

喃字原文：傳欣坤㩫迍迻，
越 南 语：Truyền hơn khôn vẽ đón đưa,
汉语意译：侍姆接送显从容，

喃字原文：合情性姆拱彼如意。
越 南 语：Hợp tình tính mụ cũng vừa như y.
汉语意译：为情献计极称心。

喃字原文：呐罒黜樣女兒，
越 南 语：Nói làm ra dáng nữ nhi,
汉语意译：男扮女装教皇储，

喃字原文：襖時染赭，巾時悉耕。
越 南 语：Áo thì nhuộm đỏ, khăn thì lòng trai.
汉语意译：身穿红衣围桃巾。

喃字原文：䏧螉䀡鳳眉蛾，
越 南 语：Lưng ong mắt phượng mày ngài,
汉语意译：蛾眉凤眼蜂腰身，

喃字原文：胋高巴銀糚埃䢀茙。
越 南 语：Cổ cao ba ngấn kém ai trong đời.
汉语意译：颈纹三度美女人。

喃字原文：班𣋚𠹾𣳔𩈘𡗶，
越 南 语：Ban hôm vừa lặn mặt trời,
汉语意译：太阳初落西边山，

喃字原文：姆迻皇子𠓨制𨕭楼。
越 南 语：Mụ đưa hoàng tử vào chơi trong lầu.
汉语意译：侍姆皇子急进楼。

喃字原文：主浪姆尼𠫾兜，
越 南 语：Chúa rằng mụ này đi đâu,
汉语意译：公主问姆何处去，

喃字原文：悲𣇞買𧡊𠓨侯些低。
越 南 语：Bây giờ mới thấy vào hầu ta đây.
汉语意译：因何至今方侍候。

喃字原文：𠽔浪㤑伴𣋚𠉞，
越 南 语：Thưa rằng gặp bạn hôm nay,
汉语意译：姆应道：“今日遇友，

喃字原文：過𢝙沛𥑥𨢇醝拯𠓨。
越 南 语：Quá vui phải chén rượu say chẳng vào.
汉语意译：饮酒过量误进楼。”

喃字原文：主浪箕𠇍𡥵芇？
越 南 语：Chúa rằng kia ấy con nào?
汉语意译：主问：“跟你是何人？

喃字原文：𢞂𠾶𧜖赭，巾桃𡢐箕。
越 南 语：Nhởn nhơ yếm đỏ, khăn đào sau kia.
汉语意译：身穿红衣围桃巾。”

喃字原文：𠽔浪𤤰於茹圭，
越 南 语：Thưa rằng cháu ở nhà quê,
汉语意译：姆道：“此人乃家侄，

喃字原文：𡥵𡛔伮噲凭姨拯賒。
越 南 语：Con em nó gọi bằng dì chẳng xa.
汉语意译：仵邻里称我阿姨。

喃字原文：吨惏祂伮蹺𠚢，
越 南 语：Đồn vui trẻ nó theo ra,
汉语意译：此处好玩循讯来，

喃字原文：惏制招吏衛茹𠄩咹。”
越 南 语：Vui chơi cháu lại về nhà làm ăn.
汉语意译：欲玩几日再归去。”

喃字原文：主浪：“𡥵祂䗘巾，
越 南 语：Chúa rằng: “Con trẻ khó khăn,
汉语意译：公主道：“女娃辛苦，

喃字原文：圭茹𡚸㤕，村民吉淋。
越 南 语：Quê nhà cộc kệch, thôn dân cát lầm.
汉语意译：村野土气人善意。

喃字原文：𡥵尼牢固缘忱，
越 南 语：Con này sao có duyên thầm,
汉语意译：见她有缘讨欢喜，

喃字原文：形容顏色襖裙性耕。
越 南 语：Hình dung nhan sắc áo quần tính trai.
汉语意译：性情似男红妆女。

喃字原文：略䁛御客楼臺。”
越 南 语：Nhác trông ngự khách lầu đài.”
汉语意译：乍看疑是楼阁客。”

喃字原文：姆浪：“茹招恩𡗶𨇜咹。
越 南 语：Mụ rằng: “Nhà cháu ơn trời đủ ăn.
汉语意译：姆答言：“天赐足食，

喃字原文：朱𢧚𡥵𥘷𬖽身，
越 南 语：Cho nên con trẻ ấm thân,
汉语意译：侄女年轻身体好，

喃字原文：𣎀𣈜絤𦀊𠬠咹𨢇茹。”
越 南 语：Đêm ngày canh cửi làm ăn trong nhà.”
汉语意译：日夜在家勤绣织。”

喃字原文：主浪：“姆底朱些，
越 南 语：Chúa rằng: “Mụ để cho ta,
汉语意译：公主道：“姆交给我，

喃字原文：集情𥙩例𠓨𠚢𨷯權。
越 南 语：Tập tành lấy lệ vào ra cửa quyền.
汉语意译：教练贵族豪门仪。

喃字原文：𥉫𡥵𠊛拱固缘，
越 南 语：Trông con người cũng có duyên,
汉语意译：既然遇上实有缘，

喃字原文：𨏄𫣚麻底聖缘圭𣎃。”
越 南 语：Nhẻ nào mà để thánh duyên quê mùa.”
汉语意译：怎忍任她配村野。”

喃字原文：皇儲者恪𢠩殊，
越 南 语：Hoàng trừ giả cách thẹn thò,
汉语意译：皇储假装羞答答，

喃字原文：𨅸𢖖𨉟姆𠍆儒𣌝畑。
越 南 语：Đứng sau lưng mụ nhấp nhô bóng đèn.
汉语意译：站在姆后隐灯影。

喃字原文：姆𦓅𢭮𥙩唏𨢇，
越 南 语：Mụ già mượn lấy hơi men,
汉语意译：侍姆借着酒醉意，

喃字原文：𠰺浪𣗓𧡊𡓃𠸦麻𠼷。
越 南 语：Mắng rằng chớ thấy triều khen mà nhần.
汉语意译：嘱侄得宠莫任性。

喃字原文：𨷶朝罗𨷶天顔，
越 南 语：Cửa triều là cửa thiên nhan,
汉语意译：朝廷门口皇宫处，

喃字原文：咋如吒媄麻㦖兜𡥵。
越 南 语：Chả như cha mẹ mà nhờn đâu con.
汉语意译：非是父母勿放肆。

喃字原文：𠻀浪：“𡮣𢙇渚坤，
越 南 语：Thưa rằng: “Bé dại chưa khôn,
汉语意译：公主道：“年幼无知，

喃字原文：箕如㑲物箕群吷𢧚。
越 南 语：Kìa như giống vật kia còn dạy nên.
汉语意译：动物亦有教会时。

喃字原文：於数主仕集練，
越 南 语：Ở lâu chúa sẽ tập rèn,
汉语意译：住久经教会磨炼，

喃字原文：数𣈜時㑲拱涓例之。”
越 南 语：lâu ngày thì nó cũng quen lệ gì.”
汉语意译：日久为常莫顾虑。”

喃字原文：姆浪：“㐌丕世時，
越 南 语：Mụ rằng: “Đã vậy thế thì,
汉语意译：侍姆道：“既然如此，

喃字原文：𢧚庄𡥵料朱姨特台。
越 南 语：Nên chăng con liệu cho dì được hay.
汉语意译：侄须听话免姨愁。

喃字原文：矯如啉𢥈蹎𢬣，
越 南 语：Kẻo như nhầm nhỡ chân tay,
汉语意译：当心手足莫失误，

喃字原文：姅博媄眉悶事在𠇮。”
越 南 语：Nữa bác mẹ mày muôn sự tại tao.”
汉语意译：父母责怪姨难受。”

喃字原文：皇儲𥊚列相𥋳𠓨，
越 南 语：Hoàng trừ liếc mắt trông vào,
汉语意译：皇储斜眼往镜瞧，

喃字原文：脢𦝄䏧鳳巾桃點妝。
越 南 语：Môi son má phượng khăn đào điểm trang.
汉语意译：粉脸朱唇桃巾扮。

喃字原文：𨰈官玉揁花𢭮，
越 南 语：Gương quan ngọc dắt hoa cài,
汉语意译：头插玉花如官女，

喃字原文：芇兜𪜀𠹾芇𠊛丈夫。
越 南 语：Nào đâu là chẳng nào người trượng phu.
汉语意译：哪里像是男人样。

喃字原文：皇浪：“事默姨𢗼，
越 南 语：Hoàng rằng: “Sự mặc dì lo,
汉语意译：他道：“此事姨劳神，

喃字原文：痔疎碎别担𪔠𪜀之。”
越 南 语：Ngây thơ tôi biết đăn đo là gì.”
汉语意译：侄尚幼稚事难量。”

喃字原文：姆浪：“㐌丕世時，
越 南 语：Mụ rằng: “Đã vậy thế thì,
汉语意译：侍姆道：“既然如此，

喃字原文：混蒔蹲黼墶箕呈朝。”
越 南 语：Con thời đứng trước sân kia trình chầu.”
汉语意译：侄女上前作问候。”

喃字原文：皇儲𡳪黼𨷶侯，
越 南 语：Hoàng trừ ra trước cửa hầu,
汉语意译：皇储行至公主前，

喃字原文：执㩫𠻃說叩頭躍罨。
越 南 语：Chắp tay thưa thốt khấu đầu lui ra.
汉语意译：叩头禀告揖退后。

喃字原文：主貼顏色湼那，
越 南 语：Chúa xem nhan sắc nết na,
汉语意译：公主见她品行好，

喃字原文：噠𠸜罗婀春花即時。
越 南 语：Đặt tên là ả Xuân Hoa tức thì.
汉语意译：即时起名叫春花。

喃字原文：𠓨楼准茁如噫，
越 南 语：Vào lầu chốn cũ như y,
汉语意译：引进宫楼闺房里，

喃字原文：呐嚨徐遁主時腰當。
越 南 语：Nói năng từ tốn chúa thì yêu đương.
汉语意译：谈笑温顺爱慕她。

喃字原文：連朱該管各娘，
越 南 语：Liền cho cai quản các nàng,
汉语意译：又许统管侍女权，

喃字原文：錢鐼頒发䝨攦𣋚𣈕。
越 南 语：Tiền nong ban phát giữ gìn hôm mai.
汉语意译：金钱交由其保管。

喃字原文： 性駈謹慎湼那，
越 南 语： Tính người cẩn thận nết na,
汉语意译： 性格谨慎很规矩，

喃字原文： 欺𠓨嘧呫，欺𠚢𦤾𡎥。
越 南 语： Khi vào trò chuyện, khi ra nằm ngồi.
汉语意译： 出入谈笑闲坐卧。

喃字原文： 趍時終漢𠳨鞋，
越 南 语： Đi thì chung hán lộn hài,
汉语意译： 鞋履混合共同穿，

喃字原文： 恪調咐默，𦓿外𠰘𢜝。
越 南 语： Khác điều phó mặc, trong ngoài trước sau.
汉语意译： 里外出入极自然。

喃字原文： 褸巾鏡梠斳朝，
越 南 语： Túi, khăn, gương lược gần chầu,
汉语意译： 公用梳镜与带巾，

喃字原文： 恪吊偨伵𣘊牟姉㛪。
越 南 语： Khác nào thầy tớ giống mầu chị em.
汉语意译： 主仆异常姐妹亲。

喃字原文： 腜枚𨖅帳𠁑畑，
越 南 语： Đêm mai trên chướng dưới đèn,
汉语意译： 朝夕灯下牙帐上，

喃字原文： 塘欣咻舌每唓始终。
越 南 语： Đường hơn nhẻ thiệt mọi nhời thủy chung.
汉语意译： 互相尊重甘苦甜。

喃字原文： 皇聴主㐌信用，
越 南 语： Hoàng nghe chúa đã tin dùng,
汉语意译： 皇子已得公主信，

喃字原文：買傳婆姆𨑜蒸𠁑艚。
越 南 语：Mới truyền bà mụ xuống chưng dưới tàu.
汉语意译：传讯侍姆落船去。

喃字原文：帝𠰺屏風襊蔞，
越 南 语：Nào là bình phóng túi dầu,
汉语意译：带上蒌叶与槟榔，

喃字原文：襖裙抌底𨖲楼朱𦀊。
越 南 语：Áo quần đem để lên lầu cho min.
汉语意译：衣服巾带拿过来。

喃字原文：姆聛唓德皇傳，
越 南 语：Mụ nghe nhời đức hoàng truyền,
汉语意译：侍姆听从皇子传，

喃字原文：𨑜艚領𢭂图𨖲底外。
越 南 语：Xuống tàu lĩnh lấy đồ lên để ngoài.
汉语意译：下船拿足其用品。

喃字原文：更迟𪔠㐌点𠄩，
越 南 语：Canh chầy trống đã điểm hai,
汉语意译：半夜鼓更交二点，

喃字原文：主當𥋳桂魂梅𢣃𢠯。
越 南 语：Chúa đang giấc quế hồn mai mơ màng.
汉语意译：公主睡得正甜香。

喃字原文：皇儲𥋳㖼𠻃鐄，
越 南 语：Hoàng trừ thức dậy vội vàng,
汉语意译：皇储悄悄爬起床，

喃字原文：𠚢外𢷮様男裝即時。
越 南 语：Ra ngoài đổi dạng nam trang tức thì.
汉语意译：出外换上男儿装。

喃字原文：吏𠓨准苗如依，
越 南 语：Lại vào trốn cũ như y,
汉语意译：依旧蹑脚回床上，

喃字原文：假𢠩迷瘪𢬣撝躺娘。
越 南 语：Giả cơn mê mệt tay vơ mình nàng.
汉语意译：假装迷糊手搂娘。

喃字原文：主連瞔醒𥄭濃，
越 南 语：Chúa liền chợt tỉnh giấc nồng,
汉语意译：公主受触梦惊醒，

喃字原文：㖫浪𢙱瘪晦娘春花。
越 南 语：Mắng rằng mơ mệt hỏi nàng Xuân Hoa.
汉语意译：困顿俏骂春花误。

喃字原文：移蹎𢬣痗𪮏黜，
越 南 语：Dời chân tay mỏi bỏ ra,
汉语意译：快把手脚投放开，

喃字原文：𢭮𢬣实𧡊实罢弹瓮。
越 南 语：Sờ tay thực thấy thực là đàn ông.
汉语意译：触摸却见男子手。

喃字原文：主連驚𢜝駭雄，
越 南 语：Chúa liền kinh sợ hãi hùng,
汉语意译：公主惊骇心害怕，

喃字原文：事牢固事𨔍逩悲喂。
越 南 语：Sự sao có sự lạ lùng bay ơi.
汉语意译：事情怎会如此奇。

喃字原文：侯𠲖奇㗂𡨹咥，
越 南 语：Hầu mong cả tiếng giữ nhời,
汉语意译：欲想大声凶言喊，

喃字原文： 双嚟吏擬曲愧𠇍丕。
越 南 语： Song le lại nghĩ khúc nguôi làm vầy.
汉语意译： 即时又想暂压怒。

喃字原文： 些麻訴露事尼，
越 南 语： Ta mà tỏ lộ sự này,
汉语意译： 如果此事被泄露，

喃字原文： 冤𠊛貴客，困𠧾姆𦓅。
越 南 语： Oan người quý khách, khốn thay mụ già.
汉语意译： 贵客蒙冤牵累姆。

喃字原文： 吏添世事弹和，
越 南 语： Lại thêm thế sự đàn hòa,
汉语意译： 泄露内情人讥笑，

喃字原文： 𨀈箕严禁𢖖𠚢混毫。
越 南 语： Trước kia nghiêm cấm sau ra hỗn hào.
汉语意译： 既受严禁又无礼。

喃字原文： 准仙底客律𠓨，
越 南 语： Chốn tiên để khách lọt vào,
汉语意译： 外客混入仙女处，

喃字原文： 㗂吨非体价高玉𡅧。
越 南 语： Tiếng đồn phi thể giá cao ngọc lành.
汉语意译： 有损形象沾玉身。

喃字原文： 吏添醜㗂唬名，
越 南 语： Lại thêm xấu tiếng hỗ danh,
汉语意译： 名声不好自羞耻，

喃字原文： 决悉底腌朱清㳥皮。
越 南 语： Quyết lòng để dạ cho thanh một bề.
汉语意译： 决意吞声保名节。

喃字原文：幔雯帐俯四皮，
越 南 语：Màn che chướng phủ tứ bề,
汉语意译：绣帘帐垂夜平静，

喃字原文：砢釖打焒，烟時炪蓮。
越 南 语：Đá dao đánh lửa, đèn thì đốt lên.
汉语意译：磁石打火灯点燃。

喃字原文：侥馺相貌方圓，
越 南 语：Thấy người tướng mạo phương viên,
汉语意译：见郎相貌脸方圆，

喃字原文：緬吏𥚆緬果然熷𤉜。
越 南 语：Mặt lại nhìn mặt quả nhiên rõ ràng.
汉语意译：两面相看显分明。

喃字原文：擬罗事㐌懺惶，
越 南 语：Nghĩ là sự đã chán chường,
汉语意译：想到此事心厌烦，

喃字原文：壦春螉㐌熓祥蕊花。
越 南 语：Vườn xuân ong đã tỏ tường nhị hoa.
汉语意译：花园春意蜂欲探。

喃字原文：叮咛買晦摭囉，
越 南 语：Đinh ninh mới hỏi dò la,
汉语意译：公主伺探问细详，

喃字原文：払趻圭貫𨷶茹㘨兜？
越 南 语：Chàng nay quê quán cửa nhà nơi đâu?
汉语意译：君子故乡哪里人？

喃字原文：令严法謹强牟，
越 南 语：Lệnh nghiêm phép cẩn càng mầu,
汉语意译：法谨严令深防守，

喃字原文：因牢麻特通漊准尼。
越 南 语：Nhân sao mà được thông sâu chốn này.
汉语意译：怎能畅达此地方。

喃字原文：坤時辨白朱咍，
越 南 语：Khôn thì biện bạch cho hay,
汉语意译：皇储精灵细辨明，

喃字原文：皇儲買吘唸西每呸：
越 南 语：Hoàng trừ mới ngỏ niềm tây mọi nhời.
汉语意译：忙把来由详述清：

喃字原文：英猑上位渃馹，
越 南 语：Anh con thượng vi nước người,
汉语意译：实是吴国储皇子，

喃字原文：吒扲權政紕歪治民。
越 南 语：Cha cầm quyền chính thay trời trị dân.
汉语意译：父掌国权天下治。

喃字原文：英群少几攃巾，
越 南 语：Anh con thiếu kẻ nương khăn,
汉语意译：我未纳妾未娶妻，

喃字原文：遥尋堆敎朱陈賒吹。
越 南 语：Dạo tìm đôi chữ châu tần xa xôi.
汉语意译：不辞遥远寻朱陈。

喃字原文：泣和天下界歪，
越 南 语：Khắp hòa thiên hạ giới trời,
汉语意译：走遍天涯游海角，

喃字原文：渚埃粸意，渚埃凭悉。
越 南 语：Chưa ai đẹp ý, chưa ai bằng lòng.
汉语意译：无人合意圆心愿。

喃字原文：吨低固㛪㨂𫯳，
越 南 语：Đồn đây có gái kén chồng,
汉语意译：听闻此处女招亲，

喃字原文：𨄹𡽫滝𣷷固功尋𠓨。
越 南 语：Trèo non vượt bể cố công tìm vào.
汉语意译：翻山越海至此寻。

喃字原文：令严𨷯謹城高，
越 南 语：Lệnh nghiêm, cửa kín thành cao,
汉语意译：城高令严门封谨，

喃字原文：没𨉟胡昜罒牢特墙。
越 南 语：Một mình hồ dễ làm sao được tường.
汉语意译：自己何易越过墙。

喃字原文：丕𫥨㨢姆迻塘，
越 南 语：Vậy nên mượn mụ đưa đường,
汉语意译：为此雇姆作引导，

喃字原文：𠓨貼固當刚常仕咍。
越 南 语：Vào xem có đáng cương thường sẽ hay.
汉语意译：进入试看殊纲常。

喃字原文：埃忔份𫅜缘𫀅，
越 南 语：Ai ngờ phận đẹp duyên may,
汉语意译：谁料幸遇美姻缘，

喃字原文：假罒柴佪義柴喽囉。
越 南 语：Giả làm đầy tớ nghĩa thầy lâu la.
汉语意译：假作主仆吾喽啰。

喃字原文：䀡貼性行賢和，
越 南 语：Nhìn xem tính hạnh hiền hòa,
汉语意译：看中你性情温和，

喃字原文：形容顔色湼那凭悉。
越 南 语：Hình dung nhan sắc nết na bằng lòng.
汉语意译：面容姿色心意合。

喃字原文：虽浪情渚交通，
越 南 语：Tuy rằng tình chửa giao thông,
汉语意译：虽然两情未相许，

喃字原文：衝悉㐌决唱從自低。
越 南 语：Xong lòng đã quyết xướng tòng từ đây.
汉语意译：但已决意随唱从。

喃字原文：朱𫧧咹於闭迟，
越 南 语：Cho nên ăn ở bấy chầy,
汉语意译：所以住下时多日，

喃字原文：揀巾，㧯褠貪諧此制。
越 南 语：Nương khăn, sửa túi hám hài thử chơi.
汉语意译：侍候公主享快乐。

喃字原文：特𣈜英買吘唓，
越 南 语：Được ngày anh mới ngõ nhời,
汉语意译：欲等公主表心愿，

喃字原文：底罒義奇閔𢆥交通。
越 南 语：Để làm nghĩa cả muôn đời giao thông.
汉语意译：夫妻义深系百年。

喃字原文：𫧧庄時决朱衝，
越 南 语：Nên chăng thì quyết cho xong,
汉语意译：佳偶天成凭君言，

喃字原文：矯負悉客補功拯澄。
越 南 语：Kẻo phu lòng khách bỏ công băng chừng.
汉语意译：否则负客奔遥远。

喃字原文：主𦖻𡛔淚𡛔懵，
越 南 语：Chúa nghe nửa lệ, nửa mừng,
汉语意译：公主听罢喜又忧，

喃字原文：㦦愰𫫵决𠴍仃，𠴍𫫵。
越 南 语：Bâng khuâng nên quyết nhẻ đừng, nhẻ nên.
汉语意译：何其惘然半推就。

喃字原文：呈浪㦼份𢜝缘，
越 南 语：Trình rằng hổ phận thẹn duyên,
汉语意译：话道感愧于姻缘，

喃字原文：闭数妾仍揓缘誇才。
越 南 语：Bấy lâu thiếp những cậy duyên khoe tài.
汉语意译：妾素来持才自炫。

喃字原文：几𩈘𠊛状往來，
越 南 语：Kẻ sang người trạng vảng lai,
汉语意译：富翁状元常往来，

喃字原文：双𠶢拱渚特埃𢚸忝。
越 南 语：Xong le cũng chửa được ai bằng lòng.
汉语意译：可是无人合心愿。

喃字原文：䏾䀡𢚸仍攏𩃳，
越 南 语：Đêm ngày luống những long đong,
汉语意译：顾影自怜独枉然，

喃字原文：只歉没浽聘宫𤾓塘。
越 南 语：Chỉ hiềm một nỗi sánh cung trăm đường.
汉语意译：宫里聘婿事难定。

喃字原文：核珠果玉𣺺𢭮，
越 南 语：Cây châu, quả ngọc muộn mằn,
汉语意译：珠树玉果佳偶迟，

喃字原文：闷𢆥綏業䣷鐄渚埃。
越 南 语：Muôn năm nối nghiệp ngai vàng chưa ai.
汉语意译：百年父位无人继。

喃字原文：𠊛常求悬𣋚𣎃，
越 南 语：Người thường cầu khẩn hôm mai,
汉语意译：皇室朝夕求男儿，

喃字原文：生𦋦妾吏罗类女郎。
越 南 语：Sinh ra thiếp lại là loài nữ lang.
汉语意译：至今只生妾一人。

喃字原文：悲𣇞期遇共払，
越 南 语：Bây giờ kỳ ngộ cùng chàng,
汉语意译：如今幸期遇君子，

喃字原文：㐌仃份玉，缘鐄丕𪰛。
越 南 语：Đã đành phận ngọc, duyên vàng vậy nay.
汉语意译：金玉缘分妾从君。

喃字原文：欺払咹於邊尼，
越 南 语：Khi chàng ăn ở bên này,
汉语意译：若是君子常住此，

喃字原文：桃兰桂蕙森囲卒鲜。
越 南 语：Đào lan quế huệ xum vầy tốt tươi.
汉语意译：桃兰桂蕙欢团聚。

喃字原文：焒香潭暗飫堆，
越 南 语：Lửa hương đầm ấm no đôi,
汉语意译：佳偶天成鸳鸯配，

喃字原文：殿蟾阁鳳𨔈排𠓨𦋦。
越 南 语：Đền rồng, gác phượng chơi bời vào ra.
汉语意译：龙殿凤阁俱欢悦。

喃字原文：𢜝欺払吏圭茹，
越 南 语：Sợ khi chàng lại quê nhà,
汉语意译：唯恐君子返回国，

喃字原文：㳥𨉓妾料别陀罒牢。
越 南 语：Một mình thiếp liệu biết đà làm sao.
汉语意译：留妾孤身怎安乐。

喃字原文：堆𡎝東柳西桃，
越 南 语：Đôi nơi đông liễu tây đào,
汉语意译：东柳西桃各一方，

喃字原文：梗愁𣷭惨𦝬佗芇𢪱。
越 南 语：Cảnh sầu, bể thảm bụng đà nào mang.
汉语意译：多愁善感难忍受。

喃字原文：從夫撰義貝払，
越 南 语：Tòng phu chọn nghĩa với chàng,
汉语意译：择义从夫妾心愿，

喃字原文：𥙩埃朝值圣皇國家。
越 南 语：Lấy ai chầu trực thánh hoàng quốc gia.
汉语意译：却由谁来侍国皇。

喃字原文：蔭深料𠤩𢗖𠀧，
越 南 语：Âm thầm liệu bảy, lo ba,
汉语意译：日忧夜郁自三思，

喃字原文：道𫯳拱䃅，德吒拱䮞。
越 南 语：Đạo chồng cũng nặng, đức cha cũng dầy.
汉语意译：父德深厚夫义重。

喃字原文：朱𦀊𢗖𢠩闭𨱽，
越 南 语：Cho nên lo lắng bấy chầy,
汉语意译：妾为此事正忧虑，

喃字原文：仍払貝妾乙𠃅拱铖。
越 南 语：Nhưng chàng với thiếp ắt rày cũng nên.
汉语意译：但志随君已不移。

喃字原文：皇聴娘呐源𢆥，
越 南 语：Hoàng nghe nàng nói nguồn cơn,
汉语意译：皇储听说细原委，

喃字原文：浪英拱拯固惯膟推。
越 南 语：Rằng anh cũng chửng có hèn bụng suy.
汉语意译：道："此事亦有深思。

喃字原文：丈夫实蹲忠儀，
越 南 语：Trượng phu thực đáng trung nghì,
汉语意译：我是男儿讲忠义，

喃字原文：拯如咹吹於時麻𢗖。
越 南 语：Chẳng như ăn xổi ở thì mà lo.
汉语意译：非是苟且求生忧。

喃字原文：呫句溊聖棱儒，
越 南 语：Nhắc câu bể thánh rừng nho,
汉语意译：古人言圣海儒林①，

喃字原文：呥浪𠄩渃汶茹交通。
越 南 语：Dẫu rằng hai nước một nhà giao thông.
汉语意译：两国若如一家亲。

喃字原文：䔲蝩吏芰𪚚蝩，
越 南 语：Trứng rồng lại nở ra rồng,
汉语意译：龙生子来子生孙，

①圣海儒林：形容圣人、儒士众多。

喃字原文：氏㗂𤀏綏業翁𨔈之。
越 南 语：Ấy là cháu nối nghiệp ông lạ gì.
汉语意译：孙继祖位香火传。

喃字原文：埃麻負義悁儀，
越 南 语：Ai mà phụ nghĩa quên nghì,
汉语意译：如有负情又忘义，

喃字原文：付默天地田地証明。
越 南 语：Phó mặc thiên địa thìn tỳ chứng minh.
汉语意译：撒手不管有天地。

喃字原文：氽㖫哸叽真情，
越 南 语：Mấy nhời cặn kẽ chân tình,
汉语意译：数言详尽表真情，

喃字原文：吀𡛔記𦛋𣇜英𨑜艚。
越 南 语：Xin em ghi dạ mai anh xuống tàu.
汉语意译：明我下船妹牢记。”

喃字原文：群當𠺥囀共僥，
越 南 语：Còn đương trò chuyện cùng nhau,
汉语意译：正当两人密倾谈，

喃字原文：𦖑更鴘㐌唷僥𠀧旬。
越 南 语：Nghe canh gà đã dục nhau ba tuần.
汉语意译：鸡鸣报时已三更。

喃字原文：𩛷鐄㨂襖𠼷裙，
越 南 语：Vội vàng đổi áo, thay quần,
汉语意译：皇储急忙换衣服，

喃字原文：男人吏化女人即時。
越 南 语：Nam nhân lại hóa nữ nhân tức thì.
汉语意译：男儿即时变女奴。

喃字原文：吏𠫾侯下如意，
越 南 语：Lại vào hầu hạ như y,
汉语意译：出入侍候她如初，

喃字原文：伵柴埃别役之事𢚸。
越 南 语：Tớ thầy ai biết việc chi sự lòng.
汉语意译：主仆相待无泄露。

喃字原文：𥺊𣋚粓渃𣦍衝，
越 南 语：Dạng ngày cơm nước vừa xong,
汉语意译：次日清晨茶饭后，

喃字原文：皇储𨁡捻𠁑宫呈𠳨：
越 南 语：Hoàng trừ khúm núm dưới cung trình bày.
汉语意译：奴颜婢膝跪呈主：

喃字原文：姨碎扰碎𦤾低，
越 南 语：Dì tôi đem tôi đến đây,
汉语意译："蒙姨带入宫里来，

喃字原文：恩朝粓䃔襖𩫺罒衝。
越 南 语：Ơn chầu cơm nặng, áo dày làm xong.
汉语意译：玩乐忘返衣食足。

喃字原文：媄吒碎吻恈懞，
越 南 语：Mẹ cha tôi vẫn nhớ mong,
汉语意译：家中父母定心挂，

喃字原文：麻碎𢣧於殿𧏵牢當。
越 南 语：Mà tôi vui ở đền rồng sao đang.
汉语意译：何忍贪图宫中玩。"

喃字原文：𤳆姨吏付者姨，
越 南 语：Cháu dì lại phó giã dì,
汉语意译：她道："姨侄应还回，

喃字原文：扰術時急扰𠚢瀶迟。
越 南 语：Đem về thì kíp đem ra chớ chầy.
汉语意译：快带回家莫耽误。”

喃字原文：跐𠚢拜謝宫霿，
越 南 语：Bước ra bái tạ công mây,
汉语意译：拜谢公主告别离，

喃字原文：𠬠皇𠬠姆扛掵𠚢術。
越 南 语：Một hoàng, một mụ giăng tay ra về.
汉语意译：侍姆皇子携手辞。

（二）完

（三）㐌𡨸緣諧

（III）Đã đẹp duyên hài

（三）美好的和谐姻缘

此段内容简介：皇储向南国皇帝呈上求亲书，皇帝召集朝廷文武官员征求意见，文官十分赞赏这门亲事，认为两国皇帝子女相结良缘，有利于长期和平友好。但武官极力反对。最后皇帝问公主，公主说："这是天缘，国泰民安之事，既是鱼水情缘，又是两国世代和谐友好。"皇帝听了大喜，为公主举行隆重的婚礼。婚后，皇储在南国与妻子住了三年。

喃字原文：皇𠬠悉牒𨖲𨖲，
越　南　语：Hoàng làm lòng điệp dâng lên,
汉语意译：皇储将婚书递送，

喃字原文：傳官𢪏牒奏𨖲九重。
越　南　语：Truyền quan viết điệp tâu lên cửu trùng.
汉语意译：下官呈皇帝九重。

喃字原文：底𠓨踏𦋦𡑝蠬，
越　南　语：Để vào đứng trước sân rồng,
汉语意译：官人站在龙廷前，

喃字原文：奏浪固牒謹封渃外。
越　南　语：Tâu rằng có điệp cẩn phong nước ngoài.
汉语意译：奏："有外国人书封。

喃字原文：艚箆𨖅湗邊外，
越　南　语：Tàu bê sang đỗ bên ngoài,
汉语意译：船只早达码头外，

喃字原文：吀𤤰御判都臺接迎。
越　南　语：Xin vua ngữ phán đô đài tiếp nghinh.
汉语意译：请皇传令速接迎。"

喃字原文：自京都𠫾江園，
越 南 语：Từ kinh đô đến Giang Viên,
汉语意译：京都远送到江园，

喃字原文：皇儲扫牒𢭃𦲿張座。
越 南 语：Hoàng trừ viết điệp dâng lên trương tòa.
汉语意译：皇储呈书章台上。

喃字原文：德𤤰𢲫牒䀡戈，
越 南 语：Đức vua mở điệp xem qua,
汉语意译：皇帝打开细阅读，

喃字原文：𥪞𢙱牒吶通家朱陳。
越 南 语：Trong lòng điệp nói thông gia châu tần.
汉语意译：书中求通朱陈好。

喃字原文：𠀧𢘾𠀧料闷分，
越 南 语：Ba lo, bảy liệu muôn phần,
汉语意译：皇储急，考虑再三，

喃字原文：晏緣𠰺待君臣𤤰碎。
越 南 语：Yến duyên thiết đãi quân thần vua tôi.
汉语意译：设宴招待众君臣。

喃字原文：嗨皇塘舍賒吹，
越 南 语：Hỏi hoàng đường xá xa xôi,
汉语意译：皇帝问："路程遥远，

喃字原文：因牢邊𠇍曲餒特祥。
越 南 语：Nhân sao bên ấy khúc nguôi được tường.
汉语意译：贵国怎知朕招亲。"

喃字原文：丕朱皇子𪠞𨖲，
越 南 语：Vậy cho hoàng tử đi sang,
汉语意译：皇储道："知讯启航，

喃字原文：奏浪役𠁑两頒㐌曾。
越 南 语：Tâu rằng việc ấy lưỡng ban đã từng.
汉语意译：此事皇室有报信。

喃字原文：䏧信天子𠍧𢜠，
越 南 语：Nghe tin thiên tử vôi mừng,
汉语意译：父皇听讯喜万分，

喃字原文：丕𢟘拯管𣷷棱朱邋。
越 南 语：Vậy nên chẳng quản suối rừng cho sang.
汉语意译：不畏艰辛促前问。

喃字原文：吏𢜝恩德茹鐄，
越 南 语：Lại nhờ ơn đức nhà vàng,
汉语意译：到此感恩圣皇上，

喃字原文：傷要混朕𨷑塘結緣。
越 南 语：Thương yêu con trẫm mở đường kết duyên.
汉语意译：怜爱公主准结缘。

喃字原文：拱罗闷事自然，
越 南 语：Cũng là muôn sự tự nhiên,
汉语意译：万事顺利显自然，

喃字原文：仍𡎝權貴吏尋權高。
越 南 语：Những nơi quyền quý lại tìm quyền cao.
汉语意译：权贵相寻权高人。”

喃字原文：判浪两國相交，
越 南 语：Phán rằng lưỡng quốc tương giao,
汉语意译：皇帝喻：“两国相交，

喃字原文：𦍛𠉞𢚸仍約𪡔㐌連。
越 南 语：Xưa nay lòng những ước ao đã liền.
汉语意译：邻国和亲早期望。

喃字原文：聰賢𡥵朕少年，
越 南 语：Thông hiền con trẫm thiếu niên,
汉语意译：但女年幼情尚稚，

喃字原文：别浪緣固𫃚緣庄罒。
越 南 语：Biết rằng duyên có bén duyên chăng là.
汉语意译：未知姻缘可匹配。

喃字原文：丕時皇唉阻𠚢，
越 南 语：Vậy thì hoàng hãy trở ra,
汉语意译：暂请皇子下船候，

喃字原文：𨈒艚從且待𠀧罛𣈜。
越 南 语：Xuống tàu thong thả đợi ba bốn ngày.
汉语意译：等三四天自从容。

喃字原文：朕群𠯿晦𡥵尼，
越 南 语：Trẫm còn đòi hỏi con này,
汉语意译：朕尚听取女意愿，

喃字原文：𨎟𩛷每浽渃𩅺𠄼𠴐。
越 南 语：Trước sau mọi nỗi nước mây vài nhời.
汉语意译：相信喜事有始终。

喃字原文：油𡥵固順緣𡗶，
越 南 语：Dù con có thuận duyên giời,
汉语意译：如果顺意天作合，

喃字原文：時博𫜵表𠳚𠴐𨈒朱。
越 南 语：Thì bác làm biểu gửi lời xuống cho.
汉语意译：朕至时下奏表衷。”

喃字原文：皇儲𠳐令𠴐𤤰，
越 南 语：Hoàng trừ vâng lệnh nhời vua,
汉语意译：皇储谨遵皇帝令，

喃字原文： 叩頭拜謝城都𠚢衛。
越 南 语： Khấu đầu bái tạ thành đô ra về.
汉语意译： 叩头拜谢离皇宫。

喃字原文： 𤤰嚉文武即時：
越 南 语： Vua đòi văn võ tức thì:
汉语意译： 皇帝召集文武官：

喃字原文： "朕固龍牒交儀两頒。
越 南 语： "Trẫm có long điệp giao nghì lưỡng ban.
汉语意译： "朕有文牒传友谊。

喃字原文： 皇儲晦公主娘，
越 南 语： Hoàng trừ hỏi công chúa nàng,
汉语意译： 皇储提亲我公主，

喃字原文： 時悉文武論嗑𫜵牢。"
越 南 语： Thì lòng văn võ luận bàn làm sao."
汉语意译： 文武官员可论理。"

喃字原文： 文官撻蹭奏包：
越 南 语： Văn quan đặt gối tâu vào:
汉语意译： 文官下跪陈奏言：

喃字原文： "蒔机前定時𫢩埃台。
越 南 语： "Thời cơ tiền định thì nào ai hay.
汉语意译： "时机前定没人知。

喃字原文： 賒吹皇㐌鄉低，
越 南 语： Xa xôi hoàng đã sang đây,
汉语意译： 皇子遥远来吾国，

喃字原文： 造端義𠄧閔𠏲乙𫽻。
越 南 语： Tạo đoan nghĩa ấy muôn đời ắt nên.
汉语意译： 造端结义永世事。

喃字原文：𪤍𠸗公主結緣，
越 南 语：Trước là công chúa kết duyên,
汉语意译：先是公主结良缘，

喃字原文：𢖖𠸗𠄩渃堆邊順和。
越 南 语：Sau là hai nước đôi bên thuận hòa.
汉语意译：后是两国得和顺。

喃字原文：矯群𢗼役干戈，
越 南 语：Kẻo còn lo việc can qua,
汉语意译：要不担忧干戈事，

喃字原文：闷𢆥調特讴歌太平。”
越 南 语：Muôn năm đều được âu ca thái bình.”
汉语意译：万年讴歌共太平。”

喃字原文：武官奏𪤍聖明：
越 南 语：Võ quan tâu trước thánh minh:
汉语意译：武官前奏圣皇明：

喃字原文：“奏𤤰核玉闷生梗鐄。
越 南 语：“Tâu vua cây ngọc muôn sinh cành vàng.
汉语意译：“玉树生出万枝金。

喃字原文：歉咴生固𠬠娘，
越 南 语：Hiếm hoi sinh có một nàng,
汉语意译：皇帝无儿仅一女，

喃字原文：女人外族事常世间。
越 南 语：Nữ nhân ngoại tộc sự thường thế gian.
汉语意译：女人外族世间俗。

喃字原文：少之文武百官，
越 南 语：Thiếu gì văn võ bá quan,
汉语意译：文武官员满朝是，

喃字原文：群兜吏嫁朱弹權戎。
越 南 语：Con đâu lại gả cho đàn quyền nhung.
汉语意译：为何把女嫁戎柄。

喃字原文：挸𠊛俊秀才賢，
越 南 语：Kén người tuấn tú tài hiền,
汉语意译：‘选夫’才贤又俊秀，

喃字原文：拯台造業交權𤤰喻。
越 南 语：Chẳng hay tạo nghiệp trao quyền vua du.
汉语意译：为国造业接皇位。

喃字原文：惜之香麝䔲蒢，
越 南 语：Tiếc gì hương xạ thơm tho,
汉语意译：麝香芬芳人嫌之，

喃字原文：役之麻嫁朱吴𨖅艚。
越 南 语：Việc gì mà gả cho ngô sang tàu.
汉语意译：何舍嫁女至外国。

喃字原文：伮挓渃伮混豪，
越 南 语：Nó cậy nước nó hỗn hào,
汉语意译：如仗势目中无人，

喃字原文：伮刀兵，些拱刀兵罗穷。
越 南 语：Nó đao binh, ta cũng đao binh là cùng.
汉语意译：其刀兵我亦兵刀。

喃字原文：渃𨉓拱渃英雄，
越 南 语：Nước mình cũng nước anh hùng,
汉语意译：我国多是英雄汉，

喃字原文：据之吏沛累绞伮喻。”
越 南 语：Cớ gì lại phải lụy vòng nó du.”
汉语意译：为何陷入其圈套。”

喃字原文：判浪：“課渃匈奴，
越 南 语：Phán rằng: “Thuở trước Hung Nô,
汉语意译：皇帝喻：“匈奴时期，

喃字原文：汉皇拱沛交朱玉齡。
越 南 语：Hán hoàng cũng phải trao cho ngọc lành.
汉语意译：汉皇也要嫁王女。

喃字原文：况些渃虵少城，
越 南 语：Huống ta nước nhỏ thiểu thành,
汉语意译：何况我小国小城，

喃字原文：拯聴時乙刀兵仍罒。”
越 南 语：Chẳng nghe thì ắt đao binh những là.”
汉语意译：不两全难免战事。”

喃字原文：武浪：“粓襖國家，
越 南 语：Võ rằng: “ Cơm áo quốc gia,
汉语意译：武官道：“国家饷衣，

喃字原文：芇罒義奇，芇罒忠肝。
越 南 语：Nào là nghĩa cả, nào là trung can.
汉语意译：为国忠义献肝胆。

喃字原文：堂堂文武百官，
越 南 语：Đường đường văn, võ bách quan,
汉语意译：堂堂百官文武全，

喃字原文：混兜麻嫁朱弹犬戎。”
越 南 语：Con đâu mà gả cho đàn khuyển nhung.”
汉语意译：公主怎能嫁戎犬。”

喃字原文：𢁋聴织緆䏧悉，
越 南 语：Vua nghe bối rối trong lòng,
汉语意译：皇帝听罢心凌乱，

喃字原文：特悉邊怒，秩悉邊箕。
越 南 语：Được lòng bên nọ, mất lòng bên kia.
汉语意译：如依武官失信言。

喃字原文：朝躍坤㐌𡗶衛，
越 南 语：Triều lui khôn đã ra về,
汉语意译：退朝百官皆散去，

喃字原文：傳官内監朱𠻀正宫。
越 南 语：Truyền quan nội giám cho đòi chính cung.
汉语意译：再传内监唤公主。

喃字原文：主聣訊息𩛷惏，
越 南 语：Chúa nghe tin tức vội mừng,
汉语意译：公主听讯暗欢喜，

喃字原文：唷車鸾㐌殿蠬從昇。
越 南 语：Giục xe loan đến đền rồng thung thăng.
汉语意译：鸾车悠然至皇殿。

喃字原文：𠓨朝公主奏浪：
越 南 语：Vào triều công chúa tâu rằng:
汉语意译：公主入朝跪奏言：

喃字原文："聣㖡德博碎哪蓮侯。
越 南 语："Nghe lời đức bác tôi vâng lên hầu.
汉语意译："父皇召女至殿前。

喃字原文：源𠳨渚别䶂𡢐，
越 南 语：Nguồn cơn chưa biết trước sau,
汉语意译：原委未知事始末，

喃字原文：敢吀指判𡥵侯特咍。"
越 南 语：Dám xin chỉ phán con hầu được hay."
汉语意译：请父指教女知明。"

喃字原文：判浪："皇㐌遡低，
越 南 语：Phán rằng: " Hoàng đã sang đây,
汉语意译：皇帝喻："皇子到来，

喃字原文：迻龍牒班吀用結緣。
越 南 语：Đưa long điệp ban xin dùng kết duyên.
汉语意译：送上龙牒求姻缘。

喃字原文：博㐌嗌貝朝官。"
越 南 语：Bác đã bàn với triều quan."
汉语意译：父皇已征求官员。"

喃字原文：主浪："文武論嗌罒牢？"
越 南 语：Chúa rằng: "Văn, võ luận bàn làm sao?"
汉语意译：女问："文武何意见？"

喃字原文：判浪："文武嗢喓，
越 南 语：Phán rằng: "Văn võ ồn ào,
汉语意译：皇喻："文武官聒噪，

喃字原文：文時浪嫁，武芇固聆。
越 南 语：Văn thì rằng gả, võ nào có nghe.
汉语意译：文官同意武反对。

喃字原文：朱𫜵博噲𡥵衛，
越 南 语：Cho nên bác gọi con về,
汉语意译：为此父皇叫女来，

喃字原文：𫜵庄𡥵决没皮朱衝。
越 南 语：Nên chăng con quyết một bề cho xong.
汉语意译：征询意见做决定。

喃字原文：油𡥵順𡦂三從，
越 南 语：Dù con thuận chữ tam tòng,
汉语意译：如果女儿'三从'顺，

喃字原文：時博𠫾表迻𨖅渃𠊛。
越 南 语：Thì bác làm biểu đưa sang nước người.
汉语意译：父皇表告送其人。

喃字原文：由𡥵擬浽賒吹，
越 南 语：Dù con nghĩ nỗi xa xôi,
汉语意译：若女嫌途遥又远，

喃字原文：底博特别𧡊才撰君。”
越 南 语：Để bác được biết kén tài chọn quân.”
汉语意译：再择贤才选君聘。”

喃字原文：主聴奏𠓀分云：
越 南 语：Chúa nghe tâu trước phân vân:
汉语意译：公主听了前奏详：

喃字原文：“茹安渃順安身愢囲。
越 南 语：“Nhà an nước thuận an thân vui vầy.
汉语意译：“国泰民安人欢悦。

喃字原文：𫜵之𡮍份紅顏，
越 南 语：Làm chi chút phận hồng nhan,
汉语意译：少女红颜惜何为，

喃字原文：𠢞悉將士，吏殘煩民。
越 南 语：Nhọc lòng tướng sỹ, lại tàn phiền dân.
汉语意译：将士操心民添烦。

喃字原文：固兜緣分晋秦，
越 南 语：Có đâu duyên phận tấn tần,
汉语意译：昔人晋秦拒姻缘，

喃字原文：底朱天下𠢞𠢟𢘾欧。
越 南 语：Để cho thiên hạ nhọc nhằn lo âu.
汉语意译：让天下精疲力尽。

喃字原文：𢚸𠊛㐌𫵈所求，
越 南 语：Lòng người đã muốn sở cầu,
汉语意译：现他国人有所求，

喃字原文：役𥪞嫁娶論兜化財。
越 南 语：Việc trong giá thú luận đâu hóa tài.
汉语意译：嫁娶成亲广财源。

喃字原文：𬨠罒魚水缘諧，
越 南 语：Trước là ngư thủy duyên hài,
汉语意译：既是鱼水佳姻缘，

喃字原文：𡢐罒𠄩渃闷𠰺交通。”
越 南 语：Sau là hai nước muôn đời giao thông.”
汉语意译：又得两国好万年。”

喃字原文：𤤰𦖑琨呐𢜠𢚸，
越 南 语：Vua nghe con nói mừng lòng,
汉语意译：皇帝听言心欢喜，

喃字原文：没朝罒没順𢚸𦖻聰。
越 南 语：Một triều là một thuận lòng êm tai.
汉语意译：顺耳之言顺心事。

喃字原文：傳官内監欽差，
越 南 语：Truyền quan nội giám khâm sai,
汉语意译：传示钦差内监官，

喃字原文：迻龍牒本𣈜𣈕𨃐艚。
越 南 语：Đưa long điệp bản ngày mai xuống tàu.
汉语意译：即送龙牒下船去。

喃字原文：判浪：“𢚸𫵈所求，
越 南 语：Phán rằng: “Lòng muốn sở cầu,
汉语意译：皇帝喻：“人有所求，

喃字原文：役𨖅嫁娶論兜化財。”
越 南 语：Việc trong giá thú luận đâu hóa tài.”
汉语意译：嫁娶成亲招财源。”

喃字原文：貴乎㐌𢢲緣諧，
越 南 语：Quý hồ đã đẹp duyên hài,
汉语意译：是美好和谐姻缘，

喃字原文：皇𦖑訊息沒𠄩平忝。
越 南 语：Hoàng nghe tin tức một hai bằng lòng.
汉语意译：皇子听讯喜意愿。

喃字原文：㥉浪功㐌輱功，
越 南 语：Mừng rằng công đã nên công,
汉语意译：喜事成功共欢庆，

喃字原文：傳官内監扔涌如依。
越 南 语：Truyền quan nội giám sắm dòng như y.
汉语意译：皇传内监备婚宴。

喃字原文：村河海物美味，
越 南 语：Thôn hà hải vật mỹ vị,
汉语意译：山珍海味购齐全，

喃字原文：龍庭𤾓𠄼宴時𤾓斤。
越 南 语：Long đình trăm lạng, yến thì trăm cân.
汉语意译：皇储聘礼送龙廷。

喃字原文：鐄𨑮鉑𦉱𨑮斤，
越 南 语：Vàng mười, bạc bảy mười cân,
汉语意译：白银数十金十斤，

喃字原文：珍珠𡦂玉金銀𠀧𠦳。
越 南 语：Trâm châu, báu ngọc, kim ngân ba ngàn.
汉语意译：珍珠宝玉银三千。

喃字原文：揀包成件严庄，
越 南 语：Đóng bao thành kiện nghiêm trang,
汉语意译：扎包庄严送宫殿，

喃字原文：包繞礼物貴鲜𤛠𤙭。
越 南 语：Bao nhiêu lễ vật quý tiên trâu, bò.
汉语意译：还买无数猪牛羊。

喃字原文：𦒹𤾓羝、狫、𤛠、𤙭，
越 南 语：Sáu trăm dê, lợn, trâu, bò.
汉语意译：生猪牛羊六百头，

喃字原文：轎花貝吏百茶東宫。
越 南 语：Kiệu hoa với lại bách trà đông cung.
汉语意译：迎娘花轿备东宫。

喃字原文：𧶗𩛂礼物信用，
越 南 语：Đủ no, lễ vật tin dùng,
汉语意译：各种礼物讲信用，

喃字原文：撰𣈜月德洞房買𢤞。
越 南 语：Chọn ngày nguyệt đức động phòng mới nên.
汉语意译：待到吉时进洞房。

喃字原文：𢃊連𠚢御景仙，
越 南 语：Vua liền ra ngự cảnh tiên,
汉语意译：皇帝高御仙景座，

喃字原文：𠁑時文武兵權威儀。
越 南 语：Dưới thì văn, võ binh quyền uy nghi.
汉语意译：下是百官显威仪。

喃字原文：进𠓨蹲𬨠丹墀，
越 南 语：Tiến vào đứng trước đan tỳ,
汉语意译：皇储步至丹墀前，

喃字原文：皇儲拜謝奏跪聖門：
越 南 语：Hoàng trừ bái tạ tâu quỳ thánh môn:
汉语意译：跪奏拜谢圣皇上：

喃字原文：“𣋚𠉞𣎃卒晗𪱐，
越 南 语：“Hôm nay tháng tốt, giờ lành,
汉语意译：“今天吉时又良日，

喃字原文：遁用礼物敬誠祖先。
越 南 语：Dọn dùng lễ vật kính thành tổ tiên.
汉语意译：礼物诚敬先祖神。

喃字原文：碎吀公主結緣，
越 南 语：Tôi xin công chúa kết duyên,
汉语意译：荣幸结缘与公主，

喃字原文：沒𣈕𤼵𡦂百年貝娘。”
越 南 语：Một mai vẹn chữ bách niên với nàng.”
汉语意译：日后完婚誓百年。”

喃字原文：判浪：“朕者恩皇，
越 南 语：Phán rằng: “Trẫm trả ơn hoàng,
汉语意译：皇帝喻：“朕恩皇子，

喃字原文：傷𡢐𡥵朕群當幼從。
越 南 语：Thương yêu con trẫm còn đang ấu tùng.
汉语意译：怜我爱女尚幼稚。

喃字原文：刚常罗義婚馱，
越 南 语：Cương thường là nghĩa vợ chồng,
汉语意译：礼仪纲常夫妻情，

喃字原文：㐌㤙奇决吀停呐哝。
越 南 语：Đã lòng cả quyết xin đừng nói năng.
汉语意译：心定志坚无怨言。

喃字原文：事常𡗶𠽉𠯪咹，
越 南 语：Sự thường khó chịu, giàu ăn,
汉语意译：共享富贵同甘苦，

喃字原文：貴乎𠅍𡦂朱陳時𢧚。”
越 南 语：Quý hồ vẹn chữ châu tần thì nên.”
汉语意译：贵乎完婚好朱陈。”

喃字原文：包繞礼物宴緣，
越 南 语：Bao nhiêu lễ vật yến duyên,
汉语意译：礼物充足共喜宴，

喃字原文：傳官啡嗟𠁑𨕭產床。
越 南 语：Truyền quan bày đặt dưới trên sẵn sàng.
汉语意译：颁令众卿入宴席。

喃字原文：筡牙哦玉鉢鐄，
越 南 语：Đũa ngà, chén ngọc, bát vàng,
汉语意译：牙筷、玉杯碗金边，

喃字原文：祭终婆月，玉皇造端。
越 南 语：Tế chung bà nguyệt, ngọc hoàng tạo đoan.
汉语意译：共祭月老玉皇上。

喃字原文：外時文武百官，
越 南 语：Ngoài thì văn, võ bách quan,
汉语意译：外廷文武百官员，

喃字原文：𠀧𣈜宴奇伴鸾茹鐄。
越 南 语：Ba ngày yến cả bạn loan nhà vàng.
汉语意译：金屋喜聚三日筵。

喃字原文：𨖅時公主德皇，
越 南 语：Trong thì công chúa đức hoàng,
汉语意译：内是父皇携公主，

喃字原文：共焼同席，同行交通。
越 南 语：Cùng nhau đồng tịch, đồng hàng giao thông.
汉语意译：共坐宴席庆姻缘。

喃字原文：烛花烓烓洞房，
越 南 语：Đuốc hoa choi chói đồng phòng,
汉语意译：花烛炫目入洞房，

喃字原文：悲晗默意，默悉脧花。
越 南 语：Bây giờ mặc ý, mặc lòng giăng hoa.
汉语意译：鱼水之欢共享乐。

喃字原文：皇儲惘怊孟麻，
越 南 语：Hoàng từ mừng rỡ mặn mà,
汉语意译：皇储暗自庆幸言：

喃字原文：會芇憑會脧𦁺缠縁。
越 南 语：Hội nào bằng hội giăng già se duyên.
汉语意译：月老结绳婚盛会。

喃字原文：主浪："悉仍約愿，
越 南 语：Chúa rằng: "Lòng những ước nguyền,
汉语意译：公主道："心愿如期，

喃字原文：約呦朱𨀈迍遭闭迟。"
越 南 语：Ước ao cho bõ chân chuyên bấy chầy."
汉语意译：昔日梦想今实现。"

喃字原文：皇浪："為汶浽尼，
越 南 语：Hoàng rằng: "Vì một nỗi này,
汉语意译：皇储言："为好姻缘，

喃字原文：攘巾㭊褙惮𦨭闭数。"
越 南 语：Nương khăn, sửa túi dạn dày bấy lâu."
汉语意译：托人余荫忙缠身。"

喃字原文：主浪："𩻐汩闭数，
越 南 语：Chúa rằng: "Mặn nhạt bấy lâu,
汉语意译：公主道："风月情深，

喃字原文：吀停擬吏麻兜憻㥏。"
越 南 语：Xin đừng nghĩ lại mà đâu then thò."
汉语意译：羞难启齿赢佳姻。"

喃字原文：皇浪："泼楚滝吴，
越 南 语：Hoàng rằng: "Bể sở, sông ngô,
汉语意译：皇储言："楚海吴河，

喃字原文：朱陳𠄩𡦂㐌夫功程。"
越 南 语：Châu chân hai chữ đã phu công trình."
汉语意译：'朱陈'两字苦力真。"

喃字原文：主浪："事𧵑人情，
越 南 语：Chúa rằng: "Sự bởi nhân tình,
汉语意译：公主道："事由情为，

喃字原文：呵浪身妾色青𢫕之。"
越 南 语：Há rằng thân thiếp sắc thanh vẽ gì."
汉语意译：况乎美色融青春？"

喃字原文：襘鸾襘鳳埃比，
越 南 语：Chăn loan, gối phượng ai bì,
汉语意译：枕衾之情谁能比，

喃字原文：欺時𦟐竹欺時嘵花。
越 南 语：Khi thì cợt trúc, khi thì ghẹo hoa.
汉语意译：戏花弄月嬉笑吟。

喃字原文：殿𧍆阁鳯𠓨𠚢，
越 南 语：Đền rồng, gác phượng vào ra,
汉语意译：龙殿凤阁出入欢，

喃字原文：帀咍吝踻㐌𠀧𢆥𡓇。

越 南 语：Nào hay lần lữa đã ba năm tròn.

汉语意译：不觉延缓已三年。

（三）（完）

说明：此诗选自《皇储》字喃本。由苏维芳编写内容简介和执抄。苏维芳、苏凯翻译和注释。

2010年6月

征妇吟

简　介

《征妇吟》通过描绘一个征人的妻子孤单、凄凉的心理，反映了历代统治阶级发动的频繁战争中人民的悲惨遭遇以及他们的怨恨和反抗情绪。诗文朴实苍劲，感情真挚动人。诗中写道：“使星天门催晓发，行人重法轻离别。弓箭兮在腰，妻孥兮别袂。”封建统治阶级的争权夺利，破坏了劳动人民的和平生活，逼得他们妻离子散，亡命沙场。在浓烟滚滚的战争烽火中，士兵“性命轻如草”，随时都有葬身荒原的危险；而在家的征妇，她们的命运，同样悲苦凄凉。她们向着远征他乡、杳无音信的丈夫哭诉道：“君有老亲鬓如霜，君有婴儿稚且乳。老亲兮倚门，婴儿兮待哺。供亲食兮妾为男，课儿书兮妾为父。供亲课子此一身，伤妾思君今几度。”这悲痛的哀号，是对封建兵役制和封建制度的血泪控诉，表现出广大人民对当时战火连绵的封建混战的强烈不满。

征婦吟曲

Chinh phụ ngâm khúc

征 妇 吟

（一）

喃字原文：課丕坦浽𢲣𩙋𡏧，
越 南 语：Thuở trời đất nổi cơn gió bụi,
汉语意译：战地风尘，

喃字原文：客𩈘紅𢀲浽迍邅，
越 南 语：Khách má hồng nhiều nỗi truân chuyên.
汉语意译：红颜多屯，

喃字原文：𩇢箕𩂟深層𨕭，
越 南 语：Xanh kia thăm thẳm từng trên,
汉语意译：悠悠彼苍兮，

喃字原文：為埃拱孕朱𢧲浽尼？
越 南 语：Vì ai gây dựng cho nên nỗi này?
汉语意译：谁造因？

（二）

喃字原文：𪔠長城迸揀𣈖月，
越 南 语：Trống tràng thành lung lay bóng nguyệt,
汉语意译：鼓皮声动长城月，

喃字原文：熄甘泉瞞霧式𩄲。
越 南 语：Khói cam tuyền mờ mịt thức mây.
汉语意译：风火映照甘泉云。

喃字原文：尣吝鎌寶交𢬣，
越 南 语：Chín lần gươm báu trao tay,
汉语意译：九重按剑起当席，

喃字原文：姅𣋚傳檄定𣈜出征。
越 南 语：Nửa đêm truyền hịch định ngày xuất chinh.
汉语意译：半夜飞檄传将军。

喃字原文：渃清平𠀧𤾓𢆥古，
越 南 语：Nước thanh bình ba trăm năm cũ,
汉语意译：清平三百年天下，

喃字原文：襖戎交官武自低。
越 南 语：Áo nhung trao quan vũ từ đây.
汉语意译：从此戎装属武臣。

喃字原文：使𡗶𣋽唷塘霳，
越 南 语：Sứ trời sớm giục đường mây,
汉语意译：使星天门催晓发，

喃字原文：法公羅重惗西舍市。
越 南 语：Phép công là trọng niềm tây sá nào.
汉语意译：行人重法轻离别。

喃字原文：塘踭𨃴𩧍掃弓箭，
越 南 语：Đường giong ruổi lưng đeo cung tiễn,
汉语意译：弓箭兮在腰，

喃字原文：晛餞迻𨁪拌妻孥。
越 南 语：Buổi tiễn đưa lòng bận thê noa.
汉语意译：妻孥兮别袂。

喃字原文：𣈖旗唷𪔠賒賒，
越 南 语：Bóng cờ tiếng trống xa xa,
汉语意译：猎猎旌旗出塞愁，有怨兮分携。

喃字原文：𡢐蓮葻隘怨黜𨷯房。
越 南 语：Sầu lên ngọn ải oán ra cửa phòng.
汉语意译：喧喧箫鼓辞家怨，有愁兮契豁。

喃字原文：払𡻕𥘶罕湧豪杰，
越 南 语：Chàng tuổi trẻ vốn dòng hào kiệt,
汉语意译：良人二十吴门[1]豪，

喃字原文：攝筆硯蹺役刀弓。
越 南 语：Xếp bút nghiên theo việc đao cung.
汉语意译：投笔砚兮事弓刀。

喃字原文：城連㖼進陛𧍰，
越 南 语：Thành liền mong tiến bệ rồng,
汉语意译：直把连城献明圣，

喃字原文：𡱩鎌㐌决拯容賊𡗶。
越 南 语：Thước gươm đã quyết chẳng dung giặc trời.
汉语意译：愿将尺剑斩天骄。

喃字原文：志𠸍𤳆䠣𠦳脥馭，
越 南 语：Chí làm trai dặm nghìn da ngựa,
汉语意译：丈夫千里志马革，

喃字原文：撓泰山𨋤拸鴻毛。
越 南 语：Gieo thái sơn nhẹ tựa hồng mao.
汉语意译：泰山一掷轻鸿毛。

喃字原文：者茹𢭂幅戰袍，
越 南 语：Giã nhà đeo bức chiến bào,
汉语意译：便辞闺阃从征战，

[1]吴门：春秋时代吴国京都。

喃字原文：呦檑橋位泑泑𩙋秋。
越 南 语：Thét roi cầu vị ào ào gió thu.
汉语意译：西风鸣鞭出渭桥。

喃字原文：洡頭橋渃𤄯如滤，
越 南 语：Ngòi đầu cầu nước trong như lọc,
汉语意译：渭桥头清水沟，

喃字原文：塘邊橋䓡𦬑群𦼔。
越 南 语：Đường bên cầu cỏ mọc còn non.
汉语意译：清水边青草途。

喃字原文：迻払悉寅忙愮，
越 南 语：Đưa chàng lòng dằng dặc buồn,
汉语意译：送君兮心悠悠，

喃字原文：步坤憑馭水坤憑船。
越 南 语：Bộ khôn bằng ngựa thủy khôn bằng thuyền.
汉语意译：君临流兮妾恨不如舟。

喃字原文：渃固沚麻煩拯洓，
越 南 语：Nước có chảy mà phiền chẳng rửa,
汉语意译：清清流水不洗妾心愁，

喃字原文：䓡固萻麻腋拯魁。
越 南 语：Cỏ có thơm mà dạ chẳng khuây.
汉语意译：青青芳草不忘妾心忧。

喃字原文：吼𠄼吼吏拎𢬣，
越 南 语：Nhủ rồi nhủ lại cầm tay,
汉语意译：语复语兮执君手，

喃字原文：𨀈趍没𨀈緤緤吏㝵。
越 南 语：Bước đi một bước dây dây lại dừng.
汉语意译：步一步兮攀君襦。

喃字原文：悉妾搒啈腠蹺踓，
越 南 语：Lòng thiếp tựa bóng trăng theo dõi,
汉语意译：妾心随君似明月，

喃字原文：㐌払賖尋𡎝天山。
越 南 语：Dạ chàng xa tìm cõi Thiên San.
汉语意译：君心万里天山箭。

喃字原文：舞鎌醖餞渚残，
越 南 语：Múa gươm rượu tiễn chưa tàn,
汉语意译：掷璃杯兮舞龙泉[①]，

喃字原文：拮昂萙槊𠓨岸馨豹。
越 南 语：Chỉ ngang ngọn giáo vào ngàn hang beo.
汉语意译：横征槊兮指虎穴。

喃字原文：狦楼兰浪蹺介子，
越 南 语：Săn Lâu Lan rằng theo Giới Tử,
汉语意译：云随介子猎楼兰，[②]

喃字原文：細漫溪盘事伏波。
越 南 语：Tới man khê bàn sự Phục Ba.
汉语意译：笑向蛮溪谈马援。[③]

喃字原文：襖払赭搒絳陂，
越 南 语：Áo chàng đỏ tựa ráng pha,
汉语意译：君披壮服红如霞，

---

①龙泉：宝剑名。

②云随介子猎楼兰：典故出自《汉书·傅介子传》。楼兰，两汉时西域一小国。楼兰国经常杀汉朝使臣，于是汉昭帝差傅介子设谋斩杀楼兰王。

③笑向蛮溪谈马援：当时少数民族民众起义反抗汉朝，皇帝差伏波将军马援镇压，取得胜利。

喃字原文：駇払色𤽸如羅雪印。
越 南 语：Ngựa chàng sắc trắng như là tuyết in.
汉语意译：君骑骁马白如雪。

喃字原文：㗂樂駇吝摼㗂䕨，
越 南 语：Tiếng nhạc ngựa lần chen tiếng trống,
汉语意译：骁马兮銮铃，

喃字原文：㴚𩈘𥹰丿捧㨋𢬣。
越 南 语：Giáp mặt rồi phút bỗng chia tay.
汉语意译：征鼓兮人行。

喃字原文：河樑㨋𥙩塘尼，
越 南 语：Hà lương chia rẽ đường này,
汉语意译：须臾中兮对面，顷刻里兮分程。
分程兮河梁，徘徊兮路旁。

喃字原文：邊塘𥉫𣋽旗冦㖡㖡。
越 南 语：Bên đường trông bóng cờ bay ngùi ngùi.
汉语意译：路旁一望旆央央。

喃字原文：軍𧿨㐌斯外营柳，
越 南 语：Quân trước đã gần ngoài doanh Liễu,
汉语意译：前军北细柳①，

喃字原文：騎𡢐群屈𨀈長陽。
越 南 语：Kị sau còn khuất nẻo Tràng Dương.
汉语意译：后骑西长阳②。

喃字原文：軍迻払𨆢蓮塘，
越 南 语：Quân đưa chàng ruổi lên đường,
汉语意译：骑军相拥君临塞，

①细柳：咸阳西南的驻军处。
②长阳：秦国时旧地名，属陕西省。

喃字原文：柳楊别妾断腸𠼲庄？
越 南 语：Liễu dương biết thiếp đoạn trường này chăng?
汉语意译：杨柳哪知妾断肠？

喃字原文：啫笛㖫聀澄同望，
越 南 语：Tiếng địch thổi nghe chừng đồng vọng,
汉语意译：去去落梅①声渐远，

喃字原文：行旗冦𬖉𥆾拂菲。
越 南 语：Hàng cờ bay trông bóng phất phơ.
汉语意译：行行征旆色何忙。

喃字原文：𨁪払蹺𠞹𩄲迻，
越 南 语：Dấu chàng theo lớp mây đưa,
汉语意译：望云去兮郎别妾，

喃字原文：妾𥆾𡶀𦊚𥉫𤺳浽茹。
越 南 语：Thiếp nhìn rặng núi ngẩn ngơ nỗi nhà.
汉语意译：望山归兮妾思郎。

喃字原文：払時𬧐𡎝賒湄𩙍，
越 南 语：Chàng thì đi cõi xa mưa gió,
汉语意译：郎去程兮濛雨外，

喃字原文：妾時衛𢩣𦼔照𧜖。
越 南 语：Thiếp thì về buồng cũ chiếu chăn.
汉语意译：妾归处兮昨夜房。

喃字原文：兑𬖉蹺㐌隔垠，
越 南 语：Đoái trông theo đã cách ngăn,
汉语意译：归去两回顾，

①落梅：指乐曲《梅花落》。

喃字原文：㵢牟霎碧岐銀岃䴖。
越 南 语：Tuôn màu mây biếc trải ngần núi xanh.
汉语意译：云青与山苍。

喃字原文：准咸京払群𥊢吏，
越 南 语：Chốn Hàm kinh chàng còn ngoảnh lại,
汉语意译：郎顾妾兮咸阳，

喃字原文：汭瀟湘妾咳𬨠𨖅。
越 南 语：Bến Tiêu Tương thiếp hãy trông sang.
汉语意译：妾顾郎兮潇湘。

喃字原文：熣瀟湘隔咸陽，
越 南 语：Khói Tiêu Tương cách Hàm Dương,
汉语意译：潇湘烟阻咸阳树，

喃字原文：核咸陽隔瀟湘𠤆重。
越 南 语：Cây Hàm Dương cách Tiêu Tương mấy trùng.
汉语意译：咸阳树隔潇湘江。

喃字原文：共𬨠吏麻共拯𧡊，
越 南 语：Cùng trông lại mà cùng chẳng thấy,
汉语意译：相顾不相见，

喃字原文：𧡊䴖䴖仍𠤆岸𣛠。
越 南 语：Thấy xanh xanh những mấy ngàn dâu.
汉语意译：青青陌上桑。

喃字原文：岸𣛠䴖圪没牟，
越 南 语：Ngàn dâu xanh ngắt một màu,
汉语意译：陌上桑陌上桑，

喃字原文：𢙱払意妾埃愁欣埃。
越 南 语：Lòng chàng ý thiếp ai sầu hơn ai.
汉语意译：妾意君心谁短长。

（三）

喃字原文：払自柊包尼𩙍沙，
越 南 语：Chàng từ đi vào nơi gió cát,
汉语意译：自从别后风沙陇，

喃字原文：腌䏾尼𪪃凉方市。
越 南 语：Đêm trăng này nghỉ mát phương nao?
汉语意译：明月知君何处宿？

喃字原文：習尼戰地樣包，
越 南 语：Xưa nay chiến địa dường bao,
汉语意译：古来征战场，

喃字原文：内空閅䵥掣包解油。
越 南 语：Nội không muôn dặm xiết bao dãi dầu.
汉语意译：万里无人屋。

喃字原文：𠲖𩙍冷𠊛油䣯㥋，
越 南 语：Hơi gió lạnh người dầu mặt dạn,
汉语意译：风嗷嗷兮打得人颜憔，

喃字原文：涌渃溇馭㬮蹎蹸。
越 南 语：Dòng nước sâu ngựa nản chân bon.
汉语意译：水深深兮怯得马蹄缩。

喃字原文：揞安襘𪔠㐌怺，
越 南 语：Ôm yên gối trống đã chồn,
汉语意译：戍夫枕鼓卧龙沙①，

喃字原文：𦤾𡍚沙𤽸眝澥蔞𩄲。
越 南 语：Nằm vùng cát trắng ngủ cồn rêu xanh.
汉语意译：战士抱鞍眠虎陆②。

①龙沙：关外沙滩。
②虎陆：吴王逝葬时，用金晶化作白虎放在墓上，从此把坟墓称作虎陆。

喃字原文：𠉞漢𨑜白城㨂吏，
越 南 语：Nay hán xuống bạch thành đóng lại,
汉语意译：今朝汉[①]下白登城，

喃字原文：𣈕胡𠓨清海𥈺戈。
越 南 语：Mai hồ vào thanh hải dòm qua.
汉语意译：明日胡[②]窥青海曲。

喃字原文：形溪世𡶀斳賖，
越 南 语：Hình khe thế núi gần xa,
汉语意译：青海曲青山高复低，

喃字原文：㩫催吏綏湿陀吏高。
越 南 语：Đứt thôi lại nối thấp đà lại cao.
汉语意译：青山前清溪断复续。

喃字原文：霜油𡶀㖀𣊾如澮，
越 南 语：Sương đầu núi buổi chiều như gội,
汉语意译：青山上雪蒙头，

喃字原文：渃𢚸溪䠖渵群溇。
越 南 语：Nước lòng khe nẻo lội còn sâu.
汉语意译：清溪下水没腹。

喃字原文：傷𠊛襖甲閉数，
越 南 语：Thương người áo giáp bấy lâu,
汉语意译：可怜多少铁衣人，

喃字原文：𢚸圭戈妬𩈘愁拯𢗖。
越 南 语：Lòng quê qua đó mặt sầu chẳng khuây.
汉语意译：思归当此愁颜蹙。

①汉：汉朝军队。
②胡：塞外民族的军队。

喃字原文：𨕭帳錦透台庄𠰘，
越 南 语：Trên trướng gấm thấu hay chăng nhẽ?
汉语意译：锦帐君王知也无？

喃字原文：𩈘征夫埃掘朱铖。
越 南 语：Mặt chinh phu ai vẽ cho nên.
汉语意译：艰难谁为画征夫。

喃字原文：想払踣蹥余年，
越 南 语：Tưởng chàng giong ruổi mấy niên,
汉语意译：料想良人经历处，

喃字原文：拯𡨸汗海時污哨関。
越 南 语：Chẳng nơi hãn hải thì miền tiêu quan.
汉语意译：萧关角瀚海隅。

喃字原文：㐌側阻𠸗岸蛇虎，
越 南 语：Đã trắc trở đòi ngàn xà hổ,
汉语意译：霜村雨店，虎落蛇区。

喃字原文：吏冷迲仍𡏦霜風。
越 南 语：Lại lạnh lùng những chỗ sương phong.
汉语意译：风餐露宿，雪胫冰须。

喃字原文：𨕭高𥉫𢂰𩄲𢹿，
越 南 语：Lên cao trông thức mây lồng,
汉语意译：登高望云色，

喃字原文：𢚸市羅庄動𢚸悲傷。
越 南 语：Lòng nào là chẳng động lòng bi thương.
汉语意译：安得不生愁？

喃字原文：払自𨖲東南𣷭𡎝，
越 南 语：Chàng từ sang đông nam khơi nẻo,
汉语意译：自从别后东南徼，

喃字原文：别𠉞払進討𠊛兜。
越 南 语：Biết nay chàng tiến thảo nơi đâu.
汉语意译：东南知君战何道？

喃字原文：仍𠊛征戰閉数，
越 南 语：Những người chinh chiến bấy lâu,
汉语意译：古来征战人，

喃字原文：轣眲性命如牟𦹵核。
越 南 语：Nhẹ xem tính mệnh như màu cỏ cây.
汉语意译：性命轻如草。

喃字原文：嘱唏猛恩𦓿自𠸗，
越 南 语：Núc hơi mãnh ơn dày từ trước,
汉语意译：锋刃下温温挟纩主恩深①，

喃字原文：𡎝准饒𢇟特包饒。
越 南 语：Trải chốn nghèo tuổi được bao nhiêu.
汉语意译：时刻中历历横戈壮夫夭。

喃字原文：嫩奇郡𢚸胬𢬣，
越 南 语：Non kì quạnh quẽ trăng treo,
汉语意译：祈山旧冢月茫茫，

喃字原文：洒肥𩙍𠺙鷂𠲣𠃣𡉕。
越 南 语：Bến phì gió thổi đìu hiu mấy gò.
汉语意译：肥水新坟风袅袅。

喃字原文：魂死士𩙍嗚嗚𠺙，
越 南 语：Hồn tử sĩ gió ù ù thổi,
汉语意译：风啸啸空吹死士魂，

①温温挟纩主恩深：楚王领军打仗，将士受冷，楚王亲自安慰，将士心暖如挟棉，故表谢主深恩。

喃字原文：𣎃征伕䏾𨅹𨅹熣。
越 南 语：Mặt chinh phu trăng dõi dõi soi.
汉语意译，月茫茫曾照征夫貌。

喃字原文：征伕死士余𠇍，
越 南 语：Chinh phu tử sĩ mấy người,
汉语意译：征夫死士几多人？

喃字原文：芇埃摸𣎃芇埃噲魂。
越 南 语：Nào ai mạc mặt nào ai gọi hồn.
汉语意译：死士魂谁哀吊？

喃字原文：𨇜兵焒渃嫩如苗，
越 南 语：Dấu binh lửa nước non như cũ,
汉语意译：可怜争斗旧山川，

喃字原文：几行人戈妬悀傷。
越 南 语：Kẻ hành nhân qua đó chạnh thương.
汉语意译：行人过此情多少？

喃字原文：份𤳆𦓅𨅸戰場，
越 南 语：Phận trai già ruổi chiến trường,
汉语意译：古来征战几人还，

喃字原文：払超鬤㐌點霜買衛。
越 南 语：Chàng siêu tóc đã điểm sương mới về.
汉语意译：班超归时鬓已斑。

喃字原文：想払𡶀𩯀皮能努，
越 南 语：Tưởng chàng trải nhiều bề năng nỏ,
汉语意译：料想良人驰骋外，

喃字原文：匹𡱩鐮没具戎鞍。
越 南 语：Ba thước gươm một cỗ nhung an.
汉语意译：三尺剑一戎鞍。

喃字原文：衝陂𩙍灑𤾓岸，
越 南 语：Xông pha gió bãi trăng ngàn,
汉语意译：秋风沙草，明月关山。

喃字原文：箭嘵頭馭槊撊𩈘城。
越 南 语：Tên reo đầu ngựa giáo dan mặt thành.
汉语意译：马头鸣镝，城上缘竿。

喃字原文：盎功名𤾓塘訥也，
越 南 语：Áng công danh trăm đường rộn rã,
汉语意译：功名百忙里，

喃字原文：仍𠢟㓜市㐌𢘾𢞂，
越 南 语：Những nhọc nhằn nào đã nghỉ ngơi.
汉语意译：劳苦未应闲，

喃字原文：浽悉别吘共埃，
越 南 语：Nỗi lòng biết ngỏ cùng ai,
汉语意译：劳与闲谁与言？

喃字原文：妾𨕭翅𨷯払外蹎霎。
越 南 语：Thiếp trong cánh cửa chàng ngoài chân mây.
汉语意译：君在天涯妾倚门。

（四）

喃字原文：𨕭𨷯尼㐌停份妾，
越 南 语：Trong cửa này đã đành phận thiếp,
汉语意译：倚门顾妾今生分，

喃字原文：外霎箕呵劫払𠺙。
越 南 语：Ngoài mây kia há kiếp chàng vay.
汉语意译：天涯起君平生魂。

喃字原文：仍㩲鮕渃森丕，
越 南 语：Những mong cá nước sum vầy,
汉语意译：平生魂白信相随鱼水伴，

喃字原文：包睬堆我渃霿隔潙。
越 南 语：Bao ngờ đôi ngả nước mây cách vời.
汉语意译：今生分哪堪相隔水云吞。

喃字原文：妾拯想黜駈征婦，
越 南 语：Thiếp chẳng tưởng ra người chinh phụ,
汉语意译：妾身不想为征妇，

喃字原文：払呵層學偻王尊。
越 南 语：Chàng há từng học lũ vương tôn.
汉语意译：君身起学为王尊。

喃字原文：据牢隔阻渃嫩，
越 南 语：Cớ sao cách trở nước non,
汉语意译：何事江南与江北？

喃字原文：譴駈催𣋽時歆仍油。
越 南 语：Khiến người thôi sớm thì hôm những rầu.
汉语意译：令人愁晓又愁昏。

喃字原文：客風流當澄年少，
越 南 语：Khách phong lưu đương chừng niên thiếu,
汉语意译：一个是风流少年客，

喃字原文：聘嬈共撊呞敉緣。
越 南 语：Sánh nhau cùng dan díu chữ duyên.
汉语意译：一个是深闺少年婚。

喃字原文：女帍堆侣少年，
越 南 语：Nỡ nào đôi lứa thiêu niên,
汉语意译：可怜俩年少，

喃字原文：関山底隔寒軒㐌停。
越 南 语：Quan san để cách hàn huyên đã đành.
汉语意译：千里隔寒轩。

喃字原文：課临行鶯渚綾柳，
越 南 语：Thuở lâm hành oanh chưa bén liễu,
汉语意译：忆昔与君相别时，柳条犹未啭黄莺。

喃字原文：晦䏾衛約鵑鵑歌。
越 南 语：Hỏi ngày về ước nẻo quyên ca.
汉语意译：问君何日归？君约杜鹃啼。

喃字原文：𠉞鵑㐌唷鶯𦶘，
越 南 语：Nay quyên đã giục oanh già,
汉语意译：杜鹃已逐黄莺老，

喃字原文：鷾兒吏嘅𪀄茹吖㤇。
越 南 语：Ý nhi lại gáy trước nhà líu lo.
汉语意译：青柳楼前语鷾儿。

喃字原文：課登途𣛟渚㨢𩙍，
越 南 语：Thuở đăng đồ mai chưa dạn gió,
汉语意译：忆昔与君相别中，雪梅犹未识东风。

喃字原文：晦䏾衛只度桃葻。
越 南 语：Hỏi ngày về chỉ độ đào bông.
汉语意译：问君何日归？君指桃花红。

喃字原文：𠉞桃㐌眷𩙍東，
越 南 语：Nay đào đã quyến gió đông,
汉语意译：桃花已逐东风去，

喃字原文：芙蓉吏捛邊滝𠀧扠。
越 南 语：Phù dung lại rã bên sông ba sòa.
汉语意译：老梅江上又芙蓉。

喃字原文： 限共些壟西岩氏，
越 南 语： Hẹn cùng ta Lũng Tây nham ấy,
汉语意译： 与我约何所？乃约陇西岑。

喃字原文： 𣋽㐌𥉫市侁唏沁。
越 南 语： Sớm đã trông nào thấy hơi tăm.
汉语意译： 日中兮不来，

喃字原文： 岌偮蘿藾梗簪，
越 南 语： Ngập ngừng lá rụng cành trâm,
汉语意译： 坠叶兜我簪。

喃字原文： 村𣌒聍𨁪啃禽唠哰。
越 南 语： Thôn trưa nghe dậy tiếng cầm lao xao.
汉语意译： 伫立空涕泣，荒村喧午禽。

喃字原文： 㫰𡶀市汉陽桥怒，
越 南 语： Hẹn nơi nao Hán Dương cầu nọ,
汉语意译： 与我约何所？乃约汉阳桥。

喃字原文： 嘲吏尋市固消耗，
越 南 语： Chiều lại tìm nào có tiêu hao,
汉语意译： 一晚兮不来，

喃字原文： 岌偮𩙍嗺襖袍，
越 南 语： Ngập ngừng gió thổi áo bào,
汉语意译： 谷风吹我袍。

喃字原文： 罢𣋚湠汜渃潮溟濛。
越 南 语： Bãi hôm tuôn dẫy nước trào mênh mông.
汉语意译： 伫立空涕泣，寒江起暮潮。

喃字原文： 信常吏𠊛空侁吏，
越 南 语： Tin thường lại người không thấy lại,
汉语意译： 昔年寄信劝君回，今年寄信劝君来。信来人未来，

喃字原文：花楊残㐌岐䕷䕸。
越 南 语：Hoa dương tàn đã trải rêu xanh.
汉语意译：杨花零落委苍苔。

喃字原文：䕷䕸氽垃終觥，
越 南 语：Rêu xanh mấy lớp chung quanh.
汉语意译：苍苔苍苔又苍苔，

喃字原文：𡓇𠫾没跐𤾓情銀𤺹。
越 南 语：Sân đi một bước trăm tình ngẩn ngơ.
汉语意译：一步闲庭百感催。

喃字原文：書常細𠊛渚𧡊細，
越 南 语：Thư thường tới người chưa thấy tới,
汉语意译：昔年回书订妾期，今年回书订妾归。书归人不归，

喃字原文：幅簾疏吝解𣈖楊。
越 南 语：Bức rèm thưa lần dãi bóng dương.
汉语意译：沙窗寂寞转斜晖。

喃字原文：𣈖楊氽𣈜川昂，
越 南 语：Bóng dương mấy buổi xuyên ngang,
汉语意译：斜晖斜晖又斜晖，

喃字原文：㖡牢迣𠰺𠃩常單差。
越 南 语：Lời sao mười hẹn chin thường đơn sai.
汉语意译：十约佳期九度违。

喃字原文：此併吏演㵢𣈜𠸗，
越 南 语：Thử tính lại diễn khơi ngày ấy,
汉语意译：试将去日从头数，

喃字原文：錢蓮尼㐌艿羅𠀧。
越 南 语：Tiền sen này đã nảy là ba.
汉语意译：不觉荷钱已三铸。

喃字原文：悴馸吝怊𧼋賒，
越 南 语：Xót người lần lữa ải xa,
汉语意译：最苦是连年紫塞①人，

喃字原文：悴馸擨准黄花䟢䟫。
越 南 语：Xót người nương chốn hoàng hoa dặm dài.
汉语意译：最苦是千里黄花戍。

喃字原文：情家室𢙇埃拯固，
越 南 语：Tình gia thất nào ai chẳng có,
汉语意译：紫塞人谁无堂上亲，黄花戍谁无闺中妇，

喃字原文：箕老親闺婦恈傷。
越 南 语：Kìa lão than khuê phụ nhớ thương.
汉语意译：有亲安可暂相离，有妇安能久相负。

喃字原文：媄𦓅菲拂厘霜，
越 南 语：Mẹ già phơ phất mái sương,
汉语意译：君有老亲鬓如霜，

喃字原文：混疎栏𤙭扭當扶持。
越 南 语：Con thơ măng sữa vả đương phù trì.
汉语意译：君有婴儿稚且乳。

喃字原文：悉老親愮欺拸𨷯，
越 南 语：Lòng lão than buồn khi tựa cửa,
汉语意译：老亲兮倚门，

喃字原文：㗂孩兒徐餂𠵘粓。
越 南 语：Miệng hài nhi chờ bữa mớm cơm.
汉语意译：婴儿兮待哺。

①紫塞：地名。

喃字原文：吼𠸠妾拖孝男，
越 南 语：Ngọt bùi thiếp đỡ hiếu nam,
汉语意译：供亲食兮妾为男，

喃字原文：𠰺𡥵畑册妾𣱆父親。
越 南 语：Dạy con đèn sách thiếp làm phụ thân.
汉语意译：课儿书兮妾为父。

喃字原文：尼没身餧𦓅𠰺𥘷，
越 南 语：Này một thân nuôi già dạy trẻ,
汉语意译：供亲课子此一身，

喃字原文：浽関怀𢯏𢢆别包。
越 南 语：Nỗi quan hoài mang mể biết bao.
汉语意译：伤妾思君今几度。

喃字原文：忟払𡶀𠃩霜䡝，
越 南 语：Nhớ chàng trải mấy sương sao,
汉语意译：思君昔年兮已过，

喃字原文：春層對買冬市群餘。
越 南 语：Xuân từng đổi mới đông nào còn dư.
汉语意译：思君今年兮又暮。

喃字原文：計𢆥㐌𠀧四隔演，
越 南 语：Kể năm đã ba tư cách diễn,
汉语意译：君淹留二年三年又四年，

喃字原文：緢愁添䏧萬袞昂。
越 南 语：Mối sầu them ngàn vạn ngổn ngang.
汉语意译：妾情怀百缕千缕还万缕。

喃字原文：約之斯𦖻𣄒𣛠，
越 南 语：Ước gì gần gũi tấc gang,
汉语意译：安得在君边，

喃字原文：解唸䓯䔲底扒𤋵𠳨。
越 南 语：Giải niềm cay đắng để chàng tỏ hay.
汉语意译：诉妾里肠苦。

喃字原文：釵宮汉課𣈜出嫁，
越 南 语：Thoa cung hán thuở ngày xuất giá,
汉语意译：妾有汉宫钗，曾是嫁时相送来，
（凭谁寄君子，表妾相想怀。）

喃字原文：鏡楼秦蹎㐌焒終。
越 南 语：Gương lầu tần dấu đã soi chung.
汉语意译：妾有秦楼镜，曾与郎梳相对影。

喃字原文：𢚸埃麻𠳒細共，
越 南 语：Cậy ai mà gửi tới cùng,
汉语意译：凭谁寄君子，

喃字原文：底扒透𣄒𣊾悉相思。
越 南 语：Để chàng thấu hết tấm long tương tư.
汉语意译：照妾今孤伶。

喃字原文：銀掃𢬣每欺瞸曦，
越 南 语：Nhẫn đeo tay mọi khi ngắm nghía,
汉语意译：妾有拘指环，手中曾相亲。
（凭谁寄君子，微物寓殷勤。）

喃字原文：玉𢫥頭課𡮣㤼制。
越 南 语：Ngọc cài đầu thuở bé vui chơi.
汉语意译：妾有搔头玉，婴儿年所弄。

喃字原文：𢚸埃麻𠳒𦤾𡎝，
越 南 语：Cậy ai mà gửi đến nơi,
汉语意译：凭谁寄君子，

喃字原文：底払珍重麵馭相親。
越 南 语：Để chàng trân trọng dấu người tương thân.
汉语意译：他乡幸珍重。

喃字原文：䞁余春信𠫾信吏，
越 南 语：Trải mấy xuân tin đi tin lại,
汉语意译：昔年音讯有来时，

喃字原文：細春尼信咳永空。
越 南 语：Tới xuân này tin hãy vắng không.
汉语意译：今年音稀讯亦稀。

喃字原文：㗂雁隴想書封，
越 南 语：Thấy nhàn luống tưởng thư phong,
汉语意译：见雁枉然思塞帛，

喃字原文：聴唏霜凛襖葻産床。
越 南 语：Nghe hơi sương sắm áo bông sẵn sàng.
汉语意译：闻霜漫自制棉衣。

喃字原文：𩙍西浽空塘鴻便，
越 南 语：Gió tây nổi không đường hồng tiện,
汉语意译：西风欲寄无鸿便，

喃字原文：悴㙴外雪倦湄沙。
越 南 语：Xót cõi ngoài tuyết quyện mưa sa.
汉语意译：天外怜伊雪雨垂。

喃字原文：幔湄帳雪衝陂，
越 南 语：Màn mưa trướng tuyết xông pha,
汉语意译：雪寒伊兮帐虎①，雨冷伊兮狼帏②。

①帐虎：绸帐结虎皮，供将帅用。
②狼帏：与帐虎之意同。

喃字原文：擬添泠钌几黜堘外。
越 南 语：Nghĩ thêm lạnh lẽo kẻ ra cõi ngoài.
汉语意译：寒冷般般苦，天外可怜伊。

喃字原文：題孜錦封催吏𢚸，
越 南 语：Đề chữ gấm phong thôi lại mở,
汉语意译：锦字题诗封竞展，

喃字原文：撓卦錢信咀群懝。
越 南 语：Gieo quẻ tiền tin dở còn ngờ.
汉语意译：金钱问卜信还疑。

喃字原文：歪𣋚㧅𣈜銀瘋，
越 南 语：Trời hôm tựa bóng ngẩn ngơ,
汉语意译：几度黄昏时重轩人独立，

喃字原文：𩄴咢霜蹭巴頗鬔枚。
越 南 语：Trăng khuya sương gối bơ phờ tóc mai.
汉语意译：几回明月夜单枕鬓斜欺。

喃字原文：呵如埃魂醝𣈜𬗫，
越 南 语：Há như ai hồn say bóng lẫn,
汉语意译：不关沉与情昏昏人似醉，

喃字原文：捧疎疎唇唇如空。
越 南 语：Bỗng thơ thơ thẩn thẩn như không.
汉语意译：不关愚与惰懵懵倚如痴。

喃字原文：簪㨢襜攅憻悀，
越 南 语：Trâm cài xiêm giắt thẹn thùng,
汉语意译：簪斜委发蓬无奈，

喃字原文：歴乱鬔緼拼鋺腰。
越 南 语：Lệch làn tóc rối lỏng vòng lưng eo.
汉语意译：裙褪柔腰瘦不支。

喃字原文：遥軒氶忱撓層趾，
越 南 语：Dạo hiên vắng thầm gieo từng bước,
汉语意译：昼沉沉午院行如坠，

喃字原文：𡎝簾疏揄托𠶋番。
越 南 语：Ngồi rèm thưa rủ thác đòi phen.
汉语意译：夕悄悄湘帘卷又垂。

喃字原文：外簾鵲拯𢷀信，
越 南 语：Ngoài rèm thước chẳng mách tin,
汉语意译：帘外窥日出枝头无鹊报，

喃字原文：𤲂簾样㐌固畑别庄？
越 南 语：Trong rèm dường đã có đèn biết chăng?
汉语意译：帘中坐夜来心事只灯知。

喃字原文：畑固别样凴拯别，
越 南 语：Đèn có biết dường bằng chẳng biết,
汉语意译：灯知若无知，

喃字原文：悉妾𥢅悲切麻催。
越 南 语：Lòng thiếp riêng bi thiết mà thôi.
汉语意译：妾悲只自悲。

喃字原文：惀油呐拯𢧚哷，
越 南 语：Buồn rầu nói chẳng nên lời,
汉语意译：悲又悲兮竟无言，

喃字原文：花畑箕貝𣈖𠊛可傷。
越 南 语：Hoa đèn kia với bóng người khá thương.
汉语意译：灯花人影总堪怜。

喃字原文：𪃿喓喔嘅霜𠄼䶋，
越 南 语：Gà eo óc gáy sương năm trống,
汉语意译：噫喔鸡声通五夜，

喃字原文：槐拂菲揄睦罘邊。
越 南 语：Hòe phất phơ rủ bóng bốn bên.
汉语意译：飞拂槐阴度八砖①。

喃字原文：刻暁藤等如年，
越 南 语：Khắc giờ đằng đẵng như niên,
汉语意译：刻如年，

喃字原文：緸愁寅忙挤沔淩賒。
越 南 语：Mối sầu dằng dặc tựa miền biển xa.
汉语意译：愁似海。

喃字原文：香惱炪魂陀迷慣，
越 南 语：Hương gượng đốt hồn đà mê mải,
汉语意译：强燃香花魂消檀柱②下，

喃字原文：㨂惱燸淚吏渚潰。
越 南 语：Gương gượng soi lệ lại chứa chan.
汉语意译：强临镜玉助坠棱花③前。

喃字原文：瑟琴惱撒菞彈，
越 南 语：Sắt cầm gượng gảy ngón đàn,
汉语意译：强援琴指下惊停凤凰柱，

喃字原文：絏鴛經㧡戳鸞碍重。
越 南 语：Dây uyên kinh đứt phím loan ngại chùng.
汉语意译：强调瑟曲中悲遏鸳鸯弦。

喃字原文：悉尼啵𩙋東固便，
越 南 语：Lòng này gửi gió đông có tiện,
汉语意译：此意春风若肯传，

---

①八砖：八块砖。宋代翰林院用砖作记号，日升时树影至八块砖高为入朝时间。
②檀柱：白檀香支。
③棱花：汉时皇室用的四角棱花镜。

喃字原文：𠦳鐄吀𠴍𦤾嫩安。
越 南 语：Nghìn vàng xin gửi đến non yên.
汉语意译：千金借力寄焉然[1]。

喃字原文：嫩安䄙拯細沔，
越 南 语：Non yên dù chẳng tới miền,
汉语意译：焉然未肯传，

喃字原文：忟払𠻗深塘蓮凴𡗶。
越 南 语：Nhớ chàng thăm thẳm đường lên bằng trời.
汉语意译：忆君迢迢兮路如天。

喃字原文：𡗶𠻗深賖潙坤透，
越 南 语：Trời thăm thẳm xa vời khôn thấu,
汉语意译：天远未易通，

喃字原文：浽忟払疠惆市衝。
越 南 语：Nỗi nhớ chàng đau đáu nào xong.
汉语意译：忆君悠悠兮思何共。

喃字原文：境愮𠊛切他𢚸，
越 南 语：Cảnh buồn người thiết tha lòng,
汉语意译：愁人处伤心胸，

喃字原文：景核霜淡哨蟲湄噴。
越 南 语：Cảnh cây sương đượm tiếng trùng mưa phun.
汉语意译：树叶青霜履，蛩声细雨中。

喃字原文：霜如鈽補痥梏柳，
越 南 语：Sương như búa bổ mòn gốc liễu,
汉语意译：霜斧残兮杨柳，

[1]焉然：山名，指焉然山。

喃字原文：湄烊鋸𡍚𤊧梗梧。
越 南 语：Mưa dường cưa xẻ héo cành ngô.
汉语意译：雨锯伤兮梧桐。

喃字原文：湥霜俯培鴣呴，
越 南 语：Giọt sương phủ bụi chim gù,
汉语意译：鸟返高椿，露下低松。

喃字原文：蝼墙叫永鍾厨铖㵢。
越 南 语：Sâu tường kêu vắng chuông chùa nên khơi.
汉语意译：翰院候虫，远寺时钟。

喃字原文：𦂾哨蝷月熩𣦍屋，
越 南 语：Vài tiếng dế nguyệt soi trước ốc,
汉语意译：蟋蟀数清月，

喃字原文：没行蕉𩙌㖔外軒。
越 南 语：Một hàng tiêu gió thốc ngoài hiên.
汉语意译：芭蕉一院风。

喃字原文：蘿幔拸葻𩙌穿，
越 南 语：Lá màn lay ngọn gió xuyên,
汉语意译：风裂沙窗穿帐隙，

喃字原文：𣈖花蹺𣈖月蓮𣦍簾。
越 南 语：Bóng hoa theo bóng nguyệt lên trước rèm.
汉语意译：月移花影上帘笼。

喃字原文：花解月月印没𦟐，
越 南 语：Hoa dãi nguyệt nguyệt in một tấm,
汉语意译：花前月下月自白，

喃字原文：月攏花花深層葻。
越 南 语：Nguyệt lồng hoa hoa thắm từng bông.
汉语意译：月下花前花自红。

喃字原文：月花花月重重，
越 南 语：Nguyệt hoa hoa nguyệt trùng trùng,
汉语意译：月花花月兮影重重，

喃字原文：𪪳花𨑜月𥪞𢚸掣兜。
越 南 语：Trước hoa dưới nguyệt trong lòng xiết đâu.
汉语意译：花前月下兮心忡忡。

喃字原文：兜掣計閅愁𠦳惱，
越 南 语：Đâu xiết kể muôn sầu nghìn não,
汉语意译：千般赖万事慵，

喃字原文：慈女工婦巧調𢠩。
越 南 语：Từ nữ công phụ xảo đều nguôi.
汉语意译：慵女工锦逐耻抛鸳对偶。

喃字原文：㤙拎金㤙迻梭，
鶯堆𢢆紡𧋆堆碍絲。
越 南 语：Biếng cầm kim biếng đưa thoi,
Oanh đôi thẹn dệt bướm đôi ngại thùa.
汉语意译：慵妇巧金针羞刺蝶雌雄。

喃字原文：𩈘㤙蘇𠰘强㤙吶，
越 南 语：Mặt biếng tô miệng càng biếng nói,
汉语意译：慵妆愁脸空施粉，

喃字原文：𣋽吏𣊿𨅹𨅹㩫窗，
越 南 语：Sớm lại chiều dõi dõi nương song.
汉语意译：慵语终朝闷倚窗。

喃字原文：㩫窗𢗖痕痲𢚸，
越 南 语：Nương song luống ngẩn ngơ lòng,
汉语意译：倚窗倚窗复倚窗，

喃字原文：永払點粉妝紅貝埃。
越 南 语：Vắng chàng điểm phấn trang hồng với ai.
汉语意译：郎君去兮谁为容？

喃字原文：怲妝點悉馭愁憹，
越 南 语：Biếng trang điểm lòng người sầu tủi,
汉语意译：谁为容兮心盘桓，

喃字原文：悴浽払外塓江陵。
越 南 语：Xót nỗi chàng ngoài cõi giang lăng.
汉语意译：郎君去兮隔重关。

喃字原文：恪之娿织姉姮，
越 南 语：Khác gì ả chức chị hằng,
汉语意译：何试天帝尊冷落泣银渚，

喃字原文：泊銀灌湥宮膯覙梦。
越 南 语：Bến ngân sùi sụt cung trăng chốc mòng.
汉语意译：何试姮娥妇凄凉坐广寒。

喃字原文：溇揞磏咳魼罒襘，
越 南 语：Sâu ôm nặng hãy chồng làm gối,
汉语意译：藉愁兮为枕，

喃字原文：悶渚腆咳啮罒粓。
越 南 语：Muộn chứa dầy hãy thổi làm cơm.
汉语意译：煮闷兮为餐。

喃字原文：挴花挴醞解愮，
越 南 语：Mượn hoa mượn rượu giải buồn,
汉语意译：欲将酒制愁愁重酒无力，愁闷总为愁闷遇，

喃字原文：愁罒醞汨悶洊花餵。
越 南 语：Sầu làm rượu nhạt muộn dồn hoa ôi.
汉语意译：欲将花解闷闷押花无颜，闷愁化作九泉叹。

喃字原文：搭笙玉余回空啃，
越 南 语：Gõ sênh ngọc mấy hồi không tiếng,
汉语意译：试琼笙兮不成响，

喃字原文：揞彈争余飄移栖。
越 南 语：Ôm đàn tranh mấy phím rời tay.
汉语意译：抢银筝兮不忍弹。

喃字原文：悴馭行役閉尼，
越 南 语：Xót người hành dịch bấy nay,
汉语意译：思远塞兮行路难，

喃字原文：黖賒嵘瘖闞湇吏粅。
越 南 语：Dặm xa mong mỏi hết đầy lại vơi.
汉语意译：念征夫兮囊拓单①。

喃字原文：歌鵑嘵〻浗渃相，
越 南 语：Ca quyên ghẹo làm rơi nước mắt,
汉语意译：鹃声啼落鳏情泪，

喃字原文：𪔠樵摳如搋䐊肝。
越 南 语：Trống tiều khua như đứt buồng gan.
汉语意译：樵鼓敲如带闷肝。

喃字原文：武鐄對恪容颜，
越 南 语：Võ vàng đổi khác dung nhan,
汉语意译：不胜憔悴形骸软，

喃字原文：睽離買别辛酸样尼。
越 南 语：Khuê li mới biết tân toan dường này.
汉语意译：始觉暌离滋味酸。

①囊拓单：越南语指包袋凹落。拓单，指瘪塌塌，凹落。

喃字原文：稔洙咳舭忢買熓，
越 南 语：Nếm chua cay tấm lòng mới tỏ,
汉语意译：滋味酸兮酸竟辛，

喃字原文：洙咳尼呵固為埃。
越 南 语：Chua cay này há có vì ai.
汉语意译：辛酸端的为良人。

喃字原文：為払淚妾㳥堆，
越 南 语：Vì chàng lệ thiếp nhỏ đôi,
汉语意译：为良人兮又妾泪，

喃字原文：為払身妾䙚雷没彼。
越 南 语：Vì chàng thân thiếp lẻ loi một bề.
汉语意译：为良人兮只妾身。

喃字原文：身妾拯斯㩫帡帳，
越 南 语：Thân thiếp chẳng gần kề dưới trướng,
汉语意译：妾身不到君征帐，

喃字原文：淚妾市㸙紅邊巾。
越 南 语：Lệ thiếp nào chút vướng bên khăn.
汉语意译：妾泪不到君征巾。

喃字原文：唯群魂梦特斯，
越 南 语：Duy còn hồn mộng được gần,
汉语意译：唯有梦魂无不到，

喃字原文：腤腤常細江濱尋馭。
越 南 语：Đêm đêm thường tới giang tân tìm người.
汉语意译：寻君夜夜到江滨。

喃字原文：尋払課陽臺壊苖，
越 南 语：Tìm chàng thuở dương đài lối cũ,
汉语意译：寻君兮阳台路，

喃字原文：返払卮湘浦洒留。
越 南 语：Gặp chàng nơi tương phố bến xưa.
汉语意译：会君兮湘江滨。

喃字原文：森丕余昕情旗，
越 南 语：Sum vầy mấy lúc tình cờ,
汉语意译：记得几番欢会处，

喃字原文：拯戈達襘没賖梦春。
越 南 语：Chẳng qua trên gối một giờ mộng xuân.
汉语意译：无非一枕梦中春。

喃字原文：憚妾身吏空凴梦，
越 南 语：Giận thiếp thân lại không bằng mộng,
汉语意译：此身返恨不如梦，

喃字原文：特斯払洒壠城関。
越 南 语：Được gần chàng bến lung thành quan.
汉语意译：陇水咸关与子身。

喃字原文：欺媢仍惜思残，
越 南 语：Khi mơ những tiếc khi tàn,
汉语意译：梦去每曾惊竟断，

喃字原文：情䏧眩梦閲萬拱空。
越 南 语：Tình trong giấc mộng muôn vàn cũng không.
汉语意译：梦回又虑眩非真。

喃字原文：唯固没舲悉拯摱，
越 南 语：Duy có một tấm lòng chẳng dứt,
汉语意译：唯有寸心真不断，

喃字原文：罕蹺払賖刻市𩲡。
越 南 语：Vốn theo chàng giờ khắc nào nguôi.
汉语意译：未尝顷刻少离君。

喃字原文：恚蹺仍拄凭䏧，
越 南 语：Lòng theo nhưng chửa thấy người,
汉语意译：心不离君未见君，

喃字原文：蓮高余盱𥉩潙輀車。
越 南 语：Lên cao mấy lúc trông vời bánh xe.
汉语意译：凭高几度望征轮。

喃字原文：𥉩汭南澴雯楣渃，
越 南 语：Trông bến nam bãi che mặt nước,
汉语意译：望君何所见？江边满白萍，

喃字原文：𦹵碧菩䋦末牟䴵。
越 南 语：Cỏ biếc um dâu mướt màu xanh.
汉语意译：燕草非清水，秦桑染绿云。

喃字原文：茹村余𡊨䓤𨇒，
越 南 语：Nhà thôn mấy xóm chông chênh,
汉语意译：南来井邑半风尘，

喃字原文：没彈鴣豆𪁸崍嘲歆。
越 南 语：Một đàn cò đậu trước gềnh chiều hôm.
汉语意译：落日平沙鹭一群。

喃字原文：𥉩塘北㖔垝館客，
越 南 语：Trông đường bắc đòi chòm quán khách,
汉语意译：望君何所见？关路短长亭①。

喃字原文：霔羅核䴵屹岃嫩。
越 南 语：Mây rà cây xanh ngắt núi non.
汉语意译：云间梧树碧，天际蜀山青。

①短长亭：去关隘路上，每隔五里为一短亭，十里为一长亭。

喃字原文：穭成𢯦退邊堒，
越 南 语：Lúa thành thoi thót bên cồn,
汉语意译：北来禾黍半荒城，

喃字原文：喧𠸟玉笛哓喁邊楼。
越 南 语：Nghe thổi ngọc địch véo von bên lầu.
汉语意译：微雨江楼笛一声。

喃字原文：嫩東㐌蘿侯質埬，
越 南 语：Non đông thấy là hầu chất đống,
汉语意译：望君何所见？空山叶做堆。

喃字原文：雉立仕梅拱披摆。
越 南 语：Trĩ xập xòe mai cũng bẻ bai.
汉语意译：似飞双野雉，似舞满江梅。

喃字原文：烠霿煊兇岸㵢，
越 南 语：Khói mù nghi ngút ngàn khơi,
汉语意译：东去风烟惨不开，

喃字原文：𤳆鴶拔𩙋落類叫傷。
越 南 语：Con chim bạt gió lạc loài kêu thương.
汉语意译：西风漂泊鸟声衰，

喃字原文：隴西㐌渃徉搵曲，
越 南 语：Lũng tây thấy nước dường uốn khúc,
汉语意译：望君何所见？河水曲如钩。

喃字原文：雁翎空涛唷船鈎。
越 南 语：Nhạn liệng không sóng giục thuyền câu.
汉语意译：长空数点雁，远浦一归舟。

喃字原文：岸樋搫祝苤萔，
越 南 语：Ngàn thông chen chúc chòm lau,
汉语意译：西去松楸①接段芜，

①松楸：两种树。有黄花或紫花，常种在义庄处。

喃字原文：隔溋湿晌趴兜𧼋衛。
越 南 语：Cách duềnh thấp thoáng người đâu đi về.
汉语意译：行人苇没隔苍周。

喃字原文：𥉫罘𬨠蹎歪𡗶坦，
越 南 语：Trông bốn bề chân trời mặt đất,
汉语意译：望尽天头又地头，

喃字原文：𨖲𨑜楼深脱𠶋番。
越 南 语：Lên xuống lầu thấm thoắt đòi phen.
汉语意译：几日登楼又下楼。

喃字原文：立霾𢯏相坤𥆾，
越 南 语：Lớp mây ngừng mắt khôn nhìn,
汉语意译：冻云阻尽相思眼，

喃字原文：别兜征戰羅洿玉関。
越 南 语：Biết đâu chinh chiến là miền ngọc quan.
汉语意译：何处玉关征搜？

喃字原文：棍揮坦𠅒坤斈譈，
越 南 语：Gậy rút đất dễ khôn học chước,
汉语意译：恨无长防缩地术，

喃字原文：巾撓桥市特𧡊仙。
越 南 语：Khăn gieo cầu nào được thấy tiên.
汉语意译：恨无仙子掷巾符。

喃字原文：𢚸尼化𥒥拱𢧚，
越 南 语：Lòng này hóa đá cũng nên,
汉语意译：有心诚化石，

喃字原文：咴空淚玉麻𨖲𥉫楼。
越 南 语：E không lệ ngọc mà lên trông lầu.
汉语意译：无泪可登楼。

喃字原文：昕瞏吏瞨牟楊柳，
越 南 语：Lúc ngoảnh lại ngắm màu dương liễu,
汉语意译：回首长堤杨柳色，

喃字原文：他譴払停翌爵封。
越 南 语：Thà khuyên chàng đừng chịu tước phong.
汉语意译：悔教夫婿觅封侯。

喃字原文：拯台闭駷躡嗵，
越 南 语：Chẳng hay muôn dặm ruổi giọng,
汉语意译：不识离家千里外，

喃字原文：悉払固拱如悉妾庄？
越 南 语：Lòng chàng có cũng như lòng thiếp chăng?
汉语意译：君心有似妾心思。

喃字原文：悉払哘拱憑如芿，
越 南 语：Lòng chàng ví cũng bằng như thế,
汉语意译：君心倘与妾心似，

喃字原文：悉妾兜敢擬斯賒。
越 南 语：Lòng thiếp đâu dám nghĩ gần xa.
汉语意译：妾亦于君何怨尤。

喃字原文：向陽悉妾如花，
越 南 语：Hướng dương lòng thiếp như hoa,
汉语意译：妾心如花常向阳，

喃字原文：悉払恪唇咴斜𣋽陽。
越 南 语：Lòng chàng lẩn thẩn e tà bóng dương.
汉语意译：只怕君心如流光。

喃字原文：𣋽陽底花鐄拯兑，
越 南 语：Bóng dương để hoa vàng chẳng đoái,
汉语意译：流光一去不复照，花为流光黄又黄。

喃字原文：花底残黜在𣋚陽，
越 南 语：Hoa để vàng bởi tại bóng dương.
汉语意译：花黄更向谁边笑？流光不肯一回照。

喃字原文：花鐄花蘿觥墙，
越 南 语：Hoa vàng hoa rụng quanh tường,
汉语意译：黄花却为流光老，黄花老兮落满墙。

喃字原文：𡗶貼花蘿𤎕霜余吝。
越 南 语：Trải xem hoa rụng đêm sương mấy lần.
汉语意译：花落如今经几霜。

喃字原文：茬兰怒𨀈𡓏㐌採，
越 南 语：Chồi lan nọ trước sân đã hái,
汉语意译：庭兰兮已摘，

喃字原文：蔬蘋箕邊𡓁迻香。
越 南 语：Ngọn tần kia bên bãi đưa hương.
汉语意译：江藻兮又芳。

喃字原文：𢬣襜遥跳前堂，
越 南 语：Sửa xiêm dạo bước tiền đường,
汉语意译：摄衣步前堂，

喃字原文：𩈘𥆾貼䁛天彰唇蜍。
越 南 语：Ngửa trông xem vẻ thiên chương thẫn thờ.
汉语意译：仰目观天章。

喃字原文：𣋚銀汉欺𤎕欺𤑟，
越 南 语：Bóng ngân hán khi mờ khi tỏ,
汉语意译：河水翻明灭，

喃字原文：度圭躔㫰固㫰空。
越 南 语：Độ khuê triền buổi có buổi không.
汉语意译：奎躔[①]乍现藏。

喃字原文：式霴堆昈汨浓，
越 南 语：Thức mây đôi lúc nhạt nồng,
汉语意译：纤云时仿佛，

喃字原文：槌𨤮北斗催東吏兑。
越 南 语：Chuôi sao bắc đẩu thôi đông lại đoài.
汉语意译：北斗忽低昂。

喃字原文：没䄵没汨味輪粉，
越 南 语：Một năm một nhạt mùi son phấn,
汉语意译：月照兮我床，风吹兮我墙。

喃字原文：丈夫群踈唇沔渊。
越 南 语：Trượng phu còn thơ thẩn miền khơi.
汉语意译：玉颜随年削，丈夫犹他方。

喃字原文：𣈜牢形影扗移，
越 南 语：Xưa sao hình ảnh chẳng rời,
汉语意译：昔为形与影，

喃字原文：悲睐茹底隔潙参殤。
越 南 语：Bây giờ nỡ để cách vời sâm thương.
汉语意译：今为参与商[②]。

喃字原文：払踹馭駛長余府，
越 南 语：Chàng ruổi ngựa dặm trường mấy phủ,
汉语意译：君边云拥青骠[③]骑，

①奎躔：一星座。
②参与商：参星与商星。
③青骠：青丝马。李白《捣衣篇》云："君边云拥青丝骑，妾处苔生红粉楼。"

喃字原文：妾遥鞋楼苗蘔印。
越 南 语：Thiếp dạo hài lầu cũ rêu in.
汉语意译：妾处苔生响屧廊①。

喃字原文：䨒春䭲没永信，
越 南 语：Gió xuân ngày một vắng tin,
汉语意译：廊内春风日将歇，

喃字原文：可傷𥑥𠅎余番良時。
越 南 语：Khá thương lỡ hết mấy phen lương thì.
汉语意译：可怜误尽良时节。

喃字原文：仕忮欺梗姚朶魏，
蹢䨒春鐄紫聘燒。
越 南 语：Xảy nhớ khi cành diêu đóa ngụy,
Trước gió xuân vàng tía sánh nhau.
汉语意译：良时节！良时节姚黄魏紫嫁东风。

喃字原文：怒時妸织扲牛，
細䏧秋吏扐槗迦滝。
越 南 语：Nọ thì ả chức chàng ngâu,
Tới trăng thu lại bắc cầu sang sông.
汉语意译：良时节！良时节织女牛郎会明月。

喃字原文：傷没几房空隴狞，
越 南 语：Thương một kẻ phòng không luống giữ,
汉语意译：可怜兔守一空房，

喃字原文：莳節䥥淋𥑥𠻃𡮈。
越 南 语：Thời tiết lành lầm lỡ đòi nau.
汉语意译：年年误尽良时节。

---

①响屧廊：春秋时吴宫廊名。相传廊下虚空。吴王夫差叫西施等人穿木鞋在廊上走，发出响声。屧，木板拖鞋。

喃字原文：梭迻䣊𣎃𨅹毛，
越 南 语：Thoi đưa ngày tháng ruổi mau,
汉语意译：良时节兮忽如梭，

喃字原文：𠊛𢀭深脱戈牟春𩇢。
越 南 语：Người đời thấm thoắt qua màu xuân xanh.
汉语意译：人世青春容易过。

喃字原文：春秋底𢚸𩵜於㐌，
越 南 语：Xuân thu để giận quanh ở dạ,
汉语意译：况复是春闷未消秋恨续，

喃字原文：合離停㦖过去𢝙。
越 南 语：Hợp li đành buồn quá khi vui.
汉语意译：况复是合欢更少别愁多。

喃字原文：怨愁𡗉浽哉排，
越 南 语：Oán sầu nhiều nỗi tơi bời,
汉语意译：别愁秋恨两相磨，

喃字原文：躰蒲柳𭛣押耐𣉹春。
越 南 语：Vóc bồ liễu dễ ép nài chiều xuân.
汉语意译：蒲柳青青能几何。

喃字原文：箕文君美妙課𠓀，
越 南 语：Kìa Văn quân mỹ miều thuở trước,
汉语意译：空叹惜浪咨嗟，

喃字原文：咿𦤾欺頭泊麻傷。
越 南 语：E đến khi đầu bạc mà thương.
汉语意译：浪咨嗟！只恐白到文君头。

喃字原文：𩈘花怒嫁潘郎，
越 南 语：Mặt hoa nọ gã Phan lang,
汉语意译：空叹惜！只恐花到潘郎鬓。

喃字原文：悽欺厤霴葩霜拱𡸈。
越 南 语：Sợ khi mái tóc pha sương cũng ngừng.
汉语意译：叹惜何以为？

喃字原文：擬颜色當澄花�，
越 南 语：Nghĩ nhan sắc đương chừng hoa nở,
汉语意译：颜色犹红如嫩花。

喃字原文：惜光阴吝𢘾撓戈。
越 南 语：Tiếc quang âm lần lữa gieo qua.
汉语意译：咨嗟何以为？光阴一掷无回戈。

喃字原文：擬命薄惜年华，
越 南 语：Nghĩ mệnh bạc tiếc niên hoa,
汉语意译：咨命薄惜年华，

喃字原文：㛪絲𠇍𣅶麻䵷娜溕。
越 南 语：Gái tơ mấy chốc mà ra nạ dòng.
汉语意译：青丝少妇几成皤。

喃字原文：擱月怒㥃梦䁐𩈘，
越 南 语：Gác nguyệt nọ mơ mòng vẻ mặt.
汉语意译：香阁重怀陪笑脸，

喃字原文：楼花箕𦲾拂唏香。
越 南 语：Lầu hoa kia phảng phất hơi hương.
汉语意译：花楼尚记解香罗。

喃字原文：嘖𡗶牢底𣑎廊，
越 南 语：Trách trời sao để lỡ làng,
汉语意译：恨天不与人方便，底事到今成坎坷。

喃字原文：妾油妾吏油払𢛠悁。
越 南 语：Thiếp rầu thiếp lại rầu chàng chẳng quên.
汉语意译：坎坷坎坷知奈何？为妾嗟兮为君嗟！

喃字原文：扒拯凭鴗鴦於内，
越 南 语：Chàng chẳng thấy chim uyên ở nội,
汉语意译：君不见野外双鸳鸯，

喃字原文：拱摺揄拯𨁪分張。
越 南 语：Cũng dập dìu chẳng vội phân trương.
汉语意译：甘心不忍两分张。

喃字原文：拯貼鴗燕𨕭樑，
越 南 语：Chẳng xem chim én trên rường,
汉语意译：又不见梁间只燕燕，

喃字原文：泊頭空妄堆塘裖嬈，
越 南 语：Bạc đầu không nỡ đôi đường rẽ nhau,
汉语意译：白首何曾忘眷恋？

喃字原文：箕类蝼堆頭拱聘，
越 南 语：Kìa loài sâu đôi đầu cùng sánh,
汉语意译：蛩蛩①也无知，并驱到老不相违！

喃字原文：怒类鴗执翅拱𩙻。
越 南 语：Nọ loài chim chắp cánh cùng bay.
汉语意译：鹣鹣②也无情，比翼相随过一生！

喃字原文：柳蓮羅式䓡核，
越 南 语：Liễu sen là thức cỏ cây,
汉语意译：路柳曾传连理处，

喃字原文：堆花拱聘堆絏拱連。
越 南 语：Đôi hoa cùng sánh đôi dây cùng liền.
汉语意译：池莲亦有并头时。

---

①蛩蛩：蟋蟀。
②鹣鹣：又称比翼鸟。

喃字原文：氏类物情緣群世，
越 南 语：Ấy loài vật tình duyên còn thế,
汉语意译：何人生之相违？

喃字原文：牢刧𠊛妸底𢀭低？
越 南 语：Sao kiếp người nỡ để đấy đây?
汉语意译：嗟物类之如斯。

喃字原文：妾吀閲刧𡢐尼，
越 南 语：Thiếp xin muôn kiếp sau này,
汉语意译：安得在天为比翼鸟，

喃字原文：如鴗連翄如核連梗。
越 南 语：Như chim liền cánh như cây liền cành.
汉语意译：在地为连理枝？

喃字原文：停閲刧㕸情拱丕，
越 南 语：Đành muôn kiếp chữ tình đã vậy,
汉语意译：宁甘死相见，不忍生相离。虽然死相见，

喃字原文：蹺刧尼欣凭刧𡢐。
越 南 语：Theo kiếp này hơn thấy kiếp sau.
汉语意译：曷若生相随。

喃字原文：妾吀払瀋泊頭，
越 南 语：Thiếp xin chàng chớ bạc đầu,
汉语意译：安得君无老日，

喃字原文：妾時狩歶𧚟牟𧚟中。
越 南 语：Thiếp thì giữ mãi lấy màu trẻ trung.
汉语意译：妾常少年时。

喃字原文：吀罒睥蹺共払丕，
扗𧼋兜拱凭妾邊。
越 南 语：Xin làm bóng theo cùng chàng vậy,
Chàng đi đâu cũng thấy thiếp bên.
汉语意译：愿为影兮随君边，

喃字原文：払擨𡗉日妾願，
越 南 语：Chàng nương vừng nhật thiếp nguyền,
汉语意译：君有行兮影不远，

喃字原文：每𨀈忠孝妾吀院𡃕。
越 南 语：Mọi bề trung hiếu thiếp xin vẹn tròn.
汉语意译：君依光兮妾如愿。

（五）

喃字原文：𢚸許国𢭮𢬣𡸈圪，
越 南 语：Lòng hứa quốc tựa son ngăn ngắt,
汉语意译：愿君许国心如丹，

喃字原文：𠡚庇民㨋鉄知知。
越 南 语：Sức tí dân dường sắt tri tri.
汉语意译：愿君庇民身如铁。

喃字原文：𧖱禪巫矍辱枝，
越 南 语：Máu thiền vu quắc nhục chi,
汉语意译：饥来吞下月氏头，

喃字原文：氏時晛旺氏時𩛷咹。
越 南 语：Ấy thì buổi uống ấy thì bữa ăn.
汉语意译：渴来饮下单于①血。

喃字原文：鎇捅膊𠺺吝㦖唉，
越 南 语：Mũi dòng vác đòi lần hăm hở,
汉语意译：何幸期门②锋刃中，

①单于：指匈奴首领。
②期门：战场地名。

喃字原文：㐌𢚸𡗶擜䜹𠊛終。
越 南 语：Đã lòng trời gìn giữ người trung.
汉语意译：老天着意护英雄。

喃字原文：护払𤾓陣𢧚功，
越 南 语：Hộ chàng trăm trận nên công,
汉语意译：护英雄百战功，长驱驷马静关东①。

喃字原文：揨箭隘北挿弓𡶀兑。
越 南 语：Buông tên ải bắc treo cung non đoài.
汉语意译：关东关北②休传箭，山尾山头早挂弓。

喃字原文：睥旗帜者外关隘，
越 南 语：Bóng kỳ xí giã ngoài quan ải,
汉语意译：捷色旌旗辞塞月，

喃字原文：㗂凱歌阻吏臣京。
越 南 语：Tiếng khải ca trở lại thần kinh.
汉语意译：凯歌将士背边风。

喃字原文：頂𡶀刻砺底名，
越 南 语：Đỉnh non khắc đá để danh,
汉语意译：勒功兮焉然石，

喃字原文：朝天𠓨𠸗宫庭撜功。
越 南 语：Triều thiên vào trước cung đình dâng công.
汉语意译：献馘兮未央宫③。未央宫兮向天朝，

喃字原文：渃溋汉鉞洞𣷭瀝，
越 南 语：Nước duềnh hán việt dòng rửa sạch,
汉语意译：挽银河④兮洗刀弓。

①关东：咸阳以东的地方（河南省）。
②关北：咸阳以北的地方（河南省）。
③未央宫：汉代在长安的皇宫。
④挽银河：杜甫《洗兵马》云，“安得壮士挽天河，净洗甲兵长不用”。

喃字原文： 曲樂詞嘹吒唛唷。

越 南 语： Khúc nhạc từ réo rắt lừng khen.

汉语意译： 词人删下平淮颂①，乐府歌传入汉谣。

喃字原文： 再搊秦霍院全，

越 南 语： Tái so tần hoắc vẹn tuyền.

汉语意译： 凌烟阁兮秦叔宝②，

喃字原文： 䊷記阁熴像传臺麟。

越 南 语： Tên ghi gác khói tượng truyền đài lân.

汉语意译： 麒麟台兮霍票姚③。

喃字原文： 䌡勲将带巾糊㕻，
𡨸同休碑底𢆥冬。

越 南 语： Nền huân tướng đai cân rạng vẻ,
Chữ đồng hưu bia để nghìn đông.

汉语意译： 天长地久茅苴券，

喃字原文： 恩𨕭子荫妻封，
顯荣妾拱唊終香𡗶。

越 南 语： Ơn trên tử ấm thê phong,
Hiển vinh thiếp cũng đượm chung hương trời.

汉语意译： 子荫妻封④爵禄标。

（六）

喃字原文： 妾拯愢如𠊛蘇婦，

越 南 语： Thiếp chẳng dại như người tô phụ,

汉语意译： （有愁兮此日，得意兮来时。）妾非苏家痴心妇，

---

①平淮颂：汉俞写的《评淮河豚灭赋》。
②秦叔宝：即秦琼，唐初将领。
③霍票姚：即霍去病，西汉名将。
④子荫妻封：子荫，儿子得享爵位；妻封，妻子得封赠。

喃字原文：払罕空𩓡偻洛陽。

越 南 语：Chàng hẳn không kém lũ Lạc Dương.

汉语意译：君亦洛阳好男儿。

喃字原文：欺衛𢭲菓印鐄，

越 南 语：Khi về chẳng quả ấn vàng,

汉语意译：归来倘佩黄金印，

喃字原文：𨕭穹絏敢抧𢭲罒高。

越 南 语：Trên khung cửi dám rẫy ruồng làm cao.

汉语意译：肯学当年不下机？①

喃字原文：吀為払𢭮袍掀甲，

越 南 语：Xin vì chàng sấp bào cởi giáp,

汉语意译：愿为君兮解征衣，

喃字原文：吀為払喻㕒風霜。

越 南 语：Xin vì chàng rũ lớp phong sương.

汉语意译：愿为君兮捧霞卮。

喃字原文：為払𢭮酌𪡏鐄，

越 南 语：Vì chàng tay chuốc chén vàng,

汉语意译：为君梳栉云鬟髻，

喃字原文：為払點粉掃香恼憹。

越 南 语：Vì chàng điểm phấn đeo hương não nùng.

汉语意译：为君妆点玉胭脂。

喃字原文：㧾巾淚払𥉫層𦟐，

越 南 语：Giở khăn lệ chàng trông từng tấm,

汉语意译：取君看兮旧泪帕，

①归来倘佩黄金印，肯学当年不下机：语见李白《别内赴征》，“归时倘佩黄金印，莫学苏秦不下机”。

喃字原文：讀詩愁払审層句。
越 南 语：Đọc thơ sầu chàng thẩm từng câu.
汉语意译：诉君听兮旧情词。

喃字原文：句愹對𢭲句愁，
越 南 语：Câu vui đổi với câu sầu,
汉语意译：旧情词兮换新联，

喃字原文：𨢇呵共計𨀈𢇻每㖫。
越 南 语：Rượu khà cùng kể trước sau mọi lời.
汉语意译：语新话旧兮酒杯前。

喃字原文：仕捽𣻆吝吝𠴍戰，
越 南 语：Sẽ rót vơi lần lần đòi chén,
汉语意译：浅斟兮慢慢，

喃字原文：仕歌寅蹎蹎𠴍連。
越 南 语：Sẽ ca dần rén rén đòi liên.
汉语意译：低唱兮连连。

喃字原文：連吟對飲層番，
越 南 语：Liên ngâm đối ẩm từng phen,
汉语意译：斟不斟兮渭城醸，唱不唱兮紫骝篇[①]。
斟九酝[②]兮唱双联，

喃字原文：共払吏結𦀊缘𦥃𦓅。
越 南 语：Cùng chàng lại kết mối duyên đến già.
汉语意译：与君整顿兮旧姻缘，交颈成双到老天。

喃字原文：朱補旴愁賒隔𢖵，
越 南 语：Cho bõ lúc sầu xa cách nhớ,
汉语意译：偿了功名离别债，

---

①紫骝篇：紫骝即紫骝马。曾有歌名“紫骝篇”，内容为讲述去咸阳的士兵多年不得回家的境况。

②九酝：美酒。有诗云，“酌我仙人九酝觞”。

喃字原文：𡨹𢭸僥𢣧課太平。
越 南 语：Giữ gìn nhau vui thuở thái bình.
汉语意译：相怜相守太平年。太平年愿岁置，

喃字原文：吟哦𣜳𠳒𢪀情，
越 南 语：Ngâm nga mong gửi chữ tình:
汉语意译：若然此后妾何泪。将会之期将寄信，

喃字原文：样尼欧罕才𡛤丈夫。
越 南 语：Đường này âu hẳn tài lành trượng phu!
汉语意译：嗟乎，丈夫当如是！

说明：此《征妇吟》（喃字）由苏维芳、苏凯根据越南学者阮氏芳针提供的越文版翻译而成。

2007年4月

宫怨吟

简　介

《宫怨吟》是越南诗人阮嘉韶根据中国大量典故演绎改编而成的一部双七、六八体的长篇喃字诗歌。作品描写了一名才貌双全、被强召入宫的女子，享受一时荣宠后便被嫔妃无数的帝王遗忘在冷宫之中，最后在哀怨的吟咏中香消玉殒的故事。这是为被囚禁在地狱般的皇宫中的妇女吟唱的一支缠绵悱恻的哀歌。《宫怨吟》在越南古代文坛上占有一定地位，是继《征妇吟》之后道出了这一时期妇女痛苦的第二部作品，成为“千锤百炼语语惊人”的名篇。这部作品有力地揭露了封建宫廷对许多无辜宫女的摧残和迫害。从宫女的悲惨命运中，反映出当时封建最高统治者的荒淫生活和封建制度下的残酷现实。控诉了封建制度对妇女的残害，反映了男女平等、尊重女性的思想。同时，也流露出了作者虚无、幻灭的人生观和悲观厌世的思想。

宫怨吟曲

Cung oán ngâm khúc

宫 怨 吟

喃字原文：岐壁桂𩙋鐄嚣迄，
越 南 语：Trải vách quế gió vàng hiu hắt,
汉语意译：宫园桂树金风啸，

喃字原文：艋羽衣冷沚如銅。
越 南 语：Mảnh vũ y lạnh ngắt như đồng.
汉语意译：冰冷如铜吹羽衣。

喃字原文：怨之仍客椒房，
越 南 语：Oán chi những khách tiêu phòng,
汉语意译：椒房宫女心怨恨，

喃字原文：麻吹份泊躺𨕭腮桃。
越 南 语：Mà xui phận bạc nằm trong má đào.
汉语意译：谁唆薄命演红颜。

喃字原文：缘㐌𦂛据牢吏𩦓，
越 南 语：Duyên đã may cớ sao lại rủi,
汉语意译：有幸缘分何恶运，

喃字原文：擬源㺧㧅嘝牢當。
越 南 语：Nghĩ nguồn cơn dở dói sao đang.
汉语意译：兜翻往事自何忍。

喃字原文：為兜铖浽㧅扛，
越 南 语：Vì đâu nên nỗi dở dang,
汉语意译：因何身世成尴尬，

喃字原文：擬躺躺吏添傷浽躺。
越 南 语：Nghĩ mình, mình lại thêm thương nỗi mình.
汉语意译：心里盘算境遭遇。

喃字原文：黏忟課核形造化，
越 南 语：Trộm nhớ thuở gây hình tạo hóa,
汉语意译：窃念童年形造化，

喃字原文：掋芙蓉没朵跬鲜。
越 南 语：Vẻ phù dung một đóa khoe tươi.
汉语意译：美艳如朵芙蓉花。

喃字原文：莜花渚哧呭哄，
越 南 语：Nụ hoa chưa mỉm miệng cười,
汉语意译：花蕾尚未张口笑，

喃字原文：锦娘班㐌辣味秋容。
越 南 语：Gấm nàng ban đã lạt mùi thu dung.
汉语意译：班娘①如锦秋容淡。

喃字原文：盎桃臉抌葻恼衆，
越 南 语：Áng đào kiểm đâm bông não chúng,
汉语意译：桃花脸引众烦愁，

喃字原文：眭秋波㵢㴜傾城。
越 南 语：Khéo thu ba rợn sóng khuynh thành.
汉语意译：秋波眼悚倾城浪。

喃字原文：睥鏡竝瞻𦛌𦀴，
越 南 语：Bóng gương lấp ló trong mành,
汉语意译：帘里隐现美人影，

---

①班娘：汉成帝的宫妃，美貌与才华极为出众，深受皇帝宠爱。后来失宠时在扇上作了首诗《怨歌行》，以此形容宫妃有如扇子，秋天一到，便被遗弃。

喃字原文：䩞核拱闷淧情霎湄。
越 南 语：Cỏ cây cũng muốn nổi tình mây mưa
汉语意译：树草亦想风雨情。

喃字原文：�底渃魪蠦鮽洛，
越 南 语：Chìm đáy nước cá lừ đừ lặn,
汉语意译：为情沉鱼无力游，

喃字原文：潮凌歪雁銀瘬泧。
越 南 语：Lửng lưng trời nhạn ngẩn ngơ sa.
汉语意译：天上落雁飞愣然。

喃字原文：香歪怷月醝花，
越 南 语：Hương trời đắm nguyệt say hoa,
汉语意译：天香迷月沉醉花，

喃字原文：西施秩魄姮娥弋躺。
越 南 语：Tây Thi mất vía, Hằng Nga giật mình.
汉语意译：吓嫦娥西施魂飞。

喃字原文：句錦綉彈英户李，
越 南 语：Câu cẩm tú đàn anh họ Lý,
汉语意译：诗句锦绣琴李白，

喃字原文：湼丹青媥姊払王。
越 南 语：Nét đan thanh bậc chị chàng Vương.
汉语意译：诗画丹青王维作。

喃字原文：旗仙酟聖埃當，
越 南 语：Cờ tiên rượu thánh ai đang,
汉语意译：仙旗圣酒谁敢当，

喃字原文：刘灵帝釋罒廊知音。
越 南 语：Lưu linh đế thích là làng tri âm.
汉语意译：刘灵释帝有名人。

喃字原文：琴店月訪尋斯馬，
越 南 语：Cầm điếm nguyệt phỏng tầm Tư Mã,
汉语意译：月琴店寻访司马①，

喃字原文：笛楼秋梣䏧箫郎。
越 南 语：Địch lầu thu dường gã Tiêu lang.
汉语意译：秋笛楼听吹箫郎。

喃字原文：抽艺𢬣舞𠰘腔，
越 南 语：Dẫu nghề tay múa miệng xang,
汉语意译：口唱手舞技艺演，

喃字原文：天仙拱摄霓裳𨕭䏧。
越 南 语：Thiên tiên cũng xếp nghê thường trong trăng.
汉语意译：月上霓裳天仙排。

喃字原文：才色㐌㖇唛𨕭渃，
越 南 语：Tài sắc đã vàng lừng trong nước,
汉语意译：才艺美色名大振，

喃字原文：𧋆螉群嗃嘵外軒。
越 南 语：Bướm ong còn xao xác ngoài hiên.
汉语意译：蜜蜂蝴蝶轩外喧。

喃字原文：聣瞌仍相渚𥋳，
越 南 语：Tai nghe nhưng mắt chưa nhìn,
汉语意译：皇帝耳闻又目睹，

喃字原文：病齐宣㐌浽𧋆洞洞。
越 南 语：Bệnh tề tuyên đã nổi lên đùng đùng.
汉语意译：好色病发气呼呼。

①司马：即司马相如，因一曲《凤求凰》求得美人归而扬名。

喃字原文： 花春怒群封嫩蕊，
越 南 语： Hoa xuân nọ còn phong nộn nhị,
汉语意译： 春花嫩蕊尚未开，

喃字原文： 月秋箕渚醣寒光。
越 南 语： Nguyệt thu kia chưa hé hàn quang.
汉语意译： 秋月半开待寒光。

喃字原文： 紅楼群跨扦厢，
越 南 语： Hồng lâu còn khóa then sương,
汉语意译： 红楼厢门还紧闩，

喃字原文： 深闺群蓞味香傾城。
越 南 语： Thâm khuê còn rấm mùi hương khuynh thành.
汉语意译： 深闺捂国色味香。

喃字原文： 廊弓劍咜名弹鴪，
越 南 语： Làng cung kiếm rắp ranh bắn sẻ,
汉语意译： 贵权弓剑谋射鸟，

喃字原文： 客功侯聰睛噱䩩。
越 南 语： Khách công hầu ngấp nghé mong sao.
汉语意译： 公侯客窥伺望星。

喃字原文： 壪春蚝咳群操，
越 南 语： Vườn xuân bướm hãy cờn rào,
汉语意译： 春园蝴蝶阻篱笆，

喃字原文： 氪花麻拯壗包尋香。
越 南 语： Thấy hoa mà chẳng lối vào tìm hương.
汉语意译： 风花无路入采香。

喃字原文： 肝拯矽坤塘可转，
越 南 语： Gan chẳng đá khôn đường khá chuyển,
汉语意译： 语心非诚不可转，

喃字原文：𦟐凡箕𠇍𦤾天台。
越 南 语：Mặt phàm kia dễ đến thiên thai.
汉语意译：凡人难于上天台。

喃字原文：香𡗶岔动尘埃，
越 南 语：Hương trời sá động trần ai,
汉语意译：天香岂能触尘埃，

喃字原文：酉鐄𠦳刄𠇍哄没欺。
越 南 语：Dẫu vàng nghìn lạng dễ cười một khi.
汉语意译：千金难买美人笑。

喃字原文：𠻃人事据之𪿒世，
越 南 语：Ngẫm nhân sự cớ gì ra thế,
汉语意译：世上人事缘何样，

喃字原文：縴赤繩之底紅蹪。
越 南 语：Sợi xích thằng chi để vướng chân.
汉语意译：红绳为何带缠脚。

喃字原文：㧙𢬣𨉟㨉机尘，
越 南 语：Vắt tay nằm nghĩ cơ trần,
汉语意译：搁手额躺思人生，

喃字原文：渃楊㦖汜溾寅𤇮缘。
越 南 语：Nước dương muốn rẩy nguội dần lửa duyên.
汉语意译：杨水①洗弃缘火燃。

喃字原文：箕世局如印𥆾梦，
越 南 语：Kìa thế cục như in giấc mộng,
汉语意译：人生好似睡梦幻，

①杨水：观世音用杨枝沾甘露水洒向众生，为众生解厄救困。

喃字原文：鐀玄微𢷀揀坤量。
越 南 语：Máy huyền vi mở đóng khôn lường.
汉语意译：玄微器关放莫测。

喃字原文：𩈘之咹旺事常，
越 南 语：Vẻ chi ăn uống sự thường,
汉语意译：饮食式样是常事，

喃字原文：拱群前定可傷𡓄罗。
越 南 语：Cũng còn tiền định khá thương lọ là.
汉语意译：人事前定何怜悯？

喃字原文：𠴓仍几千磨百折，
越 南 语：Đòi những kẻ thiên ma bách chiết,
汉语意译：千磨百折是众婢，

喃字原文：形時群膵㓕𠴓𤴬。
越 南 语：Hình thì còn bụng chết đòi nau.
汉语意译：形存心死哀几许。

喃字原文：讨市欺買𪸀胞，
越 南 语：Thảo nào khi mới chôn rau,
汉语意译：难怪人生落地时，

喃字原文：㐌𢪏㗂哭班頭麻𠚢！
越 南 语：Đã mang tiếng khóc ban đầu mà ra!
汉语意译：见到未笑已先哭。

喃字原文：哭為每切他事世，
越 南 语：Khóc vì nỗi thiết tha sự thế,
汉语意译：哭得殷切人世事，

喃字原文：埃𢯏𠻀𣷭波𡞕𡞕。
越 南 语：Ai bày trò bãi bể nương dâu.
汉语意译：沧海桑田谁花招。

喃字原文：皛㱀𦤾泼泊頭，
越 南 语：Trắng răng đến thuở bạc đầu,
汉语意译：人从白齿到白头，

喃字原文：死生惊惧𠬠𠖤余吝。
越 南 语：Tử, sinh, kinh, cụ làm nau mấy lần.
汉语意译：生死惊惧多痛楚。

喃字原文：局成败侯𢠩𩯀𩯁，
越 南 语：Cuộc thành bại hầu cằn mái tóc,
汉语意译：人之成败发根枯，

喃字原文：𠞺共通如鐲𦛌肝。
越 南 语：Lớp cùng thông như đúc buồng gan.
汉语意译：穿窘通脱结心肝。

喃字原文：病尘𠰺段辛酸，
越 南 语：Bệnh trần đòi đoạn tân toan,
汉语意译：尘俗痛几番辛酸，

喃字原文：焒飢炪肆刅寒劼㬷。
越 南 语：Lửa cơ đốt ruột, dao hàn cắt da.
汉语意译：似寒刮皮饥焚心。

喃字原文：蹭名利埝陂色蓝，
越 南 语：Gót danh lợi bùn pha sắc xám,
汉语意译：名利渗土显灰色，

喃字原文：𩈘风尘曮仍味𪁳。
越 南 语：Mặt phong trần nắng rám mùi dâu.
汉语意译：风尘人物白晒焦。

喃字原文：擬身浮世麻疠，
越 南 语：Nghĩ thân phù thế mà đau,
汉语意译：人生浮世思而疼，

喃字原文：浡𧋆波苦瓢頭泗迷。
越 南 语：Bọt trong bể khổ, bèo đầu bến mê.
汉语意译：迷津浮萍苦海沫。

喃字原文：味俗味𦧜痸辛苦，
越 南 语：Mùi tục vị lưỡi tê tân khổ,
汉语意译：俗味肉麻又辛苦，

喃字原文：塘世途蹎嚕崎岖。
越 南 语：Đường thế đồ gót rỗ kì khu.
汉语意译：世途步履凹崎岖。

喃字原文：滝澼𨷯波䀡儒，
越 南 语：Sóng cồn cửa bể nhấp nhô,
汉语意译：海港津浪水起伏，

喃字原文：隻船泡影泸抠𩈘湓。
越 南 语：Chiếc thuyền bào ảnh lô xô mặt ghềnh.
汉语意译：船只泡影撞湍濑。

喃字原文：𥘷造化停亨过𠽋，
越 南 语：Trẻ tạo hóa đành hanh quá ngán,
汉语意译：造化孩儿任性强，

喃字原文：𣩂𤀞𠊛𨑜泮麻制。
越 南 语：Chết đuối người trên cạn mà chơi.
汉语意译：迫人淹死浅滩埠。

喃字原文：炉砠燶焫事𣎏，
越 南 语：Lò cừ nung nấu sự đời,
汉语意译：巨炉①烧炼人世事，

①巨炉：贾谊《鹏鸟赋》云，“且夫天地为炉兮，造化为工”。

喃字原文：幅争云狗捤馭桑蒼。
越 南 语：Bức tranh vân cẩu vẽ người tang thương.
汉语意译：云画似狗①绘沧桑。

喃字原文：殿舞榭蝒撍𨷯𣘃，
越 南 语：Đền vũ tạ nhện giăng cửa mốc,
汉语意译：榭舞殿蜘蛛牵网，

喃字原文：趣歌楼蛶哭更䆅。
越 南 语：Thú ca lâu dế khóc canh dài.
汉语意译：趣歌楼蟋蟀啼夜。

喃字原文：坦平捧拉蔠椮，
越 南 语：Đất bằng bỗng rấp chông gai,
汉语意译：俄然平地堵荆棘，

喃字原文：埃抌人影染味斜陽。
越 南 语：Ai đem nhân ảnh nhuốm mùi tà dương.
汉语意译：谁带人影沾斜阳。

喃字原文：餌富贵汝廊車馬，
越 南 语：Mồi phú quý dử làng xa mã,
汉语意译：富贵美饵有钱人，

喃字原文：把荣华呂舸公卿。
越 南 语：Bả vinh hoa lừa gã công khanh.
汉语意译：荣华诱饵高贵官。

喃字原文：眬南柯嚐不平，
越 南 语：Giấc nam kha khéo bất bình,
汉语意译：槐安梦巧遇不平，

---

①云画似狗：杜甫《可叹》云，“天上浮云如白衣，斯须改变如苍狗”。指人生的变化莫测。

喃字原文：吘混相眈凭躺㧅空。
越 南 语：Bừng con mắt dậy thấy mình tay không.
汉语意译：醒来时见两手空。

喃字原文：𡑝桃李雲攏南鏌，
越 南 语：Sân đào lí mây lồng man mác,
汉语意译：桃李园云影茫茫，

喃字原文：垁鼎鍾月搁𥊚𥅦。
越 南 语：Nền đỉnh chung nguyệt gác mơ màng.
汉语意译：钟鼎月搁迷忽忽。

喃字原文：翹帆波宦溟茫，
越 南 语：Cánh buồm bể hoạn mênh mang,
汉语意译：宦海风帆阔无边，

喃字原文：丐风波嚐𡃹坊利名。
越 南 语：Cái phong ba khéo cợt phường lợi danh.
汉语意译：风波狎弄名利邦。

喃字原文：权禍福歪争秩奇，
越 南 语：Quyền họa phúc trời tranh mất cả,
汉语意译：天争所有祸福权，

喃字原文：𢗝便宜拯者份埃。
越 南 语：Chút tiện nghi chẳng trả phần ai.
汉语意译：一点便宜不让人。

喃字原文：丐𢬥捧産𨕭歪，
越 南 语：Cái quay búng sẵn trên trời,
汉语意译：天上原有陀螺旋，

喃字原文：𪸔𪸔人影如䟻𡖵𣎏。
越 南 语：Mờ mờ nhân ảnh như người đi đêm.
汉语意译：寂寞人影夜朦胧。

喃字原文：形木石鐄今恶古，
越 南 语：Hình mộc thạch vàng kim ố cổ,
汉语意译：坚硬石木古今萎，

喃字原文：色禽魚抠雨依风，
越 南 语：Sắc cầm ngư ủ vũ ê phong,
汉语意译：禽鱼憔悴于风雨，

喃字原文：蕭条人事㐌衝，
越 南 语：Tiêu điều nhân sự đã xong,
汉语意译：人事萧条告别去，

喃字原文：山河拱幻昆虫拱虚。
越 南 语：Sơn hà cũng ảo, côn trùng cũng hư.
汉语意译：昆虫虚少山河幻。

喃字原文：桥逝水𡎝𢭸古渡，
越 南 语：Cầu thệ thủy ngồi trơ cổ độ,
汉语意译：河桥水逝古渡闲，

喃字原文：館秋风蹲喻斜輝。
越 南 语：Quán thu phong đứng rũ tà huy.
汉语意译：秋风馆空垂斜晖。

喃字原文：风尘𦤾奇山溪，
越 南 语：Phong trần đến cả sơn khê,
汉语意译：风尘飞落山溪去，

喃字原文：桑蒼𦤾奇花箕𦹵尼。
越 南 语：Tang thương đến cả hoa kia cỏ này.
汉语意译：沧桑残落如花草。

喃字原文：嗊幻化㐌排黜帝，
越 南 语：Tuồng ảo hóa đã bày ra đấy,
汉语意译：虚幻变化如演戏，

喃字原文：刼浮生𪾺𧡊麻疠。
越 南 语：Kiếp phù sinh trông thấy mà đau.
汉语意译：浮生劫数顾痛苦。

喃字原文：𤾓𢆥群固之兜，
越 南 语：Trăm năm còn có gì đâu,
汉语意译：百年人生有何望，

喃字原文：拯戈没埝股坵蘿英。
越 南 语：Chẳng qua một nấm cỏ khâu xanh rì.
汉语意译：只不过是堆草墓。

喃字原文：味俗淚样箕咳𪽝，
越 南 语：Mùi tục lụy dường kia cay đắng,
汉语意译：世俗百味历艰辛，

喃字原文：慍之麻掃等尘缘。
越 南 语：Vui chi mà đeo đẳng trần duyên.
汉语意译：尘缘何喜念不忘。

喃字原文：該鏡人事㕔㕔，
越 南 语：Cai gương nhân sự chiền chiền,
汉语意译：人世之事明昭昭，

喃字原文：料身尼貝机禅沛市。
越 南 语：Liệu thân này với cơ thiền phải nao.
汉语意译：禅机修行料身躯。

喃字原文：且摱趣逍遥𨷶佛，
越 南 语：Thà mượn thú tiêu dao cửa phật,
汉语意译：借乐趣逍遥佛门，

喃字原文：絴七情决𢴑朱衝。
越 南 语：Mối thất tình quyết dứt cho xong.
汉语意译：绝七情摆脱痛苦。

喃字原文：多𢬣之㛪调𢹣，
越 南 语：Đa mang chi nữa đèo bòng,
汉语意译：持续操劳负担重，

喃字原文：慍之世事麻矇人情。
越 南 语：Vui gì thế sự mà mong nhân tình.
汉语意译：何喜世事望人情。

喃字原文：䄧𩙍𠖾𣎞清結義，
越 南 语：Lấy gió mát trăng thanh kết nghĩa,
汉语意译：清风明月来结义，

喃字原文：𢭮花曇鐲慧𫜵缘。
越 南 语：Mượn hoa đàm đuốc tuệ làm duyên.
汉语意译：优昙花慧借结缘。

喃字原文：脱尘没蹐天然，
越 南 语：Thoát trần một gót thiên nhiên,
汉语意译：脱尘步履随由天，

喃字原文：丐身外物𦓡仙𨕭𣈜。
越 南 语：Cái thân ngoại vật là tiên trong đời.
汉语意译：人身外物是世仙。

喃字原文：意拱拉黜外掏铸，
越 南 语：Ý cũng rắp ra ngoài đào chú,
汉语意译：蓄意掏铸出万物，

喃字原文：决論紘夫妇朱甘。
越 南 语：Quyết lộn vòng phu phụ cho cam.
汉语意译：决弃情侣甘出家。

喃字原文：埃㦖𡗶拯朱𫜵，
越 南 语：Ai ngờ trời chẳng cho làm,
汉语意译：谁料老天不准许，

喃字原文：决抌絏䌨麻监荿桃。
越 南 语：Quyết đem dây thắm mà giam bông đào.
汉语意译：定带红绳拘桃花。

喃字原文：罕宿债𠬠牢低借，
越 南 语：Hẳn túc trái làm sao đây tá,
汉语意译：放言夙债未还清，

喃字原文：台前因后果𥘀箕。
越 南 语：Hay tiền nhân hậu quả xưa kia.
汉语意译：前因后果昔年晓。

喃字原文：台天宫固調之，
越 南 语：Hay thiên cung có điều gì,
汉语意译：天宫捏造晓此事，

喃字原文：𨑜尘麻者𡊨𠫾朱耒。
越 南 语：Xuống trần mà trả nợ đi cho rồi.
汉语意译：下凡还了夙债情。

喃字原文：箕鳥獸罒类萬物，
越 南 语：Kìa điểu thú là loài vạn vật,
汉语意译：鸟兽就是万物类，

喃字原文：酉無知拱扒掃㨋。
越 南 语：Dẫu vô tri cũng bắt đèo bòng.
汉语意译：即使无知也挂累。

喃字原文：固阴陽固媄𫯳，
越 南 语：Có âm dương có vợ chồng,
汉语意译：有阴有阳有夫妇，

喃字原文：酉自天地拱紘夫妻。
越 南 语：Dẫu từ thiên địa cũng vòng phu thê.
汉语意译：纵然天地夫妻圆。

喃字原文：塘作合丕箕敦𩄎，
越 南 语：Đường tác hợp trời kia run rủi,
汉语意译：天作之合又否运，

喃字原文：𨇜𠸗牢朱塊人情。
越 南 语：Trốn làm sao cho khỏi nhân tình.
汉语意译：怎能逃避恋人情。

喃字原文：催催𥉫𩈘𠸗生，
越 南 语：Thôi thôi ngoảnh mặt làm thinh,
汉语意译：沉默无言算了吧，

喃字原文：此貼㹥造撓躺𡏦市？
越 南 语：Thử xem con tạo gieo mình nơi nao?
汉语意译：诚看造化怎惹身？

喃字原文：𢬣月老其牢固没，
越 南 语：Tay nguyệt lão khờ sao có một,
汉语意译：糊涂月老一人知，

喃字原文：棒思情絓蹭宫妃。
越 南 语：Bỗng tơ tình vướng gót cung phi.
汉语意译：把情丝牵进宫妃。

喃字原文：丐䀡𣋚氏䀡之，
越 南 语：Cái đêm hôm ấy đêm gì,
汉语意译：那天夜里那一夜，

喃字原文：𩄲陽攏𩄲荼蘼什重。
越 南 语：Bóng dương lồng bóng đồ mi trập trùng.
汉语意译：杨影重叠荼蘼垂。

喃字原文：茬芍藥㦖𥊚瑞雨，
越 南 语：Chồi thược dược mơ mòng thụy vũ,
汉语意译：芍药芽作瑞雨梦，

喃字原文：朶海棠賦眝春宵。
越 南 语：Đóa hải đường thức ngủ xuân tiêu.
汉语意译：海棠花春宵不眠。

喃字原文：梗春花吮呫嘲，
越 南 语：Cành xuân hoa chúm chím chào,
汉语意译：椿树花见笑眯眯，

喃字原文：𩙍東催㐌嚛桃嘵梅。
越 南 语：Gió đông thôi đã cợt đào ghẹo mai.
汉语意译：东风已弄桃逗梅。

喃字原文：襜霓怒袩哉𪽞𩙍，
越 南 语：Xiêm nghê nọ tả tơi trước gió,
汉语意译：霓裳褴褛风力动，

喃字原文：襖羽箕立瞻𦝄䏘。
越 南 语：Áo vũ kia lấp ló trong trăng.
汉语意译：羽衣隐现月夜里。

喃字原文：笙歌余曲嗼唛，
越 南 语：Sênh ca mấy khúc vang lừng,
汉语意译：几曲笙歌声响彻，

喃字原文：丐身西子蓮澄殿蘇。
越 南 语：Cái thân tây tử lên chừng điện tô.
汉语意译：西施身影步苏殿①。

喃字原文：絬紅翠蒼荍味麝，
越 南 语：Đệm hồng thúy thơm tho mùi xạ,
汉语意译：鸿翠垫麝香芬芳，

---

①苏殿：指春秋时吴王夫差为西施建的馆娃宫，位于苏州灵岩山上。

喃字原文：睥珮环立爍朘清。
越 南 语：Bóng bội hoàn lấp lóa trăng thanh.
汉语意译：玉佩金环月闪光。

喃字原文：霔湄余湥鍾情，
越 南 语：Mây mưa mấy giọt chung tình,
汉语意译：几滴云雨结衷情，

喃字原文：亭沈香跨没梗牡丹。
越 南 语：Đình trầm hương khóa một cành mẫu đơn.
汉语意译：沉香亭①镇枝牡丹。

喃字原文：唒聖𠯦弓彈邃懌，
越 南 语：Tiếng thánh thót cung đàn thúy dịch,
汉语意译：邃役亭琴声回响，

喃字原文：喠呢嫩葒笛丹墀。
越 南 语：Giọng nỉ non ngón địch đan trì.
汉语意译：丹墀庭笛声低吟。

喃字原文：强彈强笛强迷，
越 南 语：Càng đàn càng địch càng mê,
汉语意译：弹琴笛声更迷人，

喃字原文：强唼咭調强痺塞悉。
越 南 语：Càng gay gắt điệu, càng tê tái lòng.
汉语意译：声调越高越痛心。

喃字原文：眉蝦恪楄蟻路路，
越 南 语：Mày ngài lẫn mặt rồng lồ lộ,
汉语意译：蛾眉龙颜相显露，

①沉香亭：唐明皇用沉香木在兴庆宫内修建的亭阁，供与杨贵妃玩乐用。

喃字原文：𢬣双双堆侣姻缘。
越 南 语：Sắp song song đôi lứa nhân duyên.
汉语意译：双双伉俪配姻缘。

喃字原文：花萶闷隊恩𨕭，
越 南 语：Hoa thơm muôn đội ơn trên,
汉语意译：花香万蒙皇帝恩，

喃字原文：甘功㧅㗂婵娟貝𣈜。
越 南 语：Cam công mang tiếng thuyền quyên với đời.
汉语意译：遂愿以身婵娟乐。

喃字原文：𨕭九陛𩈘𡗶𢫡𡬷，
越 南 语：Trên chín bệ mặt trời gang tấc,
汉语意译：上九重帝近眼前，

喃字原文：𡨸春𥢅𣋽值𣌉朝。
越 南 语：Chữ xuân riêng sớm chực trưa chầu.
汉语意译：春私情朝暮相见。

喃字原文：沛缘香焒共𢭲，
越 南 语：Phải duyên hương lửa cùng nhau,
汉语意译：两缘香火共相燃，

喃字原文：車牂𥗐㨂葉𩐴買𠓨。
越 南 语：Xe dê lọ rắc lá dâu mới vào.
汉语意译：桑叶喷味待羊车①。

喃字原文：欺挹𢶢𢹣桃阁月，
越 南 语：Khi ấp mận ôm đào gác nguyệt,
汉语意译：望月阁搂李抱桃，

①羊车：相传晋武帝嫔妃很多，每次去宠幸都是让羊车拉着去，羊走到哪里就到哪一个妃子的住处去。羊爱吃桑（竹）叶和盐。因此，嫔妃们纷纷用桑叶洒盐水把羊车引来。

喃字原文：昈哄霜喋雪殿风。
越 南 语：Lúc cười sương cợt tuyết đền phong.
汉语意译：迎风殿嘲霜弄雪。

喃字原文：朶梨啥相九重，
越 南 语：Đóa lê ngon mắt cửu trùng,
汉语意译：皇帝看重花茉莉，

喃字原文：虽眉點汨，仍悉拱𢘾。
越 南 语：Tuy mày điểm nhạt, nhưng lòng cũng xiêu.
汉语意译：虽然淡黛亦倾心。

喃字原文：𢪏尤物𤾓𠁀𢯞捽，
越 南 语：Vẻ vưu vật trăm chiều chải chuốt,
汉语意译：尤物花貌梳百顺，

喃字原文：悉君王枝𢬣𨕭𢬣。
越 南 语：Lòng quân vương chi chút trên tay.
汉语意译：珍惜保持君王心。

喃字原文：䏧紅空𧆄麻醝，
越 南 语：Má hồng không thuốc mà say,
汉语意译：不要媚药迷红颜，

喃字原文：渃箕𢜠杜，城尼𢜠攏。
越 南 语：Nước kia muốn đổ, thành này muốn long.
汉语意译：倾国倾城因美人。

喃字原文：園西苑曲重清夜，
越 南 语：Vườn tây uyển khúc trùng thanh dạ,
汉语意译：西苑园①清夜重曲，

---

①西苑园：即西苑，隋炀帝在洛阳京都西面建的禁苑。

喃字原文：阁临春調跳亭花。
越 南 语：Gác lâm xuân điệu ngã đình hoa.
汉语意译：临春阁零落亭花。

喃字原文：承恩没眈更斜，
越 南 语：Thừa ân một giấc canh tà,
汉语意译：蒙恩一觉睡五更，

喃字原文：詞瞞湼玉立瞜掘輪。
越 南 语：Tờ mờ nét ngọc, lập lòa vẻ son.
汉语意译：朦胧玉辉闪金光。

喃字原文：𨕭帳錦至尊培㠎，
越 南 语：Trên trướng gấm chí tôn vòi vọi,
汉语意译：峻峭至尊上锦帐，

喃字原文：仍欺市斯𨓡君王。
越 南 语：Những khi nào gần gũi quân vương.
汉语意译：亲近君王望何时。

喃字原文：酉麻𢬣固𠦳鐄，
越 南 语：Dẫu mà tay có nghìn vàng,
汉语意译：纵令手抱有千金，

喃字原文：妬埃謨特没場梦春。
越 南 语：Đố ai mua được một tràng mộng xuân.
汉语意译：难以买得场春梦。

喃字原文：催哄怒吏嚬眉柳，
越 南 语：Thôi cười nọ lại nhăn mày liễu,
汉语意译：稍停笑又皱柳眉，

喃字原文：嘵花箕吏繞蹭蓮。
越 南 语：Ghẹo hoa kia lại diễu gót sen.
汉语意译：逗乐花又游莲步。

喃字原文：身尼揔慄為緣，
越 南 语：Thân này uốn éo vì duyên,
汉语意译：撒娇为缘舍身子，

喃字原文：拱甘没啃嬋娟貝茷。
越 南 语：Cũng cam một tiếng thuyền quyên với đời.
汉语意译：遂愿以世婵娟美。

喃字原文：兰氽朵落类村野，
越 南 语：Lan mấy đóa lạc loài thôn dã,
汉语意译：几朵兰花落山野，

喃字原文：旺味香王者夥能。
越 南 语：Uổng mùi hương vương giả lắm thay.
汉语意译：闻香味王者香哉。

喃字原文：噏如巾桎缘尼，
越 南 语：Gẫm như cân trất duyên này,
汉语意译：思如巾栉有缘分，

喃字原文：甘功撻丐巾尼則啐。
越 南 语：Cam công đặt cái khăn này tắcơ.
汉语意译：使人厌烦门挂巾①。

喃字原文：峥比翼瞝慀鴆怒，
越 南 语：Tranh tị dực nhìn ưa chim nọ,
汉语意译：比翼鸟画真好看，

喃字原文：图連枝吝推花箕。
越 南 语：Đồ liên chi lần trỏ hoa kia.
汉语意译：花连枝图花开笑。

喃字原文：敉同祂彰罒記，
越 南 语：Chữ đồng lấy đấy làm ghi,
汉语意译：同心相连要牢记，

①门挂巾：古风俗。古时家有女孩出生时，在家门口挂上布巾以示外人。

喃字原文：摱調七夕麻誓百年。
越 南 语：Mượn điều thất tịch mà thề bách niên.
汉语意译：愿借七夕誓百年。

喃字原文：曷湄㐌湋污臺阁，
越 南 语：Hạt mưa đã lọt miền đài các,
汉语意译：台阁处漏落雨花，

喃字原文：仍愢㗂魪渃緣𢬣。
越 南 语：Những mừng thầm cá nước duyên may.
汉语意译：鱼水和谐暗自喜。

喃字原文：强数强深調台，
越 南 语：Càng lâu càng lắm điều hay,
汉语意译：时久相处是非多，

喃字原文：朱甘公儿抻𢬣桶檻。
越 南 语：Cho cam công kẻ nhúng tay thùng chàm.
汉语意译：花水沾手自甘愿。

喃字原文：埃吃俸每䄵没汨，
越 南 语：Ai ngờ bỗng mỗi năm một nhạt,
汉语意译：俄然谁知年冷淡，

喃字原文：源恩箕拯撒麻𥺊。
越 南 语：Nguồn ân kia chẳng tát mà vơi.
汉语意译：那恩源不增却减。

喃字原文：衰趍兜别机𡗶，
越 南 语：Suy đi đâu biết cơ trời,
汉语意译：岂知天机意难料，

喃字原文：俸空麻化𪿒𠉞未亡。
越 南 语：Bỗng không mà hóa ra người vị vong.
汉语意译：俄然守寡自孤身。

喃字原文：燭王者至公𱜢世，
越 南 语：Đuốc vương giả chí công là thế,
汉语意译：王者火炬不公平，

喃字原文：掹熎朱𦤾𥉫阴崖。
越 南 语：Chẳng soi cho đến khóe âm nhai.
汉语意译：怎不照到阴崖角。

喃字原文：闷紅𠦳紫𢭂鮮，
越 南 语：Muôn hồng nghìn tía đua tươi,
汉语意译：万紫千红花齐放，

喃字原文：主春𥆾採没𠄩𦬑斯。
越 南 语：Chúa xuân nhìn hái một hai bông gần.
汉语意译：春主认近采几朵。

喃字原文：𡢐㐌别丐身鉤𡍚，
越 南 语：Vốn đã biết cái thân câu chõ,
汉语意译：沾润之身心自知，

喃字原文：魜𩛷餌拱𩅹㧣蓮。
越 南 语：Cá no mồi cũng khó nhử lên.
汉语意译：鱼食饵饱难诱钓。

喃字原文：惨𠱊丐燕𠀧𠦳，
越 南 语：Ngán thay các én ba nghìn,
汉语意译：三千燕子[①]轮番腻，

喃字原文：没核樛木别揁梗节。
越 南 语：Một cây cù mộc biết chen cành nào.
汉语意译：一棵樛木[②]钻哪枝！

---

①三千燕子：喻指秦始皇后宫宫女三千。
②樛木：《诗·国风·周南》云，“南有樛木，葛藟累之”。这里喻帝王后宫嫔妃众多。

喃字原文：衝㐌𢪀䏧桃𡾵崒，
越 南 语：Song đã cậy má đào chon chót,
汉语意译：红颜鲜艳可倚持，

喃字原文：罕緣鮮佛卒欣𠊛。
越 南 语：Hẳn duyên tươi phật tốt hơn người.
汉语意译：也许缘美胜别人。

喃字原文：芇台𡥵造啁𥋴，
越 南 语：Nào hay con tạo trêu ngươi,
汉语意译：谁知造化作弄人，

喃字原文：礶溇𡭧𥌀𩈘𡗶吏淫。
越 南 语：Hang sâu chút hé mặt trời lại râm.
汉语意译：深洞微露天黑暗。

喃字原文：𥪝宮桂音𠺺隻𣈖，
越 南 语：Trong cung quế âm thầm chiếc bóng,
汉语意译：郁郁自影桂宫内，

喃字原文：𣎀𢆥更𥆾𥉫吝吝。
越 南 语：Đêm năm canh trông ngóng lần lần.
汉语意译：慢慢等待夜五更。

喃字原文：頃𪜀之閉主春，
越 南 语：Khoảnh làm chi bẩy chúa xuân,
汉语意译：春主邪恶婢脆弱，

喃字原文：制花朱沚蕊寅吏催。
越 南 语：Chơi hoa cho rữa nhụy dần lại thôi.
汉语意译：玩残花蕊慢抛弃。

喃字原文：楼待月蹎𡎥夜雨，
越 南 语：Lầu đãi nguyệt đứng ngồi dạ vũ,
汉语意译：夜雨坐立望月楼，

喃字原文：阁乘凉眡眤秋风。
越 南 语：Gác thừa lương thức ngủ thu phong.
汉语意译：秋风无眠乘凉阁。

喃字原文：房椒渹艺如銅，
越 南 语：Phòng tiêu lạnh ngắt như đồng,
汉语意译：椒房宫女冷如铜，

喃字原文：鏡鸞披姅解同拸堆。
越 南 语：Gương loan bẻ nửa, dải đồng xé đôi.
汉语意译：折断鸾镜半分开。

喃字原文：嘲伛湥睍枚𩛷𣋽，
越 南 语：Chiều ủ dột giấc mai khuya sớm,
汉语意译：愁眉苦脸夜迷梦，

喃字原文：尾㥫憹魂蛀吻嗚。
越 南 语：Vẻ bâng khuâng hồn bướm vẩn vơ.
汉语意译：梦魂蝶迷糊怅惘。

喃字原文：深闺永艺如詞，
越 南 语：Thâm khuê vắng ngắt như tờ,
汉语意译：深闺冷清如纸平，

喃字原文：𨷯珠𩙍湋簾牙霜撓。
越 南 语：Cửa châu gió lọt, rèm ngà sương gieo.
汉语意译：门珠透风霜牙帘。

喃字原文：痕鳳璉苿蘿噜坧，
越 南 语：Ngấn phượng liễn chòm rêu lỗ chỗ,
汉语意译：雕画风轿青苔斑，

喃字原文：蹓羊車壇鞊䑛䟄。
越 南 语：Dâu dương xa đám cỏ quanh co.
汉语意译：羊车路印长满草。

喃字原文：楼秦嘲汨㦗秋，
越 南 语：Lầu tần chiều nhạt vẻ thu,
汉语意译：秦楼乏味秋色姿，

喃字原文：襘鸞雪揀禛氍㴴冬。
越 南 语：Gối loan tuyết đóng, chăn cù giá đông.
汉语意译：鸾枕积雪氍被冰。

喃字原文：䁆𢇻刻信㦖雁永，
越 南 语：Ngày sáu khắc tin mong nhạn vắng,
汉语意译：日望雁信没知音，

喃字原文：腨䊄更㗂𦖻鍾𠽉。
越 南 语：Đêm năm canh tiếng lắng chuông rền.
汉语意译：五更夜静闻钟声。

喃字原文：冷弄能䁛孤眠，
越 南 语：Lạnh lùng thay giấc cô miên,
汉语意译：自眠假寐冷冰冰，

喃字原文：味香寂寞𤏬烟深乌。
越 南 语：Mùi hương tịch mịch, bóng đèn thâm u.
汉语意译：香烟沉寂灯幽深。

喃字原文：峥㤹𥆾𪚚图素女，
越 南 语：Tranh biếng ngắm trong đồ tố nữ,
汉语意译：素女图画懒观望，

喃字原文：㮞㥃𪀄𨖲𨷯严楼。
越 南 语：Mặt buồn trông trên cửa nghiêm lâu.
汉语意译：忧闷时向严楼看。

喃字原文：没躺蹲㦪㞾愁，
越 南 语：Một mình đứng tủi ngồi sầu,
汉语意译：饮泣吞声自怨愁，

喃字原文：㐌叹𧵑月吏油𧵑花。
越 南 语：Đã than với nguyệt, lại rầu với hoa.
汉语意译：望月而叹望花忧。

喃字原文：愮每浽㤇陀尅快，
越 南 语：Buồn mọi nỗi lòng đà khắc khoải,
汉语意译：愁不自胜心不安，

喃字原文：惨𪽗𣋂趾吏銀瘑。
越 南 语：Ngán trăm chiều bước lại ngẩn ngơ.
汉语意译：愣然窘境自厌世。

喃字原文：花尼蛯妄蜍𠲖，
越 南 语：Hoa này bướm nỡ thờ ơ,
汉语意译：蝴蝶见花不经心，

喃字原文：底瘨芃𥠇底初蕊鐄。
越 南 语：Để gầy bông thắm để xơ nhụy vàng.
汉语意译：让红花消蕊花淡。

喃字原文：𣎏𠄼更吝𢵢壁桂，
越 南 语：Đêm năm canh lần nương vách quế,
汉语意译：桂房[1]五更度虚年，

喃字原文：丐愮尼埃㐌折𢣂。
越 南 语：Cái buồn này ai dễ giết nhau.
汉语意译：悲伤相杀易死人。

喃字原文：折𢣂拯丐琉球，
越 南 语：Giết nhau chẳng cái lưu cầu,
汉语意译：相杀不用琉球刀，

①桂房：又称桂壁房，是宫女居住的地方。

喃字原文：折𠍝𢜝丐幽愁毒渚！
越 南 语：Giết nhau bằng cái u sầu độc chưa!
汉语意译：幽愁相杀够恶毒！

喃字原文：𢬣月老拯𦀺時𪽳，
越 南 语：Tay nguyệt lão chẳng xe thì chớ,
汉语意译：月老不应牵姻缘，

喃字原文：𦀺世尼固扭𢪀空？
越 南 语：Xe thế này có dở dang không?
汉语意译：如此牵缘不尴尬？

喃字原文：當𢬣𡄎𢯰絲紅，
越 南 语：Đang tay muốn dứt tơ hồng,
汉语意译：恨心完结此红绳，

喃字原文：幅𨉓𡄎踏椒房麻𠚢！
越 南 语：Bực mình muốn đạp tiêu phòng mà ra!
汉语意译：踢翻椒房自气恨。

喃字原文：市遥𡓇𡑝花𢆥𨖲，
越 南 语：Nào dạo lối vườn hoa năm ngoái,
汉语意译：游逛花园如当年，

喃字原文：朵紅桃採𣈜群𩇢。
越 南 语：Đóa hồng đào hái buổi còn xanh.
汉语意译：采摘红桃正青春。

喃字原文：𨕭阁鳳𠁑楼鶯，
越 南 语：Trên gác phượng, dưới lầu oanh,
汉语意译：逛上凤阁下莺楼，

喃字原文：𧜖游仙唉寅寅双双。
越 南 语：Gối du tiên hãy rành rành song song.
汉语意译：历历双双睡仙枕。

喃字原文：悲晗㐌䟻𢚸𢷀𢴑，
越 南 语：Bây giờ đã ra lòng rẻ rúng,
汉语意译：眼前出现轻视心，

喃字原文：底身尼䓡縱絲𦄂。
越 南 语：Để thân này cỏ úng tơ mành.
汉语意译：草浸丝烂致此身。

喃字原文：東君牢㗂不情，
越 南 语：Đông quân sao khéo bất tình,
汉语意译：东君[①]矫揉何不平，

喃字原文：梗花残月𢄂躺怀春。
越 南 语：Cành hoa tàn nguyệt, bực mình hoài xuân.
汉语意译：丢花月残恨怀春。

喃字原文：芇旷㧅楼秦𣋚怒，
越 南 语：Nào lúc tựa lầu tần hôm nọ,
汉语意译：何时复原倚秦楼，

喃字原文：梗柳𦄂披課當絲。
越 南 语：Cành liễu mành bẻ thủa đương tơ.
汉语意译：柳枝垂帘游青春。

喃字原文：欺帳玉旷簾牙，
越 南 语：Khi trước ngọc, lúc rèm ngà,
汉语意译：时睡玉帐时牙帘，

喃字原文：𢃊春衣咳㤷㤷𨁪封。
越 南 语：Mảnh xuân y hãy sờ sờ dấu phong.
汉语意译：皇封春衣名正言。

---

①东君：中国古代楚国神话中的神祇，通常认为是太阳神，这里指皇帝。

喃字原文：悲除㐌𪿒𢚸挃汜，
越 南 语：Bây giờ đã ra lòng ruồng rẫy,
汉语意译：今蒙遗弃情不愿，

喃字原文：底身尼渃沚花濡。
越 南 语：Để thân này nước chảy hoa trôi.
汉语意译：流水漂花漂泊身。

喃字原文：化工牢嘺㫧𠊛，
越 南 语：Hóa công sao khéo trêu ngươi,
汉语意译：造化精巧捉弄人，

喃字原文：𣋾畑斜月忯味寄生。
越 南 语：Bóng đèn tà nguyệt tẻ mùi kí sinh.
汉语意译：灯影斜月愁寄生。

喃字原文：梗花落月瞑𣋚氏，
越 南 语：Cảnh hoa lạc nguyệt minh hôm ấy,
汉语意译：花影月落瞑那天，

喃字原文：焒黄昏如㷎心𤔻。
越 南 语：Lửa hoàng hôn như cháy tấm son.
汉语意译：如火黄昏烧丹心。

喃字原文：黄昏催吏昏黄，
越 南 语：Hoàng hôn thôi lại hôn hoàng,
汉语意译：黄昏过了又黄昏，

喃字原文：月花催吏添惍月花！
越 南 语：Nguyệt hoa thôi lại thêm buồn nguyệt hoa!
汉语意译：花月退了想花月。

喃字原文：惍為浽月斜埃重，
越 南 语：Buồn vì nỗi nguyệt tà ai trọng,
汉语意译：为月斜愁谁看重，

喃字原文：慍為条花𦼔埃𥆾。
越 南 语：Buồn vì điều hoa rụng ai nhìn.
汉语意译：为花落悲谁看顾。

喃字原文：情慍景吏无缘，
越 南 语：Tình buồn cảnh lại vô duyên,
汉语意译：情愁心境又无缘，

喃字原文：情𤲂景𠇍景边情尼。
越 南 语：Tình trong cảnh ấy, cảnh bên tình này.
汉语意译：情在他心这有情。

喃字原文：欺陣𩙋㩡𢯏梗碧，
越 南 语：Khi trận gió lung lay cành bích,
汉语意译：梧桐风吹摇摆时，

喃字原文：聀咦𠰉哨嘜外賒。
越 南 语：Nghe rì rầm tiếng mách ngoài xa.
汉语意译：咕唧告讦远方传。

喃字原文：㦟糊擬哨車𠲖，
越 南 语：Mơ hồ nghĩ tiếng xe ra,
汉语意译：迷糊心想皇帝来，

喃字原文：炪枫香啊，麻烯襖残。
越 南 语：Đốt phong hương hả, mà hơ áo tàn.
汉语意译：燃枫香消烘旧衣。

喃字原文：埃㘈哨蝷嘆咦吔，
越 南 语：Ai ngờ tiếng dế than ri ri,
汉语意译：蟋叹唧唧谁人知，

喃字原文：喠悲秋噲几孤房。
越 南 语：Giọng bi thu gọi kẻ cô phòng.
汉语意译：悲声呼叫孤房女。

喃字原文：永喤市赁云曚，
越 南 语：Vắng tanh nào thấy vân mồng,
汉语意译：音讯杳无心凄清，

喃字原文：唏淒涼冷乞窗飞螢。
越 南 语：Hơi thê lương lạnh ngắt song phi huỳnh.
汉语意译：萤火窗外景凄凉。

喃字原文：欺晱月峥嵘黝屋，
越 南 语：Khi bóng nguyệt chênh vênh trước ốc,
汉语意译：屋前月影时峥嵘，

喃字原文：聆嗾唛啃唷边聰。
越 南 语：Nghe vang lừng tiếng giục bên tai.
汉语意译：催促声闻振耳边。

喃字原文：喂澄擬啃小嚎，
越 南 语：Dè chừng nghĩ tiếng tiểu đòi,
汉语意译：意想侍女传皇令，

喃字原文：倾平粉醂麻掴腮铙。
越 南 语：Nghiêng bình phấn mốc mà nhồi má nheo.
汉语意译：急忙涂粉揉皱眉。

喃字原文：埃儗啃鹃叫黜啊，
越 南 语：Ai ngờ tiếng quyên kêu ra rả,
汉语意译：谁知杜鹃啼袅袅，

喃字原文：調傷春哭婀孀闺。
越 南 语：Điệu thương xuân khóc ả sương khuê.
汉语意译：怜春闺孀妇哭声。

喃字原文：冷弄市赁鷐咴，
越 南 语：Lạnh lùng nào thấy ỏ ê,
汉语意译：见冷丁丁谁挂怀，

喃字原文：氣悲秋事㘃厦落花！
越 南 语：Khí bi thu sự nức hè lạc hoa!
汉语意译：秋来悲廊下花落。

喃字原文：㗂翠殿哄䄹黜咭，
越 南 语：Tiếng thúy điện cười già ra gắt,
汉语意译：翠殿传来暴笑声，

喃字原文：味权门䆄㗂铖派。
越 南 语：Mùi quyền môn thắm rất nên phai.
汉语意译：贵族情深退又快。

喃字原文：擬铖㗂𨷯权傀，
越 南 语：Nghĩ nên tiếng cửa quyền ôi,
汉语意译：想起贵门名气坏，

喃字原文：時從且丕拱催没茷。
越 南 语：Thì thong thả vậy cũng thôi một đời.
汉语意译：只能清闲度一生。

喃字原文：為㬾别悉歪掃等，
越 南 语：Vì sớm biết lòng trời đeo đẳng,
汉语意译：早知天意此缠绵，

喃字原文：酉𩼹銭拱拯忙情。
越 南 语：Dẫu thuê tiền cũng chẳng mang tình.
汉语意译：宁用钱买不挂情。

喃字原文：擬躺吏䏦朱躺，
越 南 语：Nghĩ mình lại ngán cho mình,
汉语意译：想起自身又厌世，

喃字原文：丐花㐌啐撓梗别牢！
越 南 语：Cái hoa đã trót gieo cành biết sao!
汉语意译：事到如今想何用。

喃字原文：㗂膏粮风流仍濂，
越 南 语：Miếng cao lương phong lưu nhưng lợm,
汉语意译：膏粱美味恶风流，

喃字原文：味藿藜清淡麻唁。
越 南 语：Mùi hoắc lê thanh đạm mà ngon.
汉语意译：藿藜清淡食可口。

喃字原文：共嬈没睄横门，
越 南 语：Cùng nhau một giấc hoành môn,
汉语意译：穷人横门睡得香，

喃字原文：捞嬈嚁嘌瞿琨拱情。
越 南 语：Lau nhau riu rít cò con cũng tình.
汉语意译：大小一群儿女情。

喃字原文：㕭㬳别份躺黜世，
越 南 语：Ví sớm biết phận mình ra thế,
汉语意译：身世如此自早知，

喃字原文：帯結調㤇㖡〻之。
越 南 语：Dải kết điều ỏe ọe làm chi.
汉语意译：桃红心结怎装假。

喃字原文：且浪局剧茹圭，
越 南 语：Thà rằng cục kịch nhà quê,
汉语意译：家乡粗俗自甘愿，

喃字原文：油悉踧挮月箕花尼。
越 南 语：Dầu lòng nũng nịu nguyệt kia hoa này.
汉语意译：怎忍忸怩月花情。

喃字原文：懰寂寞㐌瘨睥兔，
越 南 语：Chiều tịch mịch đã gầy bóng thỏ,
汉语意译：神态孤单月朦胧，

喃字原文：𩈘蕭騷吏疔花畑。
越 南 语：Vẻ tiêu tao lại võ hoa đèn.
汉语意译：神情萧索灯光蒙。

喃字原文：𢘾扰歌笑解烦，
越 南 语：Muốn đem ca tiếu giải phiền,
汉语意译：欲献歌声笑解烦，

喃字原文：唭铖𠿃哭喝铖喠愁。
越 南 语：Cười nên tiếng khóc, hát nên giọng sầu.
汉语意译：笑声似哭歌声愁。

喃字原文：蔙心火炪油湼柳，
越 南 语：Ngọn tâm hỏa đốt dầu nét liễu,
汉语意译：心中火花燃柳眉，

喃字原文：滨紅冰浸燥兰輪。
越 南 语：Giọt hồng băng thấm ráo làn son.
汉语意译：冰红血泪渗胭脂。

喃字原文：吏愠𨀈境𡮈𡮈，
越 南 语：Lại buồn đến cảnh con con,
汉语意译：烦闷心思玲珑时，

喃字原文：茶甎渃一香纆熄堆。
越 南 语：Trà chuyên nước nhất, hương đùm khói đôi.
汉语意译：厌茶不饮香气消。

喃字原文：𨕭掔𢲣㮔歪𣎏闭，
越 南 语：Trong gang tấc mặt trời xa bấy,
汉语意译：皇在咫尺却遥远，

喃字原文：份陷嚣讓氏為兜？
越 南 语：Phận hẩm hiu nhường ấy vì đâu?
汉语意译：命途多舛因何让？

喃字原文：生离㗂𥪞𦹵牛，
越 南 语：Sinh li đòi rất thời ngâu,
汉语意译：牛郎夫妇生离久，

喃字原文：没𢆥群𧡊𩈘󠄁𠑬没吝。
越 南 语：Một năm còn thấy mặt nhau một lần.
汉语意译：每年相见还一次。

喃字原文：况之拱揽份𥿗粉，
越 南 语：Huống chi cũng lạm phần son phấn,
汉语意译：况且粉黛身为妃，

喃字原文：陇𢆥群值份𢩣空。
越 南 语：Luống năm còn chực phận buồng không.
汉语意译：徒守空房枉度年。

喃字原文：𠼦无缘闭九重，
越 南 语：Khéo vô duyên bấy cửu trùng,
汉语意译：皇帝会如此无缘，

喃字原文：𥿗市染特𦟐紅朱鲜。
越 南 语：Son nào nhuộm được má hồng cho tươi.
汉语意译：何胭脂染艳红颜。

喃字原文：𡑝上苑花哄貝㬇，
越 南 语：Vườn thượng uyển hoa cười với nắng,
汉语意译：上苑园花阳光笑，

喃字原文：𡓃𧼋衛埃拯懊螉。
越 南 语：Lối đi về ai chẳng chiều ong.
汉语意译：蜂飞采花谁不依。

喃字原文：滝壬没懈浓浓，
越 南 语：Doành nhâm một giải nông nông,
汉语意译：浅浅河流一带水，

喃字原文：睦陽边氏蹲朧边尼。
越 南 语：Bóng dương bên ấy đứng trông bên này.
汉语意译：日日望君君不至。

喃字原文：情油咦〻癡耳目，
越 南 语：Tình rầu rĩ làm ngây nhĩ mục,
汉语意译：耳目痴呆忧情伤，

喃字原文：准房空如唷霿湄。
越 南 语：Chốn phòng không như giục mây mưa.
汉语意译：空房等闲怨云雨。

喃字原文：䁾占包仍腣𣈜，
越 南 语：Giấc chiêm bao những đêm xưa,
汉语意译：梦幻中深思往事，

喃字原文：滐湄久旱群懡𨀈舄。
越 南 语：Giọt mưa cửu hạn còn mơ đến rày.
汉语意译：久旱逢雨梦幻时。

喃字原文：𨕭𠃩陛固台庄䵋，
越 南 语：Trên chín bệ có hay chăng nhẽ,
汉语意译：陛下在上知道吗？

喃字原文：客裙釵麻底冷迸。
越 南 语：Khách quần thoa mà để lạnh lùng.
汉语意译：裙钗贵妃冷落弃。

喃字原文：酬嬈嘝唉東风，
越 南 语：Thù nhau ru hỡi đông phong,
汉语意译：嗟呼东风相怨仇，

喃字原文：艌𡓃解曝拎蓪花桃。
越 南 语：Góc vườn dãi nắng cầm bông hoa đào.
汉语意译：日炙园角持桃花。

喃字原文：㧅造化据牢麻毒，
越 南 语：Tay tạo hóa cớ sao mà độc,
汉语意译：造物主为何狠毒，

喃字原文：紑𠊛𠓨金屋麻制。
越 南 语：Buộc người vào kim ốc mà chơi.
汉语意译：金屋缚人而趣乐。

喃字原文：拯㧅𡎥吟事𠁀，
越 南 语：Chống tay ngồi ngẫm sự đời,
汉语意译：托手坐思世往事，

喃字原文：𫀅叫没哨朱𨱽矯噤！
越 南 语：Muốn kêu một tiếng cho dài kẻo căm!
汉语意译：长呼一声吐忿恨。

喃字原文：𡎝冷𡗋𡎝貼𧵆𧵆，
越 南 语：Nơi lạnh lẽo nơi xem gần gặn,
汉语意译：近见嫉妒心冷落，

喃字原文：𠳨派𨏄辣粉𠿘麻。
越 南 语：Há phai son lạt phấn ru mà.
汉语意译：淡脂褪粉岂蒙醉。

喃字原文：㗂𠊛之闭𦝄䏧，
越 南 语：Trêu ngươi chi bấy trăng già,
汉语意译：月老如此捉弄人，

喃字原文：交𡥵織𦆹麻𠚢絲𦀺。
越 南 语：Trao con chỉ thắm mà ra tơ mành.
汉语意译：交时红绳变细丝。

喃字原文：𢚸惨吟𢞂𢠩每浽，
越 南 语：Lòng ngán ngẫm buồn tênh mọi nỗi,
汉语意译：心境处腻烦凄清，

喃字原文：曲愁腸絸繿样絲。
越 南 语：Khúc sầu tràng bối rối dường tơ.
汉语意译：愀然不乐乱如麻。

喃字原文：㷋烟房洞𣎏𣈜，
越 南 语：Ngọn đèn phòng động đêm xưa,
汉语意译：昔夜洞房花烛时，

喃字原文：台花并蒂砠砠渚残。
越 南 语：Đài hoa tịnh đế trơ trơ chưa tàn.
汉语意译：花萼并蒂未凋谢。

喃字原文：麻量聖多端急闭，
越 南 语：Mà lượng thánh đa đoan kíp bấy,
汉语意译：圣人审度谋多端，

喃字原文：棒黜㤇搥㧅為兜。
越 南 语：Bỗng ra lòng ruồng rẫy vì đâu.
汉语意译：弃之不顾为何因。

喃字原文：𤽗𦓅訴浽𣈜𢀨，
越 南 语：Bõ già tỏ nỗi xưa sau,
汉语意译：古今宦官总表露，

喃字原文：拯扰浽𠇍麻奏御共。
越 南 语：Chẳng đem nỗi ấy mà tâu ngự cùng.
汉语意译：莫带弃情同奏皇。

喃字原文：𣈜风雨冷逩固没，
越 南 语：Đêm phong vũ lạnh lùng có một,
汉语意译：孤独冷丁风雨夜，

喃字原文：湙芭蕉聖脱拎更。
越 南 语：Giọt ba tiêu thánh thót cầm canh.
汉语意译：蕉叶雨滴自守更。

喃字原文：边墙湿糊睦螢，
越 南 语：Bên tường thấp thoáng bóng huỳnh,
汉语意译：外墙萤火时隐现，

喃字原文：壁廂啲𩙍烟𩇢慮㦖。
越 南 语：Vách sương hót gió đèn xanh lờ mờ.
汉语意译：厢壁风吹灯蒙蒙。

喃字原文：相渚眜銅胡㐌泋，
越 南 语：Mắt chưa nhắp đồng hồ đã cạn,
汉语意译：铜壶滴干未合眼，

喃字原文：景蕭条慠㥬样包。
越 南 语：Cảnh tiêu điều ngao ngán đường bao.
汉语意译：萧条景多么腻烦。

喃字原文：惍尼買唅惍牢，
越 南 语：Buồn này mới gọi buồn sao,
汉语意译：不胜其烦真忧愁，

喃字原文：没腤𢖵景别包饒情。
越 南 语：Một đêm nhớ cảnh biết bao nhiêu tình.
汉语意译：回顾夜景多少情。

喃字原文：睦駒糊边𦄂余浽，
越 南 语：Bóng câu thoáng bên mành mấy nỗi,
汉语意译：瞬间驹影瞥帘过，

喃字原文：仍香愁粉𢄂包衝。
越 南 语：Những hương sầu phấn tủi bao xong.
汉语意译：粉黛脸愁至何时！

喃字原文：防欺動𦤾九重，
越 南 语：Phòng khi động đến cửu trùng,
汉语意译：应防皇帝欲情时，

喃字原文：𡨹牢朱特𦟐紅如𣈜。
越 南 语：Giữ sao cho được má hồng như xưa.
汉语意译：守住红颜春如初。

说明：据说《宫怨吟》过去京族地区有些老道公有喃字原歌本，可惜没有传承下来，但是有些老人会吟唱。《宫怨吟》（喃字）由苏维芳根据越南学者阮氏芳针提供的越文版演绎而成。

2007 年 4 月

贫女叹

简　介

《贫女叹》乃清代后期广盛堂藏版重刊的，作者用双七、六八体写成一部共224句的喃字长篇诗歌。作品描写在封建社会里一名贫家妇女的遭遇和所受到的歧视，特别是她在恋爱婚姻上的哀怨情绪。诗中写道："残妆满面泪阑干，几许幽情欲话难。云鬓懒梳愁折凤，翠花羞照恐惊鸾"。"心事起伏思情怀，此情此景谁与叹。撑手而坐问世事，气恨寄语叹愁言"。反映贫家女命运之悲苦、境地之凄凉。经过一番哀叹控诉后，她痛惜自己的命运和未来的缘分，从而罢怨弃愁寻欢，"金菊遇霜才开花，劲松来雪更青翠。玩具结迟工艺美，良缘总会得相遇"。这表现了贫苦女子人穷志不短的坚强意志和乐观精神。

貧女嘆
Bần nữ than
贫女叹

貧女嘆詩
Bần nữ than thi
贫女叹诗[①]

喃字原文：残粧满面涙闌干，
越 南 语：Tàn trang mãn diện lệ lan can,
汉语意译：残妆满面泪阑干，

喃字原文：几許幽情欲话难。
越 南 语：Kỷ hứa u tình dục thoại nan.
汉语意译：几许幽情欲话难。

喃字原文：云鬓懒梳愁折鳯，
越 南 语：Vân tân tại sơ sầu chiết phượng,
汉语意译：云鬓懒梳愁折凤，

喃字原文：翠花羞照恐惊鸞。
越 南 语：Thúy hoa sửu chiếu khủng kinh loan.
汉语意译：翠花羞照恐惊鸾。

①汉文原诗是唐代薛逢所作《贫女吟》，此处略改动了几个字。

喃字原文：東邻送女初鳴佩，
越 南 语：Đông lân tống nữ sơ minh phối,
汉语意译：东邻送女初鸣佩，

喃字原文：北里迎妻已夢蘭。
越 南 语：Bắc ly nghênh thê kỷ mộng lan.
汉语意译：北里迎妻已梦兰。

喃字原文：惟有深闺憔悴質，
越 南 语：Duy hữu thâm khuê tiêu tụy chất,
汉语意译：惟有深闺憔悴质，

喃字原文：年年長凭绣床看。
越 南 语：Niên niên trường bằng tú sàng khán.
汉语意译：年年长凭绣床看。

貧女嘆傳
Bần nữ than truyện
贫女叹传

喃字原文：刧浮世人生審脱，
越 南 语：Khiếp phù thế nhân sinh thấm thoát,
汉语意译：人生浮世常分离，

喃字原文：為䇶貧铖汔䇶缘。
越 南 语：Vì chữ bần nên hất chữ duyên.
汉语意译：总因贫贱挤姻缘。

喃字原文：埃罒效分吹铖，
越 南 语：Ai làm số phận xui nên,
汉语意译：谁把命运嗾使成，

喃字原文：𠤆輸色𦼔𠤆慣牟鮮。
越 南 语：Há thua sắc thắm há hèn màu tươi.
汉语意译：难道逊色输艳丽。

喃字原文：𡥵造化撩𣈙之佐，
越 南 语：Con tạo hóa trêu ngươi chi tá,
汉语意译：造化弄人常如此，

喃字原文：抌色才收奇𠓨困。
越 南 语：Đem sắc tài thu cả vào khuôn.
汉语意译：罗纳才色作公例。

喃字原文：軒西湿倘𣎃輪，
越 南 语：Hiên tây thấp thoáng trăng tròn,
汉语意译：冥蒙圆月斜西轩，

喃字原文：𩙍鐄囂吃如㴙脉愁。
越 南 语：Gió vàng hiu hắt như tuôn mạch sầu.
汉语意译：金风习习涌愁泪。

喃字原文：念心事湿高每浽，
越 南 语：Niệm tâm sự thấp cao mỗi nổi,
汉语意译：心事起伏思情怀，

喃字原文：情景尼别呐拱埃。
越 南 语：Tình cảnh này biết nói cùng ai.
汉语意译：此情此景谁与叹。

喃字原文：拯𢬣𢯢𠴝事𣈜，
越 南 语：Chống tay ngồi ngẫm sự đời,
汉语意译：撑手而坐问世事，

喃字原文：愊𨉟麻𠳚氽𠰘云云。
越 南 语：Bực mình mà gửi mấy lời vân vân.
汉语意译：气恨寄语叹愁言。

喃字原文：㨋𨉟拱預分𦀗粉，
越 南 语：Nghĩ mình cũng dựa phận son phấn,
汉语意译：自量明眸秀丽貌，

喃字原文：拱預分玉𤽸𬌓𨫊。
越 南 语：Cũng dựa phận ngọc trắng gương trong.
汉语意译：亦是冰清玉洁人。

喃字原文：拱𦠘𦀗拱𦟐紅，
越 南 语：Cũng môi son cũng má hồng,
汉语意译：亦是朱唇红颜女，

喃字原文：拱牟詩𥚇拱㳥簪纓。
越 南 语：Cũng màu thơ trẻ cũng dòng trâm anh.
汉语意译：亦是簪缨年青美。

喃字原文：拱扯捽牟清㱔貴，
越 南 语：Cũng chải chuốt màu thanh vẻ quý,
汉语意译：亦是妆梳貌端庄，

喃字原文：拱惱濃簪撌香衝。
越 南 语：Cũng não nùng trâm giắt hương song.
汉语意译：亦是插簪扮香浓。

喃字原文：拱台女行女工，
越 南 语：Cũng hay nữ hạnh nữ công,
汉语意译：亦是女行也女红，

喃字原文：女言拱歷女容拱牟。
越 南 语：Nữ ngôn cũng lịch nữ dung cũng màu.
汉语意译：女言流利娇女容。

喃字原文：㱔權貴風流拱属，
越 南 语：Vẻ quyền quý phong lưu cũng thuộc,
汉语意译：贵权风流亦熟练，

喃字原文：湿端荘貞淑拱忧。
越 南 语：Thấp đoan trang trinh thục cũng ưa.
汉语意译：端庄贞淑也喜爱。

喃字原文：於咹泥聂㪺留，
越 南 语：Ở ăn nề nếp sau xưa,
汉语意译：待人接物循规矩，

喃字原文：監差分姅麻疎法茹。
越 南 语：Giám sai phận gái mà thơ phép nhà.
汉语意译：女性家法守本分。

喃字原文：役絏緻㧡迻蹎踸，
越 南 语：Việc canh cửi tay đưa chân dậm,
汉语意译：日夜织布手脚动，

喃字原文：塘繞紩蚄䬞螉堆。
越 南 语：Đường thêu dệt bướm liệng ong đôi.
汉语意译：蜂蝶双飞刺绣功。

喃字原文：搊貼国色天才，
越 南 语：So xem quốc sắc thiên tài,
汉语意译：天才国色堪能比，

喃字原文：㐌𥪞女訓吏外南風。
越 南 语：Đã trong nử huấn lại ngoài nam phong.
汉语意译：内守女训外风流。

喃字原文：欺綏蹭劍弓騎射，
越 南 语：Khi nối gót kiếm cung kỳ xạ,
汉语意译：时而射箭舞弓剑，

喃字原文：欺蹺嗺经史詩詞。
越 南 语：Khi theo đòi kinh sử thơ tờ.
汉语意译：时而热衷诵经诗。

喃字原文：欺攄韻欺搊絲，
越 南 语：Khi lựa vần khi so tơ,
汉语意译：时而拨弄琴弦韵，

喃字原文：欺瓢李白欺棋張吧。
越 南 语：Khi bầu Lý Bạch khi cờ Trương Ba.
汉语意译：仿李白诗张三棋。

喃字原文：哂拯沛玉身奇異，
越 南 语：Dẫu chẳng phải ngọc ngà kỳ dị,
汉语意译：虽不是玉牙奇美，

喃字原文：仍拱䵅意蘂清新。
越 南 语：Những cũng trong ý nhị thanh tân.
汉语意译：却也是清新蕊儿。

喃字原文：仍懞園杏返旬，
越 南 语：Những mong vườn hạnh gặp tuần,
汉语意译：期望杏园逢良机，

喃字原文：招求当㯿扗斤当皮。
越 南 语：Chiêu cầu đang dịp nhắc cân đang vừa.
汉语意译：正当青春相逢时。

喃字原文：虽渚質宫妃皇后，
越 南 语：Tuy chưa chắc cung phi hoàng hậu,
汉语意译：虽不是皇后宫妃，

喃字原文：辰拱浪命妇夫人。
越 南 语：Thì cũng rằng mệnh phụ phu nhân.
汉语意译：却也是命妇夫人。

喃字原文：或罢才子佳人，
越 南 语：Hoặc là tài tử giai nhân,
汉语意译：祈幸佳人倚才子，

喃字原文：辰功撕襊抡巾供停。
越 南 语：Thìn công sửa túi nâng khăn cũng đành.
汉语意译：与其相依心也喜。

喃字原文：𪨈麻㕵科名魁甲，
越 南 语：May mà gặp khoa danh khôi giáp,
汉语意译：梦得幸遇名魁元，

喃字原文：拱補功打蠟熘䥈。
越 南 语：Cũng bỏ công đánh sáp soi gương.
汉语意译：对镜粉脂寻姻缘。

喃字原文：仍功莊点撕𨘱，
越 南 语：Những công trang điểm sửa sang,
汉语意译：妆点打扮功致精，

喃字原文：哂撩㓡玉茄鐄拱𢧚。
越 南 语：Giấu treo thước ngọc nhà vàng cũng nên.
汉语意译：藏玉储金建家园。

喃字原文：想空浽恨缘㦟分，
越 南 语：Tưởng không nổi hờn duyên tủi phận,
汉语意译：原想莫怨缘恨分，

喃字原文：想空調濑粉派掄。
越 南 语：Tưởng không điều lạt phấn phai son.
汉语意译：莫想要施脂抹粉。

喃字原文：文𠄩併局旌𨋣，
越 南 语：Một hai tính cuộc vuông tròn,
汉语意译：伴随人生婚圆满，

喃字原文：桃群当𥝬柳群当絲。
越 南 语：Đào còn đang thắm liễu còn đang tơ.
汉语意译：柳絮桃红期青春。

喃字原文：𡗶缘分埃吒𬃷泼，
越 南 语：Gẫm duyên phận ai ngờ nên nỗi,
汉语意译：谁料缘分遇困境，

喃字原文：擬源䘏拱繿添强。
越 南 语：Nghỉ nguyên cơn dở rối thêm càng.
汉语意译：越想原委愁绪乱。

喃字原文：為兜𬃷泼拱扛，
越 南 语：Vì đâu nên nỗi dở giang,
汉语意译：因何尴尬至此地，

喃字原文：呐强添恨㤕强添傷。
越 南 语：Nói càng thêm hận nghĩ càng thêm thương.
汉语意译：越诉越恨思添伤。

喃字原文：混造化多端𪪳㖇，
越 南 语：Con tạo hóa đa đoan lắm nhẽ,
汉语意译：造化多端作弄人，

喃字原文：丐便宜㨂仕朱斤。
越 南 语：Cái tiên nghi chẳng sẽ cho cân.
汉语意译：适合情缘难摆平。

喃字原文：𬏈辰䡪院进分，
越 南 语：Giàu thì tròn vẹn mười phân,
汉语意译：富者得享十分满，

喃字原文：𧁷空朱𠬠𠄩分買𠊛。
越 南 语：Khó không cho một hai phân với người.
汉语意译：贫者不尝一两分。

喃字原文：𢬣月老嘲旳之氽，
越 南 语：Tay nguyệt lão chêu ngươi chi mấy,
汉语意译：月老同样挑逗人，

喃字原文：拎袦绠𡨸買世麻。
越 南 语：Cầm lấy dây giữ với thế mà.
汉语意译：红绳其手任把持。

喃字原文：𩈘辰扔墨当皮，
越 南 语：Giàu thì nảy mực đang vừa,
汉语意译：富者牵线合时机，

喃字原文：𧁷辰底買渚渚𠎬停。
越 南 语：Khó thì để mãi chưa chưa sao đành.
汉语意译：贫者搁置不为媒。

喃字原文：姉姮吏停亨之余，
越 南 语：Chị hằng lại đành hanh chi mấy,
汉语意译：嫦娥亦是真任性，

喃字原文：决当𢬣𡨸買慷慷。
越 南 语：Quyết đang tay giữ với khăng khăng.
汉语意译：墨守成规不均匀。

喃字原文：拎斤拯㧅朱平，
越 南 语：Cầm cân chẳng nhắc cho bằng,
汉语意译：掌秤不管秤平衡，

喃字原文：𩈘辰㧅𦥃𧁷侯𢚸渚。
越 南 语：Giàu thì nhắc đến khó hầu chịu chưa.
汉语意译：只为富人不顾贫。

喃字原文：責人世瞈𥊚固文，
越 南 语：Trách nhân thế mập mơ có một,
汉语意译：责怪世人亦糊涂，

喃字原文：捕鐄进麻捽鍮巴。
越 南 语：Bỏ vàng mười mà chuốt thau ba.
汉语意译：只淘黄铜丢真金。

喃字原文： 責台馭世懡麻，
越 南 语： Trách thay người thế mơ mà,
汉语意译： 责怪世人也痴狂，

喃字原文： 制嫩庄别浪罢嫩撑。
越 南 语： Chơi non chẳng biết rằng là non xanh.
汉语意译： 游山不知青山美。

喃字原文： 責人世無情䝖䝖，
越 南 语： Trách nhân thế vô tình lắm lắm,
汉语意译： 责怪世人真无情，

喃字原文： 景清奇捕永庄制。
越 南 语： Cảnh thanh kỳ bỏ vắng chẳng chơi.
汉语意译： 风景秀丽迹罕至。

喃字原文： 責台馭世麻差，
越 南 语： Trách thay người thế mà sai,
汉语意译： 诘责世人有差误，

喃字原文： 只参苁㵢女恷苁蕿。
越 南 语： Chỉ tham bông thắm nở hoài bông thơm.
汉语意译： 只贪花红弃花香。

喃字原文： 想世事埃𠸍𢧚浽，
越 南 语： Tưởng thế sự ai làm nên nỗi,
汉语意译： 想想世事至此境，

喃字原文： 㧣强添息最𤾓朝。
越 南 语： Nghĩ càng thêm tức tối trăm chiều.
汉语意译： 越想心里越郁闷。

喃字原文： 台罢缘分𠸍牢，
越 南 语： Hay là duyên phận làm sao,
汉语意译： 或是缘分有何因，

喃字原文：吹罨緣分歆囂世麻。
越 南 语：Xui ra duyên phận hẩm hiu thế mà.
汉语意译：嗾使人命途多舛？

喃字原文：台罒劍胗牙鬤鳯，
越 南 语：Hay là kém da ngà tóc phượng,
汉语意译：或是云鬓肤色差，

喃字原文：化朱蝛蚑懴螉吱。
越 南 语：Hóa cho nên bướm chán ong chê.
汉语意译：因而蜂蝶了无趣。

喃字原文：台罒爙庒傷花，
越 南 语：Hay là nắng chẳng thương hoa,
汉语意译：或是阳光不爱花，

喃字原文：底油芃䅿底初蘂鐄。
越 南 语：Để rầu bông thắm để sơ nhị vàng.
汉语意译：娇嫩花朵留凋谢。

喃字原文：台罒劍牟䤳渃水，
越 南 语：Hay là kém màu gương nước thủy,
汉语意译：或是容貌逊于人，

喃字原文：台罒輸牟貴㕷清。
越 南 语：Hay là thua màu quý vẻ thanh.
汉语意译：或是神情输于人。

喃字原文：台罒輸㵣輸生，
越 南 语：Hay là thua đẹp thua xinh,
汉语意译：或是美丽输于人，

喃字原文：輸糸輸粉輸情輸緣。
越 南 语：Thua son thua phấn thua tình thua duyên.
汉语意译：情缘粉黛输于人。

喃字原文：為文溌輸銭輸泊，
越 南 语：Vì một nỗi thua tiền thua bạc,
汉语意译：看来钱银输于人，

喃字原文：化朱铖輸色輸才。
越 南 语：Hóa cho nên thua sắc thua tài.
汉语意译：因此才色逊于人。

喃字原文：搊罢埃㐌輸埃，
越 南 语：So ra ai đã thua ai,
汉语意译：相对比来输给谁？

喃字原文：几箕剢两几尼姅斤。
越 南 语：Kẻ kia tám lạng kẻ này nửa cân.
汉语意译：她是八两我半斤。

喃字原文：本㐌别爫身几𧁷，
越 南 语：Vốn đã biết làm thân kẻ khó,
汉语意译：自明本是贫穷人，

喃字原文：固監兜打度買𨇜。
越 南 语：Có giám đâu đánh đo với giàu.
汉语意译：那敢与人打灯谜。

喃字原文：浪辰芒㦖扨愁，
越 南 语：Rằng thì mang tủi đeo sầu,
汉语意译：只能吞言暗自悲，

喃字原文：㖢强邑甕抮添碍㖢。
越 南 语：Lời càng ấp úng nghĩ thêm ngại lời.
汉语意译：嗫嚅之语口难言。

喃字原文：春撑計堆进固禮，
越 南 语：Xuân xanh kể đôi mươi có lẻ,
汉语意译：青春年至二十余，

喃字原文：果梅群巴㐌当絲。
越 南 语：Quả mai còn ba bảy đang tơ.
汉语意译：梅果成熟正合时。

喃字原文：箕如東壁鄰家，
越 南 语：Kia như đông vách lân gia,
汉语意译：东邻贫家数女子，

喃字原文：几㐌冥鳳𠊛㐌梦蘭。
越 南 语：Kẻ đà minh phượng người đà mông lan.
汉语意译：同样冥蒙凤鸾期。

喃字原文：拱挰㖡紅顏買世，
越 南 语：Cũng mang tiếng hồng nhan với thế,
汉语意译：蒙受世间红颜女，

喃字原文：女市𢧚拥扌乙拯傷。
越 南 语：Nở nào nên ún rẩy chẳng thương.
汉语意译：何忍遗弃不怜悯。

喃字原文：包饒绕紩衣裳，
越 南 语：Bao nhiêu nhiễu dệt y thường,
汉语意译：多少绉纱织衣裳，

喃字原文：為𠊛些撕私裝祂𫯳。
越 南 语：Vì người ta sửa tư trang lấy chồng.
汉语意译：为备嫁妆待嫁时。

喃字原文：拱挰㖡䏧紅𩈘粉，
越 南 语：Cũng mang tiếng má hồng mặt phấn,
汉语意译：蒙受粉黛保艳丽，

喃字原文：𨻫䱴𢆥直分房空。
越 南 语：Luống năm năm chực phân phòng không.
汉语意译：枉度五年空房期。

喃字原文：㪨浪花拯朝螉，
越 南 语：Há rằng hoa chẳng chiều ong,
汉语意译：何况花不从蜂意，

喃字原文：朱铖㦖粉㥏紅𢠩台。
越 南 语：Cho nên tủi phấn thẹn hồng lắm thay.
汉语意译：为此羞愧对红颜。

喃字原文：北湯𦤾宮霎麻晦，
越 南 语：Bắc thang đến cung mây mà hỏi,
汉语意译：架梯天宫问月老，

喃字原文：別包𣉹鳯杜梗梧。
越 南 语：Biết bao giờ phượng đỗ cành ngô.
汉语意译：何时凤凰栖梧桐。

喃字原文：包𣉹北吏求烏，
越 南 语：Bao giờ bắc lại cầu ô,
汉语意译：何时喜鹊搭桥来，

喃字原文：麻朱妸织扻牛细𧵑。
越 南 语：Mà cho ả chỉ chàng ngưu tới gần.
汉语意译：牛郎织女得相会？

喃字原文：情油汜吏春吏夏，
越 南 语：Tình dầu dãi lại xuân lại hà,
汉语意译：春去夏来情暴露，

喃字原文：景卒然秋過冬还。
越 南 语：Cảnh thốt nhiên thu qua đông hoàn.
汉语意译：秋过冬还景骤变。

喃字原文：𤒛算晦月嘆花，
越 南 语：Rắp toan hỏi nguyệt than hoa,
汉语意译：我欲问月与花叹，

喃字原文：月霎霿最花陀塢芃。
越 南 语：Nguyệt che mây tối hoa đà ủ bông.
汉语意译：花朵萎谢云遮月。

喃字原文：解煩位搊絲摱𠰘，
越 南 语：Giải phèn lặp so tơ mượn chén,
汉语意译：弹琴借酒解闷愁，

喃字原文：弹重绠醽焌唏眠。
越 南 语：Đàn trùng dây rượu bén hơi men.
汉语意译：琴弦纠缠酒味浓。

喃字原文：攄韻𢪀局解煩，
越 南 语：Lựa vần nghĩ cuộc giải phèn,
汉语意译：想择乐韵解寂寥，

喃字原文：棋仙秘渃䟽仙縱韻。
越 南 语：Cờ tiên bí nước thơ tiên tùng vần.
汉语意译：诗仙不韵棋僵局。

喃字原文：𣎏清仍陰忱貫膵，
越 南 语：Đêm thanh những âm thầm với bóng,
汉语意译：夜月孤身见自影，

喃字原文：𩈘陰忱膵吏塢哝。
越 南 语：Mặt âm thầm bóng lại ủ ê.
汉语意译：夜影凄零独悲怅。

喃字原文：恾瞠鎶𠞩畑㬳，
越 南 语：Buồn trông gương sớm đèn trưa,
汉语意译：凄然望朝镜夕灯，

喃字原文：鎶𤊰渃水畑熮焒煩。
越 南 语：Gương mờ nước thủy đèn lòa lửa phiền.
汉语意译：灯火斑斓镜朦胧。

喃字原文：愹瞠景景扦膝鹤，
越 南 语：Buồn trông cảnh cảnh chen bóng hạc,
汉语意译：凄然望景色鹤影，

喃字原文：愹瞠䏎䏎搁嫩西。
越 南 语：Buồn trông giăng giăng gác non tây.
汉语意译：凄然望月搁西山。

喃字原文：愹瞠蔰鞊蕽核，
越 南 语：Buồn trông ngọn cỏ lá cây,
汉语意译：凄然望树叶草梢，

喃字原文：青青蹺蔰䗽冠哉排。
越 南 语：Thanh thanh theo ngọn gió bay tơi bời.
汉语意译：随风轻忽杳无踪。

喃字原文：愹瞠㥕憣䣗素女，
越 南 语：Buồn trông tranh thẹn người tố nữ,
汉语意译：凄然望素女彩画，

喃字原文：愹吟詩㥽㝵青春。
越 南 语：Buồn ngâm thơ tủi chữ thanh xuân.
汉语意译：凄然吟青春情诗。

喃字原文：愹瞠霳捲寅寅，
越 南 语：Buồn trông mây cuốn dần dần,
汉语意译：凄然望云卷云舒，

喃字原文：如溗熌鎖如運氣㷥。
越 南 语：Như tuôn khói tỏa như vận khí ôi.
汉语意译：如烟弥漫气哀伤。

喃字原文：瞠嫩西砎扦層層，
越 南 语：Trông non tây đá chen tầng tầng,
汉语意译：望西山石叠重重，

喃字原文：瞠㴜東洡撫篭嵩。
越 南 语：Trông bể đông sóng vỗ lung tung.
汉语意译：望东海浪涛滔滔。

喃字原文：吏强如焇如燶，
越 南 语：Lại càng như nấu như nung,
汉语意译：心绞伤如燃似烧，

喃字原文：如薰如炷强農强迷。
越 南 语：Như hun như cháy càng nồng càng mê.
汉语意译：如熏如焚愈迷蒙。

喃字原文：瞠岸北搊离葩䓂，
越 南 语：Trông ngàn bắc so le ngọn cỏ,
汉语意译：望北岸参差枯草，

喃字原文：瞠㴜南拉搸船鉤。
越 南 语：Trông bể nam nhấp nhô thuyền câu.
汉语意译：望南海映帆钓舟。

喃字原文：吏强如绁如绕，
越 南 语：Lại càng như dệt như thêu,
汉语意译：心疼痛似刺如绣，

喃字原文：如扜如捲强招强盆。
越 南 语：Như vo như cuốn càng chiêu càng buồn.
汉语意译：如搓如卷愈烦忧。

喃字原文：聵鶑城味哘衆者，
越 南 语：Nghe oanh thành mùi bòn chung chạ,
汉语意译：春野黄莺歌杂声，

喃字原文：聵蟈夏罢者嗹嗹。
越 南 语：Nghe cuốc hè ra giả giọng rên.
汉语意译：夏日杜鹃喑啼血。

喃字原文：吏强魚艮劳刀，
越 南 语：Lại càng ngơ ngẩn lao đao,
汉语意译：头晕不知所何适，

喃字原文：吏强即最心胞懔쏧。
越 南 语：Lại càng tấc tối tâm bào lắm nau.
汉语意译：心胞忧闷隐作痛。

喃字原文：聜腣秋蝿愁夷已，
越 南 语：Nghe đêm thu ve sầu rì rì,
汉语意译：秋晚听蝉叫唧唧，

喃字原文：聜腣冬嗹蹄咻嫩。
越 南 语：Nghe đêm đông giọng dế nỉ non.
汉语意译：冬夜蟋蟀低声吟。

喃字原文：吏强油氾盆存，
越 南 语：Lại càng rầu dĩ buồn tồn,
汉语意译：越听心里越纳闷，

喃字原文：吏强息最肝鐄拯衝。
越 南 语：Lại càng tức tối gan vàng chẳng xong.
汉语意译：金肝气恨了一生。

喃字原文：惍闷呐抣空铖浽，
越 南 语：Buồn muốn nói nghĩ không nên nỗi,
汉语意译：心烦欲诉事无成，

喃字原文：惍闷瞠淚吏渚滇。
越 南 语：Buồn muốn trông lệ lại chứa chan.
汉语意译：臆闷想望泪千行。

喃字原文：瑟琴闷撧豉鸾，
越 南 语：Sắt cầm muốn gửi phím loan,
汉语意译：欲拿瑟琴拨弦键，

喃字原文：喠愁加者朱弹昂宫。
越 南 语：Giọng sầu gia giả cho đàn ngang cung.
汉语意译：瑟音添愁琴声乱。

喃字原文：惍拎觖欺封欺𢲫，
越 南 语：Buồn cầm quạt khi phong khi mở,
汉语意译：烦闷折扇时封开，

喃字原文：惍詩情情忟情悁。
越 南 语：Buồn thư tình tình nhớ tình quên.
汉语意译：苦吟情诗欲忘情。

喃字原文：傷為分，悴為緣，
越 南 语：Thương vì phận, xót vì duyên,
汉语意译：痛惜命运与缘分，

喃字原文：庄㝵分泰化𫁽餒𢤞。
越 南 语：Chẳng ngờ phân thái hóa nên nỗi hèn.
汉语意译：谁料盛世命又贱。

喃字原文：强𢪀𡗋心神息最，
越 南 语：Càng nghĩ lắm tâm thần tức tối,
汉语意译：越想心神越气愤，

喃字原文：𢪀源干農餒強疠。
越 南 语：Nghĩ nguồn cơn nông nỗi càng đau.
汉语意译：越思原委越心痛。

喃字原文：庄戈几𨁪𠊛𠌨，
越 南 语：Chẳng qua kẻ trước người sau,
汉语意译：谁先谁后只如此，

喃字原文：催辰些仕半愁罒鮮。
越 南 语：Thôi thì ta sẽ bán sầu làm tươi.
汉语意译：罢怨弃愁寻欢是。

喃字原文：怒𠰘沛盘枚盘𨅹，
越 南 语：Nọ là phải bàn may bàn rủi,
汉语意译：那人论福来祸去，

喃字原文：怒𠰘𢀨計䟻計𢖖。
越 南 语：Nọ là nên kể trước kể sau.
汉语意译：彼人谈后果前因。

喃字原文：埃喂吀渚唭饒，
越 南 语：Ai ơi xin chớ cười nhau,
汉语意译：切莫相互嘲与笑，

喃字原文：庄戈梅䟻杏𢖖恪之。
越 南 语：Chẳng qua mai trước hạnh sau khác gì.
汉语意译：梅先杏后何差矣。

喃字原文：梅妸䟻梅唭杏闷，
越 南 语：Mai nở trước mai cười hạnh muộn,
汉语意译：梅花先开笑杏迟，

喃字原文：杏妸𢖖杏喭梅衰。
越 南 语：Hạnh nở sau hạnh ngán mai suy.
汉语意译：杏花后开厌梅衰。

喃字原文：杏梅唭吝饒之，
越 南 语：Hạnh mai cười lẫn nhau gì,
汉语意译：梅杏姐妹莫讥笑，

喃字原文：𦤾期结果𦤾期闭花。
越 南 语：Đến kỳ kết quả đến kỳ khai hoa.
汉语意译：至期开花结果时。

喃字原文：箕蛴𦓅固欺妸玉，
越 南 语：Kia trai già có khi nở ngọc,
汉语意译：海蚌老来方结珠，

喃字原文：怒竹冬固𣅶扔栏。
越 南 语：Nọ trúc đông có lúc nảy măng.
汉语意译：冬竹寒时会生笋。

喃字原文：箕辰渃，怒辰䏧，
越 南 语：Kia thì nước, nọ thì giăng,
汉语意译：此是水来那是月，

喃字原文：䏧常𦝄缺渃恒苔溈。
越 南 语：Giăng thường tròn khuyết nước hằng đầy vơi.
汉语意译：水有满少月盈缺。

喃字原文：𣎀辰固欺𨱽欺𥐇，
越 南 语：Đêm thì có khi dài khi ngắn,
汉语意译：夜有时长复时短，

喃字原文：辰節𡗶欺㶵欺湄。
越 南 语：Thời tiết trời khi nắng khi mưa.
汉语意译：天有时雨复晴时。

喃字原文：𢆥固欺少欺承，
越 南 语：Năm có khi thiếu khi thừa,
汉语意译：年月小大复循环，

喃字原文：𣈜固欺𣋽欺𣌆恪常。
越 南 语：Ngày có khi sớm khi trưa khác thường.
汉语意译：白天亦有早与晚。

喃字原文：固兜吏招桃者李，
越 南 语：Có đâu lại chiêu đào giả lý,
汉语意译：哪能招桃且应李，

喃字原文：固兜麻㗂鮎𠳒鴆。
越 南 语：Có đâu mà nhắn cá gửi chim.
汉语意译：哪能托口信雁鱼。

喃字原文：兑朱志於朱纤，
越 南 语：Đoái cho chí ở cho bền,
汉语意译：重顾意志定坚强，

喃字原文：庄怗分蘔庒煩闷緣。
越 南 语：Chẳng lo phận khó chẳng phiền muộn duyên.
汉语意译：莫愁命苦姻缘迟。

喃字原文：金翹𫎇結緣尒度，
越 南 语：Kim kiều trước kết duyên mấy độ,
汉语意译：金翘结缘先许言，

喃字原文：潘陳箕哏咘包数。
越 南 语：Phan trần kia gắn bó bao lâu.
汉语意译：潘陈相亲年少时。

喃字原文：意罗𣋽㐌返饒，
越 南 语：Ấy là sớm đã gặp nhau,
汉语意译：早日相识情相许，

喃字原文：麻群隔阻数数森圍。
越 南 语：Mà còn cách trở lâu lâu sum vầy.
汉语意译：久受阻隔方相聚。

喃字原文：金菊怒霜𬖊買𡢐，
越 南 语：Kim cúc nọ sương bay với nở,
汉语意译：金菊遇霜才开花，

喃字原文：徑松箕雪撫强撑。
越 南 语：Kính tùng kia tuyết vỗ càng xanh.
汉语意译：劲松来雪更青翠。

喃字原文：箕牯㨂闷强𡮈，
越 南 语：Kia cổ tết muốn càng xinh,
汉语意译：玩具结迟工艺美，

喃字原文：固欺拱返緣慵買埃。
越 南 语：Có khi cũng gặp duyên lành với ai.
汉语意译：良缘总会得相遇。

喃字原文：係唉群眉蝫相鳯，
越 南 语：Hễ hãy còn mày tằm mắt phượng,
汉语意译：蛾眉凤眼只犹存，

喃字原文：係唉群䏧粉脢𬟨。
越 南 语：Hễ hãy còn má phấn môi son.
汉语意译：粉脸朱唇尚余香。

喃字原文：群䂀群渃群嫩，
越 南 语：Còn trời còn nước còn non,
汉语意译：有天有地有山水，

喃字原文：唉群良士唉群吉人。
越 南 语：Hãy còn lương sĩ hãy còn cát nhân.
汉语意译：仍有良士吉人来。

喃字原文：催辰催園春直鎖，
越 南 语：Thôi thì thôi vườn xuân chực khóa,
汉语意译：休矣春园封关时，

喃字原文：恨仍類雁魪喂聰。
越 南 语：Hờn những loài nhạn cá ơi tai.
汉语意译：别让雁鱼来烦耳。

喃字原文：催辰園鎖扦掑，
越 南 语：Thôi thì vườn khóa then cài.
汉语意译：闩紧春园待罢休，

喃字原文：拉涌蕋䕸掯類䲥撐。
越 南 语：Lắc rung lá thắm gắn loài chim xanh.
汉语意译：红叶引人饵雁鱼。

喃字原文：悉帀底紅吟狖樸，
越 南 语：Lòng nào để hồng ngâm chuột bọc,
汉语意译：怎让红柿鼠咬心，

喃字原文：忍帀底曷玉牛囲。
越 南 语：Nhẫn nào để hạt ngọc bò vây.
汉语意译：怎忍玉珠遭牛踏。

喃字原文：决肝徐几巾带，
越 南 语：Quyết gan chờ kẻ khăn đai,
汉语意译：决志等候官服人，

喃字原文：𣋽𣎏停付𠼦𠉞青黄。
越 南 语：Sớm trưa đừng phó mặc nay thanh vàng.
汉语意译：切莫撒手黄金处。

喃字原文：竜馬遜返扴伯乐，
越 南 语：Long mã tốn gặp chàng bá lạc,
汉语意译：龙马喜遇伯乐君，

喃字原文：玉荆山返特卞和。
越 南 语：Ngọc kinh sơn gặp được biện hòa.
汉语意译：荆山璞玉见卞和。

喃字原文：渃𡽫箕罕庄𦓅，
越 南 语：Nước non kia hẹn chẳng già,
汉语意译：山水之情永不老，

喃字原文：因缘箕定拱陀固𠉞。
越 南 语：Nhân duyên kia định cũng đà có nơi.
汉语意译：地利处处有姻缘。

喃字原文：群寒微别埃台㖆，
越 南 语：Còn hàn vi biết ai hay dở,
汉语意译：寒微谁知好与坏，

喃字原文：𨻫風尘買𤉜呵憎。
越 南 语：Thuở phong trần mới tỏ khá hèn.
汉语意译：风尘年华显贵贱。

喃字原文：係㐌運㐱辰铖，
越 南 语：Hễ là vận đến thời nên,
汉语意译：只要运来事竟成，

喃字原文：𬈋𤽗拱固因緣拱牟。
越 南 语：Giàu sang cũng có nhân duyên cũng màu.
汉语意译：婚姻圆满富有余。

喃字原文：鳯执翅侯群待𩙋，
越 南 语：Phượng chấp cánh hầu còn đợi gió,
汉语意译：凤凰拍翅迎风来，

喃字原文：蝳生仙共度𨖲𩄲。
越 南 语：Rồng sinh tiên cùng độ lên mây.
汉语意译：龙渡云雨生出仙。

喃字原文：𤾓𢆥固沛𠬠時，
越 南 语：Trăm năm có phải một thì,
汉语意译：人生百年只一时，

喃字原文：揞琴攄曲𢭸𦀊罘皮。
越 南 语：Ôm cầm lựa khúc so dây bốn bề.
汉语意译：抱琴选曲调弦韵。

喃字原文：铖結𩯀車絲朱沛，
越 南 语：Nên kết tóc xe tơ cho phải,
汉语意译：缔结良缘择适时，

喃字原文：当文人才子買𠸗。
越 南 语：Đang văn nhân tài tử mới sao.
汉语意译：才子佳人莫新奇。

喃字原文：玉𪽍群待價高，
越 南 语：Ngọc lành còn đợi giá cao,
汉语意译：金玉待价期高娶，

喃字原文：𧏵群捲曲𤄯沕時群。
越 南 语：Rồng còn cuốn khúc dưới ao thì còn.
汉语意译：潜龙在渊水满地。

喃字原文：闷時闷闷時强質，
越 南 语：Muộn thì muộn muộn thì càng chặt,
汉语意译：姻缘迟到不分离，

喃字原文：𧁷時𧁷𧁷拯累埃。
越 南 语：Khó thì khó khó chẳng lụy ai.
汉语意译：贫女莫要连累人。

喃字原文：恨緣呐闭饒唓，
越 南 语：Hờn duyên nói bấy nhiêu lời,
汉语意译：饮恨缘分话实说，

喃字原文：埃唏共默埃哄默埃。
越 南 语：Ai khen cũng mặc ai cười mặc ai.
汉语意译：谁赞谁笑莫为然。

说明：《贫女叹》在过去京族地区流传很广，特别是在情歌中引唱较多。尤其是贫家女子在谈情说爱时以歌表白自己的身处。此《贫女叹》出自范光赏先生提供的喃字复印本，苏维芳、苏凯整理、翻译而成。

2010 年 8 月

金云翘传

简　介

《金云翘传》原本是中国清初时流行的一部小说。它描写了明代嘉靖年间倭寇的侵扰，官兵的庸懦，政治的腐败与封建社会的残酷以及被压迫者的痛苦。小说中的主要人物都是历史上的真实人物，只有一些次要角色才是作者加进去的。

越南阮攸的《金云翘传》便是从这部汉文作品中汲取源泉并再加创作而成。他采用了民族的语言和民歌的形式，并纯熟运用中国文学的典故，将这些元素完美无缺地溶铸在整齐的六八体诗句里。《金云翘传》是记述主要人物金重、王翠翘和王翠云的故事。全诗共3254句，可分为六大部分。

一、首先叙述一个没落的士大夫王员外的家庭情况。王员外有三个儿女：幼子王观，勤苦好学；大女翠翘、次女翠云都非常艳丽，正是文中描述的“梅骨格雪精神，风姿各别美十分”。文中特别地描写了大女儿的聪明才艺，使读者对她先有一个深刻的印象。其次，写清明踏青，翠翘祭奠歌女淡仙，鬼魂出现，向她道谢。在归途上遇见书生金重，由王观介绍认识。此后两情缱绻，私订终身。最后是金重奔丧，忍痛相别。

二、叙述王员外因奸商勾结官府而被敲诈勒索，父子锒铛入狱，翠翘无法，只有卖身赎父。接着描写翠翘受了流氓马监生的欺骗，堕落青楼，从而受尽了鸨母秀婆和二流子楚卿的百般凌辱虐待，过着非人的生活。

三、叙述翠翘如何追求自由，要跳出火坑，择人而事。结果她嫁给一个懦弱无能的纨裤子弟——束生做妾侍。然而束生的父亲是一个礼教观念非常浓厚的人，束生妻子是出身于大官僚家庭且非常善妒的人。在这样阴暗的环境下，翠翘历尽了折磨，其间虽然得到女管家和女尼觉缘的维护，最后还是不得不重堕火坑，倚门卖笑。

四、叙述翠翘从束家私逃出来之后，托足尼庵，结果还是不能安身，黑暗社会势力再度使她陷入人间地狱——妓馆。尽管她受尽了蹂躏、侮辱，但她从未放弃追求自由幸福。她十分清醒地了解要解脱自己，跳出火坑，非得靠有正义感的、有肩膀的男子汉大力援助不可。她忍耐地等着，终于有一天援救她的英雄出现了。徐海——这个称霸南天的海上英雄，不但把翠翘救出火坑，而且把翠翘十年来所遭受的耻辱洗刷得干干净净。把翠翘的仇敌交由翠翘处置，而帮助过她的人也都获得了报答。徐海对翠翘的爱情是真实的、纯洁的。他对所爱的人尊重、爱护，处处能为她的利益着想，与玩弄女性者截然不同。翠翘也把自己纯洁的理想和爱情全部寄托在这个英雄人物身上。作者在描述中融合了爱和憎的感情，在艺术上达到十分真实感人的效果。

五、叙述徐海听从翠翘的劝告，屈服于"忠孝功名"的封建道德，向官军投降。然而所谓官军却是以胡宗宪为首的昏庸无能的家伙。他们在战场上无法取胜就只能用阴谋诡计，利用翠翘"夫荣妻贵"的封建观念这个弱点进攻，凭了一个女子的力量骗取胜利。一个有才能、有胆识的英雄人物，竟葬送在那样一批无才能、无信义的人手里。而当时曾经对官军"立功"的翠翘，不但得不到官军首领们的尊敬，还要受他们的百般凌辱，最后只好投江自尽。

六、这是故事的余波，回应和补述金重和王观"会试高中"，补官上任，沿途查访翠翘下落，及后得知其死讯，江边祭奠。最后，觉缘指引，备述翠翘被救过程，全家共庆团圆。这一结尾，写出金重对翠翘矢志不渝的爱情，也写出"报应循环"的"天理"。

全诗通过翠翘这个典型人物的一生，描绘了那一时代中广大妇女的悲惨命运。同时，也通过她反映了整个旧时代的黑暗混乱与统治阶级的罪恶。全诗充满了人道主义精神，歌颂纯洁的爱情与高尚的人民品质。这部长诗，今天仍广泛地流传于我国京族地区，它是越南古典文学名著之一，它好比一座中越文化友谊的纪念碑，过去和未来，永远刻上不可磨灭的真挚的友情。

金雲翹傳
Kim Vân Kiều truyện
金云翘传

喃字原文：𤾓𢆥𥪞𡎝𠊛些，
越 南 语：Trăm năm trong cõi người ta,
汉语意译：人生多则是百年，

喃字原文：𡨸才𡨸命窖罗恄饒。
越 南 语：Chữ tài chữ mệnh khéo là ghét nhau.
汉语意译：才命两常相嫉妒。

喃字原文：𣦰戈没局滮桹，
越 南 语：Trải qua một cuộc bể dâu,
汉语意译：沧海桑田多变幻，

喃字原文：仍調𥉫𧡊麻疠疸𢚸。
越 南 语：Những điều trông thấy mà đau đớn lòng.
汉语意译：目睹的事实悲伤。

喃字原文：邏之彼嗇斯豐，
越 南 语：Lạ gì bỉ sắc tư phong,
汉语意译：彼啬斯丰①原无异，

喃字原文：𡗶撑涓腿腮紅打慳。
越 南 语：Trời xanh quen thói má hồng đánh ghen.
汉语意译：红颜天妒事寻常。

---

①彼啬斯丰："彼……斯……"是代词，等于"那"和"这"，指代"才"和"命"。"啬"指吝啬、检省，"丰"指丰厚、茂盛。才华少的，幸福却多；幸福少的，才华却多。也就是说：有才的人未必幸福，而幸福的人未必有才。"才"和"命"（幸福）总是不平衡的，互相妨碍。

喃字原文：稿蒼吝拱𤎜畑，
越 南 语：Cảo thơm lần giở trước đèn,
汉语意译：自坐灯前披古籍，

喃字原文：風情固録群傳史撐。
越 南 语：Phong tình có lục còn truyền sử xanh.
汉语意译：风情古录史流芳。①

喃字原文：浪𢆥嘉靖朝明，
越 南 语：Rằng: năm Gia Tĩnh triều Minh,
汉语意译：书云：明朝嘉靖年，

喃字原文：𦊚方滂滼𠄩京泳鐄。
越 南 语：Bốn phương phẳng lặng, hai kinh vững vàng.
汉语意译：四方平静两京旺。

喃字原文：固茹員外户王，
越 南 语：Có nhà viên ngoại họ Vương,
汉语意译：有一家员外姓王，

喃字原文：家資擬拱常常堛中。
越 南 语：Gia tư nghĩ cũng thường thường bậc trung.
汉语意译：看来家道是小康。

喃字原文：没𤳆𡥵次碎悉，
越 南 语：Một trai con thứ rốt lòng,
汉语意译：最末一个男孩儿，

喃字原文：王觀罗𡨸綏㳥儒家。
越 南 语：Vương Quan là chữ nối dòng nho gia.
汉语意译：名叫王观继书香。

①风情古录史流芳：相传清初有“风情录”小说，讲述徐海与王翠翘相恋的故事，曾在越南广泛流传。

喃字原文：頭悉𠑬妸素娥，
越 南 语：Đầu lòng hai ả tố nga,
汉语意译：上面有两个姐姐，

喃字原文：翠翹𱜢姉𡛔𱜢翠雲。
越 南 语：Thúy Kiều là chị, em là Thúy Vân.
汉语意译：大姐翠翘次翠云。

喃字原文：梅骨格雪精神，
越 南 语：Mai cốt cách, tuyết tinh thần,
汉语意译：如梅骨格雪精神，①

喃字原文：每䶊没愢进分院进。
越 南 语：Mỗi người một vẻ mười phân vẹn mười.
汉语意译：风姿各别美十分。

喃字原文：雲袩莊重恪滆，
越 南 语：Vân xem trang trọng khác vời,
汉语意译：翠云端庄貌超凡，

喃字原文：囷脧苔惮湼蛽妄囊。
越 南 语：Khuôn trăng đầy đặn, nét ngài nở nang.
汉语意译：蛾眉月脸色风韵。

喃字原文：花唭玉說端莊，
越 南 语：Hoa cười ngọc thốt đoan trang,
汉语意译：美如玉言笑端庄，

喃字原文：霒輸渃鬔雪囊牟胗。
越 南 语：Mây thua nước tóc, tuyết nhường màu da.
汉语意译：雪让肌肤云输鬓。

①如梅骨格雪精神：外形美如梅，精神面貌白如雪。

喃字原文：翹強色稍熳麻，
越 南 语：Kiều càng sắc sảo mặn mà,
汉语意译：翠翘伶俐言优雅，

喃字原文：搊皮才色吏𠱾分欣。
越 南 语：So bề tài sắc lại là phần hơn.
汉语意译：两相比才色超群。

喃字原文：泠秋水湼春山，
越 南 语：Làn thu thủy, nét xuân sơn,
汉语意译：眼如秋水眉春山，

喃字原文：花悭輸䆄柳恨𥾽撑。
越 南 语：Hoa ghen thua thắm, liễu hờn kém xanh.
汉语意译：花妒娇红柳妒青。

喃字原文：没𠄩𠶜渃𠶜城，
越 南 语：Một hai nghiêng nước nghiêng thành,
汉语意译：真是倾城倾国貌，

喃字原文：色停𠊚没才停和𠄩。
越 南 语：Sắc đành đòi một, tài đành họa hai.
汉语意译：才华拔萃美娉婷。

喃字原文：聪明罕産資歪，
越 南 语：Thông minh vốn sẵn tính trời,
汉语意译：天禀聪明锦才华，

喃字原文：陂藝詩画𪟽味歌吟。
越 南 语：Pha nghề thi họa, đủ mùi ca ngâm.
汉语意译：既娴诗画又歌吟。

喃字原文：宫商漏堛五音，
越 南 语：Cung thương làu bậc ngũ âm,
汉语意译：按宫商调阶五音，

喃字原文：藝𥢆咹撻胡琴沒張。
越 南 语：Nghề riêng ăn đứt hồ cầm một trương.
汉语意译：称绝技艺精胡琴。

喃字原文：曲茹𢬣捛䘺章，
越 南 语：Khúc nhà tay lựa nên chương,
汉语意译：妙手选择新曲调，

喃字原文：沒篇薄命吏強惱人。
越 南 语：Một thiên bạc mệnh lại càng não nhân.
汉语意译：弹篇薄命伤人心。

喃字原文：風流窒墨紅裙，
越 南 语：Phong lưu rất mực hồng quần,
汉语意译：红裙中风流班首，

喃字原文：春撑執齿細旬及笄。
越 南 语：Xuân xanh xấp xỉ tới tuần cập kê.
汉语意译：论青春及笄方临。

喃字原文：俺裧帳撻幔雯，
越 南 语：Êm niềm trướng rủ màn che,
汉语意译：帐垂帘卷送光阴，

喃字原文：墻東蜂蜌趍衛默埃。
越 南 语：Tường đông ong bướm đi về mặc ai.
汉语意译：墙东蜂蝶枉相寻。

喃字原文：𣈜春𡥵燕迻梭，
越 南 语：Ngày xuân con én đưa thoi,
汉语意译：似燕穿梭春日逝。

喃字原文：韶光𠃩𨒒㐌外𦒹𨑮。
越 南 语：Thiều quang chín chục đã ngoài sáu mươi.
汉语意译：九分春光六分去。①

喃字原文：𦹵𦼔青𩂟𨇉𡗶，
越 南 语：Cỏ non xanh tận chân trời,
汉语意译：翠绿芳草连天碧，

喃字原文：梗梨𤽸點没𣎏𦬑花。
越 南 语：Cành lê trắng điểm một vài bông hoa.
汉语意译：嫩白梨枝数点花。

喃字原文：清明𥪞節𣎃𠀧，
越 南 语：Thanh minh trong tiết tháng ba,
汉语意译：正是三月清明节，

喃字原文：礼罗扫墓㗂罗踏青。
越 南 语：Lễ là tảo mộ, gọi là đạp thanh.
汉语意译：良辰扫墓踏青游。

喃字原文：斳賖奴𡁞燕鶯，
越 南 语：Gần xa nô nức yến anh,
汉语意译：好风光莺燕四飞，

喃字原文：姉㛪𢬣所步行制春。
越 南 语：Chị em sắm sửa bộ hành chơi xuân.
汉语意译：姐携弟妹耍春游。

喃字原文：逸耀才子佳人，
越 南 语：Dập dìu tài tử giai nhân,
汉语意译：才子佳人影相随，

---

①九分春光六分去：原文为“九十春光已过了六十”。与宋代诗人徐积“三分春色二分去”相似。

喃字原文： 馭車如渃襖裙如拃。
越 南 语： Ngựa xe như nước, áo quần như nêm.
汉语意译： 车如流水衣裙美。

喃字原文： 衮昂埖埬撟蓮，
越 南 语： Ngổn ngang gò đống kéo lên,
汉语意译： 小岗上堆堆坟墓，

喃字原文： 梭鐄絁擳烣錢紙䬑。
越 南 语： Thoi vàng vó rắc, tro tiền giấy bay.
汉语意译： 纸钱纸灰随风飘。

喃字原文： 斜斜䏧我術西，
越 南 语： Tà tà bóng ngả về tây,
汉语意译： 夕阳西下人影斜，

喃字原文： 姉㛪他㧅㨋𢭸𠚢術。
越 南 语： Chị em thơ thẩn dan tay ra về.
汉语意译： 姐弟把臂言归旋。

喃字原文： 趾寅蹺蒝小溪，
越 南 语： Bước dần theo ngọn tiểu khê,
汉语意译： 沿着溪边游漫步，

喃字原文： 吝䂓風景固皮清清。
越 南 语： Lần xem phong cảnh có bề thanh thanh.
汉语意译： 一片江水景凄然。

喃字原文： 覔覔湧渃捥觥，
越 南 语： Nao nao dòng nước uốn quanh,
汉语意译： 盘曲溪水流潺潺，

喃字原文： 檏橋儒䏧𡾵迦北昂。
越 南 语： Dịp cầu nho nhỏ cuối ghềnh bắc ngang.
汉语意译： 独木桥跨过溪上。

喃字原文：茌茌埝坦邊塘，
越 南 语：Sè sè nắm đất bên đàng,
汉语意译：路边有座低坟墓，

喃字原文：油油蔙䓠姅鐄姅撑。
越 南 语：Dàu dàu ngọn cỏ nửa vàng nửa xanh.
汉语意译：坟上草大半枯黄。

喃字原文：浪䏧䡐節清明，
越 南 语：Rằng: "Sao trong Tiết Thanh Minh,
汉语意译：翘问："清明扫墓多，

喃字原文：麻低香焿永醒世麻。
越 南 语：Mà đây hương khói vắng tanh thế mà?"
汉语意译：独这墓香烟寂寞？"

喃字原文：王觀買引斳賒，
越 南 语：Vương Quan mới dẫn gần xa:
汉语意译：王观弟陈述始末：

喃字原文：淡仙娘氏初罗歌兒。
越 南 语："Đạm tiên nàng ấy xưa là ca nhi.
汉语意译："是歌女淡仙①墓所。

喃字原文：浽名才色没時，
越 南 语：Nổi danh tài sắc một thì,
汉语意译：年才色芳名远播，

喃字原文：吅嗃外𨷶劍之燕鸚。
越 南 语：Xôn xao ngoài cửa kém gì yến anh.
汉语意译：门外莺燕聚喧哗。

①淡仙：指歌女刘淡仙。

喃字原文：刼紅顔固蒙萌，
越 南 语：Kiếp hồng nhan có mong manh,
汉语意译：无奈红颜显薄命，

喃字原文：姅澄春脱枝梗天香。
越 南 语：Nửa chừng xuân thoắt gãy cành thiên hương.
汉语意译：正青春，天花陨落。

喃字原文：固馱客於遠方，
越 南 语：Có người khách ở viễn phương,
汉语意译：一客人来自远方，

喃字原文：賖聦拱嚜啃娘尋制。
越 南 语：Xa nghe cũng nức tiếng nàng tìm chơi.
汉语意译：慕芳名特地来访。

喃字原文：船情皮𣈜細尼，
越 南 语：Thuyền tình vừa ghé tới nơi,
汉语意译：当他情舟刚靠岸，

喃字原文：時㐌簪技𤮄淶包賒。
越 南 语：Thì đã trâm gãy bình rơi bao giờ.
汉语意译：她早已玉碎桃僵。

喃字原文：𢩣空冷 𢹩如詞，
越 南 语：Buồng không lạnh ngắt như tờ,
汉语意译：空闺寂寞冷清清，

喃字原文：䟻車馭㐌蔆瀘㴋撑。
越 南 语：Dấu xe ngựa đã rêu lờ mờ xanh.
汉语意译：马车辙苔色苍苍。

喃字原文：哭嘆坤掣事情，
越 南 语：Khóc than khôn xiết sự tình,
汉语意译：他痴情伤心痛哭，

喃字原文：窖無緣閉𠸍命貝些。
越 南 语：Khéo vô duyên bấy là mình với ta.
汉语意译：深叹恨良缘无望。

喃字原文：㐌空緣𠓀庄麻，
越 南 语：Đã không duyên trước chăng mà,
汉语意译：既今生夙缘未缔，

喃字原文：時之𡮈約噲𠸍緣𢖖。
越 南 语：Thì chi chút ước gọi là duyên sau.
汉语意译：待来生情缘可偿。

喃字原文：𢥈生攝梓車珠，
越 南 语：Sắm sanh nếp tử xe châu,
汉语意译：他备了梓椁灵车，

喃字原文：埋浓没埝默油𦹵花。
越 南 语：Vùi nông một nắm mặc dầu cỏ hoa.
汉语意译：送到此为她安葬。

喃字原文：𣦍包兔洛鴉斜，
越 南 语：Trải bao thỏ lặn ác tà,
汉语意译：经过日月时消逝，

喃字原文：乂墓無主埃麻咏㗎。
越 南 语：Ấy mồ vô chủ ai mà viếng thăm."
汉语意译：无主墓谁来祭享？"

喃字原文：悉兜産痗傷心，
越 南 语：Lòng đâu sẵn mòn thương tâm,
汉语意译：翠翘听罢心悲痛，

喃字原文：說聴翹㐌潭潭珠沙。
越 南 语：Thoắt nghe Kiều đã đầm đầm châu sa.
汉语意译：且不禁泪如泉涌。

喃字原文：疠疸台分弹婆，
越 南 语：“Đau đớn thay phận đàn bà,
汉语意译：惨切呀，妇人身世，

喃字原文：哃罗分薄拱罗哃終。
越 南 语：Lời là phận bạc cũng là lời chung.
汉语意译：红颜薄命终相同。

喃字原文：負旁之貝化工，
越 南 语：Phũ phàng chi mấy hóa công,
汉语意译：造化主造物不仁，

喃字原文：𣈜撐痗痗䏧紅配陂。
越 南 语：Ngày xanh mòn mỏi má hồng phôi pha.
汉语意译：春易逝玉貌成空。

喃字原文：𤯩辰情庒𥢆埃，
越 南 语：Sống thì tình chẳng riêng ai,
汉语意译：生前备为众男妻，

喃字原文：窖台托𨑜𠚢𠊛情空。
越 南 语：Khéo thay thác xuống ra người tình không!
汉语意译：死无夫孤单惨恸。

喃字原文：帀𠊛鳳乍鸞終，
越 南 语：Nào người phượng chạ loan chung,
汉语意译：有谁是鸾俦凤侣，

喃字原文：帀𠊛惜緑貪紅罗埃。
越 南 语：Nào người tiếc lục tham hồng là ai?
汉语意译：又谁能惜绿怜红？

喃字原文：㐌空几兑𠊛懷，
越 南 语：Đã không kẻ đoái người hoài,
汉语意译：今日谁人前凭吊，

喃字原文：産低些劒没菲𥗐香。
越 南 语：Sẵn đây ta kiếm một vài nén hương.
汉语意译：我为你焚香祝颂。

喃字原文：噲罒返拵𦋦塘，
越 南 语：Gọi là gặp gỡ giữa đường,
汉语意译：请念我途中奇遇，

喃字原文：和罒𠊛𤀞瀛鐄别朱。
越 南 语：Họa là người dưới suối vàng biết cho.”
汉语意译：也许黄泉鉴微衷。

喃字原文：啉喔㖖唓𡮈𡚢，
越 南 语：Lầm rầm khấn vái nhỏ to,
汉语意译：喃喃细语默祷愿，

喃字原文：拉𢫝把𦹵𦝄墓跐𠚢。
越 南 语：Sụp ngồi bả cỏ trước mồ bước ra.
汉语意译：跪下拜移步墓前。

喃字原文：没𡏦𦹵愛膝斜，
越 南 语：Một vùng cỏ áy bóng tà,
汉语意译：沉郁夕阳枯草地，

喃字原文：𩙍嚻嚻𠺙没𠺙葻𦬑。
越 南 语：Gió hiu hiu thổi một và bông lau.
汉语意译：微风吹动芦苇旋。

喃字原文：捽簪産攢𡭤頭，
越 南 语：Rút trâm sẵn giắt mái đầu,
汉语意译：翠翘拔下头上簪，

喃字原文：拍膨核咏𦊚勾𠀧韻。
越 南 语：Vạch da cây vịnh bốn câu ba vần.
汉语意译：在树身刻首绝句。

喃字原文：吏強迷𢠩心神，
越 南 语：Lại càng mê mẩn tâm thần,
汉语意译：她心神更加迷梦，

喃字原文：吏強𨅸朗秦銀拯𪜭。
越 南 语：Lại càng đứng lặng tần ngần chẳng ra.
汉语意译：痴立无言又不离。

喃字原文：吏強塢湥湼花，
越 南 语：Lại càng ủ dột nét hoa,
汉语意译：忧闷绪花容惨淡，

喃字原文：愁滌坦綏珠沙𦀺䠩。
越 南 语：Sầu tuôn đứt nối, châu sa vắn dài.
汉语意译：愁思缭绕泪涟涟。

喃字原文：雲浪姉拱𠻵哄，
越 南 语：Vân rằng: “Chị cũng nực cười,
汉语意译：翠云道：“姐真可笑，

喃字原文：窖餘渃眛哭𠊛茷初。
越 南 语：Khéo dư nước mắt khóc người đòi xưa.”
汉语意译：真流泪为死人愁。”

喃字原文：浪紅顏自𠦳初，
越 南 语：Rằng: “Hồng nhan tự nghìn xưa,
汉语意译：她答道：“自古红颜，

喃字原文：丐調薄命固除埃兜。
越 南 语：Cái điều bạc mệnh có chừa ai đâu?
汉语意译：偏多命薄谁躲过。

喃字原文：浽念想典𤴬疠，
越 南 语：Nỗi niềm tưởng đến mà đau,
汉语意译：可怜歌姬此命运，

喃字原文：𧡊𠊛𥄬𡛔别𢀭世𠰉。
越 南 语：Thấy người nằm đó biết sau thế nào?"
汉语意译：见人长眠我如何？"

喃字原文：觀浪姉呐咍牢，
越 南 语：Quan rằng: "Chị nói hay sao,
汉语意译：王观道："闲话休提，

喃字原文：没調罢没運𠓨苦聴。
越 南 语：Một điều là một vận vào khó nghe.
汉语意译：谈歌女何涉自己。

喃字原文：於低陰氣𥗾泥，
越 南 语：Ở đây âm khí nặng nề,
汉语意译：这地方阴气沉沉，

喃字原文：𩃳朝㐌我𨄹衛群賒。
越 南 语：Bóng chiều đã ngả, dặm về còn xa."
汉语意译：归途远日已沉西。"

喃字原文：翹浪仍等才花，
越 南 语：Kiều rằng: "Những đấng tài hoa,
汉语意译：翘道："人才华绝顶，

喃字原文：𣩂罢体魄群罢精英。
越 南 语：Chết là thể phách, còn là tinh anh.
汉语意译：逝者体英灵永生。

喃字原文：易台情吏及情，
越 南 语：Dễ thay tình lại gặp tình,
汉语意译：也许是多情相感，

喃字原文：徐䂓乙𧡊顯靈悲𣇞。
越 南 语：Chờ xem ắt thấy hiển linh bây giờ."
汉语意译：待后鬼魂会显灵。"

喃字原文：没㖡吶渚及𠶋，
越 南 语：Một lời nói chửa kịp thưa,
汉语意译：姐弟还未及争讼，

喃字原文：丿𡗶陣𩙍捲旗典𨆟。
越 南 语：Phúc đâu trận gió cuốn cờ đến ngay.
汉语意译：从何处卷阵旋风。

喃字原文：泑泑覩禄搈核，
越 南 语：Ào ào đổ lộc rung cây,
汉语意译：树摇叶落骚屑声，

喃字原文：於𥪝𨑗固香𩙻乙𠤆。
越 南 语：Ở trong dường có hương bay ít nhiều.
汉语意译：吹来了扑鼻香浓。

喃字原文：提澄𦹵𩙍吝蹺，
越 南 语：Đè chừng ngọn gió lần theo,
汉语意译：众人望着风来向，

喃字原文：𨁪鞋曾𨀈印潦停停。
越 南 语：Dấu giày từng bước in rêu rành rành.
汉语意译：苍苔现脚印玲珑。

喃字原文：𩈘䁛埃乃調驚，
越 南 语：Mặt nhìn ai nấy đều kinh,
汉语意译：胆战心惊众相视，

喃字原文：娘浪尼𡨹精誠㮛賒。
越 南 语：Nàng rằng: “Này thực tinh thành chẳng xa.
汉语意译：翘道：“证实我至诚。

喃字原文：有情些吏𨑜些，
越 南 语：Hữu tình ta lại gặp ta,
汉语意译：有情相会是天意，

喃字原文：極泥幽顯買哵姉媠。
越 南 语：Chẳng nều hiển hiện mới là chị em."
汉语意译：同心人不隔幽明。"

喃字原文：㐌悉顯現朱䀡，
越 南 语：Đã lòng hiển hiện cho xem,
汉语意译：歌女之英灵显示，

喃字原文：謝悉娘吏綏添𠄼唭。
越 南 语：Tạ lòng nàng lại nối thêm vài lời.
汉语意译：感知己有万情思。

喃字原文：悉竦浾瀾裴徊，
越 南 语：Lòng thơ lai láng bồi hồi,
汉语意译：禁不住诗情激动，

喃字原文：梮核吏拍𠬠排古詩。
越 南 语：Gốc cây lai vạch một bài cổ thi.
汉语意译：在树上再题古诗。

喃字原文：用浪姅於姅衛，
越 南 语：Dùng dằng nửa ở nửa về,
汉语意译：正徘徊往返未定，

喃字原文：樂鐄𠁀㐌㗂聢斯斯。
越 南 语：Nhạc vàng đâu đã tiếng nghe gần gần.
汉语意译：忽然听见响铃声。

喃字原文：𥉫澄𧡊没文人，
越 南 语：Trông chừng thấy một văn nhân,
汉语意译：望前来一位文人，

喃字原文：弄檂拪叩跐吝䠶冰。
越 南 语：Lỏng buông tay khấu bước lần dặm băng.
汉语意译：逍遥路上赶驹行。

喃字原文：提檇䏧褟𦙫䏧，
越 南 语：Đề huề lưng túi gió trăng,
汉语意译：背着风月半囊行，

喃字原文：𨎟蹎蹺汶𦓿𦃿𡮣𡮣。
越 南 语：Sau chân theo một vài thằng con con.
汉语意译：还伴随数陪侍生。

喃字原文：雪印色馭駒痻，
越 南 语：Tuyết in sắc ngựa câu giòn,
汉语意译：看他骑白驹似雪，

喃字原文：𦹵坡味襖染嫩䏧𡗶。
越 南 语：Cỏ pha màu áo nhuộm non da trời.
汉语意译：着袍服色染天青。

喃字原文：裊賖買𤈜䀡𠊛，
越 南 语：Nẻo xa mới tỏ mặt người,
汉语意译：远道来互相望见，

喃字原文：客陀𨖲馭細尼叙情。
越 南 语：Khách đà xuống ngựa tới nơi tự tình.
汉语意译：他下马问好叙情。

喃字原文：鞋文吝趴𨀈撑，
越 南 语：Hài văn lần bước dặm xanh,
汉语意译：绣鞋踏青草地上，

喃字原文：没蓬如体核瓊梗瑶。
越 南 语：Một vùng như thể cây quỳnh cành dao.
汉语意译：身挂恍同树琼瑛。

喃字原文：払王捐䀡黜嘲，
越 南 语：Chàng Vương quen mặt ra chào,
汉语意译：王观相识前问好，

喃字原文：𠄩翹𠸦𠲣納𠓨𠁑花。
越 南 语：Hai kiều e lệ nép vào dưới hoa.
汉语意译：姐妹含羞花底停。

喃字原文：原𠊛觥𠁀𣳔賒，
越 南 语：Nguyên người quanh quất đâu xa,
汉语意译：原是邻居非远客，

喃字原文：戶金𠸜重本茹簪纓。
越 南 语：Họ Kim tên Trọng vốn nhà trâm anh.
汉语意译：姓金名重家簪缨。

喃字原文：𡋂富貴𡋂才名，
越 南 语：Nền phú quí, bậc tài danh,
汉语意译：家庭富才华久著，

喃字原文：文章涅坦聰明性𡗶。
越 南 语：Văn chương nết đất, thông minh tính trời.
汉语意译：地灵人杰性聪明。

喃字原文：天資才貌捽𢹣，
越 南 语：Thiên tư tài mạo tót vời,
汉语意译：天资才貌显出众，

喃字原文：𠓨𥪝風雅𠚢外豪花。
越 南 语：Vào trong phong nhã, ra ngoài hào hoa.
汉语意译：内蕴雅外表雍容。

喃字原文：終觥𠯅坦渃茹，
越 南 语：Chung quanh vẫn đất nước nhà,
汉语意译：不但是邻居世好，

喃字原文：貝王觀𨎟𠯅罗同親。
越 南 语：Với Vương Quan trước vẫn là đồng thân.
汉语意译：也是王观同窗友。

喃字原文：刎聽蒼嚧鄉隣，
越 南 语：Vẫn nghe thơm nức hương lân,
汉语意译：王家情形他知晓，

喃字原文：没堺銅雀鎖春𠄩嬌。
越 南 语：Một nền đồng tước khóa xuân hai kiều.
汉语意译：“铜雀春深锁二乔”①。

喃字原文：渃嫩隔余𢈱綉，
越 南 语：Nước non cách mấy buồng điều,
汉语意译：闺房相隔似山水，

喃字原文：仍罗揞哂忱妖祝蒙。
越 南 语：Những là trộm dấu thầm yêu chốc mòng.
汉语意译：心中爱慕背地瞧。

喃字原文：枚台解逅相逢，
越 南 语：May thay giải cấu tương phùng,
汉语意译：今有幸邂逅相逢，

喃字原文：㳥旬妬𦲿妥悉尋花。
越 南 语：Gặp tuần đố lá, thỏa lòng tìm hoa.
汉语意译：佳节寻花巧遇娇。

喃字原文：𣋚紅落𧡊裊賒，
越 南 语：Bóng hồng nhác thấy nẻo xa,
汉语意译：他见了美人倩影，

喃字原文：春蘭秋菊漫麻奇𠄩。
越 南 语：Xuân lan thu cúc mặn mà cả hai.
汉语意译：春兰秋菊两芳馨。

①铜雀春深锁二乔：借喻翠翘、翠云。

喃字原文：𠊛國色几天才，
越 南 语：Người quốc sắc, kẻ thiên tài,
汉语意译：一个国色一天才，

喃字原文：情䏾如㐌𩈘外群𠸦。
越 南 语：Tình trong như đã, mặt ngoài còn e.
汉语意译：一见钟情怯无声。

喃字原文：執𡅶干省干迷，
越 南 语：Chập chờn cơn tỉnh cơn mê,
汉语意译：翠翘心时醒时迷，

喃字原文：䏾𡎝拯便揺衛参坤。
越 南 语：Rốn ngồi chẳng tiện, dứt về chỉn khôn.
汉语意译：盼逗留，恨急辞行。

喃字原文：𣈖斜如逐干盆，
越 南 语：Bóng tà như giục cơn buồn,
汉语意译：夕阳下，愁思无限，

喃字原文：客陀𨑗馭𠊛群睛蹺。
越 南 语：Khách đà xuống ngựa người còn ghé theo.
汉语意译：征骑已远望归程。

喃字原文：𤲂橋渃沚𤄯漂，
越 南 语：Dưới cầu nước chảy trong veo,
汉语意译：桥下溪流水清清，

喃字原文：邊求絲柳𣈖朝㐌𫥨。
越 南 语：Bên cầu tơ liễu bóng chiều đã ra.
汉语意译：桥边丝柳影分明。

喃字原文：翹自跛蹭帳花，
越 南 语：Kiều từ trở gót trướng hoa,
汉语意译：她回到画帘绣阁，

喃字原文：𩈘𡗶搁𡶀鉦陀收空。
越 南 语：Mặt trời gác núi, chiêng đà thu không.
汉语意译：日沉山钟楼报更。

喃字原文：鏡娥永永慈窻，
越 南 语：Gương nga vành vạnh từ song,
汉语意译：明月窥人偏斜窗，

喃字原文：鐄招痕渃核朧𣍊𡑝。
越 南 语：Vàng gieo ngấn nước, cây lồng bóng sân.
汉语意译：水泛金波树影笼。

喃字原文：海棠扡蓏東鄰，
越 南 语：Hải đường lả ngọn đông lân,
汉语意译：海棠轻拂东邻房，

喃字原文：渓霜挠礦梗春罗陀。
越 南 语：Giọt sương treo nặng, cành xuân la đà.
汉语意译：风露中轻轻摇动。

喃字原文：没命凌瞭素娥，
越 南 语：Một mình rạng ngắm tố nga,
汉语意译：寂寞夜深显明月，

喃字原文：遁塘斳買浽賖排排。
越 南 语：Rộn đường gần với nỗi xa bời bời.
汉语意译：思今远念愁绪乱。

喃字原文：𠊛麻典世時催，
越 南 语：Người mà đến thế thì thôi,
汉语意译：念遭逢人生苦痛，

喃字原文：𣈜繁花拱罗𣈜補𠫾。
越 南 语：Đời phồn hoa cũng là đời bỏ đi.
汉语意译：繁华貌转瞬成空。

喃字原文：𨖅𠊛𨖅𢬣𠱋之，
越 南 语：Người đâu gặp gỡ làm chi,
汉语意译：墓地相逢他是谁？

喃字原文：𤾓𢆥别固缘之台空。
越 南 语：Trăm năm biết có duyên gì thay không?”
汉语意译：岂非这情缘早种？

喃字原文：𧿨昂𤾓𦀊邊𢚸，
越 南 语：Ngổn ngang trăm mối bên lòng,
汉语意译：促心思愁丝百结，

喃字原文：𢭲勾絶妙寓𥪝性情。
越 南 语：Nên câu tuyệt diệu ngụ trong tính tình.
汉语意译：思佳语表达微衷。

喃字原文：征征𣈖月𢯏萌，
越 南 语：Chênh chênh bóng nguyệt xế mành,
汉语意译：月光微斜照帘幕，

喃字原文：𢭸𡎥邊篆没命燒燒。
越 南 语：Tựa ngồi bên triện một mình thiu thiu.
汉语意译：倚房栏昏然入梦。

喃字原文：率𨖅𧡊没小嬌，
越 南 语：Thoắt đâu thấy một tiểu kiều,
汉语意译：忽然看见一美人，

喃字原文：固朝風韻固朝清新。
越 南 语：Có chiều phong vận, có chiều thanh tân.
汉语意译：处女貌无限风韵。

喃字原文：霜印𩈘雪陂身，
越 南 语：Sương in mặt, tuyết pha thân,
汉语意译：风霜印面雪披身，

喃字原文：蓮鐄朗蕩如斯如賖。
越　南　语：Liên vàng lãng đãng như gần như xa.
汉语意译：金莲拿若远若近。

喃字原文：逴㦖迍誨嗻啰，
越　南　语：Rước mừng đón hỏi dò la:
汉语意译：翠翘亲切迎相问：

喃字原文：桃源落塸𨖲麻典低。
越　南　语："Đào nguyên lạc lối đâu mà đến đây?"
汉语意译："桃源觅路或迷津？"

喃字原文：踈浪清氣初𠉞，
越　南　语：Thưa rằng thanh khí xưa nay,
汉语意译："不！咱意相投已久，

喃字原文：買共饒𣇞班𣈜㐌悁。
越　南　语：Mới cùng nhau lúc ban ngày đã quên.
汉语意译：白天相遇你记否？

喃字原文：寒家於𡿨西阡，
越　南　语：Hàn gia ở mé tây thiên,
汉语意译：寒家原来住西轩，

喃字原文：𪛇洞渃沚邊𨕭固橋。
越　南　语：Dưới dòng nước chảy bên trên có cầu.
汉语意译：轩边有桥溪水流。

喃字原文：𠇍𢚸下顧典饒，
越　南　语：Mấy lòng hạ cố đến nhau,
汉语意译：蒙得你白日下顾，

喃字原文：𠇍𠳒下賜捻珠挑鐄。
越　南　语：Mấy lời hạ tứ ném châu gieo vàng.
汉语意译：诚赐下珠玉唱酬。

喃字原文：㖡呈會主祏詳，
越 南 语：Vâng trình hội chủ xem tường,
汉语意译：把你诗章呈‘会主’①，

喃字原文：麻牢𦊚𢼂斷腸固𠸜。
越 南 语：Mà sao trong sổ đoạn trường có tên.
汉语意译：断肠谱上姓名留。

喃字原文：歐停果刧因緣，
越 南 语：Âu đành quả kiếp nhân duyên,
汉语意译：此后受因缘果劫，

喃字原文：共𠊛没會没船𨖅賒。
越 南 语：Cũng người một hội một thuyền đâu xa.
汉语意译：遭逢相似同船友。

喃字原文：尼进排買買𬨠，
越 南 语：Này mười bài mới mới ra,
汉语意译：这里有十样诗题②，

喃字原文：勾神吏𢵋筆花𬈺𢱖。
越 南 语：Câu thần lại mượn bút hoa vẽ vời.
汉语意译：劳你妙笔为和就。”

喃字原文：翹㖡領意題排，
越 南 语：Kiều vâng lĩnh ý đề bài,
汉语意译：翠翘领意作思量，

喃字原文：𢬣仙没𤃠𨁫进曲吟。
越 南 语：Tay tiên một vẫy đủ mười khúc ngâm.
汉语意译：十首诗立刻写上。

---

①会主：指“断肠教主”。

②十样诗题：惜多才；怜薄命；悲歧路；忆故人；念奴娇；哀青春；嗟蹇遇；苦零落；梦故园；芳相思。

喃字原文：祐詩喔嗏唏忱，
越 南 语：Xem thơ nức nở khen thầm:
汉语意译：那鬼魂暗中称赏，

喃字原文：價仃繍口錦心恪常。
越 南 语：“Giá đành tú khẩu cẩm tâm khác thường.
汉语意译：似绣锦不同凡响。

喃字原文：否扰氹集斷腸，
越 南 语：Ví đem vào tập đoạn trường,
汉语意译：若引入诗集“断肠”，

喃字原文：時撩解一之讓朱埃。
越 南 语：Thì treo giải nhất chi nhường cho ai.”
汉语意译：冠军亦未遑多让。

喃字原文：壈花客乭跁鞋，
越 南 语：Thềm hoa khách đã trở hài,
汉语意译：吟间鬼魂别匆忙，

喃字原文：娘群扲吏没𠄩叙情。
越 南 语：Nàng còn cầm lại một hai tự tình.
汉语意译：翘恳留互谈隐衷。

喃字原文：䬗撓鄭幅萌萌，
越 南 语：Gió đâu sịch bức mành mành,
汉语意译：俄然阵风吹帘动，

喃字原文：醒𪚚買別浪命占包。
越 南 语：Tỉnh ra mới biết rằng mình chiêm bao.
汉语意译：惊醒起，是场幻梦。

喃字原文：䁛蹺市覔撓市，
越 南 语：Trông theo nào thấy đâu nào,
汉语意译：此鬼影缥缈无踪，

喃字原文：香乘羕唉𠚢𠓨𠁀低。
越 南 语：Hương thừa dường hãy ra vào đâu đây.
汉语意译：留余香荡漾空中。

喃字原文：没命量虑更迟，
越 南 语：Một mình lưỡng lự canh chầy,
汉语意译：翘独自静夜思量，

喃字原文：塘賒㤕浽𢚸尼麻驚。
越 南 语：Đường xa nghĩ nỗi sau này mà kinh.
汉语意译：未来命运自惊恐。

喃字原文：花濡薸溭㐌仃，
越 南 语：Hoa trôi bèo giạt đã đành,
汉语意译：忍受花草飘恶运，

喃字原文：别缘命别分命世催。
越 南 语：Biết duyên mình, biết phận mình thế thôi!
汉语意译：未来缘命得不从。

喃字原文：浽𥢅笠笠㳥濡，
越 南 语：Nỗi riêng lớp lớp sóng trôi,
汉语意译：杂感万端时并集，

喃字原文：㤕隊干吏滐洡隊干。
越 南 语：Nghĩ đòi cơn lại sụt sùi đòi cơn.
汉语意译：反复思量吞悲恸。

喃字原文：唓翹嚑吧帳鸞，
越 南 语：Giọng kiều rền rĩ trướng loan,
汉语意译：鸾帐里娇啼不休，

喃字原文：茹萱秩醒晦干故之。
越 南 语：Nhà huyên chợt tỉnh hỏi cơn có gì?
汉语意译：惊动母亲问根由。

喃字原文：故眸陳濁更斸，
越 南 语：“Cớ sao trằn trọc canh khuya,
汉语意译：你为何半夜饮泣？

喃字原文：牟花梨唉淫湜湙湄。
越 南 语：Màu hoa lê hãy dầm dề giọt mưa?”
汉语意译：梨花带雨面泪流。

喃字原文：踈浪卆分丐踈，
越 南 语：Thưa rằng: “Chút phận ngây thơ,
汉语意译：答道：“我不肖之女，

喃字原文：養生堆女鬚絲渚填。
越 南 语：Dưỡng sinh đôi nợ tóc tơ chưa chăn.
汉语意译：母鞠育深恩未酬。

喃字原文：晛𣈜制媽淡仙，
越 南 语：Buổi ngày chơi mả Đạm Tiên,
汉语意译：日间漫步淡仙墓，

喃字原文：𥄭迻率𧡊應連占包。
越 南 语：Nhấp đi thoắt thấy ứng liền chiêm bao.
汉语意译：鬼魂现睡梦时候。

喃字原文：斷腸罗数世芾，
越 南 语：Đoạn trường là số thế nào,
汉语意译：什么断肠我承受，

喃字原文：排𠚢世氏詠𠓨世箕。
越 南 语：Bài ra thế ấy, vịnh vào thế kia.
汉语意译：十诗题叫我唱酬。

喃字原文：據鼬夢兆麻推，
越 南 语：Cứ trong mộng triệu mà suy,
汉语意译：梦兆不祥信宜守，

喃字原文：分混催固𪡔之枚𣋁。
越 南 语：Phận con thôi có ra gì mai sau!"
汉语意译：未来命运苦忧愁。"

喃字原文：吪浪夢兆據㧅，
越 南 语：Dạy rằng: "mộng triệu cứ đâu,
汉语意译：母劝解："梦兆无凭，

喃字原文：俸空謨惱職愁𢪀𠦳。
越 南 语：Bỗng không mua não chuốc sầu nghĩ nao!"
汉语意译：何必担忧寻烦恼。"

喃字原文：㖫㖡𠴍解濕高，
越 南 语：Vâng lời khuyên giải thấp cao,
汉语意译：她听得母亲劝慰，

喃字原文：渚衝調𢪀㐌滛脉漿。
越 南 语：Chưa xong điều nghĩ đã dào mạch tương.
汉语意译：想梦事不禁泪流。

喃字原文：外窻兔矢鶯鐄，
越 南 语：Ngoài song thỏ thẻ oanh vàng,
汉语意译：窗外黄莺吱细语，

喃字原文：腋墻葻柳𩙻昂𨋤萌。
越 南 语：Nách tường bông liễu bay ngang trước mành.
汉语意译：壁柳绵飞上窗钩。

喃字原文：軒斜擱脖征征，
越 南 语：Hiên tà gác bóng chênh chênh,
汉语意译：月映轩斜片胧明，

喃字原文：浽𥢆𥢆鄭𡛔𥢆没命。
越 南 语：Nỗi riêng riêng trạnh tấc riêng một mình.
汉语意译：私衷寂寞更愁逗。

喃字原文：朱咍罗种有情，
越 南 语：Cho hay là giống hữu tình,
汉语意译：天生就儿女情长，

喃字原文：妬埃拸緢絲萌朱衝。
越 南 语：Đố ai gỡ mối tơ mành cho xong.
汉语意译：怎消除心头怅惘。

喃字原文：払金自吏書窻，
越 南 语：Chàng Kim từ lại thư song,
汉语意译：说金重自返书斋，

喃字原文：浽娘更更邊悉哂虧。
越 南 语：Nỗi nàng canh cánh bên lòng biếng khuây.
汉语意译：日间相遇念不忘。

喃字原文：愁冬強擱強苔，
越 南 语：Sầu đông càng rắc càng đầy,
汉语意译：梦中多愁觉夜长，

喃字原文：吧秋論吏沒䏧䟻稽。
越 南 语：Ba thu dọn lại một ngày dài ghê.
汉语意译：是日三秋苦断肠。

喃字原文：霒秦鎖謹窻梯，
越 南 语：Mây tần khóa kín song the,
汉语意译：秦楼云锁绣帘垂，

喃字原文：塉紅料裊趍術占包。
越 南 语：Bụi hồng liệu nẻo đi về chiêm bao.
汉语意译：红尘梦自由来往。

喃字原文：旬䏾缺磁油耗，
越 南 语：Tuần trăng khuyết, đĩa dầu hao,
汉语意译：油尽灯枯明月缺，

喃字原文：𩈘𢣂想𩈘，𢚸嗷㖠𢚸。
越 南 语：Mặt mơ tưởng mặt, lòng ngao ngán lòng.
汉语意译：遭遇景相思怅惘。

喃字原文：䉼文唏冷如铜，
越 南 语：Buồng văn hơi lạnh như đồng,
汉语意译：书斋凄清冷丁丁，

喃字原文：竹痴䏾兔絲湧㔲鸞。
越 南 语：Trúc se ngón thỏ, tơ chùng phím loan.
汉语意译：案笔枯琴弦驰放。

喃字原文：萌湘拂拂𩙋弹，
越 南 语：Mành tương phất phất gió đàn,
汉语意译：风摇动绣帘声响，

喃字原文：香掑味㤕茶㵢喠情。
越 南 语：Hương gây mùi nhớ, trà khan giọng tình.
汉语意译：香惹念茶失清芳。

喃字原文：𡚦庄缘女𠀧生，
越 南 语：Ví chăng duyên nợ ba sinh,
汉语意译：若非为三生宿债，

喃字原文：罒之抌腿傾城𨕭𠊛。
越 南 语：Làm chi đem thói khuynh thành trên người.
汉语意译：缘底事撄怒一场。

喃字原文：氷傾㤕景㤕𠊛，
越 南 语：Bâng khuâng nhớ cảnh nhớ người,
汉语意译：他想到美景佳人，

喃字原文：㤕尼奇遇倍移蹎𪠞。
越 南 语：Nhớ nơi kỳ ngộ vội dời chân đi.
汉语意译：欲奇遇束装重访。

喃字原文：汶𨘱𦹵木撑英，
越 南 语：Một vùng cỏ mọc xanh rì,
汉语意译：但只见一片青芜，

喃字原文：渃吟𨕭沕𩈘之女𢹣。
越 南 语：Nước ngâm trong vắt thấy gì nữa đâu!
汉语意译：人已渺旧时景象。

喃字原文：䬤朝如㧡干愁，
越 南 语：Gió chiều như gợi cơn sầu,
汉语意译：只剩下晚风吹恨，

喃字原文：葦苹嚻乙如牟撖撩。
越 南 语：Vi lô hiu hắt như màu khẩy trêu.
汉语意译：芦苇风送涟人愁。

喃字原文：芸𥢆恮𠃝想𠍦，
越 南 语：Nghề riêng nhớ ít tưởng nhiều,
汉语意译：痴情多想少思量，

喃字原文：侵侵提裊蓝橋吝郎。
越 南 语：Xăm xăm đề nẻo lam kiều lần sang.
汉语意译：蓝桥艳遇①长路行。

喃字原文：審嚴謹槓高墻，
越 南 语：Thâm nghiêm kín cổng cao tường,
汉语意译：赶到见门墙封锁，

喃字原文：件湧葉𥝥搋塘鴕撐。
越 南 语：Cạn dòng lá thắm dứt đường chim xanh.
汉语意译：心事重无达闺房。

---

①蓝桥艳遇：引自裴航于蓝桥驿遇云英的故事。典故出自唐代小说《传奇·裴航》。

喃字原文：羅踈絲柳搒萌，
越 南 语：Lơ thơ tơ liễu buông mành,
汉语意译：柳丝袅袅拂帘旌，

喃字原文：琨鶯學吶達梗咲㗂。
越 南 语：Con oanh học nói trên cành mỉa mai.
汉语意译：黄莺吱笑人张皇。

喃字原文：氽吝𢲫揀杄㧡，
越 南 语：Mấy lần cửa đóng then cài,
汉语意译：绣阁围门户锁上，

喃字原文：㵋壇花用别馭於𡎝。
越 南 语：Đầy thềm hoa rụng biết người ở đâu?
汉语意译：落花满庭人何藏。

喃字原文：秦銀蹲椊𣇞数，
越 南 语：Tần ngần đứng suốt giờ lâu,
汉语意译：若醉若痴立等候，

喃字原文：蹈觥秩䞶𡗅𦝄固茹。
越 南 语：Dạo quanh chợt thấy mé sau có nhà.
汉语意译：在屋外瞻望徘徊。

喃字原文：罗茹吴越商家，
越 南 语：Là nhà ngô việt thương gia,
汉语意译：发现屋后间住宅，

喃字原文：𨷑空抵妬馭賒渚衛。
越 南 语：Buồng không để đó người xa chưa về.
汉语意译：房屋丢空主未回。

喃字原文：𥙩調遊學晦税，
越 南 语：Lấy điều du học hỏi thuê,
汉语意译：金重借学急租下，

喃字原文：褟弹极册提擕遁迦。
越 南 语：Túi đàn cặp sách đề huề dọn sang.
汉语意译：琴书检点入书斋。

喃字原文：固核固砺産床，
越 南 语：Có cây, có đá sẵn sàng,
汉语意译：见树木石山可爱，

喃字原文：固軒擥翠湼鐄渚派。
越 南 语：Có hiên Lãm Thúy nét vàng chưa phai.
汉语意译：轩名“揽翠”余金彩。

喃字原文：憫忱准𠃩𡨸排，
越 南 语：Mừng thầm chốn ấy chữ bài,
汉语意译：他暗喜轩名巧合，

喃字原文：匹生歐罕緣丕之低。
越 南 语：Ba sinh âu hẳn duyên trời chi đây.
汉语意译：想缘定天意安排。

喃字原文：窻糊姅怯㹸霎，
越 南 语：Song hồ nửa khép cánh mây,
汉语意译：云彩贴纸窗半掩，

喃字原文：墻東䁾眜𣈜𣈜恒矓。
越 南 语：Tường đông ghé mắt ngày ngày hằng trông.
汉语意译：日日墙东来窥探。

喃字原文：咫𨱽动鎖源封，
越 南 语：Tấc gang đồng tỏa nguyên phong,
汉语意译：眼前屋，铜锁原封，

喃字原文：絶霚𠀧𧡊腪紅包𠚢。
越 南 语：Tuyệt mù nào thấy bóng hồng vào ra.
汉语意译：偏偏不见佳人脸。

喃字原文：忍自舘客鄰羅，
越 南 语：Nhẫn từ quán khách lân la,
汉语意译：金重只空度时光，

喃字原文：旬腠濡脱𠉞陀噡𠄩。
越 南 语：Tuần trăng thấm thoắt nay đà thèm hai.
汉语意译：两月未遂平生愿。

喃字原文：隔墻沛眼㤥𡗶，
越 南 语：Cách tường phải buổi êm trời,
汉语意译：一天见墙外阳照，

喃字原文：𡎝桃羕固𢽳𠊛切他。
越 南 语：Dưới đào dường có bóng người thướt tha.
汉语意译：一少女倩影婷婷。

喃字原文：搒琴捉襖倍𬐹，
越 南 语：Buông cầm xốc áo vội ra,
汉语意译：抛琴束装门外待，

喃字原文：香群蕡𠹾𠊛陀永醒。
越 南 语：Hương còn thơm nức, người đà vắng tanh.
汉语意译：影无踪余香尚在。

喃字原文：吝蹺墻錦蹈觥，
越 南 语：Lần theo tường gấm dạo quanh,
汉语意译：他沿着园墻漫步，

喃字原文：𨕭桃㤈𧡊没梗金釵。
越 南 语：Trên đào nhác thấy một cành kim thoa.
汉语意译：桃枝上见一金钗。

喃字原文：㧅𢬣捤𢬣衛茹，
越 南 语：Giơ tay với lấy về nhà:
汉语意译：他伸手取归宿舍，

喃字原文：尼𪚚閨閣撔𪚚典低。
越 南 语：“Này trong khuê các đâu mà đến đây?
汉语意译：饰物谁丢好奇怪。

喃字原文：𠸦歐𠰷𠇍寶尼，
越 南 语：Gẫm âu người ấy báu này,
汉语意译：细思量佳丽金钗，

喃字原文：拯緣渚易𠓨𢬣埃擒。
越 南 语：Chẳng duyên chưa dễ vào tay ai cầm!”
汉语意译：落我手，天禄主宰。

喃字原文：連𢬣𥊚睎𢚸𪚚，
越 南 语：Liền tay ngắm nghía biếng nằm,
汉语意译：抚金钗夜煞疑猜，

喃字原文：唉群倘倘香沉渚派。
越 南 语：Hãy còn thoang thoảng hương trầm chưa phai.
汉语意译：暗香荡漾情难耐。

喃字原文：散霜㐌𧡊𪚚𠰷，
越 南 语：Tan sương đã thấy bóng người,
汉语意译：天亮看见一女郎，

喃字原文：𪚚墙𪚚意尋𪚚謹魚。
越 南 语：Quanh tường ra ý tìm tòi ngẩn ngơ.
汉语意译：沿墙寻，心焦模样。

喃字原文：生陀固意待徐，
越 南 语：Sinh đà có ý đợi chờ,
汉语意译：金重早知其情由，

喃字原文：隔墙𨖲哨賒迻厭𢚸。
越 南 语：Cách tường lên tiếng xa đưa ướm lòng.
汉语意译：隔墙自语探意问：

喃字原文：釵尼扒特虛空，
越 南 语：“Thoa này bắt được hư không,
汉语意译：“金钗拾得来何方，

喃字原文：别攙合浦麻蒙珠術。
越 南 语：Biết đâu Hợp Phố mà mong châu về?”
汉语意译：是合浦珠还①可望。”

喃字原文：㗂翹聀律边箕，
越 南 语：Tiếng Kiều nghe lọt bên kia：
汉语意译：翠翘问声即回话：

喃字原文：恩悉君子詑之貼淶。
越 南 语：“Ơn lòng quân tử sá gì của rơi.
汉语意译：“感谢君子施恩光。

喃字原文：隻釵芇貼余进，
越 南 语：Chiếc thoa nào của mấy mươi,
汉语意译：这簪微物何足道，

喃字原文：麻悉重義輕財掣包。
越 南 语：Mà lòng trọng nghĩa khinh tài xiết bao!”
汉语意译：却重义轻财度量。”

喃字原文：生浪粦里𪚚匃，
越 南 语：Sinh rằng: “Lân lý ra vào,
汉语意译：金道：“应本属邻里，

喃字原文：斤低芇沛𠊛芇賒吹。
越 南 语：Gần đây nào phải người nào xa xôi.
汉语意译：朝夕相逢两影望。

①合浦珠还：典故出自《后汉书·孟尝传》。比喻人去而复回或失物复得。

喃字原文：特昜㤇𢢆蕡洡，
越 南 语：Được rày nhờ chút thơm rơi,
汉语意译：今日倚幸亲香泽，

喃字原文：計陀少惱悉馭閉𠉞。
越 南 语：Kể đà thiểu não lòng người bấy nay!
汉语意译：堪慰我烦恼彷徨。

喃字原文：氽数買特没𣈜，
越 南 语：Mấy lâu mới được một ngày,
汉语意译：待时久今朝会晤，

喃字原文：仃蹎泮𢢆念西噲罒。
越 南 语：Dừng chân gạn chút niềm tây gọi là.”
汉语意译：敢将微意诉红妆。”

喃字原文：倍衛添祂貼茹，
越 南 语：Vội về thêm lấy của nhà,
汉语意译：金重打造自赠品，

喃字原文：釧鐄堆隻巾𦄾没旄。
越 南 语：Xuyến vàng đôi chiếc, khăn là một vuông.
汉语意译：方巾领，金钏双双。

喃字原文：湯霳蹎跐蔬墙，
越 南 语：Bực mây rón bước ngọn tường,
汉语意译：爬沿梯踏上方墙，

喃字原文：沛馭歆怒熁烌捶咧。
越 南 语：Phải người hôm nọ rõ ràng chẳng nhé?
汉语意译：是那天邂逅姑娘。

喃字原文：哨嵘拱意涘提，
越 南 语：Sượng sùng giữ ý rụt rè,
汉语意译：翘含羞姗姗走上，

喃字原文：几䀡㸮䯗䠐咻䁚頭。
越 南 语：Kẻ nhìn rõ mặt, người e cúi đầu.
汉语意译：两相见低首慌张。

喃字原文：浪自偶尔返饒，
越 南 语：Rằng: “Từ ngẫu nhĩ gặp nhau,
汉语意译：金生道：“偶尔相逢，

喃字原文：忱𥉩濫攸閉数㐌痽。
越 南 语：Thầm trông trộm nhớ bấy lâu đã chồn.
汉语意译：说不尽心情怅惘。

喃字原文：昌枚併㐌擔痏，
越 南 语：Xương mai tính đã rũ mòn,
汉语意译：夜思早起骨消瘦，

喃字原文：吝點埃别唉群㪯𣋚。
越 南 语：Lần lừa ai biết hãy còn hôm nay!
汉语意译：竟成就今朝愿望。

喃字原文：䏦𩄍茹𠳨宫𩄲，
越 南 语：Tháng tròn như gửi cung mây,
汉语意译：时光逝耿耿此心，

喃字原文：陳陳没分挹核㐌料。
越 南 语：Trần trần một phận ấp cây đã liều.
汉语意译：守株待兔①常痴想？

喃字原文：便抵嗔没𠄩調，
越 南 语：Tiện đây xin một hai điều,
汉语意译：今相遇片语温存，

①守株待兔：典故出自《韩非子·五蠹》。这里借喻为不计成败，痴心等待。

喃字原文：臺𨫊𤈜典𨀈𦼔朱庄。
越 南 语：Đài gương soi đến dấu bèo cho chăng?"
汉语意译：借容光温暖心房。"

喃字原文：謹魚娘買䟻浪，
越 南 语：Ngần ngừ nàng mới thưa rằng:
汉语意译：她迟疑回答从容：

喃字原文：腿茹氷雪質恒菲葑。
越 南 语："Thói nhà băng tuyết, chất hằng phỉ phong.
汉语意译："家规严，禀质菲葑。①

喃字原文：油欺蘿𦺓紙紅，
越 南 语：Dù khi lá thắm chỉ hồng,
汉语意译：至于说婚姻大事，

喃字原文：𫫨庄時拱在㤇媄吒。
越 南 语：Nên chăng thì cũng tại lòng mẹ cha.
汉语意译：惟有问亲命是从。

喃字原文：𥘀㤇怞柳爲花，
越 南 语：Nặng lòng xót liễu vì hoa,
汉语意译：我感君怜花惜柳，

喃字原文：秖𡥵㐌别𠁀𪽞敢䟻。
越 南 语：Trẻ con đã biết đâu mà dám thưa!"
汉语意译：恕无知，切望包容。"

喃字原文：生浪𣋚𩙍枚湄，
越 南 语：Sinh rằng: "Rày gió mai mưa,
汉语意译：金生说："今雨明风，

①家规严，禀质菲葑：原文为"家规冰雪，质恒菲葑"，韵加改译。这里借喻自己的质品平庸，乃自谦之意。

喃字原文：𣈜春㐌易情期余欺。
越 南 语：Ngày xuân đã dễ tình cờ mấy khi.
汉语意译：今青春佳会难逢。

喃字原文：油拯察𦙶情癡，
越 南 语：Dù chăng xét tấm tình si,
汉语意译：如果不谅我情痴，

喃字原文：舌些𪽝固益之典埃。
越 南 语：Thiệt ta mà có ích gì đến ai?
汉语意译：只添我内心创痛。

喃字原文：𡭧之哏㳥沒𠄩，
越 南 语：Chút chi gắn bó một hai,
汉语意译：惟祈许诺相依投，

喃字原文：朱停耒仕料排𦀊萌。
越 南 语：Cho đành rồi sẽ liệu bài mối manh.
汉语意译：再遣媒求府赞同。

喃字原文：㭲𥚄油負𡬼誠，
越 南 语：Khuôn thiêng dù phụ tấc thành,
汉语意译：若果是天负良缘，

喃字原文：拱料補过春撑𠃩𦹵。
越 南 语：Cũng liều bỏ quá xuân xanh một đời.
汉语意译：我愿把青春断送。

喃字原文：量春油決狹𤞻，
越 南 语：Lượng xuân dù quyết hẹp hòi,
汉语意译：如果你漠然待我，

喃字原文：功扨𨆷拯舌催𠫾由。
越 南 语：Công đeo đuổi chẳng thiệt thòi lắm ru.”
汉语意译：此苦心一片成空。”

喃字原文：朗聴咥呐如油，
越 南 语：Lặng nghe lời nói như ru,
汉语意译：翠翘倾听了申诉，

喃字原文：朝春易遣湼秋艿顒。
越 南 语：Chiều xuân dễ khiến nét thu ngại ngùng.
汉语意译：心顾虑但很感动。

喃字原文：浪䟻暊買迺逩，
越 南 语：Rằng: "Trong buổi mới lạ lùng,
汉语意译：道："我们初会生疏，

喃字原文：你悉固䥪擒悉朱當。
越 南 语：Nể lòng có lẽ cầm lòng cho đang!
汉语意译：感君意心情沉重。

喃字原文：㐌悉君子多恾，
越 南 语：Đã lòng quân tử đa mang,
汉语意译：多承蒙君子爱宠，

喃字原文：没咥㖆鑿砓鐄始終。
越 南 语：Một lời vâng tạc đá vàng thủy chung."
汉语意译：铭诸金石感心中。"

喃字原文：特咥如撸𦛌悉，
越 南 语：Được lời như cởi tấm lòng,
汉语意译：金听了心花怒放，

喃字原文：拱金釵貝巾紅捽掭。
越 南 语：Giở kim thoa với khăn hồng trao tay.
汉语意译：将金钗红巾献上。

喃字原文：浪𢆥𢧚拱自低，
越 南 语：Rằng: "Trăm năm cũng từ đây,
汉语意译：金重说："定情今日，

喃字原文：貼信噲汶𡭧尼𦓡篚。
越 南 语：Của tin gọi một chút này làm ghi."
汉语意译：微物相赠志不忘。"

喃字原文：産𢭲把𦑃花葵，
越 南 语：Sẵn tay bả quạt hoa quì,
汉语意译：翘把绣巾葵花扇，

喃字原文：貝梗釵氏即時𢭮𢫝。
越 南 语：Với cành thoa ấy tức thì đổi trao.
汉语意译：用报答还钗豪爽。

喃字原文：𠬠𠳒㨋哺膝膠，
越 南 语：Một lời gắn bó tất giao,
汉语意译：情绵绵如胶似漆，

喃字原文：𡍚𡢐養固吀嘈𠺥𠊛。
越 南 语：Mái sau dường có xôn xao tiếng người.
汉语意译：墙后似有脚步动。

喃字原文：倍鐄蘿𦽰花𣾵，
越 南 语：Vội vàng lá rụng hoa rơi,
汉语意译：急忙如落叶花飞，

喃字原文：払衛書院娘移樓粧。
越 南 语：Chàng về thư viện, nàng dời lầu trang.
汉语意译：各自归妆阁书房。

喃字原文：自番矽别歲鐄，
越 南 语：Từ phen đá biết tuổi vàng,
汉语意译：自日后情坚金石，

喃字原文：情強滲𢢂𢙱強謹魚。
越 南 语：Tình càng thấm thía, lòng càng ngẩn ngơ.
汉语意译：情愈深神思愈荡。

喃字原文：滝湘𠬠带農滁，
越 南 语：Sông tương một dải nông sờ,
汉语意译：湘江水清浅相望，

喃字原文：边𪾺頭怒边徐𩠱箕。
越 南 语：Bên trông đầu nọ, bên chờ cuối kia.
汉语意译：只是相思各一方。

喃字原文：𠬠墙雪阻霜𩄲，
越 南 语：Một tường tuyết trở sương che,
汉语意译：外墙头霜浓雪厚，

喃字原文：信春𢭂易趍衛朱𫥨。
越 南 语：Tin xuân đâu dễ đi về cho năng.
汉语意译：悠悠春信难来往。

喃字原文：吝吝㫘𩙍腜腠，
越 南 语：Lần lần ngày gió đêm trăng,
汉语意译：度过了朝风夜月，

喃字原文：踈紅葚錄㐌澄春戈。
越 南 语：Thơ hồng rậm lục đã chừng xuân qua.
汉语意译：疏红嫩绿度春光。

喃字原文：㫘皮生日外家，
越 南 语：Ngày vừa sinh nhật ngoại gia,
汉语意译：恰外家喜庆生辰，

喃字原文：𨕭𠄩堂𨑜女罗𠄩𡛔。
越 南 语：Trên hai đường dưới nữa là hai em.
汉语意译：双亲弟妹同欢畅。

喃字原文：熷烰㦰所襖襜，
越 南 语：Tưng bừng sắm sửa áo xiêm,
汉语意译：他们换上新服装，

喃字原文：卞登没礼賖忱㝵誠。
越 南 语：Biện dâng một lễ xa đem tấc thành.
汉语意译：备贺礼全家前往。

喃字原文：茹兰清永没命，
越 南 语：Nhà lan thanh vắng một mình,
汉语意译：留翠翘静守闺房，

喃字原文：𠵌機會遇㐌停𣋚𠉞。
越 南 语：Ngẫm cơ hội ngộ đã dành hôm nay.
汉语意译：她乘机约会情郎。

喃字原文：時珍式式産排，
越 南 语：Thì trân thức thức sẵn bày,
汉语意译：安排好时珍佳果，

喃字原文：蹎蓮率率踖𧿨䁛墻。
越 南 语：Gót sen thoăn thoắt dạo ngay mé tường.
汉语意译：急快步走向围墙。

喃字原文：隔花仕哱唷鐄，
越 南 语：Cách hoa sẽ dặng tiếng vàng,
汉语意译：隔花壁低声呼唤，

喃字原文：𦛌花㐌𧡊固払𨅸𥉫。
越 南 语：Dưới hoa đã thấy có chàng đứng trông.
汉语意译：他早站那边守望。

喃字原文：責𢚸啊𠻵貝𢚸，
越 南 语：Trách lòng hờ hững với lòng,
汉语意译：说："怪你心肠太冷，

喃字原文：焒香祝底冷湧閉数。
越 南 语：Lửa hương chốc để lạnh lùng bấy lâu.
汉语意译：火初红难经冷凉。

喃字原文：仍𠵴塔恡搥愁，
越 南 语：Những là đắp nhớ đổi sầu,
汉语意译：我为你添愁迭恨，

喃字原文：雪霜染姅𡱩頭花森。
越 南 语：Tuyết sương nhuốm nửa mái đầu hoa râm.
汉语意译：只赢得两鬓如霜。”

喃字原文：娘浪𩙋扒湄拎，
越 南 语：Nàng rằng: “Gió bắt mưa cầm,
汉语意译：她答道：“风拦雨阻，

喃字原文：㐌甘獘貝知音閉迡。
越 南 语：Đã cam tệ với tri âm bấy chầy.
汉语意译：负知音甘受苦况。

喃字原文：永茹特㫰𣋚𠉞，
越 南 语：Vắng nhà được buổi hôm nay,
汉语意译：家人外出半天闲，

喃字原文：𥙩悉噲㤕𨖲低謝悉。
越 南 语：Lấy lòng gọi chút sang đây tạ lòng.”
汉语意译：特来谢深情雅量。”

喃字原文：吝蹺岃假𠫾妄，
越 南 语：Lần theo núi giả đi vòng,
汉语意译：绕过假山沿边行，

喃字原文：𩯁墙羕固裊通買櫟。
越 南 语：Cuối tường dường có nẻo thông mới rào.
汉语意译：墙尽处有条暗巷。

喃字原文：趂𢬣𨷑鎖洞桃，
越 南 语：Sấn tay mở khóa động đào.
汉语意译：伸卷袖拔去遮拦，

喃字原文：枝霴軆燴壛䢀天台。
越 南 语：Rẽ mây trông tỏ lối vào thiên thai.
汉语意译：似拨云雾见天台。

喃字原文：緬昵緬強添鮮，
越 南 语：Mặt nhìn mặt càng thêm tươi,
汉语意译：俩相看幸福融融，

喃字原文：邊唭萬福邊唭寒喧。
越 南 语：Bên lời vạn phúc, bên lời hàn huyên.
汉语意译：道过万福礼谦让。

喃字原文：聘𦠘術准書軒，
越 南 语：Sánh vai về chốn thư hiên,
汉语意译：两人比肩进书房，

喃字原文：𠶆唭風月𥗐願嫩滝。
越 南 语：Ngâm lời phong nguyệt, nặng nguyền non sông.
汉语意译：山海誓绮丽时光。

喃字原文：𨕭案筆架書同，
越 南 语：Trên yên bút giá thư đồng,
汉语意译：案上有笔架诗筒，

喃字原文：惔情𠬠幅幀松撩𨕭。
越 南 语：Đạm thanh một bức tranh tùng treo trên.
汉语意译：孤松画幅挂壁上。

喃字原文：風霜特𢸋天然，
越 南 语：Phong sương được vẻ thiên nhiên,
汉语意译：风霜彩色天然美，

喃字原文：撜啃涅筆強昵強鮮。
越 南 语：Mặn khen nét bút càng nhìn càng tươi.
汉语意译：翘喝彩赞艺高强。

喃字原文：生浪樸畫皮未，
越 南 语：Sinh rằng: “Phác họa vừa rồi,
汉语意译：金重连忙言逊谢，

喃字原文：品題吀汶菲唓添花。
越 南 语：Phẩm đề xin một vài lời thêm hoa.”
汉语意译：请品题尺幅生光。

喃字原文：𢬣仙𩙋匝湄沙，
越 南 语：Tay tiên gió táp mưa sa,
汉语意译：翠翘笔落惊风雨，

喃字原文：曠𨕭停筆討𠇍罒勾。
越 南 语：Khoảng trên dừng bút thảo và bốn câu.
汉语意译：片刻间四绝填上。

喃字原文：唔才啹王噴珠，
越 南 语：Khen tài nhả ngọc phun châu:
汉语意译：金惊叹：“喷珠吐玉，

喃字原文：娘班妸謝拱攄世尼。
越 南 语：“Nàng ban ả tạ cũng đâu thế này!”
汉语意译：班、谢女①未遑多让。”

喃字原文：刧修初吝𢹣磨，
越 南 语：Kiếp tu xưa ví chẳng dày,
汉语意译：金重问几生修到，

喃字原文：福芇𢷮特價尼朱昂。
越 南 语：Phúc nào đổi được giá này cho ngang!
汉语意译：生有福又擅文章？

①班、谢女：指班昭和谢道韫。

喃字原文：娘浪凛烈容光，
越 南 语：Nàng rằng: “Lẫm liệt dung quang,
汉语意译：翘道：“你人才出众，

喃字原文：極𡏧王佩供坊金門。
越 南 语：Chẳng sân ngọc bội cũng phường kim môn.
汉语意译：将登朝金马玉堂①。

喃字原文：擬命分蒙翅蟧，
越 南 语：Nghĩ mình phận mỏng cánh chuồn,
汉语意译：自知命薄如蝉翼，

喃字原文：囷撑㐌别旄𥄫𢭲能。
越 南 语：Khuôn xanh đã biết vuông tròn mà hay?
汉语意译：还未知宿愿可偿。

喃字原文：忟自𢆥唉𤷱𤷍，
越 南 语：Nhớ từ năm hãy thơ ngây,
汉语意译：回忆起年幼时候，

喃字原文：固𠊛相士斷䟻沒𠳒。
越 南 语：Có người tướng sĩ đoán ngay một lời.
汉语意译：有相士指点周详。

喃字原文：英花發越𠚢外，
越 南 语：Anh hoa phát tiết ra ngoài,
汉语意译：他说我英华外露，

喃字原文：𠦳秋薄命沒𠁀才花。
越 南 语：Nghìn thu bạc mệnh một đời tài hoa.
汉语意译：生薄命才气激扬。

---

①金马玉堂：出自《汉书·杨雄传》“历金门，上玉堂”。金门，指金马门，比喻显贵腾达。

喃字原文：䁛𠊛吏瞭典些，
越 南 语：Trông người lại ngắm đến ta,
汉语意译：蒙重爱我再细想，

喃字原文：𠬠𦚖𠬠蒙别罗固铖。
越 南 语：Một dày một mỏng biết là có nên?”
汉语意译：恐命薄爱难成双。”

喃字原文：生浪邂逅罗缘，
越 南 语：Sinh rằng: “Giải cấu là duyên,
汉语意译：金生说：“有缘邂逅，

喃字原文：初𠉞人定勝天拱𠃩。
越 南 语：Xưa nay nhân định thắng thiên cũng nhiều.
汉语意译：人定胜天非虚妄。

喃字原文：油𠁀解結典調，
越 南 语：Dù đâu giải kết đến điều,
汉语意译：纵使拯危得解结，

喃字原文：時忕鐄砂𢯏料貝身。
越 南 语：Thì đem vàng đá mà liều với thân.”
汉语意译：我盟誓赴火蹈汤。”

喃字原文：𣷭調曲裡殷勤，
越 南 语：Đủ điều khúc lý an cần,
汉语意译：万语千言自心头，

喃字原文：悉春派派戰春藏藏。
越 南 语：Lòng xuân phơi phới, chén xuân tàng tàng.
汉语意译：神醺醺如饮春酒。

喃字原文：𣈜盃𢪏𢯏涪𡗋，
越 南 语：Ngày vui ngắn chẳng đầy gang,
汉语意译：然而，此好景难长，

喃字原文：𥉫𠚢鴉㐌吟𨫊嫩兑。
越 南 语：Trông ra ác đã ngậm gương non đoài.
汉语意译：斜阳已落西山后。

喃字原文：永茹拯便𢯦佳，
越 南 语：Vắng nhà chẳng tiện ngồi dai,
汉语意译：翘自觉理当归去，

喃字原文：啫払娘買急移窻紗。
越 南 语：Giã chàng, nàng mới kíp dời song sa.
汉语意译：起身辞别回妆楼。

喃字原文：典茹皮𧡊信茹，
越 南 语：Đến nhà vừa thấy tin nhà,
汉语意译：听说家人还豪兴，

喃字原文：𠄩親群拱席花渚衛。
越 南 语：Hai thân còn dở tiệc hoa chưa về.
汉语意译：双亲弟妹席应酬。

喃字原文：闒外倍揄簾梯，
越 南 语：Cửa ngoài vội rủ rèm the,
汉语意译：即匆匆放下帘帏，

喃字原文：駸駸永𨀈園号汶命。
越 南 语：Xăm xăm băng lối vườn khuya một mình.
汉语意译：独进园更深时候。

喃字原文：扔疎𨫊檜頭梗，
越 南 语：Nhặt thưa gương gối đầu cành,
汉语意译：枝头月光影扶疏，

喃字原文：蒞畑𥉫律帳螢吃囂。
越 南 语：Ngọn đèn trông lọt trướng huỳnh hắt hiu.
汉语意译：望金生灯光如豆。

喃字原文：生皮㧝案㬢㬢，
越 南 语：Sinh vừa tựa án thiu thiu,
汉语意译：金重在桌边假寐，

喃字原文：拱朝如醒拱朝如迷。
越 南 语：Dở chiều như tỉnh, dỡ chiều như mê.
汉语意译：似睡惺忪梦难透。

喃字原文：㗂蓮仕動𧡊槐，
越 南 语：Tiếng liên sẽ động giấc hòe,
汉语意译：缓步声破南柯梦，

喃字原文：𩃳𦝄㐌𢷀花梨吏𧵆。
越 南 语：Bóng trăng đã xế, hoa lê lại gần.
汉语意译：月花影美人来就。

喃字原文：冰傾嶺甲嫩神，
越 南 语：Bâng khuâng đỉnh giáp non thần,
汉语意译：飞梦到巫峡高唐，

喃字原文：群疑𧡊夢𣎏春㦖𢙱。
越 南 语：Còn ngờ giấc mộng đêm xuân mơ màng.
汉语意译：怎知道梦中虚构。

喃字原文：娘浪曠咏𣎏長，
越 南 语：Nàng rằng: “Khoảng vắng đêm trường,
汉语意译：她说：“傲夜长院静，

喃字原文：爲花朱沛打塘尋花。
越 南 语：Vì hoa cho phải đánh đường tìm hoa.
汉语意译：奔波此，两意绸缪。

喃字原文：悲除𤏬𩈘堆些，
越 南 语：Bây giờ rõ mặt đôi ta,
汉语意译：现在两头面相亲，

喃字原文：别𢯏耒女極𠱊占包。
越 南 语：Biết đâu rồi nữa chẳng là chiêm bao.”
汉语意译：恐未来剩梦痕留。”

喃字原文：倍㤝𠻃礼𨘗𠓨，
越 南 语：Vội mừng làm lễ rước vào,
汉语意译：他施礼请入书房，

喃字原文：臺蓮浽蜡窻桃添香。
越 南 语：Đài sen nối sáp, song đào thêm hương.
汉语意译：莲台烛紫鼎添香。

喃字原文：箋誓拱討𠬠章，
越 南 语：Tiên thề cùng thảo một chương,
汉语意译：锦笺上共书盟誓，

喃字原文：𩯀𩄲𠬠𤷱刀鐄𢺺堆。
越 南 语：Tóc mây một mòn, dao vàng chia đôi.
汉语意译：金刀断发各收藏。

喃字原文：𦝄䔲域㶌𥪝𡗶，
越 南 语：Vầng trăng vằng vặc trong trời,
汉语意译：月轮明亮正空中，

喃字原文：仃儜𠄩𣘃𠬠𠳒雙雙。
越 南 语：Đinh ninh hai mạt một lời song song.
汉语意译：叮咛言絮语双双。

喃字原文：𩯀絲根紊𡬷㤇，
越 南 语：Tóc tơ căn vặn tấc lòng,
汉语意译：说尽心中无限事，

喃字原文：𤾓𢆥鑿𠬠𡦂同典昌。
越 南 语：Trăm năm tạc một chữ đồng đến xương.
汉语意译：百年合刻骨无忘。

喃字原文：㗂霞聘𠾕瓊漿，
越 南 语：Chén hà sánh giọng quỳnh tương,
汉语意译：同霞杯充满琼浆，

喃字原文：緋繧香論屏鏡𦟐籠。
越 南 语：Dải the hương lộn, bình gương bóng lồng.
汉语意译：镜照影罗带熏香。

喃字原文：生浪𩙍沫䏾𪱐，
越 南 语：Sinh rằng: "Gió mát trăng trong,
汉语意译：金说："清风月晚上，

喃字原文：閉数𠉞𠬠𡭧悉渚甘。
越 南 语：Bấy lâu nay một chút lòng chưa cam.
汉语意译：久藏着心愿未偿。

喃字原文：踌霜渚攘橋蓝，
越 南 语：Chày sương chưa nện cầu Lam,
汉语意译：玉杵蓝桥[1]空有约，

喃字原文：悸吝巾過𦋦讒炘庄。
越 南 语：Sợ lần khân quá ra sờm sỡ chăng?"
汉语意译：恐情切过涉轻狂？"

喃字原文：娘浪紅葉赤繩，
越 南 语：Nàng rằng: "Hồng diệp xích thằng,
汉语意译：她说："红叶赤绳缘，

喃字原文：𠬠唭拱㐌啃浪相知。
越 南 语：Một lời cũng đã tiếng rằng tương tri.
汉语意译：彼此之心愿同样。

①玉杵蓝桥：借用裴航与云英的故事。

喃字原文：停調月怒花箕，
越 南 语：Đừng điều nguyệt nọ hoa kia,
汉语意译：风月闺情休勿说，

喃字原文：外𠚢埃吏惜之貝埃。
越 南 语：Ngoài ra ai lại tiếc gì với ai."
汉语意译：愿此生甘苦共偿。"

喃字原文：払浪聀浽琴臺，
越 南 语：Chàng rằng: "Nghe nổi cầm đài,
汉语意译：金道："听弹琴精妙，

喃字原文：渃嫩隴仍𠽋聼鐘期。
越 南 语：Nước non luống những lắng tai chung kỳ."
汉语意译：钟期流誉许聆尝。"

喃字原文：疎浪賤技詑之，
越 南 语：Thưa rằng: "Tiện kỹ sá chi,
汉语意译：她答道："有惭过誉，

喃字原文：㐌悉吣典吣時沛𠺥。
越 南 语：Đã lòng dạy đến, dạy thì phải vâng."
汉语意译：君提起见笑大方。"

喃字原文：軒𢖖撩産琴㖫，
越 南 语：Hiên sau treo sẵn cầm trăng,
汉语意译：轩后现月琴悬挂，

喃字原文：倍傍生㐌𢬣攏昂眉。
越 南 语：Vội vàng sinh đã tay nâng ngang mày.
汉语意译：举琴眉际，敬捧上。

喃字原文：娘浪藝悶稹𢬣，
越 南 语：Nàng rằng: "Nghề mọn riêng tay,
汉语意译：她微笑："小技寻常，

喃字原文：𠸍之朱磊悉尼凜申。
越 南 语：Làm chi cho nặng lòng này lắm thân."
汉语意译：令岂堪对事揄扬。"

喃字原文：搊寅綅武綅文，
越 南 语：So dần dây vũ dây văn,
汉语意译：她文武弦轻调好，

喃字原文：罕綅蕠𠃣蹺韻宮商。
越 南 语：Bốn dây to nhỏ theo vần cung thương.
汉语意译：四根弦韵合宫商。

喃字原文：曲𠁀漢楚戰場，
越 南 语：Khúc đâu hán sở chiến trường,
汉语意译：一曲是"楚汉相争，

喃字原文：聀𠚢㗂鉄㗂鐄扦饒。
越 南 语：Nghe ra tiếng sắt, tiếng vàng chen nhau.
汉语意译：铁马金戈融交响"。

喃字原文：曲𠁀司馬鳳求，
越 南 语：Khúc đâu Tư Mã phượng cầu,
汉语意译：续弹司马"凤求凰"，①

喃字原文：聀𠚢如冤如愁沛庄。
越 南 语：Nghe ra như oán như sầu phải chăng!
汉语意译：听者谁能不感伤。

喃字原文：稽康尼曲廣唛，
越 南 语：Kê Khang này khúc Quảng Lăng,
汉语意译：调转稽康"广陵散"，

①司马"凤求凰"：司马相如的"凤求凰"曲，使卓文君听入了迷，由此两人结为夫妻。

喃字原文：汶浪流水𠄩浪行雲。
越 南 语：Một rằng lưu thủy, hai rằng hành vân.
汉语意译：流水云行韵味长。

喃字原文：過關尼曲昭君，
越 南 语：Quá quan này khúc Chiêu Quân,
汉语意译：曲终为奏“昭君怨”，

喃字原文：姅分戀主姅分思家。
越 南 语：Nửa phần luyến chúa, nửa phần tư gia.
汉语意译：恋主思乡两断肠。

喃字原文：𨖲如㗂鶴𩙻戈，
越 南 语：Trong như tiếng hạc bay qua,
汉语意译：清音似天边鹤唳，

喃字原文：濁如渃𤃠買沙姅潙。
越 南 语：Đục như nước suối mới sa nửa vời.
汉语意译：浊声如飞泉激响。

喃字原文：㗂寬如𩙋倘外，
越 南 语：Tiếng khoan như gió thoảng ngoài,
汉语意译：缓调比清风拂拂，

喃字原文：㗂毛派派如歪覩湄。
越 南 语：Tiếng mau phơi phới như trời đổ mưa.
汉语意译：急拍像骤雨浪浪。

喃字原文：𦹵畑欺𤎜欺𥆾，
越 南 语：Ngọn đèn khi tỏ khi mờ,
汉语意译：房灯焰摇摇光暗，

喃字原文：遣𠊛𡎢帝𢗖魚謹愁。
越 南 语：Khiến người ngồi đấy mà ngơ ngẩn sầu.
汉语意译：听者坠入梦惆怅。

喃字原文：欺㨢蹭欺儈頭，
越 南 语：Khi tựa gối, khi cúi đầu,
汉语意译：不住抱膝时低头，

喃字原文：欺纡尨曲欺珠堆眉。
越 南 语：Khi vò chín khúc, khi chau đôi mày.
汉语意译：忽时眉愁时激昂。

喃字原文：浪能時寔罗能，
越 南 语：Rằng: “Hay thì thực là hay,
汉语意译：他惊叹：“绝技惊人，

喃字原文：聀黜吟蒊唔咟世𠦳。
越 南 语：Nghe ra ngậm đắng nuốt cay thế nào!
汉语意译：啊！听罢撩人怅惘。

喃字原文：摺之仍堛清騷，
越 南 语：So chi những bậc thanh tao,
汉语意译：为何编苍凉乐章，

喃字原文：湙悉命拱秏秏悉䏧。
越 南 语：Giọt lòng mình cũng hao hao lòng người.”
汉语意译：徒惹起人们哀伤？”

喃字原文：浪悁秩湼䢅耒，
越 南 语：Rằng: “Quen mất nết đi rồi,
汉语意译：她说：“我愁根早种，

喃字原文：粃慍催拱性歪别𨍦。
越 南 语：Tẻ vui thôi cũng tính trời biết sao!
汉语意译：悲欢禀赋有短长。

喃字原文：唓鐄㖠領意高，
越 南 语：Lời vàng vâng lĩnh ý cao,
汉语意译：金玉之言深拜领，

喃字原文：和寅寅扒𣈜𠦳特空。
越 南 语：Họa dần dần bớt chút nào được không?”
汉语意译：将会改性情偏向。”

喃字原文：花香強𤎕式紅，
越 南 语：Hoa hương càng tỏ thức hồng,
汉语意译：她说罢妩媚含羞，

喃字原文：頭眉𩈘榧強濃𦛌腰。
越 南 语：Đầu mày cuối mặt càng nồng tấm yêu.
汉语意译：暗相窥神魂飘荡。

喃字原文：㳥情羕㐌漂漂，
越 南 语：Sóng tình dường đã xiêu xiêu,
汉语意译：双方都力持镇静，

喃字原文：䀡𥪝歐厭固朝沼淶。
越 南 语：Xem trong âu yếm có chiều lả lơi.
汉语意译：翘怕金逾越礼防。

喃字原文：踈浪停𥚄𠬠制，
越 南 语：Thưa rằng: “Đừng lấy làm chơi,
汉语意译：言规谏：“礼尚端庄，

喃字原文：吔朱踈歇𠬠㖡㐌蹺。
越 南 语：Dẽ cho thưa hết một lời đã nao!
汉语意译：我还有话待商量。

喃字原文：尾之𠬠朵桃夭，
越 南 语：Vẻ chi một đóa Đào Yêu,
汉语意译：诗诵‘桃夭’① 婚姻事，

①桃夭：《诗经·周南》篇名。诵咏男女婚姻的快乐。

喃字原文：園紅之敢垠巢鮎撐。
越 南 语：Vườn hồng chi dám ngăn rào chim xanh.
汉语意译：如宿鸟投林一样。

喃字原文：㐌朱𠓨堛布荊，
越 南 语：Đã cho vào bậc bố kinh,
汉语意译：遂愿为布裙荆钗，

喃字原文：道從夫𢭸𡦂貞𠫾頭。
越 南 语：Đạo tòng phu lấy chữ trinh làm đầu.
汉语意译：从夫道：贞节是尚。

喃字原文：𠚢從𨕭濮中桋，
越 南 语：Ra tuồng trên bộc trong dâu,
汉语意译：桑间濮滨①上行为，

喃字原文：時𡥵𠊛氏埃求𠫾之。
越 南 语：Thì con người ấy ai cầu làm chi.
汉语意译：岂足为我们榜样。

喃字原文：沛調咹𤒛於時，
越 南 语：Phải điều ăn xổi ở thì,
汉语意译：只是求片刻欢娱，

喃字原文：節𤾓𢆥女補㐌𠬠𣈗。
越 南 语：Rằng trăm năm nỡ bỏ đi một ngày!
汉语意译：百年名节怎毁伤！

喃字原文：𠽍緣奇遇初𠉞，
越 南 语：Ngẫm duyên kỳ ngộ xưa nay,
汉语意译：细思量古今奇遇，

---

①桑间濮滨：古时郑国和卫国男女青年常在濮江边和桑地间叙情，这里指相约男女会面的地方。

喃字原文：侶堆埃吏㸼齊崔張。
越 南 语：Lứa đôi ai lại đẹp tày Thôi Trương.
汉语意译：比风流无过崔张①。

喃字原文：霿湄打覩砵鐄，
越 南 语：Mây mưa đánh đổ đá vàng,
汉语意译：金石的誓盟虚负，

喃字原文：過朝铖㐌戰㖫燕鸚。
越 南 语：Quá chiều nên đã chán chường yến anh.
汉语意译：莺燕之事后相忘。

喃字原文：𨖲欺执翅連梗，
越 南 语：Trong khi tựa cánh liên cành,
汉语意译：人常说比翼连枝，

喃字原文：麻悉祂𦓡㐌呈沒邊。
越 南 语：Mà lòng rẻ rúng đã trình một bên.
汉语意译：恩和义抛撇一旁。

喃字原文：㕑西底令香願，
越 南 语：Mái tây để lạnh hương nguyền,
汉语意译：深闺弃冷恩情薄，

喃字原文：朱緣潭𥡗𪿒緣披傍。
越 南 语：Cho duyên đằm thắm ra duyên bẽ bàng.
汉语意译：好姻缘翻苦鸳鸯。

喃字原文：招梭𤎏極㝉床，
越 南 语：Gieo thoi trước chẳng giữ giàng,
汉语意译：若今日投梭拒辱，

喃字原文：底𢠩铖㦖共払𪿒埃。
越 南 语：Để sau nên thẹn cùng chàng bởi ai?
汉语意译：至后悔，过失谁当。

①崔张：借用《西厢记》崔莺莺和张君瑞的故事。

喃字原文：倍之柳押花柰，
越 南 语：Vội chi liễu ép hoa nài,
汉语意译：何妨急折柳摧花？

喃字原文：群身乙吏填培固欺。
越 南 语：Còn thân ắt lại đền bồi có khi.”
汉语意译：身常在终属金郎。”

喃字原文：𧡊𠳒端正易𦖑，
越 南 语：Thấy lời đoan chính dễ nghe,
汉语意译：见她说义正词严，

喃字原文：扛強添㤨添爲迈分。
越 南 语：Chàng càng thêm nể thêm vì mười phân.
汉语意译：金生愈加添景仰。

喃字原文：𩃳艚皮辣㦚銀，
越 南 语：Bóng tàu vừa lạt vẻ ngăn,
汉语意译：屋瓦上，残月胧明，

喃字原文：信𠁀㐌典闒垠噲𠓨。
越 南 语：Tin đâu đã đến cửa ngăn gọi vào.
汉语意译：外喧哗栅栏声响。

喃字原文：娘時倍阻𨷑桃，
越 南 语：Nàng thì vội trở buồng đào,
汉语意译：翠翘即告别匆匆，

喃字原文：生時蹈蹭𡑝桃倍𠚢。
越 南 语：Sinh thì dạo gót sân đào vội ra.
汉语意译：金生送桃园眺望。

喃字原文：闒柴皮吘杆花，
越 南 语：Cửa sài vừa ngỏ then hoa,
汉语意译：外大门刚开出处，

喃字原文：家童𢴉𠯿書茹買𨖲。
越 南 语：Gia đồng vào gửi thư nhà mới sang.
汉语意译：家童把家信送上。

喃字原文：𢭂信叔父辝堂，
越 南 语：Đem tin thúc phụ từ đường,
汉语意译：信上说叔父辞世，

喃字原文：怉惼旅殯他鄉提攜。
越 南 语：Bơ vơ lữ thấn tha hương đề huề.
汉语意译：灵柩停旅殡他乡。

喃字原文：遼陽隔阻山溪，
越 南 语：Liêu Dương cách trở sơn khê,
汉语意译：辽阳远阻隔山河，

喃字原文：椿堂急噲生衛護丧。
越 南 语：Xuân đường kíp gọi sinh về hộ tang.
汉语意译：老友叫他回奔丧。

喃字原文：𠰳信掣浽驚惶，
越 南 语：Mảng tin xiết nỗi kinh hoàng,
汉语意译：他见信极度惊惶，

喃字原文：氷命𨇒𬧐臺粧叙情。
越 南 语：Băng mình lẻn trước đài trang tự tình.
汉语意译：偷赴妆台诉别肠。

喃字原文：蹎頭每浽丁寧，
越 南 语：Gót đầu mọi nỗi đinh ninh,
汉语意译：他们俩会面叮咛，

喃字原文：浽茹丧鬉浽命賖吹。
越 南 语：Nỗi nhà tang tóc, nỗi mình xa xôi.
汉语意译：苦别愁家难交萦。

喃字原文：事㧅渚及堆囬，
越 南 语：“Sự đâu chưa kịp đôi hồi,
汉语意译：“相逢谈论无多日，

喃字原文：缘㧅渚及沒㖡摔絲。
越 南 语：Duyên đâu chưa kịp một lời trao tơ.
汉语意译：犹未下，红绳亲聘。

喃字原文：䏧誓群妬猪猪，
越 南 语：Trăng thề còn đó trơ trơ,
汉语意译：皓月清清照旧盟，

喃字原文：敢賖吹䀲麻疎㨗悉。
越 南 语：Dám xa xôi mặt mà thưa thớt lòng.
汉语意译：愿人离别坚贞秉。

喃字原文：外䏧䠣祝𠀧冬，
越 南 语：Ngoài nghìn dặm, chốc ba đông,
汉语意译：千里之外待三冬，

喃字原文：𦀊愁欺擇朱衝群迟。
越 南 语：Mối sầu khi gỡ cho xong còn chầy.
汉语意译：心潮起伏何时静。

喃字原文：㨳鐄㝝玉朱能，
越 南 语：Gìn vàng giữ ngọc cho hay,
汉语意译：珍重金玉好前程，

喃字原文：朱停悉几蹎霒𡶀丕。
越 南 语：Cho đành lòng kẻ chân mây cuối trời.”
汉语意译：待我蹑足青云顶。”

喃字原文：聦𦗏䠕𦄂排排，
越 南 语：Tai nghe ruột rối bời bời,
汉语意译：翠翘闻语正迟疑，

喃字原文：忍如娘買焫咥䊚𠓀。
越 南 语：Nhẩn nha nàng mới giãi lời trước sau.
汉语意译：满腹哀愁带泪倾：

喃字原文：翁絲㤕補之饒，
越 南 语：Ông tơ ghét bỏ chi nhau,
汉语意译：“咱俩姻缘天作弄，

喃字原文：渚慍森合㐌愁䢀配。
越 南 语：Chưa vui sum họp đã sầu chia phôi.
汉语意译：未牵合已判归程。

喃字原文：共饒卒㐌䃁咥，
越 南 语：Cùng nhau trót đã nặng lời,
汉语意译：但我们誓言长在，

喃字原文：酉台𩠳鬚敢移悉絲。
越 南 语：Dẫu thay mái tóc dám dời lòng tơ.
汉语意译：空闺白头不变情。

喃字原文：管包䏧待𢆥徐，
越 南 语：Quản bao tháng đợi năm chờ,
汉语意译：不管等何月何年，

喃字原文：擬馭咹𩙋𣋼湄㤕恦。
越 南 语：Nghĩ người ăn gió nằm mưa xót thầm.
汉语意译：想你艰难途苦境。

喃字原文：㐌願仁㝵同心，
越 南 语：Đã nguyền hai chữ đồng tâm,
汉语意译：但愿同心共誓言，

喃字原文：𤾓𢆥誓拯揞琴船埃。
越 南 语：Trăm năm thề chẳng ôm cầm thuyền ai.
汉语意译：抱琴不向别人鸣。

喃字原文：群嫩群渃群𨱽，
越 南 语：Còn non, còn nước, còn dài,
汉语意译：只要苍穹山河在，

喃字原文：群衛群悋典馭𣋚𠉞。
越 南 语：Còn về còn nhớ đến người hôm nay!
汉语意译：愿此身永保坚贞。”

喃字原文：用孕渚妄移𢭸，
越 南 语：Dung dằng chưa nỡ rời tay,
汉语意译：他们分手情难舍，

喃字原文：葟東𪾺㐌𨅸𣦍榑茹。
越 南 语：Vầng đông trông đã đứng ngay nóc nhà.
汉语意译：阳光已照上屋棱。

喃字原文：碍顒沒跐沒賒，
越 南 语：Ngại ngùng một bước một xa,
汉语意译：金生凄然相告别，

喃字原文：沒唓珍重珠沙𡗉行。
越 南 语：Một lời trân trọng châu sa mấy hàng.
汉语意译：她祝珍重泪盈盈。

喃字原文：縸鞍掛㨋倍鐄，
越 南 语：Buộc yên quảy gánh vội vàng,
汉语意译：他打迭征鞍行装，

喃字原文：绱愁仕姅跐塘𢀦𠄩。
越 南 语：Mối sầu sẻ nửa, bước đàng chia hai.
汉语意译：离愁重勉强登程。

喃字原文：惀𪾺風景圭馭，
越 南 语：Buồn trông phong cảnh quê người,
汉语意译：回首望再来何日，

喃字原文：頭梗鵑日𤎜歪雁踈。
越 南 语：Đầu cành quyên nhặt, cuối trời nhạn thưa.
汉语意译：鹃枝头天雁凄零。

喃字原文：惱𠊛𦹵𩙍旬湄，
越 南 语：Não người cũ gió tuần mưa,
汉语意译：怅望情人离远去，

喃字原文：𠬠𣈜𥘀㨋相思𠬠𣈜。
越 南 语：Một ngày nặng gánh tương tư một ngày.
汉语意译：留得相思无限情。

喃字原文：娘群𨅸𢬣軒西，
越 南 语：Nàng còn đứng dựa hiên tây,
汉语意译：她凝愁呆立西轩，

喃字原文：𠃩回問曰如圍䋦絲。
越 南 语：Chín hồi vấn vít như vầy mối tơ.
汉语意译：乱丝般回肠九转。

喃字原文：龍澄𤎏艺窻踈，
越 南 语：Trông chừng khói ngất song thưa,
汉语意译：看窗外袅袅轻烟，

喃字原文：花潙泆𦹯柳賖壳鐄。
越 南 语：Hoa trôi giấc thắm, liễu xơ xác vàng.
汉语意译：花褪红柳渐飞绵。

喃字原文：秦銀蹈蹐楼粧，
越 南 语：Tần ngần dạo gót lầu trang,
汉语意译：妆阁内徘徊难遣，

喃字原文：𠬠團㦖壽外鄉買衛。
越 南 语：Một đoàn mừng thọ ngoại hương mới về.
汉语意译：寿筵罢，家人归旋。

喃字原文：寒喧渚及啫啺，
越 南 语：Hàn huyên chưa kịp dã dề,
汉语意译：大家来不及寒喧，

喃字原文：差衙俸賃罘皮唔噉。
越 南 语：Sai nha bỗng thấy bốn bề xôn xao.
汉语意译：衙役四处声哗喧。

喃字原文：𠊛腋㩫几𢭸刀，
越 南 语：Người nách thước, kẻ tay đao,
汉语意译：这帮人挟棒持刀，

喃字原文：頭犊𩈘馭泑泑如炊。
越 南 语：Đầu trâu mặt ngựa ào ào như lôi.
汉语意译：个个似牛头马面。

喃字原文：枷扛沒老沒耖，
越 南 语：Già giang một lão một trai,
汉语意译：老人幼弟扣枷锁，

喃字原文：沒綀無類纀𠄩深情。
越 南 语：Một dây vô loại buộc hai thâm tình.
汉语意译：父子被紧紧绑缠。

喃字原文：苔茹噴啃蝾撐，
越 南 语：Đầy nhà vang tiếng ruồi xanh,
汉语意译：青蝇声嗡嗡一片，

喃字原文：用淶渀柳散情檜枚。
越 南 语：Rụng rời giọt liễu, tan tàng cội mai.
汉语意译：王母两姐呆一边。

喃字原文：圖細軟貼稹西，
越 南 语：Đồ tế nhuyễn, của riêng tây,
汉语意译：不管家私细软品，

喃字原文：瀝硈生挔朱苔裓貪。
越 南 语：Sạch sành sanh quét cho đầy túi tham.
汉语意译：歹徒抢掠无幸免。

喃字原文：調𠁀𩙻纀埃〱，
越 南 语：Điều đâu bay buộc ai làm,
汉语意译：谁捏造横祸飞来？

喃字原文：尼埃單淫秩緘俸仍。
越 南 语：Này ai đan rập giật giàm bỗng dưng.
汉语意译：设陷阱存心阴险。

喃字原文：晦𪚚𢀭買別浪，
越 南 语：Hỏi ra sau mới biết rằng,
汉语意译：细探问始悉根由，

喃字原文：沛䄧称率在繩半絲。
越 南 语：Phải tên xưng xuất tại thằng bán tơ.
汉语意译：丝商诬告起罪愆。

喃字原文：𠬠茹恍惚謹魚，
越 南 语：Một nhà hoảng hốt ngẩn ngơ,
汉语意译：全家人惊惶罪惑，

喃字原文：㗂冤吙坦案疑露霴。
越 南 语：Tiếng oan dậy đất, án ngờ loà mây.
汉语意译：冤震地诬谤黯天！

喃字原文：下辞唄䘮卒𣈜，
越 南 语：Hạ từ van vái trót ngày,
汉语意译：尽管前哀求宽恕，

喃字原文：的聣憐恤負𢭲摧殘。
越 南 语：Điếc tai lân tuất, phũ tay tồi tàn.
汉语意译：充耳不闻意作践。

喃字原文：揉高㨂虐綀寃，
越 南 语：Rường cao rút ngược dây oan,
汉语意译：屋梁上倒悬人犯，

喃字原文：酉罗矺拱湼肝路𠊛。
越 南 语：Dẫu là đá cũng nát gan lọ người.
汉语意译：心肠铁石也生怜。

喃字原文：𩈘矓疠疸用移，
越 南 语：Mặt trông đau đớn rụng rời,
汉语意译：见父弟面容惨淡，

喃字原文：寃尼群𠬠叫𡗶仍賒。
越 南 语：Oan này còn một kêu trời, nhưng xa.
汉语意译：痛极呼天，天不应。

喃字原文：𠬠𣈜𫺺腿差衙，
越 南 语：Một ngày lạ thói sai nha,
汉语意译：猛省醒，衙役惯态。

喃字原文：罒朱酷害拯戈爲錢。
越 南 语：Làm cho khốc hại chẳng qua vì tiền.
汉语意译：滥施刑，志在金钱。

喃字原文：𫼳朱骨肉院全，
越 南 语：Sao cho cốt nhục vẹn tuyền,
汉语意译：欲图亲骨肉安全，

喃字原文：𤄯欺遇变從權别𫼳。
越 南 语：Trong khi ngộ biến tòng quyền biết sao?
汉语意译：除从权别无打算。

喃字原文：缘會遇德劬劳，
越 南 语：Duyên hội ngộ, đức cù lao,
汉语意译：德是“劬劳”，缘“情爱”，

喃字原文： 䊷情䊷孝邊芇𥗾欣。
越 南 语： Chữ tình chữ hiếu, bên nào nặng hơn?
汉语意译： 情孝两边哪为先。

喃字原文： 底𠳒誓海盟山，
越 南 语： Để lời thệ hải minh sơn,
汉语意译： 虽然是海誓山盟，

喃字原文： 𰾾𡥵𫏾沛填恩生成。
越 南 语： Làm con trước phải đền ơn sinh thành.
汉语意译： 但女职以孝为贤。

喃字原文： 決情娘買下情，
越 南 语： Quyết tình nàng mới hạ tình:
汉语意译： 想到这，沥情上达，

喃字原文： 吧朱底妾半命贖吒。
越 南 语： "Dẽ cho để thiếp bán mình chuộc cha!"
汉语意译： 卖身赎父从心愿。

喃字原文： 户終固几吏𦓅，
越 南 语： Họ Chung có kẻ lại già,
汉语意译： 有姓钟老练深沉，

喃字原文： 拱𥪝衙役吏罒慈心。
越 南 语： Cũng trong nha dịch lại là từ tâm.
汉语意译： 虽衙役但秉慈心。

喃字原文： 𧡊娘孝重情深，
越 南 语： Thấy nàng hiếu trọng tình thâm,
汉语意译： 体谅她至情重孝，

喃字原文： 爲娘𠴓拱傷忱惦㦬。
越 南 语： Vì nàng nghĩ cũng thương thầm xót vay.
汉语意译： 他不禁怜悯深深。

喃字原文：併排律妬論低，
越 南 语：Tính bài lót đó luồn đây,
汉语意译：自暗中安排办法，

喃字原文：固𠀧𤾓两役尼買吹。
越 南 语：Có ba trăm lạng việc này mới xuôi.
汉语意译：索银三百作罚金。

喃字原文：唉衛暫付撍外，
越 南 语：Hãy về tạm phó giam ngoài,
汉语意译：把犯人暂押监外，

喃字原文：吲娘規料𥪝堆𠀧𣈜。
越 南 语：Dặn nàng qui liệu trong đôi ba ngày.
汉语意译：限三日清偿免禁。

喃字原文：傷情𡥵𥚇疎𢆥，
越 南 语：Thương tình con trẻ thơ ngày,
汉语意译：伤透了少女之心，

喃字原文：𢷮干禍𩙍灾𩙻不期。
越 南 语：Gặp cơn vạ gió tai bay bất kỳ!
汉语意译：竟遭意外祸降临。

喃字原文：疠悉死別生離，
越 南 语：Đau lòng tử biệt sinh ly,
汉语意译：心痛彻死别生离，

喃字原文：身群極惜惜之典緣。
越 南 语：Thân còn chẳng tiếc, tiếc gì đến duyên!
汉语意译：身已不惜何惜缘。

喃字原文：曷湄詑喧分𢤞，
越 南 语：Hạt mưa sá nghĩ phận hèn,
汉语意译：身如雨丝随风飘，

喃字原文：料宂𫫵鞊決填𠀧春。
越 南 语：Liệu đem tấc cỏ quyết đền ba xuân.
汉语意译：报亲恩，弃身似锦。

喃字原文：事𢚸吘貝冰人，
越 南 语：Sự lòng ngỏ với băng nhân,
汉语意译：她将心事告媒人，

喃字原文：信霜吨呔賖斯唔噉。
越 南 语：Tin sương đồn đại xa gần xôn xao.
汉语意译：这消息传遍远近。

喃字原文：斯沔固沒媒帀，
越 南 语：Gần miền có một mụ nào,
汉语意译：邻近有一个媒婆，

喃字原文：迻𠊛遠客尋𠓨問名。
越 南 语：Đưa người viễn khách tìm vào vấn danh.
汉语意译：带了远客来求婚。

喃字原文：嗨𩆍浪馬監生，
越 南 语：Hỏi tên, rằng: “Mã Giám Sinh.”
汉语意译：自称姓名马监生，

喃字原文：嗨圭浪縣臨清拱斯。
越 南 语：Hỏi quê, rằng: “ Huyện Lâm Thanh cũng gần.”
汉语意译：居不远临清市镇。

喃字原文：過年濯外罒旬，
越 南 语：Quá niên trạc ngoại tư tuần,
汉语意译：他年纪已过四十，

喃字原文：𣯡鬚𥗐𥕄襖裙炳包。
越 南 语：Mày râu nhẵn nhụi, áo quần bảnh bao.
汉语意译：须眉修整饰斯文。

喃字原文：𦜕柴𩈘𠈻𡁎𡅇，
越 南 语：Trước thầy sau tớ xôn xao,
汉语意译：主仆昂然进入室，

喃字原文：如氷迻媒逴𠓨楼粧。
越 南 语：Như băng đưa mối rước vào lầu trang.
汉语意译：媒婆指引上妆楼。

喃字原文：掎𨕭𡾵卒数床，
越 南 语：Ghế trên ngồi tót sổ sàng,
汉语意译：他傲然蹦坐上座，

喃字原文：𨻫𥪝媒㐌趯娘急𦋦。
越 南 语：Buồng trong mối đã giục nàng kíp ra.
汉语意译：媒催她要待殷勤。

喃字原文：浽命添息浽茹，
越 南 语：Nỗi mình thêm tức nỗi nhà,
汉语意译：思自薄命添家难，

喃字原文：𡍚花𠬠𨀈淚花𠞺行。
越 南 语：Thêm hoa một bước lệ hoa mấy hàng.
汉语意译：出闺房满脸泪痕。

喃字原文：礙碼憚𦗄哝霜，
越 南 语：Ngại ngùng dạn gió e sương,
汉语意译：步迟疑害怕风霜，

喃字原文：䁛花𣈖㥱𪈝𩄲𣘈𦟐。
越 南 语：Nhin hoa bóng thẹn, trông gương mặt dày.
汉语意译：对镜羞容，花惹恨。

喃字原文：媒強援𩯀扒𢬣，
越 南 语：Mối càng vén tóc bắt tay,
汉语意译：媒为她撩发抚慰，

喃字原文：湼慍如菊悼瘼如枚。
越 南 语：Nét buồn như cúc, điệu gầy như mai.
汉语意译：瘦比菊梅，愁似云。

喃字原文：旦都斤色斤才，
越 南 语：Đắn đo cân sắc cân tài,
汉语意译：来客要评色论才，

喃字原文：押宮琴月此牌𢯞詩。
越 南 语：Ép cung cầm nguyệt, thử bài quạt thơ.
汉语意译：领略诗琴歌妙品。

喃字原文：𩻐濃𠬠𦤾𠬠於，
越 南 语：Mặn nồng một vẻ một ưa,
汉语意译：看见她举止雍容，

喃字原文：平悉客買隨機迭迢。
越 南 语：Bằng lòng khách mới tùy cơ dặt dìu.
汉语意译：禁不住称心首肯。

喃字原文：浪摸王典蓝橋，
越 南 语：Rằng mua ngọc đến Lam Kiều,
汉语意译：自拟蓝桥求玉杵，

喃字原文：聘儀㖹吠包饒朱詳。
越 南 语：Sính nghi vâng dạy bao nhiêu cho tường?
汉语意译：忙把聘仪从头问。

喃字原文：緢浪當價𠦳鐄，
越 南 语：Mối rằng: “Đáng giá nghìn vàng,
汉语意译：媒婆言：“聘礼千金，

喃字原文：迲茄洳量𠊛傷敢奈。
越 南 语：Gấp nhà nhờ lượng người thương dám nài.”
汉语意译：遭家难，体谅施恩。”

喃字原文：咕叽扒𠬠添𠄩，
越 南 语：Cò kè bớt một thêm hai,
汉语意译：双方论价增减铢，

喃字原文：𣇞数我價𠴕外𦊚𤾓。
越 南 语：Giờ lâu ngã giá vâng ngoài bốn trăm.
汉语意译：商量定四百两银。

喃字原文：𠬠𠰘船㐌淹潭，
越 南 语：Một lời thuyền đã êm giầm,
汉语意译：言定约成事完妥，

喃字原文：唉迻更帖𫏾擒𪜀範。
越 南 语：Hãy đưa canh thiếp trước cầm làm ghi.
汉语意译：送过了礼帖生辰。

喃字原文：定𣈜納采于歸，
越 南 语：Định ngày nạp thái vu qui,
汉语意译：急订期纳吉于归，

喃字原文：錢䏧㐌固役之拯衝。
越 南 语：Tiền lưng đã có việc gì chẳng xong!
汉语意译：有钱人能役鬼神。

喃字原文：𠬠𠰘㤕貝終公，
越 南 语：Một lần cậy với Chung công,
汉语意译：这消息报告钟公，

喃字原文：乞詞暫領王翁衛茹。
越 南 语：Khất từ tạm lĩnh Vương ông về nhà.
汉语意译：请开释王翁拘禁。

喃字原文：傷情𡥵𥘷吒𦓅，
越 南 语：Thương tình con trẻ cha già,
汉语意译：真可怜少女、老人，

喃字原文：聪娘翁㐌䏾沙肆油。
越 南 语：Nhìn nàng ông đã máu sa ruột rầu.
汉语意译：见面时，泪情难忍。

喃字原文：餒琨仍約衛𢝙，
越 南 语：Nuôi con những ước về sau,
汉语意译：养育女儿期日后，

喃字原文：捽絲沛侣招捄當尼。
越 南 语：Trao tơ phải lứa, gieo cầu đáng nơi.
汉语意译：总望她命途安稳。

喃字原文：歪𠃩之极閉歪，
越 南 语：Trời làm chi cực bấy trời,
汉语意译：“老天呀！苍天残酷，

喃字原文：尼埃誣托朱𠊛合散。
越 南 语：Này ai vu thác cho người hợp tan!
汉语意译：谁诬陷家散人分。

喃字原文：斧斤包管身殘，
越 南 语：Phủ cân bao quản thân tàn,
汉语意译：刀斧折残害我身，

喃字原文：女苔墮祂強寃酷𦓅。
越 南 语：Nỡ đày đọa trẻ, càng oan khác già.
汉语意译：忍见爱女堕风尘。

喃字原文：𠬠吝𢝙𬓋拱罗，
越 南 语：Một lẫn sau trước cũng là,
汉语意译：活着不如一死去，

喃字原文：催時𩈘屈極他悉疠。
越 南 语：Thôi thì mặt khuất chẳng thà lòng đâu!
汉语意译：时犹胜冤屈难伸！”

喃字原文：蹺咥強沚洞珠，
越 南 语：Theo lời càng chảy dòng châu,
汉语意译：他言罢，老泪纵横，

喃字原文：料命翁乜招頭墻硋。
越 南 语：Liều mình ông đã gieo đầu tường vôi.
汉语意译：冲向灰墙图速殒。

喃字原文：倍鐄几狞䏧䙡，
越 南 语：Vội vàng kẻ giữ người coi,
汉语意译：吓得大家前施救，

喃字原文：𡮈𦹳娘吏尋咥嘞干。
越 南 语：Nhỏ to nàng lại tìm lời khuyên can:
汉语意译：情难忍，翘劝殷勤。

喃字原文：𢙶之沒𦠘紅顏，
越 南 语：“Vẻ chi một tấm hồng nhan,
汉语意译：“自怨自恨女儿身，

喃字原文：𩯀絲渚㖪填恩生成。
越 南 语：Tóc tơ chưa chút đền ơn sinh thành.
汉语意译：未曾点滴报答恩。

喃字原文：蹬書乜㦗娘鶯，
越 南 语：Dâng thư đã thẹn nàng Oanh,
汉语意译：上书有愧女缇萦①，

喃字原文：吏輸婀李半命咍牢。
越 南 语：Lại thua ả Lý bán mình hay sao?
汉语意译：窃比李寄②娘孝顺。

---

①缇萦：典故出自刘向《列女传》。汉文帝时，淳于意获罪，女缇萦上书救父。
②李寄：典故出自《搜神记》。闽中墉岭大蛇为害，官吏招募童女致祭，李寄应募做祭女，伺机为民除害。李寄杀蛇精后，越王娶其为妻。

喃字原文：檜萱歲鶴強高，
越 南 语：Sung huyên tuổi hạc càng cao,
汉语意译：椿萱鹤寿年纪高，

喃字原文：沒核梗搏別包饒梗。
越 南 语：Một cây gánh vác biết bao nhiêu cành.
汉语意译：树千枝靠身独任。

喃字原文：悉絲油拯揼情，
越 南 语：Lòng tơ dù chẳng dứt tình,
汉语意译：我思如不忍离去，

喃字原文：𩙍湄歐罕散情渃嫩。
越 南 语：Gió mưa âu hẳn tan tành nước non.
汉语意译：风雨袭，同归于尽。

喃字原文：他浪料沒身𡥵，
越 南 语：Thà rằng liều một thân con,
汉语意译：唯有豁出我一身，

喃字原文：花油扡翅葉群撐核。
越 南 语：Hoa dù rã cánh lá còn xanh cây.
汉语意译：花谢了枝叶长存。

喃字原文：分鞘停丕拱丕，
越 南 语：Phận sao đành vậy cũng vầy,
汉语意译：我将要顺从命运，

喃字原文：擒如拯杜仍𣈜群撐。
越 南 语：Cầm như chẳng đậu những ngày còn xanh.
汉语意译：强留我难保青春。

喃字原文：拱停併窘算觥，
越 南 语：Cũng đừng tính quẩn toan quanh,
汉语意译：请父亲别费心机，

喃字原文：散茹𠫾𣳔舌命𠫾𠄩。
越 南 语：Tan nhà là một, thiệt mình là hai."
汉语意译：全局定万语空论。"

喃字原文：沛㖫翁拱淹聣，
越 南 语：Phải lời ông cũng êm tai,
汉语意译：王翁听欲语无言，

喃字原文：𥚄饒湥𢭗湥𨱽𧛇昂。
越 南 语：Nhìn nhau giọt ngắn giọt dài ngổn ngang.
汉语意译：相看唯有泪涟涟。

喃字原文：𣃱外戶馬皮𨖲，
越 南 语：Mái ngoài họ Mã vừa sang,
汉语意译：门外站着马监生，

喃字原文：詞花㐌記巾鐄買拺。
越 南 语：Tờ hoa đã ký, cân vàng mới trao.
汉语意译：礼帖写聘金付清。

喃字原文：𦝄𦓅獨地𠸗𩎓，
越 南 语：Trăng già độc địa làm sao?
汉语意译：王翁恨月老无情，

喃字原文：擒絏拯𢣂纀𠓨自然。
越 南 语：Cầm dây chẳng nghĩ buộc vào tự nhiên.
汉语意译：结系错把鸳鸯点。

喃字原文：𥪝𢬣㐌產銅錢，
越 南 语：Trong tay đã sẵn đồng tiền,
汉语意译：人只有万贯腰缠，

喃字原文：油𢚸𠲺𤽸台顛𪓇之。
越 南 语：Dầu lòng đổi trắng thay đen khó gì.
汉语意译：能把黑白随时变。

喃字原文：戸終𪡊飭執爲，
越 南 语：Họ Chung ra sức giúp vì,
汉语意译：钟公也预早安排，

喃字原文：禮心㐌達訟期拱衝。
越 南 语：Lễ tâm đã đặt, tụng kỳ cũng xong.
汉语意译：钱到手便结讼件。

喃字原文：役茹㐌暫從容，
越 南 语：Việc nhà đã tạm thong dong,
汉语意译：家事暂时得安顿，

喃字原文：星期𠿯也㐌蒙度衛。
越 南 语：Tinh kỳ giục giã đã mong độ về.
汉语意译：翘离家日期不远。

喃字原文：𠬠命娘蒝烟𪸔，
越 南 语：Một mình nàng ngọn đèn khuya,
汉语意译：孤灯下，含愁独坐，

喃字原文：襖淫湙淏𩅹車绳愁。
越 南 语：Áo dầm giọt lệ, tóc xe mối sầu.
汉语意译：愁鬓短泪满襟前。

喃字原文：分油油丕拱油，
越 南 语：Phận dầu, dầu vậy cũng dầu,
汉语意译：她默想："时乖命蹇，

喃字原文：惵恚刀等閉数𠬠唭。
越 南 语：Xót lòng đeo đẳng bấy lâu một lời.
汉语意译：最伤心誓负当年。

喃字原文：功程計别𠇍进，
越 南 语：Công trình kể biết mấy mươi,
汉语意译：使他受尽千般苦，

喃字原文：爲些嗛喫朱馭擤揚。
越 南 语：Vì ta khăng, khít cho người dở dang.
汉语意译：为当时情意绵绵。

喃字原文：誓花渚燥戰鐄，
越 南 语：Thề hoa chưa ráo chén vàng,
汉语意译：共饮的金杯仍在，

喃字原文：磊誓傕乜負嗙貝花。
越 南 语：Lỗi thề thôi đã phũ phàng với hoa.
汉语意译：只今日，事逐情迁。

喃字原文：歪撩嫩渃包賒，
越 南 语：Trời liêu non nước bao xa,
汉语意译：为问辽阳多少路？

喃字原文：擬撓吧闍迻茹自碎。
越 南 语：Nghĩ đâu rẽ cửa chia nhà tự tôi!
汉语意译：怎知家散我牵缠。

喃字原文：别包缘嬄誓培，
越 南 语：Biết bao duyên nợ thề bồi,
汉语意译：知多少缘债未偿，

喃字原文：刧尼傕世時傕群之。
越 南 语：Kiếp này thôi thế thì thôi còn gì?
汉语意译：劫数尽好梦难圆。

喃字原文：再生渚揺香誓，
越 南 语：Tái sinh chưa dứt hương thề,
汉语意译：再生也难兑诺言，

喃字原文：𠃣身婁馭填義竹枚。
越 南 语：Làm thân trâu ngựa đền nghì trúc mai.
汉语意译：变牛马要结了愿。

喃字原文：嬾情渚者朱埃，
越 南 语：Nợ tình chưa trả cho ai,
汉语意译：欠他的情债难填，

喃字原文：塊情芒䟻泉臺渚散。
越 南 语：Khối tình mang xuống tuyền đài chưa tan!
汉语意译：九泉下，永劫含冤。”

喃字原文：浽𥢆𥢆仍盘桓，
越 南 语：Nỗi riêng, riêng những bàn hoàn,
汉语意译：情怀牵愁丝缭绕，

喃字原文：油終𤽸础溁灡滲巾。
越 南 语：Dầu chong trắng đĩa, giọt tràn thấm khăn.
汉语意译：油灯昏泪滴绢绡。

喃字原文：翠雲秩醒戢春，
越 南 语：Thúy Vân chợt tỉnh giấc xuân,
汉语意译：乍惊醒翠云春梦，

喃字原文：𤁘畑𧡊典殷勤晦嘆。
越 南 语：Dưới đèn ghé đến ân cần hỏi han.
汉语意译：残灯下，轻声问道：

喃字原文：機𡗶槐㴜多端，
越 南 语：Cơ trời dâu bể đa đoan,
汉语意译：“人难测世事沧桑，

喃字原文：𠬠茹底姉𥢆寃𠬠命。
越 南 语：Một nhà để chị riêng oan một mình.
汉语意译：家灾难姐一肩挑。

喃字原文：故之𡎢忍残更，
越 南 语：Có chi ngồi nhẫn tàn canh,
汉语意译：甚底事残更独守，

喃字原文：淎穪群默緢情之低。
越 南 语：Nỗi riêng còn mắc mối tình chi đây?
汉语意译：你别有隐痛心焦。”

喃字原文：浪悉當嗯諓苔，
越 南 语：Rằng: “Lòng đang thổi thức đầy,
汉语意译：翘道：“忍住辛酸泪，

喃字原文：絲緣群王緢尼渚衝。
越 南 语：Tơ duyên còn vướng mối này chưa xong.
汉语意译：百结情丝心缠绕。

喃字原文：嚇𠲖𠺺拱慚㤝，
越 南 语：Hở môi ra cũng thẹn thùng,
汉语意译：私情事羞难启齿，

喃字原文：底悉時負𦟐悉買埃。
越 南 语：Để lòng thì phụ tấm lòng với ai!
汉语意译：无言又负郎盟好。

喃字原文：挹媸媸固超㖡，
越 南 语：Cậy em, em có chịu lời,
汉语意译：请寄托待妹应允，

喃字原文：𢯏𨖲朱姉𥚄耒仕疎。
越 南 语：Ngồi lên cho chị lạy rồi sẽ thưa.
汉语意译：姐有片言来相告。

喃字原文：𠁀塘坦梗相思，
越 南 语：Giữa đường đứt gánh tương tư,
汉语意译：相思情且说不尽，

喃字原文：膠鸞執緢絲乘默媸。
越 南 语：Keo loan chắp nối tơ thừa mặc em.
汉语意译：望吾妹代续鸾胶。

喃字原文：計自欺及扒金，
越 南 语：Kể từ khi gặp chàng Kim,
汉语意译：自从姐会见金郎，

喃字原文：欺㝵𣋚約欺𣎏𨢇誓。
越 南 语：Khi ngày quạt ước, khi đêm chén thề.
汉语意译：题诗消日酒度宵。

喃字原文：事兜浽𩙍不期，
越 南 语：Sự đâu sóng gió bất kỳ,
汉语意译：不料受风波磨折，

喃字原文：孝情固禮𠄩皮院𠄩。
越 南 语：Hiếu tình có lẽ hai bề vẹn hai.
汉语意译：今兼顾尽情尽孝。

喃字原文：𣈜春媄唉群𨱽，
越 南 语：Ngày xuân em hãy còn dài,
汉语意译：妹幸福时光正远，

喃字原文：忸情𧖱膭台唭渃嫩。
越 南 语：Xót tình máu mủ, thay lời nước non.
汉语意译：骨肉亲为我效劳。

喃字原文：姉油䏦捏昌痗，
越 南 语：Chị dù thịt nát xương mòn,
汉语意译：若是我粉身碎骨，

喃字原文：唅唭𠃩灂唉群蒼浾。
越 南 语：Ngậm cười chín suối hãy còn thơm lây.
汉语意译：九泉下，犹当含笑。

喃字原文：隻釵買幅詞霎，
越 南 语：Chiếc thoa với bức tờ mây,
汉语意译：这金钗云笺誓约，

喃字原文：缘尼時𢧲物尼貼終。
越 南 语：Duyên này thì giữ, vật này của chung.
汉语意译：望妹妹珍藏永保。

喃字原文：油𡛔𢧚婚𢧚𡤓，
越 南 语：Dầu em nên vợ nên chồng,
汉语意译：他日你俩结夫妇，

喃字原文：怞𠊛命薄乙悉𢫸涓。
越 南 语：Xót người mệnh bạc ắt lòng chẳng quên.
汉语意译：念及我生前命薄。

喃字原文：秩𠊛群𡭧貼信，
越 南 语：Mất người còn chút của tin,
汉语意译：人已渺真心长在，

喃字原文：泛弹貝𠀧𦘧願𣈜初。
越 南 语：Phím đàn với tấm gương nguyền ngày xưa.
汉语意译：琴虚挂炉香烟消。

喃字原文：枚𢖖油固包𣇞，
越 南 语：Mai sau dù có bao giờ,
汉语意译：有一日妹你也许——

喃字原文：焠炉香氏𢫖絲泛尼。
越 南 语：Đốt lò hương ấy, so tơ phím này.
汉语意译：香炉坐对，琴重调。

喃字原文：𥆾𪞷蔬𦲿𣘃核，
越 南 语：Trông ra ngọn cỏ lá cây,
汉语意译：望门外，芳林绿草，

喃字原文：𧡊嚻嚻𩙍時咍姉衛。
越 南 语：Thấy hiu hiu gió thì hay chị về.
汉语意译：风动处，是我魂回。

喃字原文：魂群芒𥗾唑誓，
越　南　语：Hồn còn mang nặng lời thề,
汉语意译：终身盟誓永难忘，

喃字原文：捏身蒲柳填宜竹枚。
越　南　语：Nát thân bồ liễu, đèn nghì trúc mai.
汉语意译：憔悴尽情债还掉。

喃字原文：夜臺隔𩈘屈唑，
越　南　语：Dạ đài cách mặt khuất lời,
汉语意译：夜台①阻隔见无音，

喃字原文：洒嗔滝渃朱𠊛托冤。
越　南　语：Rảy xin chén nước cho người thác oan.
汉语意译：望清水一杯凭吊。

喃字原文：悲晗簪技𨥨散，
越　南　语：Bây giờ trâm gãy gương tan,
汉语意译：今突然镜破钗分，

喃字原文：計𠃩牢掣閍萬爱恩。
越　南　语：Kể làm sao xiết muôn vàn ái ân.
汉语意译：万丝恩情凭谁告。

喃字原文：𤾓𠦳㖧禮情君，
越　南　语：Trăm nghìn gửi lạy tình quân,
汉语意译：你代我跪向情郎，

喃字原文：絲緣𢭸𡮈固銀𠀧催。
越　南　语：Tơ duyên ngắn đẫn có ngần ấy thôi.
汉语意译：恕往日离多乐少。

---

①夜台：阴间的雅称。

喃字原文：分牢分萡如硋，
越 南 语：Phận sao phận bạc như vôi,
汉语意译：怎知是命薄如斯？

喃字原文：㐌停渃沚花潙吕廊。
越 南 语：Đã đành nước chảy hoa trôi lỡ làng.
汉语意译：花落水流空懊恼。

喃字原文：喂金郎唉金郎，
越 南 语：Ôi Kim lang! Hỡi Kim lang!
汉语意译：啊，金郎啊！唉，金郎！

喃字原文：催催妾㐌負払自低。
越 南 语：Thôi thôi thiếp đã phụ chàng từ đây!”
汉语意译：从此，妾已负君了！”

喃字原文：泮唓魂揬䘑醒，
越 南 语：Cạn lời hồn dứt máu say,
汉语意译：她说罢神思迷惘，

喃字原文：㳥唏朗艺堆𢬣冷同。
越 南 语：Một hơi lặng ngất, đôi tay lạnh đồng.
汉语意译：手冷气弱突病倒。

喃字原文：椿萱怢醒𥄮憹，
越 南 语：Xuân huyên chợt tỉnh giấc nồng,
汉语意译：父母恶梦中惊醒，

喃字原文：㳥茹圍笠几䡚𠂛外。
越 南 语：Một nhà vây lớp kẻ trong người ngoài.
汉语意译：全家慌，内外喧嘈。

喃字原文：几湯𠂛𧆄排排，
越 南 语：Kẻ thang người thuốc bời bời,
汉语意译：汤药纷纷投施救，

喃字原文：買油干暈渚派湙紅。
越 南 语：Mới dầu cơn vựng, chưa phai giọt hồng.
汉语意译：神志渐清泪如潮。

喃字原文：晦鞫𡀮事𨓡𨔍，
越 南 语：Hỏi: “Sao ra sự lạ lùng?”
汉语意译：家人争询问始末，

喃字原文：翹強㗂𡚦吶空𡀮𠻗。
越 南 语：Kiều càng nức nở nói không ra lời.
汉语意译：声哽咽，心情难表。

喃字原文：浽娘雲買吧聽，
越 南 语：Nỗi nàng Vân mới rỉ tai,
汉语意译：翠云细诉其根由，

喃字原文：隻釵尼貝詞培於低。
越 南 语：Chiếc thoa này với tờ bồi ở đây!
汉语意译：便出示金钗盟约。

喃字原文：尼吒罒纙緣眉，
越 南 语：“Này cha làm lỗi duyên mày,
汉语意译：父言：“我折散鸳盟，

喃字原文：催時浽𠂎𩛷尼㐌㛪。
越 南 语：Thôi thì nỗi ấy sau này đã em.
汉语意译：图补救，依从办到。

喃字原文：爲埃用𣘃淶金，
越 南 语：Vì ai rụng cải rơi kim,
汉语意译：最难堪良缘分散，

喃字原文：底𡥵蔈浽霒沉爲埃。
越 南 语：Để con bèo nổi mây chìm vì ai?
汉语意译：为了我累及儿曹。

喃字原文：咥䁔吣吏沒𠄩，
越 南 语：Lời con dặn lại một hai,
汉语意译：依照你反复叮咛，

喃字原文：油痗碑砖敢差𡬼鐄。
越 南 语：Dẫu mòn bia đá dám sai tấc vàng!"
汉语意译：从愿石烂志不挠。"

喃字原文：禮催娘買𠶆呈，
越 南 语：Lạy thôi nàng mới thưa chiềng:
汉语意译：翠翘跪谢前细禀：

喃字原文：恾吒者特義払朱吹。
越 南 语："Nhờ cha trả được nghĩa chàng cho xuôi.
汉语意译："蒙父，金郎情已报。

喃字原文：欪之身分碎隊，
越 南 语：Thứ chi thân phận tôi đòi,
汉语意译：岂计惜犬马残躯，

喃字原文：酉浪昌𤽸圭𠊚管𠫾。
越 南 语：Dẫu rằng xương trắng quê người quản đâu!"
汉语意译：异乡埋骨恨也销。"

喃字原文：㓦包計浽惨愁，
越 南 语：Xiết bao kể nỗi thảm sầu,
汉语意译：翠翘说不尽伤悲，

喃字原文：刻更㐌𠯇南楼余回。
越 南 语：Khắc canh đã giục nam lâu mấy hồi.
汉语意译：听南楼更鼓迟迟。

喃字原文：轎花𫀅㐌典外，
越 南 语：Kiệu hoa đâu đã đến ngoài,
汉语意译：天亮花轿停门外，

喃字原文：管絃𢯰㐌𠯦𠊛生離。
越 南 语：Quản huyền đâu đã giục người sinh ly.
汉语意译：管弦声，催促分离。

喃字原文：疠悉几於𠊛趍，
越 南 语：Đau lòng kẻ ở người đi,
汉语意译：人去留各自伤心，

喃字原文：淚淶滲矽絲𢺺𤷱蚕。
越 南 语：Lệ rơi thấm đá, tơ chia rũ tằm.
汉语意译：泪千行春蚕尽丝。

喃字原文：𡗶歆𩄲橋最霔，
越 南 语：Trời hôm mây kéo tối rầm,
汉语意译：暮天云层望迷离，

喃字原文：油油䔲𦽾淫淫梗霜。
越 南 语：Dàu dàu ngọn cỏ, đầm đầm cành sương.
汉语意译：草枯原上霜满枝。

喃字原文：逴娘衛典駐坊，
越 南 语：Rước nàng về đến trú phường,
汉语意译：引翠翘进入旅舍，

喃字原文：罕皮春綺𠬠娘於𦧘。
越 南 语：Bốn bề xuân khóa một nàng ở trong.
汉语意译：镇春锁房拢佳丽。

喃字原文：汲凝憓錄咴紅，
越 南 语：Ngập ngừng thẹn lục e hồng,
汉语意译：犹羞怯红粉青春，

喃字原文：擬悉吏惜車悉隊番。
越 南 语：Nghĩ lòng lại xót xa lòng đòi phen.
汉语意译：伤遭遇万想千思。

喃字原文：品仙洡典𢬣𢴉，
越 南 语：Phẩm tiên rơi đến tay hèn,
汉语意译：她自念："玉质沉沦，

喃字原文：懷功𤎜𡨹湄𡑬貝埃。
越 南 语：Hoài công nắng giữ mưa gìn với ai!
汉语意译：求自保煞费心机。

喃字原文：别身典跐落類，
越 南 语：Biết thân đến bước lạc loài,
汉语意译：若早知此身沦落，

喃字原文：蕊桃他披朱𠊛情鍾。
越 南 语：Nhị đào tha bẻ cho người tình chung.
汉语意译：深悔当年强自持。

喃字原文：爲埃垠頓𩙍東，
越 南 语：Vì ai ngăn đón gió đông,
汉语意译：为何人夺我欢愉？

喃字原文：舌悉欺於疠悉欺趍。
越 南 语：Thiệt lòng khi ở, đâu lòng khi đi.
汉语意译：使伊人憔悴伤悲，

喃字原文：重逢油和固欺，
越 南 语：Trùng phùng dù họa có khi,
汉语意译：至何日再得相逢？

喃字原文：身尼催固群之𢜝蒙。
越 南 语：Thân này thôi có còn gì mà mong.
汉语意译：此身，从今无望矣。

喃字原文：㐌生𠚢数龍冬，
越 南 语：Đã sinh ra số long đong,
汉语意译：命运数暗淡前途，

喃字原文：群搥祂刧鰢紅特鞠。
越 南 语：Còn màng lấy kiếp má hồng được sao?
汉语意译：怎生过，未来日子。”

喃字原文：𨕭案產固𡥵刀，
越 南 语：Trên yên sẵn có con dao,
汉语意译：瞥眼见案上利刀，

喃字原文：𨁪扲娘㐌揞𠓨襖巾。
越 南 语：Giấu cầm nàng đã gói vào áo khăn.
汉语意译：她随手暗藏巾里。

喃字原文：防欺渃㐌典蹎，
越 南 语：Phòng khi nước đã đến chân,
汉语意译：预想到事已临头，

喃字原文：刀尼時料貝身𡢐尼。
越 南 语：Dao này thì liệu với thân sau này.
汉语意译：唯有引刀成一死。

喃字原文：䏧秋𠬠刻𠬠迡，
越 南 语：Đêm thu một khắc một chầy,
汉语意译：秋天夜里时过快，

喃字原文：悖惃如醒如醝𠬠命。
越 南 语：Bâng khuâng như tỉnh như say một mình.
汉语意译：独一人似梦如痴。

喃字原文：拯吘妸馬監生，
越 南 语：Chẳng ngờ gã Mã Giám Sinh,
汉语意译：且说马监生那斯，

喃字原文：刎罗𠬠移風情㐌涓。
越 南 语：Vẫn là một đứa phong tình đã quen.
汉语意译：是风月场中浪子。

喃字原文：過制吏返回顛，
越 南 语：Qua chơi lại gặp hồi đen,
汉语意译：又是个酒色之徒，

喃字原文：涓湰吏劍咹沔月花。
越 南 语：Quen vùng lại kiếm ăn miền nguyệt hoa.
汉语意译：诱妇女从中渔利。

喃字原文：楼撐固媒秀婆，
越 南 语：Lầu xanh có mụ tú bà,
汉语意译：青楼一淫妇秀婆，

喃字原文：廊制㐌跛衛耚歇緣。
越 南 语：Làng chơi đã trở về già hết duyên.
汉语意译：狡狯操卖淫生意。

喃字原文：情期拯限麻铖，
越 南 语：Tình cờ chẳng hẹn mà nên,
汉语意译：一天与监生相逢，

喃字原文：𣘈鋸莲蔆堆邊沒坊。
越 南 语：Mạt cưa mướp đắng đôi bên một phường.
汉语意译：两人拉结在一起。

喃字原文：終𦠘𦘧沒𩃳行，
越 南 语：Chung lưng mở một ngôi hàng,
汉语意译：商量合伙开淫业，

喃字原文：𩃳𢆥奔粉半香㐌例。
越 南 语：Quanh năm buôn phấn bán hương đã lề.
汉语意译：无非是拐骗居奇。

喃字原文：蹓尋泣𢄂時圭，
越 南 语：Dạo tìm khắp chợ thì quê,
汉语意译：他们议走遍城乡，

喃字原文：者名侯下吣藝咹制。
越 南 语：Giả danh hầu hạ, dạy nghề ăn chơi.
汉语意译：从事买良女为妓。

喃字原文：磊埋歐拱事歪，
越 南 语：Rủi may âu cũng sự trời,
汉语意译：那一家盛衰有数，

喃字原文：斷腸吏撰𩈘𠊛無緣。
越 南 语：Đoạn trường lại trọn mặt người vô duyên.
汉语意译：早看上翠翘美丽。

喃字原文：忸娘㤕分嬋娟，
越 南 语：Xót nàng chút phận thuyền quyên,
汉语意译：知她婵娟偏命薄，

喃字原文：梗花𢭂半𠓨船俚㑲。
越 南 语：Cành hoa đem bán vào thuyền lái buôn.
汉语意译：名花堕落于污泥。

喃字原文：卯騙㐌默𠓨困，
越 南 语：Mẹo lừa đã mắc vào khuôn,
汉语意译：她已进入此圈套，

喃字原文：聘儀𥙩價迎婚産㝵。
越 南 语：Sính nghi rẻ giá, nghinh hôn sẵn ngày.
汉语意译：妆奁送，订下婚期。

喃字原文：憫忱旗㐌典𢬣，
越 南 语：Mừng thầm cờ đã đến tay,
汉语意译：马监生便宜占尽，

喃字原文：強䀡𡤔王強醝曲鐄。
越 南 语：Càng nhìn vẻ ngọc, càng say khúc vàng.
汉语意译：佳人如玉自心迷。

喃字原文：㐌𢀭國色天香，
越 南 语：Đã nên quốc sắc thiên hương,
汉语意译：果然貌国色天香，

喃字原文：𠬠唭尼罕𠦳鐄拯訛。
越 南 语：Một cười này hẳn nghìn vàng chẳng ngoa!
汉语意译：这人一笑千金值。

喃字原文：衛低渃𠓀擺花，
越 南 语：Về đây nước trước bẻ hoa,
汉语意译：自应先作采花人，

喃字原文：王孫貴客乙𱺵都饒。
越 南 语：Vương tôn quí khách ắt là đua nhau.
汉语意译：再让旁人来尝试。

喃字原文：罕𠀧𤾓両劍𠁀，
越 南 语：Hẳn ba trăm lạng kém đâu,
汉语意译：买笑缠头三百两，

喃字原文：拱陀皮本群𡢐時利。
越 南 语：Cũng đà vừa vốn còn sau thì lời.
汉语意译：本钱外，大利在斯。

喃字原文：𠰘唁棋典羡尼，
越 南 语：Miếng ngon kề đến tận nơi,
汉语意译：尤物在前休放过，

喃字原文：本茹拱惜貼𡗶拱貪。
越 南 语：Vốn nhà cũng tiếc, của trời cũng tham.
汉语意译：趁机会财色兼收。

喃字原文：桃仙㐌𤈜𢬣凡，
越 南 语：Đào tiên đã bén tay phàm,
汉语意译：仙桃佳种无人识，

喃字原文：時楥梗桔朱甘事茷。
越 南 语：Thì vin cành quít cho cam sự đời.
汉语意译：不爱仙桃爱柑橘。①

喃字原文：𤲂塵𠇍𩈘廊制，
越 南 语：Dưới trần mấy mặt làng chơi,
汉语意译：几多尘间行乐人，

喃字原文：制花㐌易𠇍𠊛别花。
越 南 语：Chơi hoa đã dễ mấy người biết hoa!
汉语意译：不易辨名花咫尺。

喃字原文：渃𥯎榴𧖱毷䳽，
越 南 语：Nước vỏ lựu, máu mào gà,
汉语意译：鸡冠血拌石榴皮，

喃字原文：㨢牟招集吏罒群原。
越 南 语：Mượn màu chiêu tập lại là còn nguyên.
汉语意译：施小技巧装处子。

喃字原文：腜𪸔打吝𡥵顛，
越 南 语：Mập mờ đánh lận con đen,
汉语意译：可以欺骗人无知，

喃字原文：包饒拱閉饒錢秩之。
越 南 语：Bao nhiêu cũng bấy nhiêu tiền mất chi?
汉语意译：这买卖永占便宜。

喃字原文：媒耝或固調之，
越 南 语：Mụ già hoặc có điều gì,
汉语意译：万一为秀婆识破，

---

①仙桃佳种无人识，不爱仙桃爱柑橘：意指能辨别真伪的人不多，容易被骗。

喃字原文：料功秩沒眀跪𦓡催。
越 南 语：Liều công mất một buổi quì mà thôi.
汉语意译：只不过赔个不是。

喃字原文：典低塘詑賖吹，
越 南 语：Đến đây đường sá xa xôi,
汉语意译：此外离家尚遥远，

喃字原文：𦓡些不動女𠊛生𢖵。
越 南 语：Mà ta bất động nữa người sinh nghị.
汉语意译：我冷漠令她生疑。

喃字原文：惜台沒朵荼𪎸，
越 南 语：Tiếc thay một đóa trà mi,
汉语意译：可怜一朵花荼蘼，

喃字原文：𡥵蜂㐌𢲫塘趍𡓁術。
越 南 语：Con ông đã mở đường đi lối về.
汉语意译：经采摘只剩空枝。

喃字原文：沒干湄𩙍𥕄泥，
越 南 语：Một cơn mưa gió nặng nề,
汉语意译：一阵狂风骤雨袭，

喃字原文：傷之典王惜之典香。
越 南 语：Thương gì đến ngọc, tiếc gì đến hương.
汉语意译：怜香惜玉莫再提。

喃字原文：𣎀春沒戢𢣂忙，
越 南 语：Đêm xuân một giấc mơ màng,
汉语意译：恰似场春宵恶梦，

喃字原文：燭花底妬默娘𦣰𤞻。
越 南 语：Đuốc hoa để đó mặc nàng nằm trơ.
汉语意译：花烛煌照污玉体。

喃字原文：淺積尋瀉𣻆湄，
越 南 语：Nỗi riêng tầm tã tuôn mưa,
汉语意译：遭遇事有泪全倾，

喃字原文：分惏淺客分忚淺命。
越 南 语：Phần ngẫm nỗi khách, phần lo nỗi mình.
汉语意译：恨匪人又怀羞耻：

喃字原文：從之罒種灰醒，
越 南 语：“Tuồng chi là giống hôi tanh,
汉语意译：“此身子由他轻薄，

喃字原文：身歼鑛底污名䏧紅。
越 南 语：Thân ngàn vàng để cái danh má hồng.
汉语意译：千金身污名委地。

喃字原文：催群之女𪫚蒙，
越 南 语：Thôi còn chi nữa mà mong,
汉语意译：完了，来日复何求，

喃字原文：荖𠊚催世罒衝沒荖。
越 南 语：Đời người thôi thế là xong một đời.”
汉语意译：自忖世，今生休矣。”

喃字原文：恨緣悴分排排，
越 南 语：Giận duyên tủi phận bời bời,
汉语意译：自嗟自怨命途舛，

喃字原文：擒刀娘㐌算排捐生。
越 南 语：Cầm dao nàng đã toan bài quên sinh.
汉语意译：图自尽拔刀欲试。

喃字原文：𢪀𠫾𢪀吏沒命，
越 南 语：Nghĩ đi nghĩ lại một mình,
汉语意译：忽转念：“一死何辞，

喃字原文：沒命時𦓡𠄩情時𨉓。
越 南 语：Một mình thì chớ, hai tình thì sao?
汉语意译：还未了平生心事。

喃字原文：𢖖油生事世芇，
越 南 语：Sau dầu sinh sự thế nào,
汉语意译：又深恐日后风波，

喃字原文：追原極𥏌累𠓨雙親。
越 南 语：Truy nguyên chẳng kẻo lụy vào song thân.
汉语意译：命案累双亲偿抵。

喃字原文：浽命歐拱簡寅，
越 南 语：Nỗi mình âu cũng giãn dần,
汉语意译：只好吞怨自宽怀，

喃字原文：急𨅸催拱沒吝麻催。
越 南 语：Kíp chầy thôi cũng một lần mà thôi!
汉语意译：迟早终归有一死。”

喃字原文：仍𱜢𢯢旦虐吹，
越 南 语：Những là đo đắn ngược xuôi,
汉语意译：盼良深前思后想，

喃字原文：㗂𪃿聀㐌嘅催𡋂墙。
越 南 语：Tiếng gà nghe đã gáy thôi mé tường.
汉语意译：天欲晓鸡鸣不已。

喃字原文：楼枚皮嗃䳄霜，
越 南 语：Lầu mai vừa rúc còi sương,
汉语意译：更楼忽起号角声，

喃字原文：馬生㖃啫倍鐄𠚢趍。
越 南 语：Mã sinh giục rạo vội vàng ra đi.
汉语意译：监生催起程准备。

喃字原文：斷腸台昕分歧，
越 南 语：Đoạn trường thay lúc phân kỳ,
汉语意译：临歧亲友各心伤，

喃字原文：跡駒泣警輛車岌崃。
越 南 语：Vó câu khấp khểnh, bánh xe gập ghềnh.
汉语意译：上征途，车颠高低。

喃字原文：皮外进𨤮長亭，
越 南 语：Bề ngoài mười dặm trường đình,
汉语意译：至郊外十里长亭，

喃字原文：王翁𫀅席餞行迻蹺。
越 南 语：Vương ông mở tiệc tiễn hành đưa theo.
汉语意译：王翁饯行设筵席。

喃字原文：外時主客逸迢，
越 南 语：Ngoài thì chủ khách dập dìu,
汉语意译：在厅外主宾喧闹，

喃字原文：𣲵茹萱貝𣲵翹於𥪝。
越 南 语：Một nhà huyên với một Kiều ở trong.
汉语意译：厅内，翘与母计议。

喃字原文：睧強吕渚湥紅，
越 南 语：Nhìn càng lã chã giọt hồng,
汉语意译：相看，更血泪交流，

喃字原文：吧聦娘買解悉𠃩高。
越 南 语：Rỉ tai nàng mới giãi lòng thấp cao.
汉语意译：翘低声说出秘密：

喃字原文：虎生𠚢分踈桃，
越 南 语：“Hổ sinh ra phận thơ đào,
汉语意译：“感羞愧红粉青春，

喃字原文：功托姜媄刧市者衝。
越 南 语：Công cha nghĩa mẹ kiếp nào trả xong?
汉语意译：欲报父母恩何日？

喃字原文：吕养渃濁堷飜，
越 南 语：Lỡ làng nước đục bụi trong,
汉语意译：最难忍花落污池，

喃字原文：𣎀𢆥底沒𢚸悉自低。
越 南 语：Trăm năm để một tấm lòng từ đây.
汉语意译：终身辱浊怎支持。

喃字原文：祐𨰈𥪝閉饒𣈜，
越 南 语：Xem gương trong bấy nhiêu ngày,
汉语意译：细察近来他动静，

喃字原文：身𡥵拯矯默𢬣𡛔𦓅。
越 南 语：Thân con chẳng kẻo mắc tay bợm già.
汉语意译：我中了坏人诡计。

喃字原文：欺衛補永𥪝茹，
越 南 语：Khi về bỏ vắng trong nhà,
汉语意译：洞房夜让我独守，

喃字原文：欺𠓨用孕欺𠚢倍鐄。
越 南 语：Khi vào dừng dắng, khi ra vội vàng.
汉语意译：匆匆来去迹可疑。

喃字原文：欺咹欺呐吕养，
越 南 语：Khi ăn, khi nói lỡ làng,
汉语意译：举动语言甚庸俗，

喃字原文：欺柴欺伵祐常祐輕。
越 南 语：Khi thầy, thi tớ xem thường xem khinh.
汉语意译：仆人也嫌他粗鄙。

喃字原文：恪牟几貴駂清，
越 南 语：Khác màu kẻ quí người thanh,
汉语意译：全不类斯文种子，

喃字原文：𠿽䀡朱技如形𡥵奔。
越 南 语：Ngẫm ra cho kỹ như hình con buôn.
汉语意译：观其与流氓相似。

喃字原文：催𡥵群呐之𡥵，
越 南 语：Thôi con còn nói chi con,
汉语意译：我前途被他断送，

喃字原文：𤯨惚坦客托𡎝圭駂。
越 南 语：Sống nhờ đất khách, thác chôn quê người.”
汉语意译：生外人，死异乡鬼。”

喃字原文：王婆聀閉饒𠳒，
越 南 语：Vương bà nghe bấy nhiêu lời,
汉语意译：王夫人听清原委，

喃字原文：㗂寃㐌悶拍𡗶叫𨖲。
越 南 语：Tiếng oan đã muốn vạch trời kêu lên.
汉语意译：恨天无路诉冤词。

喃字原文：𦲿旬渚泮盞劝，
越 南 语：Vài tuần chưa cạn chén khuyên,
汉语意译：离筵酒盏尚未干，

喃字原文：𡖡外扮㐌𠹾連蹕車。
越 南 语：Mái ngoài nghỉ đã giục liền ruổi xe.
汉语意译：马监生催行不已。

喃字原文：怞𡥵恾𥗾𢚸𢚸，
越 南 语：Xót con lòng nặng chề chề,
汉语意译：对女儿心情难过，

喃字原文：𦎛鞍翁㐌嗱呢㪯高。
越 南 语：Trước yên ông đã nằn nì thấp cao.
汉语意译：马鞍前含悲训示：

喃字原文：𡭧身柳要䏧桃，
越 南 语：“Chút thân liễu yếu thơ đào,
汉语意译：“女身弱质惹人怜，

喃字原文：𡧲茹旦浽鎮㐦碎屹。
越 南 语：Rấp nhà đến nỗi trấn vào tôi ngươi.
汉语意译：遭家变沉沦到此。

喃字原文：自低䑢㴜邊𡗶，
越 南 语：Từ đây góc bể bên trời,
汉语意译：这一别海角天涯，

喃字原文：㷓湄退退圭䣵殁身。
越 南 语：Nắng mưa thui thủi quê người một thân.
汉语意译：独自他乡栖凄苦。

喃字原文：𠦳尋怓𣘈松筠，
越 南 语：Nghìn tầm nhờ bóng tùng quân,
汉语意译：唯一望松筠托荫，

喃字原文：雪霜𩄲渚朱身葛藤。
越 南 语：Tuyết sương che chở cho thân cát đằng.”
汉语意译：葛藤免受雪霜欺。”

喃字原文：滸咥客買䏧浪，
越 南 语：Cạn lời khách mới thưa rằng:
汉语意译：说话间，监生插嘴：

喃字原文：纀蹎傕拱赤繩冉捽。
越 南 语：“Buộc chân thôi cũng xích thằng nhiệm trao.
汉语意译：“我们的赤绳早系。

喃字原文：枚𢆥油典世苐，
越 南 语：Mai sau dầu đến thế nào,
汉语意译：此后有三长两短，

喃字原文：箕鏡日月怒刀鬼神。
越 南 语：Kìa gương nhật nguyệt, nọ dao quỉ thần.”
汉语意译：日月共照鬼神弃。”

喃字原文：同同𩙍𠼯𩄲韵，
越 南 语：Đùng đùng gió giục mây tần,
汉语意译：话尚未完风雷震，

喃字原文：沒車䏧𡑝紅塵如𩙻。
越 南 语：Một xe trong cõi hồng trần như bay.
汉语意译：尘起处，车马狂驰。

喃字原文：𥉩𣺺拔淚𢺺𢬣，
越 南 语：Trông vời gạt lệ chia tay,
汉语意译：挥手，泪眼送行人，

喃字原文：𧣲𡗶審審𣈜𣈜忱忱。
越 南 语：Góc trời thăm thẳm, ngày ngày đăm đăm.
汉语意译：只余剩天涯凝视。

喃字原文：娘時𡑝客車駸，
越 南 语：Nàng thì cõi khách xe xăm,
汉语意译：人远去，远在何方？

喃字原文：薄抛橋價顛霔岸𩄲。
越 南 语：Bạc phau cầu giá, đen rầm ngàn mây.
汉语意译：黑云天积雪茫茫。

喃字原文：葦蒥珊察唏枚，
越 南 语：Vi lau san sát hơi may,
汉语意译：秋风吹芦荻垂垂，

喃字原文：𠬠𡗶秋底𥢆埃𠬠𠊛。
越 南 语：Một trời thu để riêng ai một người.
汉语意译：秋景萧条人悲怆。

喃字原文：𨀋𡗶𩄲净霿㵢，
越 南 语：Dặm khuya ngất tạnh mù khơi,
汉语意译：夜云高，前途茫茫，

喃字原文：𧡊𦝄麻惜仍𠳒𡽫滝。
越 南 语：Thấy trăng mà thẹn những lời non sông.
汉语意译：见月，想誓盟晚上。

喃字原文：楼秋層碧𢭲紅，
越 南 语：Lầu thu từng biếc chen hồng,
汉语意译：望秋林浅碧深红，

喃字原文：𦖑𪀄如弋𢚸悉晨昏。
越 南 语：Nghe chim như nhắc tấm lòng thần hôn.
汉语意译：想晨昏孝道未忘。

喃字原文：仍𱺵𨓐渃𨓐𡽫，
越 南 语：Những là lạ nước lạ non,
汉语意译：跋涉尽异乡山水，

喃字原文：臨淄皮𠬠𣎃𨕭典尼。
越 南 语：Lâm Truy vừa một tháng tròn đến nơi.
汉语意译：至临淄，一月路程。

喃字原文：車珠停輛闌外，
越 南 语：Xe châu dừng bánh cửa ngoài,
汉语意译：珠车到达停门外，

喃字原文：簾𥪝㐌𧡊𠬠𠊛𨀈𠚢。
越 南 语：Rèm trong đã thấy một người bước ra.
汉语意译：见帘内妇人出迎。

喃字原文：脱䁯濂滑牟肜，
越 南 语：Thoát trông nhờn nhợt màu da,
汉语意译：那妇人脸色青黄，

喃字原文：咹之高𡘯悌陀𠃩鞠。
越 南 语：Ăn gì cao lớn đẫy đà làm sao?
汉语意译：她身材肥大异常。

喃字原文：𨀈車涞吕嘆嘲，
越 南 语：Trước xe lôi lả han chào,
汉语意译：到车前笑脸问好，

喃字原文：啷咥娘買跐包羡尼。
越 南 语：Vâng lời nàng mới bước vào tận nơi.
汉语意译：随即引翘入厅堂。

喃字原文：邊時氽娿𣯡𧊉，
越 南 语：Bên thì mấy ả mày ngài,
汉语意译：见几个修眉少女，

喃字原文：邊時𡎥罧𢆥𠊛廊制。
越 南 语：Bên thì ngồi bốn năm người làng chơi.
汉语意译：另坐几青年放浪。

喃字原文：𡨌時香案罕灰，
越 南 语：Giữa thì hương án hẳn hoi,
汉语意译：厅中间香火神台，

喃字原文：𨕭撩㳥像㿂堆毸𣯡。
越 南 语：Trên treo một tượng trắng đôi lông mày.
汉语意译：安放位白眉神像。

喃字原文：楼青悁𡔖初𣋚，
越 南 语：Lầu xanh quen lối xưa nay,
汉语意译：古今青楼置同样，

喃字原文：藝尼時祂翁尼先師。
越 南 语：Nghề này thì lấy ông này tiên sư.
汉语意译：这神像专管淫行。

喃字原文：香㪛花𣋽奉蜍，
越 南 语：Hương hôm hoa sớm phụng thờ,
汉语意译：香花朝夕时供奉，

喃字原文：姑帍醜䫌朱疎𦁵行。
越 南 语：Cô nào xấu vía cho thưa mối hàng.
汉语意译：嫖客少，认作不祥。

喃字原文：撸襜摔襖嘫唱，
越 南 语：Cổi xiêm lột áo chán chường,
汉语意译：脱了衣赤体露身，

喃字原文：𫏾神仕願𥚆香淋淫。
越 南 语：Trước thần sẽ nguyện mảnh hương lầm rầm.
汉语意译：献香烛求神原谅。

喃字原文：對花摔𨁪詔𦣰，
越 南 语：Đổi hoa lót xuống chiếu nằm,
汉语意译：神座香花藏席下，

喃字原文：蚻蜂𠖤吏喑喑四圍。
越 南 语：Bướm ong bay lại ầm ầm tứ vi.
汉语意译：能招引蝶浪蜂狂。

喃字原文：翹群魚謹别之，
越 南 语：Kiều còn ngơ ngẩn biết gì,
汉语意译：翠翘还不明底细，

喃字原文：据唭𥚄𨁪媒時𠽖𨀎。
越 南 语：Cứ lời lạy xuống mụ thì khấn ngay:
汉语意译：也随媒婆声祈禳：

喃字原文：𨷯行奔半朱枚，
越 南 语：“Cửa hàng buôn bán cho may,
汉语意译：“行业万事尽如意，

喃字原文：𣎀𣎀寒食𣈜𣈜元宵。
越 南 语：Đêm đêm hàn thực, ngày ngày Nguyên Tiêu.
汉语意译：似夜元宵朝食旺。

喃字原文：閔𠦳𠊛𧡊拱腰，
越 南 语：Muôn nghìn người thấy cũng yêu,
汉语意译：千万富翁常光临，

喃字原文：吅𠽋鶯燕習耀竹枚。
越 南 语：Xôn xao anh yến, dập dìu trúc mai.
汉语意译：莺燕喧闹客趋跄。

喃字原文：信雁刎𦲿詩排，
越 南 语：Tin nhạn vẩn, lá thơ bài,
汉语意译：情信书频频不绝，

喃字原文：迻𠊛𨷯𠓀逴𠊛𨷯𢖖。
越 南 语：Đưa người cửa trước, rước người cửa sau!”
汉语意译：前后门，客来客往。”

喃字原文：邏聰𦖑渚别𢭂，
越 南 语：Lạ tai nghe chửa biết đâu,
汉语意译：翠翘越听越糊涂，

喃字原文：袩情𠚢拱仍牟𢰦揚。
越 南 语：Xem tình ra cũng những màu dở dang.
汉语意译：更不悉个中实况。

喃字原文：礼衝香火家堂，
越 南 语：Lễ xong hương hỏa gia đường,
汉语意译：礼毕还要拜家神，

喃字原文：秀婆勿䔲蓮床𡎢跕。
越 南 语：Tú bà vắt nóc lên giường ngồi ngay.
汉语意译：秀婆威严坐床上。

喃字原文：吪浪琨禮媄低，
越 南 语：Dạy rằng: “Con lạy mẹ đây,
汉语意译：嘱娘儿：“向妈行礼，

喃字原文：禮來時禮舅眉边箕。
越 南 语：Lạy rồi thì lạy cậu mày bên kia!”
汉语意译：后拜舅，礼仪同样。”

喃字原文：娘浪沛跐流離，
越 南 语：Nàng rằng: “ Phải bước lưu ly,
汉语意译：翘惊问：“遭家颠沛，

喃字原文：分𢠩唭㐌泔皮小星。
越 南 语：Phận hèn vâng đã cam bề tiểu tinh.
汉语意译：甘作妾，身世凄凉。

喃字原文：調𨋤𥙩燕罒鸚，
越 南 语：Điều đâu lấy yến làm anh,
汉语意译：怎样作中途变卦，

喃字原文：疑踈極别罒名分之。
越 南 语：Ngây thơ chẳng biết là danh phận gì?
汉语意译：谁知你们中真相。

喃字原文：𧵑調納采于歸，
越 南 语：Đủ điều nạp thái vu qui,
汉语意译：既然是纳采于归，

喃字原文：㐌欺終乍吏欺蹲𡎢。
越 南 语：Đã khi suồng sã, lại khi đứng ngồi.
汉语意译：成夫妻伦理正常。

喃字原文：晾𠚢台塙拪䞈，
越 南 语：Giờ ra thay bậc đổi ngôi,
汉语意译：现在把称呼颠倒，

喃字原文：敢吀㗒吏沒唭朱明。
越 南 语：Dám xin gửi lại một lời cho minh.”
汉语意译：还请你细说端详。”

喃字原文：媒䀡娘呐能情，
越 南 语：Mụ nghe nàng nói hay tình,
汉语意译：秀婆察知事内情，

喃字原文：閉晾買浽三彭媒蓮。
越 南 语：Bấy giờ mới nổi tam bành mụ lên.
汉语意译：无明火怒起千丈：

喃字原文：尼尼事㐌果然，
越 南 语：“Này này sự đã quả nhiên,
汉语意译：“果然你干的好事，

喃字原文：催陀刼𤯩貼綿𠫾耒。
越 南 语：Thôi đà cướp sống của min đi rồi!
汉语意译：把我的丈夫强抢。

喃字原文：保浪𠫾踖𥚄𠇍，
越 南 语：Bảo rằng: ‘Đi dạo lấy người,
汉语意译：他说是搜求美女，

喃字原文：㐌衛逴客劍利麻咹。
越 南 语：Đem về rước khách kiếm lời mà ăn.’
汉语意译：带回应客利分享！

喃字原文：從無義於不仁，
越 南 语：Tuồng vô nghĩa, ở bất nhân,
汉语意译：我恨他不仁不义！

喃字原文：惱命𤎕㐌秦𢛇此制。
越 南 语：Buồn mình trước đã tần mần thử chơi.
汉语意译：受诱惑，辨味先尝！

喃字原文：牟糊㐌秩𠫾耒，
越 南 语：Màu hồ đã mất đi rồi,
汉语意译：商品的成色已变，

喃字原文：催催本另𠫾𢀭茹魔。
越 南 语：Thôi thôi vốn liếng đi đời nhà ma!
汉语意译：我血本，哪得归偿。

喃字原文：𡥵箕㐌半朱些，
越 南 语：Con kia đã bán cho ta,
汉语意译：我已买你这贱货，

喃字原文：入家沛據法茹𠐳低。
越 南 语：Nhập gia phải cứ phép nhà tao đây.
汉语意译：入门守戒法难抗。

喃字原文：老箕固𢯢排硑，
越 南 语：Lão kia có giở bài bây,
汉语意译：他欲想向你求欢，

喃字原文：拯𢫝𠓨𩈘麻眉吏聀。
越 南 语：Chẳng văng vào mặt mà mày lại nghe!
汉语意译：你不拒绝他妄想？

喃字原文：據牢𢚸卒𠬠皮，
越 南 语：Cớ sao chịu tốt một bề,
汉语意译：为啥你百般顺从？

喃字原文：𡛔絲麻㐌語藝𣋽鞠。
越 南 语：Gái tơ mà đã ngứa nghề sớm sao!
汉语意译：年纪轻这样淫荡！

喃字原文：沛㕧朱别法𢀲，
越 南 语：Phải làm cho biết phép tao."
汉语意译：我要你知道家规。"

喃字原文：揪皮鞭拉趁𠀧𠚢𢬣。
越 南 语：Giật bì tiên rắp sấn vào ra tay.
汉语意译：举皮鞭毒打一场。

喃字原文：娘浪𡗶㵋坦苔，
越 南 语：Nàng rằng: "Trời thẳm đất dày,
汉语意译：翘惊叫："地厚天高，

喃字原文：身尼㐌補仍𣈜𠚢趍。
越 南 语：Thân này đã bỏ những ngày ra đi.
汉语意译：离家早知命该亡！

喃字原文：催時催固惜之，
越 南 语：Thôi thì thôi có tiếc gì!"
汉语意译：今日一死无他望！"

喃字原文：產刀𢬣襖即時拱𠚢。
越 南 语：Sẵn dao tay áo tức thì giở ra.
汉语意译：早抽出利刀如霜。

喃字原文：𢜝肝涅玉料花，
越 南 语：Sợ gan nát ngọc liều hoa,
汉语意译：秀婆怕正图阻挡，

喃字原文：媒群䁛𩈘娘陀過𢬣。
越 南 语：Mụ còn trông mặt, nàng đà quá tay.
汉语意译：翠翘已举刀自戕。

喃字原文：傷喂才色𡓃尼，
越 南 语：Thương ôi, tài sắc bậc này,
汉语意译：可怜她绝代名姝，

喃字原文：没刀冤孽揺絏風塵。
越 南 语：Một dao oan nghiệt dứt dây phong trần.
汉语意译：冤孽断一刀命丧。

喃字原文：浽冤破坦賒斯，
越 南 语：Nỗi oan phá lở xa gần,
汉语意译：消息传遍了远近，

喃字原文：㲔茹𠊛質没吝如柠。
越 南 语：Trong nhà người chật một lần như nêm.
汉语意译：妓院内挤拥非常。

喃字原文：娘時弼弼覺僊，
越 南 语：Nàng thì bần bặt giấc tiên,
汉语意译：翠翘如死气尚存，

喃字原文：媒時拎汲𩈘䁛魂𩙻。
越 南 语：Mụ thì cầm ngập mặt nhìn hồn bay.
汉语意译：秀婆怕受损失望。

喃字原文：域娘𠓨准軒西，
越 南 语：Vực nàng vào chốn hiên tây,
汉语意译：快扶人移送西轩，

喃字原文：割𠊛視朔逪柴𧆄綿。
越 南 语：Cắt người coi sóc, rước thầy thuốc mình.
汉语意译：派人守医，救药汤。

喃字原文：市能渚歇塵緣，
越 南 语：Nào hay chưa hết trần duyên,
汉语意译：翘惊讶尘缘未绝，

喃字原文：㲔謎羕㐌蹎边没娘。
越 南 语：Trong mê dường đã đứng bên một nàng.
汉语意译：晕迷见淡仙在旁。

喃字原文：吧浪因果㪳揚，
越 南 语：Rỉ rằng: “Nhân quả dở dang,
汉语意译：仙女喻：“因果未完，

喃字原文：㐌算遁嬪斷腸特牢。
越 南 语：Đã toan trốn nợ đoạn tràng được sao?
汉语意译：欲逃尘劫枉思量。

喃字原文：𢿘群𥗐業䏧桃，
越 南 语：Số còn nặng nghiệp má đào,
汉语意译：红粉娇花梦一场，

喃字原文：𠊛油𢜠决𡗶芇㐌朱。
越 南 语：Người dù muốn quyết, trời nào đã cho!
汉语意译：天意难从人欲望。

喃字原文：唉吀歇刼柳蒲，
越 南 语：Hãy xin hết kiếp liễu bồ,
汉语意译：体弱女捱尽风霜，

喃字原文：滝錢塘仕限嘲衛𢚸。
越 南 语：Sông Tiền Đường sẽ hẹn hò về sau.”
汉语意译：约相会钱塘江上。”

喃字原文：𧆄湯卒𠬠𣈜輸，
越 南 语：Thuốc thang suốt một ngày thâu,
汉语意译：汤药昼夜治不停，

喃字原文：覺迷𦖑㐌油油皮散。
越 南 语：Giấc mê nghe đã dàu dàu vừa tan.
汉语意译：昏迷中渐渐苏醒。

喃字原文：秀婆直産边幔，
越 南 语：Tú bà trực sẵn bên màn,
汉语意译：秀婆在床边守候，

喃字原文：掊哰𠸦解綿蠻𢭂寅。
越 南 语：Gieo lời khuyên giải miên man gỡ dần.
汉语意译：趁机会温语叮咛：

喃字原文：𠬠𠊛易固𡘯身，
越 南 语：“Một người dễ có mấy thân,
汉语意译：“你生命只有一条，

喃字原文：花春當蕋𣈜春群𨱽。
越 南 语：Hoa xuân đăng nhụy, ngày xuân còn dài.
汉语意译：来日方长年华盛。

喃字原文：拱罗吕𠬠𠇍𠄩，
越 南 语：Cũng là lỡ một lầm hai,
汉语意译：何必要遽萌短见，

喃字原文：矴鐄牢女押奈湄𩄲。
越 南 语：Đá vàng sao nỡ ép nài mưa mây.
汉语意译：夫妻伦常你本性。

喃字原文：吕蹎卒㐌𠓨低，
越 南 语：Lỡ chân trót đã vào đây,
汉语意译：今日你误入青楼，

喃字原文：鎖房春底待𣈜桃𡲤。
越 南 语：Khóa phòng xuân để hành ngày đào non.
汉语意译：我许你洁身待聘。

喃字原文：𠊛群時貼唉群，
越 南 语：Người còn thì của hãy còn,
汉语意译：苦心之人天不负，

喃字原文：尋尼稱當罗𡥵丐茹。
越 南 语：Tìm nơi xứng đáng là con cái nhà.
汉语意译：终有日佳侣天成。

喃字原文：𠅜之罪報冤家，
越 南 语：Làm chi tội báo oan gia,
汉语意译：你何须自寻烦恼，

喃字原文：舌命麻害典些能之。
越 南 语：Thiệt mình mà hại đến ta hay gì?”
汉语意译：更何必扰我安宁？”

喃字原文：拱聴尒浽囕呢，
越 南 语：Kề tai mấy nỗi nằn nì,
汉语意译：附耳语情词恳切，

喃字原文：娘聢羕拱是非擤抹。
越 南 语：Nàng nghe dường cũng thị phi rạch ròi.
汉语意译：她听见是非分明。

喃字原文：𠀧𨕭神梦尒㖫，
越 南 语：Vả trong thần mộng mấy lời,
汉语意译：况梦中，神明指点，

喃字原文：夙因時拱固𡗶於𨕭。
越 南 语：Túc nhân thì cũng có trời ở trong.
汉语意译：一切夙因天已定。

喃字原文：刦尼𡢻者渚衝，
越 南 语：Kiếp này nợ trả chưa xong,
汉语意译：今生负孽债未偿，

喃字原文：𠅜之添沒𡢻䏧刦𨍦。
越 南 语：Làm chi thêm một nợ chồng kiếp sau.
汉语意译：怎增重来生报应。

喃字原文：朗聢浸涕蹭頭，
越 南 语：Lặng nghe thẩm nẩm gót đầu,
汉语意译：刚听毕全篇劝告，

喃字原文：䟻浪埃固悶㨂世尼。
越 南 语：Thưa rằng: “Ai có muốn đâu thế này.
汉语意译：道：“谁想灾难临身？

喃字原文：特如哰世罗枚，
越 南 语：Được như lời thế là may,
汉语意译：只恐你言不由衷，

喃字原文：罕浪埋固如㵞朱庄。
越 南 语：Hẳn rằng mai có như rày cho chăng.
汉语意译：反复无定非实真。

喃字原文：㥋欺螉蚾代騰，
越 南 语：Sợ khi ong bướm đãi đằng,
汉语意译：经不起逢迎利诱，

喃字原文：典調𤯩濁牢朋托冲。
越 南 语：Đến điều sống đục sao bằng thác trong.”
汉语意译：迫我愿死得忠贞。”

喃字原文：媒浪㖼唉從容，
越 南 语：Mụ rằng: “Con hãy thong dong,
汉语意译：秀婆道：“毋必多想，

喃字原文：沛調𢚸吏對𢚸𢦇制。
越 南 语：Phải điều lòng lại dối lòng mà chơi!
汉语意译：我不愿对你欺凌。

喃字原文：枚𣋽於拯如哰，
越 南 语：Mai sau ở chẳng như lời,
汉语意译：他日有违背诺言，

喃字原文：𨕭頭固䏾𩈘𡗶㬍㷆。
越 南 语：Trên đầu có bóng mặt trời rạng soi.”
汉语意译：有头上日星见证。”

喃字原文：覔咥決斷罕灰，
越 南 语：Thấy lời quyết đoán hẳn hoi,
汉语意译：听秀婆认真断言，

喃字原文：停悉娘拱仕嵬嵬寅。
越 南 语：Đành lòng nàng cũng sẽ nguôi nguôi dần.
汉语意译：翠翘心渐趋安定。

喃字原文：𫏾楼凝碧鎖春，
越 南 语：Trước Lầu Ngưng Bích khóa xuân,
汉语意译：从此，“凝碧楼”春锁，

喃字原文：㕷嫩賒𦝄䏧斳於終。
越 南 语：Vẻ non xa, tấm trăng gần ở chung.
汉语意译：月明山影与同清。

喃字原文：罘皮八乞賒𥉫，
越 南 语：Bốn bề bát ngát xa trông,
汉语意译：四处望无涯无际，

喃字原文：吉鐄滭怒蓓紅䵥箕。
越 南 语：Cát vàng cồn nọ, bụi hồng dặm kia.
汉语意译：黄土红尘荒凉景。

喃字原文：彼傍霊㱥畑𣇜，
越 南 语：Bẽ bàng mây sớm đèn khuya,
汉语意译：朝云灿烂夜灯昏，

喃字原文：姅情姅景如跂𦝄悉。
越 南 语：Nửa tình nửa cảnh như chia tấm lòng.
汉语意译：对景伤怀为多情。

喃字原文：想𠊛𨑜月𣋚同，
越 南 语：Tưởng người dưới nguyệt chén đồng,
汉语意译：忆当年，月下共杯，

喃字原文：信霜隴仍昜鱧曡徐。
越 南 语：Tin sương luống những rày trông mai chờ.
汉语意译：迟霜换，信息无凭。

喃字原文：边歪艌湴悒把，
越 南 语：Bên trời góc bể bơ vơ,
汉语意译：天涯海角独凄零，

喃字原文：舡綸滑淝包晽朱派。
越 南 语：Tấm son gột rửa bao giờ cho phai.
汉语意译：何日把污名洗净。

喃字原文：怞駅搙䦧歆曡，
越 南 语：Xót người tựa cửa hôm mai,
汉语意译：我已辜负倚闾人，

喃字原文：觖燶邑冷仍埃妬晽。
越 南 语：Quạt nồng đắp lạnh những ai đó giờ?
汉语意译：问谁替我行孝敬？

喃字原文：墠萊隔余爆湄，
越 南 语：Sân lai cách mấy nắng mưa,
汉语意译：莱衣舞①，知在何年？

喃字原文：固欺梢梓㐌皮駅揞。
越 南 语：Có khi gốc tử đã vừa người ôm.
汉语意译：想门前梓树长成？

喃字原文：惀䚻䦧湴斳歆，
越 南 语：Buồn trông cửa bể gần hôm,
汉语意译：凄然望，黄昏海港，

---

①莱衣舞：《高士传》云“老莱子年七十，作婴儿戏，着五彩斑斓衣，取水上堂，跌仆卧地，为小儿啼，欲母喜”。此后称人子娱亲为“莱衣舞”。

喃字原文：船埃湿倘翅帆賒賒。
越 南 语：Thuyền ai thấp thoáng cánh buồm xa xa.
汉语意译：映帆远归舟谁放。

喃字原文：惾䁛葩渃買沙，
越 南 语：Buồn trông ngọn nước mới sa,
汉语意译：凄然望，滚滚狂波，

喃字原文：花瀶蔓莫别罗術𠁀。
越 南 语：Hoa trôi man mác biết là về đâu?
汉语意译：花谢水流到何方？

喃字原文：惾䁛内䓡油油，
越 南 语：Buồn trông nội cỏ dàu dàu,
汉语意译：凄然望，绿草平原，

喃字原文：蹎霾𩈘坦沒牟撐撐。
越 南 语：Chân mây mặt đất một màu xanh xanh.
汉语意译：连天碧，云海茫茫。

喃字原文：惾䁛𩙋捲𩈘溋，
越 南 语：Buồn trông gió cuốn mặt duềnh,
汉语意译：凄然望，风卷海涛，

喃字原文：暗恍哨滝叫𨒒椅𫽄。
越 南 语：Om thòm tiếng sóng kêu quanh ghế ngồi.
汉语意译：危坐处，惊涛激荡。

喃字原文：終𨒒仍渃嫩𠊛，
越 南 语：Chung quanh những nước non người,
汉语意译：异地的山山水水，

喃字原文：疠悉流落铖排罕句。
越 南 语：Đau lòng lưu lạc nên vài bốn câu.
汉语意译：嗟流落，伤怀歌唱。

喃字原文：吟嘬掄幅簾珠，
越 南 语：Ngậm ngùi rủ bức rèm châu,
汉语意译：珠帘静掩人惆怅，

喃字原文：隔墙聍固哨攙和韻。
越 南 语：Cách tường nghe có tiếng đâu họa vần.
汉语意译：听隔墙和韵吟唱。

喃字原文：沒払皮擢青春，
越 南 语：Một chàng vừa trạc thanh xuân,
汉语意译：原来一个年轻人，

喃字原文：形容沚淬褁巾妙揚。
越 南 语：Hình dung chải chuốt, áo khăn dịu dàng.
汉语意译：衣冠楚楚容端庄。

喃字原文：擬浪拱脉書香，
越 南 语：Nghĩ rằng cũng mạch thư hương,
汉语意译：看样子世代书香，

喃字原文：晦𠚢買别浪払楚卿。
越 南 语：Hỏi ra mới biết rằng chàng Sở Khanh.
汉语意译：探问知名唤楚卿，

喃字原文：腂娥湿淌𣎃萌，
越 南 语：Bóng nga thấp thoáng dưới mành,
汉语意译：向隔帘身影望去，

喃字原文：𥆾娘払拱𠚢情刀帶。
越 南 语：Trông nàng, chàng cũng ra tình đeo đai.
汉语意译：他爱上娇媚姑娘。

喃字原文：嘆喂色渃香𡗶，
越 南 语：“Than ôi! Sắc nước hương trời,
汉语意译：真不愧国色天香，

喃字原文：惜朱兜俸落類典低。
越 南 语：Tiếc cho đâu bỗng lạc loài đến đây?
汉语意译：惋惜飘零在异乡。

喃字原文：價停中月𨕭𩄲，
越 南 语：Giá đành trong nguyệt trên mây,
汉语意译：自应高处月宫上，

喃字原文：花鞘花窖墮苔貝花。
越 南 语：Hoa sao hoa khéo đọa dày mấy hoa?
汉语意译：何事深渊受虐待？

喃字原文：浽肝䅂惵𡗶𦓅，
越 南 语：Nỗi gan riêng giận trời già,
汉语意译：含恨摧肝问苍天，

喃字原文：㤇尼埃𤈜朱些咳㤇。
越 南 语：Lòng này ai tỏ cho ta hỡi lòng!
汉语意译：问谁认取热心肠！

喃字原文：嬋娟𠇍别英雄，
越 南 语：Thuyền quyên ví biết anh hùng,
汉语意译：婵娟认识英雄汉，

喃字原文：𦋦𢬣操櫃數籠如制。
越 南 语：Ra tay tháo cũi sổ lồng như chơi!”
汉语意译：摧破樊笼如反掌。

喃字原文：窻秋㐌怯翅外，
越 南 语：Song thu đã khép cánh ngoài,
汉语意译：秋窗静掩面哀愁，

喃字原文：聽群同望氽𠳨鉄釘。
越 南 语：Tai còn đồng vọng mấy lời sắt đanh.
汉语意译：耳边响那人歌唱。

喃字原文：㨂䣷催吏㨂命，
越 南 语：Nghĩ người thôi lại nghĩ mình,
汉语意译：天涯知己非容易，

喃字原文：感悉洙悴辣情怈把。
越 南 语：Cám lòng chua xót, lạt tình bơ vơ.
汉语意译：听歌后聊慰悲凉。

喃字原文：仍罒吝吕㬾湄，
越 南 语：Những là lần lữa nắng mưa,
汉语意译：又几番风风雨雨，

喃字原文：刧風塵別包𣇞罒催。
越 南 语：Kiếp phong trần biết bao giờ là thôi?
汉语意译：尘世劫何时收场？

喃字原文：打料㕸没𠄩𠳒，
越 南 语：Đánh liều nhắn một hai lời,
汉语意译：提起勇气通音讯，

喃字原文：恤𢬣济度捞䣷沉淪。
越 南 语：Nhờ tay tế độ vớt người trầm luân.
汉语意译：求援救沉沦姑娘。

喃字原文：𤗖箋計歇賒斯，
越 南 语：Mảnh tiên kể hết xa gần,
汉语意译：片纸写尽伤心事，

喃字原文：浽茹報答浽身落類。
越 南 语：Nỗi nhà báo đáp, nỗi thân lạc loài.
汉语意译：诉残生报答高堂。

喃字原文：散霜皮爛𣋚枚，
越 南 语：Tan sương vừa rạng ngày mai,
汉语意译：残霜雾次日清晨，

喃字原文：便鴻娘買呺喹啵迦。
越 南 语：Tiện hồng nàng mới nhắn lời gửi sang.
汉语意译：候时机函递妥当。

喃字原文：歪西朗蕩滕鐄，
越 南 语：Trời tây lãng đãng bóng vàng,
汉语意译：信寄出，落日昏黄，

喃字原文：復書㐌賃信払典尼。
越 南 语：Phục thư đã thấy tin chàng đến nơi.
汉语意译：接回信，果然不爽。

喃字原文：𨷑祜沒幅箋枚，
越 南 语：Mở xem một bức tiên mai,
汉语意译：开信见一幅梅笺，

喃字原文：伶伶昔越固𠄩𡨸題。
越 南 语：Rành rành "Tích Việt" có hai chữ đề.
汉语意译："昔越"两字题笺上。

喃字原文：䊚𥪝意思麻推，
越 南 语：Lấy trong ý tứ mà suy:
汉语意译：反复推论字意义，

喃字原文：𣈜𠄩进沒戌時沛庄。
越 南 语："Ngày hai mươi mốt, tuất thì phải chăng?"
汉语意译："廿一日戌时走"样。

喃字原文：鴶歆催脱術棱，
越 南 语：Chim hôm thoi thót về rừng,
汉语意译：垂暮鸟回投林时，

喃字原文：架茶蘼㐌唅腠姅鐐。
越 南 语：Giá trà độ đã ngậm trăng nửa vành.
汉语意译：茶眉花映半月亮。

喃字原文：墙東㨔動𣈜梗，
越 南 语：Tường đông lay động bóng cành,
汉语意译：墙东树影随风动，

喃字原文：把窻㐌𧡊楚卿𨇒𠓨。
越 南 语：Đẩy song đã thấy Sở Khanh lẻn vào.
汉语意译：楚卿已窗前瞭望。

喃字原文：尚崇打惮𦋦嘲，
越 南 语：Sượng sùng đánh dạn ra chào,
汉语意译：她含羞上前问好，

喃字原文：𥚄催娘買吧𢯏殷勤。
越 南 语：Lạy thôi nàng mới rỉ trao ân cần.
汉语意译：低声细诉表衷肠。

喃字原文：浪碎蔈浡𡭧身，
越 南 语：Rằng: “Tôi bèo bọt chút thân,
汉语意译：“我身比漂萍荏弱，

喃字原文：落塘芒𥙩𡢻𡛔燕鸚。
越 南 语：Lạc đàng mang lấy nợ nần yến anh.
汉语意译：失群雁情债未偿。

喃字原文：敢洳骨肉死生，
越 南 语：Dám nhờ cốt nhục tử sinh,
汉语意译：是日生死全相托，

喃字原文：群𡗉結䩸唅陀衛𢭂。
越 南 语：Còn nhiều kết cỏ ngậm đà về sau.”
汉语意译：结草衔环永不忘。”

喃字原文：朗𡎝侵哨乞頭，
越 南 语：Lặng ngồi xẩm tiếng gật đầu:
汉语意译：他听完连连点头，

喃字原文：些低沛慺埃羗𠸛浪。
越 南 语：“Ta đây phải mượn ai đâu mà rằng!”
汉语意译：“好在你找我帮忙。

喃字原文：娘陀别典些庄，
越 南 语：Nàng đà biết đến ta chăng,
汉语意译：姑娘放心有我在，

喃字原文：𣷷沉淪拉朱平買催。
越 南 语：Bể trầm luân dập cho bằng mới thôi!”
汉语意译：定救你逃出魔掌。”

喃字原文：娘浪閅事恩𠊛，
越 南 语：Nàng rằng: “Muôn sự ơn người,
汉语意译：她随答：“万事殷望，

喃字原文：世芇吀决㳥排朱衝。
越 南 语：Thế nào xin quyết một bài cho xong.”
汉语意译：烦请你安排妥当。”

喃字原文：浪些固馭追風，
越 南 语：Rằng: “Ta có ngựa truy phong,
汉语意译：他说：“我有追风马，

喃字原文：固𩦓䟻帳本泂健兒。
越 南 语：Có tên dưới trướng vốn dòng kiện nhi.
汉语意译：手下健儿好精行。

喃字原文：乘機蹥趾𨀒𠫾，
越 南 语：Thừa cơ lẻn bước ra đi,
汉语意译：趁此机会即遁逃，

喃字原文：𠀧进𦒹酌酌之罢欣。
越 南 语：Ba mươi sáu chước, chước gì là hơn.
汉语意译：三十六计走为上。

喃字原文：油欺脆夾湄单，
越 南 语：Dù khi gió kép mưa đơn,
汉语意译：如果中途遇受阻，

喃字原文：固些低拱揰干擄之。
越 南 语：Có ta đây cũng chẳng cơn cớ gì!”
汉语意译：何风雨来我担当。”

喃字原文：聜咥娘㐌生疑，
越 南 语：Nghe lời nàng đã sinh nghi,
汉语意译：翠翘听罢暗生疑，

喃字原文：双陀過对管之特身。
越 南 语：Song đà quá đổi quản gì được thân.
汉语意译：决心下，难改行方。

喃字原文：拱料肝昧移蹎，
越 南 语：Cũng liều nhắm mắt đưa chân,
汉语意译：只闭着眼睛蛮干，

喃字原文：麻袩混造搓運典撨。
越 南 语：Mà xem con tạo xoay vần đến đâu!
汉语意译：蒙造化哪管渺茫。

喃字原文：共饒躂跐䡖楼，
越 南 语：Cùng nhau lẻn bước xuống lầu,
汉语意译：静悄悄偷偷下楼，

喃字原文：双双馭𤶐馭𪃿没團。
越 南 语：Song song ngựa trước ngựa sau một đoàn.
汉语意译：齐上马楚卿跟后。

喃字原文：腈秋刻沩更殘，
越 南 语：Đêm thu khắc vời canh tàn,
汉语意译：听秋夜刻漏更残，

喃字原文：膾核摔蕀腠岸吟鍧。
越 南 语：Gió cây rút lá, trăng ngàn ngậm gương.
汉语意译：风吹叶落月含光。

喃字原文：𢫝痏䩞濑牟霜，
越 南 语：Lối mòn cỏ lợt màu sương,
汉语意译：行小道严霜枯草，

喃字原文：悉圭趍沒趾塘沒疠。
越 南 语：Lòng quê đi một bước đường một đau.
汉语意译：越行越远更心慌。

喃字原文：啃鷄嗃哓嘅哞，
越 南 语：Tiếng gà xao xác gáy mau,
汉语意译：听鸡鸣人心惶惶，

喃字原文：啃𠊛𠁀㐌𢎇𧻭吹揚。
越 南 语：Tiếng người đâu đã mé sau dậy dàng.
汉语意译：人声嘈杂又紧张。

喃字原文：娘強忖式肝鐄，
越 南 语：Nàng càng thổn thức gan vàng,
汉语意译：翠翘心跳很惊惶，

喃字原文：楚卿㐌𦀊練綱𡎢市。
越 南 语：Sở Khanh đã rẽ dây cương lối nào!
汉语意译：望楚卿不见踪影。

喃字原文：沒命坤别罒牢，
越 南 语：Một mình khôn biết làm sao,
汉语意译：行中途独自彷徨，

喃字原文：埮棱趾湿趾高駭雄。
越 南 语：Dặm rừng bước thấp bước cao hãi hùng.
汉语意译：深林迷路心更慌。

喃字原文：化兒寔固妛悉，
越 南 语：Hóa nhi thật có nỡ lòng,
汉语意译：造化儿会作弄人，

喃字原文：罒之𪸔紫紆紅𢣧㒜。
越 南 语：Làm chi dày giầy vò hồng lắm nau!
汉语意译：薄命受千重魔障。

喃字原文：沒團都典𤎒𩛷，
越 南 语：Một đoàn đổ đến trước sau,
汉语意译：一群人向她包围，

喃字原文：𢯦𢭸𨕭坦翅𢭸𨖲䆙。
越 南 语：Vuốt đâu xuống đất, cánh đâu lên trời.
汉语意译：天地无路可脱逃。

喃字原文：秀婆速𨁥典𨀐，
越 南 语：Tú bà tốc thẳng đến ngay,
汉语意译：秀婆直至她面前，

喃字原文：喑喑押掉沒唏吏茹。
越 南 语：Hằm hằm áp điệu một hơi lại nhà.
汉语意译：把她拖回娼楼上。

喃字原文：凶㤚拯㖪拯查，
越 南 语：Hưng hành chẳng hỏi chẳng tra,
汉语意译：凶横不讯问根由，

喃字原文：當𢬣培柳拉花哉排。
越 南 语：Đang tay vùi liễu dập hoa tơi bời.
汉语意译：施尽折柳摧花残。

喃字原文：䏧膠埃拱罒䣃，
越 南 语：Thịt da ai cũng là người,
汉语意译：人身皮肉尽相同，

喃字原文：恁芇紅用穭涞挳疠。
越 南 语：Lòng nào hồng rụng thắm rời chẳng đau.
汉语意译：酷刑打，铁石心肠。

喃字原文：歇咥首服懇求，
越 南 语：Hết lời thú phục khẩn cầu,
汉语意译：翠翘怎百般哀恳，

喃字原文：捥腠岗覩桔頭𣼽沙。
越 南 语：Uốn lưng núi đỏ, cất đầu máu sa.
汉语意译：横飞血肉身重伤。

喃字原文：浪碎𠻗分婵娿，
越 南 语：Rằng: “Tôi chút phận đàn bà,
汉语意译：翘道：“我本可怜人，

喃字原文：渃嫩離𨷶離茹典𡰚。
越 南 语：Nước non lìa cửa lìa nhà đến nơi.
汉语意译：历尽艰危到此方。

喃字原文：悲暸𤯩𣩂於𢬣，
越 南 语：Bây giờ sống thác ở tay,
汉语意译：如今生死全由你，

喃字原文：身尼㐌典世尼時催。
越 南 语：Thân này đã đến thế này thì thôi!
汉语意译：此身尽头已绝望。

喃字原文：仍碎固詫之碎，
越 南 语：Nhưng tôi có sá chi tôi,
汉语意译：我怨命薄无所求，

喃字原文：分碎停丕罛𠂛低撯。
越 南 语：Phận tôi đành vậy, vốn người để đâu?
汉语意译：只愁你血本蚀光。

喃字原文：身𧋆包管𡏧頭，
越 南 语：Thân lươn bao quản lấm đầu,
汉语意译：身浊泥鳅面肮脏，

喃字原文：𡮈𢚸貞白自𢫏吀𣇞。
越 南 语：Chút lòng trinh bạch từ sau xin giờ."
汉语意译：再不提贞节礼防。"

喃字原文：特𠳒媒買随機，
越 南 语：Được lời mụ mới tùy cơ,
汉语意译：秀婆听乘机欺罔，

喃字原文：扒𠊛保領𫜵詞供招。
越 南 语：Bắt người bảo lãnh làm tờ cung chiêu.
汉语意译：宽恕她写下供状。

喃字原文：排肩固婀馬嬌，
越 南 语：Bày vai có ả Mã Kiều,
汉语意译：平辈中有位马娇，

喃字原文：恤娘𠚢買打料㲃端。
越 南 语：Xót nàng ra mới đánh liều chịu đoan.
汉语意译：愿替她作证帮忙。

喃字原文：媒強計日計寬，
越 南 语：Mụ càng kể nhặt kể khoan,
汉语意译：秀婆恩威两并用，

喃字原文：𩈘㨢典墨濃难買他。
越 南 语：Gạn gùng đến mực nồng nàn mới tha.
汉语意译：无厌诛求后体谅。

喃字原文：域娘𠓨擬𥪝茹，
越 南 语：Vực nàng vào nghỉ trong nhà,
汉语意译：马娇扶她卧后厅，

喃字原文：馬嬌吏吘意𠚢吲唭。
越 南 语：Mã Kiều lại ngỏ ý ra dặn lời:
汉语意译：道理从头述细详：

喃字原文：催陀默吝時催，
越 南 语："Thôi đà mắc lận thì thôi!
汉语意译："你已受愚弄欺骗，

喃字原文：𠫾𢝙𢤠别𡥵𠊛楚卿。
越 南 语：Đi đâu chẳng biết con người Sở Khanh?
汉语意译：不知楚卿毒心肠。

喃字原文：負情浽啃楼撑，
越 南 语：Phụ tình nổi tiếng lầu xanh,
汉语意译：在青楼臭名远扬，

喃字原文：𠬠𢬣墫别𠃣梗芙蓉。
越 南 语：Một tay chôn biết mấy cành phù dung!
汉语意译：埋葬无数善姑娘。

喃字原文：陀刀立產斫用，
越 南 语：Đà đao lập sẵn chước dùng,
汉语意译：他惯用阴谋诡计，

喃字原文：邏之𠬠骨𠬠童初尼。
越 南 语：Lạ gì một cốt một đồng xưa nay.
汉语意译：与秀婆串诱善良。

喃字原文：固𠀧进两摔𢬣，
越 南 语：Có ba mười lạng trao tay,
汉语意译：暗受秀婆三十两，

喃字原文：空𠏦之固傳尼怒箕。
越 南 语：Không dưng chi có chuyện này nọ kia!
汉语意译：对你擒纵计周详。

喃字原文：末𠚢吕揷即時，
越 南 语：Rồi ra trở mặt tức thì,
汉语意译：事后他就会翻脸，

喃字原文：扒㖫吅渚浨之麻葮。
越 南 语：Bớt lời kêu, chớ lây chi mà đời!”
汉语意译：事关生命谨提防。”

喃字原文：娘浪誓說磅㖫，
越 南 语：Nàng rằng: “Thề thốt nặng lời,
汉语意译：翘道：“他郑重誓言，

喃字原文：固𨕭麻吏𠚢𠊛險溇。
越 南 语：Có đâu mà lại ra người hiểm sâu!”
汉语意译：怎知他丧尽天良。”

喃字原文：群當推𨎠擬𢖖，
越 南 语：Còn đương suy trước nghĩ sau,
汉语意译：她们正论事本末，

喃字原文：𩈘謨㐌䁛於𨕭引𠓺。
越 南 语：Mặt mo đã thấy ở đâu dẫn vào.
汉语意译：那家伙突然冲上。

喃字原文：楚卿𨖲㗂嘹哰，
越 南 语：Sở Khanh lên tiếng rêu sao,
汉语意译：他无耻破口大骂：

喃字原文：㖘聀浪固𡥵芇於低。
越 南 语：Độ nghe rằng có con nào ở đây.
汉语意译：“那贱货说我短长，

喃字原文：抛朱眷𩙍㩡霾，
越 南 语：Phao cho quyến gió rủ mây,
汉语意译：诬蔑我串骗拐逃，

喃字原文：唉祜固别𩈘尼𠺥埃。
越 南 语：Hãy xem có biết mặt này là ai?
汉语意译：睁眼看老子模样。”

喃字原文：娘浪催世時催，
越 南 语：Nàng rằng: “Thôi thế thì thôi,
汉语意译：翘斥他：“不必多言，

喃字原文：浪空時拱唖㖫浪空。
越 南 语：Rằng không thì cũng vâng lời rằng không!”
汉语意译：辨是非怕人诬罔。”

喃字原文：楚卿咶𠹗同同，
越 南 语：Sở Khanh thét mắng đùng đùng,
汉语意译：楚卿还大发雷霆，

喃字原文：跐𨀈皮立恃雄𠚢𢬣。
越 南 语：Bước vào vừa rắp thị hùng ra tay.
汉语意译：前几步动武逞强。

喃字原文：娘浪丕咿固咍，
越 南 语：Nàng rằng : “Trời nhé có hay!”
汉语意译：翘骂道：“苍天知晓，

喃字原文：眷鸚嚧燕事尼在埃。
越 南 语：Quyến anh rủ yến sự này tại ai?
汉语意译：哪人施拐骗伎俩！

喃字原文：𢭸𠊛把𠁀𠖭涧，
越 南 语：Đem người dảy xuống giếng thơi,
汉语意译：哪个人故设罗网！

喃字原文：呐耒耒吏咹㖫特証。
越 南 语：Nói rồi, rồi lại ăn lời được ngay!
汉语意译：哪个人事后撒谎！

喃字原文：群笺昔越於栖，
越 南 语：Còn tiên Tích Việt ở tay,
汉语意译：‘昔越’笺在我手上，

喃字原文：𤊧𤈜𩈘氏𩈘尼渚埃。
越 南 语：Rõ ràng mặt ấy mặt này chứ ai?”
汉语意译：面对面，对证当场。”

喃字原文：㖡𥉫冬𩈘𥪝外，
越 南 语：Lời ngay, đông mặt trong ngoài,
汉语意译：内外听者齐动怒，

喃字原文：几吱不義𠊛唭無良。
越 南 语：Kẻ che bất nghĩa, người cười vô lương.
汉语意译：斥他不义讥无良。

喃字原文：負情案㐌𤊧𤈜，
越 南 语：Phụ tình án đã rõ ràng,
汉语意译：众人斥他负义心，

喃字原文：除衝擬買劍塘操蹓。
越 南 语：Chờ xong nghỉ mới kiếm đường tháo lui.
汉语意译：公论下，他逃仓皇。

喃字原文：𨻫𥢅𥢅仍湥沬，
越 南 语：Buồng riêng, riêng những sụt sùi,
汉语意译：翠翘掩门伏痛哭，

喃字原文：擬身麻吏吟嘥朱身。
越 南 语：Nghĩ thân mà lại ngậm ngùi cho thân.
汉语意译：想身世沉痛非常。

喃字原文：惜台冲價𤽸银，
越 南 语：Tiếc thay trong giá trắng ngần,
汉语意译：惜自身玉洁冰清，

喃字原文：典風塵拱風塵如埃。
越 南 语：Dến phong trần, cũng phong trần như ai!
汉语意译：风尘沦落忍灾殃。

喃字原文：粃慍拱沒刧馹，
越 南 语：Tẻ vui cũng một kiếp người,
汉语意译：悲欢都是世人劫，

喃字原文：紅顔沛衆於茷買油。
越 南 语：Hồng nhan phải giống ở đời mãi ru?
汉语意译：红颜哪得永久长。

喃字原文：刧智㐌唪塘修，
越 南 语：Kiếp xưa đã vụng đường tu,
汉语意译：前世善因尚未种，

喃字原文：刧尼拯矯填蒲買吹。
越 南 语：Kiếp này chẳng kẻo đền bù mới xuôi.
汉语意译：今生宿债应赔偿。

喃字原文：油牢瓶㐌掊淶，
越 南 语：Dẫu sao bình đã vỡ rơi,
汉语意译：瓶子破无须再顾，

喃字原文：䙦身麻者𡢻茷朱衝。
越 南 语：Lấy thân mà trả nợ đời cho xong.
汉语意译：此世还债了一生。

喃字原文：皮旬月创鏡䶞，
越 南 语：Vừa tuần nguyệt sáng gương trong,
汉语意译：一个月过去匆匆，

喃字原文：秀婆睛吏從容吲啑。
越 南 语：Tú bà ghé lại thong dong dặn dò:
汉语意译：秀婆态度轻松言：

喃字原文：藝制拱𡗉功夫，
越 南 语："Nghề chơi cũng lắm công phu,
汉语意译："对付男人谋不易，

喃字原文：廊制些沛别朱𣁔調。
越 南 语：Làng chơi ta phải biết cho đủ điều."
汉语意译：我们许多事要懂。"

喃字原文：娘浪湄𩙍立𠺥，
越 南 语：Nàng rằng: "Mưa gió dập dìu,
汉语意译：翘云："任雨打风吹，

喃字原文：料身時拱沛料世催。
越 南 语：Liều thân thì cũng phải liều thế thôi!"
汉语意译：至今，只一生断送。"

喃字原文：媒浪埃拱如埃，
越 南 语：Mụ rằng: "Ai cũng như ai,
汉语意译：秀婆说："天下男人，

喃字原文：𠊛些埃秩錢𢘾典低。
越 南 语：Người ta ai mất tiền hoài đến đây.
汉语意译：不会把金钱乱用。

喃字原文：於𥪞群𡗉調咍，
越 南 语：Ở trong còn lắm điều hay,
汉语意译：应付他巧妙千般，

喃字原文：浽𣎏怯𢲫浽𣈜𥢆終。
越 南 语：Nỗi đêm khép mở, nỗi ngày riêng chung.
汉语意译：日随应晚善擒纵。

喃字原文：尼琨属䙡𠃩悉，
越 南 语：Này con thuộc lấy làm lòng,
汉语意译：勾心传七字①谨记，

喃字原文：鑅外𦉱䆂鑅𦧜𠔭藝。
越 南 语：Vành ngoài bảy chữ, vành trong tám nghề.
汉语意译：房内事功夫八种。

喃字原文：制朱柳憾花吱，
越 南 语：Chơi cho liễu chán hoa chê,
汉语意译：使嫖客万分满意，

喃字原文：朱𨆝六矺朱迷懑茌。
越 南 语：Cho lăn lóc đá, cho mê mẩn đời.
汉语意译：要石点头人迷懵。

喃字原文：欺䧺杏欺湼𧊉，
越 南 语：Khi khóe hạnh, khi nét ngài,
汉语意译：眉目挑情口传神，

喃字原文：欺𠰘擬月欺唭㗾花。
越 南 语：Khi ngâm ngợi nguyệt, khi cười cợt hoa.
汉语意译：时而弄月时吟风。

喃字原文：調罗藝業𦧜茹，
越 南 语：Đều là nghề nghiệp trong nhà,
汉语意译：这一切依本行业，

喃字原文：𧵑銀𠁀湼買罗𠊛燸。
越 南 语：Đủ ngần ấy nết mới là người soi."
汉语意译：循规蹈矩内行通。"

---

①勾心传七字：一是哭，二是剪，三是刺，四是烧，五是嫁，六是走，七是死。这些都是鸨母的敲诈手段。

喃字原文：蹭頭咿吪余哇，
越 南 语：Gót đầu vâng dạy mấy lời,
汉语意译：翘听了愁眉双锁，

喃字原文：羕珠湼月羕派䏧紅。
越 南 语：Dường chau nét nguyệt, dường phai vẻ hồng.
汉语意译：她似乎脸色改容。

喃字原文：仍瞻呐㐌𢢆㦗，
越 南 语：Những nghe nói, đã thẹn thùng,
汉语意译：想人生心情难忍，

喃字原文：渃𡗶𡗉浽逻逩乞溪。
越 南 语：Nước đời lắm nỗi lạ lùng khắt khe!
汉语意译：叹世故诡秘无穷。

喃字原文：悴命𨷯閣𨻫闺，
越 南 语：Tủi mình cửa các buồng khuê,
汉语意译：欲自怜生于深闺，

喃字原文：碎𢚸𭓇𥙩仍藝業咍。
越 南 语：Vỡ lòng học lấy những nghề nghiệp hay!
汉语意译：开智学淫邪心种。

喃字原文：窖罗𩈘惮眉𩈘，
越 南 语：Khéo là mặt dạn mày dày,
汉语意译：她心想：眉脸无耻，

喃字原文：刧𠊛㐌典世尼時催。
越 南 语：Kiếp người đã đến thế này thì thôi!
汉语意译：人生到此境遭逢。

喃字原文：傷台身分落類，
越 南 语：Thương thay thân phận lạc loài,
汉语意译：怜迷途漂泊生涯，

喃字原文：酉牢拱於𢬣𠊛别牢。
越 南 语：Dẫu sao cũng ở tay người biết sao?
汉语意译：一切且由人摆弄。

喃字原文：楼青買擔帳桃，
越 南 语：Lầu xanh mới rủ trướng đào,
汉语意译：自此度青楼岁月，

喃字原文：強撩價王強高品𠊛。
越 南 语：Càng treo giá ngọc, càng cao phẩm người.
汉语意译：身价自高客愈众。

喃字原文：别包蚄淈蜂𢭸，
越 南 语：Biết bao bướm lả ong lơi,
汉语意译：狂蜂浪蝶垂堕落，

喃字原文：局醝苔𦚖陣哄捽𣈘。
越 南 语：Cuộc say đầy tháng, trận cười trót đêm.
汉语意译：彻夜狂欢月醉梦。

喃字原文：揩耀䒹𩙍梗䳽，
越 南 语：Dập dìu lá gió cành chim,
汉语意译：枝迎鸟，叶接来风，①

喃字原文：𣋽迻宋王最尋長卿。
越 南 语：Sớm đưa Tống Ngọc, tối tìm Tràng Khanh.
汉语意译：朝宋玉暮相如翁。②

喃字原文：欺醒醽昕殘更，
越 南 语：Khi tỉnh rượu, lúc tàn canh,
汉语意译：醒酒时夜更残梦，

---

①枝迎鸟，叶接来风：语出唐代成都乐伎薛涛。“枝迎南北鸟，叶送往来风”。这里借薛涛比拟翠翘。

②相如翁：指司马相如。

喃字原文：秩命命吏傷命怺車。
越 南 语：Giật mình, mình lại thương mình xót xa.
汉语意译：深深叹前途伤痛。

喃字原文：欺𩈘封錦擔𦄾，
越 南 语：Khi sao phong gấm rủ là,
汉语意译：为何生于绮罗丛，

喃字原文：晗𩈘散作如花𡨌塘。
越 南 语：Giờ sao tan tác như hoa giữa đường?
汉语意译：似路花随人玩弄？

喃字原文：𩈘𩈘𩅹𩙍憚霜，
越 南 语：Mặt sao dày gió dạn sương,
汉语意译：厚颜无耻风霜袭，

喃字原文：身𩈘𧋆𠰉蜂呈閉身。
越 南 语：Thân sao bướm chán ong trình bấy thân?
汉语意译：交游于浪蝶狂蜂。

喃字原文：默𠊛湄楚霎秦，
越 南 语：Mặc người mưa sở mây tần,
汉语意译：且由他楚雨秦云，

喃字原文：仍命市别固春𠳨之。
越 南 语：Những mình nào biết có xuân là gì!
汉语意译：浑不觉雨露春浓。

喃字原文：隊畨𩙍㨋花掑，
越 南 语：Đòi phen gió tựa hoa kề,
汉语意译：消几许观花兜风，

喃字原文：姅簾雪唅罸務䏾輸。
越 南 语：Nửa rèm tuyết ngậm, bốn mùa trăng thâu.
汉语意译：帘外残雪月朦胧。

喃字原文：景帀景拯刀愁，
越 南 语：Cảnh nào cảnh chẳng đeo sầu,
汉语意译：烦闷对景只添愁，

喃字原文：馭惍景固愮𢭂包晗。
越 南 语：Người buồn cảnh có vui đâu bao giờ.
汉语意译：美景良辰心重重。

喃字原文：隊畨湼𢮿勾詩，
越 南 语：Đòi phen nét vẽ câu thơ,
汉语意译：经几许笔触歌咏，

喃字原文：宫琴䏾月渃碁䏧花。
越 南 语：Cung cầm trong nguyệt, nước cờ dưới hoa.
汉语意译：花前月下琴棋从。

喃字原文：愮罗愮強矯罗，
越 南 语：Vui là vui gượng kẻo là,
汉语意译：只不过强颜欢笑，

喃字原文：埃知音妬漫㴜買埃。
越 南 语：Ai tri âm đó mặn mà với ai?
汉语意译：谁知音回首成空。

喃字原文：蜍於臉竹湄枚，
越 南 语：Thờ ơ gió trúc mưa mai,
汉语意译：竹风梅雨不经心，

喃字原文：謹魚𥪞浽搥埋沒身。
越 南 语：Ngẩn ngơ trăm nỗi, giùi mài một thân.
汉语意译：直愣然身魔障重。

喃字原文：揞悉隊段賒斤，
越 南 语：Ôm lòng đòi đoạn xa gần,
汉语意译：感事怀人情断绝，

喃字原文：極紆𣺺繿極寅𣺺疠。
越 南 语：Chẳng vò mà rối, chẳng dần mà đau!
汉语意译：烦添乱扰心忡忡。

喃字原文：洳恩𠃩𡨸高溇，
越 南 语：Nhớ ơn chín chữ cao sâu,
汉语意译：父母深恩尚未报，

喃字原文：𠬠𣈜𠬠我𩃳櫆斜斜。
越 南 语：Một ngày một ngả bóng dâu tà tà.
汉语意译：日落桑田景匆匆。

喃字原文：𨤮𠦳渃瀋嫩賒，
越 南 语：Dặm ngàn nước thẳm non xa,
汉语意译：山远水深望无际，

喃字原文：拸𠁀身分𡥵𠚢世尼。
越 南 语：Nghĩ đâu thân phận con ra thế này!
汉语意译：何想到女身途穷。

喃字原文：𡑝槐堆𡭧𫅷𢘾，
越 南 语：Sân hòe đôi chút thơ ngây,
汉语意译：家里弟妹还年轻，

喃字原文：珍甘埃几拖台役命。
越 南 语：Trân cam ai kẻ đỡ thay việc mình?
汉语意译：养双亲温饱谁奉？

喃字原文：𢘾𠳒願約𠀧生，
越 南 语：Nhớ lời nguyện ước ba sinh,
汉语意译：她想起盟誓旧友，

喃字原文： 賖吹埃固透情庄埃。
越 南 语： Xa xôi ai có thâu tình chăng ai?
汉语意译： 远离之别惹千愁。

喃字原文： 欺衛晦柳章臺，
越 南 语： Khi về hỏi liễu chương đài,
汉语意译： 重欲问起章台柳，

喃字原文： 梗春㐌擻朱𠊛專掏。
越 南 语： Cành xuân đã bẻ cho người chuyên tay!
汉语意译： 早经攀折他人手。

喃字原文： 情溇蒙者𫅷𦎡，
越 南 语： Tình sâu mong trả nghĩa dày,
汉语意译： 盼将片心报深情，

喃字原文： 花箕㐌執梗尼朱渚。
越 南 语： Hoa kia đã chắp cành này cho chưa?
汉语意译： 接木移花诺言守。

喃字原文： 緢情隊叚紆絲，
越 南 语： Mối tình đòi đoạn vò tơ,
汉语意译： 情绪满怀乱如丝，

喃字原文： 戢鄉關隴仍㦖更䠷。
越 南 语： Giấc hương quan luống những mơ canh dài.
汉语意译： 梦思乡更残时候。

喃字原文： 窻紗宇宇方丕，
越 南 语： Song sa vò võ phương trời,
汉语意译： 孤独窗纱远天涯，

喃字原文： 𣋚黄昏㐌吏枚昏黄。
越 南 语： Nay hoàng hôn đã lại mai hôn hoàng.
汉语意译： 今日黄昏明依旧。

喃字原文：吝吝兔鉑鵶鐄，
越 南 语：Lần lần thỏ bạc ác vàng,
汉语意译：金乌玉兔日月递，

喃字原文：忦𠊛𥪝會斷腸隊干。
越 南 语：Xót người trong hội đoạn tràng đòi cơn!
汉语意译：怜同友泪湿衣袖。

喃字原文：㐌朱𥙩𡦂紅顔，
越 南 语：Đã cho lấy chữ hồng nhan,
汉语意译：不幸生为红颜命，

喃字原文：罒朱朱害朱殘朱斤。
越 南 语：Làm cho, cho hại, cho tàn, cho cân!
汉语意译：多少残害自忍受。

喃字原文：㐌踏匏刧風塵，
越 南 语：Đã đày vào kiếp phong trần,
汉语意译：风尘堕落被摧残，

喃字原文：𩛷朱耻辱𠬠吝買催。
越 南 语：Sao cho sỉ nhục một lần mới thôi!
汉语意译：堪叹一生自含垢。

喃字原文：客遊俸固𠬠𠊛，
越 南 语：Khách du bỗng có một người,
汉语意译：青楼多少客来往，

喃字原文：其心户束拱𦊚書香。
越 南 语：Kỳ Tâm họ Thúc, cũng nòi thư hương.
汉语意译：名束琪心裔书香。

喃字原文：本𠊛縣錫州常，
越 南 语：Vốn người Huyện Tích Châu Thường,
汉语意译：籍贯常州锡县人，

喃字原文：蹺严堂𦓿𢆥行臨淄。
越 南 语：Theo nghiêm đường mở ngôi hàng Lâm Tử.
汉语意译：随父至临淄经商。

喃字原文：花魁慕哨翹兒，
越 南 语：Hoa khôi mộ tiếng Kiều nhi,
汉语意译：久慕花魁名翠翘，

喃字原文：帖紅尋典香閨㕭𠃣。
越 南 语：Thiếp hồng tìm đến hương khuê gửi vào.
汉语意译：持红帖亲访闺房。

喃字原文：帳蘇夾𩈘花桃，
越 南 语：Trướng tô giáp mặt hoa đào,
汉语意译：桃红脸映流锦帐，

喃字原文：𣈜市拯漫湼市拯於。
越 南 语：Vẻ nào chẳng mặn, nét nào chẳng ưa?
汉语意译：媚态娇容人欲狂。

喃字原文：海棠蔓蔓梗絲，
越 南 语：Hải đường mơn mởn cành tơ,
汉语意译：海棠鲜嫩春意足，

喃字原文：㝵春強𩙍強湄強濃。
越 南 语：Ngày xuân càng gió, càng mưa, càng nồng.
汉语意译：春日风雨润浓妆。

喃字原文：月花花月惱濃，
越 南 语：Nguyệt hoa, hoa nguyệt não nùng,
汉语意译：月花花月恼人肠，

喃字原文：𣎏春埃易扲悉特庄。
越 南 语：Đêm xuân ai dễ cầm lòng được chăng?
汉语意译：春夜悦目姿狂荡。

喃字原文：遻之聲氣𥙩恒，
越 南 语：Lạ gì thanh khí lẽ hằng,
汉语意译：同气相投意常情，

喃字原文：𣃣絏𣃣纀埃扛朱𠚢。
越 南 语：Một dây một buộc ai giằng cho ra?
汉语意译：万缕千丝系情网。

喃字原文：𣋽桃最槾憐𦋦，
越 南 语：Sớm đào tối mận lân la,
汉语意译：朝桃暮李常来往，

喃字原文：𠸗群䏧𦛜𩙍𠚢矴鐄。
越 南 语：Trước còn trăng gió, sau ra đá vàng.
汉语意译：逗风月金石抱搂。

喃字原文：牒兜𠶗𠻀遻羕，
越 南 语：Dịp đâu may mắn lạ dường,
汉语意译：佳偶相遇图欢畅，

喃字原文：吏皮及曠椿堂吏圭。
越 南 语：Lại vừa gặp khoảng xuân đường lại quê.
汉语意译：老亲回家吏放浪。

喃字原文：生強𣃣醒进迷，
越 南 语：Sinh càng một tỉnh, mười mê,
汉语意译：他陶醉，色胆包天，

喃字原文：𣈜春𡗋𣅶𠫾衛貝春。
越 南 语：Ngày xuân lắm lúc đi về với xuân.
汉语意译：春日春情纵放荡。

喃字原文：欺𦛜閣欺䏧𡑝，
越 南 语：Khi gió gác, khi trăng sân,
汉语意译：时而月榭时云亭，

喃字原文：瓢僊酌醽勾神浽詩。
越 南 语：Bầu tiên rót rượu, câu thần nối thơ.
汉语意译：醉酒吟诗低声唱。

喃字原文：欺香㬉欺茶瀋，
越 南 语：Khi hương sớm, khi chè trưa,
汉语意译：朝对熏香茶消昼，

喃字原文：盘圍點渃塘絲和彈。
越 南 语：Bàn vây điểm nước, đường tơ họa đàn.
汉语意译：同围棋听琴韵悠。

喃字原文：㵩埋冲局追歡，
越 南 语：Miệt mài trong cuộc truy hoan,
汉语意译：沉迷于追欢寻乐，

喃字原文：強悁属湟強攔掃情。
越 南 语：Càng quen thuộc nết, càng dan díu tình.
汉语意译：日长相知情倍长。

喃字原文：逻朱丐湧傾城，
越 南 语：Lạ cho cái sóng khuynh thành,
汉语意译：倾国倾城情潮滋，

喃字原文：罒朱覩館漂亭如制。
越 南 语：Làm cho đổ quán xiêu đình như chơi!
汉语意译：倾馆倾亭非寻常。

喃字原文：束生悁涚卜淶，
越 南 语：Thúc sinh quen nết bốc rời,
汉语意译：束生好挥金如土，

喃字原文：㖠𨑮覩沒陣唭如空。
越 南 语：Trăm nghìn đổ một trận cười như không.
汉语意译：百金买笑意自得。

喃字原文：媒強蘇綠捽紅，
越 南 语：Mụ càng tô lục chuốt hồng,
汉语意译：秀婆偏爱摇钱树，

喃字原文：𧖱貪係𧡊唏銅時迷。
越 南 语：Máu tham hễ thấy hơi đồng thì mê.
汉语意译：只贪取，金满荷囊。

喃字原文：𨑜䏹鵑㐌噲夏，
越 南 语：Dưới trăng quyên đã gọi hè,
汉语意译：春天过，月下鹃啼，

喃字原文：頭墻焒榴粒㸳忱蓏。
越 南 语：Đầu tường lửa lựu lập lòe đâm bông.
汉语意译：看墙边榴花开放。

喃字原文：𡧲絁沛貝從容，
越 南 语：Buồng the phải buổi thong dong,
汉语意译：垂帘下舒缓闲坐，

喃字原文：湯蘭搶幅帳紅浸花。
越 南 语：Thang lan rủ bức trướng hồng tẩm hoa.
汉语意译：红屏绕沐浴兰汤。

喃字原文：熷牟𥪝王皐牙，
越 南 语：Rõ màu trong ngọc trắng ngà,
汉语意译：翠翘体玉屏显雅，

喃字原文：𦓿𦓿產鐲沒座天然。
越 南 语：Dày dày sẵn đúc một tòa thiên nhiên.
汉语意译：铸生天然胜如仙。

喃字原文：生強𤉕湼強唏，
越 南 语：Sinh càng tỏ nét càng khen,
汉语意译：束生窥浴绝口赞，

喃字原文：寓情栖草沒篇律唐。
越 南 语：Tả tình tay thảo một thiên luật đường.
汉语意译：草唐书即景成章。

喃字原文：娘浪咿别悉払，
越 南 语：Nàng rằng: “Vâng biết lòng chàng,
汉语意译：翘阅赞赏：“晓从心，

喃字原文：唾唾珠王行行錦絩。
越 南 语：Lời lời châu ngọc, hàng hàng gấm thêu.
汉语意译：金玉之言锦成行。

喃字原文：能憤钃拱浽調，
越 南 语：Hay hèn lẽ cũng nối điêu,
汉语意译：貂毛不足狗尾续，

喃字原文：浽圭抣沒𠄩調昂昂。
越 南 语：Nỗi quê nghĩ một hai điều ngang ngang.
汉语意译：无奈思乡言怅惘。

喃字原文：悉群𠰘盎霴鐄，
越 南 语：Lòng còn gửi áng mây vàng,
汉语意译：乡心已逐暮云飞，

喃字原文：和韻吀唉翋払𣋚𣈜。
越 南 语：Họa vần xin hãy chịu chàng hôm nay.”
汉语意译：君诗和韵愿再仿。”

喃字原文：浪牢固遌逶台，
越 南 语：Rằng: “Sao có lạ lùng thay!
汉语意译：束生疑道：“如你说，

喃字原文：梗箕拯沛檜尼麻𠚢。
越 南 语：Cành kia chẳng phải cội này mà ra?”
汉语意译：秀婆不是你亲娘？”

喃字原文：娘強傴怞秋波，
越 南 语：Nàng càng tủi xót thu ba,
汉语意译：翘见问，秋波微转，

喃字原文：斷腸六氏拱麻盆星。
越 南 语：Đoạn trường lúc ấy giở mà buồn tênh.
汉语意译：思断肠无际凄惶：

喃字原文：悋如花乇離梗，
越 南 语：Khác như hoa đã lìa cành,
汉语意译：“妾比似辞枝残花，

喃字原文：払如琨蚽𨫊鍱麻制。
越 南 语：Chàng như con bướm liệng vành mà chơi.
汉语意译：君比采蜂作逢场。

喃字原文：主春停乇固尼，
越 南 语：Chúa xuân đành đã có nơi,
汉语意译：主春在家自有妇，

喃字原文：𥐇㝵催𦀊䠀啀罒之。
越 南 语：Ngắn ngày thôi chớ dài lời làm chi!
汉语意译：偶遇，何须问短长。”

喃字原文：生浪自課相知，
越 南 语：Sinh rằng : “Từ thuở tương tri,
汉语意译：生白：“相知情义重，

喃字原文：𦙦穨穨仍礘爲渃嫩。
越 南 语：Tấm riêng, riêng những nặng vì nước non.
汉语意译：早知图结山水盟。

喃字原文：𢆥𢆫併局旌𠰷，
越 南 语：Trăm năm tính cuộc vuông tròn,
汉语意译：思虑百年期白首，

喃字原文：沛揺朱典葻源澌潼。
越 南 语：Phải dò cho đến ngọn nguồn lạch sông."
汉语意译：寻根究底有何妨。"

喃字原文：娘浪閅隊恩悉，
越 南 语：Nàng rằng: "Muôn đội ơn lòng,
汉语意译：翘谢道："承蒙恩爱，

喃字原文：蚍咴边娶边從易攄。
越 南 语：Chút e bên thú bên tòng dễ đâu.
汉语意译：怕你妻岂能容谅。

喃字原文：平康𦛌那閉数，
越 南 语：Bình khang nấn ná bấy lâu,
汉语意译：平康红楼玩多时，

喃字原文：腰花腰特沒牟點粧。
越 南 语：Yêu hoa, yêu được một màu điểm trang.
汉语意译：爱花，只爱盛妆颜。

喃字原文：耒黜涺粉派香，
越 南 语：Rồi ra lở phấn phai hương,
汉语意译：待至花香消粉褪，

喃字原文：悉箕狞特常常罒庄。
越 南 语：Lòng kia giữ được thường thường là chăng?
汉语意译：恩与爱岂复久长？

喃字原文：爬𨕭壇桂宮胺，
越 南 语：Vả trong thềm quế cung trăng,
汉语意译：况且有蟾宫月阙，

喃字原文：主張停㐌姉姮於𨕭。
越 南 语：Chủ trương đành đã chị hằng ở trong.
汉语意译：由嫦娥自作主张。

喃字原文：閉数康潔帶同，
越 南 语：Bấy lâu khăng khít dải đồng,
汉语意译：结带同心有相依，

喃字原文：添𠊛𠊛拱𢺺悉𥢆西。
越 南 语：Thêm người, người cũng chia lòng riêng tây.
汉语意译：怎让爱情私分享。

喃字原文：尾之𡮈分蔈霴，
越 南 语：Vẻ chi chút phận bèo mây,
汉语意译：我们相见遇偶然，

喃字原文：𫜵朱𣷭愛欺落欺渏。
越 南 语：Làm cho bể ái khi đầy khi vơi.
汉语意译：怎教你家庭扰攘。

喃字原文：𤾓調昂語爲碎，
越 南 语：Trăm điều ngang ngửa vì tôi,
汉语意译：至那日祸由我起，

喃字原文：身𢀭埃𠹾罪𡗶𠃩朱。
越 南 语：Thân sau ai chịu tội trời ấy cho?
汉语意译：天理报应谁承当？

喃字原文：如払固凭𢭸孤，
越 南 语：Như chàng có vững tay co,
汉语意译：虽然你手腕高强，

喃字原文：进分拱𡍢店朱𠬠𩂟。
越 南 语：Mười phần cũng đắp điếm cho một vài.
汉语意译：只求你稍加保障。

喃字原文：勢𥪝油𡘯欣外，
越 南 语：Thế trong dù lớn hơn ngoài,
汉语意译：如果你夫人凶横，

喃字原文：𨤧唅狮子啵𨀈藤𦰡。
越 南 语：Trước hàm sư tử gửi người đằng la.
汉语意译：河东狮吼[1]难反抗。

喃字原文：僋頭淪𨑜𢩣茹，
越 南 语：Cúi đầu luồn xuống mái nhà,
汉语意译：我不愿檐下低头，

喃字原文：酟洙吏罪平𠀧焒濃。
越 南 语：Giấm chua lại tội bằng ba lửa nồng!
汉语意译：吃醋争风怎收场？

喃字原文：於𨕭群固茹椿，
越 南 语：Ở trên còn có nhà thung,
汉语意译：你上头还有双亲，

喃字原文：量𨕭𥉫𨑜别𢚸固傷。
越 南 语：Lương trên trông xuống biết lòng có thương?
汉语意译：能否把此情体谅？

喃字原文：咤之柳拧花墙，
越 南 语：Sá chi liễu ngõ hoa tường,
汉语意译：岂容恕路柳墙花，

喃字原文：楼撑吏補𪡇坊楼撑。
越 南 语：Lầu xanh lại bỏ ra phường lầu xanh!
汉语意译：离青楼再堕教坊？

喃字原文：吏強洳㨢瘦形，
越 南 语：Lại càng dơ dáng dại hình,
汉语意译：且更加丑态污漫，

---

①河东狮吼：宋代陈季常，其妻柳氏，性悍妒，苏东坡戏以诗："忽闻河东狮子吼，柱杖落手心茫然。"后以"东河狮吼"比喻悍妻。

喃字原文：停身分妾碍名價払。
越 南 语：Đành thân phận thiếp, ngại danh giá chàng.
汉语意译：妾足惜，累你声望。

喃字原文：傷牢朱院時傷，
越 南 语：Thương sao cho vẹn thì thương,
汉语意译：萍水姻缘适而止，

喃字原文：併牢朱論每塘時唧。
越 南 语：Tính sao cho trọn mọi đường thì vâng.”
汉语意译：怎妥帖凭你主张。”

喃字原文：生浪咍吶提澄，
越 南 语：Sinh rằng: “Hay nói đè chừng,
汉语意译：生道：“你太多思虑，

喃字原文：悉低悉帝渚曾台牢。
越 南 语：Lòng đây lòng đấy chưa từng hay sao?
汉语意译：还不免异梦同床。

喃字原文：塘賒澤矽吳梓，
越 南 语：Đường xa chớ ngại Ngô Lào,
汉语意译：远途事杞人忧天，

喃字原文：粫調駭據𥉫包沒些。
越 南 语：Trăm điều hãy cứ trông vào một ta.
汉语意译：此事我安排妥当。

喃字原文：㐌斯之固調賒，
越 南 语：Đã gần chi có điều xa,
汉语意译：何必幻想未来难，

喃字原文：矽鐄㐌決風波拱料。
越 南 语：Đá vàng đã quyết, phong ba cũng liều!”
汉语意译：誓坚贞冲破风浪。”

喃字原文：共饒根紊典調，
越 南 语：Cùng nhau căn vặn đến điều,
汉语意译：他们复议心底事，

喃字原文：指嫩誓瀡礣招典唓。
越 南 语：Chỉ non thề bể nặng gieo đến lời.
汉语意译：许诺言海誓山盟。

喃字原文：呢嫩腤𪷹情䟊，
越 南 语：Nỉ non đêm ngắn tình dài,
汉语意译：絮语恨夜短情长，

喃字原文：外軒兔㐌嫩兑吟鏡。
越 南 语：Ngoài hiên thỏ đã non đoài ngậm gương.
汉语意译：屋檐外月坠西方。

喃字原文：慢調竹院乘凉，
越 南 语：Mượn điều trúc viện thừa lương,
汉语意译：他借意竹院乘凉，

喃字原文：逴衛駭暫西娘沒尼。
越 南 语：Rước về hãy tạm giấu nàng một nơi.
汉语意译：引翠翘暗地收藏。

喃字原文：戦和拉產𠄩排，
越 南 语：Chiến hòa sắp sẵn hai bài,
汉语意译：然后和妓院理论，

喃字原文：惃掭柴署㩅𠊛𠴍𠻀。
越 南 语：Cậy tay thầy thợ, mượn người dò la.
汉语意译：派人刺探青楼方。

喃字原文：𪮏信典𩈘秀婆，
越 南 语：Bắn tin đến mặt tú bà,
汉语意译：最终把秀婆说服，

喃字原文：輸機媒拱求和敢牢。
越 南 语：Thua cơ, mụ cũng cầu hòa, dám sao!
汉语意译：输棋一局她从良。

喃字原文：燶烌貼引𢬣牢，
越 南 语：Rõ ràng của dẫn tay trao,
汉语意译：论身价钱物交手，

喃字原文：還良沒帖申𠓨𨷑公。
越 南 语：Hoàn lương một thiếp thân vào cửa công.
汉语意译：还良帖写交公堂。

喃字原文：公私堆𥙩調衝，
越 南 语：Công tư đôi lẽ đều xong,
汉语意译：公私手续办齐全，

喃字原文：蹭僊丿㐌脱鐄塵埃。
越 南 语：Gót tiên phút đã thoát vòng trần ai.
汉语意译：脱火坑青楼尘网。

喃字原文：沒茹森合竹枚，
越 南 语：Một nhà sum họp trúc mai,
汉语意译：竹情梅意聚一堂，

喃字原文：強溇義滝強䠕情滝。
越 南 语：Càng sâu nghĩa bể, càng dài tình sông.
汉语意译：相爱深情比水长。

喃字原文：香強淡焒強濃，
越 南 语：Hương càng đượm, lửa càng nồng,
汉语意译：爱情香味更浓厚，

喃字原文：強吹䏾王強籠牟蓮。
越 南 语：Càng sôi vẻ ngọc, càng lồng màu sen.
汉语意译：比玉晶莹比莲香。

喃字原文：姅醉唏哨皮悁，
越 南 语：Nửa năm hơi tiếng vừa quen,
汉语意译：情意投契半年过，

喃字原文：墡梧梗碧㐌菸蒥鐄。
越 南 语：Sân ngô cành biếc đã chen lá vàng,
汉语意译：碧绿梧叶渐变黄。

喃字原文：蕈秋皮乃篵霜，
越 南 语：Giậu thu vừa nảy giò sương,
汉语意译：篱边秋菊芽染霜，

喃字原文：襘鞍㐌𩈘椿堂典尼。
越 南 语：Gối yên đã thấy xuân đường đến nơi.
汉语意译：严亲探家返宅庄。

喃字原文：風雷浌陣排排，
越 南 语：Phong lôi nổi trận bời bời,
汉语意译：入门见她怒中火，

喃字原文：𥗾𢚸哝邑併排分䢭。
越 南 语：Nặng lòng e ấp, tính bài phân chia.
汉语意译：勒令分离莫疯狂。

喃字原文：决𥄭辨白𠬠皮，
越 南 语：Quyết ngay biện bạch một bề,
汉语意译：训儿子不要辩白，

喃字原文：吪朱䏧粉吏衛楼撑。
越 南 语：Dạy cho má phấn lại về lầu xanh!
汉语意译：送返青楼续卖身。

喃字原文：𩈘咥嚴訓伶伶，
越 南 语：Thấy lời nghiêm huấn rành rành,
汉语意译：听父严训威凛然，

喃字原文：打料生買䘰情奈叫。
越 南 语：Đánh liều, sinh mới lấy tình nài kêu.
汉语意译：迫得向父央求言：

喃字原文：浪固别罪㐌𡗉，
越 南 语：Rằng : “Con biết tội đã nhiều,
汉语意译：“自食苦果罪自受，

喃字原文：酉浪霠𩄴鈽鉊拱甘。
越 南 语：Dẫu rằng sấm sét búa rìu cũng cam.
汉语意译：惹恼雷公大发怒。

喃字原文：捽爲𢬣㐌濠湛，
越 南 语：Trót vì tay đã nhúng chàm,
汉语意译：自焚其火烧自身，

喃字原文：𤴬耒群别空𫜵牢低。
越 南 语：Dại rồi còn biết khôn làm sao đây!
汉语意译：糊涂一时聪明误。

喃字原文：共饒𠿃啃沒𣈜，
越 南 语：Cùng nhau vả tiếng một ngày,
汉语意译：但是同居且已久，

喃字原文：揞琴埃女𢯏絏朱停。
越 南 语：Ôm cầm ai nỡ dứt dây cho đành.
汉语意译：怎可无情断琴弦。

喃字原文：量𨕭决拯傷情，
越 南 语：Lượng trên quyết chẳng thương tình,
汉语意译：如果严父不宽恕，

喃字原文：箔顛催固惜命𫜵之。
越 南 语：Bạc đen thôi có tiếc mình làm chi!”
汉语意译：愿弃儿子薄命运。”

喃字原文：𧡊𠰘鐄矽知知，
越 南 语：Thấy lời vàng đá tri tri,
汉语意译：老人听罢心怒火，

喃字原文：焠肝翁買告跪𨷯公。
越 南 语：Sốt gan ông mới cáo tì cửa công.
汉语意译：要求府官来查讯。

喃字原文：坦平浽漭同同，
越 南 语：Đất bằng nổi sóng đùng đùng,
汉语意译：突然平地风浪起，

喃字原文：府堂差𦲿票紅催查。
越 南 语：Phủ đường sai lá phiếu hồng thôi tra.
汉语意译：府官传讯两被告。

喃字原文：共饒蹺蹭差衙，
越 南 语：Cùng nhau theo gót sai nha,
汉语意译：他们被传到衙役，

喃字原文：双双𠓨𫏾𡑝花𢪀跪。
越 南 语：Song song vào trước sân hoa lạy quì.
汉语意译：至审厅双双跪倒。

喃字原文：𥆾蓮𩈘鐵顛仕，
越 南 语：Trông lên mặt sắt đen sẽ,
汉语意译：见官衙铁面无私，

喃字原文：立嚴𫏾㐌𠚢威𥘀𠰘。
越 南 语：Lập nghiêm trước đã ra uy nặng lời:
汉语意译：施威风，出言粗暴：

喃字原文：妸箕㾺湼制排，
越 南 语："Gã kia dại nết chơi bời,
汉语意译："斯子愚蒙又色迷，

喃字原文：麻㛪𠊚世𠄩𠊚迻迻。
越 南 语：Mà con người thế là người đong đưa!
汉语意译：见女子眼尖轻佻。

喃字原文：從之花貸香乘，
越 南 语：Tuồng chi hoa thải hương thừa,
汉语意译：性放浪败柳残花，

喃字原文：𠭛牟𣘃粉打𩢬㛪顛。
越 南 语：Mượn màu son phấn đánh lừa con đen!”
汉语意译：凭色诱无知年少。”

喃字原文：推𥪝情狀原单，
越 南 语：Suy trong tình trạng nguyên đơn,
汉语意译：官细看原告状词，

喃字原文：皮芇時拱渚安皮芇。
越 南 语：Bề nào thì cũng chưa yên bề nào.
汉语意译：说女方风流奸狡。

喃字原文：法公照案論𠓨，
越 南 语：Phép công chiếu án luận vào,
汉语意译：依公法据案论断，

喃字原文：固𠄩塘𠀧𡃏牢默命。
越 南 语：Có hai đường ấy muốn sao mặc mình:
汉语意译：两条王法任从挑。

喃字原文：𠬠𠄩據法加刑，
越 南 语：“một là cứ phép gia hình,
汉语意译：一条是依法加刑，

喃字原文：𠬠𠄩吏據楼撑付衛。
越 南 语：Một là lại cứ lầu xanh phó về!”
汉语意译：一条是重返娼寮。

喃字原文：娘浪㐌决𠬠皮，
越 南 语：Nàng rằng: "Đã quyết một bề,
汉语意译：翠翘道："我已决志，

喃字原文：蛹尼王𫋙絲箕𠇍吝。
越 南 语：Nhện này vương lấy tơ kia mấy lần!
汉语意译：蛛丝吐尽情有恒。

喃字原文：蜀𣴓身拱𱜢身，
越 南 语：Đục trong thân cũng là thân,
汉语意译：浊与清，终身死抱，

喃字原文：要𦚖𠼵𢭸𫯳𡑝雷霆。
越 南 语：Yếu thơ vâng chịu trước sân lôi đình."
汉语意译：虽弱体，遵判忍受。"

喃字原文：吠浪據法加刑，
越 南 语：Dạy rằng: "Cứ phép gia hình!
汉语意译：官下令："据法加刑，

喃字原文：𠀧核揪吏𠬠梗牡丹。
越 南 语：Ba cây chập lại một cành mẫu đơn."
汉语意译：三木齐施①不宽饶。"

喃字原文：分停之敢叫冤，
越 南 语：Phận đành chi dám kêu oan,
汉语意译：严刑下，冤屈莫吐，

喃字原文：桃痕瘽䏧柳散作眉。
越 南 语：Đào hoen quẹn má, liễu tan tác mày.
汉语意译：桃眉沾污柳泪潮。

①三木齐施：手枷、脖枷和脚枷齐用上。

喃字原文：沒墡淋吉㐌苔，
越 南 语：Một sân lầm cát đã đầy,
汉语意译：受虐待，堂上尘扬，

喃字原文：鎶泸渃水枚瘄纀霜。
越 南 语：Gương lờ nước thủy, mai gầy vóc sương.
汉语意译：似镜无光梅枯萎。

喃字原文：㤕情払束麻傷，
越 南 语：Nghĩ tình chàng Thúc mà thương,
汉语意译：束生见心难忍受，

喃字原文：褭賒矓𧡊悉強怡車。
越 南 语：Nẻo xa trông thấy lòng càng xót xa.
汉语意译：五脏六腑如煎熬。

喃字原文：哭浪寃酷爲些，
越 南 语：Khóc rằng: "Oan khốc vì ta,
汉语意译：哭道："她为我冤屈，

喃字原文：固聝啀𦎡渚陀累𩈘。
越 南 语：Có nghe lời trước, chớ đà lệ sau.
汉语意译：早听劝言何烦恼。

喃字原文：淍悉生買㤕溇，
越 南 语：Cạn lòng sinh mới nghĩ sâu,
汉语意译：心眼窄，考虑不周，

喃字原文：底埃䏰悴花愁爲埃。
越 南 语：Để ai trăng tủi hoa sầu vì ai?"
汉语意译：牵累她，身名莫保。"

喃字原文：府堂聝倘刨聴，
越 南 语：Phủ đường nghe thoảng vào tai,
汉语意译：府堂官听知一切，

喃字原文：動悉吏拼典咥穭西。
越 南 语：Động lòng lại gạn đến lời riêng tay.
汉语意译：再具体问原根由。

喃字原文：湥洡払買𠰘𤴬，
越 南 语：Sụt sùi, chàng mới thưa ngay,
汉语意译：束生乘机即泣告，

喃字原文：頭䰘計事𣈜𣈜求親。
越 南 语：Đầu đuôi kể sự ngày ngày cầu thân.
汉语意译：把事情始终供招：

喃字原文：娘陀併歇賒斯，
越 南 语："Nàng đà tính hết xa gần,
汉语意译："她早有先见之明，

喃字原文：自初娘㐌别身固𣎏。
越 南 语：Từ xưa nàng đã biết thân có rày!
汉语意译：不出她当时所料。

喃字原文：在碎兴𥙩沒𢬣，
越 南 语：Tại tôi hứng lấy một tay,
汉语意译：大错由我而造成，

喃字原文：底娘朱典浽尼爲碎。
越 南 语：Để nàng cho đến nỗi này vì tôi."
汉语意译：反累她受冤潦倒。"

喃字原文：䎏咥吶拱傷咥，
越 南 语：Nghe lời nói cũng thương lời,
汉语意译：府堂官深切同情，

喃字原文：擛威買吔朱排解圍。
越 南 语：Dẹp uy mới dạy cho bài giải vi.
汉语意译：放下官威助解围。

喃字原文：浪如罕固世時，
越 南 语：Rằng: “Như hẳn có thế thì,
汉语意译：道：“如果所说那样，

喃字原文：腠花双拱是非别調。
越 南 语：Trăng hoa, song cũng thị phi biết điều!”
汉语意译：花月之人还知理。”

喃字原文：生浪𣢷分浡蘔，
越 南 语：Sinh rằng: “Chút phận bọt bèo,
汉语意译：生说：“她身世卑微，

喃字原文：蹺隊拱䏧𠃣𠃣筆硯。
越 南 语：Theo đòi cũng vả ít nhiều bút nghiên.”
汉语意译：也堪称识广才高。”

喃字原文：哄浪㐌世時𫥨，
越 南 语：Cười rằng: “Đã thế thì nên,
汉语意译：官冷笑：“既然如是，

喃字原文：木枷唉此𠬠篇呈藝。
越 南 语：Mộc già hãy thử một thiên trình nghề.”
汉语意译：试就‘木枷’题面考。

喃字原文：娘㖇拮筆𢬣題，
越 南 语：Nàng vâng cất bút tay đề,
汉语意译：翠翘执笔即题书，

喃字原文：箋花呈𠓀案批䀡詳。
越 南 语：Tiên hoa trình trước án phê, xem tường.
汉语意译：题遍花笺诗意巧。

喃字原文：唁浪價當盛唐，
越 南 语：Khen rằng: “Giá đang thịnh Đường,
汉语意译：官赞赏：“节认唐诗，

喃字原文：才尼色氏𠦳鐄渚斤。
越 南 语：Tài này sắc ấy nghìn vàng chưa cân!
汉语意译：才色身价千金少。

喃字原文：寔罗才子佳人，
越 南 语：Thực là tài tử giai nhân,
汉语意译：是合才子配佳人，

喃字原文：朱陳群固朱陳帀欣。
越 南 语：Châu trần, còn có châu trần nào hơn!
汉语意译：有情永结朱陈好。

喃字原文：催停逵拱鳩懰，
越 南 语：Thôi đừng rước dữ, cưu hờn,
汉语意译：劝老人弃恨从善，

喃字原文：爫之掊楪朱彈昂宮。
越 南 语：Làm chi lỡ nhịp cho đờn ngang cung.
汉语意译：休弹别鹄离鸾①调。

喃字原文：㐌迻典𨀈𨷯公，
越 南 语：Đã đưa đến trước cửa công,
汉语意译：状词已送到公堂，

喃字原文：外時罗𨤰双𤽗罗情。
越 南 语：Ngoài thì là lý, song trong là tình.
汉语意译：内是人情外是理。

喃字原文：妯𡥵𤽗道家庭，
越 南 语：Dâu con trong đạo gia đình,
汉语意译：本来儿媳一家亲，

---

①别鹄离鸾：琴曲名，喻夫妻分离。

喃字原文：催時撲浽不平罒衝。
越 南 语：Thôi thì dẹp nỗi bất bình là xong!”
汉语意译：快把案情终结了。”

喃字原文：急傳㦲所礼公，
越 南 语：Kíp truyền sắm sửa lễ công,
汉语意译：随传令，即日良辰，

喃字原文：轎花拮颱爥紅點䶂。
越 南 语：Kiệu hoa cất gió, đuốc hồng điểm sao.
汉语意译：红烛星光抬花轿。

喃字原文：排行皷吹唔噋，
越 南 语：Bày hàng cổ xôi xôn xao,
汉语意译：喧哗鼓乐列成行，

喃字原文：双双迻細帳桃聘堆。
越 南 语：Song song đưa tới trướng đào sánh đôi.
汉语意译：欢庆新婚真热闹。

喃字原文：傷爲行重爲才，
越 南 语：Thương vì hạnh, trọng vì tài,
汉语意译：爱她品行重才艺，

喃字原文：束翁催拱撲唓風波。
越 南 语：Thúc ông thôi cũng dẹp lời phong ba.
汉语意译：束翁顺从莫执拗。

喃字原文：蕙兰喰喱沒茹，
越 南 语：Huệ lan sực nức một nhà,
汉语意译：从此蕙兰满室香，

喃字原文：曾荄葊吏鰻淶欣初。
越 南 语：Từng cay đắng, lại mặn mà hơn xưa.
汉语意译：饱历艰辛情意浓。

喃字原文：㖫𠽖醖𣋚茶𣌆，
越 南 语：Mảng vui rượu sớm che trưa,
汉语意译：琴棋茶酒度时光，

喃字原文：桃陀派𦲿蓮皮乃撑。
越 南 语：Đào đà phai thắm, sen vừa nảy xanh.
汉语意译：桃花褪色莲含苞。①

喃字原文：帳糊永𡤿𣋁清，
越 南 语：Trướng hồ vắng vẻ đêm thanh,
汉语意译：夏夜红帐垂人静，

喃字原文：咹情娘買排情𥢅終。
越 南 语：E tình nàng mới bày tình riêng chung.
汉语意译：对面坐倾吐私情。

喃字原文：分蒲自院𡨸從，
越 南 语：“Phận bồ từ vẹn chữ tòng,
汉语意译：“蒲柳之姿今从夫，

喃字原文：对台雁燕㐌𠸦苔年。
越 南 语：Đổi thay nhạn én đã hồng đầy niên.
汉语意译：燕去鸿来时一年。

喃字原文：信茹𣈜沒永信，
越 南 语：Tin nhà ngày một vắng tin,
汉语意译：你家里音信杳无，

喃字原文：𪉥情葛藟㵢情糟糠。
越 南 语：Mặn tình cát lũy, nhạt tình tao khang.
汉语意译：忽略你结发恩情。

①桃花褪色莲含苞：桃花在春天开放，莲花在夏天开放，这里指春天和夏天。

喃字原文：扐黜寔拱铖豢，
越 南 语：Nghĩ ra thật cũng nên dường,
汉语意译：我细思量，难处境，

喃字原文：沁唏埃易䜸扛朱些。
越 南 语：Tăm hợi ai dễ giữ giàng cho ta?
汉语意译：泄露声息谁保证？

喃字原文：滥瞎几㤽䏧茹，
越 南 语：Trộm nghe kẻ lớn trong nhà,
汉语意译：闻你大妇实精明，

喃字原文：於䏧困法呐黜緽緹。
越 南 语：Ở trong khuôn phép, nói ra mối giường.
汉语意译：她治家规范严正。

喃字原文：咹能仍䏦非常，
越 南 语：E thay những dạ phi thường,
汉语意译：正忧虑时刻提防，

喃字原文：易摧䐗滭坤量底滝。
越 南 语：Dễ dò rốn bể khôn lường đáy sông.
汉语意译：海深河长难测定。

喃字原文：麻些卒沒𢆥㳥，
越 南 语：Mà ta suốt một năm ròng,
汉语意译：咱们已一载同居，

喃字原文：世芇拱拯酉衝特芇。
越 南 语：Thế nào cũng chẳng giấu xong được nào.
汉语意译：泄秘密，怎匿藏影。

喃字原文：閉迡渚㷋消耗，
越 南 语：Bấy chầy chưa tỏ tiêu hao,
汉语意译：遂日久毫无动静，

喃字原文： 或𠻀𨖲固𠃩牢庄𠻀。
越 南 语： Hoặc là trong có làm sao chăng là?
汉语意译： 这其中准有蹊跷。

喃字原文： 吀払料急吏茹，
越 南 语： Xin chàng liệu kíp lại nhà,
汉语意译： 我劝你立刻回乡，

喃字原文： 𫏾𠊛惵意𢧚些别情。
越 南 语： Trước người đẹp ý, sau ta biết tình.
汉语意译： 博她欢心看情景。

喃字原文： 腌㫰䋦墨西𠰚，
越 南 语： Đêm ngày giữ mực giấu quanh,
汉语意译： 何必把真相掩盖，

喃字原文： 𣋚吝枚吕如形渚通。
越 南 语： Rày lần mai lữa như hình chưa thông!”
汉语意译： 更无须掩耳盗铃。”

喃字原文： 𦖑哰嚾乳從容，
越 南 语： Nghe lời khuyên nhủ thong dong,
汉语意译： 束生听她从容劝，

喃字原文： 停悉生買决情回装。
越 南 语： Đành lòng sinh mới quyết tình hồi trang.
汉语意译： 回乡主意即决定。

喃字原文： 𤎜𦋦㗂典椿堂，
越 南 语： Rạng ra gửi đến xuân đường,
汉语意译： 次日清晨告严亲，

喃字原文： 束翁拱倍逐払寧家。
越 南 语： Thúc ông cũng vội giục chàng ninh gia.
汉语意译： 束翁亦深深首肯。

喃字原文：餞迻沒磁関河，
越 南 语：Tiễn đưa một chén quan hà,
汉语意译：离家前饯晏已散，

喃字原文：春亭脱乇踏𠚢皋亭。
越 南 语：Xuân đình thoắt đã dọn ra cao đình.
汉语意译：她送出十里郊亭。

喃字原文：滝秦沒帯撑撑，
越 南 语：Sông tần một dải xanh xanh,
汉语意译：见秦河水带青青，

喃字原文：雷催坡柳余梗楊関。
越 南 语：Loi thoi bờ liễu mấy cành Dương quan.
汉语意译：有几行垂柳飘零。

喃字原文：扲掭𨱽𨱾咀嘆，
越 南 语：Cầm tay dài ngắn thở than,
汉语意译：紧执手依依叹息，

喃字原文：𢺺配汔㖭合散哽唎。
越 南 语：Chia phôi ngừng chén, hợp tan nghẹn lời.
汉语意译：分离举杯欲话停。

喃字原文：娘浪嫩渃賒潙，
越 南 语：Nàng rằng: “Non nước xa khơi,
汉语意译：她道：“此别关山远，

喃字原文：牢朱𦓡蔭時外買淹。
越 南 语：Sao cho trong ấm thì ngoài mới êm.
汉语意译：望大妇宽容此境。

喃字原文：易爈袄䆃𨉓針，
越 南 语：Dễ lòa yếm thắm trôn kim,
汉语意译：回家坦白心至诚，

喃字原文：罒之氷秬扒鴆苦悉。
越 南 语：Làm chi bưng mắt bắt chim khó lòng.
汉语意译：休掩塞聪明自逞。

喃字原文：堆些拙義薸蓬，
越 南 语：Đôi ta chút nghĩa đèo bòng,
汉语意译：谈至我们的关系，

喃字原文：典茹㷔料吶㖔朱明。
越 南 语：Đến nhà trước liệu nói sòng cho minh.
汉语意译：你务须陈述分明。

喃字原文：油欺浰膸不情，
越 南 语：Dù khi sóng gió bất tình,
汉语意译：否则风波起怒吼，

喃字原文：𡘯𡓇威𡘯碎停分碎。
越 南 语：Lớn ra uy lớn, tôi đành phận tôi.
汉语意译：论名分，她主妇庭。

喃字原文：欣調西虐西吹，
越 南 语：Hơn điều giấu ngược giấu xuôi,
汉语意译：莫隐情半遮半掩，

喃字原文：吏芒仍役齊歪典𢥈。
越 南 语：Lại mang những việc tày trời đến sau.
汉语意译：免以后，闹大事情。

喃字原文：傷饒吁攸咥饒，
越 南 语：Thương nhau xin nhớ lời nhau,
汉语意译：要谨记相互信赖，

喃字原文：𢆥迡拱拯趍𠢟麻迡。
越 南 语：Năm chầy cũng chẳng đi đâu mà chầy!
汉语意译：此别约一年光景。

喃字原文：嘁迻忚餂歆貽，
越 南 语：Chén đưa nhớ bữa hôm nay,
汉语意译：再记取今日离觞，

喃字原文：嘁惆吁待腤尼𢆥𢞂。
越 南 语：Chén mừng xin đợi đêm này năm sau!”
汉语意译：此明年把酒重倾。”

喃字原文：㐌蓮馭几㧣袍，
越 南 语：Người lên ngựa, kẻ chia bào,
汉语意译：他跨上马鞍远去，

喃字原文：棱楓秋㐌染牟関山。
越 南 语：Rừng phong thu đã nhuốm màu quan san.
汉语意译：望枫林秋色凄零。

喃字原文：埮紅㶁捲征鞍，
越 南 语：Dặm hồng bụi cuốn chinh an,
汉语意译：征鞍途，马足扬尘。

喃字原文：𥉫㐌㐌屈氽岸槐撐。
越 南 语：Trông người đã khuất mấy ngàn dâu xanh.
汉语意译：见桑林人马无影。

喃字原文：㐌衛隻𡟫𢆥更，
越 南 语：Người về chiếc bóng năm canh,
汉语意译：她归来五更孤寂，

喃字原文：几趍閲埮沒命賒吹。
越 南 语：Kẻ đi muôn dặm một mình xa xôi.
汉语意译：思人马山川万程。

喃字原文：暈脧埃仕罒堆，
越 南 语：Vầng trăng ai xẻ làm đôi,
汉语意译：一轮月色谁分开，

喃字原文：姅印襘隻姅燸埮長。
越 南 语：Nửa in gối chiếc, nửa soi dặm trường.
汉语意译：半照孤眠半远征。

喃字原文：計之仍浽育塘，
越 南 语：Kể chi những nỗi dọc đường,
汉语意译：且不提束生路远，

喃字原文：𨻫𤴬尼浽主張於茹。
越 南 语：Buồng trong, này nỗi chủ trương ở nhà.
汉语意译：现谈其大妇这边。

喃字原文：本湧戶宦名家，
越 南 语：Vốn dòng họ hoạn danh gia,
汉语意译：她生自宦姓名门，

喃字原文：𡥵官吏部䊷罗宦姐。
越 南 语：Con quan lại bộ tên là Hoạn thư.
汉语意译：名宦姐父吏官员。

喃字原文：缘藤順㠶𩙍迻，
越 南 语：Duyên đằng thuận nẻo gió đưa,
汉语意译：婚缘事门当户对，

喃字原文：共払結鬉車絲仍𣈜。
越 南 语：Cùng chàng kết tóc xe tơ những ngày.
汉语意译：于归束家日非浅。

喃字原文：於咹時湼拱咍，
越 南 语：Ở ăn thì nết cũng hay,
汉语意译：待人品德还不错，

喃字原文：吶調絘纀時䊷拱𦓅。
越 南 语：Nói điều dàm buộc thì tay cũng già.
汉语意译：她唯是逞强善辩。

喃字原文：自聴園買添花，
越 南 语：Từ nghe vườn mới thêm hoa,
汉语意译：早闻知丈夫纳妾，

喃字原文：咞馱㐌夥信茹時空。
越 南 语：Miệng người đã lắm, tin nhà thì không.
汉语意译：内心难忍无露言。

喃字原文：焒心強拉強濃，
越 南 语：Lửa tâm càng dập càng nồng,
汉语意译：心火中烧最难忍，

喃字原文：責馱顛箔黜悉腠花。
越 南 语：Giận người đen bạc ra lòng trăng hoa:
汉语意译：恨志不坚爱情变。

喃字原文：咅平首寔共些，
越 南 语：“Ví bằng thú thật cùng ta,
汉语意译：“如果他坦率商量，

喃字原文：拱容几𨑜買罒量蓮。
越 南 语：Cũng dung kẻ dưới mới là lượng trên.
汉语意译：我尽可行个方便。

喃字原文：㤥之極苧祕壜，
越 南 语：Dại chi chẳng giữ lấy nền,
汉语意译：不智人不守礼教，

喃字原文：卒之麻逴啫慳侚命。
越 南 语：Tốt chi mà rước tiếng ghen vào mình?
汉语意译：称妒妇谁也不愿。

喃字原文：吏群拯緥西觥，
越 南 语：Lại còn bưng bít giấu quanh,
汉语意译：不过他讳言封锁，

喃字原文：𠸍之仍退䄂名嚯哄。
越 南 语：Làm chi những thói trẻ ranh nực cười!
汉语意译：作弄我许笑哗然？

喃字原文：併浪隔䀲屈㖭，
越 南 语：Tính rằng cách mặt khuất lời,
汉语意译：他以为相距遥远，

喃字原文：酉些些拱料排酉朱。
越 南 语：Giấu ta, ta cũng liệu bài giấu cho!
汉语意译：可长期对我蒙骗。

喃字原文：怚之役氐麻怚，
越 南 语：Lo gì việc ấy mà lo,
汉语意译：其实我胸有成竹，

喃字原文：蜆䏾㗅𠽖固蹺𠫾兜。
越 南 语：Kiến trong miệng chén có bò đi đâu?
汉语意译：杯沿蚂蚁爬多远？

喃字原文：𠸍朱䀡極特饒，
越 南 语：Làm cho nhìn chẳng được nhau,
汉语意译：让他们互不能见，

喃字原文：𠸍朱苔墮拮頭極蓮。
越 南 语：Làm cho đày đọa cất đầu chẳng lên!
汉语意译：使他们无脸见天。

喃字原文：𠸍朱𥊘𧡊眼前，
越 南 语：Làm cho trông thấy nhãn tiền,
汉语意译：要他们相对无言，

喃字原文：朱𠊛㗘板半船别𢬣。
越 南 语：Cho người thăm ván bán thuyền biết tay.”
汉语意译：使‘贪夫’识我手段。”

喃字原文：浽悉謹揰埃咍，
越 南 语：Nỗi lòng kín chẳng ai hay,
汉语意译：暗中肇乱没人知，

喃字原文：外聴底默膾𩙻脜外。
越 南 语：Ngoài tai để mặc gió bay mái ngoài.
汉语意译：外起风故闻不见。

喃字原文：旬𢘾倖𧡊𠄩𠇍，
越 南 语：Tuần sau bỗng thấy hai người,
汉语意译：旬日后，来两熟人，

喃字原文：嚜信意拱料排蹭功。
越 南 语：Mách tin ấy cũng liệu bài tâng công.
汉语意译：说尽了束生长短。

喃字原文：小姐浽悼同同，
越 南 语：Tiểu thư nổi giận đùng đùng,
汉语意译：谁料她大发雷霆，

喃字原文：喇掭絩繸𦋦悉撩屹。
越 南 语："Gớm tay thêu dệt ra lòng trêu ngươi!
汉语意译："我最恨挑弄胡言。

喃字原文：𫯳蚤市沛如埃，
越 南 语：Chồng tao nào phải như ai,
汉语意译：我丈夫决无此事，

喃字原文：調尼罕𠰘仍𠇍是非。
越 南 语：Điều này hẳn miệng những người thị phi!"
汉语意译：显然是谎造谣言。"

喃字原文：倍鐄𡬈令𦋦威，
越 南 语：Vội vàng xuống lệnh ra uy,
汉语意译：随即下令处两人，

喃字原文：㐌時扭𠹾㐌時擞𪘵。
越 南 语：Đứa thì vả miệng, đứa thì bẻ răng.
汉语意译：拔牙掌嘴不赦免。

喃字原文：𥪝外謹漀如抷，
越 南 语：Trong ngoài kín mít như bưng,
汉语意译：从此，内外保肃然，

喃字原文：芇埃群敢呐能没唥。
越 南 语：Nào ai còn dám nói năng một lời!
汉语意译：无人敢说话随便。

喃字原文：𨷯桃𡖼𣋽青台，
越 南 语：Buồng đào khuya sớm thảnh thơi,
汉语意译：闺阁逍遥度时光，

喃字原文：𠚢𠓨沒墨呐唭如空。
越 南 语：Ra vào một mực nói cười như không.
汉语意译：出入谈笑似从前。

喃字原文：𣎀𣈗𢚸仍𠺘𢚸，
越 南 语：Đêm ngày lòng những nhủ lòng,
汉语意译：日夜内心恨夫君，

喃字原文：生陀衛典楼紅𠖈鞍。
越 南 语：Sinh đà về đến lầu hồng xuống yên.
汉语意译：此时束生抵家园。

喃字原文：唥散合浽寒喧，
越 南 语：Lời tan hợp, nỗi hàn huyên,
汉语意译：久别重逢蜜语甜，

喃字原文：𡨸情強𪉥𡨸緣強濃。
越 南 语：Chữ tình càng mặn, chữ duyên càng nồng.
汉语意译：爱更深情更缠绵。

喃字原文：洗塵慍嘰從容，
越 南 语：Tẩy trần vui chén thong dong,
汉语意译：洗尘宴，从容对饮，

喃字原文：浽悉埃於䢀悉麻𦋦。
越 南 语：Nỗi lòng ai ở trong lòng mà ra?
汉语意译：两人心事藏不言。

喃字原文：払衛祐意思茹，
越 南 语：Chàng về xem ý tứ nhà,
汉语意译：束生想进行试探，

喃字原文：事命拱拉鄰罗𤈜排。
越 南 语：Sự mình cũng rắp lân la giãi bày.
汉语意译：把心事细说一遍。

喃字原文：氽番哄呐醒醝，
越 南 语：Mấy phen cười nói tỉnh say,
汉语意译：借醉意几次深谈，

喃字原文：鬚絲不動𪫵埋事情。
越 南 语：Tóc tơ bất động mảy may sự tình.
汉语意译：毫无猜疑露表现。

喃字原文：𢣂陀挴謹皿瓶，
越 南 语：Nghĩ đà bưng kín miệng bình,
汉语意译：他想："要守口无凭，

喃字原文：𠰚埃固考麻命吏称。
越 南 语：Nào ai có khảo mà mình lại xưng?
汉语意译：何必把事情戳穿。"

喃字原文：仍罗咹邑用撜，
越 南 语：Những là e ấp dùng dằng,
汉语意译：他反复，犹豫不决，

喃字原文：捽緀𢜝汝动棱吏催。
越 南 语：Rút dây sợ nữa động rừng, lại thôi.
汉语意译：怕暴光闭口不言。

喃字原文：固欺恠傳謨哄，
越 南 语：Có khi vui chuyện mua cười,
汉语意译：不过，宦姐谈笑中，

喃字原文：小姐吏㩫仍咥𠅜𠅜。
越 南 语：Tiểu thư lại giở những lời đâu đâu.
汉语意译：故意说若隐若现。

喃字原文：浪𤥑王矽鐄輸，
越 南 语：Rằng: "Trong ngọc đá vàng thau,
汉语意译：她言道："金石情坚，

喃字原文：进分些㐌信饒奇进。
越 南 语：Mười phần ta đã tin nhau cả mười.
汉语意译：我们互信赖劝勉。

喃字原文：唃朱仍𠰘容䠷，
越 南 语：Khen cho những miệng dông dài,
汉语意译：竟有人爱管闲事，

喃字原文：蚄蜂吏達仍咥怒箕。
越 南 语：Bướm ong lại đặt những lời nọ kia.
汉语意译：议别人爱情恩怨。

喃字原文：妾油𦛌㧅能推，
越 南 语：Thiếp dù bụng chẳng hay suy,
汉语意译：假如我好听是非，

喃字原文：㐌迦𦛌扐吏碑𠰘哄。
越 南 语：Đã dơ bụng nghĩ, lại bia miệng cười."
汉语意译：早成了人家笑柄。"

喃字原文：𧡊𠳒𠯇請如制，
越 南 语：Thấy lời thủng thỉnh như chơi,
汉语意译：她说得悠游随便，

喃字原文：順𠳒払拱吶吹拖扽。
越 南 语：Thuận lời chàng cũng nói xuôi đỡ đòn.
汉语意译：为应对，他话自然。

喃字原文：仍𱜢唭粉𠾕𦄆，
越 南 语：Những là cười phấn cợt son,
汉语意译：胜似年青面调笑，

喃字原文：畑𡗶烙𩃳𩈘𥏍䏧。
越 南 语：Đèn khuya chong bóng, trăng tròn sánh vai.
汉语意译：灯前影月下并肩。

喃字原文：趣圭蓴𩞄𤈛味，
越 南 语：Thú quê thuần hức bén mùi,
汉语意译：故乡纯美趣迷人，

喃字原文：汫鐄㐌涌沒𦝄𦲿梧。
越 南 语：Giếng vàng đã dòng một vài lá ngô.
汉语意译：秋夜，桐叶落片片。

喃字原文：鄭念忟景江湖，
越 南 语：Chạnh niềm nhớ cảnh giang hồ,
汉语意译：他想起江湖景色，

喃字原文：沒牟関塞氽務𩙍䏧。
越 南 语：Một màu quan tái, mấy mùa gió trăng.
汉语意译：关山之别又一年。

喃字原文：情穜渚敢吔䏧，
越 南 语：Tình riêng chưa dám rỉ răng,
汉语意译：重相思，难以启齿，

喃字原文：小姐𫏾乇料燈吼戈。
越 南 语：Tiểu thư trước đã liệu chừng nhủ qua:
汉语意译：她似乎洞烛先言：

喃字原文：隔𢆥霒箔賒賒，
越 南 语：“Cách năm mây bạc xa xa,
汉语意译：“白云离舍隔一年，

喃字原文：臨淄拱沛併麻晨昏。
越 南 语：Lâm Truy cũng phải tính mà thần hôn.”
汉语意译：返临淄候亲康健。”

喃字原文：特唓如𢲫𡬼𥿂，
越 南 语：Được lời như mở tấc son,
汉语意译：他听说心花怒放，

喃字原文：𨃐駒𪀄𨇜渃𡶀圭𠇮。
越 南 语：Vó câu thẳng ruổi nước non quê người.
汉语意译：返征途快马加鞭。

喃字原文：龍玲底渃印𡗶，
越 南 语：Long lanh đáy nước in trời,
汉语意译：青山绿水连天碧，

喃字原文：城磋𤌋碧𡶀披𣋼鐄。
越 南 语：Thành xây khói biếc, non phơi bóng vàng.
汉语意译：山映日城漫青烟。

喃字原文：檑駒皮擤𨤔䟻，
越 南 语：Roi câu vừa giống dặm trường,
汉语意译：束生刚刚上征途，

喃字原文：車香娘拱順塘歸寧。
越 南 语：Xe hương nàng cũng thuận đường qui ninh.
汉语意译：宦姐乘车探父母。

喃字原文：踈茹萱歇每情，
越 南 语：Thưa nhà huyên hết mọi tình,
汉语意译：把事情告诉亲娘，

喃字原文：浽払於萡浽命翻顛。
越 南 语：Nỗi chàng ở bạc, nỗi mình chịu đen.
汉语意译：夫君薄情自受苦。

喃字原文：抙浪痒疣憤慳，
越 南 语：Nghĩ rằng: “Giận ghẻ hờn ghen,
汉语意译：她还说：“妻妾争风，

喃字原文：醜払麻固埃唏之命。
越 南 语：Xấu chàng mà có ai khen chi mình!
汉语意译：事情闹大利无图。

喃字原文：丕鋮摞𩈘罒清，
越 南 语：Vậy nên ngảnh mặt làm thinh,
汉语意译：因此我故不吭声，

喃字原文：謀高罘㐌泣名仍時。
越 南 语：Mưu cao vốn đã rắp ranh những ngày.
汉语意译：我早有计谋部署。

喃字原文：臨淄塘步朧迡，
越 南 语：Lâm Truy đường bộ tháng chầy,
汉语意译：去临淄一月陆路，

喃字原文：麻塘海道遡𧿆時斳。
越 南 语：Mà đường hải đạo sang ngay thì gần.
汉语意译：最快是海上运途。

喃字原文：㨋船护𩈘家人，
越 南 语：Dọn thuyền lựa mặt gia nhân,
汉语意译：将选派亲信船去，

喃字原文：唉宄練赤纀蹎娘衛。
越 南 语：Hãy đem dây xích buộc chân nàng về.
汉语意译：把她绑回我严处。

喃字原文：𠫾朱朱疲朱迷，
越 南 语：Làm cho, cho mệt, cho mê,
汉语意译：那时尽情折磨她，

喃字原文：𠫾朱疠疸㖹從朱瞶。
越 南 语：Làm cho đau đớn, ê tòng cho coi!
汉语意译：尽使她饱尝痛苦。

喃字原文：𧿨朱補㤕仍𠃣，
越 南 语：Trước cho bõ ghét những người,
汉语意译：才解我心头怒火，

喃字原文：𢀨朱底𠬠㗂唭衛𢀨。
越 南 语：Sau cho để một tiếng cười về sau!”
汉语意译：传后人一段掌故。”

喃字原文：夫人唏斫窒牟，
越 南 语：Phu nhân khen chước rất mầu,
汉语意译：老母叹称是妙计，

喃字原文：朝𡥵買吚默油𡗶𢬣。
越 南 语：Chiều con, mới dạy mặc dầu ra tay.
汉语意译：赞同女儿的企图。

喃字原文：所𨔍帆𩙍撩𩄲，
越 南 语：Sửa sang buồm gió lèo mây,
汉语意译：即准备云缆帆船，

喃字原文：犬鷹吏撰𠬠排棍桄。
越 南 语：Khuyển ưng lại chọn một bài côn quang.
汉语意译：派阿鹰、犬两棍徒。

喃字原文：喡嗟歇各每塘，
越 南 语：Dặn dò hết các mọi đường,
汉语意译：教他们怎样应变，

喃字原文：順風𠬠葉濊𨖅渡齊。
越 南 语：Thuận phong một lá vượt sang biển tề.
汉语意译：船直达山东疆土。

喃字原文：娘自隻𣋚窻纒，
越 南 语：Nàng từ chiếc bóng song the,
汉语意译：翠翘孤身守空房，

喃字原文：塘箕浽怒如𢺺緢愁。
越 南 语：Đường kia nỗi nọ như chia mối sầu.
汉语意译：愁思起伏心境苦。

喃字原文：𣋚榑㐌熾昂頭，
越 南 语：Bóng dâu đã xế ngang đầu,
汉语意译：桑榆斜影思双亲，

喃字原文：别㝵蔭冷别㝵𠰘𠶖。
越 南 语：Biết đầu ấm lạnh, biết đâu ngọt bùi.
汉语意译：身体安然谁照顾？

喃字原文：𩯀誓㐌枕𩩖𦟐，
越 南 语：Tóc thề đã chấm quanh vai,
汉语意译：思金重，剪发许诺，

喃字原文：芇咾嫩渃芇咾鉄綸。
越 南 语：Nào lời non nước, nào lời sắt son?
汉语意译：海誓山盟已担误。

喃字原文：蔱蓶𡭧分琨琨，
越 南 语：Sắn bìm chút phận con con,
汉语意译：生涯作妾只怨叹，

喃字原文：困缘别固旌𠅤朱庄。
越 南 语：Khuôn duyên biết có vuông tròn cho chăng?
汉语意译：可真是，长此为奴？

喃字原文：身牢𢘾浽不平，
越 南 语：Thân sao lắm nỗi bất bằng,
汉语意译：人间多少事不平，

喃字原文：料如宫廣妸姮㧅𧵑。
越 南 语：Liều như cung quảng ả hằng nghĩ nao!
汉语意译：嫦娥知我千般苦。

喃字原文：脏秋𩙍律窻桃，
越 南 语：Đêm thu gió lọt song đào,
汉语意译：秋夜桃香风透窗，

喃字原文：姅鐰䏰缺𠀧𨤔𡗶。
越 南 语：Nửa vành trăng khuyết, ba sao giữa trời.
汉语意译：三星当空月半缺。

喃字原文：篆香典𦒮天臺，
越 南 语：Nén hương đến trước thiên đài,
汉语意译：焚香祷告佛台前，

喃字原文：浽𢚸𠼯渚洴㖡云云。
越 南 语：Nỗi lòng khấn chửa cạn lời vân vân.
汉语意译：欲把心情全倾吐。

喃字原文：𨑜花𠁑偻恶人，
越 南 语：Dưới hoa dậy lũ ác nhân,
汉语意译：忽然间暴徒袭来，

喃字原文：喑喑哭鬼驚神𣘈𪷅。
越 南 语：Ầm ầm khốc quỉ kinh thần mọc ra!
汉语意译：看样子狱卒屠夫。

喃字原文：苔𡓏鎌捽𤈜爆，
越 南 语：Đầy sân gươm tuốt sáng lòa,
汉语意译：园庭内闪闪刀光，

喃字原文：失驚娘渚别罒𠃣牢。
越 南 语：Thất kinh nàng chửa biết là làm sao.
汉语意译：吓翠翘身心无主。

喃字原文：𧆄迷𢭂㐌洒䀡，
越 南 语：Thuốc mê đâu đã tưới vào,
汉语意译：这时她已中迷药，

喃字原文：懡恾如䛊占包别之。
越 南 语：Mơ màng như giấc chiêm bao biết gì!
汉语意译：头脑昏沉如梦睡。

喃字原文：跙𨁪蓮馭即時，
越 南 语：Dẩy ngay lên ngựa tức thì,
汉语意译：给暴徒抬上马背，

喃字原文：房桃院册四皮焒熔。
越 南 语：Phòng đào viện sách, tư bề lửa dong.
汉语意译：书、闺房火熊四址。

喃字原文：產屍無主边滝，
越 南 语：Sẵn thây vô chủ bên sông,
汉语意译：河边原有无主尸，

喃字原文：㝵䀡底妬吝崇埃台。
越 南 语：Đem vào để đó, lận sòng ai thay?
汉语意译：抬屋内掉包谁知？

喃字原文：碎隊魄落魂𩙻，
越 南 语：Tôi đòi phách lạc hồn bay,
汉语意译：奴仆们魄散魂飞，

喃字原文：披乾蓓鞊裕核隐命。
越 南 语：Pha càn bụi cỏ gốc cây ẩn mình.
汉语意译：躲草丛，掩身大树。

喃字原文：束翁茹拱斯觥，
越 南 语：Thúc ông nhà cũng gần quanh,
汉语意译：束翁住在近邻处，

喃字原文：秩軆蔬焰失驚用涞。
越 南 语：Chợt trông ngọn lửa, thất kinh rụng rời.
汉语意译：见火光异常惊怖。

喃字原文：佪柴趍齗典尼，
越 南 语：Tớ thầy chạy thẳng đến nơi,
汉语意译：主仆直奔至现场，

喃字原文：哉排洒焰尋馭劳嗃。
越 南 语：Tơi bời tưới lửa tìm người lao xao.
汉语意译：全力扑火图救护。

喃字原文：膾高蔬焰強高，
越 南 语：Gió cao ngọn lửa càng cao,
汉语意译：火趁风威熊势猛，

喃字原文：碎隊尋覩娘疖蹎嶢。
越 南 语：Tôi đòi tìm đủ, nàng nào thấy đâu!
汉语意译：觅翠翘踪影全无。

喃字原文：歇虛歇駭眧饒，
越 南 语：Hớt hơ hớt hải nhìn nhau,
汉语意译：面面相觑众寻觅，

喃字原文：汫溇蓓葚熠蝷尋光。
越 南 语：Giếng sâu bụi rậm trước sau tìm quàng.
汉语意译：找遍深井丛林处。

喃字原文：趍包准胡房香，
越 南 语：Chạy vào chốn cũ phòng hương,
汉语意译：最后找进闺房里，

喃字原文：𨖅烌䀡𠬠埬昌烇殘。
越 南 语：Trong tro thấy một đống xương cháy tàn.
汉语意译：残灰中，堆骨暴露。

喃字原文：讧情埃别謀奸，
越 南 语：Ngay tình ai biết mưu gian,
汉语意译：正直，谁测是阴谋，

喃字原文：罕娘催吏固盘浪埃。
越 南 语：Hẳn nàng thôi lại có bàn rằng ai!
汉语意译：以为她尸身不误。

喃字原文：束翁涞湥𨱽𨱽，
越 南 语：Thúc ông sùi sụt ngắn dài,
汉语意译：束翁见失声痛哭，

喃字原文：㐲𡥵永尾傷𠊛涅那。
越 南 语：Nghĩ con vắng vẻ thương người nết na.
汉语意译：念儿外出，媳无辜。

喃字原文：遺骸扣拉衛茹，
越 南 语：Di hài nhặt sắp về nhà,
汉语意译：他只好料理遗骸，

喃字原文：芇罗衾斂芇罗丧斋。
越 南 语：Nào là khâm liệm, nào là tang trai.
汉语意译：衾殓后，营斋入土。

喃字原文：礼常㐌覩𠬠𠄩，
越 南 语：Lễ thường đã đủ một hai,
汉语意译：葬礼办完按例仪，

喃字原文：陸程払拱典尼閉晗。
越 南 语：Lục trình chàng cũng đến nơi bấy giờ.
汉语意译：束生已返抵堂厐。

喃字原文：跐𠓨准胡楼疎，
越 南 语：Bước vào chốn cũ lầu thơ,
汉语意译：直上书房细看顾，

喃字原文：砇炭沒埬爆涓罘墻。
越 南 语：Tro than một đống, nắng mưa bốn tường.
汉语意译：瓦砾成堆空梁柱。

喃字原文：邜茹吒細中堂，
越 南 语：Sang nhà cha, tới trung đường,
汉语意译：转往父家进中堂，

喃字原文：灵床牌位蜍娘於𨕭。
越 南 语：Linh sàng bài vị thờ nàng ở trên.
汉语意译：见翠翘灵牌神主。

喃字原文：唉喂呐歇事缘，
越 南 语：Hỡi ôi! Nói hết sự duyên,
汉语意译：跪灵前念惜痛哭，

喃字原文：絲情㓢腓焒煩烇肝。
越 南 语：Tơ tình đứt ruột, lửa phiền cháy gan!
汉语意译：诉尽情丝心悲苦。

喃字原文：招命勿把哭嘆，
越 南 语：Gieo mình vật vã khóc than,
汉语意译：叩地呼天身辗转，

喃字原文：䊷𠊛世氏托寃世尼。
越 南 语：Con người thế ấy, thác oan thế này!
汉语意译：贤淑女竟招天妒。

喃字原文：毦浪枚竹吏圍，
越 南 语：Chắc rằng mai trúc lại vầy,
汉语意译：梅竹良缘尚未绝，

喃字原文：埃咍永訣罗𣈜迻繞。
越 南 语：Ai hay vĩnh quyết là ngày đưa nhau.
汉语意译：长亭送，竟永别途。

喃字原文：傷強𢠩𢠩強疠，
越 南 语：Thương càng nghĩ, nghĩ càng đau,
汉语意译：越爱越想越伤心，

喃字原文：易埃𡨹惨𪿗愁朱虧。
越 南 语：Dễ ai lấp thảm quạt sầu cho khuya.
汉语意译：万感千愁谁消除。

喃字原文：𧵆沔𦖑固𠬠柴，
越 南 语：Gần miền nghe có một thầy,
汉语意译：听说附近有巫师，

喃字原文：冦符至鬼高𢬣通玄。
越 南 语：Phi phù chí quỉ, cao tay thông huyền.
汉语意译：焚符召鬼法无阻。

喃字原文：𨕭三岛𠁑九泉，
越 南 语：Trên tam đảo, dưới cửu tuyền,
汉语意译：上三岛①下至九泉，

喃字原文：尋𠁀時拱別信𤏬㸌。
越 南 语：Tìm đâu thì cũng biết tin rõ ràng.
汉语意译：必须要查明清楚。

①三岛：指天宫三个岛，分别是蓬莱、方丈和名珠。

喃字原文：懺生礼物逴迎，
越 南 语：Sắm sanh lễ vật rước sang,
汉语意译：束生备礼物饬送，

喃字原文：吀尋朱𧡊𩈘娘晦嘆。
越 南 语：Xin tìm cho thấy mặt nàng hỏi han.
汉语意译：招翠翘亡魂会面。

喃字原文：道人伏𫘃淨坛，
越 南 语：Đạo nhân phục trước tĩnh đàn,
汉语意译：巫师跪下靖坛诵，

喃字原文：出神䋎丿渚殘篆香。
越 南 语：Xuất thần giây phút chưa tàn nén hương.
汉语意译：显神通未尽香烛。

喃字原文：阻衛明白吶詳，
越 南 语：Trở về minh bạch nói tường:
汉语意译：巫说已查访详明：

喃字原文：𩈘娘拯𧡊役娘㐌查。
越 南 语：“Mặt nàng chẳng thấy, việc nàng đã tra.
汉语意译：“未面谈悉事变故。

喃字原文：𠊛尼𥗐刧寃家，
越 南 语：Người này nặng kiếp oan gia,
汉语意译：这人被冤家所劫，

喃字原文：群𧗱女𧵑牢陀托朱。
越 南 语：Còn nhiều nợ lắm sao đà thác cho!
汉语意译：积债待偿存劫数。

喃字原文：命宫當默難蘇，
越 南 语：Mình cung đang mắc nạn to,
汉语意译：命宫现时临大难，

喃字原文：没𢆥女買㖼𠲣特信。
越 南 语：Một năm nữa mới thăm dò được tin.
汉语意译：一年后，自然清楚。

喃字原文：𠄩边夾𩈘𡏝𡏝，
越 南 语：Hai bên giáp mặt chiền chiền,
汉语意译：到那时两面相逢，

喃字原文：悶𥊚麻拯敢認𨔈台。
越 南 语：Muốn nhìn mà chẳng dám nhận lạ thay!”
汉语意译：只是你不敢招呼。”

喃字原文：𦖑𠳒呐𨔈𨤔尼，
越 南 语：Nghe lời nói lạ dường này,
汉语意译：他听言，不胜惊异，

喃字原文：事娘㐌世𠳒柴敢信。
越 南 语：Sự nàng đã thế, lời thầy dám tin.
汉语意译：事如此，怎信神巫。

喃字原文：拯戈童骨光扦，
越 南 语：Chẳng qua đồng cốt quàng xiên,
汉语意译：这不过，迷信一场，

喃字原文：𠊛兜麻吏体𨕭𡎝塵。
越 南 语：Người đâu mà lại thấy trên cõi trần?
汉语意译：尘外事，岂能目睹？

喃字原文：惜花仍吟嗅春，
越 南 语：Tiếc hoa những ngậm ngùi xuân,
汉语意译：只惜花，恨春归早，

喃字原文：身尼易吏余吝𨑗仙。
越 南 语：Thân này dễ lại mấy lần gặp tiên!
汉语意译：我能几次会仙妹！

喃字原文：渃濡花用㐌安，
越 南 语：Nước trôi hoa rụng đã yên,
汉语意译：水流花谢各随缘，

喃字原文：咍㩜地獄於沔人間。
越 南 语：Hay đâu địa ngục ở miền nhân gian!
汉语意译：怎知地狱在眼前。

喃字原文：犬鷹㐌担謀奸，
越 南 语：Khuyển ưng đã đắt mưu gian,
汉语意译：话犬鹰阴谋已遂，

喃字原文：域娘迻𨑜底安𢖖船。
越 南 语：Vực nàng đưa xuống để an dưới thuyền.
汉语意译：把翠翘移置快船。

喃字原文：帆高撩𨁥翅㟅，
越 南 语：Buồm cao lèo thẳng cánh xuyền,
汉语意译：风满归帆快似箭，

喃字原文：提澄縣錫氷沔𧻭𨖅。
越 南 语：Đè chừng Huyện Tích băng miền vượt sang.
汉语意译：直指驶常州锡县。

喃字原文：𢭂渡𨖲𫏾㕔堂，
越 南 语：Giã đò, lên trước sảnh đường,
汉语意译：卸船到宦家府堂，

喃字原文：犬鷹𠄩𠄼納娘𤼸功。
越 南 语：Khuyển ưng hai đứa nộp nàng dâng công.
汉语意译：放下翠翘赴欢宴。

喃字原文：域娘暫𨑜門房，
越 南 语：Vực nàng tạm xuống môn phòng,
汉语意译：暂扶她僵卧门房，

喃字原文：唉群帖帖戝燶渚派。
越 南 语：Hãy còn thiêm thiếp giấc nồng chưa phai.
汉语意译：未清醒头昏目眩。

喃字原文：黃梁瞸醒魂枚，
越 南 语：Hoàng lương nghe tỉnh hồn mai,
汉语意译：忽然从梦里醒来，

喃字原文：𨷯茹兜秩楼臺帀低。
越 南 语：Cửa nhà đâu mất, lâu đài nào đây?
汉语意译：故家已失，楼台现。

喃字原文：傍徨拱醒拱醝，
越 南 语：Bàng hoàng dở tỉnh dở say,
汉语意译：她一时失措彷徨，

喃字原文：廂堂嗼哨隊趾蓮侯。
越 南 语：Sảnh đường mảng tiếng đòi ngay lên hầu.
汉语意译：府内传，登堂候见。

喃字原文：阿環連䨒逐毛，
越 南 语：Ả hoàn liên xuống giục mau,
汉语意译：丫环轮番催频频，

喃字原文：害雄娘買蹺婁沒𠊛。
越 南 语：hãi hùng nàng mới theo sau một người.
汉语意译：心忐忑，跟着进院。

喃字原文：䁛蘢座曠𢬣䟻，
越 南 语：Nhìn trông tòa rộng dãy dài,
汉语意译：好一座楼房宽广，

喃字原文：天官冢宰固牌撩䢀。
越 南 语："Thiên Quan Trủng Tể" cò bài treo trên.
汉语意译："天官冢宰"牌高悬。

喃字原文：班𣈜𧍆熔𠄩边，
越 南 语：Ban ngày sáp thắp hai bên,
汉语意译：白大里蜡烛两行，

喃字原文：𡨌床七寶𦓿𨕭𠬠𡞕。
越 南 语：Giữa giường thất bảo, ngồi trên một bà.
汉语意译：老娘坐宝床上面。

喃字原文：啈嗙䕺晦梗查，
越 南 语：Gạn gùng ngọn hỏi ngành tra,
汉语意译：她细声盘问来由，

喃字原文：事命娘沛據麻㗂𠽔。
越 南 语：Sự mình nàng phải cứ mà gửi thưa.
汉语意译：翠翘照实答一遍。

喃字原文：不情浽陣霊湄，
越 南 语：Bất tình nổi trận mây mưa,
汉语意译：不料她倒竖柳眉，

喃字原文：役娘仍種巴蜍悁身。
越 南 语：Việc nàng những giống bơ thờ quen thân.
汉语意译：痛骂道："妇人淫贱！

喃字原文：昆尼拯沛善人，
越 南 语：Con này chẳng phải thiện nhân,
汉语意译：你断非善良、逃婢，

喃字原文：極坊遁主時軍論𫯳。
越 南 语：Chẳng phường dọn chúa thì quân lộn chồng.
汉语意译：断然是背夫别恋。

喃字原文：𠚢從貓媽𪃿同，
越 南 语：Ra tuồng mèo mả gà đồng,
汉语意译：看样像野鸡山猫，

喃字原文：𠚢從隴縱拯衝皮𦓡。
越 南 语：Ra tuồng lúng túng chẳng xong bề nào.
汉语意译：是存心出来行骗。

喃字原文：㐌𢭸命半𨷯蚤，
越 南 语：Đã đem mình bán cửa tao,
汉语意译：你已卖身给了我，

喃字原文：吏群恐煩𫜵高世尼。
越 南 语：Lại còn khủng khỉnh làm cao thế này!
汉语意译：还从容傲慢姿专。

喃字原文：𦓡罗家法怒𩙻，
越 南 语：Nào là gia pháp nọ bay!
汉语意译：家法何存，三十板，

喃字原文：唉朱𠀧過別𢬣𠬠吝。
越 南 语：Hãy cho ba quá biết tay một lần!
汉语意译：再看看老娘手段。”

喃字原文：阿環𨕭𠁑㖡嶙，
越 南 语：Ả hoàn trên dưới dạ rân,
汉语意译：丫环们同声称是，

喃字原文：哂浪𤾓𠰘坤分𥚄𦓡。
越 南 语：Dẫu rằng trăm miệng khôn phân lẽ nào!
汉语意译：翠翘忍百口莫辩。

喃字原文：竹棍𠚢飭扱𠓨，
越 南 语：Trúc côn ra sức đập vào,
汉语意译：打得狠，竹棍纷飞。

喃字原文：䏧𦓡𣔻湼肝𦓡拯驚。
越 南 语：Thịt nào chẳng nát, gan nào chẳng kinh!
汉语意译：皮肉绽开惊胆颤。

喃字原文：怡台桃李沒梗，
越 南 语：Xót thay đào lý một cành,
汉语意译：可怜都是桃李枝，

喃字原文：沒番湄颱散情沒番。
越 南 语：Một phen mưa gió, tan tành một phen!
汉语意译：禁不住风狂雨溅。

喃字原文：花奴傳吪掛魋，
越 南 语：Hoa nô truyền dạy đổi tên,
汉语意译：随命改名叫花奴，

喃字原文：房䊷吪押包番侍婢。
越 南 语：Phòng the dạy ép vào phiên thị tỳ.
汉语意译：充作侍婢候差遣。

喃字原文：𠚢包蹺僂青衣，
越 南 语：Ra vào theo lũ thanh y,
汉语意译：从此出入着青衣，

喃字原文：㸌油𩯀纁胗持管包。
越 南 语：Dãi dầu tóc rối da chì quản bao!
汉语意译：粗服乱发人生变。

喃字原文：管家固沒媒帀，
越 南 语：Quản gia có một mụ nào,
汉语意译：尚幸得管家老妈，

喃字原文：体𠊛体涅𠚢包麻傷。
越 南 语：Thấy người thấy nết, ra vào mà thương.
汉语意译：对翠翘十分哀怜。

喃字原文：欺茶𠾕欺𧆄湯，
越 南 语：Khi chè chén, khi thuốc thang,
汉语意译：端汤药不时照顾，

喃字原文：宪唓方便𢩮塘好生。
越 南 语：Đem lời phương tiện, mở đường hiếu sinh.
汉语意译：看护着，极端周全。

喃字原文：吪浪埋磊包停，
越 南 语：Dạy rằng: “ May rủi đã đành,
汉语意译：她劝道：“时运难齐，

喃字原文：柳蒲命𥙩𥙩命朱咍。
越 南 语：Liễu bồ mình giữ lấy mình cho hay.
汉语意译：蒲柳姿，顺守为先。

喃字原文：供罗冤業之低，
越 南 语：Cũng là oan nghiệp chi đây,
汉语意译：亦是冤孽前生定，

喃字原文：沙机買典世尼庄仍。
越 南 语：Sa cơ mới đến thế này, chẳng dưng.
汉语意译：失足来此非偶然。

喃字原文：於低聴壁脉棱，
越 南 语：Ở đây tai vách mạch rừng,
汉语意译：在这里耳目众多，

喃字原文：𧡊埃涓属拱停䁛之。
越 南 语：Thấy ai quen thuộc cũng đừng nhìn chi.
汉语意译：遇熟人，装未曾见。

喃字原文：矯欺霃霌不期，
越 南 语：Kẻo khi sấm sét bất kỳ,
汉语意译：担心遇雷霆不测，

喃字原文：𡥵螉丐蜆叫之特冤。
越 南 语：Con ong cái kiến kêu gì được oan!”
汉语意译：蚁民何处有呼冤。”

喃字原文：娘強湥王如滇，
越 南 语：Nàng càng giọt ngọc như chan,
汉语意译：翠翘听罢泪如泉，

喃字原文：浽悉隴仍盘桓念西。
越 南 语：Nỗi lòng luống những bàn hoàn niềm tây.
汉语意译：忧心忡忡自嗟怨。

喃字原文：風塵刼㐌㤻苔，
越 南 语：“Phong trần kiếp đã chịu đầy,
汉语意译：“风尘劫数已尽头，

喃字原文：淋炭吏固次尼平𠄩。
越 南 语：Lầm thân lại có thứ này bằng hai!
汉语意译：想不到今时更惨。

喃字原文：分牢泊極皮催，
越 南 语：Phận sao bạc chẳng vừa thôi,
汉语意译：命运微薄苦难平，

喃字原文：恇恇�買𥙩𠊛紅顔。
越 南 语：Khăng khăng buộc mãi lấy người hồng nhan!
汉语意译：何事红颜遭天谴。

喃字原文：㐌停夙債前寃，
越 南 语：Đã đành túc trái tiền oan,
汉语意译：如今宿债赎前生，

喃字原文：拱料王湼花殘麻之。
越 南 语：Cũng liều ngọc nát hoa tàn mà chi!”
汉语意译：花残玉碎我无言。”

喃字原文：仍罗娘耨戈時，
越 南 语：Những là nương náu qua thì,
汉语意译：她忍辱度过时光，

喃字原文：小姐沛䀏買衛寧家。
越 南 语：Tiểu thư phải buổi mới về ninh gia.
汉语意译：一日宦姐宁家访。

喃字原文：媄𡥵路傳𬑉𱜢，
越 南 语：Mẹ con trò chuyện lân la,
汉语意译：母女俩人坐闲谈，

喃字原文：夫人買噲娘䞠吪𠳒。
越 南 语：Phu nhân mới gọi nàng ra dạy lời:
汉语意译：夫人把翠翘唤上。

喃字原文：小姐𨑜帳少𠊛，
越 南 语：“Tiểu thư dưới trướng thiếu người,
汉语意译：说：“小姐缺人侍候，

喃字原文：朱衛边𠄧蹺隊楼粧。
越 南 语：Cho về bên ấy theo đòi lầu trang.”
汉语意译：派你去随侍闺房。”

喃字原文：領𠳒娘買蹺𨖲，
越 南 语：Lĩnh lời nàng mới theo sang,
汉语意译：翠翘只服从命令，

喃字原文：别兜地獄天堂𱜢兜。
越 南 语：Biết đâu địa ngục thiên đàng là đâu!
汉语意译：哪处地狱哪天堂！

喃字原文：𤊧𡖵巾𩈘畧頭，
越 南 语：Sớm khuya khăn mặt, lược đầu,
汉语意译：朝夕辛勤地侍奉，

喃字原文：分𡥵侯𡨹𡥵侯敢差。
越 南 语：Phận con hầu giữ con hầu dám sai.
汉语意译：侍者之人时刻忙。

喃字原文：沛脏淹妸朝丕，
越 南 语：Phải đêm êm ả chiều trời,
汉语意译：正碰上静谧黄昏，

喃字原文：竹絲晦典芸制晦鼎。
越 南 语：Trúc tơ hỏi đến nghề chơi hỏi ngày.
汉语意译：小姐谈丝竹宫商。

喃字原文：領唓娘買掐絏，
越 南 语：Lĩnh lời nàng mới giở dây,
汉语意译：她从命抱琴独奏，

喃字原文：咻嫩咱淬易差悉馭。
越 南 语：Nỉ non thánh tuốt dễ say lòng người!
汉语意译：水流鸣咽动人肠。

喃字原文：小姐祐拱傷才，
越 南 语：Tiểu thư xem cũng thương tài,
汉语意译：小姐听罢生怜惜，

喃字原文：困威養拱扒𦍛罢分。
越 南 语：Khuôn uy dường cũng bớt vài bốn phân.
汉语意译：威棱渐消剑锋芒。

喃字原文：𨷯馭苔墜岥身，
越 南 语：Cửa người đày đọa chút thân,
汉语意译：自暗思仰人鼻息，

喃字原文：㶲𠻗咻𦜞脏恩恨悉。
越 南 语：Sớm năn nỉ bóng, đêm ơn hận lòng.
汉语意译：对影悄语夜凄惶。

喃字原文：臨淄𡭧𡨸刀蓬，
越 南 语：Lâm Truy chút nghĩa đèo bòng,
汉语意译：回忆临淄的情侣，

喃字原文：渃嫩底狞相逢刼𧵑。
越 南 语：Nước non để chữ tương phùng kiếp sau!
汉语意译：相逢来日渺茫茫。

喃字原文：罕方霒皨𣳔牟，
越 南 语：Bốn phương mây trắng một màu.
汉语意译：望高处白云天末，

喃字原文：𥆾潙故国别兜罗茹。
越 南 语：Trông với cố quốc biết đâu là nhà.
汉语意译：往回首何处家乡？

喃字原文：吝吝腨𨇒㫷戈，
越 南 语：Lần lần tháng trọn ngày qua,
汉语意译：岁月匆匆地过去，

喃字原文：浽斤帀别塘車世尼。
越 南 语：Nỗi gần nào biết đường xa thế này?
汉语意译：天涯消息苦思量。

喃字原文：臨淄自課鴛𩙻，
越 南 语：Lâm Truy từ kho uyên bay,
汉语意译：从临淄分散鸳行，

喃字原文：房空傷几腨㫷隻身。
越 南 语：Phòng không thương kẻ tháng ngày chiếc thân.
汉语意译：束生寂寞孤难当。

喃字原文：眉撑䏊買印痕，
越 南 语：Mày xanh trăng mới in ngần,
汉语意译：举头望月念修眉，

喃字原文：粉乘香䏧倍分惵車。
越 南 语：Phấn thừa hương cũ bội phần xót xa!
汉语意译：剩粉零脂倍怅惘。

喃字原文：蓮殘菊吏妥花，
越 南 语：Sen tàn, cúc lại nở hoa,
汉语意译：莲叶残时菊正开，

喃字原文：愁䟢𣈜𣋄冬陀𨖅春。
越 南 语：Sầu dài ngày ngắn đông đà sang xuân.
汉语意译：冬日尽头春阳光。

喃字原文：尋𠁀朱𧡊故人，
越 南 语：Tìm đâu cho thấy cố nhân,
汉语意译：寻何处故人安在？

喃字原文：𥙩勾运命𢬣寅怓傷。
越 南 语：Lấy câu vận mệnh khuây dần nhớ thương.
汉语意译：愁肠渐解命相妨。

喃字原文：鄭念怓景家鄉，
越 南 语：Trạnh niềm nhớ cảnh gia hương,
汉语意译：忽然撩起故园情，

喃字原文：怓圭払吏尋塘深圭。
越 南 语：Nhớ quê, chàng lại tìm đường thăm quê.
汉语意译：即日船返探故乡。

喃字原文：小姐迍𨷯啫提，
越 南 语：Tiểu thư đón cửa giã giề,
汉语意译：望家门，小姐迎候，

喃字原文：寒暄皮泋每皮斯賖。
越 南 语：Hàn huyên vừa cạn mọi bề gần xa.
汉语意译：相见欢欣叙旅程。

喃字原文：茹香高捲幅𦇒，
越 南 语：Nhà hương cao cuốn bức là,
汉语意译：显贵家高卷乡帘，

喃字原文：房𨔿傳噲娘𠚢𥚄𢜠。
越 南 语：Phòng trong truyền gọi nàng ra lạy mừng.
汉语意译：唤翠翘拜见家长。

喃字原文：𨀈𠚢𠬠𨀈𠬠𨅸，
越 南 语：Bước ra một bước một dừng,
汉语意译：翠翘举步却迟疑，

喃字原文：𥉫車娘㐌𤏬澄袅車。
越 南 语：Trông xa, nàng đã tỏ chừng nẻo xa:
汉语意译：隔远已见车中男。

喃字原文：沛浪㫫眺畑𪾋，
越 南 语：“Phải rằng nắng quan đèn lòa,
汉语意译：“是日光灯影模糊，

喃字原文：𤉜烺𡎥妬拯𱜢束生。
越 南 语：Rõ ràng ngồi đó, chẳng là Thúc sinh?
汉语意译：此男子与束生相似。

喃字原文：悲𣇞情買𠰚情，
越 南 语：Bây giờ tình mới tỏ tình,
汉语意译：现在事情已大白，

喃字原文：催催㐌默𠓨鐄拯差。
越 南 语：Thôi thôi đã mắc vào vành chẳng sai!
汉语意译：自己蒙骗受人欺。

喃字原文：斫兜固斫𨔍𠁀，
越 南 语：Chước đâu có chước lạ đời,
汉语意译：她人阴谋诡计奇，

喃字原文：𠊛兜麻吏固𠊛精魔。
越 南 语：Người đâu mà lại có người tinh ma!
汉语意译：奸狡妇用尽心机。

喃字原文：爖烪寔侶堆些，
越 南 语：Rõ ràng thật lứa đôi ta,
汉语意译：他和我分明一对，

喃字原文：𠬠𪘵混於主茹堆尼。
越 南 语：Làm ra con ở, chúa nhà đôi nơi!
汉语意译：今成主仆各分移。

喃字原文：皮外噠汑呐哄，
越 南 语：Bề ngoài thơn thớt nói cười,
汉语意译：恨宦姐外表从容，

喃字原文：麻𤁘岩險折𠊛空刀。
越 南 语：Mà trong nham hiểm chết người không dao.
汉语意译：但内心阴毒无比。

喃字原文：悲睬坦隰歪高，
越 南 语：Bây giờ đất thấp trời cao,
汉语意译：现我们相隔云泥，

喃字原文：咹𠬠牢呐𠬠牢悲睬。
越 南 语：Ăn làm sao, nói làm sao bây giờ?”
汉语意译：我应该如何处置。”

喃字原文：強𥉰𩈘強謹魚，
越 南 语：Càng trông mặt, càng ngẩn ngơ,
汉语意译：越看情面越难耐，

喃字原文：腓蟳隊叚如絲纙排。
越 南 语：Ruột tằm đòi đoạn như tơ rối bời.
汉语意译：百结愁肠似乱丝。

喃字原文：慅威敢極咘唓，
越 南 语：Sợ uy, dám chẳng vâng lời,
汉语意译：严威下，只听指使，

喃字原文：傦頭納䢀墷枚沒朝。
越 南 语：Cúi đầu nép xuống sân mai một chiều.
汉语意译：立厅里，俯首无词。

喃字原文：生㐌魄落魂漂，
越 南 语：Sinh đà phất lạc hồn xiêu,
汉语意译：束生见魄散魂飞，

喃字原文：傷喂拯沛娘翹於低。
越 南 语：“Thương ôi! Chẳng phải nàng Kiều ở đây?
汉语意译：怜翠翘因何至此。

喃字原文：因𠰘牢典世尼，
越 南 语：Nhân làm sao đến thế này?
汉语意译：何因缘个中曲折，

喃字原文：催催些㐌默𢬣埃耒。
越 南 语：Thôi thôi, ta đã mắc tay ai rồi!”
汉语意译：自细想，中计无疑。

喃字原文：悸涓敢嚇𠚢唭，
越 南 语：Sợ quen dám hở ra lời,
汉语意译：恶妇面前不敢言，

喃字原文：坤垠湥玊湥洡洅沙。
越 南 语：Khôn ngăn giọt ngọc sụt sùi nhỏ sa.
汉语意译：只有暗恨中垂泪。

喃字原文：小姐𥆾𩈘晦查，
越 南 语：Tiểu thư trông mặt hỏi tra:
汉语意译：小姐见状故盘问：

喃字原文：買衛固役之麻動容。
越 南 语：“Mới về có việc chi mà động dong?”
汉语意译：“刚回家何事伤悲？”

喃字原文：生浪孝服皮衝，
越 南 语：Sinh rằng: "Hiếu phục vừa xong.
汉语意译：生说："孝服母方完，

喃字原文：推悉涉屺疠悉終天。
越 南 语：Suy lòng trắc khởi đau lòng chung thiên."
汉语意译：陟屺[①]情深哀难已。"

喃字原文：唒浪孝子㐌铖，
越 南 语：Khen rằng: "Hiếu tử đã nên!
汉语意译：她赞叹："孝道堪称，

喃字原文：洗塵嫚戳解煩脏秋。
越 南 语：Tẩy trần mượn chén giải phiền đêm thus."
汉语意译：今夕洗尘解哀思。"

喃字原文：婍鈇戳酢戳酬，
越 南 语：Vợ chồng chén tạc chén thù,
汉语意译：夫妻酬酢杯交错，

喃字原文：扒娘蹲直持壺𠄩尼。
越 南 语：Bắt nàng đứng chực trì hồ hai nơi.
汉语意译：命翠翘席边服侍。

喃字原文：扒寬扒日典唓，
越 南 语：Bắt khoan bắt nhặt đến lời,
汉语意译：令要她进退有度，

喃字原文：扒跪尽𩈘扒进尽𢬣。
越 南 语：Bắt quì tận mặt, bắt mời tận tay.
汉语意译：要她跪敬双手举。

①陟屺：出自《诗·魏风·陟岵》"陟彼屺兮，瞻望母兮"，喻人子思母。

喃字原文：生強如瘦如㾊，
越 南 语：Sinh càng như dại như ngây,
汉语意译：束生更如呆如痴，

喃字原文：渶䟢渶𨱽㦰苔㦰潙。
越 南 语：Giọt dài giọt ngắn, chén đầy chén vơi.
汉语意译：干杯解愁添泪垂。

喃字原文：𠌿趍秩吶秩哄，
越 南 语：Dựng đi, chợt nói chợt cười,
汉语意译：强笑颜勉作应酬，

喃字原文：告醝払㐌啖排𤐝𠚢。
越 南 语：Cáo say, chàng đã đạm bài lảng ra.
汉语意译：借口退不胜酒力。

喃字原文：小姐倍吻𡛔花，
越 南 语：Tiểu thư vội thét: “Con Hoa!
汉语意译：小姐大声唤：“花奴，

喃字原文：吶𠓨仍法𢭲𠚢仍扽。
越 南 语：Nói vào những phép, giở ra những đòn!”
汉语意译：劝他饮违命惩治。”

喃字原文：生強湼肆散魂，
越 南 语：Sinh càng nát ruột tan hồn,
汉语意译：束生更动魄惊心，

喃字原文：㦰𠻃沛吟蒲凡澡𤯩。
越 南 语：Chén mời phải ngậm bồ hòn ráo ngay!
汉语意译：倾杯尽饮“苦果汁”①。

①苦果汁：苦果是指无患子果实，味苦。过去京族民间流传一种说法：自含无患子受苦，也要顺从他人意。此处比喻这酒似无患子果汁，再苦也要吞下去。

喃字原文：小姐哄呐省醝，
越 南 语：Tiểu thư cười nói tỉnh say,
汉语意译：小姐笑，诈醉装痴，

喃字原文：渚衝局醖吏排路制。
越 南 语：Chưa xong cuộc rượu lại bày trò chơi.
汉语意译：筵未终又生主意：

喃字原文：浪花奴覩每才，
越 南 语：Rằng: “Hoa nô đủ mọi tài,
汉语意译：“花奴多才又多艺，

喃字原文：版弹此蹈沒排払瞎。
越 南 语：Bản đàn thử dạo một bài chàng nghe!”
汉语意译：妙技当筵君听矣。”

喃字原文：娘陀散渙痹迷，
越 南 语：Nàng đà tán hoán tê mê,
汉语意译：翠翘已心乱如麻，

喃字原文：吥唓𠚢𫏾屏𦀊紊弹。
越 南 语：Vâng lời ra trước bình the vặn đàn.
汉语意译：背屏风弦调玉指。

喃字原文：罒𦀊如哭如嘆，
越 南 语：Bốn dây như khóc như than,
汉语意译：四弦弹出断肠声，

喃字原文：遣𠊛𨖲席拱散湼悉。
越 南 语：Khiến người trên tiệc cũng tan nát lòng!
汉语意译：座上闻声皆叹息。

喃字原文：拱𥪝沒哨絲桐，
越 南 语：Cùng trong một tiếng tơ đồng,
汉语意译：悲音切切出丝桐，

喃字原文：𠰘外唭𠶖𠰘䀡哭忱。
越 南 语：Người ngoài cười nụ, người trong khóc thầm!
汉语意译：听者安知弹者虑。

喃字原文：渓珠吕渚坤拎，
越 南 语：Giọt châu lã chã khôn cầm,
汉语意译：束生难忍泪双流，

喃字原文：𩠑頭払仍拔忱渓霜。
越 南 语：Cúi đầu chàng những gạt thầm giọt sương.
汉语意译：低头抹泪青巾湿。

喃字原文：小姐吏吻祂娘，
越 南 语：Tiểu thư lại thét lấy nàng:
汉语意译：小姐指斥她当场：

喃字原文：局慍掝曲断腸氏之。
越 南 语："Cuộc vui gảy khúc đoạn tràng ấy chi?
汉语意译："盛筵喜，哀音靡靡。

喃字原文：牢極别意思之。
越 南 语：Sao chẳng biết ý tứ gì?
汉语意译：你是否恶意先怀，

喃字原文：朱払慍把罪為在屹。
越 南 语：Cho chàng buồn bã tội vì tại ngươi!"
汉语意译：添夫烦，心存妒忌。"

喃字原文：生強惨切徘徊，
越 南 语：Sinh càng thảm thiết bồi hồi,
汉语意译：束生更惨恻徘徊，

喃字原文：倍鐄強呐強唭朱戈。
越 南 语：Vội vàng gượng nói, gượng cười cho qua.
汉语意译：保翠翘强颜欢笑。

喃字原文：湥銅更乜點巴，
越 南 语：Giọt rồng canh đã điểm ba,
汉语意译：铜壶漏水点二更，

喃字原文：小姐睭㮞𦎛陀甘心。
越 南 语：Tiểu thư nhìn mặt dường đà cam tâm.
汉语意译：小姐见状心满意。

喃字原文：悉𥢆啌啟㦖忱，
越 南 语：Lòng riêng khấp khởi mừng thầm:
汉语意译：愿望达，大快私衷，

喃字原文：㥋尼乜補疠吟初𠊛。
越 南 语：“Vui này đã bõ đau ngầm xưa nay!”
汉语意译：想：“今夕冤仇报矣。”

喃字原文：生時肝烤肆苔，
越 南 语：Sinh thì gan héo ruột đầy,
汉语意译：束生则痛彻肝肠，

喃字原文：浽悉強扔強荄䔲悉。
越 南 语：Nỗi lòng càng nghĩ càng cay đắng lòng.
汉语意译：忆往事千愁交集。

喃字原文：𠊛𠓨終襘鸞房，
越 南 语：Người vào chung gối loan phòng,
汉语意译：夫妻转入同鸾房，

喃字原文：娘䢟拧𣋚畑終更䠊。
越 南 语：Nàng ra tựa bóng đèn chong canh dài.
汉语意译：翠翘灯下倚门思。

喃字原文：悲除買爈沁唏，
越 南 语：Bây giờ mới rõ tăm hơi,
汉语意译：至如今，真相明了，

喃字原文：𠕧悭𪠞固𨔍茷茹悭。
越 南 语：Máu ghen đâu có lạ đời nhà ghen!
汉语意译：最凶残妇女妒忌。

喃字原文：斫𪠞技翠𢺺鸳，
越 南 语：Chước đâu rẽ thúy chia uyên,
汉语意译：致令鸳、翠鸟分飞，

喃字原文：埃𠚢塘乃埃䁛特埃。
越 南 语：Ai ra đường nấy, ai nhìn được ai?
汉语意译：今日相逢装不识。

喃字原文：悲除𠬠域𠬠𡗶，
越 南 语：Bây giờ một vực một trời,
汉语意译：念身份已隔云泥，

喃字原文：歇調轻重歇唭是非。
越 南 语：Hết điều khinh trọng, hết lời thị phi!
汉语意译：轻重是非不回忆。

喃字原文：珥如苝磫如鉼，
越 南 语：Nhẹ như bấc, nặng như chì,
汉语意译：轻似灯心重似铁，

喃字原文：攑朱𠚢汝群之𪜀缘。
越 南 语：Gỡ cho ra nữa còn gì là duyên?
汉语意译：扳回青春情余几。

喃字原文：吕廊𨳒分婵娟，
越 南 语：Lỡ làng chút phận thuyền quyên,
汉语意译：婵娟生涯逝不回，

喃字原文：𣷷溇浰奇固全特爲。
越 南 语：Bể sâu sóng cả có tuyền được vay?
汉语意译：苦海狂澜漩无极。

喃字原文：沒命陰倚腤迡，
越 南 语：Một mình âm ỉ đêm chầy,
汉语意译：独自眠，思虑终宵，

喃字原文：磁油潙渃相苔甑更。
越 南 语：Đĩa dầu vơi, nước mắt đầy năm canh.
汉语意译：油尽灯枯泪珠滴。

喃字原文：𣋽𡖼侯下臺葢，
越 南 语：Sớm khuya hầu hạ đài dinh,
汉语意译：翠翘日夜侍候忙，

喃字原文：小姐𢸠𣎃提情哊查。
越 南 语：Tiểu thư chạm mặt, đè tình hỏi tra.
汉语意译：一天和小姐相值。

喃字原文：护唓娘買踈戈，
越 南 语：Lựa lời, nàng mới thưa qua,
汉语意译：翠翘借机细婉言：

喃字原文：沛欺命吏怞車浽命。
越 南 语："Phải khi mình lại xót xa nỗi mình."
汉语意译："我忍受命途休戚。"

喃字原文：小姐吏哊束生，
越 南 语：Tiểu thư lại hỏi Thúc sinh:
汉语意译：小姐面对嘱束生，

喃字原文：忌払查祂寔情朱當。
越 南 语："Cậy chàng tra lấy thực tình cho đang!"
汉语意译："你助根查她来历。"

喃字原文：生陀撻肆如胞，
越 南 语：Sinh đà rát ruột như bào,
汉语意译：束生如万箭穿心，

喃字原文：呐𠚢極便𥆾𠓨拯登。
越 南 语：Nói ra chẳng tiện, trông vào chẳng đang!
汉语意译：悲恻酸辛难启齿。

喃字原文：仍衣吏累典娘，
越 南 语：Những e lại lụy đến nàng,
汉语意译：他唯恐牵累翠翘，

喃字原文：打料買仕捛塘嗨查。
越 南 语：Đánh liều mới sẽ lựa đường hỏi tra.
汉语意译：硬头应，尽求妥适。

喃字原文：儈頭跪熠壣花，
越 南 语：Cúi đầu quì trước sân hoa,
汉语意译：见她低首跪花厅，

喃字原文：申供娘買𨖲戈沒詞。
越 南 语：Thân cung nàng mới lên qua một từ.
汉语意译：手捏着陈情一纸。

喃字原文：面前呈貝小姐，
越 南 语：Diện tiền trình với tiểu thư,
汉语意译：当束面前呈小姐，

喃字原文：脫祐羕固謹魚鈶情。
越 南 语：Thoắt xem dường có ngẩn ngơ chút tình.
汉语意译：试内心微有妒意。

喃字原文：連𢬣拵吏束生，
越 南 语：Liền tay trao lại Thúc sinh,
汉语意译：看罢即递与束生，

喃字原文：浪才鉞重麻情鉞傷。
越 南 语：Rằng: “Tài nên trọng mà tình nên thương!
汉语意译：“此女人才高不遇。

喃字原文：否拯固数𧶄𩈘，
越 南 语：Ví chăng có số giàu sang,
汉语意译：如果生在名门户，

喃字原文：價尼酉鑄茹鐄拱𢧚。
越 南 语：Giá này dẫu đúc nhà vàng cũng nên!
汉语意译：金屋早应藏艳娇。

喃字原文：𣷭塵沉浽嬋娟，
越 南 语：Bể trần chìm nổi thuyền quyên,
汉语意译：尘海婵娟久飘零，

喃字原文：有才傷浽無缘𨓡𣈜。
越 南 语：Hữu tài thương nỗi vô duyên lạ đời.”
汉语意译：有才人遭时不济。”

喃字原文：生浪寔固如㖡，
越 南 语：Sinh rằng: “Thật có như lời,
汉语意译：束生道：“卓见无差，

喃字原文：紅顔箔命沒𠊛帀爲。
越 南 语：Hồng nhan bạc mệnh một người nào vay!
汉语意译：红颜薄命不稀奇。

喃字原文：𠦳初歐拱世尼，
越 南 语：Nghìn xưa âu cũng thế này,
汉语意译：古今也许是一例。

喃字原文：悲𣇞歐料扒𢬣買皮。
越 南 语：Bây giờ âu liệu bớt tay mới vừa.”
汉语意译：手下留情发慈悲。”

喃字原文：小姐浪意𨕭詞，
越 南 语：Tiểu thư rằng: “Ý trong tờ,
汉语意译：小姐说：“纸上陈情，

喃字原文：啞𡫨命箔吁迦𠛌空。
越 南 语：Rắp đem mệnh bạc xin nhờ cửa không.
汉语意译：她蓄意空门遁迹。

喃字原文：催時催拱朝悉，
越 南 语：Thôi thì thôi cũng chiều lòng,
汉语意译：我要从她的心愿，

喃字原文：拱朱㧅詨𨎠錃趾𡓃。
越 南 语：Cũng cho nghỉ nghị trong vòng bước ra.
汉语意译：让许她摆脱艰危。

喃字原文：産观音閣園些，
越 南 语：Sẵn quan âm các vườn ta,
汉语意译：花园有观音楼阁，

喃字原文：固核𣛠𡱩固花罕務。
越 南 语：Có cây trăm thước, có hoa bốn mùa.
汉语意译：有古树四季花枝。

喃字原文：固古樹固山瑚，
越 南 语：Có cổ thụ, có sơn hồ,
汉语意译：有珊瑚假山点缀，

喃字原文：朱娘𡓃妬𡨸厨誦経。
越 南 语：Cho nàng ra đó, giữ chùa tụng kinh.”
汉语意译：在那儿诵经守寺。”

喃字原文：曽曽𡗶買平明，
越 南 语：Tâng tâng trời mới bình minh,
汉语意译：翌日，月残黎明起，

喃字原文：香花五供㦗生礼常。
越 南 语：Hương hoa ngũ cúng, sắm sanh lễ thường.
汉语意译：备花果供佛礼仪。

喃字原文：迻娘典𣦍佛堂，
越 南 语：Đưa nàng đến trước phật đường,
汉语意译：引翠翘进入佛堂，

喃字原文：三歸五戒朱娘出家。
越 南 语：Tam qui ngũ giới, cho nàng xuất gia.
汉语意译：五戒三皈尼姑师。

喃字原文：襖撑𢷮𢭂袈裟，
越 南 语：Áo xanh đổi lấy cà sa,
汉语意译：脱青裙换上袈裟，

喃字原文：法名吏𢷮𠸜𠚢濯泉。
越 南 语：Pháp danh lại đổi tên ra Trạc Tuyền.
汉语意译：法名濯泉换名字。

喃字原文：𣋽𣋚併覩油畑，
越 南 语：Sớm khuya tính đủ dầu đèn,
汉语意译：小姐施灯油费用，

喃字原文：春秋割産𠄩𠸜香茶。
越 南 语：Xuân, thu cắt sẵn hai tên hương trà.
汉语意译：派二婢共礼菩提。

喃字原文：娘自另蹭園花，
越 南 语：Nàng từ lánh gót vườn hoa,
汉语意译：自翠翘花园遁隐，

喃字原文：𨉟斯棱紫𨉟賖埣紅。
越 南 语：Dường gần rừng tía, dường xa bụi hồng.
汉语意译：身依紫竹远红尘。

喃字原文：因緣𨔍吏群蒙，
越 南 语：Nhân duyên đâu lại còn mong,
汉语意译：俗缘已断何所望，

喃字原文：塊調憘粉悴紅時催。
越 南 语：Khỏi điều thẹn phấn tủi hồng thì thôi.
汉语意译：遂消除欲念粉纭。

喃字原文：佛前惨垃愁塯，
越 南 语：Phật tiền thảm lấp sầu bụi,
汉语意译：常在佛前消万虑，

喃字原文：㝵鋪手字腣呐心香。
越 南 语：Ngày pho thủ tự, đêm nồi tâm hương.
汉语意译：一瓣心香好诵经。

喃字原文：朱咍湙渃梗揚，
越 南 语：Cho hay giọt nước cành dương,
汉语意译：手持洒杨枝甘露，

喃字原文：焒悉洒滊每塘塵緣。
越 南 语：Lửa lòng tưới tắt mọi đường trần duyên.
汉语意译：尘俗事两耳不闻。

喃字原文：榑㯲自跛牟禪，
越 南 语：Nâu sồng từ trở màu thiền,
汉语意译：修行皈依三宝后，

喃字原文：𡑝秋䏓㐌𤾓番蹲頭。
越 南 语：Sân thu trăng đã vài phen đứng đầu.
汉语意译：秋园几度日月沉。

喃字原文：𨷯房扶日緾毛，
越 南 语：Cửa phòng then nhặt lưới mau,
汉语意译：阁门深锁人镇守，

喃字原文：呐唓䂁𩈘淶珠永䣉。
越 南 语：Nói lời trước mặt, rơi châu vắng người.
汉语意译：对人欢笑背人颦。

喃字原文：閣經院冊堆尼，
越 南 语：Gác kinh viện sách đôi nơi,
汉语意译：经阁、书斋分两地，

喃字原文：𨁥𨁥𨁥吏扱进関山。
越 南 语：Trong gang tấc lại gấp mười quan san.
汉语意译：尽相近，恍隔千岑。

喃字原文：仍罗吟咀㗒嘆，
越 南 语：Những là ngậm thở giọt than,
汉语意译：束生久吞声忍气，

喃字原文：小姐沛𣇞問安衛茹。
越 南 语：Tiểu thư phải buổi vấn an về nhà.
汉语意译：一日，小姐回探亲。

喃字原文：乘機生買𨅸𪚚，
越 南 语：Thừa cơ sinh mới lẻn ra,
汉语意译：束生伺机私外出，

喃字原文：侵侵典厎園花貝娘。
越 南 语：Xăm xăm đến mé vườn hoa với nàng.
汉语意译：到园中相会情人。

喃字原文：湥涞拱涹斷腸，
越 南 语：Sụt sùi giở nỗi đoạn trường,
汉语意译：相逢泣诉伤心事，

喃字原文：湥珠尋謝埮長襖撐。
越 南 语：Giọt châu tầm tã đượm trường áo xanh.
汉语意译：热泪淋漓湿袖巾。

喃字原文：㐌甘𠺥箔貝情，
越 南 语：“Đã cam chịu bạc với tình,
汉语意译：“我已负卿无可说，

喃字原文：主春底罪没命朱花。
越 南 语：Chúa xuân để tội một mình cho hoa.
汉语意译：护花无力愧青神。

喃字原文：𨋣机輸智弹婆，
越 南 语：Thấp cơ thua trí đàn bà,
汉语意译：失机一子输全局，

喃字原文：䁛𠓨疠肨呐𪜀矴唭。
越 南 语：Trông vào đau ruột, nói ra ngại lời.
汉语意译：有苦难言泪暗吞。

喃字原文：爲些朱累典𠊛，
越 南 语：Vì ta cho lụy đến người,
汉语意译：怜你历尽酸辛苦，

喃字原文：吉淋王皛舌𣅶春撑。
越 南 语：Cát lầm ngọc trắng, thiệt đời xuân xanh.
汉语意译：涂炭珠玉断青春。

喃字原文：管之䢀坦𨑜溋，
越 南 语：Quản chi trên đất xuống duềnh,
汉语意译：不管怎艰难险阻，

喃字原文：拱算𤯩托貝情朱衝。
越 南 语：Cũng toan sống thác với tình cho xong.
汉语意译：愿死生与你同衾。

喃字原文：宗堂𡮈渚甘悉，
越 南 语：Tông đường chút chửa cam lòng,
汉语意译：忧是椿堂老无子，

喃字原文：哏䶦泌没𡨸同𠄩。
越 南 语：Cắn răng bẻ một chữ đồng làm hai.
汉语意译：忍痛‘同’字拆半分。

喃字原文：撘命矽湟鐄派，
越 南 语：Thẹn mình đá nát vàng phai,
汉语意译：金石誓言成往事，

喃字原文：𤾓身易贖𠬠唭特牢。
越 南 语：Trăm thân dễ chuộc một lời được sao?”
汉语意译：百身莫赎诺难遵。”

喃字原文：娘浪隻栢㳥濤，
越 南 语：Nàng rằng: “Chiếc bách sóng đào,
汉语意译：她道：“孤舟浮浪涛，

喃字原文：浽沉拱默昈帀磊埋。
越 南 语：Nổi chìm cũng mặc lúc nào rủi may.
汉语意译：只随波漂泊沉沦。

喃字原文：㑏身𠷊㖭漨淶，
越 南 语：Chút thân quằn quại vũng lầy,
汉语意译：欲微驱早拼一死，

喃字原文：䇢乘群想典𣅶女牢。
越 南 语：Sống thừa còn tưởng đến rày nữa sao?
汉语意译：岂知今日尚残存。

喃字原文：拱料𠬠渫湄滛，
越 南 语：Cũng liều một giọt mưa rào,
汉语意译：风吹花落知何所，

喃字原文：麻朱天下𥉩𠓨拱咍。
越 南 语：Mà cho thiên hạ trông vào cũng thay.
汉语意译：色相人间偶现身。

喃字原文：𢣂爲琹㐌𤈜絏，
越 南 语：Xót vì cầm đã bén dây,
汉语意译：只惜琴弦抱相连，

喃字原文：揰𤾓𢆥拱𠬠𣈜缘些。
越 南 语：Chẳng trăm năm cũng một ngày duyên ta.
汉语意译：未百年恩，情留痕。

喃字原文：料排𨷑𨷯朱𠚢，
越 南 语：Liệu bài mở cửa cho ra,
汉语意译：惟愿牢笼得脱身，

喃字原文：𠲖𱺵情𥘀𠲖𱺵恩溇。
越 南 语：Ấy là tình nặng, ấy là ân sâu!”
汉语意译：终生铭记感深恩。”

喃字原文：生浪𥢅想閉数，
越 南 语：Sinh rằng: “Riêng tưởng bấy lâu,
汉语意译：生说：“我深思熟虑，

喃字原文：悉𠊛岩險别𠁀麻量。
越 南 语：lòng người nham hiểm biết đâu mà lường.
汉语意译：但大妇阴险无论。

喃字原文：汝欺㖸膝負傍，
越 南 语：Nữa khi dông tố phũ phàng,
汉语意译：怕万一再施毒计，

喃字原文：舌𥢅帝拱吏強極低。
越 南 语：Thiệt riêng đấy, cũng lại càng cực đây.
汉语意译：两人的冤屈难伸。

喃字原文：料麻賒趂高𩙻，
越 南 语：Liệu mà xa chạy cao bay,
汉语意译：我劝你高飞远走，

喃字原文：爱恩些固銀尼麻催。
越 南 语：Ái ân ta có ngần này mà thôi!
汉语意译：我们的恩爱长存。

喃字原文：悲晽几虐馭吹，
越 南 语：Bây giờ kẻ ngược người xuôi,
汉语意译：只现在别情难忍，

喃字原文：别包晽吏綏咥渃嫩。
越 南 语：Biết bao giờ lại nối lời nước non?
汉语意译：海誓山盟忍再闻？

喃字原文：西浪滝泮砂痌，
越 南 语：Dẫu rằng sông cạn đá mòn,
汉语意译：纵然是海枯石烂，

喃字原文：猑蚕典㵢拱群王絲。
越 南 语：Con tằm đến thác cũng còn kéo tơ.”
汉语意译：蚕僵尽丝情难分。”

喃字原文：共饒計礼𢆥初，
越 南 语：Cùng nhau kể lể sau xưa,
汉语意译：两人讲尽心头事，

喃字原文：呐耒吏呐𠅜渚歇咥。
越 南 语：Nói rồi lại nói, lời chưa hết lời.
汉语意译：赘述中，体贴殷勤。

喃字原文：𩈘矓揺拯女移，
越 南 语：Mặt trông tay chẳng nỡ rời,
汉语意译：正携手相看无语，

喃字原文：花婢㐌動哨馭㠳晽。
越 南 语：Hoa tì đã động tiếng người nẻo xa.
汉语意译：人声响侍婢报讯。

喃字原文：忍汚唔淬蹲𡒯，
越 南 语：Nhận ngừng nuốt tủi đứng ra,
汉语意译：束生引退自从容，

喃字原文：小姐𢯏㐌𢪀花跐𠓨。
越 南 语：Tiểu thư đâu đã rẽ hoa bước vào.
汉语意译：遇小姐伫立花丛。

喃字原文：唭唭呐呐吭嗷，
越 南 语：Cười cười nói nói ngọt ngào,
汉语意译：宦姐见温然含笑，

喃字原文：晦払買於准芇吏制。
越 南 语：Hỏi: “Chàng mới ở chốn nào lại chơi?”
汉语意译：问与谁往返过从。

喃字原文：㖡𩢟生買料唓，
越 南 语：Dối quanh sinh mới liệu lời:
汉语意译：束生说寻花顺道，

喃字原文：尋花過跐祐馭曰經。
越 南 语：“Tìm hoa quá bước, xem người viết kinh.”
汉语意译：见花奴默写经颂。

喃字原文：唷浪筆法㐌精，
越 南 语：Khen rằng bút pháp đã tinh,
汉语意译：又说她笔墨神妙，

喃字原文：𢭲𠓨貝帖蘭亭芇輸。
越 南 语：So vào với thiếp Lan đình nào thua!
汉语意译：胜《兰亭序》帖精工。

喃字原文：惜台梳落江湖，
越 南 语：Tiếc thay lưu lạc giang hồ,
汉语意译：可惜她流落江湖，

喃字原文：𠦳鐄寔拱𨨨摸𢳯才。
越 南 语：Nghìn vàng thực cũng nên mua lấy tài!
汉语意译：空负才华斗山重。

喃字原文：禪茶泮渃紅梅，
越 南 语：Thiền trà cạn nước hồng mai,
汉语意译：谈罢共啜禅茶香，

喃字原文：從容綏蹭書齋共衛。
越 南 语：Thong dong nối gót thư trai cùng về.
汉语意译：然后从容返房中。

喃字原文：娘强哝淚塢哝，
越 南 语：Nàng càng e lệ ủ ê,
汉语意译：他离，翘心情沉重，

喃字原文：吔聰晦吏花婢䞕㪠。
越 南 语：Rỉ tai hỏi lại hoa tì trước sau.
汉语意译：问春花，知情与否。

喃字原文：花浪婆𦤾㐌数，
越 南 语：Hoa rằng: "Bà đến đã lâu,
汉语意译：花说："小姐来已久，

喃字原文：蹎蹎蹲納度𢭸姅晷。
越 南 语：Dón chân đứng núp độ đâu nửa giờ.
汉语意译：她只是藏身不动。

喃字原文：伶伶技䰇蹎絲，
越 南 语：Rành rành kẽ tóc chân tơ,
汉语意译：隐旁边，相距很近，

喃字原文：氽㖡聀歇㐌餘𤈜詳。
越 南 语：Mấy lời nghe hết, đã dư tỏ tường.
汉语意译：听你们情话动衷。

喃字原文：包饒斷苦情傷，
越 南 语：Bao nhiêu đoạn khổ tình thương,
汉语意译：听尽了恩恩怨怨，

喃字原文：涹翁勿巴涹娘咀嘆。
越 南 语：Nỗi ông vật vã, nỗi nàng thở than.
汉语意译：听你们呻吟哀痛。

喃字原文：垠碎蹲吏𠬠边，
越 南 语：Ngăn tôi đứng lại một bên,
汉语意译：她叫我隐身一角，

喃字原文：㦒聰耒買跐𨖲𨕭楼。
越 南 语：Chán tai rồi mới bước lên trên lầu.”
汉语意译：听完首尾上楼中。”

喃字原文：聀催驚駭掣𠁀，
越 南 语：Nghe thôi, kinh hãi xiết đâu,
汉语意译：翠翘悉，汗流浃背，

喃字原文：弹婆世氏𧡊歐𠬠𠊛。
越 南 语：Đàn bà thế ấy, thấy âu một người!
汉语意译：想泼妇如此穷凶。

喃字原文：氏買肝氏買才，
越 南 语：Ấy mới gan, ấy mới tài,
汉语意译：“她真是阴险顽强”，

喃字原文：𢖵強添涹𧀒荄用移。
越 南 语：Nghĩ càng thêm nỗi đắng cay rụng rời!
汉语意译：翠翘怕，战栗惶恐：

喃字原文：𠊛𠁀溇色渃𣈜，
越 南 语：“Người đâu sâu sắc nước đời,
汉语意译：“这样狠毒泼妇娘，

喃字原文：麻払束沛𠚢𠊛𢭸𢬣。
越 南 语：mà chàng Thúc phải ra người bó tay!
汉语意译：束生竟忍受顺从。

喃字原文：寔賍扒持荼尼，
越 南 语：Thực tang, bắt được dường này,
汉语意译：我们当场被看破，

喃字原文：吶慳埃拱珠眉哏䘺。
越 南 语：Máu ghen ai cũng chau mày cắn răng.
汉语意译：别人已怒气冲冲。

喃字原文：世麻㱔拯代藤，
越 南 语：Thế mà im chẳng đãi đằng,
汉语意译：然后她保持沉默，

喃字原文：嘲呭慍㦖吶能妙揚。
越 南 语：Chào mời vui vẻ, nói năng dịu dàng!
汉语意译：回应以礼貌从容。

喃字原文：慬妯𪓇胣世常，
越 南 语：Giận dầu ra dạ thế thường,
汉语意译：愤怒是人情常态，

喃字原文：唭油買寔坤量險溇。
越 南 语：Cười dầu mới thực khôn lường hiểm sâu!
汉语意译：笑里藏刀真正凶。

喃字原文：身些些沛怚尼，
越 南 语：Thân ta, ta phải lo âu,
汉语意译：自身事值得忧虑，

喃字原文：𠰘猞毒蛒於𢪀准尼。
越 南 语：Miệng hùm, nọc rắn ở đâu chốn này!
汉语意译：虎口蛇涎四面攻。

喃字原文：岙拯执翅高𩙻，
越 南 语：Ví chăng chắp cánh cao bay,
汉语意译：如果不远离此地，

喃字原文：搡核数拱固時㩧花。
越 南 语：Sào cây lâu cũng có ngày bẻ hoa!
汉语意译：难免受折磨之痛。

喃字原文：分蔈包管渃沙，
越 南 语：Phận bèo bao quản nước sa,
汉语意译：身世卑，风飘雨落，

喃字原文：泠汀撓汝拱罒泠汀。
越 南 语：Lênh đênh đâu nữa cũng là lênh đênh.
汉语意译：零丁到处亦相同。

喃字原文：参哝圭客𠬠命，
越 南 语：Chỉn e quê khách một mình,
汉语意译：我只怕他乡沦落，

喃字原文：𢬣空渚易尋鐄蔭飫。
越 南 语：Tay không chưa dễ tìm vành ấm no!”
汉语意译：谁庇荫两手空空。”

喃字原文：㧣趍㧣吏觥孤，
越 南 语：Nghĩ đi, nghĩ lại quanh co,
汉语意译：她正在沉思迷惘，

喃字原文：佛前産固每圖金銀。
越 南 语：Phật tiền sẵn có mọi đồ kim ngân.
汉语意译：见金银法器佛堂。

喃字原文：边命撌底詎身，
越 南 语：Bên mình giắt để hộ thân,
汉语意译：她立即取纳身边，

喃字原文：吝聧更㐌𠬠分鼜𠀧。
越 南 语：Lần nghe canh đã một phần trống ba.
汉语意译：至听见三更鼓响。

喃字原文：拮命戈蓙墻花，
越 南 语：Cất mình qua ngọn tường hoa,
汉语意译：她仓皇跳出花墙，

喃字原文：吝塘蹺膵膡斜衞西。
越 南 语：Lần đường theo bóng trăng tà về tây.
汉语意译：朝着西，月斜方向。

喃字原文：䨀霿黮吉頪核，
越 南 语：Mịt mù dặm cát đồi cây,
汉语意译：朦胧沙林途远程，

喃字原文：㗂猲店月蹎鞯求霜。
越 南 语：Tiếng gà điếm nguyệt, dấu giày cầu sương.
汉语意译：鸡鸣月落脚步慌。

喃字原文：更𩯀身㛪黮長，
越 南 语：Canh khuya thân gái dặm trường,
汉语意译：深夜女子徒偏远，

喃字原文：分咹塘詑分傷烲油。
越 南 语：Phần e đường sá, phần thương dãi dầu.
汉语意译：惧路漫怕浴风霜。

喃字原文：歪東皮糊岸櫰，
越 南 语：Trời đông vừa rạng ngàn dâu,
汉语意译：天刚破晓步桑野，

喃字原文：巴爲茆包别攏罒茹。
越 南 语：Bơ vơ nào đã biết đâu là nhà!
汉语意译：孤苦零丁知何方！

喃字原文：廚攏䁛体㬇賒，
越 南 语：Chùa đâu trông thấy nẻo xa,
汉语意译：远处已见佛庵现，

喃字原文：伶伶招隱庵𠀧𡨸排。
越 南 语：Rành rành Chiêu Ẩn Am ba chữ bài.
汉语意译：“招隐庵”三字显明。

喃字原文：侵侵搭𡣡𨷶外，
越 南 语：Xăm xăm gõ mé cửa ngoài,
汉语意译：直至敲门心惊慌，

喃字原文：住持聀啃逴𠱊𠓨𥪝。
越 南 语：Trụ trì nghe tiếng rước mời vào trong.
汉语意译：主持闻声请进堂。

喃字原文：𧡊牟咹默槈𥡗，
越 南 语：Thấy màu ăn mặc nâu sồng,
汉语意译：观着棕色僧服饰，

喃字原文：覺緣師長𡅏悉連傷。
越 南 语：Giác Duyên sư trưởng lành lòng liền thương.
汉语意译：觉缘师傅表同情。

喃字原文：泔穷梗蔗朱詳，
越 南 语：Gạn gùng ngành ngọn cho tường,
汉语意译：觉缘细问其来历，

喃字原文：𠺳逩娘唉尋塘吶𩙌。
越 南 语：Lạ lùng, nàng hãy tìm đường nói quanh:
汉语意译：翠翘陌生婉言道：

喃字原文：小禅圭於北京，
越 南 语：“Tiểu thiền quê ở Bắc Kinh,
汉语意译：“小尼原籍京城里，

喃字原文：皈師皈佛修行閉数。
越 南 语：Qui sư, qui Phật tu hành bấy lâu.
汉语意译：自幼佛门修行之。

喃字原文：本師耒拱典𨱽，
越 南 语：Bản sư rồi cũng đến sau,
汉语意译：本师随后即来到，

喃字原文：吣迻法寶𨖅侯師兄。
越 南 语：Dạy đưa pháp bảo sang hầu sư huynh.”
汉语意译：传递法宝献师兄。”

喃字原文：𠍣𠼵面献伶伶，
越 南 语：Rày vâng diện hiến rành rành,
汉语意译：从命奉献当面礼，

喃字原文：鐘鐄磬𦬑边命拱𠚢。
越 南 语：Chuông vàng, khánh bạc bên mình giở ra.
汉语意译：谨奉金钟银磬仪。

喃字原文：袩耒師買吣戈，
越 南 语：Xem rồi sư mới dạy qua:
汉语意译：经过目测师应道：

喃字原文：沛尼恒水𠱋些厚情。
越 南 语：“Phải ni Hằng Thủy là ta hậu tình.
汉语意译：“恒河法水俩情忠。

喃字原文：㐱𠲖塘詫𠬠命，
越 南 语：Chỉn e đường sá một mình,
汉语意译：只怕独行路风霜，

喃字原文：於低徐待師兄𠃣㫻。
越 南 语：Ở đây chờ đợi sư huynh ít ngày.”
汉语意译：住此数日等师兄。”

喃字原文：𠳚身特准庵霒，
越 南 语：Gửi thân được chốn am mây,
汉语意译：投身依托佛寺堂，

喃字原文：齋茶塔𢪀𦚐𣇜從容。
越 南 语：Thái dưa đắp đổi tháng ngày thong dong.
汉语意译：斋素更迭度时光。

喃字原文：偈經勾胡属悉，
越 南 语：Kệ kinh câu cũ thuộc lòng,
汉语意译：经偈往时已熟练，

喃字原文：香畑役𠸗斋房涓𢬣。
越 南 语：Hương đèn việc cũ, trai phòng quen tay.
汉语意译：斋戒香火老内行。

喃字原文：𣋽𡃍𦋦𡨹旛霾，
越 南 语：Sớm khuya ra mái, phướn mây,
汉语意译：早晚殷勤诵经事，

喃字原文：蔙畑挑月哨梼𢫫霜。
越 南 语：Ngọn đèn khêu nguyệt, tiếng chày đâm sương.
汉语意译：月下挑灯，晨钟响。

喃字原文：𩈘娘聰慧恪常，
越 南 语：Thấy nàng thông tuệ khác thường,
汉语意译：翠翘聪慧曾出众，

喃字原文：師強你𩈘娘強凭蹎。
越 南 语：Sư càng nể mặt, nàng càng vững chân.
汉语意译：使主容情自心坚。

喃字原文：𨷯禅皮㐌𡳳春，
越 南 语：Cửa thiền vừa đã cuối xuân,
汉语意译：禅门僻静过暮春，

喃字原文：𣈖花苔坦𢿨銀昂𡗶。
越 南 语：Bóng hoa rợp đất, vẻ ngân ngang trời.
汉语意译：花落满地彩银天。

喃字原文：膽光霔净請台，
越 南 语：Gió quang mây tạnh thảnh thơi,
汉语意译：风定云停景寂寞，

喃字原文：固駇坛越蘢制𨷶伽。
越 南 语：Có người đàn việt lên chơi cửa già.
汉语意译：有位檀越人来访。

喃字原文：拱圖鐘磬祜戈，
越 南 语：Giở đồ chuông khánh xem qua,
汉语意译：金钟银磬亲目睹，

喃字原文：唓浪窖种貼茹宧娘。
越 南 语：Khen rằng: “Khéo giống của nhà hoạn nương!”
汉语意译：赞说：“精物似宦家！”

喃字原文：覺緣寔意忚量，
越 南 语：Giác Duyên thực ý lo lường,
汉语意译：觉缘焦急细思量，

喃字原文：腇清買晦吏娘𫏾𨀒。
越 南 语：Đêm thanh mới hỏi lại nàng trước sau.
汉语意译：夜静向翘询真情。

喃字原文：扔浪坤浽西牟，
越 南 语：Nghĩ rằng khôn nỗi giấu mầu,
汉语意译：翘知久瞒实无益，

喃字原文：事命娘買蹭頭排𣦍。
越 南 语：Sự mình, nàng mới gót đầu bày ngay:
汉语意译：将经历事说端详：

喃字原文：悲𣉹事㐌豸尼，
越 南 语：“Bây giờ, sự đã đường này,
汉语意译：“事情真相泄明了，

喃字原文：分憤油磊油埋在𠊛。
越 南 语：Phận hèn, dù rủi dù may tại người.”
汉语意译：吉凶由命你主张。”

喃字原文：覺缘聀吶用移，
越 南 语：Giác Duyên nghe nói rụng rời,
汉语意译：觉缘闻声心发愁，

喃字原文：姅傷姅㥏徘徊極衝。
越 南 语：Nửa thương, nửa sợ bồi hồi chẳng xong.
汉语意译：可怜可惧忧忡忡。

喃字原文：𠮩聰買計事悉，
越 南 语：Rỉ tai mới kể sự lòng:
汉语意译：附耳低声劝翠翘：

喃字原文：於低𨷶佛罗空狭之。
越 南 语：“Ở đây cửa phật là không hẹp gì.
汉语意译：“此佛门人来人往。

喃字原文：哝庄仍事不期，
越 南 语：E chăng những sự bất kỳ,
汉语意译：只怕意外事难防，

喃字原文：底娘朱典世時拱傷。
越 南 语：Để nàng cho đến thế thì cũng thương!
汉语意译：以致如斯身难保。

喃字原文：另賒𫏾料尋塘，
越 南 语：Lánh xa trước liệu tìm đường,
汉语意译：赶前摆脱寻路走，

喃字原文：𫡭徐渃典𫓩𧷸群圭。
越 南 语：Ngồi chờ nước đến nên dường còn quê.
汉语意译：祸到眼前难脱逃。

喃字原文：固茹娘泊边箕，
越 南 语：Có nhà nàng bạc bên kia,
汉语意译：此去暂在白家住，

喃字原文：庵霎涓磊趍衔油香。
越 南 语：Am mây quen lối đi về dầu hương.”
汉语意译：云庵亦其供香火。”

喃字原文：㗂遡吲晦每塘，
越 南 语：Nhắn sang dặn hỏi mọi đường,
汉语意译：寄语白家细叮咛，

喃字原文：迊茹唉暫朱娘住蹎。
越 南 语：Dọn nhà hãy tạm cho nàng chứa chân.
汉语意译：备房一所她暂住。

喃字原文：仍惻特准安身，
越 南 语：Những mừng được chốn an thân,
汉语意译：翠翘喜有安身地，

喃字原文：倍鐄芇及併斯併賖。
越 南 语：Vội vàng nào kịp tính gần, tính xa.
汉语意译：哪顾近忧及远虑。

喃字原文：芇疑拱祖妑𦓅，
越 南 语：Nào ngờ cũng tổ bợm già,
汉语意译：哪知这家老娼户，

喃字原文：泊㜢學貝秀㜢同門。
越 南 语：Bạc bà học với tú bà đồng môn!
汉语意译：白婆秀婆老牌妓。

喃字原文：𧡊娘溋粉鲜綸，
越 南 语：Thấy nàng mạnh phấn tươi son,
汉语意译：她见翠翘浓粉脂，

喃字原文：惆恍特眲半奔固利。
越 南 语：Mừng thầm được buổi bán buôn có lợi.
汉语意译：暗想买卖得润利。

喃字原文：虛空達補铖唓，
越 南 语：Hư không đặt bỏ nên lời,
汉语意译：凭空杜撰造是非，

喃字原文：娘陀𡘯㤿用浰𩯀番。
越 南 语：Nàng đà lớn sợ, rụng rời lắm phen.
汉语意译：使翠翘迭受恐惧。

喃字原文：媒強吹趉朱連，
越 南 语：Mụ càng xui đuổi cho liền,
汉语意译：白婆不停来驱赶，

喃字原文：𥙩唓凶險押緣朱陳。
越 南 语：Lấy lời hung hiểm, ép duyên châu trần.
汉语意译：并威迫出嫁当场。

喃字原文：浪娘�黔沒身，
越 南 语：Rằng: “Nàng muôn dặm một thân,
汉语意译：说：“你身离家千里，

喃字原文：吏忙𥙩哨哄㪼鐥賖。
越 南 语：Lại mang lấy tiếng dữ gần lành xa.
汉语意译：臭名早已宣远扬。

喃字原文：窖寃家貼破茹，
越 南 语：khéo oan gia, của phá gia,
汉语意译：克星倾败人家业，

喃字原文：群埃敢貯匂茹低。
越 南 语：Còn ai dám chứa vào nhà nữa đây!
汉语意译：谁不嫌弃敢收藏！

喃字原文：急算劍准車續，
越 南 语：Kíp toan kiếm chốn xe dây,
汉语意译：快些打算择姻缘，

喃字原文：空仍渚易麻𩙻塘𡗶。
越 南 语：Không dưng chưa dễ mà bay đường trời!
汉语意译：无缘无故受灾殃。

喃字原文：尼斳時拯便尼，
越 南 语：Nơi gần thì chẳng tiện nơi,
汉语意译：就近相邻难介绍，

喃字原文：尼賖時拯固𠊛𱜢賖。
越 南 语：Nơi xa thì chẳng có người nào xa.
汉语意译：远处不知谁求缘。

喃字原文：尼払泊倖㑗茹，
越 南 语：Này chàng bạc hạnh cháu nhà,
汉语意译：我侄白倖欲心急，

喃字原文：拱𥪝親戚肆𦛌拯埃。
越 南 语：Cũng trong thân thích ruột rà chẳng ai.
汉语意译：是我的直系亲房。

喃字原文：𨷶行奔半州台，
越 南 语：Cửa hành buôn bán Châu Thai,
汉语意译：他有商店在台州，

喃字原文：寔他固𠬠单差拯𢘾。
越 南 语：Thật thà có một, đơn sai chẳng ngờ.
汉语意译：为人爽朗直心头。

喃字原文：世𱜢娘拱沛聀，
越 南 语：Thế nào nàng cũng phải nghe,
汉语意译：请你答应这婚事，

喃字原文：成身耒仕料衛州台。
越 南 语：Thành thân rồi sẽ liệu về Châu Thai.
汉语意译：结缘之后回台州。

喃字原文：閉𣇞埃吏别埃，
越 南 语：Bấy giờ ai lại biết ai,
汉语意译：我敢向你许承诺，

喃字原文：油𢚸溾𧍋滝䟧青青。
越 南 语：Dầu lòng bể rộng sông dài thênh thênh.
汉语意译：自由自在任翔翱。

喃字原文：娘油拯决順情，
越 南 语：Nàng dù chẳng quyết thuận tình,
汉语意译：如你坚决不顺情，

喃字原文：債哹㝵𨎟累命典𨍦。
越 南 语：Trái lời nẻo trước, lụy mình đến sau."
汉语意译：前受连累后灾殃。"

喃字原文：娘強𩈘塢眉硃，
越 南 语：Nàng càng mặt ủ mày chau,
汉语意译：翠翘听了面色变，

喃字原文：強𦖑媒呐強疠如寅。
越 南 语：Càng nghe mụ nói càng đau như dần.
汉语意译：恍如利刀割心肠。

喃字原文：𢖵命縱坦仕蹎，
越 南 语：Nghĩ mình túng đất sẩy chân,
汉语意译：心想靠依人无处，

喃字原文：世穷娘買賖斯咀嘆。
越 南 语：Thế cùng, nàng mới xa gần thở than.
汉语意译：末路穷尽叹凄凉：

喃字原文：妾如䍃燕落弹，
越 南 语：“Thiếp như con én lạc đàn,
汉语意译：“我今如孤燕离群，

喃字原文：沛弓昜㐌悸拦核弓。
越 南 语：Phải cung, rày đã sợ làn cây cong!
汉语意译：惊弓鸟魄落魂飘！

喃字原文：穷塘油併竚從，
越 南 语：Cùng đường dù tính chữ tòng,
汉语意译：无奈何，只有顺从，

喃字原文：别𠊛别㮈别悉罒牢。
越 南 语：Biết người, biết mặt, biết lòng làm sao?
汉语意译：知人，知面，不知心？

喃字原文：汝欺閂𠬠世芇，
越 南 语：Nữa khi muôn một thế nào,
汉语意译：将来万一事不平，

喃字原文：半猞奔犲戝㐌𦝄攏。
越 南 语：Bán hùm buôn sói chắc vào lưng đâu?
汉语意译：贩虎卖狼心难量。

喃字原文：油埃悉固所求，
越 南 语：Dù ai lòng có sở cầu,
汉语意译：谁若有心来求爱，

喃字原文：心盟吁决貝饒𠬠唓。
越 南 语：Tâm minh, xin quyết với nhau một lời.
汉语意译：同心决意同发誓！

喃字原文：證明固坦固𡗶，
越 南 语：Chứng minh có đất có trời,
汉语意译：证有皇天，下有地，

喃字原文：闭𣇞𨁡𣴓𠚢𣷭管之。
越 南 语：Bấy giờ vượt bể ra khơi quản gì?”
汉语意译：海阔天高我从愿。”

喃字原文：特𠲖媒買𠚢𠫾，
越 南 语：Được lời mụ mới ra đi,
汉语意译：白婆已得她诺言，

喃字原文：𠸼信户泊即時𢶒生。
越 南 语：Mách tin họ Bạc tức thì sắm sanh.
汉语意译：催促白倖扮新郎。

喃字原文：𠬠茹拵揲令停，
越 南 语：Một nhà dọn dẹp linh đình,
汉语意译：把房舍收拾干净，

喃字原文：抉𡑝達逴泹瓶熠香。
越 南 语：Quét sân, đặt trác, rửa bình, thắp hương.
汉语意译：神座、厅堂、熏炉香。

喃字原文：泊生跪𨑜倍鐄，
越 南 语：Bạc sinh quì xuống vội vàng,
汉语意译：白生如仪行跪拜，

喃字原文：過𠲖吁歇城隍土公。
越 南 语：Quá lời xin hết thành hoàng, thổ công.
汉语意译：发誓拜土地城隍。

喃字原文：𠓀𡑝𢙱㐌待𢙱，
越 南 语：Trước sân, lòng đã giãi lòng,
汉语意译：两人交杯结姻缘，

喃字原文：𨕭幔𫜵礼絲紅結緣。
越 南 语：Trong màn làm lễ tơ hồng kết duyên.
汉语意译：礼仪已毕进洞房。

喃字原文：成親買逹瓵船，
越 南 语：Thành thân mới rước xuống thuyền,
汉语意译：婚后匆匆下船去，

喃字原文：順帆沒蕚吹沔州台。
越 南 语：Thuận buồm một lá, xuôi miền Châu Thai.
汉语意译：顺风直往台州地。

喃字原文：船皮杜渡請台，
越 南 语：Thuyền vừa đỗ bến thảnh thơi,
汉语意译：船达码头人舒畅，

喃字原文：泊生瓵𨀈尋尼𠳨時。
越 南 语：Bạc sinh xuống trước tìm nơi hỏi ngày.
汉语意译：白生登岸找商行。

喃字原文：拱茹行院初𣋚，
越 南 语：Cũng nhà hành việc xưa nay,
汉语意译：老妓院他常来往，

喃字原文：拱坊半𦧘拱𢬣奔𠊛。
越 南 语：Cũng phường bán thịt, cũng tay buôn người.
汉语意译：专经营贩人市场。

喃字原文：䀡𠊛定價皮耒，
越 南 语：Xem người định giá vừa rồi,
汉语意译：看人定价作交易，

喃字原文：緢行沒㐌𠚢进時搒。
越 南 语：Mối hàng một, đã ra mười thì buông.
汉语意译：子母利，十倍取偿。

喃字原文：嘅𠊛税轎逹娘，
越 南 语：Mượn người thuê kiệu rước nàng,
汉语意译：花轿请来接翠翘，

喃字原文：泊宄𣞪泊劍塘朱賒。
越 南 语：Bạc đem mặt bạc kiếm đường cho xa!
汉语意译：白生已远避藏身!

喃字原文：轎花達𨎠𡍢花，
越 南 语：Kiệu hoa đặt trước thềm hoa,
汉语意译：花轿停放于屋前，

喃字原文：边䡦𧡊沒媒𪡔倍鐄。
越 南 语：Bên trong thấy một mụ ra vội vàng.
汉语意译：从里走出一婆娘。

喃字原文：迻娘𠓨𥚄家堂，
越 南 语：Đưa nàng vào lạy gia đường,
汉语意译：立即领翘拜祖堂，

喃字原文：拱神眉𤽸拱坊楼撑。
越 南 语：Cũng thần mày trắng, cũng phường lầu xanh!
汉语意译：白眉神像青楼坊!

喃字原文：脱𥉩娘㐌別情，
越 南 语：Thoắt trông nàng đã biết tình,
汉语意译：翠翘看穿这地方，

喃字原文：䲭籠坤𢈱拮命𩙻高。
越 南 语：Chim lồng khôn lẽ cất mình bay cao.
汉语意译：但笼中鸟难飞翔。

喃字原文：𠟪吒丐𢿘花桃，
越 南 语：Chém cha cái số hoa đào,
汉语意译：自怨是桃花星命，

喃字原文：𢭸𪡔耒吏紥𠓨如制。
越 南 语：Gỡ ra rồi lại buộc vào như chơi!
汉语意译：刚得脱险又遭殃。

喃字原文：𢖵𠁀麻嘫朱𠁀，
越 南 语：Nghĩ đời mà ngán cho đời,
汉语意译：自己回忆人生苦，

喃字原文：才情之𡗋朱𡗶坦慳。
越 南 语：Tài tình chi lắm cho trời đất ghen!
汉语意译：才情至杰妒天苍。

喃字原文：惜台渃㐌打矾，
越 南 语：Tiếc thay nước đã đánh phèn,
汉语意译：浊水经过投白矾，

喃字原文：麻朱坌吏運蓮買吝。
越 南 语：Mà cho bùn lại vận lên mấy lần.
汉语意译：也难把污泥洗荡！

喃字原文：洪鈞貝客紅裙，
越 南 语：Hồng quân với khách hồng quần,
汉语意译：怪老天作弄红颜，

喃字原文：㐌磋旦世群韻渚他。
越 南 语：Đã xoay đến thế còn vận chưa tha.
汉语意译：沦落至此未终场。

喃字原文：吕自落趾趾𠚢，
越 南 语：Lỡ từ lạc bước, bước ra,
汉语意译：回念失足启地步，

喃字原文：丐身料仍自茹料𪠞。
越 南 语：Cái thân liệu những từ nhà liệu đi.
汉语意译：料算自步入流浪。

喃字原文：頭撑㐌罪情之，
越 南 语：Đầu xanh đã tội tình gì?
汉语意译：年纪轻轻有何罪？

喃字原文：腨紅填過姅時渚催。
越 南 语：Má hồng đền quá nửa thì chưa thôi.
汉语意译：红颜过半，未仁厚。

喃字原文：別身趂拯塊𡗶，
越 南 语：Biết thân chạy chẳng khỏi trời,
汉语意译：自知命运难逃脱，

喃字原文：拱料𩈘粉朱耒𣈜撑。
越 南 语：Cũng liều mặt phấn, cho rồi ngày xanh.
汉语意译：照常脂粉任游荡。

喃字原文：吝輪𩙌沫𣎀清，
越 南 语：Lần thâu gió mát đêm thanh,
汉语意译：漫步清风度时光，

喃字原文：俸𠁑固客边庭𦤾制。
越 南 语：Bỗng đâu có khách biên đình đến chơi.
汉语意译：沿边有客来交游。

喃字原文：鬚狢脸燕眉蛶，
越 南 语：Râu hầm, hàm én, mày ngài,
汉语意译：虎须、燕颔、蚕眉样，

喃字原文：𦟐𠄼𡬼𧷺身进𣭲高。
越 南 语：Vai năm tấc rộng, thân mười thước cao.
汉语意译：阔肩膀，体貌轩昂。

喃字原文：堂堂没等英豪，
越 南 语：Đường đường một đấng anh hào,
汉语意译：堂堂一表斯英豪，

喃字原文：棍拳欣飭略韜𠁟才。
越 南 语：Côn quyền hơn sức, lược thao gồm tài.
汉语意译：武艺精才略高强。

喃字原文：隊乭踏坦於𪱐，
越 南 语：Đội trời, đạp đất ở đời,
汉语意译：顶天立地男子汉，

喃字原文：户徐𩲡海本𠊛越東。
越 南 语：Họ Từ, tên Hải vốn người Việt Đông.
汉语意译：姓徐名海越东人。

喃字原文：江湖涓趣泥𨔈，
越 南 语：Giang hồ quen thú vẫy vùng,
汉语意译：他惯在江湖流浪，

喃字原文：鎌弹姅梗嫩滝沒棹。
越 南 语：Gươm đàn nửa gánh, non sông một chèo.
汉语意译：肩剑琴，桨漂海洋。

喃字原文：戈制𦖻哨娘翹，
越 南 语：Qua chơi nghe tiếng nàng Kiều,
汉语意译：来玩听说翠翘美，

喃字原文：𦙶悉兒女拱漂英雄。
越 南 语：Tấm lòng nhi nữ cũng xiêu anh hùng.
汉语意译：女儿心倾慕英雄。

喃字原文：帖名迻𫐂楼红，
越 南 语：Thiếp danh đưa đến lầu hồng,
汉语意译：名帖即送往妆楼，

喃字原文：𠄩边共眄𠄩悉拱㛪。
越 南 语：Hai bên cùng liếc, hai lòng cùng ưa.
汉语意译：眼角传情双拥抱。

喃字原文：徐浪心腹相期，
越 南 语：Từ rằng: "Tâm phúc tương cờ,
汉语意译：徐道："两心腹相期，

喃字原文：沛𠊛𤎜𩙋勿爲能牢。
越 南 语：Phải người trăng gió vật vờ hay sao?
汉语意译：非贪图一时风流。

喃字原文：閉数𦖑啃𦟐桃，
越 南 语：Bấy lâu nghe tiếng má đào,
汉语意译：已久慕绝代娇容，

喃字原文：相撑𢯦底埃𠓨固空。
越 南 语：Mắt xanh chẳng để ai vào có không?
汉语意译：青眼难邀得恩宠。

喃字原文：没𠁀特氽英雄，
越 南 语：Một đời được mấy anh hùng,
汉语意译：世上英雄有几许？

喃字原文：補之魪㘨𪀄篭麻制。
越 南 语：Bõ chi cá chậu chim lồng mà chơi!”
汉语意译：池鱼凡鸟，处平庸！”

喃字原文：娘浪𠊛吠過𠳒，
越 南 语：Nàng rằng: “Người dạy quá lời,
汉语意译：翠翘道：“官人过奖，

喃字原文：身尼群敢祐埃〻常。
越 南 语：Thân này còn dám xem ai làm thường!
汉语意译：卑身岂敢论短长。

喃字原文：𡮈𥢅拱矽此鐄，
越 南 语：Chút riêng chọn đá thử vàng,
汉语意译：此心耿耿如金石，

喃字原文：别𪠞麻𠳚肝腸𠓨𪠞。
越 南 语：Biết đâu mà gửi can tràng vào đâu?
汉语意译：怎知期谁能鉴谅？

喃字原文：群如包𦑗𡗉𣇞，
越 南 语：Còn như vào trước ra sau,
汉语意译：前至后出千万客，

喃字原文：埃朱挸拱鐄鍮在命。
越 南 语：Ai cho kén chọn vàng thau tại mình?”
汉语意译：可向谁申诉衷肠？”

喃字原文：徐浪咥吶有情，
越 南 语：Từ rằng: “Lời nói hữu tình,
汉语意译：徐海说：“言之有理，

喃字原文：遣𠊛吏恾勾平原君。
越 南 语：Khiến người lại nhớ câu Bình Nguyên Quân.
汉语意译：爱好平原君①度量。

喃字原文：吏低袩吏朱斳，
越 南 语：Lại đây xem lại cho gần,
汉语意译：以让我亲近丰仪，

喃字原文：倣信特沒𩈘分咍空。
越 南 语：Phỏng tin được một vài phần hay không?”
汉语意译：共叙述平生志向。”

喃字原文：踈浪量奇包容，
越 南 语：Thưa rằng: “Lượng cả bao dong,
汉语意译：翠翘道：“威名之下，

喃字原文：晋陽特覩霎蟡固番。
越 南 语：Tấn Dương được thấy mây rồng có phen.
汉语意译：晋阳功业龙座上。②

---

①平原君：战国赵武灵王之子，名胜。赵胜爱才好士，食客数千。借此喻翠翘的气度。

②晋阳功业龙座上：借用唐高祖晋阳起兵当皇帝一事。诗云“龙飞晋阳”。这里指翠翘说徐海总会有一天登上龙座。

喃字原文：𧁷傷𦹵内花𢠩，
越 南 语：Rộng thương cỏ nội hoa hèn,
汉语意译：倘垂念野草闲花，

喃字原文：𡮈身藻浡敢煩枚𢺺。
越 南 语：Chút thân bèo bọt dám phiền mai sau!”
汉语意译：全凭大树阴遮上！”

喃字原文：𦖑𠳒皮意咭頭，
越 南 语：Nghe lời vừa ý, gật đầu,
汉语意译：徐海顺意连点头，

喃字原文：唭浪知己𬁒𢺺𠇍𠊛。
越 南 语：Cười rằng: “Tri kỷ trước sau mấy người?
汉语意译：笑道：“你才识广大！

喃字原文：㖽朱𡥵相精𣅶，
越 南 语：Khen cho con mắt tinh đời,
汉语意译：敬佩你慧眼无差，

喃字原文：英雄蹲𡨌塵埃買𦓅。
越 南 语：Anh hùng đứng giữa trần ai mới già!
汉语意译：识别英雄能人夸。

喃字原文：𠬠𠳒㐌别𦤾些，
越 南 语：Một lời đã biết đến ta,
汉语意译：片语道破本人性，

喃字原文：閲鍾𠦳駟拱罗固饒。
越 南 语：Muôn chung nghìn tứ cũng là có nhau!”
汉语意译：千盅万驷享荣华。”

喃字原文：𠄩边意合心頭，
越 南 语：Hai bên ý hợp tâm đầu,
汉语意译：两人情投又意合，

喃字原文：欺親拯路咢求買親。
越 南 语：Khi thân, chẳng lọ là cầu mới thân!
汉语意译：相亲相爱不猜疑！

喃字原文：吘唭呐貝冰人，
越 南 语：Ngỏ lời nói với băng nhân,
汉语意译：他们找媒人计议，

喃字原文：錢𥖑吏據原銀发还。
越 南 语：Tiền trăm lại cứ nguyên ngân phát hoàn.
汉语意译：百金身价付依期。

喃字原文：𢨣𥢅所准清閒，
越 南 语：Phòng riêng sửa chốn thanh nhàn,
汉语意译：两人营就新居里，

喃字原文：達床七宝圍幔八仙。
越 南 语：Đặt giường thất bảo, vây màn bát tiên.
汉语意译：宝床仙帐豪华依。

喃字原文：耜英雄㚢嬋娟，
越 南 语：Trai anh hùng, gái thuyền quyên,
汉语意译：佳丽英雄两匹配，

喃字原文：菲願聘鳳𢢲緣騎𧏵。
越 南 语：Phỉ nguyền sánh phượng, đẹp duyên cưỡi rồng.
汉语意译：快婿乘龙乐无比。

喃字原文：姅𢆥香焒當燶，
越 南 语：Nửa năm hương lửa đăng nồng,
汉语意译：半载香火情缘浓，

喃字原文：丈夫率㐌動㤝罧方。
越 南 语：Trượng phu chợt đã động lòng bốn phương.
汉语意译：徐动念四方壮志，

喃字原文：𥉫𤀞𡗶𣷭溟濛，
越 南 语：Trông vời trời bể mênh mang,
汉语意译：他凝视天海溟蒙，

喃字原文：青鐮鞍馭𨖲塘𦀊𢬣。
越 南 语：Thanh gươm, yên ngựa lên đàng thẳng giong.
汉语意译：佩剑跨鞍奔前程。

喃字原文：娘浪分㛪𡦂從，
越 南 语：Nàng rằng: “Phận gái chữ tòng,
汉语意译：翠翘道：“爱夫以敬，

喃字原文：払𠫾妾拱𠬠悉吀𠫾。
越 南 语：Chàng đi thiếp cũng một lòng xin đi.”
汉语意译：我决意随你长征。”

喃字原文：徐浪心腹相知，
越 南 语：Từ rằng: “Tâm phúc tương tri,
汉语意译：徐道：“相知心真诚，

喃字原文：牢渚脱塊女儿常情。
越 南 语：Sao chưa thoát khỏi nữ nhi thường tình?
汉语意译：你未脱儿女私情？

喃字原文：包晷进萬精兵，
越 南 语：Bao giờ mười vạn tinh binh,
汉语意译：我统率十万精兵，

喃字原文：㗂鉦吨坦𦟐旌葉塘。
越 南 语：Tiếng chiêng dậy đất, bóng tinh rợp đường.
汉语意译：鼓角震地旌旗影。

喃字原文：爫朱𤎏𩈘非常，
越 南 语：Làm cho rõ mặt phi thường,
汉语意译：俾使四海震威名，

喃字原文：閉晗些仕逵娘宜家。
越 南 语：Bấy giờ ta sẽ rước nàng nghi gia.
汉语意译：那时候仪仗相迎。

喃字原文：朋𠉞罘㶚空茹，
越 南 语：Bằng nay bốn bể không nhà,
汉语意译：如今，奔四海无家，

喃字原文：蹺強添𦀊别罗𠫾𢭂。
越 南 语：Theo càng thêm bạn biết là đi đâu?
汉语意译：伴随我，进退相妨。

喃字原文：停𢚸徐妬𠃣数，
越 南 语：Đành lòng chờ đó ít lâu,
汉语意译：且忍耐，无须惆怅，

喃字原文：迡庄罗𣳔𨍦𢆥倍之。
越 南 语：Chầy chăng là một năm sau vội gì?”
汉语意译：留后待一载时光。”

喃字原文：决㖡𢫝襖𠚢𠫾，
越 南 语：Quyết lời dứt áo ra đi,
汉语意译：决意挥手即起程，

喃字原文：𩙍𩄲平㐌𧗱期𡏧淵。
越 南 语：Gió mây bằng đã đến kỳ dặm khơi.
汉语意译：如鹏乘风远飞翔。

喃字原文：娘時隻膵窻梅，
越 南 语：Nàng thì chiếc bóng song mai,
汉语意译：翠翘帘下独怅惘，

喃字原文：𣎀輸蕩蕩扣𢹣扦𩄲。
越 南 语：Đêm thâu đằng đẵng nhặt cài then mây.
汉语意译：重门熬夜甚凄凉。

喃字原文：𡑝蔞拯𤿤踸鞋，
越 南 语：Sân rêu chẳng vẽ dấu giày,
汉语意译：庭院莓苔无行迹，

喃字原文：𦹯高欣𢬣柳瘦𠈺分。
越 南 语：Cỏ cao hơn thước, liễu gày vài phân.
汉语意译：杂草丛生柳丝长。

喃字原文：兑𥈶閅埮梓粉，
越 南 语：Đoái trông muôn dặm tử phần,
汉语意译：回首故乡外万里，

喃字原文：魂圭蹺𦬻𩄲秦賒賒。
越 南 语：Hồn quê theo ngọn mây tần xa xa.
汉语意译：乡梦沉沉，云远逝。

喃字原文：𢚸台萱檜椿𦹵，
越 南 语：Xót thay huyên cội xuân già,
汉语意译：怜惜椿堂双亲老，

喃字原文：𦟐𢚸傷𢘾别罗固𠊛。
越 南 语：Tấm lòng thương nhớ biết là có nguôi?
汉语意译：惦念心情难忘记。

喃字原文：祝罗进余𢆥𡗶，
越 南 语：Chốc là mười mấy năm trời,
汉语意译：转瞬间，十载分离，

喃字原文：群𠚢欺㐌𦞐蛦髮霜。
越 南 语：Còn ra khi đã da mồi tóc sương.
汉语意译：如健在，鹤发鸡皮。

喃字原文：惜台𥾽義𡳶強，
越 南 语：Tiếc thay chút nghĩa cũ càng,
汉语意译：辜负情人早盟誓，

喃字原文：酉離芇意群王絲悉。
越 南 语：Dẫu lìa ngó ý còn vương tơ lòng.
汉语意译：幸藕断丝连情存。

喃字原文：缘媄油綏织紅，
越 南 语：Duyên em dù nối chỉ hồng,
汉语意译：如妹把断绳重系，

喃字原文：埋𠚢欺㐌掭撻掭拦。
越 南 语：May ra khi đã tay bồng tay mang.
汉语意译：也许机缘抱娇儿。

喃字原文：𡬼悉故國他鄉，
越 南 语：Tấc lòng cố quốc tha hương,
汉语意译：她想家离异他乡，

喃字原文：塘箕浽怒滚昂排排。
越 南 语：Đường kia nỗi nọ ngổn ngang bời bời.
汉语意译：千丝万缕乱迷惘。

喃字原文：翹鴻𩙻俸絕潙，
越 南 语：Cánh hồng bay bổng tuyệt vời,
汉语意译：大鹏展翅无可比，

喃字原文：㐌痌琨相方丕宄宄。
越 南 语：Đã mòn con mắt phương trời đăm đăm.
汉语意译：望天角他去何方。

喃字原文：腜㫰隴仍陰恂，
越 南 语：Đêm ngày luống những âm thầm,
汉语意译：她正在朝夕痴想，

喃字原文：焒兵攏㐌暗暗沒方。
越 南 语：Lửa binh đâu đã ầm ầm một phương.
汉语意译：忽来了马乱兵慌。

喃字原文：屹𡗶殺氣懡恾，
越 南 语：Ngất trời sát khi mơ màng,
汉语意译：杀气腾霄骇情景，

喃字原文：渃滝鯨鰐秩塘甲兵。
越 南 语：Đầy sông kình ngạc, chật đường giáp binh.
汉语意译：遍地海寇难抵挡。

喃字原文：𠊛涓几属終觥，
越 南 语：Người quen kẻ thuộc chung quanh,
汉语意译：邻居朋友都帮忙，

喃字原文：㕵娘唉暫另命𬈋尼。
越 南 语：Nhủ nàng hãy tạm lánh mình một nơi.
汉语意译：劝翠翘逃离躲藏。

喃字原文：娘浪𤎜㐌𠳨嗟，
越 南 语：Nàng rằng: “Trước đã hẹn lời,
汉语意译：道：“与夫原约等候，

喃字原文：酉𥪝危險敢𢫡約初。
越 南 语：Dẫu trong nguy hiểm dám dời ước xưa!”
汉语意译：险中违诺不应当!”

喃字原文：群當用孕謹魚，
越 南 语：Còn đang dùng dắng ngẩn ngơ,
汉语意译：她正在进退为难，

喃字原文：𢩮外㐌𧡊䏾旗哨鍔。
越 南 语：Mái ngoài đã thấy bóng cờ tiếng la.
汉语意译：门外旌旗号角吼。

喃字原文：甲兵捁𬧐觥茹，
越 南 语：Giáp binh kéo đến quanh nhà,
汉语意译：四面甲兵紧包围，

喃字原文：同声拱𠲖𠁀𠽖夫人。
越 南 语：Đồng thanh cùng gửi: “Nào là phu nhân?”
汉语意译：齐声问：“夫人在否？”

喃字原文：𠄩边𨒒位將軍，
越 南 语：Hai bên mười vị tướng quân,
汉语意译：两边有十位将军，

喃字原文：𢲫鎌揄甲𫏾𡑝叩頭。
越 南 语：Đặt gươm cởi giáp trước sân khấu đầu.
汉语意译：卸兵甲，下跪叩头。

喃字原文：宮娥彩女綏𠌨，
越 南 语：Cung nga thể nữ nối sau,
汉语意译：还有侍彩女宫娥，

喃字原文：浪㖫令旨逵朝于歸。
越 南 语：Rằng: “Vâng lệnh chỉ rước chầu vu qui.”
汉语意译：是奉旨恭迎皇后。

喃字原文：産床鳳輦鸾儀，
越 南 语：Sẵn sàng phượng liễn loan nghi,
汉语意译：凤辇鸾仪停门前，

喃字原文：花冠𤇮𤈜霞衣𤊧𤒛。
越 南 语：Hoa bay chấp chới, hà y rỡ ràng.
汉语意译：花冠拂，袍服翩翩。

喃字原文：孕旗浽鞁𨖲塘，
越 南 语：Dựng cờ, nổi trống lên đàng,
汉语意译：凤辇启行，旌旗展，

喃字原文：竹絲浽𫏾轎鐄拮𠌨。
越 南 语：Trúc tơ nổi trưởc, kéo vàng kéo sau.
汉语意译：乐队仪仗，行列连。

喃字原文：火牌前路蹎毛，
越 南 语：Hỏa bài tiền lộ ruổi mau,
汉语意译：火炬传令马领先，

喃字原文：南庭聴動䜺朝大营。
越 南 语：Nam đình nghe động trống chầu đại doanh.
汉语意译：南庭响大营鼓声。

喃字原文：捁旗壘發銃城，
越 南 语：Kéo cờ lũy, phát súng thành,
汉语意译：旗掩映，礼炮喧天，

喃字原文：徐公𩙍馭親迎𨷶外。
越 南 语：Từ công ra ngựa thân nghênh cửa ngoài.
汉语意译：徐公与夫人相见。

喃字原文：焒命迾㕷巾带，
越 南 语：Rỡ mình lạ vẻ cân đai,
汉语意译：见他雍容冠带亮，

喃字原文：唉群脸燕眉蚂如初。
越 南 语：Hãy còn hàm én mày ngài như xưa.
汉语意译：燕颔、蛾眉当年汉。

喃字原文：哄浪魰渃缘嗳，
越 南 语：Cười rằng: “Cá nước duyên ưa,
汉语意译：他笑道：“如鱼得水！

喃字原文：忟呸呐仍包睰哈空。
越 南 语：Nhớ lời nói những bao giờ hay không?
汉语意译：是否记住前真言？

喃字原文：英雄買别英雄，
越 南 语：Anh hùng mới biết anh hùng,
汉语意译：你我应心坚情挚，

喃字原文：𠫾祐俲㐌甘𢚸意渚。
越 南 语：Rày xem phỏng đã cam lòng ấy chưa!"
汉语意译：你可否完全满意。"

喃字原文：娘浪𡮈分㾺疎，
越 南 语：Nàng rằng: "Chút phận ngây thơ,
汉语意译：她道："我浅陋无知，

喃字原文：拱枚絿葛特𢚁𣈖核。
越 南 语：Cũng may dây cát được nhờ bóng cây!
汉语意译：葛藤仗庇荫扶持。

喃字原文：𦤾悲暰買𧡊低，
越 南 语：Đến bây giờ mới thấy đây,
汉语意译：今日你丰功伟绩，

喃字原文：麻𢚸㐌戝仍𣈜𠬠𠄩。
越 南 语：Mà lòng đã chắc những ngày một hai."
汉语意译：初见，我坚信不疑。"

喃字原文：共饒𥉴𩈘奇哄，
越 南 语：Cùng nhau trông mặt cả cười,
汉语意译：他们尽情地欢笑，

喃字原文：𢬣𢬣衛准帳枚叙情。
越 南 语：Dan tay về chốn trướng mai tự tình.
汉语意译：携手进房叙相思。

喃字原文：席排賞將犒軍，
越 南 语：Tiệc bày thưởng tướng khao quân,
汉语意译：设宴慰劳兵将士，

喃字原文：喑抌𪔠陣習情樂軍。
越 南 语：Om thòm trống trận, rập rình nhạc quân.
汉语意译：军乐锣鼓起笙歌。

喃字原文：荣花補眆風塵，
越 南 语：Vinh hoa bõ lúc phong trần,
汉语意译：荣华补偿昔折磨，

喃字原文：𡦂情𣋚吏添春𠬠𣋚。
越 南 语：Chữ tình ngày lại thêm xuân một ngày.
汉语意译：闺房乐事，日增多。

喃字原文：𥪝軍固眆愂圍，
越 南 语：Trong quân có lúc vui vầy,
汉语意译：军营也有温情托，

喃字原文：從容買計事𣋚寒微。
越 南 语：Thong dong mới kể sự ngày hàn vi:
汉语意译：翠翘重温往日事。

喃字原文：欺無錫欺臨淄，
越 南 语：“Khi Vô Tích, khi Lâm Truy,
汉语意译：无锡临淄受磨难，

喃字原文：尼時𢱗倒尼時𢚸傷。
越 南 语：Nơi thì lừa đảo, nơi thì xót thương.
汉语意译：受尽欺凌痛欲绝。

喃字原文：𢆥身𣈜㐌𨕭𨕭，
越 南 语：Tấm thân rày đã nhẹ nhàng,
汉语意译：虽尝到一点欢乐，

喃字原文：𡮈群恩怨堆塘渚衝。
越 南 语：Chút còn ân oán đôi đường chưa xong.”
汉语意译：惟有恩怨未曾报。

喃字原文：徐公𦖑吶始終，
越 南 语：Từ công nghe nói Thủy chung,
汉语意译：徐公听毕有同感，

喃字原文：不平浽陣同同霥𠾕。
越 南 语：Bất bình nỗi trận đùng đùng sấm vang.
汉语意译：不禁怒声似雷鸣。

喃字原文：嚴軍揎將產床，
越 南 语：Nghiêm quân tuyển tướng sẵn sàng,
汉语意译：选将阅兵严以待，

喃字原文：䟢旗沒令倍鐄𨄹𨁪。
越 南 语：Dưới cờ một lệnh vội vàng ruổi sao.
汉语意译：军旗发起动员令。

喃字原文：𠀧軍指蔙旗桃，
越 南 语：Ba quân chỉ ngọn cờ đào,
汉语意译：红旗前导军启程，

喃字原文：道𠚢無錫道𠓨臨淄。
越 南 语：Đạo ra Vô Tích, đạo vào Lâm Truy.
汉语意译：无锡临淄分兵前。

喃字原文：𠸗𠊛負薄初箕，
越 南 语：Mấy người phụ bạc xưa kia,
汉语意译：往日谁盛气凌人，

喃字原文：照名尋拿扒衛晦查。
越 南 语：Chiếu danh tầm chọn bắt về hỏi tra.
汉语意译：逐搜捕审讯定刑。

喃字原文：吏差令箭傳戈，
越 南 语：Lại sai lệnh tiễn truyền qua,
汉语意译：跟着派出传令兵，

喃字原文：𡨹床戶束沒茹朱安。
越 南 语：Giữ giàng họ Thúc một nhà cho yên.
汉语意译：严保姓束的家庭。

喃字原文：媒宧姐娓覚缘，
越 南 语：Mụ Hoạn thư, vãi Giác Duyên,
汉语意译：护老管家与觉缘，

喃字原文：拱差令節𠀧信逴咄。
越 南 语：Cũng sai lệnh tiễn đem tin rước mời.
汉语意译：同样应邀请到场。

喃字原文：誓師計歇每唓，
越 南 语：Thệ sư kể hết mọi lời,
汉语意译：徐公叙述往日事，

喃字原文：悉悉拱陣馱馱執威。
越 南 语：Lòng lòng cũng giận, người người chấp uy.
汉语意译：众气愤，尊帅主张。

喃字原文：道歪報復参稽，
越 南 语：Đạo trời báo phục chỉn ghê,
汉语意译：恩仇往复，无怨枉，

喃字原文：窖台没堞縿術苔尼。
越 南 语：Khéo thay một mẻ tóm về đầy nơi.
汉语意译：奇妙全拿罪人邦。

喃字原文：軍中鎌𤈜槊䟽，
越 南 语：Quân trung gươm lớn giáo dài,
汉语意译：卫队举起矛枪剑，

喃字原文：衛𦛌侍立奇外双披。
越 南 语：Vệ trong thị lập, cơ ngoài song phi.
汉语意译：庭内外警戒站岗。

喃字原文：産床齊整威儀，
越 南 语：Sẵn sàng tề chỉnh uy nghi,
汉语意译：威严又肃穆非常，

喃字原文：博銅秩坦旌旗霥墋。
越 南 语：Bác đồng chật đất, tinh kỳ rợp sân.
汉语意译：铜炮列，军旗法堂。

喃字原文：帳㺅𨷑𠁑中軍，
越 南 语：Trướng hùm mở giữa trung quân,
汉语意译：中军虎帐高卷起，

喃字原文：徐公聘貝夫人共𡎥。
越 南 语：Từ công sánh với phu nhân cùng ngồi.
汉语意译：徐公坐挨翠翘旁。

喃字原文：先嚴𪔠渚㨂𡅐，
越 南 语：Tiên nghiêm trống chửa dứt hồi,
汉语意译：开堂鼓响声未完，

喃字原文：點名𫏾引值外𨷯𨍦。
越 南 语：Điểm danh trước dẫn trực ngoài cửa viên.
汉语意译：已点名传呼人犯。

喃字原文：徐浪恩怨𠄩边，
越 南 语：Từ rằng: “Ân oán hai bên,
汉语意译：徐公说：“恩怨无偏，

喃字原文：默娘處決報填朱明。
越 南 语：Mặc nàng xử quyết báo đền cho minh.”
汉语意译：处刑轻重授你权。”

喃字原文：娘浪㤕𢹿威灵，
越 南 语：Nàng rằng: “Nhờ cậy uy linh,
汉语意译：翠翘道：“蒙夫威令，

喃字原文：唉吀報答恩情朱孚。
越 南 语：Hãy xin báo đáp ân tình cho phu.
汉语意译：我应报恩德为先。

喃字原文：報恩耒仕者㲊，
越 南 语：Báo ân rồi sẽ trả thù."
汉语意译：雪仇且留待后面。"

喃字原文：徐浪役𠀲低朱默娘。
越 南 语：Từ rằng: "Việc ấy để cho mặc nàng."
汉语意译：徐道："同意你意见。"

喃字原文：朱鎌唑𦤾束郎，
越 南 语：Cho gươm mời đến Thúc lang,
汉语意译：卫兵传进束生郎，

喃字原文：𩈘如濫靚命𨉓𨇜𢺹。
越 南 语：Mặt như chàm đổ, mình dường giẽ run.
汉语意译：他身发抖脸发青。

喃字原文：娘浪義重𠦳𡽫，
越 南 语：Nàng rằng: "Nghĩa trọng nghìn non,
汉语意译：翘说："你恩重九鼎，

喃字原文：臨淄𠊛𡳳𠸗扒群𢖵空。
越 南 语：Lâm Truy người cũ chàng còn nhớ không?
汉语意译：记否临淄，旧恩情？

喃字原文：参商拯院𡦂從，
越 南 语：Sâm thương chẳng vẹn chữ tòng.
汉语意译：参商阻绝前生定，

喃字原文：在埃呵敢負𢚸故人。
越 南 语：Tại ai, há dám phụ lòng cố nhân?
汉语意译：我何违故人真诚？

喃字原文：錦𤾓卷泊𠦳斤，
越 南 语：Gấm trăm cuốn, bạc nghìn cân,
汉语意译：千两银，百匹绸锦，

喃字原文：謝悉易称報恩噲罒。
越 南 语：Tạ lòng dễ xứng báo ân gọi là.
汉语意译：聊报答，往日友朋。

喃字原文：婚払鬼怪精魔，
越 南 语：Vợ chàng quỉ quái tinh ma,
汉语意译：束大妇，恶毒狰狞，

喃字原文：番尼几㑘𡢐𦓅返饒。
越 南 语：Phen này kẻ cắp bà già gặp nhau!
汉语意译：现相逢，难逃报应。

喃字原文：蜆踕呬戰渚数，
越 南 语：Kiến bò miệng chén chưa lâu,
汉语意译：杯沿蚂蚁任你爬，

喃字原文：謀溇拱者義溇朱皮。
越 南 语：Mưu sâu cũng trả nghĩa sâu cho vừa!"
汉语意译：往常刻薄，必严惩。"

喃字原文：束生𥉫䏾閉晖，
越 南 语：Thúc sinh trông mặt bấy giờ,
汉语意译：她看了束生一眼，

喃字原文：蒲灰払㐌如湄㵢淫。
越 南 语：Mồ hôi chàng đã như mưa ướt dầm.
汉语意译：见他大汗湿淋淋。

喃字原文：悉穯惏慺坤拎，
越 南 语：Lòng riêng mừng sợ khôn cầm,
汉语意译：惊喜交加乱一团，

喃字原文：慺台麻吏惏忱朱埃。
越 南 语：Sợ thay mà lại mừng thầm cho ai!
汉语意译：又怕妻儿受累牵。

喃字原文：小姐拱固悲晗廼低。
越 南 语：“Tiểu thư cũng có bây giờ dến đây!
汉语意译：“你竟至此，想不到！

喃字原文：弹婆易固余掭，
越 南 语：Đàn bà dễ có mấy tay,
汉语意译：妇人当中你泼妇，

喃字原文：茷初余𩈘茷尼余肝。
越 南 语：Đời xưa mấy mặt, đời này mấy gan!
汉语意译：凶残卑鄙你头号！

喃字原文：易揚𠸒腿紅顔，
越 南 语：Dễ dàng là thói hồng nhan,
汉语意译：红颜貌阴毒妇人，

喃字原文：彊荄孽夥彊寃債憿。
越 南 语：Càng cay nghiệt lắm, càng oan trái nhiều!”
汉语意译：作恶多罪应偿抵。”

喃字原文：宦姐魂落魄漂，
越 南 语：Hoạn thư hồn lạc phách xiêu,
汉语意译：宦妇惊魂又失魄，

喃字原文：叩頭𠁑帳拱調叫歌。
越 南 语：Khấu đầu dưới trướng giở điều kêu ca.
汉语意译：帐前跪下求饶命：

喃字原文：浪碎𡭧腌弹婆，
越 南 语：Rằng: “Tôi chút dạ đàn bà,
汉语意译：“往昔举措自羞惭，

喃字原文：慳噍時拱馭些常情。
越 南 语：Ghen tuông thì cũng người ta thường tình.
汉语意译：只因嫉妒伤情感。

喃字原文：抣朱欺閣扫經，
越 南 语：Nghĩ cho khi gác viết kinh,
汉语意译：知你自佛前私遁，

喃字原文：貝欺塊𨷶𢯰情拯蹺。
越 南 语：Với khi khỏi cửa dứt tình chẳng theo.
汉语意译：我并未令你难堪。

喃字原文：悉穡穡拱敬腰，
越 南 语：Lòng riêng, riêng cũng kính yêu,
汉语意译：内心厚存私敬爱，

喃字原文：𫯳終渚易埃朝朱埃。
越 南 语：Chồng chung chưa dễ ai chiều cho ai!
汉语意译：只缘争宠，免触犯。

喃字原文：律悉䤴役檧荄，
越 南 语：Trót lòng gây việc chông gai,
汉语意译：明知惹事自招苦，

喃字原文：群惐量瀎傷排芇庄。
越 南 语：Còn nhờ lượng bể thương bài nào chăng!”
汉语意译：期待你海量包涵！”

喃字原文：嚐朱寔㐌𢧚浪，
越 南 语：Khen cho: “Thật đã nên rằng,
汉语意译：翘道：“难怪人称羡，

喃字原文：坤頑迍默呐能沛咗。
越 南 语：Khôn ngoan đến mực, nói năng phải lời.
汉语意译：多才聪明又善辩。

喃字原文：他𦋦時拱埋茷，
越 南 语：Tha ra thì cũng may đời,
汉语意译：宽恕你，且容自新，

喃字原文：爫𦋦時拱𦋦𠊚𡮈𤎕。
越 南 语：Làm ra thì cũng ra người nhỏ nhen.
汉语意译：严办你恐存偏见。

喃字原文：㐌悉知過時𢧚，
越 南 语：Đã lòng tri quá thời nên!"
汉语意译：知过能改未曾晚。"

喃字原文：傳軍令𨑜帳前他𣦍。
越 南 语：Truyền quân lệnh xuống trướng tiền tha ngay.
汉语意译：言毕吩咐即赦免。

喃字原文：謝悉𥚄𨎟𡑝𩄲，
越 南 语：Tạ lòng lạy trước sân mây,
汉语意译：宦姐感愧即叩拜，

喃字原文：𨷶轅吏撻沒𦀊引𠓨。
越 南 语：Cửa viên lại đắt một dây dẫn vào.
汉语意译：此时押进数犯人。

喃字原文：娘浪𢷿𢷿𡗶高，
越 南 语：Nàng rằng: "Lồng lộng trời cao,
汉语意译：翠翘说："天道安排，

喃字原文：害人人害事市在些。
越 南 语：Hại nhân, nhân hại, sự nào tại ta?
汉语意译：害人，报应天主宰！"

喃字原文：𨎟罗泊倖泊婆，
越 南 语：Trước là Bạc Hạnh, Bạc bà,
汉语意译：白倖白婆同一处，

喃字原文：边罗鹰犬边罗楚卿。
越 南 语：Bên là ưng, khuyển, bên là Sở Khanh.
汉语意译：鹰犬楚卿两站开。

喃字原文：秀婆貝馬监生，
越 南 语：Tú bà với Mã Giám Sinh,
汉语意译：把秀婆、马监生绑上，

喃字原文：各𤞻罪𠵴當情群牢。
越 南 语：Các tên tôi ấy đăng tình còn sao?
汉语意译：这批歹徒失天良！

喃字原文：令軍傳𨖅内刀，
越 南 语：Lệnh quân truyền xuống nội đao,
汉语意译：刽子手，奉命当堂，

喃字原文：誓牢時吏據牢加刑。
越 南 语：Thề sao thì lại cứ sao gia hình.
汉语意译：行刑罚，依据罪状。

喃字原文：𧖱涞𦧘涅散情，
越 南 语：Máu rơi thịt nét tan tành,
汉语意译：见血刀，剁成肉酱，

喃字原文：埃埃𥉩𧡊魂驚魄涞。
越 南 语：Ai ai trông thấy hồn kinh phách rời.
汉语意译：看见的人心惊慌。

喃字原文：朱咍悶事在𡗶，
越 南 语：Cho hay muôn sự tại trời,
汉语意译：万事伸张，由天理，

喃字原文：負𠊛極補欺𠊛負些。
越 南 语：Phụ người chẳng bõ khi người phụ ta!
汉语意译：负恩人难逃法网！

喃字原文：余𠊛泊悪精魔，
越 南 语：Mấy người bạc ác tinh ma,
汉语意译：有几个恶棍魔鬼，

喃字原文：命𠇍命翹呌麻埃傷。
越 南 语：Mình làm mình chịu kêu mà ai thương!
汉语意译：自作自受没冤枉。

喃字原文：𠀧軍冬𩈘法場，
越 南 语：Ba quân đông mặt pháp trường,
汉语意译：刑场三军共严守，

喃字原文：青天白日𤉜𤇮朱𥊚。
越 南 语：Thanh thiên bạch nhật rõ ràng cho coi.
汉语意译：判决刑，众目环视。

喃字原文：役娘報復皮耒，
越 南 语：Việc nàng báo phục vừa rồi,
汉语意译：翠翘了却恩仇事，

喃字原文：覺緣倍㐌𠳒𠴍詞歸。
越 南 语：Giác Duyên vội đã gửi lời từ qui.
汉语意译：觉缘急与她告辞。

喃字原文：娘浪千載一時，
越 南 语：Nàng rằng: "Thiên tải nhất thì,
汉语意译：翠翘说："千载一时，

喃字原文：故人㐌易氽欺盘桓。
越 南 语：Cố nhân đã dễ mấy khi bàn hoàn.
汉语意译：故人难遇，别离悲。

喃字原文：耒低蘋合迷散，
越 南 语：Rồi đây bèo hợp mây tan,
汉语意译：从此后，各自天涯，

喃字原文：别𠁀鶴内𩄲岸罗𠁀。
越 南 语：Biết đâu hạc nội mây ngàn là đâu?"
汉语意译：野鹤行云何处是。"

喃字原文：師浪拱極包数，
越 南 语：Sư rằng: “Cũng chẳng bao lâu,
汉语意译：觉缘道：“后会有期，

喃字原文：𥪝䜊䊼吏返饒妬麻。
越 南 语：Trong năm năm lại gặp nhau đó mà.
汉语意译：迟则五载相会期。

喃字原文：忟時行脚方賒，
越 南 语：Nhớ ngày hành cước phương xa,
汉语意译：回忆异乡远程行，

喃字原文：返師三合本羅先知。
越 南 语：Gặp sư Tam Hợp vốn là tiên tri.
汉语意译：遇女尼三合先知。

喃字原文：保朱會合之期，
越 南 语：Bảo cho hội hợp chi kỳ,
汉语意译：相会时间将指示，

喃字原文：䊼𠉞羅𠬠汝時䜊䊼。
越 南 语：Năm nay là một, nữa thì năm năm.
汉语意译：今年后，五载为期。

喃字原文：買咍前定拯啉，
越 南 语：Mới hay tiền định chẳng lầm,
汉语意译：天注定，相约无疑，

喃字原文：㐌信調𫏽乙旺調𢇍。
越 南 语：Đã tin điều trước, ắt nhằm điều sau.
汉语意译：前言可信，后无虚。

喃字原文：群𡗉恩愛貝饒，
越 南 语：Còn nhiều ân ái với nhau,
汉语意译：日后还有多恩爱，

喃字原文：機緣㢤㐌歇𢀨倍之。
越 南 语：Cơ duyên nào đã hết đâu vội gì?"
汉语意译：宿命机缘未终止?"

喃字原文：娘浪前定先知，
越 南 语：Nàng rằng: "Tiền định tiên tri,
汉语意译：翠翘说："不愧先知，

喃字原文：㖡師㐌吚乙時拯差。
越 南 语：Lời sư đã dạy ắt thì chẳng sai.
汉语意译：师傅教诲必深思。

喃字原文：和包賖固迻𠊛，
越 南 语：Họa bao giờ có gặp người,
汉语意译：还有机会遇上师，

喃字原文：爲碎掋晦沒㖡終身。
越 南 语：Vì tôi cậy hỏi một lời chung thân."
汉语意译：说我终生永谨记。"

喃字原文：覺緣啡吲慇勤，
越 南 语：Giác Duyên vâng dặn ân cần,
汉语意译：觉缘记住她言词，

喃字原文：謝辞脱㐌移蹎𡎝外。
越 南 语：Tạ từ thoắt đã dời chân cõi ngoài.
汉语意译：出外飘然而消逝。

喃字原文：娘浪恩怨𢬣㩫，
越 南 语：Nàng rằng ân oán rạch ròi,
汉语意译：翠翘恩怨已清算，

喃字原文：𣷭寃羕㐌潙潙競𢙱。
越 南 语：Bể oan dường đã vơi vơi cạnh lòng.
汉语意译：自己感觉心舒畅。

喃字原文：謝恩𥚄𬏷徐公，
越 南 语：Tạ ân lạy trước Từ công,
汉语意译：跪谢徐公大恩人：

喃字原文：𡮈身蒲柳帝蒙固𣎏。
越 南 语：Chút thân bồ liễu nào mong có rày!
汉语意译：“蒲柳质身存辉光。

喃字原文：濫恈𩂟𩆐𠚢𢬣，
越 南 语：Trộm nhờ sấm sét ra tay,
汉语意译：恩怨分明多拜托，

喃字原文：㝵𥢅如拮挭苔覩𠫾。
越 南 语：Tấc riêng như cất gánh đầy đỏ đi.
汉语意译：除去我心头魔障。

喃字原文：刻昌𠛌𦛌掣之，
越 南 语：Khắc xương ghi dạ xiết chi,
汉语意译：刻骨铭心怎敢忘，

喃字原文：易𠬠肝腥填偨丕霴。
越 南 语：Dễ đem gan ốc đền nghì trời mây.
汉语意译：难报你恩情深广！”

喃字原文：徐浪国士初𠉞，
越 南 语：Từ rằng: “Quốc sĩ xưa nay,
汉语意译：徐海道：“历代贤良，

喃字原文：撰𠊛知己没𣈜特庄。
越 南 语：Chọn người tri kỷ một ngày được chăng?
汉语意译：世人难得知己逢。

喃字原文：英雄哨㐌噲浪，
越 南 语：Anh hùng tiếng đã gọi rằng,
汉语意译：英雄称号本难当，

喃字原文：𡨌塘酉𧡊不平麻他。
越 南 语：Giữa đường dẫu thấy bất bằng mà tha!
汉语意译：路见不平怎放纵。

喃字原文：况之役拱役茹，
越 南 语：Huống chi việc cũng việc nhà,
汉语意译：何况为自家着想，

喃字原文：路罗深謝買罗知恩。
越 南 语：Lọ là thâm tạ mới là tri ân.
汉语意译：你不必过度赞扬。

喃字原文：㤕娘群拙双親，
越 南 语：Xót nàng còn chút song thân,
汉语意译：愿你能白发高堂，

喃字原文：閉𡰚几越𠊚秦隔賒。
越 南 语：Bấy nay kẻ việt, người tần cách xa.
汉语意译：怎分秦、越各一方。

喃字原文：牢朱閍埮𠬠茹，
越 南 语：Sao cho muôn dặm một nhà,
汉语意译：荣幸关山共一家，

喃字原文：朱𠊚𧡊𩈘罗些甘𢚸。
越 南 语：Cho người thấy mặt là ta cam lòng.”
汉语意译：齐聚首，我愿始偿。”

喃字原文：倍傳所席軍中，
越 南 语：Vội truyền sửa tiệc quân trung,
汉语意译：谈论罢，三军摆宴，

喃字原文：閍兵𠦳將會同洗冤。
越 南 语：Muôn binh nghìn tướng hội đồng tẩy oan.
汉语意译：万兵将共庆雪冤。

喃字原文：乘機竹扯塊散，
越 南 语：Thừa cơ trúc chẻ khối tan,
汉语意译：从此后，战果不停，

喃字原文：兵威自氏霔瀾䢇外。
越 南 语：Binh uy từ ấy sấm ran trong ngoài.
汉语意译：徐公兵威震近远。

喃字原文：朝廷穠沒谷丕，
越 南 语：Triều đình riêng một góc trời,
汉语意译：立朝廷，称霸南天，

喃字原文：𠁟𠄩文武掋堆山河。
越 南 语：Gồm hai văn võ, rạch đôi sơn hà.
汉语意译：分文武，界划山川。

喃字原文：隊干𩙋抉湄沙，
越 南 语：Đòi cơn gió quét mưa sa,
汉语意译：扫风雨，气象万千，

喃字原文：縣城踏覩𦉱座埃南。
越 南 语：Huyện thành đạp đổ năm tòa cõi nam.
汉语意译：举足踏破南疆县。

喃字原文：風塵𥗐沒𦀊鐮，
越 南 语：Phong trần mài một lưỡi gươm,
汉语意译：风尘多事，剑如虹，

喃字原文：仍類架襖褔粓詑之。
越 南 语：Những loài giá áo túi cơm sá gì!
汉语意译：酒囊饭袋可怜虫。①

①酒囊饭袋可怜虫：喻指徐海瞧不起朝廷军官。

喃字原文：迎昂𠬠𡐙边陲，
越 南 语：Nghênh ngang một cõi biên thùy,
汉语意译：从容立足边陲地，

喃字原文：少之孤寡少之霸王。
越 南 语：Thiếu gì cô quả, thiếu gì bá vương.
汉语意译：多少侯王一手封。

喃字原文：𤎜旗埃敢争強，
越 南 语：Trước cờ ai dám tranh cường,
汉语意译：旌旗下，谁敢争雄？

喃字原文：𠄼𢆥雄據𠬠方海濒。
越 南 语：Năm năm hùng cứ một phương hải tần.
汉语意译：五年称霸沿海境。

喃字原文：固官總督重臣，
越 南 语：Có quan tổng đốc trọng thần,
汉语意译：突来一总督重臣，

喃字原文：罗胡宗憲經綸𠇍才。
越 南 语：Là Hồ Tôn Hiến, kinh luân gồm tài.
汉语意译：胡宗宪，才智精通。

喃字原文：𢯏車𠳐旨特差，
越 南 语：Dẩy xe vâng chỉ đặc sai,
汉语意译：奉旨出师，战叛乱，

喃字原文：便宜扒勦役外董戎。
越 南 语：Tiện nghi bát tiễu, việc ngoài đổng nhung.
汉语意译：指挥剿除徐海军。

喃字原文：別徐罗等英雄，
越 南 语：Biết Từ là đấng anh hùng,
汉语意译：他知徐海是勇将，

喃字原文：别娘拱預軍中論盘。
越 南 语：Biết nàng cũng dự quân trung luận bàn.
汉语意译：又知翠翘谋军防。

喃字原文：揀軍罒斫招安，
越 南 语：Đóng quân làm chước chiêu an,
汉语意译：先按兵，从事招抚，

喃字原文：王鐄錦纀差官説降。
越 南 语：Ngọc vàng gấm vóc sai quan thuyết hàng.
汉语意译：珠宝玉帛送说降。

喃字原文：吏稹𠬠礼貝娘，
越 南 语：Lại riêng một lễ với nàng,
汉语意译：独对翠翘特厚礼，

喃字原文：𠄩䝭彩女王鐄䊷斤。
越 南 语：Hai tên thể nữ, ngọc vàng nghìn cân.
汉语意译：两名彩女盛宝筐。

喃字原文：信匏𠳨𠓀中軍，
越 南 语：Tin vào gửi trước trung quân,
汉语意译：信使进入中军帐，

喃字原文：徐公稹唉进分糊塗。
越 南 语：Từ công riêng hãy mười phân hồ đồ.
汉语意译：徐公还未定主张。

喃字原文：没掅馛孕基圖，
越 南 语：Một tay gây dựng cơ đồ,
汉语意译：自念亲手造基业，

喃字原文：閉数㴜楚滝吳縱横。
越 南 语：Bấy lâu bể sở, sông ngô tung hoành!
汉语意译：纵横吴楚在称王。

喃字原文：㧋身衛貝朝廷，
越 南 语：Bó thân về với triều đình,
汉语意译：如今低头受束缚，

喃字原文：降臣𠰉咾分命𠚢㐌。
越 南 语：Hàng thần lơ láo, phận mình ra đâu?
汉语意译：受降臣面子无光。

喃字原文：襖襜紬纀𥚄饒，
越 南 语：Áo xiêm chẳng buộc lấy nhau,
汉语意译：眼看衣冠成扫地，

喃字原文：䏧𠟠𠚢𠊝公侯麻之。
越 南 语：Vào luồn ra cúi công hầu mà chi?
汉语意译：公侯赐爵走跟跄。

喃字原文：牢朋穃没边陲，
越 南 语：Sao bằng riêng một biên thùy,
汉语意译：哪怎比独霸边疆，

喃字原文：飭尼㐌易𠆳之特饒。
越 南 语：Sức này đã dễ làm gì được nhau?
汉语意译：交战方知谁弱强。

喃字原文：濁𡗶潰渃默油，
越 南 语：Chọc trời quấy nước mặc dầu,
汉语意译：嘘气震摇天共地，

喃字原文：育昂𠸗别𨖲頭固埃。
越 南 语：Dọc ngang nào biết trên đầu có ai?
汉语意译：更无人居我之上。

喃字原文：娘時寔胣信𠊛，
越 南 语：Nàng thì thật dạ tin người,
汉语意译：翠翘轻信心肠软，

喃字原文：礼㐌呐吭聉咥易漂。
越 南 语：Lễ nhiều, nói ngọt nghe lời dễ xiêu.
汉语意译：厚礼之下另主张。

喃字原文：抣命㮈渃翢蔈，
越 南 语：Nghĩ mình mặt nước cánh bèo,
汉语意译：想自己水面浮萍，

喃字原文：㐌㐌流落吏㐌艰屯。
越 南 语：Đã nhiều lưu lạc lại nhiều gian truân.
汉语意译：几番流落历艰迍。

喃字原文：平𠉞𠹾㗂王臣，
越 南 语：Bằng nay chịu tiếng vương thần,
汉语意译：如今得归命王臣，

喃字原文：青青塘丐青雲狭之。
越 南 语：Thênh thênh đường cái thanh vân hẹp gì!
汉语意译：清云上大道宽广！

喃字原文：公私院奇𠄩皮，
越 南 语：Công tư vẹn cả hai bề,
汉语意译：忠孝两全，俱完美，

喃字原文：寅迦耒仕料𧗱故鄉。
越 南 语：Dần dà rồi sẽ liệu về cố hương.
汉语意译：异日荣华归故乡。

喃字原文：拱𡾵命婦堂堂，
越 南 语：Cũng ngôi mệnh phụ đường đường,
汉语意译：我称是堂堂命妇，

喃字原文：女囊眉㮈熸烪媄吒。
越 南 语：Nở nang mày mặt, rỡ ràng mẹ cha.
汉语意译：父母同样受恩光。

喃字原文：䢁爲渃𤄯爲茹，
越 南 语：Trên vì nước, dưới vì nhà,
汉语意译：上为报国下为家，

喃字原文：沒𱜢得孝𠄩𱜢得忠。
越 南 语：Một là đắc hiếu, hai là đắc trung.
汉语意译：尽忠尽孝双辉煌。

喃字原文：拯欣隻栢𥧪涌，
越 南 语：Chẳng hơn chiếc bách giữa dòng,
汉语意译：远舟胜涉险波涛，

喃字原文：咴提𣼽撫駭雄渃沙。
越 南 语：E dè sóng vỗ, hãi hùng nước sa.
汉语意译：时刻惊风波骇浪。

喃字原文：因欺盘落𧵆賒，
越 南 语：Nhân khi bàn bạc gần xa,
汉语意译：会议在商量战守，

喃字原文：乘機娘買盘𠚢呐㐌。
越 南 语：Thừa cơ, nàng mới bàn ra nói vào.
汉语意译：翠翘伺机出主张。

喃字原文：浪𨕭聖泽滩滔，
越 南 语：Rằng: “Trong thánh trạch dồi dào,
汉语意译：翠翘道：“圣德深广，

喃字原文：洒𠚢㐌泣渗㐌㐌溇。
越 南 语：Tưới ra đã khắp, thấm vào đã sâu.
汉语意译：如同雨露洒万方。

喃字原文：平成功德閉数，
越 南 语：Bình thành công đức bấy lâu,
汉语意译：平治心德时长久，

喃字原文：埃埃拱隊𨕭頭列包。
越 南 语：Ai ai cũng đội trên đầu biết bao.
汉语意译：万众拥戴非常高。

喃字原文：𠽋自越役兵刀，
越 南 语：Ngẫm từ dấy việc binh đao,
汉语意译：自从兴兵与动将，

喃字原文：埬昌無定㐌高平頭。
越 南 语：Đống xương vô định đã cao bằng đầu.
汉语意译：无定骨堆如山岗。

喃字原文：罒之底㗂衛𣦍，
越 南 语：Làm chi để tiếng về sau,
汉语意译：何事万年遗名臭，

喃字原文：𠦳𢆥埃固唏𢭂黄巢。
越 南 语：Nghìn năm ai có khen đâu Hoàng Sào!
汉语意译：黄巢气运岂能长？

喃字原文：牢朋职重权高，
越 南 语：Sao bằng chức trọng quyền cao,
汉语意译：怎能比高官厚禄，

喃字原文：功名埃𢯞𨀈芾朱戈。
越 南 语：Công danh ai dứt lối nào cho qua?”
汉语意译：功名快捷显非常。”

喃字原文：聀唭娘呐漫𣻆，
越 南 语：Nghe lời nàng nói mặn mà,
汉语意译：听罢翠翘忠告言，

喃字原文：世功徐買阻𠚢世降。
越 南 语：Thế công, Từ mới trở ra thế hàng.
汉语意译：徐海决计出投降。

喃字原文：整儀接使倍鐄，
越 南 语：Chỉnh nghi tiếp sứ vội vàng,
汉语意译：匆忙整仪迎来使，

喃字原文：限期束甲决塘解兵。
越 南 语：Hẹn kỳ thúc giáp, quyết đường giải binh.
汉语意译：限期解甲卸武装。

喃字原文：信唓城下要盟，
越 南 语：Tin lời thành hạ yêu minh,
汉语意译：城下订盟相和好，

喃字原文：𦼔旗魚愕𤿰更𥘀長。
越 南 语：Ngọn cờ ngơ ngác, trống canh trễ tràng.
汉语意译：全军即弛懈军防。

喃字原文：役兵補極狩捄，
越 南 语：Việc binh bỏ chẳng giữ giàng,
汉语意译：所有军事无布置，

喃字原文：王師瞠㐌訴詳寔虛。
越 南 语：Vương sư dòm đã tỏ tường thực hư.
汉语意译：王师谍报说周详。

喃字原文：胡公决計乘机，
越 南 语：Hồ công quyết kế thừa cơ,
汉语意译：胡公即决计乘机，

喃字原文：礼先兵後刻期袭攻。
越 南 语：Lễ tiên binh hậu khắc cờ tấn công.
汉语意译：先礼后兵，刻期攻。

喃字原文：揹旗招撫先锋，
越 南 语：Kéo cờ chiêu phủ tiên phong,
汉语意译：先锋举着招抚旗，

喃字原文：礼儀攔𨀈搏銅伏𢖖。
越 南 语：Lễ nghi dàn trước, bác đồng phục sau.
汉语意译：仪仗先行伏兵上。

喃字原文：徐公呵𠰳别𠁀，
越 南 语：Từ công hờ hững biết đâu,
汉语意译：徐公摒开卫士走，

喃字原文：大官礼服𠚢頭𨷯輚。
越 南 语：Đại quan lễ phục ra đầu cửa viên.
汉语意译：身穿礼服去投降。

喃字原文：胡公暗號陣前，
越 南 语：Hồ công ám hiệu trận tiền,
汉语意译：胡公一声暗号令，

喃字原文：𠀧皮發銃𦊚边措旗。
越 南 语：Ba bề phát súng, bốn bên kéo cờ.
汉语意译：四面摇旗三面枪。

喃字原文：當欺不意極𢖵，
越 南 语：Đang khi bất ý chẳng ngờ,
汉语意译：事出意外人不防，

喃字原文：狳𩇢欺㐌沙机拱㥦。
越 南 语：Hùm thiêng khi đã sa cơ cũng hèn!
汉语意译：如虎堕阱难伸张。

喃字原文：死生料𥪝陣前，
越 南 语：Tử sinh liều giữa trận liền,
汉语意译：徐公于阵前殉难，

喃字原文：僤䪹朱别肝連將軍。
越 南 语：Dạn dày cho biết gan liền tướng quân!
汉语意译：仍乃意气名将军！

喃字原文：氣𥘉欺㐌衛神，
越 南 语：Khí thiêng khi đã về thần,
汉语意译：英灵还在身已亡，

喃字原文：然然群𨁟𡍣蹎𥪝𨫊。
越 南 语：Nhơn nhơn còn đứng chôn chân giữa vòng!
汉语意译：遗骸直立似不僵！

喃字原文：猪如砢凭如銅，
越 南 语：Trơ như đá, vững như đồng,
汉语意译：坚如钢铁，固盘石，

喃字原文：埃㩫拯轉埃搈拯移。
越 南 语：Ai lay chẳng chuyển, ai rung chẳng rời.
汉语意译：摇不动，哪怕击撞。

喃字原文：官軍追殺𨆷𨱽，
越 南 语：Quan quân truy sát đuổi dài,
汉语意译：朝军乘机追击杀，

喃字原文：𠾿𠾿殺氣𩂟𡗶埃當。
越 南 语：Ầm ầm sát khí, ngất trời ai đang!
汉语意译：杀气冲天谁能挡！

喃字原文：𥪝壕外壘散慌，
越 南 语：Trong hào, ngoài lũy tan hoang,
汉语意译：壕垒士兵似星散，

喃字原文：乱軍皮𢫫𢬣娘𧗱尼。
越 南 语：Loạn quân vừa dắt tay nàng đến nơi.
汉语意译：翠翘被俘获当场。

喃字原文：𥪝𨫊𩨋砢排排，
越 南 语：Trong vòng tên đá bời bời,
汉语意译：在一片狼籍之下，

喃字原文：𧡊徐群𨅸𡨌𡗶猪猪。
越 南 语：Thấy Từ còn đứng giữa trời trơ trơ.
汉语意译：徐海僵立于青天。

喃字原文：哭浪智勇固乘，
越 南 语：Khóc rằng: “Trí dũng có thừa,
汉语意译：翘哭道：“智勇双全，

喃字原文：𪟽䀡唎妾𦤾机會尼。
越 南 语：Bởi nghe lời thiếp đến cơ hội này.
汉语意译：因听我落此收场。

喃字原文：𩈘帀𥉴𧡊饒低，
越 南 语：Mặt nào trông thấy nhau đây?
汉语意译：面对故人怎愧对，

喃字原文：他料𤯩𣩂沒𣈗貝饒。
越 南 语：Thà liều sống thác một ngày với nhau!”
汉语意译：不如同道赴黄泉。”

喃字原文：涌秋如灑千愁，
越 南 语：Dòng thu như giội cơn sầu,
汉语意译：热泪如雨渗涌流，

喃字原文：揬唎娘拱招頭沒边。
越 南 语：Dứt lời nàng cũng gieo đầu một bên.
汉语意译：说罢倒身在地上。

喃字原文：𡗶能寃氣相纏，
越 南 语：Lạ thay oan khí tương triền,
汉语意译：当真其冤魂有灵，

喃字原文：娘皮伏𧘇徐連我𠚢。
越 南 语：Nàng vừa phục xuống Từ liền ngã ra.
汉语意译：徐海尸倒在一旁。

喃字原文：官軍几吏𠊛戈，
越 南 语：Quan quân kẻ lại người quân,
汉语意译：官军过往人不停，

喃字原文：怡娘仕吏域𠚢寅寅。
越 南 语：Xót nàng sẽ lại vực ra dần dần.
汉语意译：将翠翘扶出战场。

喃字原文：𢭸𠓨𬧐𫏾中軍，
越 南 语：Dẫn vào đến trước trung quân,
汉语意译：把她送到辕门里，

喃字原文：胡公𧡊𩈘殷勤晦嘆。
越 南 语：Hồ công thấy mặt ân cần hỏi han.
汉语意译：胡公来细问情况。

喃字原文：浪娘𡮣分紅顏，
越 南 语：Rằng: “Nàng chút phận hồng nhan,
汉语意译：道：“可怜红颜少妇，

喃字原文：𠉞干兵革𡗉难拱傷。
越 南 语：Gặp cơn binh cách nhiều nàn cũng thương!
汉语意译：遭受兵火尽灾殃。

喃字原文：㐌咍成算庙堂，
越 南 语：Đã hay thành toán miếu đường,
汉语意译：尚幸王师妙胜算，

喃字原文：執功拱固𠳒娘買𣦍。
越 南 语：Giúp công cũng có lời nàng mới nên.
汉语意译：你也有功在朝堂。

喃字原文：悲除事㐌院全，
越 南 语：Bây giờ sự đã vẹn tuyền,
汉语意译：现在兵戈已平定，

喃字原文：默悉拸祂閟吁皮芇。
越 南 语：Mặc lòng nghĩ lấy, muốn xin bề nào?”
汉语意译：你有什干求想望?”

喃字原文：娘強湥王潺滺，
越 南 语：Nàng càng giọt ngọc tuôn dào,
汉语意译：翘听罢，泪如泉涌，

喃字原文：汲泬買啵隰高事悉。
越 南 语：Ngập ngừng mới gửi thấp cao sự lòng.
汉语意译：沉默片刻禀详情：

喃字原文：浪徐罒等英雄，
越 南 语：Rằng: “Từ là đấng anh hùng,
汉语意译：“徐公原是英雄汉，

喃字原文：育昂丕䕸浞逢澉㵎。
越 南 语：Dọc ngang trời rộng, vẫy phùng bể khơi!
汉语意译：展翼天空视海洋。

喃字原文：信碎铖過聢咾，
越 南 语：Tin tôi nên quá nghe lời,
汉语意译：只因误听我一言，

喃字原文：迻身百戰罒碎朝廷。
越 南 语：Đưa thân bách chiến làm tôi triều đình.
汉语意译：令英雄解甲归降。

喃字原文：語罒夫貴婦荣，
越 南 语：Ngỡ là phu quí, phụ vinh,
汉语意译：满以为夫贵妻荣，

喃字原文：埃ち沒丿散情骵昌。
越 南 语：Ai ngờ một phút tan tành thịt xương!
汉语意译：想不到反遭身丧。

喃字原文：䱂𢆥𡗶𣷭昂藏，
越 南 语：Năm năm trời bể ngang tàng,
汉语意译：五年来震撼海天，

喃字原文：𢷣命𠫾補戰場如空。
越 南 语：Dấn mình đi bỏ chiến trường như không.
汉语意译：等闲舍身投疆场。

喃字原文：窖勸計𥙩罒功，
越 南 语：Khéo khuyên kể lấy làm công,
汉语意译：你说我献计有功，

喃字原文：計包饒吏疠恧閉饒。
越 南 语：Kể bao nhiêu lại đau lòng bấy nhiêu!
汉语意译：促增我痛彻肝肠。

喃字原文：察命功𠃣罪𠁀，
越 南 语：Xét mình công ít tội nhiều,
汉语意译：自知功小而罪多，

喃字原文：𤯩乘碎㐌𢧚料命碎。
越 南 语：Sống thừa, tôi đã nên liều mình tôi.
汉语意译：我岂敢干求妄想！

喃字原文：吁朱淺土沒堆，
越 南 语：Xin cho thiển thổ một doi,
汉语意译：请赐我浅土一堆，

喃字原文：噲罗答店𥙩𠊛死生。
越 南 语：Gọi là đắp điếm lấy người tử sinh!”
汉语意译：求与恩人死同葬！”

喃字原文：胡公𦖑呐傷情，
越 南 语：Hồ công nghe nói thương tình,
汉语意译：胡公下令办丧事，

喃字原文：傳朱蒿塟遺形边滝。
越 南 语：Truyền cho cảo táng di hình bên sông.
汉语意译：葬徐海遗骸岸上。

喃字原文：𦊚軍𢲫席賀功，
越 南 语：Trong quân mở tiệc hạ công,
汉语意译：中军设宴喜庆功，

喃字原文：唔嘫絲竹會同軍官。
越 南 语：Xôn xao tơ trúc, hội đồng quân quan.
汉语意译：丝竹奏，官兵同赏。

喃字原文：扒娘侍宴𠫾幔，
越 南 语：Bắt nàng thị yến dưới màn,
汉语意译：令翠翘侍宴帐前，

喃字原文：拱醝吏押宮弹日奏。
越 南 语：Dở say lại ép cung đàn nhặt tâu.
汉语意译：强迫她抱琴自唱。

喃字原文：𠬠宮𩙍慘涓愁，
越 南 语：Một cung gió thảm mưa sầu,
汉语意译：她弹出凄风愁雨，

喃字原文：罕絏耻𢌌𠄼頭𦟐𢬣。
越 南 语：Bốn dây rỉ máu năm đầu ngón tay.
汉语意译：四弦悲切惨苍凉！

喃字原文：蝸吟猿嘲𫢩齐，
越 南 语：Ve ngâm vượn hót nào tày,
汉语意译：秦音似蝉吟猿啸，

喃字原文：律聰胡拱痗眉淶珠。
越 南 语：Lọt tai, hồ cũng nhăn mày rơi châu.
汉语意译：胡公落泪衣裳沾。

喃字原文：晦浪尼曲於撓，
越 南 语：Hỏi rằng: “Này khúc ở đâu?
汉语意译：借问：“曲中是何调？

喃字原文：䏧𠚢閍怨䜹愁𡗋能。
越 南 语：Nghe ra muôn oán nghìn sầu lắm thay!”
汉语意译：声声绞断人心肠。”

喃字原文：𠶋浪箔命曲尼，
越 南 语：Thưa rằng: “Bạc Mệnh khúc này,
汉语意译：她答道：“曲名《薄命》，

喃字原文：譜𠓨弹𠂼仍𣈗群踈。
越 南 语：Phổ vào đàn ấy những ngày còn thơ.
汉语意译：自幼爱上此篇章。

喃字原文：官琹掊仍𣈗初，
越 南 语：Cung cầm lựa nhưng ngày xưa,
汉语意译：昔日我常弹此调，

喃字原文：麻鏡箔命悲𣉹𠓀低。
越 南 语：Mà gương bạc mệnh bây giờ là đây!”
汉语意译：是真成薄命女郎！”

喃字原文：䏧強湳瞻強醝，
越 南 语：Nghe càng đắm, ngắm càng say,
汉语意译：胡公颓然地陶醉，

喃字原文：迾朱𩈘瑟拱𢠩为情。
越 南 语：Lạ cho mặt sắt cũng ngây vì tình!
汉语意译：铁汉竟儿女情长。

喃字原文：吶浪香焒𠀧生，
越 南 语：Dạy rằng: “Hương lửa ba sinh,
汉语意译：他道：“三生旧因缘，

喃字原文：紩鸞吁綏琹泠朱埃。
越 南 语：Dây loan xin nối cầm lành cho ai.”
汉语意译：鸾再续，共谱鸳鸯。”

喃字原文：𠽔浪㞾分落類，
越 南 语：Thưa rằng: “Chút phận lạc loài,
汉语意译：她说道：“天涯落泊，

喃字原文：𨎠命拸㐌固𠊛𫿒冤。
越 南 语：Trong mình nghĩ đã có người thác oan.
汉语意译：心上人冤屈丧亡。

喃字原文：群之汝𦑃花殘，
越 南 语：Còn chi nữa cánh hoa tàn,
汉语意译：我已是残花败叶，

喃字原文：絲𢚸㐌𢫝紩弹小憐。
越 南 语：Tơ lòng đã dứt dây đàn tiểu lân.
汉语意译：弦已断，不求箫郎。

喃字原文：𦴕傷群𤗖紅裙，
越 南 语：Rộng thương còn mảnh hồng quần,
汉语意译：倘高怀垂念幸存，

喃字原文：唏殘特𧡊榕粉𦋦𢜠。
越 南 语：Hơi tàn được thấy gốc phần là may!”
汉语意译：愿赐残躯返故乡。”

喃字原文：賀功戩㐌過醝，
越 南 语：Hạ công chén đã quá say,
汉语意译：庆筵中，胡酒过量，

喃字原文：胡公𨖅𣅶𤑟𣈜𢘾𠚢。
越 南 语：Hồ công đến lúc rạng ngày nhớ ra.
汉语意译：诘朝，忆宵来情况。

喃字原文：𢪀命方面国家，
越 南 语：Nghĩ mình phương diện quốc gia,
汉语意译：自念是封疆大吏，

喃字原文：官𨕭旺𧿆𠊛些䀡𠓨。
越 南 语：Quan trên nhắm xuống, người ta trông vào.
汉语意译：上官俯视，民瞻望。

喃字原文：沛從𡎝𩙍咍牢，
越 南 语：Phải tuồng trăng gió hay sao?
汉语意译：岂比浪子耍风流，

喃字原文：事尼别併世帝特低。
越 南 语：Sự này biết tính thế nào được đây?
汉语意译：我应该弥缝妥当？

喃字原文：公衙皮𣅶𬐩𣈜，
越 南 语：Công nha vừa buổi rạng ngày,
汉语意译：清早，上衙处公事，

喃字原文：决情胡買断𠃅𣎃排。
越 南 语：Quyết tình Hồ mới đoán ngay một bài.
汉语意译：胡公已定下主张。

喃字原文：令官埃敢𠯦𠰘，
越 南 语：Lệnh quan ai dám cãi lời,
汉语意译：唤翠翘领受军令，

喃字原文：押情買𢯢朱𠊛土官。
越 南 语：Ép tình mới gán cho người thổ quan.
汉语意译：随土官配作妻房。

喃字原文：翁絲寔咻多端，
越 南 语：Ông tơ thực nhé đa đoan!
汉语意译：怨月老无情多端！

喃字原文：車絲牢窖撝挽撝吁。
越 南 语：Xe tơ sao khéo vơ càn vơ xiên.
汉语意译：赤绳乱结系鸳鸯。

喃字原文：轎花押𪘵䢀船，
越 南 语：Kiệu hoa áp thẳng xuống thuyền,
汉语意译：花轿押送下官船，

喃字原文：蕼幔擔隰萙畑挑高。
越 南 语：Lá màn rủ thấp, ngọn đèn khêu cao.
汉语意译：帆下，明灯挂中央。

喃字原文：娘強塢柳派桃，
越 南 语：Nàng càng ủ liễu phai đào,
汉语意译：翠翘似桃褪柳愁，

喃字原文：𤾓分市固分市分鮮。
越 南 语：Trăm phần nào có phần nào phần tươi?
汉语意译：似失去生命光芒。

喃字原文：仃身吉垃浺墻，
越 南 语：Đành thân cát lấp sóng vùi,
汉语意译：愿忍受沙埋水淹，

喃字原文：刧功吒媄舌茷聰明。
越 南 语：Cướp công cha mẹ thiệt đời thông minh.
汉语意译：亲恩才貌都成枉。

喃字原文：蹎丕𩈘洡冷汀，
越 南 语：Chân trời mặt bể lênh đênh,
汉语意译：天涯海角任飘零，

喃字原文：捻昌别掝死生准市。
越 南 语：Nắm xương biết gửi tử sinh chốn nào?
汉语意译：一把骨头何处葬！

喃字原文：缘𠁀埃㧑絲桃，
越 南 语：Duyên đâu ai dứt tơ đào,
汉语意译：恶因缘，谁折丝断，

喃字原文：𡢻𠁀埃㐌𢲣𠓨尽𢬣。
越 南 语：Nợ đâu ai đã dắt vào tận tay!
汉语意译：前生债，还要清偿。

喃字原文：身牢身𦤾世尼，
越 南 语：Thân sao thân đến thế này,
汉语意译：为何命途如此苦，

喃字原文：群𣈜芇拱餘𣈜𠮩催。
越 南 语：Còn ngày nào cũng dư ngày ấy thôi!
汉语意译：活在阳间来日长！

喃字原文：㐌空别𤯩罗𢣇，
越 南 语：Đã không biết sống là vui,
汉语意译：我一生感到不乐，

喃字原文：𢩮身芇别舌未罗傷。
越 南 语：Tấm thân nào biết thiệt thòi là thương!
汉语意译：只感叹荣辱何伤！

喃字原文：𠬠命荄䔲𤾓塘，
越 南 语：Một mình cay đắng trăm đường,
汉语意译：历尽了千般痛苦，

喃字原文：催時湼王散鐄時催。
越 南 语：Thôi thì nát ngọc tan vàng thì thôi!
汉语意译：珠沉玉碎怎收场。

喃字原文：𤗖䏔㐌搁嫩兌，
越 南 语：Mảnh trăng đã gác non đoài,
汉语意译：观看西方残月落，

喃字原文：没命儱仍蹲𡎝渚衝。
越 南 语：Một mình luống những đứng ngồi chưa xong.
汉语意译：几回坐起自彷徨。

喃字原文：潮𣋚浽哨同同，
越 南 语：Triều đâu nổi tiếng đùng đùng,
汉语意译：忽听潮声滚汹涌，

喃字原文：晦𠚢買别浪滝錢塘。
越 南 语：Hỏi ra mới biết rằng sông Tiền Đường.
汉语意译：问知，身到钱塘江。

喃字原文：忟呸神夢爈烋，
越 南 语：Nhớ lời thần mộng rõ ràng,
汉语意译：重忆起当年神梦，

喃字原文：尼催歇刧断腸罗低。
越 南 语：Này thôi hết kiếp đoạn tràng là đây!
汉语意译：此地是毕命地方。

喃字原文：淡仙娘哝固咍，
越 南 语：Đạm Tiên nàng nhé có hay!
汉语意译：问淡仙，你尚记否！

喃字原文：限些時待𨑜尼逴些。
越 南 语：Hẹn ta thì đợi dưới này rước ta.
汉语意译：梦中约，相会时光。

喃字原文：𨑜烟產幅箋花，
越 南 语：Dưới đèn sẵn bức tiên hoa,
汉语意译：在灯下花笺一迭，

喃字原文：沒篇絕筆噲罗底𢜠。
越 南 语：Một thiên tuyệt bút gọi là để sau.
汉语意译：留绝笔，诉尽凄凉。

喃字原文：𢬭蓬倍𢲫簾珠，
越 南 语：Cửa bồng vội mở rèm châu,
汉语意译：手推蓬卷上珠帘，

喃字原文：𡗶高滝𢌌𠬠牟包罗。
越 南 语：Trời cao sông rộng một màu bao la.
汉语意译：只见天海白茫茫。

喃字原文：浪徐公厚待些，
越 南 语：Rằng:“Từ công hậu đãi ta,
汉语意译：她暗道：“我误徐公，

喃字原文：𡭧爲役渃麻𠚢負㤇。
越 南 语：Chút vì việc nước mà ra phụ lòng.
汉语意译：我辜负你的期望。

喃字原文：折𫯳麻吏𥙩𫯳，
越 南 语：Giết chồng mà lại lấy chồng,
汉语意译：嫁夫反害夫性命，

喃字原文：𩈘芇麻吏𧿆𥪝𡎝𠁀。
越 南 语：Mặt nào mà lại đứng trong cõi đời?
汉语意译：无脸活偷生世上。

喃字原文：催時𠬠托朱耒，
越 南 语：Thôi thì một thác cho rồi,
汉语意译：惟有一死报恩情，

喃字原文：𢚸㤇付默𨕭𡗶𠁑滝。
越 南 语：Tấm lòng phó mặc trên trời dưới sông!”
汉语意译：都付与疯狂波浪！”

喃字原文：𥉫𤅶𡥵渃溟濛，
越 南 语：Trông vời con nước mênh mông,
汉语意译：远望海天无边际，

喃字原文：执命招𠁀𥚄涌長江。
越 南 语：Đem mình gieo xuống giữa dòng Trường Giang.
汉语意译：纵身一跃入长江。

喃字原文：土官蹺𤄯倍鐄，
越 南 语：Thổ quan theo vớt vội vàng,
汉语意译：土官闻讯速驰救，

喃字原文：時陀𣷭王沉香秩耒。
越 南 语：Thì đà đắm ngọc trầm hương mất rồi.
汉语意译：明珠早已沉汪洋！

喃字原文：傷台拱沒身䶊，
越 南 语：Thương thay cũng một thân người,
汉语意译：薄命女受尽惨伤，

喃字原文：害台茫𥙩色才罒之。
越 南 语：Hại thay mang lấy sắc tài làm chi!
汉语意译：可怜她一代红妆！

喃字原文：仍罒冤苦流离，
越 南 语：Những là oan khổ lưu ly,
汉语意译：历尽流离冤屈苦，

喃字原文：徐朱歇刧群之罒身。
越 南 语：Chờ cho hết kiếp, còn gì là thân?
汉语意译：终归如此劫收场！

喃字原文：进𢆥𢆥閉饒吝，
越 南 语：Mười lăm năm, bấy nhiêu lần,
汉语意译：十五载，曾有几许，

喃字原文：罒𫩉朱客紅裙此㸌。
越 南 语：Làm gương cho khách hồng quần thử soi!
汉语意译：多情人，应同悲怆！

喃字原文：茷馹廸世時催，
越 南 语：Đời người đến thế thì thôi!
汉语意译：历尽人间最艰险，

喃字原文：䖝机陰极陽回空台。
越 南 语：Trong cơ âm cực dương hồi không thay.
汉语意译：可知祸福难言详！

喃字原文：氽馹孝義初䏧，
越 南 语：Mấy người hiếu nghĩa xưa nay,
汉语意译：古今孝义有几个，

喃字原文：歪〻之廸数旲強傷。
越 南 语：Trời làm chi đến lâu ngày càng thương!
汉语意译：记取天不负贤良。

喃字原文：覺緣自節啫娘，
越 南 语：Giác Duyên từ tiết giã nàng,
汉语意译：话说觉缘分别后，

喃字原文：揊瓢掛棑𦲺塘雲遊。
越 南 语：Đeo bầu quảy níp rộng đường vân du.
汉语意译：担箱挂葫四处游。

喃字原文：㐌婆三合道姑，
越 南 语：Gặp bà Tam Hợp đạo cô,
汉语意译：巧相遇三合道姑，

喃字原文：從容晦歇𡮈蘇事娘。
越 南 语：Thong dong hỏi hết nhỏ to sự nàng:
汉语意译：谈及翠翘事前后。

喃字原文：馹牢孝義覩塘，
越 南 语："Người sao hiếu nghĩa đủ đường,
汉语意译：觉缘叹："孝义女郎，

喃字原文：刼牢逸仍断腸世催。
越 南 语：Kiếp sao rặt những đoạn trường thế thôi?"
汉语意译：人生苦味都尝透。"

喃字原文：師浪福禍道歪，
越 南 语：Sư rằng: "phúc họa đạo trời,
汉语意译：道姑说："祸福由天，

喃字原文：檜源拱於悉駆麻黜。
越 南 语：Cội nguồn cũng ở lòng người mà ra.
汉语意译：也出自人心操守。

喃字原文：固歪麻拱在些，
越 南 语：Có trời mà cũng tại ta,
汉语意译：须有天道，人所为，

喃字原文：修罒檜福情罒緈寃。
越 南 语：Tu là cội phúc, tình là dây oan.
汉语意译：情是祸，修行天佑。

喃字原文：翠翹色稍坤頑，
越 南 语：Thúy Kiều sắc sảo khôn ngoan,
汉语意译：翠翘聪慧色绝伦，

喃字原文：無緣罒分紅顔饱停。
越 南 语：Vô duyên là phận hồng nhan đã đành.
汉语意译：红颜薄命天注就。

喃字原文：吏芒祂沒箬情，
越 南 语：Lại mang lấy một chữ tình,
汉语意译：而且人生就多情，

喃字原文：怯怯命纀祂命匂衈。
越 南 语：Khư khư mình buộc lấy mình vào trong.
汉语意译：偏为情字绕至咎。

喃字原文：丕铖仍准從容，
越 南 语：Vậy nên những chốn thong dong,
汉语意译：由此哪处得安身，

喃字原文：於空安稳𡎢空凭鐄。
越 南 语：Ở không yên ổn, ngồi không vững vàng.
汉语意译：又无处能居长久。

喃字原文：魔迻𡓃鬼抌塘，
越 南 语：Ma đưa lối, quỉ đem đường,
汉语意译：总是迷途误门入，

喃字原文：吏尋仍准断腸麻趍。
越 南 语：Lại tìm những chốn đoạn trường mà đi.
汉语意译：魔引路堕落漂流。

喃字原文：歇难𠂎𨀈难箕，
越 南 语：Hết nạn ấy đến nạn kia,
汉语意译：经历几番苦断肠，

喃字原文：青楼𠄩𦀎青衣𠄩吝。
越 南 语：Thanh lâu hai lượt, thanh y hai lần.
汉语意译：两回作婢复青楼。

喃字原文：𠁀鍰𥱬孕鎌陳，
越 南 语：Giữa vòng giáo dựng gươm trần,
汉语意译：至剑戟帐中生活，

喃字原文：掑䔲㹫𤞻𠳒身碎隊。
越 南 语：Kề răng hùm sói, gửi thân tôi đòi.
汉语意译：厕身行役狼虎洞。

喃字原文：𠁀湧渃汜㵢灘，
越 南 语：Giữa dòng nước dẫy sóng dồi,
汉语意译：终致沉江而自尽，

喃字原文：𤎏唅𧏵魪招𩝺永腥。
越 南 语：Trước hàm rồng cá, gieo mồi vắng tanh.
汉语意译：葬身鱼腹付东流。

喃字原文：冤箕蹺買貝情，
越 南 语：Oan kia theo mãi với tình,
汉语意译：端为多情而召祸，

喃字原文：沒命命别沒命命咍。
越 南 语：Một mình mình biết, một mình mình hay.
汉语意译：多才识，也召怨尤。

喃字原文：𠃣朱𤯩堕𣩂苔，
越 南 语：Làm cho sống đọa thác đày,
汉语意译：历尽艰危至惨死，

喃字原文：断腸朱歇刧尼買催。
越 南 语：Đoạn trường cho hết kiếp này mới thôi!”
汉语意译：到头来万事全休。”

喃字原文：覺緣聀呐用淶，
越 南 语：Giác Duyên nghe nói rụng rời:
汉语意译：觉缘听罢长嗟叹：

喃字原文：沒𠃣娘㖫傷喂群之。
越 南 语：“Một đời nàng nhé thương ôi còn gì!”
汉语意译：“一代才华复何有？”

喃字原文：師浪双極兮之，
越 南 语：Sư rằng song chẳng hề chi,
汉语意译：道姑再三话劝慰：

喃字原文：業緣斤吏抋𧼋群𠑬。
越 南 语：Nghiệp duyên cân lại nhắc đi còn nhiều!
汉语意译：“我只从法术推求。

喃字原文：察𥪝罪業翠翹，
越 南 语：Xét trong tội nghiệp Thúy Kiều,
汉语意译：细察翠翘的罪孽，

喃字原文：默調情愛塊調邪淫。
越 南 语：Mắc điều tình ái, khỏi điều tà dâm.
汉语意译：首推情爱主因由。

喃字原文：𥙩情深啫羑深，
越 南 语：Lấy tình thâm, trả nghĩa thâm,
汉语意译：惟是舍身救父亲，

喃字原文：半命㐌動孝心𦤾𡗶。
越 南 语：Bán mình đã động hiếu tâm đến trời!
汉语意译：孝忠品德两俱优。

喃字原文：害没𠊛救閔𠊛，
越 南 语：Hại một người, cứu muôn người,
汉语意译：舍自身苦救亲人，

喃字原文：別塘輕重別𠳒沛庄。
越 南 语：Biết đường khinh trọng, biết lời phải chăng.
汉语意译：分辨是非及先后。

喃字原文：所功德氏埃平，
越 南 语：Thửa công đức ấy ai bằng,
汉语意译：她的功德实难量，

喃字原文：夙愆㐌𣳮稜稜瀝耒。
越 南 语：Túc khiên đã rửa lâng lâng sạch rồi!
汉语意译：一切罪愆天赦宥！

喃字原文：欺𢧚𡗶拱朝𠊛，
越 南 语：Khi nên trời cũng chiều người,
汉语意译：天有眼，大德回生，

喃字原文：珥羕嫱𤤰填倍缘𢇉。
越 南 语：Nhẹ nhàng nợ trước, đền bồi duyên sau.
汉语意译：她缘债福从天授。

喃字原文：覺缘油忟𦎡饒，
越 南 语：Giác Duyên dừ nhớ nghĩa nhau,
汉语意译：如果重念故人义，

喃字原文：錢塘𢬣𠬠筏苙逴𠊛。
越 南 语：Tiền Đường thả một bè lau rước người.
汉语意译：编筏往钱塘援救。

喃字原文：𤤰𢇉朱院𠬠𠰘，
越 南 语：Trước sau cho vẹn một lời,
汉语意译：始终如一守诺言，

喃字原文：缘些麻拱福𡗶之空。
越 南 语：Duyên ta mà cũng phúc trời chi không!
汉语意译：凭人力，仗天默佑！”

喃字原文：覺缘聀呐𢜠悉，
越 南 语：Giác Duyên nghe nói mừng lòng,
汉语意译：觉缘听了心欢喜，

喃字原文：鄰罖尋趣边滝錢塘。
越 南 语：Lân la tìm thú bên sông Tiền Đường.
汉语意译：钱塘江畔决守候。

喃字原文：打榁笘𦺓草堂，
越 南 语：Đánh tranh chụm nóc thảo đường,
汉语意译：结茅盖间新草堂。

喃字原文：𠬠間渃碧𩄲鐄𢺺堆。
越 南 语：Một gian nước biếc mây vàng chia đôi.
汉语意译：看碧水黄云如绣。

喃字原文：啲辅渔夫𠄩𠊛，
越 南 语：Thuê năm ngư phủ hai người,
汉语意译：又雇得两名渔夫，

喃字原文：揀船直渡結紂扛滝。
越 南 语：Đóng thuyền chực bến kết chài giăng sông.
汉语意译：放船撒网拦江流。

喃字原文：沒悉拯管氽功，
越 南 语：Một lòng chẳng quản mấy công,
汉语意译：不计时间及劳苦，

喃字原文：窖能返拌拱䢀轉運。
越 南 语：Khéo thay gặp gỡ cũng trong chuyển vần.
汉语意译：居然天顺意人谋。

喃字原文：翹自招𨑜溋銀，
越 南 语：Kiều từ gieo xuống duềnh ngân,
汉语意译：自翠翘沉江逐浪，

喃字原文：渃吹俸㐌濡寅羨尼。
越 南 语：Nước xuôi bỗng đã trôi dần tận nơi.
汉语意译：正好漂流近渔舟。

喃字原文：渔翁捁緾滅𠊛，
越 南 语：Ngư ông kéo lưới vớt người,
汉语意译：渔翁举网得尸体，

喃字原文：錦咥三合熗进拯吡。
越 南 语：Ngẫm lời Tam Hợp rõ mười chẳng ngoa!
汉语意译：证实三合言不谬。

喃字原文：𨑗梅洌沏襖繧，
越 南 语：Trên mui lướt mướt áo là,
汉语意译：船蓬下遍体淋漓，

喃字原文：雖淫唏渃渚爍膵鏡。
越 南 语：Tuy dầm hơi nước chưa lòa bóng gương.
汉语意译：尚幸丰姿仍似旧。

喃字原文：覺緣䀡寔𩈘娘，
越 南 语：Giác Duyên nhìn thật mặt nàng,
汉语意译：觉缘认清故人容，

喃字原文：娘群帖帖䀡鐄渚派。
越 南 语：Nàng còn thiêm thiếp giấc vàng chưa phai.
汉语意译：她未清醒梦悠悠。

喃字原文：𢘾惘魄桂魂枚，
越 南 语：Mơ màng phách quế hồn mai,
汉语意译：梦里神仙游世界，

喃字原文：淡仙脫㐌𧡊𠊛𣈜初。
越 南 语：Đạm Tiên thoắt đã thấy người ngày xưa.
汉语意译：淡仙现，相见绸缪。

喃字原文：浪碎㐌固悉睞，
越 南 语：Rằng: “Tôi đã có lòng chờ,
汉语意译：她道：“久别喜重逢，

喃字原文：秩功㐌𠃣𢆥乘於低。
越 南 语：Mất công đã mấy năm thừa ở đây.
汉语意译：十载江边在等候。

喃字原文：姉牢分蒙福𦽰，
越 南 语：Chị sao phận mỏng phúc dày?
汉语意译：你虽命薄但才高，

喃字原文：刧𣎏㐌丕悉尼易埃。
越 南 语：Kiếp xưa đã vậy, lòng này dễ ai!
汉语意译：仁爱喧世间稀有。

喃字原文： 𫆧誠㐌透𦤾𡗶，
越 南 语： Tấm thành đã thấu đến trời,
汉语意译： 诚心上感了苍天，

喃字原文： 半命罗孝救𠊛罗仁。
越 南 语： Bán mình là hiếu, cứu người là nhân.
汉语意译： 卖身仁孝传众口。

喃字原文： 𠬠念為渃為民，
越 南 语： Một niệm vì nước vì dân,
汉语意译： 志在救国又为民，

喃字原文： 陽功拮𠬠銅斤㐌𦓅。
越 南 语： Dương công cất một đồng cân đã già!
汉语意译： 阴功德高比山丘。

喃字原文： 断腸效捽𠸜𠚢，
越 南 语： Đoạn trường sổ rút tên ra,
汉语意译： 从今地狱已除名，

喃字原文： 断腸𧦕沛迻麻者繞。
越 南 语： Đoạn trường thơ phải đưa mà trả nhau.
汉语意译： 断肠一曲休重奏。

喃字原文： 群𡗉享受衛𡢐，
越 南 语： Còn nhiều hưởng thụ về sau,
汉语意译： 应享乐，来日方长，

喃字原文： 缘初苔弹福数灘搖。
越 南 语： Duyên xưa đầy đặn, phúc lâu dồi dào."
汉语意译： 幸福时光在后头。"

喃字原文： 娘群魚謹别牢，
越 南 语： Nàng còn ngơ ngẩn biết sao,
汉语意译： 翠翘神志还模糊，

喃字原文：濯泉瓵哨噲𠱊边聰。
越 南 语：“Trạc Tuyền!”nghe tiếng gọi vào bên tai.
汉语意译：闻声“濯泉”入耳旁。

喃字原文：秩命脫醒戝枚，
越 南 语：Giật mình thoắt tỉnh giấc mai,
汉语意译：梦中突然醒惊惶，

喃字原文：氷傾市㐌别埃麻䁔。
越 南 语：Bâng khuâng nào đã biết ai mà nhìn.
汉语意译：惘然中不知谁呼。

喃字原文：𨕭船市𧡊淡仙，
越 南 语：Trong thuyền nào thấy Đạm Tiên,
汉语意译：船内不见淡仙影，

喃字原文：边命𧡊覺緣𡎢掑。
越 南 语：Bên mình chỉ thấy Giác Duyên ngồi kề.
汉语意译：只见觉缘身边候。

喃字原文：𧡊饒𢞅㤪𥬧𨁪，
越 南 语：Thấy nhau mừng rỡ trăm bề,
汉语意译：相逢之情喜洋洋，

喃字原文：扽船買逴娘衛草芦。
越 南 语：Dọn thuyền mới rước nàng về thảo lư.
汉语意译：相牵手，齐回草堂。

喃字原文：沒茹終乍㬉𣋚，
越 南 语：Một nhà chung chạ sớm trưa,
汉语意译：从此朝夕居欢笑，

喃字原文：𩙍䏧洡𩈘𪉥𤈦齋悉。
越 南 语：Gió trăng mát mặt, muối dưa chay lòng.
汉语意译：互欣慰素斋共尝。

喃字原文：罘皮八㕭溟濛，
越 南 语：Bốn bề bát ngát mênh mông,
汉语意译：四处山海显溟蒙，

喃字原文：潮氹㗂𣋚霊篭𨎟𢖖。
越 南 语：Triều dâng hôm sớm, mây lồng trước sau.
汉语意译：听潮声，看云飘空。

喃字原文：难初淬瀝漏漏，
越 南 语：Nạn xưa trút sạch làu làu,
汉语意译：翠翘难以抑感伤，

喃字原文：缘初渚易别𠁑准尼。
越 南 语：Duyên xưa chưa dễ biết đâu chốn này.
汉语意译：旧日恋情已淡忘！

喃字原文：浽娘灾难㐌苔，
越 南 语：Nỗi nàng tai nạn đã đầy,
汉语意译：且不说翠翘灾难，

喃字原文：浽払金重閉迡買傷。
越 南 语：Nỗi chàng Kim Trọng bấy chầy mới thương.
汉语意译：再谈谈金重凄惶。

喃字原文：自𣈗閔䟻扶丧，
越 南 语：Từ ngày muôn dặm phù tang,
汉语意译：他自从千里扶丧，

喃字原文：姅𢆥於坦遼陽吏茹。
越 南 语：Nửa năm ở đất Liêu Dương lại nhà.
汉语意译：半载辽阳回原房。

喃字原文：倍𨖲園翠搓罗，
越 南 语：Vội sang Vườn Thúy dò la,
汉语意译：先到揽翠园探望，

喃字原文：眧貼風景𠉞陀恪初。
越 南 语：Nhìn xem phong cảnh nay đà khác xưa.
汉语意译：看风景，几度沧桑。

喃字原文：苔園𦹵木𦲿疎，
越 南 语：Đầy vườn cỏ mọc lau thưa,
汉语意译：满园丛草木疏稀，

喃字原文：窻腠琼揆壁湄也涞。
越 南 语：Song trăng quạnh quẽ, vách mưa rã rời.
汉语意译：月照门窗无人往。

喃字原文：𨎟𨇜𠽊𧡊𨉟𠊛，
越 南 语：Trước sau nào thấy bóng người,
汉语意译：前后凄清无人影，

喃字原文：花桃𢆥外群唭䏧東。
越 南 语：Hoa đào năm ngoái còn cười gió đông.
汉语意译：惟有桃花相映红。

喃字原文：立茌燕冷楼空，
越 南 语：Xập xè én lạnh lầu không,
汉语意译：楼空燕子来回飞，

喃字原文：𦹵蘭𩈘坦蔞封𨁪鞋。
越 南 语：Cỏ lan mặt đất, rêu phong dấu giày.
汉语意译：足印苔生草又长。

喃字原文：𡳜墙荄𣘃𤯩㳥，
越 南 语：Cuối tường gai góc mọc đầy,
汉语意译：满墙边荆棘杂乱，

喃字原文：𠫾衛尼仍𡓃尼𢆥初。
越 南 语：Đi về này những lối này năm xưa.
汉语意译：乃昔日漫步地方。

喃字原文：終觥冷汔如詞，
越 南 语：Chung quanh lặng ngắt như tờ,
汉语意译：周邻冷清静悄悄，

喃字原文：浽念心事悲睦晦埃。
越 南 语：Nỗi niềm tâm sự bây giờ hỏi ai?
汉语意译：遭受过什么灾殃？

喃字原文：僩傹固几迦制，
越 南 语：Láng giềng có kẻ sang chơi,
汉语意译：正好有邻人经过，

喃字原文：鄰羅仕晦沒𠄩事情。
越 南 语：Lân la sẽ hỏi một hai sự tình.
汉语意译：金重见细问短长。

喃字原文：晦翁翁默訟庭，
越 南 语：Hỏi ông, ông mắc tụng đình,
汉语意译：知王翁公庭涉讼，

喃字原文：晦娘娘㐌半命贖吒。
越 南 语：Hỏi nàng, nàng đã bán mình chuộc cha.
汉语意译：翠翘卖身来抵偿。

喃字原文：晦茹茹㐌移賒，
越 南 语：Hỏi nhà, nhà đã dời xa,
汉语意译：问家已远离原屯，

喃字原文：晦払王貝共羅翠雲。
越 南 语：Hỏi chàng Vương với cùng là Thúy Vân.
汉语意译：知王观翠云景况。

喃字原文：調尼沙泏𡗋巾，
越 南 语：Đều nay sa sút khó khăn,
汉语意译：他们都陷在困境，

喃字原文：𠸒枚伴曰劍咹吝回。
越 南 语：Thuê may bán viết kiếm ăn lần hồi.
汉语意译：缝纫卖字度时光。

喃字原文：調𠁀𩂟打腠𡗶，
越 南 语：Điều đâu sét đánh lưng trời,
汉语意译：恍惚如晴天霹雳，

喃字原文：脫聣払說用涞掣包。
越 南 语：Thoắt nghe chàng thoắt rụng rời xiết bao!
汉语意译：他听罢不胜惊惶。

喃字原文：倍嘆移住尼市，
越 南 语：Vội han di trú nơi nao,
汉语意译：又询知迁移地方，

喃字原文：打塘払買尋𠓨羨尼。
越 南 语：Đánh đường, chàng mới tìm vào tận nơi.
汉语意译：即刻前往去寻访。

喃字原文：茹椲壁坦左哉，
越 南 语：Nhà tranh vách đất tả tơi,
汉语意译：茅舍土墙破不堪，

喃字原文：苹撩簾湼竹掑𣞻疎。
越 南 语：Lau treo rèm nát, trúc cài phên thưa.
汉语意译：芦苇绕帘编竹房。

喃字原文：沒𡑝坦䓡淫湄，
越 南 语：Một sân đất cỏ dầm mưa,
汉语意译：绿草满庭雨淋湿，

喃字原文：強嗷𠵘浽強魚誾羕。
越 南 语：Càng ngao ngán nỗi, càng ngơ ngẩn dường!
汉语意译：见主人失意凄凉。

喃字原文：打料蓮哨外墻，
越 南 语：Đánh liều lên tiếng ngoài tường,
汉语意译：金重墙外大呼唤，

喃字原文：払王聴哨倍鐄趍𪡀。
越 南 语：Chàng Vương nghe tiếng vội vàng chạy ra.
汉语意译：王观闻，出门窥望。

喃字原文：撻𢬣倍逴𠓨茹，
越 南 语：Dắt tay vội rước vào nhà,
汉语意译：两把臂欣然如故，

喃字原文：𡊰𧿆員外翁妑𪡀𨀍。
越 南 语：Mái sau viên ngoại ông bà ra ngay.
汉语意译：员外夫妇领进堂。

喃字原文：哭嘆計歇念西，
越 南 语：Khóc than kể hết niềm tây:
汉语意译：他们倾诉惨遭遇，

喃字原文：払喂别浽渃尼朱渚。
越 南 语：“Chàng ôi, biết nỗi nước này cho chưa?
汉语意译：谈到翘移婚主张。

喃字原文：翹兒分蒙如詞，
越 南 语：Kiều nhi phận mỏng như tờ,
汉语意译：因缘是翘儿命薄，

喃字原文：沒唓㐌磊霊絲貝払。
越 南 语：Một lời đã lỗi tóc tơ với chàng!
汉语意译：已不能做你妻房！

喃字原文：迲𠃣家变逕羕，
越 南 语：Gặp cơn gia biến lạ dường,
汉语意译：家异常，灾祸降临，

喃字原文：半命奴沛尋塘救吒。
越 南 语：Bán mình nó phải tìm đường cứu cha.
汉语意译：她卖身为救家长。

喃字原文：用浪欺跐蹎𨑮，
越 南 语：Dùng dằng khi bước chân ra,
汉语意译：分手时，迟疑不决，

喃字原文：極𥪝䊷浽吲𠀧罖吝。
越 南 语：Cực trăm nghìn nỗi, dặn ba bốn lần.
汉语意译：千百事反复商量。

喃字原文：猝唾𥗾貝郎君，
越 南 语：Trót lời nặng với lang quân,
汉语意译：言与金君有婚约，

喃字原文：㨢𡥵㛪奴翠雲能唾。
越 南 语：Mượn con em nó Thúy Vân thay lời.
汉语意译：要翠云代作新娘。

喃字原文：噲罗者𨁮義𠊛，
越 南 语：Hội là trả chút nghĩa người,
汉语意译：聊尽情人念点恩，

喃字原文：愁尼弋弋閔蓕渚悁。
越 南 语：Sầu này dằng dặc muôn đời chưa quên!
汉语意译：期别无妙策良方。

喃字原文：刼尼緣㐌負緣，
越 南 语：Kiếp này duyên đã phụ duyên,
汉语意译：今生已辜负良缘，

喃字原文：夜臺群别仕填來生。
越 南 语：Dạ đài còn biết sẽ đền lai sinh.
汉语意译：夜台怀念来生偿。

喃字原文：氽咥記註丁寧，
越 南 语：Mấy lời ký chú đinh ninh,
汉语意译：她寄语反复叮咛，

喃字原文：箎悉底胣拮命𪟤趍。
越 南 语：Ghi lòng để dạ cất mình ra đi.
汉语意译：起程时，我记心上。

喃字原文：分牢箔貝翹兒，
越 南 语：Phận sao bạc mấy Kiều nhi,
汉语意译：翘儿呀！命薄如斯？

喃字原文：払金衛姤𡥵時趍𠁀。
越 南 语：Chàng Kim về đó, con thì đi đâu?”
汉语意译：今日金君来商量。

喃字原文：翁妑強吶強疠，
越 南 语：Ông bà càng nói, càng đau,
汉语意译：父母愈说愈伤心，

喃字原文：払強𦖑吶強油如𧄹。
越 南 语：Chàng càng nghe nói, càng dàu như dưa.
汉语意译：金重也心神怅惘。

喃字原文：勿命𢬣𩙍㵢湄，
越 南 语：Vật mình vẫy gió tuôn mưa,
汉语意译：突然汗滴昏倒地，

喃字原文：淫湜涙玉蜃蜍魂枚。
越 南 语：Dầm dề giọt ngọc, thẫm thờ hồn mai!
汉语意译：泪痕满面心神恍。

喃字原文：疠𠷳段乞𠷳催，
越 南 语：Đau đòi đoạn, ngắt đòi thôi,
汉语意译：他几次昏迷不醒，

喃字原文：醒𠚢吏哭哭耒吏迷。
越 南 语：Tỉnh ra lại khóc, khóc rồi lại mê.
汉语意译：痛哭后言语失常。

喃字原文：𧡊払疠淩别離，
越 南 语：Thấy chàng đau nỗi biệt ly,
汉语意译：体念他分离痛苦，

喃字原文：忍泞翁買撫衛解勸。
越 南 语：Nhận ngừng ông mới vỗ về giải khuyên:
汉语意译：王翁忍泪劝一场：

喃字原文：悲晗板㐌揀船，
越 南 语：“Bây giờ ván đã đóng thuyền,
汉语意译：“今看来，木已成舟，

喃字原文：㐌停分箔坤填情鍾。
越 南 语：Đã đành phận bạc khôn đền tình chung!
汉语意译：怨命薄，良缘无望。

喃字原文：過傷𡭧義岩蓬，
越 南 语：Quá thương chút nghĩa nham bòng,
汉语意译：感激你厚义深情，

喃字原文：𠦳鐄身𠇍時哄補牢。
越 南 语：Nghìn vàng thân ấy thì hòng bỏ sao?”
汉语意译：望你以珍重为上。”

喃字原文：𠰘哼勸解𤾓朝，
越 南 语：Dỗ dành khuyên giải trăm chiều,
汉语意译：王翁百般地劝解，

喃字原文：焒煩強拉強挑𦀊煩。
越 南 语：Lửa phiền càng dập, càng khêu mối phiền!
汉语意译：哪知更自感悲伤。

喃字原文：誓初拱廸金環，
越 南 语：Thề xưa giở đến kim hoàn,
汉语意译：王翁持金钗婚誓，

喃字原文：貼初吏拱廸弹貝香。
越 南 语：Của xưa lại giở đến đàn với hương.
汉语意译：一把琴，半炷残香。

喃字原文：生強𥉫𧡊強傷，
越 南 语：Sinh càng trông thấy càng thương,
汉语意译：金重一见更思情，

喃字原文：肝強息最肆強悽賒。
越 南 语：Gan càng tức tối, ruột càng xót xa.
汉语意译：更添加痛彻肝肠。

喃字原文：浪碎卒過蹎𠚢，
越 南 语：Rằng: “Tôi trót quá chân ra,
汉语意译：他道：“自深悔轻离，

喃字原文：底朱廸浽溭花逸藻。
越 南 语：Để cho đến nỗi trôi hoa dạt bèo.
汉语意译：使她受摧残欺罔。

喃字原文：共饒誓說乜𠹾，
越 南 语：Cùng nhau thề thốt đã nhiều,
汉语意译：曾发誓千言万语，

喃字原文：仍調鐄矺沛調吶空。
越 南 语：Những điều vàng đá phải điều nói không!
汉语意译：金石言终虚荒唐。

喃字原文：渚禛襘拱媍駃，
越 南 语：Chưa chăn gối cũng vợ chồng,
汉语意译：两恩爱，情同伉俪，

喃字原文：𢚸币麻文揺𢚸朱當。
越 南 语：Lòng nào mà nỡ dứt lòng cho đang?
汉语意译：我岂能掩没天良？

喃字原文：包饒貼汆𣈜塘，
越 南 语：Bao nhiêu của, mấy ngày đàng,
汉语意译：决心耗尽钱财物，

喃字原文：群碎碎没𢭲娘買催。
越 南 语：Còn tôi, tôi một gặp nàng mới thôi!"
汉语意译：踏尽天涯亦寻访！"

喃字原文：浽傷呐𢗌歇𠳒，
越 南 语：Nỗi thương nói chẳng hết lời,
汉语意译：倾吐不完心情事，

喃字原文：謝辞生買湥洡𨑗𠚢。
越 南 语：Tạ từ, sinh mới sụt sùi trở ra.
汉语意译：金重揖别泣奔忙。

喃字原文：倍衛所准園花，
越 南 语：Vội về sửa chốn vườn hoa,
汉语意译：他归去，修葺荒园，

喃字原文：逴吶員外翁妑共𨖅。
越 南 语：Rước mời viên ngoại ông bà cùng sang.
汉语意译：接员外，夫妇奉养。

喃字原文：晨昏針𡮈礼常，
越 南 语：Thần hôn chăm chút lễ thường,
汉语意译：尽照料，定省晨昏，

喃字原文：養親能𦘹𢚸娘𣈜初。
越 南 语：Dưỡng thân thay tấm lòng nàng ngày xưa.
汉语意译：替她养双亲一样。

喃字原文：丁寧埋淚劄䟻，
越 南 语：Đinh ninh mài lệ chép thơ,
汉语意译：和泪磨墨写寻榜，

喃字原文：割馭尋隊迻詞喏咘。
越 南 语：Cắt người tìm tõi, đưa tờ nhắn nhe.
汉语意译：寻人标贴挂四方。

喃字原文：别包功擹貼稅，
越 南 语：Biết bao công mướn của thuê,
汉语意译：不惜金钱雇人力，

喃字原文：臨清氽度趍衛䵥瀾。
越 南 语：Lâm Thanh mấy độ đi về dặm khơi.
汉语意译：远至临清查访忙。

喃字原文：馭没尼晦没尼，
越 南 语：Người một nơi, hỏi một nơi,
汉语意译：但是机缘处相左，

喃字原文：溟濛市别淛歪尼市。
越 南 语：Mênh mông nào biết bể trời nơi nao?
汉语意译：何处寻人海茫茫？

喃字原文：生強惨切渴滈，
越 南 语：Sinh càng thảm thiết khát khao,
汉语意译：金重相思如饥渴，

喃字原文：如燶肝缺如胞悉㷍。
越 南 语：Như nung gan sắt, như bào lòng son.
汉语意译：为此焦劳事可伤。

喃字原文：腪蟳時没焳焫，
越 南 语：Ruột tằm ngày một héo don,
汉语意译：朝夕相思愁肠断，

喃字原文：雪霜昖没秏痌命蝺。
越 南 语：Tuyết sương ngày một hao mòn mình ve.
汉语意译：消瘦尽，又染风霜。

喃字原文：蜃蜍旷醒旷迷，
越 南 语：Thẫn thờ lúc tỉnh lúc mê,
汉语意译：心神恍惚面憔悴，

喃字原文：㳥蹺渃相魂離占包。
越 南 语：Máu theo nước mắt, hồn lìa chiêm bao!
汉语意译：梦幻落魂泣泪沾。

喃字原文：椿萱怚慒掣包，
越 南 语：Xuân huyên lo sợ xiết bao,
汉语意译：椿萱见状很忧虑，

喃字原文：過黜欺㐌世芇麻咍。
越 南 语：Quá ra khi đến thế nào mà hay!
汉语意译：又怕事出非一般。

喃字原文：倍鐄㦒所撰昖，
越 南 语：Vội vàng sắm sửa chọn ngày,
汉语意译：连忙选择良吉日，

喃字原文：緣雲㵋㐌車絿朱払。
越 南 语：Duyên vân sớm đã xe dây cho chàng.
汉语意译：翠云合卺筵铺张。

喃字原文：𠊛窈窕几文章，
越 南 语：Người yểu điệu, kẻ văn chương,
汉语意译：女姿窈窕男文章，

喃字原文：䊼才㛪色春當𠁀時。
越 南 语：Trai tài, gái sắc xuân đương vừa thì.
汉语意译：男才女貌正春光。

喃字原文：雖浪慍窖於歸，
越 南 语：Tuy rằng vui chữ ở qui,
汉语意译：不过新婚燕侣喜，

喃字原文：慍尼㐌掊愁箕特帝。
越 南 语：Vui này đã cất sầu kia được nào!
汉语意译：也难将旧爱遗忘。

喃字原文：欺咹於昉黜匃，
越 南 语：Khi ăn ở, lúc ra vào,
汉语意译：佳偶欢居出入迎，

喃字原文：強歐緣買強霜情㛪。
越 南 语：Càng âu duyên mới, càng dào tình xưa.
汉语意译：新人好旧爱深长。

喃字原文：浽娘㤕𦤾包晾，
越 南 语：Nỗi nàng nhớ đến bao giờ,
汉语意译：想念翠翘往日事，

喃字原文：潾珠噘陣紆絲𥪝鋑。
越 南 语：Tuôn châu đòi trận, vò tơ trăm vòng.
汉语意译：不禁愁丝泪盈眶。

喃字原文：固欺永㬇書房，
越 南 语：Có khi vắng vẻ thư phòng,
汉语意译：时寂寞书房独坐，

喃字原文：炪炉香拱泛銅時㛪。
越 南 语：Đốt lò hương, giở phím đồng ngày xưa.
汉语意译：时重抱琴，熏炉香。

喃字原文：披摆擤吧啃絲，
越 南 语：Bẻ bai, rủ rỉ tiếng tơ,
汉语意译：琴弦轻拨声悠悠，

喃字原文：沉飞𩙻𣋚𧗱𠖤𢯏簾。
越 南 语：Trầm bay nhạt khói, gió đưa lay rèm.
汉语意译：风动珠帘散芬芳。

喃字原文：羕如边𡓇𨁪𡓁，
越 南 语：Dường như bên chái trước thềm,
汉语意译：柳边屋角似乎见，

喃字原文：㗂翹同望䏧襜𢢯㦟。
越 南 语：Tiếng Kiều đồng vọng, bóng xiêm mơ màng.
汉语意译：翠翘低唱，裙飘扬。

喃字原文：𪽝𢚸鑿𥒥記鐄，
越 南 语：Bởi lòng tạc đá ghi vàng,
汉语意译：只缘他刻骨铭心，

喃字原文：想娘輱吏𧡊娘衛低。
越 南 语：Tưởng nàng nên lại thấy nàng về đây.
汉语意译：不时想象盼她回。

喃字原文：仍𪜀煩悶腣𣈜，
越 南 语：Những là phiền muộn đêm ngày,
汉语意译：这样日夜心焦思，

喃字原文：春秋别㐌对台氽吝。
越 南 语：Xuân thu biết đã đổi thay mấy lần?
汉语意译：又几度春来秋往。

喃字原文：制科返會場文，
越 南 语：Chế khoa gặp hội tràng văn,
汉语意译：有一年制科会试，

喃字原文：王金拱占榜春没𣈜。
越 南 语：Vương Kim cùng chiếm bảng xuân một ngày.
汉语意译：金王俩，同登春榜。

喃字原文：𨷯𡗶𦽙𨀈塘霎，
越 南 语：Cửa trời rộng mở đường mây,
汉语意译：天门敞开，青云路，

喃字原文：花嘲午杏香𩙻黕粉。
越 南 语：Hoa chào ngõ hạnh, hương bay dặm phần.
汉语意译：观花宴，天下名扬。

喃字原文：払王恄𦤾賒斳，
越 南 语：Chàng Vương nhớ đến xa gần,
汉语意译：王观不忘旧恩德，

喃字原文：𨖲茹終老謝恩周旋。
越 南 语：Sang nhà Chung lão tạ ân chu tuyền.
汉语意译：探钟老，答谢恩光。

喃字原文：情𠸗恩者義填，
越 南 语：Tình xưa ân trả nghĩa đền,
汉语意译：念旧情深酬报恩，

喃字原文：加親吏買結緣朱陳。
越 南 语：Gia thân lại mới kết duyên châu trần.
汉语意译：亲上亲朱陈良缘。

喃字原文：金自珥跐青雲，
越 南 语：Kim từ nhẹ bước thanh vân,
汉语意译：金重自蹑步青云，

喃字原文：浽娘強𢪀賒斳強傷。
越 南 语：Nỗi nàng càng nghĩ xa gần càng thương.
汉语意译：想念翠翘更烦闷：

喃字原文：氏唉限王誓鐄，
越 南 语：Ấy ai hẹn ngọc thề vàng,
汉语意译："和你誓金石盟心，

喃字原文：悲䏾金馬王堂貝埃。
越 南 语：Bây giờ kim mã ngọc đường với ai.
汉语意译：金马玉堂谁恩荫？

喃字原文：蔸藻蹎湃落類，
越 南 语：Ngọn bèo chân sóng lạc loài,
汉语意译：且不料梗断蓬飘，

喃字原文：㤉命荣顯傷𠊛流離。
越 南 语：Nghĩ mình vinh hiển thương người lưu ly.
汉语意译：我已荣华，你受困。”

喃字原文：哴𠚢外任臨淄，
越 南 语：Vâng ra ngoại nhậm Lâm Truy,
汉语意译：蒙皇恩授职临淄，

喃字原文：關山𤾓䣷妻兒𠬠團。
越 南 语：Quan sơn nghìn dặm, thê nhi một đoàn.
汉语意译：千里远携家上任。

喃字原文：琹堂㫻𣎃清閒，
越 南 语：Cầm đường ngày tháng thanh nhàn,
汉语意译：琴堂岁月时清闲，

喃字原文：𣋽𣌆㗂鶴㗂弹逍遥。
越 南 语：Sớm khuya tiếng hạc tiếng đàn tiêu dao.
汉语意译：朝夕消磨鹤琴韵。

喃字原文：房春帳𢯏花桃，
越 南 语：Phòng xuân trướng rủ hoa đào,
汉语意译：翠云春房倚帘梦，

喃字原文：娘雲䏧俸占包𧡊娘。
越 南 语：Nàng Vân nằm bỗng chiêm bao thấy nàng.
汉语意译：见翠翘执手殷勤。

喃字原文：醒𠚢買吧共払，
越 南 语：Tỉnh ra mới rỉ cùng chàng,
汉语意译：醒来告知金重郎，

喃字原文：聴咥払供𠄩塘信𤿰。
越 南 语：Nghe lời chàng cũng hai đường tin nghi.
汉语意译：梦中事，疑信难分。

喃字原文：怒臨清貝臨淄，
越 南 语：Nọ Lâm Thanh với Lâm Truy,
汉语意译：临清临淄，两地音，

喃字原文：恪饒没𡨸或欺固惏。
越 南 语：Khác nhau một chữ, hoặc khi có lầm.
汉语意译：一字相差可淆混。

喃字原文：𨖅机声氣相尋，
越 南 语：Trong cơ thanh khí tương tầm,
汉语意译：同声相应，气相求，

喃字原文：於低或固佳音庄𱜢。
越 南 语：Ở đây hoặc có giai âm chăng là?
汉语意译：至诚下，会有佳音。

喃字原文：升堂払買晦查，
越 南 语：Thăng đường chàng mới hỏi tra,
汉语意译：即升堂查询属吏，

喃字原文：戶都固几吏𦓅疎𨖲。
越 南 语：Họ đô có kẻ lại già thưa lên:
汉语意译：姓杜官员前细禀：

喃字原文：事尼㐌外进年，
越 南 语："Sự này đã ngoại mười niên,
汉语意译："此事已是十年前，

喃字原文：碎陀别𩈘别𠸜冷冷。
越 南 语：Tôi đà biết mặt biết tên rành rành.
汉语意译：人物姓名，我详审。

喃字原文：秀妑共馬監生，
越 南 语：Tú bà cùng Mã Giám Sinh,
汉语意译：秀婆串通马监生，

喃字原文：𠫾摸𠊛於北京迻衛。
越 南 语：Đi mua người ở Bắc Kinh đưa về.
汉语意译：在北京买一女人。

喃字原文：翠翹才色埃皮，
越 南 语：Thúy Kiều tài sắc ai bì,
汉语意译：翠翘才色无可比，

喃字原文：固藝弹吏覩藝文詩。
越 南 语：Có nghề đàn lại đủ nghề văn thơ.
汉语意译：精琴艺又擅书文。

喃字原文：坚貞拯沛肝皮，
越 南 语：Kiên trinh chẳng phải gan vừa,
汉语意译：坚贞稀有铁心肠，

喃字原文：料命世氐沛驢世箕。
越 南 语：Liều mình thế ấy, phải lừa thế kia.
汉语意译：百端拒诱终失身。

喃字原文：風塵𠺥㐌咦疷，
越 南 语：Phong trần chịu đã ê chề,
汉语意译：她受尽风尘磨折，

喃字原文：緤緣𢖖吏車衛束郎。
越 南 语：Dây duyên sau lại xe về Thúc lang.
汉语意译：最后与束姓完婚。

喃字原文：沛𢬣婂奇負傍，
越 南 语：Phải tay vợ cả phũ phàng,
汉语意译：他大妇异常残酷，

喃字原文：扒衛無錫算塘披花。
越 南 语：Bắt về Vô Tích toan đường bẻ hoa.
汉语意译：俘至无锡施雪愤。

喃字原文：摅命娘沛遁𠚢，
越 南 语：Dứt mình nàng phải trốn ra,
汉语意译：最终迫翠翘逃遁，

喃字原文：拯𢆥吏𨓈没茹箔箕。
越 南 语：Chẳng may lại gặp một nhà bạc kia.
汉语意译：逢恶运，遇白氏人。

喃字原文：脱奔衛脱半趍，
越 南 语：Thoắt buôn về, thoắt bán đi,
汉语意译：被白婆诱骗拐卖，

喃字原文：霎湍蘋浽少之罒尼。
越 南 语：Mây trôi bèo nổi thiếu gì là nơi!
汉语意译：漂萍浮云随处引。

喃字原文：俸𢭸吏𨓈没𠊛，
越 南 语：Bỗng đâu lại gặp một người,
汉语意译：以后，碰到一英雄，

喃字原文：欣𠊛智勇迎𡗶威灵。
越 南 语：Hơn người trí dũng, nghiêng trời uy linh.
汉语意译：智勇高威名远震。

喃字原文：𤳆𢬣𨒒萬精兵，
越 南 语：Trong tay mười vạn tinh binh,
汉语意译：手中十万精兵将，

喃字原文：掊衛揀秩没城臨淄。
越 南 语：Kéo về đóng chật một thành Lâm Truy.
汉语意译：占据整个临淄城。

喃字原文：㺀絲各跡每欺，
越 南 语：Tóc tơ các tích mọi khi,
汉语意译：她诉说平生冤苦，

喃字原文：惌時者惌恩時者恩。
越 南 语：Oán thì trả oán, ân thì trả ân.
汉语意译：全靠他雪仇报恩。

喃字原文：㐌𢧚固義固仁，
越 南 语：Đã nên có nghĩa có nhân,
汉语意译：仁义道德众相传，

喃字原文：𠓀𢧚論院賒斯𠳨唏。
越 南 语：Trước sau trọn vẹn, xa gần ngợi khen.
汉语意译：到处歌赞其功勋。

喃字原文：渚詳特戶特𠸜，
越 南 语：Chưa tường được họ được tên,
汉语意译：只我不知他姓名，

喃字原文：事尼晦束生員買詳。
越 南 语：Sự này, hỏi Thúc sinh viên mới tường."
汉语意译：此事可向束生问。"

喃字原文：聇唓都呐𤊧𤈜，
越 南 语：Nghe lời đô nói rõ ràng,
汉语意译：听了杜某的陈述，

喃字原文：即時扫帖𠽖払束生。
越 南 语：Tức thì viết thiếp mời chàng Thúc sinh.
汉语意译：饬人持帖请束生。

喃字原文：浽娘㖇歇分明，
越 南 语：Nỗi nàng hỏi hết phân minh,
汉语意译：问过了翠翘情节，

喃字原文：䏧𡥵兜些姓名罢之。
越 南 语：Chồng con đâu tá, tính danh là gì?
汉语意译：再问这英雄本身。

喃字原文：束浪返旷流離，
越 南 语：Thúc rằng: “Gặp lúc loạn ly,
汉语意译：束道：“在流离时候，

喃字原文：𦣰軍碎㖇少之𩯀絲。
越 南 语：Trong quân tôi hỏi thiếu gì tóc tơ.
汉语意译：我问过一个军人。

喃字原文：大王𩈘海戶徐，
越 南 语：Đại vương tên Hải, họ Từ,
汉语意译：主帅是姓徐名海，

喃字原文：打涓𤾓陣㐌餘閅𠊛。
越 南 语：Đánh quen trăm trận, sức dư muôn người.
汉语意译：万人敌，躬亲战阵。

喃字原文：返娘欺於州台，
越 南 语：Gặp nàng khi ở Châu Thai,
汉语意译：在台州相遇翠翘，

喃字原文：𡃏之國色天才沛緣。
越 南 语：Lạ gì quốc sắc thiên tài phải duyên.
汉语意译：佳人侠士订婚姻。

喃字原文：泥漨𦣰閉饒年，
越 南 语：Vẫy vùng trong bấy nhiêu niên,
汉语意译：纵横大地多少年，

喃字原文：𠴓𢧚動地驚天同同。
越 南 语：Làm nên đông địa kinh thiên đùng đùng.
汉语意译：他战功天摇地震。

喃字原文：大軍屯揀𡓃東，
越 南 语：Đại quân đồn đóng cõi đông,
汉语意译：大军屯驻处东方，

喃字原文：衛𢭸𢪀別雲夢𠴓牢。
越 南 语：Về sau chẳng biết vân mồng làm sao.”
汉语意译：只是近情莫知询。”

喃字原文：聤詳梗蒊消耗，
越 南 语：Nghe tường ngành ngọn tiêu hao,
汉语意译：众人听罢束供词，

喃字原文：𢙱䅉払𨀏劳刀𦛿蜍。
越 南 语：Lòng riêng, chàng luống lao đao thẫn thờ.
汉语意译：金重越听更烦闷。

喃字原文：㤕能隻𦲿巴爲，
越 南 语：Xót thay chiếc lá bơ vơ,
汉语意译：叹翠翘如叶飘零！

喃字原文：刧塵別𢫃包𣇞朱衝。
越 南 语：Kiếp trần biết giũ bao giờ cho xong?
汉语意译：嗟忧尘劫何时尽？

喃字原文：花𤀞渃沚㳥湧，
越 南 语：Hoa trôi nước chảy xuôi dòng,
汉语意译：花落已随流水去，

喃字原文：㤕身沉浽疠𢙱合散。
越 南 语：Xót thân chìm nổi, đau lòng hợp tan.
汉语意译：经几番离合升沉！

喃字原文：唓習乇磊閲萬，
越 南 语：Lời xưa đã lỗi muôn vàn,
汉语意译：昔日盟誓付东流，

喃字原文：𤾓鏡群妬泛弹群低。
越 南 语：Mảnh gương còn đó, phím đàn còn đây.
汉语意译：只剩下断弦香烬。

喃字原文：弹琴窖謹魚絏，
越 南 语：Đàn cầm khéo ngẩn ngơ dây,
汉语意译：无弹弦琴音绝响，

喃字原文：焒香别固刼尼汝催。
越 南 语：Lửa hương biết có kiếp này nữa thôi?
汉语意译：待何时重见香熏？

喃字原文：萍蓬群䊷賖吹，
越 南 语：Bình bồng còn chút xa xôi,
汉语意译：浮萍远漂何处寻，

喃字原文：鼎鍾牢女咹𡓮朱安。
越 南 语：Đỉnh chung sao nỡ ăn ngồi cho an!
汉语意译：独享荣华心何忍。

喃字原文：泣蒙撩印辞官，
越 南 语：Rắp mong treo ấn từ quan,
汉语意译：想打算辞官挂印，

喃字原文：氽滝拱瀶氽岸拱戈。
越 南 语：Mấy sông cũng lội, mấy ngàn cũng qua.
汉语意译：穿过大海高山寻。

喃字原文：瀕命𨤔盎干戈，
越 南 语：Dấn mình trong áng can qua,
汉语意译：多冒犯干戈险地，

喃字原文：㐌生𠚢死和罗𧡊饒。
越 南 语：Vào sinh ra tử họa là thấy nhau.
汉语意译：勤寻访，会遇佳人。

喃字原文：𢪀調𡗶瀋域漊，
越 南 语：Nghĩ điều trời thẳm vực sâu,
汉语意译：天高难测海难量，

喃字原文：𩃳鴶沁鲊别𨑗麻䀡。
越 南 语：Bóng chim tăm cá biết đâu mà nhìn.
汉语意译：鸟飞鱼跃无迹痕。

喃字原文：仍罗赧那待信，
越 南 语：Những là nấn ná đợi tin,
汉语意译：时过迁延在家候，

喃字原文：爣湄㐌别氽番对移。
越 南 语：Nắng mưa đã biết mấy phen đổi dời.
汉语意译：雨过天晴度时辰。

喃字原文：𢆥霾俸𧡊詔𡗶，
越 南 语：Năm mây bỗng thấy chiếu trời,
汉语意译：有一天，皇颁诏书，

喃字原文：欽頒勅旨𦤾尼停停。
越 南 语：Khâm ban sắc chỉ đến nơi rành rành.
汉语意译：钦差臣宣读纶音。

喃字原文：金時改任南平，
越 南 语：Kim thì cải nhậm Nam Bình,
汉语意译：金重调职任南平，

喃字原文：払王拱改任城富陽。
越 南 语：Chàng Vương cũng cải nhậm thành Phù Dương.
汉语意译：王观改任富阳镇。

喃字原文： 㦿生車馭倍鐄，
越 南 语： Sắm sanh xe ngựa vội vàng,
汉语意译： 车马即时作准备，

喃字原文： 𠄩茹拱順没塘赴官。
越 南 语： Hai nhà cùng thuận một đường phó quan.
汉语意译： 俩同道，赴任欣欢。

喃字原文： 仕䏧世賊㐌散，
越 南 语： Xảy nghe thế giặc đã tan,
汉语意译： 忽闻乱事已平静，

喃字原文： 漴淹福建焒殘浙江。
越 南 语： Sóng êm Phúc Kiến, lửa tàn Chiết Giang.
汉语意译： 福建浙江，告安稳。

喃字原文： 特信金買𠰘王，
越 南 语： Được tin Kim mới rủ Vương,
汉语意译： 金重建议与王观，

喃字原文： 便塘拱吏尋娘𧡊𠸗。
越 南 语： Tiện đường cùng lại tìm nàng sau xưa.
汉语意译： 途中，探翠翘音讯。

喃字原文： 杭州𦤾妬閉𣇞，
越 南 语： Hàng Châu đến đó bấy giờ,
汉语意译： 他们便到杭州城，

喃字原文： 寔信㑪特鬘絲停停。
越 南 语： Thật tin hỏi được tóc tơ rành rành.
汉语意译： 仔细调查事详情。

喃字原文： 浪𣋚𩛷怒交兵，
越 南 语： Rằng: “Ngày hôm nọ giao binh,
汉语意译： 悉：“当时两军交战，

喃字原文：失机徐乪收灵陣前。
越 南 语：Thất cơ Từ đã thụ linh trận tiền.
汉语意译：徐海阵前已丧身。

喃字原文：娘翹功奇拯填，
越 南 语：Nàng Kiều công cả chẳng đền,
汉语意译：翠翘枉心建奇功，

喃字原文：令官吏扒押緣土酋。
越 南 语：Lệnh quan lại bắt ép duyên thổ tù.
汉语意译：迫她与土官衾枕。

喃字原文：娘陀招王沉珠，
越 南 语：Nàng đà gieo ngọc trầm châu,
汉语意译：气愤沉江求一死，

喃字原文：滝錢塘姤𠫾墓紅顔。
越 南 语：Sông Tiền Đường đó, ấy mồ hồng nhan!”
汉语意译：钱塘畔，留美人坟。”

喃字原文：傷喂空合麻散，
越 南 语：Thương ôi! Không hợp mà tan,
汉语意译：希望相逢翻永诀，

喃字原文：没茹荣顯穁冤没娘。
越 南 语：Một nhà vinh hiển riêng oan một nàng.
汉语意译：未偿夙愿竟冤沉！

喃字原文：招魂設位礼常，
越 南 语：Chiêu hồn thiết vị lễ thường,
汉语意译：招魂立牌以祭奠，

喃字原文：解冤立没坛場边滝。
越 南 语：Giải oan lập một đàn tràng bên sông.
汉语意译：坛场就设在江边。

喃字原文：蔬潮嫩泊重重，
越 南 语：Ngọn triều non bạc trùng trùng,
汉语意译：潮汐银浪茫无际，

喃字原文：渭𥊚群想翅鸿昈招。
越 南 语：Vời trông còn tưởng cánh hồng lúc gieo.
汉语意译：似孤鸿坠影翩翩。

喃字原文：情深𣷭惨𨒺調，
越 南 语：Tình thâm bể thảm lạ điều,
汉语意译：情深转觉愁如海，

喃字原文：芇魂精衛别蹺准芇。
越 南 语：Nào hồn Tinh Vệ biết theo chốn nào?
汉语意译：精卫难得银海填。

喃字原文：机缘𢭂俸𨒺牢，
越 南 语：Cơ duyên đâu bỗng lạ sao!
汉语意译：相见机遇偶然合，

喃字原文：覺緣𢭂俸尋𠓨𦤾尼。
越 南 语：Giác duyên đâu bỗng tìm vào đến nơi.
汉语意译：觉缘俄然到坛前。

喃字原文：𥊚蓮灵位㝹排，
越 南 语：Trông lên linh vị chữ bài,
汉语意译：察看灵牌之名字，

喃字原文：秩驚買晦仍𠊛𢭂些。
越 南 语：Thất kinh mới hỏi: “Ngững người đâu ta?”
汉语意译：她表情十分愕然：

喃字原文：貝娘親戚斯賒，
越 南 语：Với nàng thân thích gần xa,
汉语意译：“你们是她何亲人，

喃字原文：𠊚群牢俸𠃣魔哭𠊚。
越 南 语：Người còn sao bỗng làm ma khóc người?"
汉语意译：她健在，何哭涟涟?"

喃字原文：䏧信如楽用移，
越 南 语：Nghe tin nhơ nhác rụng rời,
汉语意译：闻讯愕然面相视，

喃字原文：森觥𠸒吼遁唓晦查。
越 南 语：Xúm quanh kể lể, rộn lời hỏi tra.
汉语意译：拥前，把事询一遍：

喃字原文：尼𫯳尼媄尼吒，
越 南 语："Này chồng, này mẹ, này cha,
汉语意译："这是夫，那是父母，

喃字原文：尼罗𡛔肆尼罗𡛔妯。
越 南 语：Này là em ruột, này là em dâu.
汉语意译：胞弟、弟媳都齐全。

喃字原文：實信䏧㐌閉数，
越 南 语：Thật tin nghe đã bấy lâu,
汉语意译：她噩耗传来已久，

喃字原文：法師吠世事𠁀𨕭羕。
越 南 语：Pháp sư dạy thế, sự đâu lạ dường!"
汉语意译：法师说感奇新鲜。"

喃字原文：師浪固果貝娘，
越 南 语：Sư rằng: " Nhân quả với nàng,
汉语意译：女尼道："事与牵连，

喃字原文：臨淄𣋚𠓀錢塘𣋚𧡊。
越 南 语：Lâm Truy buổi trước, Tiền Đường buổi sau.
汉语意译：临淄初会，钱塘见。

喃字原文：欺娘招王沉珠，
越 南 语：Khi nàng gieo ngọc trầm châu,
汉语意译：当天她自尽投江，

喃字原文：迍繞碎乇返饒逵術。
越 南 语：Đón theo, tôi đã gặp nhau rước về.
汉语意译：我守候，尽力救援。

喃字原文：共饒娘𨷶菩提，
越 南 语：Cùng nhau nương cửa bồ đề,
汉语意译：共托佛陀灵庇佑，

喃字原文：草庵妬拱斳棋掑賒。
越 南 语：Thảo am đó, cũng gần kề chẳng xa.
汉语意译：住草庵，相距不远。

喃字原文：佛前𣈜泊鄰羅，
越 南 语：Phật tiền ngày bạc lân la,
汉语意译：佛前，共安闲度日，

喃字原文：怞怞娘拱𢖵茹坤魁。
越 南 语：Đăm đăm nàng cũng nhớ nhà khôn khuây."
汉语意译：她思家度日如年。"

喃字原文：聀信�𩈘𥚆眉，
越 南 语：Nghe tin nở mặt mở mày,
汉语意译：闻讯眉开心喜悦，

喃字原文：𢜠芇吏過𢜠尼汝庄。
越 南 语：Mừng nào lại quá mừng này nữa chăng?
汉语意译：全家人无不欣然。

喃字原文：自番隻𦲿離棱，
越 南 语：Từ phen chiếc lá lìa rừng,
汉语意译：想翠翘，失群孤雁，

喃字原文：哚尋𣘃仍料澄渃霎。
越 南 语：Thăm tìm luống những liệu chừng nước mây.
汉语意译：自飘零海角天边。

喃字原文：爈烁花用香飞，
越 南 语：Rõ ràng hoa rụng hương bay,
汉语意译：分明是花谢香消，

喃字原文：刧𢀭和𧡊刧尼罕催。
越 南 语：Kiếp sau họa thấy, kiếp này hẳn thôi.
汉语意译：只期望来生重见。

喃字原文：冥陽堆我䏧耒，
越 南 语：Minh dương đôi ngả chắc rồi,
汉语意译：与家人阴阳永隔，

喃字原文：𡊲塵麻吏𧡊𠊛九源。
越 南 语：Cõi trần mà lại thấy người cửu nguyên!
汉语意译：以为翘永堕九泉。

喃字原文：共繞𥚄謝覺緣，
越 南 语：Cùng nhau lạy tạ Giác Duyên,
汉语意译：全家拜谢觉缘恩，

喃字原文：步行没屡蹺連没欺。
越 南 语：Bộ hành một lũ theo liền một khi.
汉语意译：同前去茅庵会面。

喃字原文：擻𦹵拍鞊尋趍，
越 南 语：Bẻ lau vạch cỏ tìm đi,
汉语意译：拨开芦草走小径，

喃字原文：情深𣘃唉狐疑姅分。
越 南 语：Tình thâm luống hãy hồ nghi nửa phần.
汉语意译：众人疑惑不明言。

喃字原文： 觥孤蹺𦄵江滨，
越 南 语： Quanh co theo dải giang tân,
汉语意译： 沿江岸抹角转弯，

喃字原文： 塊棱苲㐌細𡑝佛堂。
越 南 语： Khỏi rừng lau đã tới sân phật đường.
汉语意译： 出草丛，已到佛院。

喃字原文： 覺缘蓮喈噲娘，
越 南 语： Giác Duyên lên tiếng gọi nàng,
汉语意译： 觉缘高声地呼唤，

喃字原文： 房𥪞倍蹈蓮鐄𨀈𠚢。
越 南 语： Phòng trong vội dạo sen vàng bước ra.
汉语意译： 翠翘随后现庵前。

喃字原文： 䀡貼親𩈘没茹，
越 南 语： Nhìn xem đủ mặt một nhà,
汉语意译： 她看见全家大小，

喃字原文： 椿𦓅群跬萱𦓅群鮮。
越 南 语： Xuân già còn khỏe, huyên già còn tươi.
汉语意译： 见父母依然健康。

喃字原文： 𠄩㛪方長和𠄩，
越 南 语： Hai em phương trưởng hòa hai,
汉语意译： 弟妹已长大成人，

喃字原文： 怒払金妬罗𠊛𣈜𠸗。
越 南 语： Nọ chàng Kim đó là người ngày xưa!
汉语意译： 还有金生眼前现。

喃字原文： 想悲𣇞罗包𣇞，
越 南 语： Tưởng bây giờ là bao giờ,
汉语意译： 想不起今时何年？

喃字原文：𤎜𤇮𥊚相群𠳨占包。
越 南 语：Rõ ràng mở mắt còn ngờ chiêm bao!
汉语意译：还怕是梦里团圆。

喃字原文：湥珠𠶋𠴍滣袍，
越 南 语：Giọt châu thánh thót quẹn bào,
汉语意译：泪珠涌滴湿襟袍，

喃字原文：𢠩𢠩𢣂𢣂掣包事情。
越 南 语：Mừng mừng tủi tủi xiết bao sự tình!
汉语意译：悲喜交集口难言。

喃字原文：萱𦓅𨑜蹭招命，
越 南 语：Huyên già dưới gối gieo mình,
汉语意译：在老母面前跪下，

喃字原文：哭嘆命計事命頭𨄹。
越 南 语：Khóc than mình kể sự mình đầu đuôi:
汉语意译：哭诉尽灾祸根源：

喃字原文：自𡥵流落圭𠊛，
越 南 语：“Từ con lưu lạc quê người,
汉语意译：“女儿自他乡流落，

喃字原文：�濡𣳔撫祝进𨑮𢆥。
越 南 语：Bèo trôi sóng vỗ, chốc mười lăm năm!
汉语意译：浮萍飘零十五年。

喃字原文：併浪滝渃吉淋，
越 南 语：Tính rằng sông nước cát lầm,
汉语意译：满以为永堕泥涂，

喃字原文：刧尼埃吏群拎返低。
越 南 语：Kiếp này ai lại còn cầm gặp đây!”
汉语意译：谁想到今天见面。”

喃字原文：翁妃𥉩楍抣㧅，
越 南 语：Ông bà trông mặt cầm tay,
汉语意译：王翁夫妇扶女儿，

喃字原文：容光𣹓恪之昤𨀒𠚢。
越 南 语：Dung quang chẳng khác chi ngày bước ra.
汉语意译：看容光无大改变。

喃字原文：閉迡待月油花，
越 南 语：Bấy chầy dãi nguyệt dầu hoa,
汉语意译：花受风吹及雨打，

喃字原文：进分春固瘦𠀧罢分。
越 南 语：Mười phần xuân có gầy ba bốn phần.
汉语意译：也减损几许鲜妍。

喃字原文：浽悯别𥙩之斤，
越 南 语：Nỗi mừng biệt lấy gì cân,
汉语意译：他们欢乐喜滋滋，

喃字原文：唓散合傳賒斳少兜。
越 南 语：Lời tan hợp, chuyện xa gần thiếu đâu!
汉语意译：心中话，何日说完？

喃字原文：𠄩婶晦𫏾嘆𡢐，
越 南 语：Hai em hỏi trước han sau,
汉语意译：弟妹咨前又询后，

喃字原文：𨅸𥉩娘㐌阻愁𠫾鮮。
越 南 语：Đứng trông, nàng đã trở sầu làm tươi.
汉语意译：金重见满怀欢忭。

喃字原文：掑饒𥚄𫏾佛臺，
越 南 语：Quây nhau lạy trước phật đài,
汉语意译：大家同跪佛前拜，

喃字原文：再生陳謝悉馭慈悲。
越 南 语：Tái sinh trần tạ lòng người từ bi.
汉语意译：感戴慈悲给方便。

喃字原文：轎花嗌者即時，
越 南 语：Kiệu hoa giục giả tức thì,
汉语意译：催促准备登花轿，

喃字原文：王翁吀逴共衛没尼。
越 南 语：Vương ông dạy rước cùng về một nơi.
汉语意译：翁道："回家庆团圆。"

喃字原文：娘浪蚍分花洡，
越 南 语：Nàng rằng: "Chút phận hoa rơi,
汉语意译：翘道："我辞枝败絮，

喃字原文：姅茷唸嘐毎味蒆荄。
越 南 语：Nửa đời nếm đủ mọi mùi đắng cay.
汉语意译：半人生漂泊羞颜。

喃字原文：併浪楣渃蹎霴，
越 南 语：Tính rằng mặt nước chân mây,
汉语意译：忆天涯云水行踪，

喃字原文：悉芇群想固昜汝空。
越 南 语：Lòng nào còn tưởng có rày nữa không?
汉语意译：我以为难期重见。

喃字原文：特昜再世相逢，
越 南 语：Được rày tái thế tương phùng,
汉语意译：满拟得来世相逢，

喃字原文：渴滈乜妥朎悉数𣋚。
越 南 语：Khát khao đã thỏa tấm lòng lâu nay!
汉语意译：今日已满足心愿。

喃字原文：㐌扲命補庵霎，
越 南 语：Đã đem mình bỏ am mây,
汉语意译：愿舍身一人入庵，

喃字原文：歲尼㕭貝䓡核拱𠓇。
越 南 语：Tuổi này gửi với cỏ cây cũng vừa.
汉语意译：正年岁及时恬淡。

喃字原文：味禅㐌㶣㙁茶，
越 南 语：Mùi thiền đã bén muối ích,
汉语意译：遂久惯持斋茹素，

喃字原文：牟禅咹默㐌於槐槰。
越 南 语：Màu thiền ăn mặc đã ưa nâu sồng.
汉语意译：惯披身粗服从禅。

喃字原文：事荗㐌熖焒悉，
越 南 语：Sự đời đã tắt lửa lòng,
汉语意译：千般世事转头空，

喃字原文：群揰𠓨准塇紅㓜之。
越 南 语：Còn chen vào chốn bụi hồng làm chi!
汉语意译：何身处红尘留恋？

喃字原文：拱揚帀固咍之，
越 南 语：Dở dang nào có hay gì,
汉语意译：怎了却人间荣辱，

喃字原文：㐌修修律戈時時催。
越 南 语：Đã tu, tu trót qua thì thì thôi!
汉语意译：只修身了我天年。

喃字原文：重生恩䃅㴜𡗶，
越 南 语：Trùng sinh ân nặng bể trời,
汉语意译：我师恩比海洋深，

喃字原文：恚芇妛𢵋姜𨈒黜趍。
越 南 语：Lòng nào nỡ dứt nghĩa người ra đi?”
汉语意译：怎丢她，来去专擅。”

喃字原文：翁浪彼此一時，
越 南 语：Ông rằng: “Bỉ thử nhất thì,
汉语意译：王翁说：“时移势异，

喃字原文：修行時拱沛欺從權。
越 南 语：Tu hành thì cũng phải khi tòng quyền.
汉语意译：修行也必须从权。

喃字原文：沛調求佛求仙，
越 南 语：Phải điều cầu phật cầu tiên,
汉语意译：你常自求仙拜佛，

喃字原文：情箕孝怒埃填朱低。
越 南 语：Tình kia, hiếu nọ ai đền cho đây?
汉语意译：妇道子职缺谁填。

喃字原文：度生洳德高𦝄，
越 南 语：Độ sinh nhờ đức cao dày,
汉语意译：如果你立志潜修，

喃字原文：立庵耒仕逴柴於終。
越 南 语：Lập am rồi sẽ rước thầy ở chung.”
汉语意译：立庵堂请师指点。”

喃字原文：聵唼娘沛朝恚，
越 南 语：Nghe lời, nàng phải chầu lòng,
汉语意译：翠翘听罢心欢喜，

喃字原文：啫師啫景調共趾黜。
越 南 语：Giã sư, giã cảnh đều cùng bước ra.
汉语意译：与众人拜别觉缘。

喃字原文：没團術廹官衙，
越 南 语：Một đoàn về đến quan nha,
汉语意译：全家一起进府衙，

喃字原文：團圓倍𨶹席花恄圍。
越 南 语：Đoàn viên vội mở tiệc hoa vui vầy.
汉语意译：共庆团圆设盛宴。

喃字原文：藏藏𠞺菊拱醝，
越 南 语：Tàng tàng chén cúc dở say,
汉语意译：菊花酒举杯欢醉，

喃字原文：蹲蓮雲買待排没𠄩。
越 南 语：Đứng lên Vân mới giãi bày một hai.
汉语意译：翠云立陈词委婉：

喃字原文：浪𨑮作合機𡗶，
越 南 语：Rằng: “Trong tác hợp cơ trời,
汉语意译：“今日幸，天机作合，

喃字原文：𠄩边返摔没唓結交。
越 南 语：Hai bên gặp gỡ một lời kết giao.
汉语意译：得相逢并非偶然。

喃字原文：返𣇟平地波濤，
越 南 语：Gặp cơn bình địa ba đào,
汉语意译：忆昔日风波磨折，

喃字原文：丕抌缘姉紏包朱媕。
越 南 语：Vậy đem duyên chị buộc vào cho em.
汉语意译：姐权且代结因缘。

喃字原文：拱罗分改缘金，
越 南 语：Cũng là phận cải duyên kim,
汉语意译：这都是分由天定，

喃字原文：拱罒𤯨沚肨揆渚牢。
越 南 语：Cũng là máu chảy ruột mềm chớ sao?
汉语意译：亲姊妹，骨肉相连。

喃字原文：仍罒焬約枚呦，
越 南 语：Những là rày ước mai ao,
汉语意译：我们朝夕都想念，

喃字原文：迣𥹰𢆥氏別包饒情。
越 南 语：Mười lăm năm ấy, biết bao nhiêu tình!
汉语意译：十五年，愁绪万千。

喃字原文：悲晗𨫊破吏𢶢，
越 南 语：Bây giờ gương vỡ lại lành,
汉语意译：至今朝破镜重圆，

喃字原文：困𩛷护禄㐌停固尼。
越 南 语：Khuôn thiêng lừa lộc đã dành có nơi.
汉语意译：天公扶，天从人愿。

喃字原文：群缘𬈎吏群𠊛，
越 南 语：Còn duyên may lại còn người,
汉语意译：情长在，人仍依旧，

喃字原文：群暈膍泊群哰願䜹。
越 南 语：Còn vầng trăng bạc, còn lời nguyền xưa.
汉语意译：月长圆，旧盟可践？

喃字原文：菓梅𠀧𦉱當𠓀，
越 南 语：Quả mai ba bảy đang vừa,
汉语意译：春天摽梅时正好，

喃字原文：桃嫩𣋽料車絲𬨠時。
越 南 语：Đào non sớm liệu xe tơ kịp thì!”
汉语意译：择及时成就良缘。”

喃字原文：搌咥娘倍拔趍，
越 南 语：Dứt lời, nàng vội gạt đi:
汉语意译：翠翘摇手回答道：

喃字原文：事閦𢆥𠧃計之悲晗。
越 南 语：“Sự muôn năm cũ, kể chi bây giờ?
汉语意译：“莫重提，旧事如烟。

喃字原文：没咥雖固約𣎏，
越 南 语：Một lời tuy có ước xưa,
汉语意译：虽然当初有誓约，

喃字原文：察命待𩙍油湄㐌𡗉。
越 南 语：Xét mình dãi gió dầu mưa đã nhiều.
汉语意译：世事沧桑久会变。

喃字原文：呐強虎慬𤾓朝，
越 南 语：Nói càng hổ thẹn trăm chiều,
汉语意译：我已感赧颜启齿，

喃字原文：時朱蔰渃水潮沚吹。
越 南 语：Thì cho ngọn nước thủy triều chảy xuôi!”
汉语意译：任潮水重返深渊。”

喃字原文：払浪呐拱逻𢆥，
越 南 语：Chàng rằng: “Nói cũng lạ đời,
汉语意译：金重劝慰：“话离奇，

喃字原文：酉𢚸箕丕群咥氏牢。
越 南 语：Dẫu lòng kia vậy, còn lời ấy sao?
汉语意译：你怎能辜负誓言？

喃字原文：没咥㐌猝深交，
越 南 语：Một lời đã trót thâm giao,
汉语意译：我们既山盟海誓，

喃字原文：𨑜𡐙固坦𨕭高固𡗶。
越 南 语：Dưới dày có đất, trên cao có trời!
汉语意译：曾对着厚地高天。

喃字原文：酉浪物对𨀎移，
越 南 语：Dẫu rằng vật đổi sao dời,
汉语意译：哪管他星移物换，

喃字原文：死生拱㩫𥙩唭死生。
越 南 语：Tử sinh cũng giữ lấy lời tử sinh.
汉语意译：死生应信守同坚。

喃字原文：缘箕固負之情，
越 南 语：Duyên kia có phụ chi tình,
汉语意译：今日岂能负情约，

喃字原文：麻算仕𢬗鍾情罒𠄽。
越 南 语：Mà toan rẽ gánh chung tình làm hai?”
汉语意译：怎忍心拆散姻缘？”

喃字原文：娘浪家室缘諧，
越 南 语：Nàng rằng: “Gia thất duyên hài,
汉语意译：翘道：“你家室和谐，

喃字原文：𡮈𢙱恩愛埃埃拱𢙱。
越 南 语：Chút lòng ân ái, ai ai cũng lòng.
汉语意译：恩爱夫妻人共羡。

喃字原文：𢣂浪𨕭道𡛔𫯳，
越 南 语：Nghĩ rằng trong đạo vợ chồng,
汉语意译：又想道是新夫妇，

喃字原文：花蒼封蕋䏥𨦲𨤔𨫊。
越 南 语：Hoa thơm phong nhị, trăng vòng tròn gương.
汉语意译：花尚含苞月尚圆。

喃字原文：𥙩貞當價阡鐄，
越 南 语：Chữ trinh đáng giá nghìn vàng,
汉语意译：‘贞节’两字值千金，

喃字原文：燭花拯慻貝払枚𡁎。
越 南 语：Đuốc hoa chẳng thẹn với chàng mai xưa.
汉语意译：花烛前，我感腼腆。

喃字原文：妾自遇变𦤾𣇞，
越 南 语：Thiếp từ ngộ biến đến giờ,
汉语意译：妾自从遭变至今，

喃字原文：蜂戈蚾吏㐌乘醜車。
越 南 语：Ong qua bướm lại đã thừa xấu xa.
汉语意译：任蝶浪蜂狂玷污。

喃字原文：閉迡𩙍匝湄沙，
越 南 语：Bấy chầy gió táp mưa sa,
汉语意译：消受尽狂风骤雨，

喃字原文：氽𦝄拱缺氽花拱殘。
越 南 语：Mấy trăng cũng khuyết, mấy hoa cũng tàn.
汉语意译：哪月缺，花残人倦？

喃字原文：群之𠽄丐紅顔，
越 南 语：Còn chi là cái hồng nhan,
汉语意译：更能经几番磨折？

喃字原文：㐌衝身世群算浽𠓨。
越 南 语：Đã xong thân thế, còn toan nỗi nào?
汉语意译：算身世，尽付云烟。

喃字原文：𢣂命拯虎命牢，
越 南 语：Nghĩ mình, chẳng hổ mình sao?
汉语意译：自顾，哪有不赧颜？

喃字原文：敢扻塵垢預𠓨布荆。
越 南 语：Dám đem trần cấu dự vào bố kinh!
汉语意译：身染污哪敢续缘。

喃字原文：㐌咍払𥗐爲情，
越 南 语：Đã hay chàng nặng vì tình,
汉语意译：辜负你一片深情，

喃字原文：𥆾花畑拯慬命𡗋𠚢。
越 南 语：Trông hoa đèn, chẳng thẹn mình lắm ra!
汉语意译：花烛台前，自惭谴！

喃字原文：自昜怯𨷶房秋，
越 南 语：Từ rày khép cửa phòng thu,
汉语意译：愿此后秋窗独守，

喃字原文：拯修時拱如修買罒。
越 南 语：Chẳng tu thì cũng như tu mới là!
汉语意译：不修行，度我余年。

喃字原文：払油抸𦤾情賒，
越 南 语：Chàng dù nghĩ đến tình xa,
汉语意译：如果君旧情仍在，

喃字原文：扻情琴瑟对𠚢琹棋。
越 南 语：Đem tình cầm sắt đổi ra cầm cờ.
汉语意译：休提琴瑟只棋琴。①

喃字原文：吶之結鬔車絲，
越 南 语：Nói chi kết tóc xe tơ,
汉语意译：谈什么折丝重缚？

---

①休提琴瑟只棋琴：琴瑟，指夫妻之情。棋琴，指朋友之情。

喃字原文：乜憹奇肆麻洳奇茷。
越 南 语：Đã buồn cả ruột mà dơ cả đời!"
汉语意译：更加添烦恼牵缠！"

喃字原文：払浪窖呐铖唓，
越 南 语：Chàng rằng: "Khéo nói nên lời,
汉语意译：金说："你巧于词令，

喃字原文：麻䶆䜶沛固馭固些。
越 南 语：Mà trong lẽ phải có người có ta!
汉语意译：但亦要照顾周全。

喃字原文：䂳𣋚䶆道弹妑，
越 南 语：Xưa nay trong đạo đàn bà,
汉语意译：自古来妇道相传，

喃字原文：㝵貞箕拱固匹𦓡豢。
越 南 语：Chữ trinh kia cũng có ba bảy dường.
汉语意译：贞节字亦须权变。

喃字原文：固欺变固欺常，
越 南 语：Có khi biến, có khi thường,
汉语意译：有时变，有时照常，

喃字原文：固權市沛没塘執經。
越 南 语：Có quyền nào phải một đường chấp kinh?
汉语意译：权不能全依经典。

喃字原文：如娘祂孝罒貞，
越 南 语：Như nàng lấy hiếu làm trinh,
汉语意译：如像你尽孝失贞，

喃字原文：蓓市朱濁特命𠇮爲。
越 南 语：Bụi nào cho đục được mình ấy vay?
汉语意译：何污损本来良善。

喃字原文：𡗶群底固𣋚𣈜，
越 南 语：Trời còn để có hôm nay,
汉语意译：天道循环有今日，

喃字原文：散霜頭闭㧅𩄲𠁑𡗶。
越 南 语：Tan sương đầu ngõ, áng mây giữa trời.
汉语意译：雾散云开见月明。

喃字原文：花殘麻吏添鮮，
越 南 语：Hoa tàn mà lại thêm tươi,
汉语意译：残花反常显添鲜，

喃字原文：䏾殘麻吏欣进𠦳𣎀。
越 南 语：Trăng tàn mà lại hơn mười rằm xưa.
汉语意译：斜月缺愈增留恋。

喃字原文：固調之汝麻𢜝，
越 南 语：Có điều chi nữa mà ngờ,
汉语意译：恳请你休再迟疑，

喃字原文：客戈塘底𠰺啊払蕭。
越 南 语：Khách qua đường để hững hờ chàng Tiêu!”
汉语意译：怎忍把萧郎疏远。”

喃字原文：䏧払呐㐌歇調，
越 南 语：Nghe chàng nói đã hết điều,
汉语意译：听君叙语重心长，

喃字原文：𠄩親時拱决蹺没排。
越 南 语：Hai thân thì cũng quyết theo một bài.
汉语意译：双亲也同他所见。

喃字原文：歇𠳒坤𥙩𠳒𠳒，
越 南 语：Hết lời khôn lẽ chối lời,
汉语意译：众口一词无可辩，

喃字原文：𩈘頭娘仍𨱽䟻咀嘆。
越 南 语：Cúi đầu, nàng những ngắn dài thở than.
汉语意译：她只好低头长叹。

喃字原文：茹皮𢲫席團圓，
越 南 语：Nhà vừa mở tiệc đoàn viên,
汉语意译：举家开晏庆团圆，

喃字原文：花燸蔬爥紅搷幅纙。
越 南 语：Hoa soi ngọn đuốc, hồng chen bức là.
汉语意译：火炬煌，绣帘招展。

喃字原文：共饒交拜没茹，
越 南 语：Cùng nhau giao bái một nhà,
汉语意译：全家人团拜方完，

喃字原文：礼陀覩礼堆罢覩堆。
越 南 语：Lễ đà đủ lễ, đôi là đủ đôi.
汉语意译：后轮到夫妻私宴。

喃字原文：洞房迢迭戰𪇍，
越 南 语：Động phòng dìu dặt chén mồi,
汉语意译：进洞房相对倾杯，

喃字原文：氷傾緣買吟嘬情𥋴。
越 南 语：Bâng khuâng duyên mới, ngậm ngùi tình xưa.
汉语意译：新旧情缘伴凄怨。

喃字原文：仍自蓮坽桃絲，
越 南 语：Những từ sen ngó đào tơ,
汉语意译：莲含苞，桃花待绽，

喃字原文：迣𠄼𢆥買悲晗罢低。
越 南 语：Mười lăm năm mới bây giờ là đây!
汉语意译：十五年逝，重见面。

喃字原文：情緣𠆳合散尼，
越 南 语：Tình duyên ấy, hợp tan này,
汉语意译：此姻缘无端聚合，

喃字原文：悲歡𠇍浽𣎀迡䔲高。
越 南 语：Bi hoan mấy nỗi đêm chầy trăng cao.
汉语意译：深夜明月惹悲欢。

喃字原文：更𩅹幅錦摭幍，
越 南 语：Canh khuya bức gấm rủ thao,
汉语意译：更深夜静绣帘垂，

喃字原文：𣈜畑爉𤎔𦟐桃添春。
越 南 语：Dưới đèn tỏ rạng, má đào thêm xuân.
汉语意译：灯下光耀娇容粲。

喃字原文：情人吏𨕭情人，
越 南 语：Tình nhân lại gặp tình nhân,
汉语意译：自相思情相遇情，

喃字原文：花𥱯蜂𦓡𠇍分重情。
越 南 语：Hoa xưa ong cũ, mấy phân trọng tình!
汉语意译：相逢哪得不缠绵。

喃字原文：娘浪分妾㐌停，
越 南 语：Nàng rằng: “Phận thiếp đã đành,
汉语意译：翠翘道：“妾心深慰，

喃字原文：固𠸍之汝丐命補𠫾。
越 南 语：Có làm chi nữa cái mình bỏ đi!
汉语意译：恨此身早受摧残。

喃字原文：𢣂払義𦓡情記，
越 南 语：Nghĩ chàng nghĩa cũ tình ghi,
汉语意译：感恩君义重情深，

喃字原文：朝悉噲固唱隨𠢞𫗁。
越 南 语：Chiều lòng gọi có xướng tùy mảy may.
汉语意译：顺情君唱随从愿。

喃字原文：𥢆悉㐌慳𢚸能，
越 南 语：Riêng lòng đã thẹn lắm thay,
汉语意译：自问自心感羞愧，

喃字原文：拱陀𩈘憚眉𪆯𡂎瞡。
越 南 语：Cũng đà mặt dạn mày dày khó coi!
汉语意译：见众难堪脸无颜！

喃字原文：仍如鸥燕鑅外，
越 南 语：Những như âu yếm vành ngoài,
汉语意译：恩爱虽深只表面，

喃字原文：群算𦘧𩈘貝𠊛朱戈。
越 南 语：Còn toan mở mặt với người cho qua.
汉语意译：众人前，秽行难掩。

喃字原文：吏如仍腿𠊛些，
越 南 语：Lại như những thói người ta,
汉语意译：岂比常人之品行，

喃字原文：𣳔香𨑜坦擺花𣨰務。
越 南 语：Vớt hương dưới đất, bẻ hoa cuối mùa.
汉语意译：撷取残花落片片。

喃字原文：拱洳拱辱排路，
越 南 语：Cũng nhơ giở nhuốc bày trò,
汉语意译：逢场作戏贻羞名，

喃字原文：群情兜汝麻習帝催。
越 南 语：Còn tình đâu nữa mà thù đấy thôi!
汉语意译：君爱我，自愧难言。

喃字原文：𠊛腰些醜貝𠊛，
越 南 语：Người yêu ta xấu với người,
汉语意译：你爱我，增添羞惭，

喃字原文：腰饒時吏平进負饒。
越 南 语：Yêu nhau thì lại bằng mười phụ nhau!
汉语意译：更有负相期初愿。

喃字原文：𨷯茹油併衜娄，
越 南 语：Cửa nhà dù tính về lâu,
汉语意译：如为日后家前途，

喃字原文：時群㛪妬路求姉低。
越 南 语：Thì còn em đó, lọ cầu chị đây?
汉语意译：至将来光大门楣。

喃字原文：䏧貞群没𡭧尼，
越 南 语：Chữ trinh còn một chút này,
汉语意译：至此境妾自守贞，

喃字原文：拯拎朱永吏𦠆朱散。
越 南 语：Chẳng cầm cho vững lại dày cho tan!
汉语意译：有缩减平生罪谴。

喃字原文：群𠾕恩愛滇滇，
越 南 语：Còn nhiều ân ái chan chan,
汉语意译：人间充满着恩爱，

喃字原文：咍之圍丐花殘麻制。
越 南 语：Hay gì vầy cái hoa tàn mà chơi? ”
汉语意译：妾身残花莫留恋。”

喃字原文：払浪哏咘没唓，
越 南 语：Chàng rằng: “Gắn bó một lời,
汉语意译：君道：“盟誓俩相依，

喃字原文：俸空鲊渃鲇歪唱饒。
越 南 语：Bỗng không cá nước chim trời lỡ nhau.
汉语意译：鱼鸟端天各一方。

喃字原文：怞𠊛流落閉数，
越 南 语：Xót người lưu lạc bấy lâu,
汉语意译：念你自天涯流落，

喃字原文：想誓說磋拱疠疸𢣃。
越 南 语：Tưởng thề thốt nặng cũng đau đớn nhiều!
汉语意译：想旧约，各自心伤！

喃字原文：傷饒生死㐌料，
越 南 语：Thương nhau sinh tử đã liều,
汉语意译：生死舍命为情爱，

喃字原文：返繞群㖿閉饒罒情。
越 南 语：Gặp nhau còn chút bấy nhiêu là tình.
汉语意译：再相逢，恩爱方长。

喃字原文：澄春絲柳群撑，
越 南 语：Chừng xuân tơ liễu còn xanh,
汉语意译：杨柳正当春缘时，

喃字原文：䀡浪渚脱塊鏼爱恩。
越 南 语：Nghĩ rằng chưa thoát khỏi vành ái ân.
汉语意译：青春恩爱让凋黄？

喃字原文：鋼𤎜拯拙蓓塵，
越 南 语：Gương trong chẳng chút bụi trần,
汉语意译：即使是尘封明镜，

喃字原文：没唑决罕閅分敬添。
越 南 语：Một lời quyết hẳn muôn phần kinh thêm!
汉语意译：能终掩，明镜光芒。

喃字原文：閉数渧㴜摸金，
越 南 语：Bấy lâu đáy bể mò kim,
汉语意译：海角天涯都访遍，

喃字原文：罒㐌鐄砢沛尋䔲花。
越 南 语：Là nhiều vàng đá phải tìm trăng hoa.
汉语意译：此心意更加坚强。

喃字原文：埃𢘾吏合没茹，
越 南 语：Ai ngờ lại họp một nhà,
汉语意译：今日相逢如在梦，

喃字原文：路罒禛襘買𠚢瑟琴。
越 南 语：Lọ là chăn gối mới ra sắt cầm!”
汉语意译：应同枕衾抱瑟琴！”

喃字原文：聀𠳒所襖拱簪，
越 南 语：Nghe lời sửa áo cài trâm,
汉语意译：听罢她整服理簪，

喃字原文：叩頭𨀍𨎟高深𠦳重。
越 南 语：Khấu đầu lạy trước cao thâm nghìn trùng.
汉语意译：叩头行礼报恩人：

喃字原文：身殘㖫濁泒𤁘，
越 南 语：“Thân tàn gạn đục khơi trong,
汉语意译：“君分辨此身清浊，

喃字原文：罒惗君子恪悉𠊛些。
越 南 语：Là nhờ quân tử khác lòng người ta.
汉语意译：全凭君子好心肠。

喃字原文：𠇍𠳒心腹肆胣，
越 南 语：Mấy lời tâm phúc ruột rà,
汉语意译：心腹言深受感动，

喃字原文：相知羕氏買𦓡相知。
越 南 语：Tương tri dường ấy mới là tương tri!
汉语意译：亦复相知又相谅！

喃字原文：阻雯緷纀少之，
越 南 语：Chở che đùm bọc thiếu gì,
汉语意译：蒙君子宽容大度，

喃字原文：𤾓𢆥名節拱為𣋚𠉞。
越 南 语：Trăm năm danh tiết cũng vì đêm nay!”
汉语意译：百年名节夜难忘。”

喃字原文：脱催𢬣吏扲𢬣，
越 南 语：Thoắt thôi tay lại cầm tay,
汉语意译：说罢紧握手相看，

喃字原文：強𦟰爲湼強醝爲情。
越 南 语：Càng yêu vì nết, càng say vì tình.
汉语意译：深相爱心情豁爽。

喃字原文：添爆架綏香𤮄，
越 南 语：Thêm nến giá, nối hương bình,
汉语意译：点烛添香夜漏深，

喃字原文：共繞吏祝戳瓊交歡。
越 南 语：Cùng nhau lại chuốc chén quỳnh giao hoan.
汉语意译：美酒当筵席同尝。

喃字原文：情𥹰來𣼼坤寒，
越 南 语：Tình xưa lai láng khôn hàn,
汉语意译：旧情重炽填创伤，

喃字原文：從容吏晦䔋弹㫻𥹰。
越 南 语：Thong dong lại hỏi ngón dàn ngày xưa.
汉语意译：重提起旧谱宫商。

喃字原文：娘浪爲汆塘絲，
越 南 语：Nàng rằng: “Vì mấy dường tơ,
汉语意译：翠翘道：“滥调陈腔，

喃字原文：淋𠊛朱𧗱悲晗買催。
越 南 语：Lầm người cho đến bây giờ mới thôi!
汉语意译：谬得时人复张扬。

喃字原文：咹𠹾時事㐌耒，
越 南 语：Ăn năn thì sự đã rồi,
汉语意译：昔既成事已悔过，

喃字原文：你悉𠊛胡吥哇没番。
越 南 语：Nể lòng người cũ vâng lời một phen.”
汉语意译：再为知音重弹唱。”

喃字原文：泛弹迢迭拪仙，
越 南 语：Phím đàn dìu dặt tay tiên,
汉语意译：春葱指甲轻拢撚，

喃字原文：熄沉高湿㗂弦斤賖。
越 南 语：Khói trầm cao thấp, tiếng dây gần xa.
汉语意译：炉烟起伏琴声扬。

喃字原文：曲兠淡蔭陽和，
越 南 语：Khúc đâu đầm ấm dương hòa,
汉语意译：声调轻清回飘逸，

喃字原文：氏罗蝴蝶咍罗莊生。
越 南 语：Ấy là hồ điệp hay là Trang sinh.
汉语意译：似庄生化蝶翱翔。

喃字原文：曲兠淹愛春情，
越 南 语：Khúc đâu êm ái xuân tình,
汉语意译：弹到情致恋缠绵，

喃字原文：𠇮魂蜀帝咍命杜鵑。
越 南 语：Ấy hồn thục đế hay mình đỗ quyên?
汉语意译：似蜀帝魂哭杜鹃。

喃字原文：䏾牢珠洂溋涓，
越 南 语：Trong sao châu nhỏ duềnh quyên,
汉语意译：沧海月明珠有泪！

喃字原文：蔭牢曷王蓝田買冬。
越 南 语：Ấm sao hạt ngọc lam điền mới đông!
汉语意译：蓝田日暖玉生烟。①

喃字原文：律聰瞻逆𦓡宮，
越 南 语：Lọt tai nghe suốt năm cung,
汉语意译：琴弦五音曲动听，

喃字原文：㗂𫢩罗拯恼㺰吅𠻃。
越 南 语：Tiếng nào là chẳng não nùng xôn xao.
汉语意译：顿时使神志微茫。

喃字原文：払浪譜𠇮𢬣𫢩，
越 南 语：Chàng rằng: “Phổ ấy tay nào,
汉语意译：金问：“此谱何人为？

喃字原文：𠸗牢愁惨𠉞牢慍圍。
越 南 语：Xưa sau sầu thảm, nay sao vui vầy?
汉语意译：旧谱愁，新声和畅。

喃字原文：秪慍𤀗在悉尼，
越 南 语：Trẻ vui bởi tại lòng này,
汉语意译：哀乐因人的心态，

①蓝田日暖玉生烟：这里借用李商隐《锦瑟》一诗中恍惚迷离的意境来形容音乐的情调。

喃字原文：哈罗苦尽到畤甘來。
越 南 语：Hay là khổ tận đến ngày cam lai?”
汉语意译：信苦尽甘来不妄。”

喃字原文：娘浪爲𡮈藝制，
越 南 语：Nàng rằng: “Vì chút hay chơi,
汉语意译：翠翘道：“薄技娱人，

喃字原文：斷腸哨𠀧害馭閉数。
越 南 语：Đoạn trường tiếng ấy hại người bấy lâu!
汉语意译：旧谱偏多致悲伤。

喃字原文：没番知己共繞，
越 南 语：Một phen tri kỷ cùng nhau,
汉语意译：势异情迁相知己，

喃字原文：捲絿自帝衛𢀨拱除。
越 南 语：Cuốn dây từ đấy về sau cũng chừa.”
汉语意译：愿苦调哀弦长往。”

喃字原文：傳路渚浒鬚絲，
越 南 语：Chuyện trò chưa cạn tóc tơ,
汉语意译：他们相密语正浓，

喃字原文：鴿陀嘅創歪皮爀東。
越 南 语：Gà đà gáy sáng, trời vừa rạng đông.
汉语意译：已听得晨鸡高唱。

喃字原文：情𥢆払吏吶𠳨，
越 南 语：Tình riêng, chàng lại nói cùng,
汉语意译：金生处事如寻常，

喃字原文：没茹埃拱𨔍透唏劳。
越 南 语：Một nhà ai cũng lạ lùng khen lao.
汉语意译：博得全家人欢畅。

喃字原文：朱哈淑女志高，
越 南 语：Cho hay thục nữ chí cao,
汉语意译：共钦佩淑女襟怀，

喃字原文：沛馸㵋槾暍桃如埃。
越 南 语：Phải người sớm mận tối đào như ai?
汉语意译：不愧是名门清望。

喃字原文：𠄩情院𢯢和𠄩，
越 南 语：Hai tình vẹn vẽ hòa hai,
汉语意译：看两人情深义重，

喃字原文：拯䵵禛襘拱外琴詩。
越 南 语：Chẳng trong chăn gối, cũng ngoài cầm thơ.
汉语意译：枕衾之情琴诗放。

喃字原文：欺戰醞欺局棋，
越 南 语：Khi chén rượu, khi cuộc cờ,
汉语意译：有时杯酒，时局棋，

喃字原文：欺祜花妬欺徐腠蓮。
越 南 语：Khi xem hoa nở, khi chờ trăng lên.
汉语意译：观看花月，共同赏。

喃字原文：𠀧生㐌啡进願，
越 南 语：Ba sinh đã phỉ mười nguyền,
汉语意译：三生宿愿已清偿，

喃字原文：缘堆坧拱𥪞缘伴排。
越 南 语：Duyên đôi lứa cũng là duyên bạn bầy.
汉语意译：相敬如宾，情深广。

喃字原文：怓唓立没庵霒，
越 南 语：Nhớ lời, lập một am mây,
汉语意译：建庵堂，礼请觉缘，

喃字原文：遣𠊛親信逹柴覺緣。
越 南 语：Khiến người thân tin, rước thầy Giác Duyên.
汉语意译：派亲信登门拜访。

喃字原文：𦤾尼揀𨷯拱杆，
越 南 语：Đến nơi đóng cửa cài then,
汉语意译：谁知其，人去门封，

喃字原文：蓩全技額鞊蘢𢴑緣。
越 南 语：Rêu trùm kẻ ngạch, cỏ lên mái nhà.
汉语意译：草满地，苔满颓墙。

喃字原文：師陀採𧆄方賒，
越 南 语：Sư đà hái thuốc phương xa,
汉语意译：师往远方采山药，

喃字原文：霒𩙻鶴另别罗尋兜。
越 南 语：Mây bay hạc lánh biết là tìm đâu?
汉语意译：似云飞鹤已高翔。

喃字原文：𥗾爲鈯羗智𢀲，
越 南 语：Nặng vì chút nghĩa xưa sau,
汉语意译：言念友情，义珍贵，

喃字原文：𨕭庵據𡨸香油𣋚枚。
越 南 语：Trên am cứ giữ hương dầu hôm mai.
汉语意译：立神位安在庵堂。

喃字原文：没茹福禄𠎣𠄩，
越 南 语：Một nhà phúc lộc gồm hai,
汉语意译：从此全家享福禄，

喃字原文：𠦳𢆥弋弋官堦吝吝。
越 南 语：Nghìn năm dằng dặc quan giai lần lần.
汉语意译：世代官职连绵长。

喃字原文：承家拯歇娘雲，
越 南 语：Thừa gia chẳng hết nàng Vân,
汉语意译：翠云持家满有道，

喃字原文：没核樛木没壣桂槐。
越 南 语：Một cây cù mộc, một sân quế hòe.
汉语意译：子孙奕世叶繁昌。

喃字原文：風流富貴埃皮，
越 南 语：Phong lưu phú quí ai bì,
汉语意译：风流富贵难相比，

喃字原文：園春没𨷯底碑閲茷。
越 南 语：Viên xuân một cửa để bia muôn đời.
汉语意译：后代流传姓氏香。

喃字原文：𠸒咍閲事在𡗶，
越 南 语：Ngẫm hay muôn sự tại trời,
汉语意译：可知万事皆天定，

喃字原文：𡗶箕㐌扒〻𠊛固身。
越 南 语：Trời kia đã bắt làm người có thân.
汉语意译：人生得失事寻常。

喃字原文：扒風塵沛風塵，
越 南 语：Bắt phong trần phải phong trần,
汉语意译：贫贱终归是贫贱，

喃字原文：朱清高買特分清高。
越 南 语：Cho thanh cao mới được phần thanh cao.
汉语意译：贞刚自始是贞刚。

喃字原文：固兜偏爲𠊛芇，
越 南 语：Có đâu thiên vị người nào,
汉语意译：命运哪有多偏至，

喃字原文：𡨸才𡨸命滝潙奇𠄩。
越 南 语：Chữ tài chữ mệnh dồi dào cả hai.
汉语意译：论才论命费思量。

喃字原文：固才麻悋之才，
越 南 语：Có tài mà cậy chi tài,
汉语意译：多才不必自炫才，

喃字原文：𡨸才連貝𡨸灾没韻。
越 南 语：Chữ tài liền với chữ tai một vần.
汉语意译："才"与"灾"字音相仿。

喃字原文：㐌搓𥙩業𠓨身，
越 南 语：Đã mang lấy nghiệp vào thân,
汉语意译：各有前因莫羡人，

喃字原文：拱停責吝𡗶斯𡗶賒。
越 南 语：Cũng đừng trách lẫn trời gần trời xa.
汉语意译：更不必怨天诬上。

喃字原文：善根於在𢚸些，
越 南 语：Thiện căn ở tại lòng ta,
汉语意译：善根原在你心中，

喃字原文：𡨸心箕買朋𠀧𡨸才。
越 南 语：Chữ tâm kia mới bằng ba chữ tài.
汉语意译："心"字比"才"重三分。

喃字原文：𠳒圭执拍容𨱽，
越 南 语：Lời quê chép nhặt dông dài,
汉语意译：掇拾丛谈成拙句，

喃字原文：謨𢝙拱特没𠄼𬴟更。
越 南 语：Mua vui cũng được một vài trống canh.
汉语意译：留待深宵遣时光。

说明：本篇《金云翘传》是根据民间收藏的越南嗣德二十四年（1871 年）刊登的《金云翘传》喃字六八体长篇叙事歌翻译而成。在翻译过程中，注重喃字文意，并参考 1958 年黄轶球先生《翘传》译作，译成七七律体诗，供后人阅读和传承。苏维芳、孔继彬、苏凯翻译。

2005 年 6 月